ஏழாவது அறிவு

(மூன்று பாகங்கள்)

வெ. இறையன்பு

நியூ செஞ்சுரி புக் ஹவுஸ் (பி) லிட்.,

41-B, சிட்கோ இண்டஸ்டிரியல் எஸ்டேட்,

அம்பத்தூர், சென்னை- 600 050.

☎: 044 - 26251968, 26258410, 48601884

Language : Tamil
Ezhavathu Arivu
(Three Parts)
Author: **V. Iraianbu**
N.C.B.H. First Edition: July, 2005
Seventh Edition: October, 2023
Eighth Edition: February, 2025
Copyright: Publisher
No. of pages: xii + 536 = 548
Publisher:
New Century Book House Pvt. Ltd.,
41-B, SIDCO Industrial Estate,
Ambattur, Chennai - 600 050.
Tamilnadu State, India.
email : info@ncbh.in
Online:www.ncbhpublisher.in

ISBN: 978 - 81 - 2343 - 264 - 9
Code No. A 3565
₹ **350/-**

Branches
Ambattur 044 - 26359906 **Spenzer Plaza (Chennai)** 044-28490027
Trichy 0431-2700885 **Pudukkottai** 04322- 227773 **Thanjavur** 04362-231371
Tirunelveli 0462-4210990, 2323990 **Madurai** 0452-4374106
Dindigul 0451-2432172 **Coimbatore** 0422-2380554 **Erode** 0424-2256667
Salem 0427-2450817 **Hosur** 04344-245726 **Krishnagiri** 04343-234387
Ooty 0423 2441743 **Vellore** 0416-2234495 **Villupuram** 04146-227800
Pondicherry 0413-2280101 **Nagercoil** 04652-234990

ஏழாவது அறிவு
(மூன்று பாகங்கள்)
ஆசிரியர்: **வெ. இறையன்பு**
என்.சி.பி.எச். முதல் பதிப்பு: ஜூலை, 2005
ஏழாம் பதிப்பு: அக்டோபர், 2023
எட்டாம் பதிப்பு: பிப்ரவரி, 2025

அச்சிட்டோர்: **பாவை பிரிண்டர்ஸ் (பி) லிட்.,**
16 (142), ஜானி ஜான் கான் சாலை, இராயப்பேட்டை, சென்னை - 14
☎: 044-28482441

All rights reserved. No part of this book may be reprinted or reproduced or utilised in any form or by any electronic, mechanical, or other means, now known or hereafter invented, including photocopying and recording, or in any information storage or retrieval system, without permission in writing from the publishers.

காணிக்கை

எங்கள் பாசமுள்ள பாட்டி
ராமாயி அம்மாவுக்கும்,
தாய்வழிப் பாட்டனார் **மாணிக்கம்,**
பாட்டி **நல்லம்மாள்** ஆகியோருக்கும்...

பொருளடக்கம்

பாகம் - 1

1. பிரதிபலித்தலும் பின்பற்றுதலும் — 3
2. சோளக்காட்டுப் பொம்மை — 6
3. வெகுளியும் தந்திரமும் — 9
4. உண்மைத் துறவி — 12
5. எதிர்மறைச் சிந்தனை — 16
6. இன்று புதிதாய்ப் பிறந்தோம்! — 20
7. 'குற்றத்தை ஏற்பேன்' — 23
8. பங்காளிகளும் சகோதரத்துவமும் — 26
9. பறவைகள் - சில தகவல்கள் — 29
10. 'ஹைகூ' — 32
11. அருவியும் குருவியும் — 35
12. பொன்னை வைக்கும் இடத்தில்... — 38
13. சினம் — 42
14. 'காக்கைச் சிறகினிலே' — 46
15. தர்மம் — 50
16. உபதேசம் — 53
17. நேசம் — 56
18. வழிப்போக்கர்களும் திராட்சையும் — 58
19. வரமும் சாபமும் — 62
20. சிற்பத்தில் இல்லை சிற்பியின் கையொப்பம் — 65
21. சுயம் — 68
22. பிரார்த்தனைகள் — 71

23. விலங்கு	74
24. பிரதிபலித்தல் - கலை	77
25. ஒவ்வொரு ஜனனமும் மரணமே	80
26. அடையாளம்	84
27. வாழ்க்கை	87
28. துளையுள்ள மூங்கில்	90
29. கற்பனை	93
30. வழிபாடு - பேரம் அல்ல	96
31. சுய விடுதலை	98
32. முழுமையும் வெறுமையும்	101
33. பிம்பம்	104
34. இலையும், கல்லும்	107
35. கருவறையும் கல்லறையும்	110
36. ஓவியன்	113
37. பயம்	116
38. ஊக்கம்	119
39. நகைச்சுவை	122
40. பட்டாம்பூச்சி	125
41. ஒரு நிமிடம் போதும்	128
42. புகழ்	131
43. பிரபஞ்சம்	133
44. பறவைச் சுதந்திரம்	136
45. இறைவன் இறந்துவிட்டான் (God is Dead)	138
46. குளிர்ந்த நிலவும் எரிந்த கூரையும்	142
47. கண்ணுக்குத் தெரியாத கைகள்	145
48. உண்பதாக இருக்கட்டும்... ஊட்டுவதாக இல்லாமல்	149
49. ஈஷா உபநிடதம்	153
50. வள்ளலார்	156
51. ஒருநாள் 24 மணி நேரமல்ல	159
52. யாரைப் பின்பற்றுவது?	162
53. கொடுப்பது	165

54. சமயோசித புத்தியும் வாழும் தருணமும் 168
55. வன்முறை 172
56. வழிகாட்டுதல் 176
57. அழகும் அவலட்சணமும் 180
58. அன்பே அருமருந்து 183
59. நன்றி 186
60. ழ 189
61. மரங்கள் - மண்ணின் வரங்கள் 192
62. பதற்றம் 195
63. சப்தங்கள் 198
64. பொய்யா விளக்கே விளக்கு 201
65. மனிதனில் இருக்கும் குரங்கு 204
66. சிறு தானியங்கள் 208
67. உண்மையான ஆற்றல் 211
68. இரண்டு கண்ணாடிகள் 214
69. நீரும் நெருப்பும் 218
70. ஏழாவது அறிவு 221

பாகம் - 2

1. ஏழாவது அறிவு 227
2. இலக்கற்ற இலக்கு 229
3. ஒரு புன்னகை போதும் 231
4. சாகா மருந்து 233
5. காலிக் குடங்களின் கதகளி நடனம் 235
6. வாதம் - பிடிவாதம் - அபவாதம் 237
7. சுயதுதி 239
8. ஊறும் ஊரணி 241
9. மரமே புனிதம்தான் 243
10. ஆடம்பர எளிமை 245
11. எண்ணமா? எண்ணிக்கையா? 247
12. பலமும் பலவீனமும் 249
13. கசிந்தது கருணை 251

14. வாழ்வும் வயதும்	253
15. சிந்தனை நிந்தனை	255
16. மகிழ்ச்சி நாடி	257
17. முதல் அழகிப்போட்டி	260
18. கோணலான கோணங்கள்	262
19. பக்கவாட்டுச் சிந்தனை	264
20. அறிவுக்குக் கடிவாளம்	266
21. கருப்புக் கண்ணீர்	268
22. டைமன் ஆஃப் ஏதென்ஸ்	270
23. அழகு - அச்சொல்லே அழகு	272
24. வீம்புக்காக	274
25. ராஜவிருந்து	276
26. வாழும்போதே	278
27. ஒவ்வொன்றும் உயிரெழுத்தே	280
28. தோஷம் - சந்தோஷம்	282
29. எண்சாண் உடம்புக்கு	284
30. விருது விஷமானது	286
31. சீசரின் மனைவி	288
32. பேசப் பேச	290
33. பேச்சுக் கலை	292
33. தலைமீது வேலை	294
35. காளையும் கன்றாகும்	296
36. கூட்டுத்தத்துவம்	298
37. நான்கு கால் மனிதன்	300
38. உணவே மருந்து	302
39. நிராகரிப்பவர்களை நிராகரிப்போம்	304
40. வழிபாடு	306
41. கடமையும் உரிமையும்	308
42. மதவெறி	310
43. விருந்தும் மருந்தும்	312
44. பதவி உயர்வு - பணி உயர்வு அல்ல	314

45. வண்ணக் காவியம்	316
46. இடையரும் இடைத்தரகரும்	318
47. முதல் வணக்கம்	320
48. சிக்கல் தீர	322
49. ஆறு தொப்பிகள்	324
50. தண்டனை	326
51. திருப்திப்படுத்துவது	328
52. கலங்கரை விளக்கம்	330
53. கஞ்சமகா பிரபுக்கள்	333
54. எது எப்படிப் போனால் என்ன?	335
55. மூச்சில் உக்தியே முக்தி	338
56. பெயரில் என்ன இருக்கிறது?	340
57. மனத் தயாரிப்பு	343
58. கல்வி கரையில	345
59. சிகிச்சை வலிக்காமலா?	347
60. உடல் வெறும் உபாயம்	349
61. தாயைப் பிரசவித்தவள்	351
62. அசோகர் நரகம்	353
63. டயானா	356
64. கோபமே கருணை	358
65. சுவடுகள்	360
66. இருக்கையும் இறுக்கமும்	362
67. தட்டச்சும் கிறுக்கலும்	364
68. குடிக்கக் குனியும் நீர்	366
69. இரும்பும் கரும்பும்	368
70. சன்னலில் ஒரு சிறுமி	370
71. போரிடாமலே வெல்லுவோம்	372
72. கிளியோபாட்ரா	374
73. இந்தியா 2020	376
74. விவேக சிந்தாமணி	378
75. புத்தகங்கள்	380

பாகம் - 3

1. வியர்வையே பன்னீர் 385
2. தப்புத் தப்பாக 387
3. புத்தரும் குதிரையும் 389
4. திருடர்கள் மூவர் 391
5. அனுபவமே வாழ்வு 393
6. இரண்டு மனம் உண்டு 395
7. சேராதியல்வது நாடு 397
8. அதிவீரராமபாண்டியன் 399
9. நொடிக்கு நொடி வாழ்தல் 401
10. மரணம் ஒரு முறையல்ல 403
11. எதிர்மறை எண்ணம் 405
12. தமிழ் 407
13. சோயென் சாக்கு 409
14. பாட்டி செத்துடுச்சி 411
15. உடம்பை வளர்ப்போம் 414
16. எமிலி டிக்கன்சன் 416
17. வளர்ப்பு மிருகங்கள் 418
18. விருந்தோம்பல் 420
19. உடலும் மனமும் 422
20. இளநீர் 424
21. இராக்கன் 426
22. தேநீர் 428
23. வீட்டிற்குள் உலகப் போர் 430
24. அமைதியின் ஓசை 432
25. உருவகம் 435
26. அழகு வெளியே இல்லை 437
27. மொழியொரு தடையல்ல 439
28. பலிகடா 441
29. போரின்றி வெற்றி 443

30. கொடுப்பது	445
31. புரையோடிய புரிதல்கள்	447
32. கணக்குப் பார்ப்பது	449
33. தீர்வும் முடிவும்	451
34. புகழ்ச்சி - தற்புகழ்ச்சி	453
35. சொல்	455
36. முரட்டு வைத்தியம்	457
37. உயர்ந்தது	459
38. எதிரிகள் யாருமில்லை	461
39. மகாபாரதத்தில் மைதாஸ்	463
40. தொலைபேசித் தொல்லைகள்	465
41. பிரசாரம்	467
42. இயல்பாக இருப்பது	469
43. துக்கம் விசாரிப்பது	471
44. சரியான தவறுகள்	473
45. டோகுசான்	475
46. தெனாலிராமன்	477
47. சித்திரக் கவி	479
48. கடன் அன்பை முறிக்கும்	481
49. புரியும்படி	483
50. நினைவாற்றல்	485
51. அதிர்ஷ்டம்	487
52. சுவர்களை இடிப்போம்	489
53. மாணவர்கள்	491
54. பெக்கெட்	493
55. கையில் இல்லை கையெழுத்து	495
56. தேல்ஸ்	497
57. நல்லதும் கெட்டதும்	499
58. இலவசம் - பரவசம்	501
59. படிப்பும் அறிவும்	503
60. கருணையும் பரிதாபமும்	505

61. சாகும் கலை	507
62. மழைநீர் சேகரிப்பு	509
63. பல்	511
64. பணம் சம்பாதிப்பது	513
65. சீருடை	515
66. இசையும் இனிமையும்	517
67. திருத்திக் கொள்வது	519
68. ஆர்வம்	521
69. ஆலோசனைகள்	523
70. தற்புகழ்ச்சி	525
71. கணவன் - மனைவி	527
72. பரிபாடல்	529
73. கலைகள் எல்லாம்	531
74. சகோதரத்துவம்	533
75. நீதிபோதனை	535

பாகம் – 1

1. பிரதிபலித்தலும் பின்பற்றுதலும்

ஒவ்வொரு மனிதனுக்கும் ஒரு தனித்தன்மை உண்டு.

வெவ்வேறு விரல்களைப் போல் அவர்கள் வேறுபடுகிறார்கள்.

இரட்டைக் குழந்தைகள்கூட ஒரே மாதிரி சிந்திப்பதில்லை. யாரையாவது ஆசானாகக் கொண்டு வாழ்வை அமைத்துக் கொள்வதற்கு நமக்குக் கற்றுத் தரப்படுகிறது. கை பிடித்து எழுதக் கற்றுக் கொள்வதுபோல, கை விரல் பிடித்து நடக்கப் பழகிக்கொள்வதுபோல் யாரையேனும் சார்ந்து வாழ்க்கையை நுகர்வது இலகுவாக இருக்கிறது.

பிரதிபலிப்பது என்பது வேறு -

பின்பற்றுவது என்பது வேறு.

பின்பற்றுவது எளிது.

நாம் செய்யவேண்டியதெல்லாம் அடுத்தவர் செய்வதை அப்படியே செய்து, அடுத்தவர் சொன்னதை அப்படியே சொல்லி, புறவயமாகத் தன்னை மாற்றிக்கொண்டு தன் தனித்தன்மையை ஆழ்ந்து உள்ளுணர்வுக்குள் தள்ளி அமுக்கி விடுவது!

பிரதிபலித்தல் கடினம்.

அது இயல்பாக நிகழ்வது.

பிரயத்தனங்கள் இல்லாமல் கூடுவது. வெகுகாலம் அதற்குத் தேவைப்படுகிறது. பின்பற்றுவது மூலத்தைப் போலச் செய்வது. போலச் செய்கிற போதெல்லாம் மூலம் நீர்த்துப் போகின்றது.

'போலச் செய்கிற' போதெல்லாம் தன்னை தனித் தன்மையோடு உருவாக்கிய இருத்தலை, இயற்கையின் இனிமையை மறுதலிக்கிறான் மனிதன்.

போலச் செய்கிறபோது எதிர்பாராத சூழலில் தடுமாற்றம் ஏற்படுகிறது.

'போலச் செய்வது' - அருவருப்பானது, ஆபத்தானது.

சுயத்தைத் தொலைக்கிறவன் மிகச் சிறந்த போலச் செய்பவனாக மாறுகிறான்.

பிரதிபலிப்பது அற்புதமானது -

சுயத்தை உணர்பவனால் மட்டுமே பிரதிபலிக்க முடியும் -

எத்தனை பேர் பிரதிபலித்தாலும் மூலம் அப்படியே இருக்கும்.

அழகிய முழு நிலவைக் குளம் பிரதிபலிக்கிறது -

எத்தனைக் குளம் வேண்டுமானாலும் அதைப் பிரதிபலிக்கலாம். குளத்தின் நீர் தெளிந்திருந்தால் மட்டுமே நிலவைப் பிரதிபலிக்க முடியும்.

பிரதிபலிப்பதற்காக நிலவோ குளமோ முயற்சி செய்வதில்லை.

குளம் குளமாகவே இருக்கிறது.

அதன் நீர் நீராகவே இருக்கிறது.

பிரதிபலிக்கும்போது அதன் நீர் இன்னும் அழகாக இருக்கிறது.

ஒரு குருவிடம் மாணவனாக இருக்கிறவன், போலச் செய்கிறான்.

சீடனாக இருக்கிறவன், பிரதிபலிப்பாகிறான். கொஞ்சம் கொஞ்சமாக ஆழ்ந்த உள்ளுணர்வின் பாற்பட்டுத் தன் சுயத்தினை உணர்ந்து குருவின் வயப்படும்போது அகவய நிகழ்வுகளால் அந்தப் பிரதிபலிப்பு ஏற்படுகிறது.

போலச் செய்கிறவன், வாழ்கிற காலத்தில் வாசிக்கப்படுகிறான். பிரதிபலிப்பவன், வாழ்ந்த பிறகும் நேசிக்கப்படுகிறான்.

போலச் செய்பவன் உணராமல், அறியாமல், மேலோட்டமாக வாழ்கிறான். பித்தளையைத் தங்கம்போல் செய்யும் போது தான் அது மட்டமாகக் கருதப்படுகிறது. பித்தளை தனி உலோகமல்ல. மனிதனின் கண்டுபிடிப்பு. பூனையைப் பற்றியே பழித்துரைக்கும் முதுமொழி களெல்லாம் அது புலியைப் போலச் செய்வதாக மனிதன் கருதிக் கொண்டதனால்தான்.

குளத்தில் பிரதிபலிக்கிற நிலவு கர்வம் கொள்வதில்லை. காரணம், அதுவே சூரியனின் பிரதிபலிப்பு என்பது அதற்குத் தெரியும். உண்மையான 'குரு' யாரும் தன்னைப் போலச் செய்ய வேண்டும் என்று விரும்புவதில்லை - காரணம் அவரே அவரது குருவைப் பிரதிபலிப்பவர் என்பது அவருக்குத் தெரியும்!

Gutei என்கிற குரு, அவரிடம் கேள்வி கேட்கும் போதெல்லாம் தன் ஆள்காட்டி விரலை உயர்த்திப் பதில் சொல்வது வழக்கம்.

அவரிடம் பணிசெய்த சிறுவன், அவரைப் போலவே ஆள்காட்டி விரலை உயர்த்திப் போலச் செய்து கொண்டிருந்தான்.

அவனிடம் அவன் குரு 'என்ன போதித்தார்' என்று கேட்டால் ஆள்காட்டி விரலை அவரைப் போலவே உயர்த்திக் காண்பித்தான்.

Gutei இந்த விஷமத்தைப் பற்றித் தெரிந்துகொண்டதும் அவனைப் பிடித்து, அவன் ஆள்காட்டி விரலைத் துண்டித்தார். அந்தச் சிறுவன் கத்திக்கொண்டு ஓடினான் - Gutei அவனைக் கூப்பிட்டுத் தடுத்து நிறுத்தினார். அவன் அவர் பக்கம் தலையைத் திருப்பியபோது, Gutei தன்னுடைய ஆள்காட்டி விரலை வழக்கம் போல் உயர்த்திக் காண் பித்தார் - அந்த நிமிடத்தில் அந்தச் சிறுவன் விழிப்புணர்வு பெற்றான்.

இறக்கிற நேரத்தில் தன் சீடர்களை எல்லாம் அழைத்து 'நான் என் Zen விரலை என் குரு TENRYUவிடமிருந்து அடைந்தேன். ஆனால், வாழ்வின் நாள் முழுவதும் அதை என்னால் நீக்க முடியவில்லை' என்று கூறி உடலை விட்டுப் பிரிந்தார்.

Gutei ஆள்காட்டி விரலை உயர்த்தியது பிரதிபலிப்பு அல்ல, போலச் செய்தது - அதனால்தான் வாழ்நாள் வரை அவர் அந்த ஜென் விரலை நீக்கமுடியவில்லை. உண்மையான மெய்ஞானத்தை அடைய முடியவில்லை. சிறுவன் தன்னிடமிருந்து 'போலச் செய்தபோது' அவனும் அந்த விரலையே பிடித்துக்கொள்ளக் கூடாது என்றுதான் அவன் விரலை வெட்டினார்.

சிறுவன் உண்மையான சீடனானான்.

Gutei மாணவனாகவே இருந்துவிட்டார். அவர் விரல்களை வெட்டியது கருணையில்தானே தவிர, தன் முனைப்பினால் அல்ல.

அன்பினால் தானே தவிர, அகந்தையினால் அல்ல.

போலச் செய்வதை நிறுத்தியபோது சிறுவன் விழிப்புணர்வு பெற்றான். இறுதியாகத் தன் சீடர்களை நோக்கி உண்மையை ஒப்புக்கொண்டபோது Gutei கூட விழிப்புணர்வு பெற்றார் என்று தான் சொல்லவேண்டும்.

நிலவைக் காட்டும் விரலே நிலவாவது இல்லை.

கண்ணாடியே உருவங்களாவது இல்லை.

*

2. சோளக்காட்டுப் பொம்மை

நீங்கள் சோளக்காட்டுப் பொம்மையைப் பார்த்திருக்கலாம்.

சோளக்காட்டுப் பொம்மைகளுக்குப் பெரியதாக எதுவும் வேலை இல்லை.

அவை உழவேண்டியது இல்லை - உரமிடத் தேவையில்லை.

களை பறிக்க வேண்டியதில்லை - கதிர் அறுக்க வேண்டியதில்லை.

அப்படி எதுவுமே வேலை செய்யாமல் - அவற்றுக்கு என்னதான் வேலை?

அவற்றுக்கு இருக்கும் ஒரே வேலை வெயிலானாலும், பனியானாலும், மழையானாலும், குளிரானாலும் அங்கே இருக்கும் பயிர்களைப் பாதுகாக்கின்ற வேலை.

பாதுகாப்பது என்றால் கைகளை உயர்த்தியோ, கால்களால் ஓடியோ அவை பாதுகாப்பது இல்லை.

மாறாக வெறும் இருத்தலால் மட்டுமே பயமுறுத்துவது அவற்றின் வேலை.

தின்ன வருகின்ற பறவைகளை மனிதன் போன்ற தோற்றத்தில் இருந்து, சோளக்காட்டுப் பொம்மைகளால் தான் பயமுறுத்த முடியும்.

மனிதனுக்குத்தான் எவ்வளவு பேராசை.

பூமி அவனுக்கு மட்டுமே விளைவித்துக் கொடுப்பதாக அவனுக்கு ஒரு சுயநலம்.

அது எல்லோர்க்குமாக உபரி மணிகளை உற்பத்தி செய்கிறது.

அந்த மணிகள் பறவைகளுக்கும் சொந்தம், அந்த மணிகள் விலங்குகளுக்கும் சொந்தம்.

சோளக்காட்டுப் பொம்மைகள் மனிதனின் கண்டுபிடிப்புகள்.

மனிதன் சோளக்காட்டுப் பொம்மைகளைத் தயாரித்த போது, அவற்றை, தன்னை மனதில் வைத்துக்கொண்டுதான் தயாரித்திருக்க வேண்டும்.

அவனும் பல நேரங்களில் பல இடங்களில் சோளக்காட்டுப் பொம்மையாகத்தான் இருக்கிறான்.

அவனுக்கும் பயமுறுத்துவதில் மகிழ்ச்சி. தன் இருத்தலால் இன்னும் சிலர் நடுங்குவதால் அவனுடைய தன் முனைப்பு எகிறிக் குதிக்கிறது.

எதையோ சாதித்ததைப் போன்ற எண்ணம் அவனுக்கு ஏற்படுகின்றது.

அழகிய 'சென்' கவிதை ஒன்றுண்டு.

சோளக்காட்டுப் பொம்மை வயல் நடுவே

உயிரற்று. ஆனால் எத்தனை உபயோகமாய்.

உயிரற்று இருப்பதனால்தான் உபயோகமாக இருக்க முடியும்.

உயிரற்ற சோளக்காட்டுப் பொம்மைகள் கூலி கேட்பதில்லை.

போராட்டம் செய்யப் போவதில்லை. 8 மணிநேர வேலை தான் என்று வேலை நேரத்தைக் குறைக்கக் கோரிக்கை வைக்கப் போவதில்லை.

மனு தரப்போவதில்லை - மன்றாடப் போவதில்லை.

நிச்சயம் கூடிநின்று கோஷம் போடப் போவதில்லை.

காரணம் அவை உயிரற்று இருக்கின்றன.

அதனால் மிகுந்த உபயோகமாக இருக்கின்றன.

நாமும் நம்மைச் சுற்றியிருக்கும் மனிதர்கள் சோளக்காட்டுப் பொம்மைகளாக இருக்க வேண்டுமென்று எதிர்பார்க்கிறோம்.

அவர்கள் நாம் சொன்னபடி கேட்டுக் கொண்டு எந்த எதிர்ப்பும் காட்டாமல் இருந்தால் அவர்களை நமக்குப் பிடித்திருக்கிறது.

எப்போதாவது அவர்கள் எதிர்ப்புக் காட்டிவிட்டால் அவர்களை நாம் எதிரிகளாக நினைத்துக்கொள்கிறோம்.

பாவம், அந்தப் பறவைகளும் சோளக்காட்டுப் பொம்மையை மனிதன் என்று நினைத்து ஏமாந்து போகின்றன.

ஏமாளிப் பறவைகள் இருக்கும்வரை மனிதன் சோளக்காட்டுப் பொம்மைகளைத்தான் அதிகம் சார்ந்திருப்பான்.

அசையாத பொம்மை என்று எப்படியும் ஒருநாள் தெரிந்துவிடும்.

அதற்குள் கதிர் முற்றி அறுவடையும் ஆகிவிடும்.

அந்தப் பொம்மைகள் வைக்கோலோடு சேர்ந்து வைக்கோலாய், தீவனமாய் ஆகிவிடும்.

கலீல் கிப்ரானின் கவிதை ஒன்று -

சோளக்காட்டுப் பொம்மையிடம் கேட்கிறார்கள் - நீ மகிழ்ச்சியாக இருக்கிறாயா என்று.

'அடுத்தவர்களைப் பயமுறுத்துகிறேன் அல்லவா? அந்த மகிழ்ச்சியே போதும்! என்று பொம்மை குதூகலித்துச் சொல்கிறது.

தன்னை வைக்கோலால் திணித்துக் கொண்டிருப்பவர்களுக்கு மட்டுமே இப்படி பயமுறுத்துவதால் பெருமை அடைய முடியும் என்று வேறொரு குரல் கூறுகின்றது.

உண்மைதான், பயமுறுத்துவதால் நட்பு கிடைக்காது. அன்பு கிடைக்காது. மகிழ்ச்சி கிடைக்காது.

பயமுறுத்துவதால் கிடைக்கிற பணிவுகூட உண்மையானதில்லை.

அது மேல்மட்டத்தில் மட்டும் மென்மையாய் இருக்கும்.

உள்ளுக்குள் எப்போதும் கனன்றுகொண்டிருக்கும்.

*

3. வெகுளியும் தந்திரமும்

பைபிளில் ஒரு வாசகம் வருகிறது. புறாக்களைப் போல வெகுளியாகவும், பாம்புகளைப் போல தந்திரமாகவும் இருக்க வேண்டும் என்பதுதான் அந்த வாசகம்.

புறாக்களைப் போல கள்ளங்கபடம் இல்லாமல் இருப்பவன் எப்படி பாம்பைப் போலத் தந்திரத்துடன் இருக்கமுடியும் என்கின்ற கேள்வி எழுவது இயல்பே.

புறாக்களைப் பாருங்கள். அவை எவ்வளவு மென்மையாக இருக்கின்றன.

அவற்றின் கண்களில் எவ்வளவு சாந்தம் இருக்கிறது.

இதுவரை நாம் யாரையாவது புறா கொத்தி கேள்விப்பட்டிருக்க முடியுமா?

காகங்கள் கொத்துவதுண்டு. சொல்லப்போனால் காகங்களுக்கு ஞாபக சக்தி அதிகம்.

மற்ற பறவைகளைக் காட்டிலும் அதிகமான நாட்கள் காகங்கள் உயிர் வாழ்கின்றன.

தன் கூட்டைக் கலைத்தவனை அவை மறப்பதில்லை. எத்தனை ஆண்டுகளானாலும் நினைவில் வைத்துக் கொண்டு அவனைத் தாக்க முயற்சி செய்யும்.

காகத்தின் எந்தக் குஞ்சாவது மனிதர்கள் கையில் அகப்பட்டதைப் பார்த்தால் அந்தக் குஞ்சை அவை சாகடித்து விடுகின்றன.

ஒருவேளை பலவீனமான இந்தக் குஞ்சுகள் இன்னொரு மனிதனின் கைகளில் அகப்பட்டால் மிகவும் மோசமான தாக்குதலுக்கு உள்ளாகி இறப்பதைக் காட்டிலும், நம் அலகுகளால் இறந்துபோகட்டும் என்று நினைக்கின்ற காரணமோ என்னவோ!

புறாக்கள் சமாதானச் சின்னங்களாக இருக்கின்றன.

ஆனால், காகங்கள்தான் கூடி வாழ்வதற்கு இலக்கணமாக இருக்கின்றன.

ஆனாலும் சமாதானத்தின் சின்னமாகப் புறாக்கள் இருப்பதற்குக் காரணம், காகத்தின் கண்களில் ஒரு குரோதம் தெரிகின்றது. ஒரு வன்மம் தெரிகின்றது.

அவை யாரையும் நம்புவதும் இல்லை. மனிதனை நம்பி அவன் காலைச் சுற்றித் திரிகின்ற கோழிகள், மாமிசத்திற்காகப் பலியாகின்றன.

மனிதனைச் சிறிதும் நம்பாத காகங்கள் நெடுநாட்கள் உயிர் வாழ்கின்றன.

இந்த உலகத்தில் நம்பிச் சாவதும், நம்பிக்கையின்மையால் வாழ்வதும் தொடர்ந்து கொண்டேயிருக்கிறது.

புறாக்கள் அன்புமயமானவை, வளர்ப்பவர்களை நம்புபவை. அன்புமயமானவர்களின் தோள்களில் கூட அமரக்கூடியவை. யாரையும் காயப்படுத்தாதவை.

தியாகத்திற்குப் புறாக்களைக் காட்டிலும் பொருத்தமான உதாரணம் இல்லை.

பாம்புகளைப் பொருத்தவரையில் மேற்கத்திய நாடுகளில் ஒரு பயம் உண்டு.

பாம்பு என்பது பழத்தைத் தின்னச் சொன்ன காரணத்தால் ஒரு கோபச் சின்னமாகச் சித்திரிக்கப்படுகிறது.

மற்ற விலங்குகளைத் தந்திரமாகப் பிடிப்பதிலும் அழிப்பதிலும் பாம்புகள் கொடூரத் தன்மை பெற்றவை.

நாம் எல்லாப் பாம்புகளையும் பார்த்துப் பயப்படுகிறோம். இந்தியாவில் 4 பாம்புகள்தான் விஷத்தன்மை கொண்டவை.

'நல்ல பாம்பு' என்கின்ற நாகப்பாம்பு. 'கிங் கோப்ரா' என்று சொல்கின்ற ராஜநாகம். 'வைப்பர்' என்கின்ற விரியன், 'கிரைட்' என்கின்ற கட்டுவிரியன் ஆகிய 4 பாம்புகள்தான் விஷத்தைக் கடை வாயில் தேக்கி வைத்திருக்கின்றன.

கடல் பாம்புகளில் விஷத்தன்மை உண்டு.

உலகத்திலேயே அதிக விஷத்தன்மை கொண்ட பிளாக் மாம்பா என்கின்ற பாம்புகள் ஆப்பிரிக்காவில்தான் இருக்கின்றன.

ராஜநாகத்தின் விஷம் 3 சிசி அளவிற்கு அதாவது ஒரு யானையைக் கொல்லும் அளவிற்கு அதிக அளவில் உற்பத்தி ஆகிற விஷமே தவிர, விஷத்தின் வீரியம் குறைவுதான்.

ஆனால், நாம் பாம்புகளைப் பற்றிப் பல கதைகளை வைத்திருக்கிறோம்.

பச்சைப் பாம்பு கண்ணைப் பார்த்துக் கொத்தும் என்றும், கொம்பேறிமூக்கன் கொத்திவிட்டுச் சுடுகாட்டிற்குச் சென்று பிணம் வந்ததா என்று வேடிக்கை பார்க்கும் என்றும் கட்டுக் கதைகளை ஒட்டுமொத்தமாக அவிழ்த்து விடுகின்றோம்.

எண்ணற்ற பாம்புகளுக்கு விஷம் இல்லை. ஆனால், அவை இருக்கின்ற காரணத்தினால்தான் எலிகளின் தொல்லைகள் குறைகின்றன.

அதிகமான எலிகளை இரவில் தின்னும் ஆந்தைகளை நாம் கெட்ட சகுனம் என்று சொல்லி உதாசீனப்படுத்துவதால் இன்று ஆந்தைகளின் எண்ணிக்கை குறைந்துகொண்டே இருக்கிறது.

எலிகள் இரவில் வெளியே வருகின்ற காரணத்தால்தான் அவற்றை உண்ணும் ஆந்தைகளும் இரவில் வெளியே வருகின்றன.

புறாக்களைப் போல வெகுளியாக இருப்பது என்பது எந்த நேரங்களில் எல்லாம் ஒரு மனிதன் குழந்தையாக இருக்க வேண்டுமோ, அப்போதெல்லாம் கள்ளங்கபடமில்லாமல் இருப்பது.

குழந்தையைப் பார்க்கின்றபோது நாம் ஒரு குழந்தையைப் போல மாறிவிட வேண்டும்.

நாம் நம்முடைய நாய்க்குட்டியிடம் விளையாடுகின்ற போது நம்மை ஒரு மனிதனாகத் தெரிவித்துக் கொண்டு விளையாடுவதில்லை. நாமும் அதன் அளவிற்கு மாறினால்தான் நம் அன்புப் பரிமாற்றம் நிகழ்கிறது.

பூக்களுக்கு அருகே செல்கிறவன் தானும் ஒரு பூவாக மாறிவிட வேண்டும்.

அதைப் போலக் கள்ளங்கபடம் இல்லாத மனிதர்களைச் சந்திக்கின்றபோது, நாமும் குழந்தைகளைப் போலப் புறாக்களாக மாறிவிட வேண்டும்.

வெகுளியாக இருப்பவர்களிடம் விவரமாக இருப்பதில் எந்தப் பிரயோசனமும் இல்லை.

அதைப்போலத் தந்திரமாக இருப்பவர்களிடம் தந்திரமாக இருக்க வேண்டும். தந்திரமாக இருக்கத் தெரியாததால்தான் சிறுத்தைப் புலி (Cheetah) இனம் அழிந்துபோனது. தந்திரமாக இருக்கத் தெரிந்த (Leopard) என்னும் சிறுத்தை இனத்தின் எண்ணிக்கை அதிகமாகி இருக்கிறது.

பைபிள் சொல்கிறது. 'எப்போது நீ புறாவாக இருக்க வேண்டும் - எப்போது நீ அரவமாக இருக்கவேண்டுமென்பதை நீயாகத் தீர்மானித்துக் கொள்ளவேண்டாம். உன்னுடைய சூழல் தீர்மானிக்கட்டும்.'

'நீ கண்ணாடியாய் இருந்து பிரதிபலி, வேண்டுவதை மட்டும்.'

*

4. உண்மைத் துறவி

ஹாசிட் கதை ஒன்று உண்டு.

ஒரு 'ராபி' ஜன்னல் வழியாகத் தெருவைப் பார்த்துக் கொண் டிருந்தான்.

அந்த வழியே வந்த ஓர் இளைஞனை அழைத்து, "நீ தெருவில் போகும்போது ஒரு பை கீழே கிடப்பதைப் பார்க்கிறாய். அதை எடுத்துப் பார்த்தால் அதிலே நிறையப் பணம் இருப்பதைக் காண்கிறாய்!"

"அப்போது நீ என்ன செய்வாய்?" என்று கேட்டார்.

அதற்கு அவன் உடனே "அப்படி ஒரு பையை ஒரு நிமிடம் நான் வைத்திருந்தால் கூட தவறு அல்லவா? எனவே உடனே உரியவர்களைக் கண்டுபிடித்து அவர்களிடம் ஒப்படைத்துவிடுவேன்" என்று சொன்னான்.

அதற்கு அந்த ராபி, "நீ ஒரு முட்டாள்!" என்று சொன்னார்.

அடுத்ததாக "அந்தத் தெருவில் வந்த இன்னொரு இளைஞனை அழைத்து அதே விஷயத்தைச் சொல்லி "நீ என்ன செய்வாய்" என்று கேட்டார்.

அதற்கு அந்த இளைஞன் "நான் பையை எடுத்துப் பார்ப்பேன். பையில் பணம் இருப்பதைக் கண்டதும், சுற்றும் முற்றும் பார்ப்பேன். ஒருவரும் நான் எடுத்ததைக் கவனிக்கவில்லை என்றால் நானே அதை வைத்துக்கொள்வேன்!" என்று சொன்னான்.

அதற்கு அந்த ராபி, "நீ ஒரு பேராசைக்காரன்!" என்று வைது அனுப்பினார்.

அடுத்ததாக வந்த இளைஞனிடம் அதே கேள்வியைக் கேட்ட போது அவன் சிறிது நேரம் யோசித்தான்.

அவனிடமிருந்து உடனடியாகப் பதில் வரவில்லை. சற்று நேரம் கழித்து, "நான் பையை எடுக்கும்போது ஒரு வேளை எனக்குள் ஒரு கெட்ட எண்ணம் ஏற்படுமேயானால் அதை நானே வைத்துக் கொள்வேன். மாறாக இறைமை என்னை ஆசீர்வதித்தால், அந்த நொடியில் இறைமை என்னை முழுவதுமாக ஆட்கொண்டால், நிச்சயம் நான் அதை அபகரித்துக் கொள்ளாமல் உரியவர்களிடம் சேர்க்க முயற்சிகள் செய்வேன்!" என்றான்.

அதைக் கேட்டதும் ராபி, "நீ உண்மையான ஞானி!" என்று சொன்னார்.

இந்தக் கதை பொருள் பொதிந்த ஒன்று.

நிறைய நேரங்களில் உலகத்திற்காக நாம் ஒன்றைப் பேசிக் கொண்டிருக்கிறோம்.

நாம் வெளியே ஒன்றைப் பேசும்போதெல்லாம் நம் உள் மனது வேறொரு மாதிரி சிந்தித்துக் கொண்டிருக்கின்றது.

நாம் ஆசைகளை வைத்துக்கொண்டு வேண்டாமென்று சொல் கிறோம்.

அவற்றை ஒத்துக்கொள்கிறபோது அவற்றை ஏற்றுக் கொள்ளக் கூடாது என்கின்ற எண்ணம் ஏற்படுகிறது.

இவற்றையும் மீறி நாம் வாழ்கிற வாழ்க்கை ஒரு போலித் தனமாகவே இருக்கிறது.

உண்மையாகச் சிரிக்கவேண்டுமென்று சொன்னால், உள்ளத்திலே இருந்துதான் சிரிக்க வேண்டுமென்று சொன்னால், பலர் சிரிக்கா மலேயே செத்துவிடுவார்கள்.

ராபியின் கேள்வியில் மிகுந்த சூட்சுமம் இருக்கிறது. அவர் சொன்னவை மிகவும் சிந்திக்கத்தக்கன.

முதலில் நுழைந்தவன் அந்தப் பையை ஒப்படைத்து விடுவேன் என்று ஒரு கணமும் யோசிக்காமல் சொன்னது -

அவன் உண்மையிலேயே தன்னை சுயபரீட்சார்த்தம் செய்து சொன்னவை அல்ல.

அப்படிச் சொன்னால் அவனை நல்லவன் என்று கருதிக் கொள்வார்கள் என்று நினைத்துச் சொல்லப்பட்டது அது.

எதையும் சிந்தித்துப் பார்க்காமல் சட்டென்று வெளிவருகின்ற வார்த்தையில் ஆழமோ அர்த்தமோ இருக்கமுடியாது.

அழகிப் போட்டிகளில் பங்கெடுத்துக் கொள்பவர்கள், கேட்கப் படும் கேள்விக்கு, தான் சமூக சேவை செய்ய வேண்டுமென்று பிரியப் படுவதாகச் சொல்லிவிட்டு, அடுத்த ஆறு மாதங்களிலேயே ஏதாவது ஒரு திரைப்படத்தில் கவர்ச்சி நடனம் ஆடுவதைப்போல, அந்தப் பதிலுக்கும் உணர்வுக்கும் தொடர்பில்லை.

ஒரு நிமிடம் கூட வைத்திருக்காமல் கொடுத்துவிடுவேன் என்று அவன் சொன்னதும் சரியான காரணம் அல்ல.

ஏனென்றால் உரியவனைக் கண்டுபிடிக்கும் வரை அந்தப் பொருள் நம் கைவசம்தான் இருந்ததாக வேண்டும்.

அது உரியவர்களைப் போய்ச் சேருகிறதா என்பதைத் தெரிந்து தான் ஒப்படைக்க முடியும்.

இரண்டாமவன், தானே வைத்துக்கொள்வேன் என்று சொன்னான்.

அவன் உலகத்தைப் பற்றிச் சிந்திக்காத சுயநலக்காரன். அவன் வாழ்க்கையும் அப்படித்தான்; அபகரிப்பில் நிகழ்ந்துகொண்டிருக்கின்ற சம்பவங்களில் தொகுப்பாக இருந்திருக்க வேண்டும்.

மக்ஸிம் கார்க்கியினுடைய 'வழித்துணை' சிறுகதையில் வருகின்ற ஓர் இளைஞன் அப்படிப்பட்டவன்தான்.

எப்போதும் சாப்பிட்டுக் கொண்டிருப்பான். அவனுடைய நண்பன் அவனுக்கு எல்லா உதவிகளையும் செய்வான்.

பல நேரங்களில் அவனைக் காப்பாற்றுவான். பல நேரங்களில் தன் உணவைக் கொடுப்பான் - அரவணைப்பைக் கொடுப்பான்.

ஆதரவைக் குடையாக்கி அதற்குள் அவன் நனைந்து விடாமல் பாதுகாப்பான்.

ஆனால், பிரச்சினை வரும்போது அவனைத் தவிக்க விட்டு விட்டுக் காணாமல் போய்விடுவான்.

இரண்டாமவன் இப்படிப்பட்ட ரகமாக இருக்க வேண்டும்.

அதனால் அவனை ராபி போற்றவில்லை.

ஆனால், மூன்றாவதாகச் சந்தித்த நபர் உண்மையானவன். அவனிடம் துளியும் போலித்தனம் இல்லை. சுயநலமும் இல்லை.

மனித மனம் ஒவ்வொரு நொடியில் ஒவ்வொரு மாதிரி மாறுகிறது.

வாய்மையாக இருப்பவனே ஒரு நேரத்தில் கடினமானவனாகக் காணப்படுகிறான்.

அது, நேரத்தைப் பொறுத்தது.

மூன்றாம் நபர் இறைமையின் மீது நம்பிக்கை வைத்திருக்கிறான். அந்தப் பொருளைக் கையகப்படுத்தக் கூடாது என்பதில் தெளிவாக இருக்கிறான்.

அதே நேரத்தில், தான் உடனடியாகக் கொடுத்துவிடுவதாகச் சொல்லி மற்றவர்களை நம்ப வைக்க முயற்சி செய்யவில்லை.

தன்னைக் கெட்ட எண்ணம் ஆட்கொள்ளாமல் இருந்தால் அதைக் கொடுத்துவிடுவேன் என்று சொல்லிக் கொண்டிருக்கிற போதே அவன் தீய எண்ணத்தை விட்டவனாக உருமாறுகின்றான்.

எப்போது ஒருவன், எந்த நிலையில், தான் எப்படிச் செயல்பட முடியும் என்று நினைக்கிறானோ - அந்த நொடியில் அவன் மனம் விழிப்புணர்வு பெற்றதாக மாறிவிடுகிறது.

ஒரு சின்ன பயிற்சி. கனவு கண்டுகொண்டிருக்கின்ற நீங்கள் அந்தக் கனவில் இருந்து விழிக்கக் கற்றுக்கொண்டால், உங்களை அறியாமல் விழிப்புணர்வு மேம்படும், அதற்குப் பிறகு உங்கள் உள்மனம் செயல் பட்டுக் கொண்டிருக்கிற ஓசை கூட உங்கள் செவிகளில் கேட்கும்!

*

5. எதிர்மறைச் சிந்தனை

இன்று இளைஞர்கள் எதிர்மறையாகச் சிந்திக்கின்றார்கள்.

வாழ்க்கையைப் பற்றிய அவநம்பிக்கைவாதம் அவர்களிடம் அதிகமாக இருக்கிறது.

எதையெடுத்தாலும் குற்றம் கண்டுபிடிக்கின்ற மனப்பான்மை அவர்களிடம் அதிகமாக வளர்ந்து வருகிறது.

எதிர்மறைச் சிந்தனை மாணவர்களை அழிவுப் பாதையை நோக்கி அழைத்துச் சென்றுவிடும்.

எந்த ஒரு முயற்சியிலும் சில குறைபாடுகள் இருக்கத் தான் செய்யும்.

ஆனால், அவற்றையும் மீறி நல்ல விஷயங்களைப் பார்ப்பது என்பது நம்மைச் சுகமாக வைத்திருக்கின்ற ஒரு செய்தி.

எல்லாவற்றிலும் தேடிப்பிடித்தாவது குறையைச் சொல்வது, குற்றத்தைச் சொல்வது என்பது நாளடைவில் நம் உடல்நலத்தைக் கூடப் பாதிக்கும்.

காரணம், நம் மனதிற்கும் உடலுக்கும் மிகுந்த சம்பந்தம் இருக்கிறது.

மனம் சரியாக இல்லாவிட்டால் உடல் ஒத்துழைக்க மறுக்கின்றது.

மனதில் மகிழ்ச்சி இருந்தால், பசியைக்கூட மறந்து விடுகிறோம். ஆனால், தொடர்ந்து எதிர்மறையாகச் சிந்தித்துக் கொண்டிருப்பவர்கள் உடலில் அதிக அமிலம் சுரக்கின்றது.

அவன் முகத்தில் சுருக்கம் விழ ஆரம்பித்துவிடுகிறது.

அவன் சதை தொய்வுறுகிறது - தாடை தொங்க ஆரம்பித்து விடுகிறது.

அப்படிப்பட்ட ஒரு சூழலில் நாம் வாழ்க்கையை நம்பிக்கையோடு பார்க்க வேண்டும்.

இன்னொரு மனப்பான்மை இருக்கின்றது.

எதைப் பார்த்தாலும் இதைவிடச் சிறந்தது. ஏற்கெனவே எனக்குத் தெரியும் என்று சொல்லுகிற மனப்பான்மை.

அடுத்தவர்களை மட்டும் தட்டுவதற்கான ஓர் உபாயமாக இருக்கிறது.

ஆனால், நம்மிடம் எவ்வளவோ குறைப்பாடுகள் இருக்கின்றன என்பதை மனிதன் மறந்துவிடுகின்றான்.

பாரதப் பிரதமர் என்ன செய்யவேண்டுமென்பதை ஒரு பள்ளி ஆசிரியர் விலாவாரியாகச் சொல்கிறார்.

ஆனால், அவர் பள்ளி ஆசிரியராக என்ன செய்ய வேண்டு மென்பதை மறந்துவிட்டுப் பாரதப் பிரதமருக்கு அறிவுரை கூறுகிறார்!

நிறைய பேர் அடுத்தவர்கள் என்ன செய்ய வேண்டுமென்பதை எல்லாம் தெளிவாகத் தெரிந்து வைத்திருக்கிறார்கள்.

ஆனால், அவர்கள் கடமைகளை மட்டும் சௌகரியமாக மறந்து போகிறார்கள்.

ஓஷோவின் கதையொன்று உண்டு.

ஒரு பிரெஞ்சுக்காரன், ஓர் ஆங்கிலேயன், ஒரு ஜெர்மானியன் ஆகிய மூன்று கைதிகளையும் தூக்கிலிடும் நாளன்று அவர்கள் இருக்கும் சிறைச்சாலையிலிருந்து தலை துண்டிக்கப்படும் இடத்திற்குக் கொண்டு வரப்படுகின்றனர்.

முதலில் பிரெஞ்சுக்காரன் படி ஏற்றப்பட்டு, அவனிடம் தலை துண்டிக்கப்படும் இடத்தில் அவன் தலை, மேல் நோக்கி இருக்க வேண்டுமா? கீழ்நோக்கி இருக்க வேண்டுமா? எதை விரும்புகிறான் என்று, கேட்கப்பட்டது.

அவன் அதற்கு மிகச் சிறந்த திராட்சைத் தோட்டங்களில் இருந்து கிடைத்த பழங்களைக் கொண்டும், உயர்தரமான பாலாடைக் கட்டி களைக் கொண்டும் வாழ்ந்ததனால் ஆசைப்படுவதற்கும், பயப்படு வதற்கும் எதுவும் இல்லை. எனவே, மேல் நோக்கிய நிலையிலேயே தன் முகம் இருக்கட்டும் என்றான்.

கத்தி கீழே விழும்போது அதனைப் பார்க்கும்படியாக அவன் மல்லாந்து படுக்கவைக்கப்பட்டான்.

கத்தி அவிழ்த்துவிடப்பட்டது. கழுத்தளவுக்கு மேல் அரை அங்குல தூரம் இருக்கும் வரை அது மிக வேகமாகக் கீழே இறங்கி அந்த நிலையிலேயே திடீரென நின்றுவிட்டது!

இதற்கான காரணத்தை விளக்க முடியாமல், இதனை ஆண்ட வனிடம் இருந்து வந்த ஓர் அறிகுறி என அந்த அதிகாரிகள் கூறி, கைதியை விடுதலை செய்தனர்.

அடுத்தபடியாக ஆங்கிலேயன் அந்த 'கில்லட்டினு'க்குக் கொண்டு செல்லப்பட்டு அதே வினா அவனிடம் கேட்கப் பட்டது.

அதற்கு அவன், "நான் எங்கள் ராணிக்கு விசுவாசமாகப் பணியாற்றினேன்.

ஆங்கிலேய நாகரிகத்தை உலகம் முழுவதும் பரப்புவதற்கு உதவி செய்துள்ளேன்.

இதைக் கண்டு நான் அஞ்சவேண்டிய அவசியம் இல்லை.

எனவே, மேல்நோக்கிப் பார்த்தே எதிர்கொள்ளத் தயாராக உள்ளேன்" என்றான்.

அவன் மல்லாந்து படுக்க வைக்கப்பட்டான்.

கத்தி அவிழ்த்துவிடப்பட்டது.

மீண்டும் கடைசிநேரத்தில் கத்தி அவனது கழுத்துக்கு மேலே அரை அங்குல தூரம் இருக்கும்போது திடீரென நின்றுவிட்டது.

இதுவும் இறைவனிடம் இருந்து வந்த ஓர் அறிகுறி என அந்த அதிகாரிகள் நினைத்துக் கைதியை விடுதலை செய்தனர்.

அடுத்தபடியாக ஜெர்மானியன் கொணரப்பட்டு அதே கேள்வி கேட்கப்பட்டது.

அதற்கு அவன், "நான் உங்கள் வினாவிற்கு விடையளிக்கும் முன்பாக, அந்த இயந்திரத்தை நீங்கள் சரியாக்கும் வரை அதற்கு அடியில் நான் இருக்கமாட்டேன்" என்று நிபந்தனையிட்டான்.

நமது இளைஞர்களும் அந்த ஜெர்மானியனைப் போல நிபந்தனை களை இடுபவர்களாக இருக்கிறார்கள்.

எங்கேயாவது ஏதாவது பிசகு நடந்தால்கூட, அதைப் பெரிது படுத்துகிறார்கள்.

பூதக்கண்ணாடியால் பூங்கொத்துக்களைப் பார்க்கிறார்கள்.

எங்கே குற்றம் நடக்கும் என்று எதிர்பார்த்துக் காத்திருக் கிறார்கள்.

யாரை வேண்டுமானாலும் எளிதில் குறை சொல்லலாம் என்று நினைக்கிறார்கள்.

இன்று மிகச் சின்ன வயதில் சர்க்கரை வியாதியும், ரத்த அழுத்தமும் வருகிறது என்கிறார்கள்.

வெ.இறையன்பு

ஒருவேளை நம்மிடம் உற்பத்தியாகும் கசப்புத்தான் சிறிய வயதிலேயே நம்மிடம் பாதிப்பையும், உடல்நலக் குறைவையும் ஏற்படுத்துகிறதா என்று தெரியவில்லை.

இருந்தாலும் வாழ்க்கை என்பது நம்பிக்கை நிறைந்தது.

கூட்டை விட்டுப் பறக்கிற பறவைகள்கூட நம்பிக்கையோடு பறக்கின்றன.

இன்று நாள் முழுவதும் நாம் சுகமாக இருப்போம் என்று நினைத்துக்கொண்டிருக்கின்றன.

இளைஞர்கள் அனைவரும் புன்னகையோடு உலகத்தைப் பார்த்தால் நிச்சயமாக அவர்கள்மீது பூக்கள் சொரியும்.

*

6. இன்று புதிதாய்ப் பிறந்தோம்!

"இன்று புதிதாய்ப் பிறந்தோம்!"

- பாரதியின் அற்புத வரிகள் இவை.

புதிதாகப் பிறப்பது என்பது ஒவ்வொரு நாளும் நடக்க வேண்டும். இன்னும் சொல்லப்போனால் ஒவ்வொரு நொடியும் அது நிகழ வேண்டும்.

பிறப்பது என்பது வெறும் நிகழ்வு அல்ல.

அது ஒரு புதிய பரிமாணம் - மறுமலர்ச்சி - (Transformation) பிறப்பு என்பது இறப்பை உள்ளடக்கியது.

இறக்கத் தெரிந்தவர்களால் மட்டுமே பிறக்கவும் முடியும்.

பிறக்கின்றபோது நம்மிடம் ஏற்கெனவே இருந்தவை எல்லாம் அழிந்துபோய் இருக்கவேண்டும்.

நம் உள்ளத்தில் இருக்கின்ற வன்மம், குரோதம், பயம், வெறி, மதிப்பீடு ஆகிய அனைத்துமே இறந்தால்தான் நாம் புதிதாகப் பிறக்க முடியும்.

புதிதாகப் பிறப்பது என்பது உயிரியல் ரீதியாக நடக்கக் கூடியது அல்ல.

உடலோடு தொடர்பு கொண்டதும் அல்ல.

ஒவ்வொரு நொடியிலும் முந்தைய நொடியிலிருந்து முற்றிலும் வேறாக நமது உடல் மாறுகிறது.

சில அணுக்கள் அழிகின்றன. சில அணுக்கள் வளர்கின்றன. சில செல்கள் சேர்கின்றன. சில செல்கள் பிரிகின்றன.

அப்படிப் பார்க்கிறபோது நாம் ஒவ்வொரு நொடியிலும் பிறக்கிறோம்.

ஒவ்வொரு நொடியிலும் இறக்கிறோம்.

காற்றை உள்ளிழுக்கின்றபோது நாம் உயிர்வாழ்வது தொடருகிறது என்று சொன்னால் -

அந்தக் காற்றை வெளிவிடும்போது நாம் வாழுகின்ற ஒவ்வொரு நொடியும் குறைந்துபோகிறது.

ஆக, பிறப்பும் இறப்பும் ஒரே விகிதத்தில் நடந்து கொண்டிருக்கிறது.

இன்று புதிதாகப் பிறப்போம் என்று சொன்னால், இதுவரை இருந்த பழையவற்றை எல்லாம் கழற்றி எறிந்துவிட்டுப் புதிய சிந்தனையோடு புறப்பட்டு வருவது.

காலையில் நம்மீது படுகின்ற சூரியக் கதிர்கள் மகிழ்ச்சியைத் தருவதற்குக் காரணம் அவை புதிய ஒளிகள், புதிய கதிர்கள்.

நேரம் செல்லச் செல்ல அவை பழமை அடைகின்றன.

அந்தப் பழமையின் உக்கிரம் நடுப்பகலில் நம்மை வருத்துகிறது.

நாம் அதிகமான வெப்பத்தை உணர்கின்ற நேரம் விஞ்ஞான ரீதியாக நண்பகல் இல்லை என்று கண்டுபிடித்திருக்கிறார்கள்.

3 மணி முதல் 5 மணி வரைதான் பூமி உள்ளிழுத்த வெப்பத்தைப் பிரதிபலிக்கும் (Irradiation) நேரம்.

ஆக, அந்த நேரத்தில்தான் அதிக வெப்பம் இருக்கிறது என்று அறிவியலார் புள்ளிவிவரங்களைச் சொல்லுகிறார்கள்.

மலர், மொட்டில் இருந்து விரிகின்றபோது அதன் பிறப்பு நிகழ்கின்றது.

அப்போது விரிந்த மலர் மிகுந்த அழகாக இருக்கிறது.

நேரம் ஆக ஆக, அதன் இதழ்கள் வாட ஆரம்பித்து விடுகின்றன.

அதன் மலர்ச்சி மறைய ஆரம்பிக்கின்றது.

எவனொருவன் தினமும் பிறக்கத் தெரிந்து வைத்திருக்கிறானோ அவன் எப்போதும் திருப்தியுடன் இருக்கின்றான்.

அவன் ரத்த ஓட்டத்தில் இளமை இருக்கிறது.

அவனுடைய பார்வையில் குழந்தைத்தனம் இருக்கிறது.

நீங்கள் குழந்தையின் கண்களைப் பாருங்கள். அவை கண்மணிகளைத் தாண்டி மிகுந்த வெண்மையாக இருக்கும்.

காரணம், இன்னும் அவைகளில் அழுக்குப் படியவில்லை.

புதிதாக முளைக்கின்ற பற்கள் முத்துப்போல் வெண்மையாக இருக்கின்றன.

காரணம், இன்னும் அவற்றில் கறை படியவில்லை.

முனை மழுங்கும்போதெல்லாம், கூராய்த் தீட்டும் போதெல்லாம் அந்த நுனி புதிய பிறப்பை அடைகிறது.

முந்தைய நிகழ்வுகளைப் பழங்கதைகளைப் பேசி இறந்த கால நினைவுகளில் தன்னை இழக்கின்றன. மனிதர்களால் நிச்சயமாகப் புதிதாகப் பிறக்க முடியாது.

புதிதாகப் பிறக்கின்றபோது தான் என்கின்ற தன்மையை இழக்க வேண்டும்.

தன்னுடைய என்கின்ற தன்மையை இழக்க வேண்டும்.

என்னுடைய என்று சொல்கின்றவன் இறந்துபோய்க் கொண்டிருக்கிறான்.

இன்று புதிய உலகம், புதிய வானம், புதிய காற்று, புதிய மனம், புதிய மனிதர்கள் என்று தன்னை விரிவுபடுத்திக் கொள்பவன் முதுமை அடைவதே இல்லை.

அவன், காலச்சக்கரத்தின் கம்பிகளில் அகப்பட்டுக் கொள்ளாமல் வெளியே எகிறி, புத்துணர்ச்சியோடு வாழ்க்கையை ஒவ்வொரு நாளும் தொடங்குகிறான்.

நமக்குப் பூக்களைப் பார்க்கின்ற போதுகூட மகிழ்ச்சி வருவதில்லை.

ஏற்கெனவே பார்த்திருக்கிறோமே என்று நினைக்கிறோம்.

நமக்குள் உயிரோடு இருக்கும் பகுதிகளைவிட, மரணம் அடைந்த பகுதிகள்தான் அதிகம்.

நம்மில் ஜீவித்திருக்கும் பகுதிகளைவிட, செல்லரித்துப் போன பகுதிகள்தான் அதிகம்.

புதிதாகப் பிறக்கிறவன் அந்த நொடி இனிமையானது. உண்மையானது என்று நினைக்கிறான்.

அவன் சந்திக்கின்ற மனிதர்களை அப்போது மட்டுமே சந்திப்பதைப்போல் பார்க்கிறான்.

நீங்கள் நினைத்துப்பாருங்கள், ஒவ்வொருவரும் அப்போது மட்டுமே பிறப்பதாக எண்ணிப் பாருங்கள்.

அவர்களிடம் உங்களுக்குக் கோபம் இருக்காது. பயம் இருக்காது. மகிழ்ச்சி மட்டுமே மேலோங்கும்.

வாருங்கள், இன்றிலிருந்தே பயிற்சி செய்து பார்ப்போம். முயற்சி செய்து பார்ப்போம்.

*

7. 'குற்றத்தை ஏற்பேன்'

தவறு செய்வது மனித இயல்பு - ஆனால், அதற்கு மற்றவர்களைப் பொறுப்பாக்கி அதில் இருந்து தன்னை விடுவித்துக்கொள்ள நினைப்பது ஏற்றுக் கொள்ளக் கூடியதல்ல.

அதேபோல் தன் தவறுகளை நியாயப்படுத்துவதில் எந்தப் பயனுமில்லை - மனம் எப்போதும் சமாதானம் சொல்கிறது. யாரும் தன்னுடைய குறைபாடுகளை ஒத்துக்கொள்ளத் தயாராக இல்லை.

நம் மொழியிலேயே இப்படிப்பட்ட மனநிலை பிரதிபலிப்பதைக் காணலாம். நாமாகக் கல்லில் மோதி 'கல் இடித்துவிட்டது' என்கிறோம் - ஓர் இடத்தில் நிரந்தரமாக அமர்ந்திருக்கும் உயிரற்ற கல் நம்மை எப்படி இடிக்க முடியும்?

முள் குத்திவிட்டது என்கிறோம் -

கதவு காயப்படுத்திவிட்டது என்கிறோம் -

அரிவாள் வெட்டிவிட்டது என்கிறோம் -

கத்தி அறுத்துவிட்டது என்கிறோம் -

செருப்பு கடித்துவிட்டது என்கிறோம் -

இப்படியெல்லாம் உயிரற்ற பொருள்களின் மீது பொறுப்பைக் கழற்றித் தொங்கவிட்டு விடுகிறோம் - இதே உணர்வை மனிதர்களின் மீதும் சுமத்துகிறபோது பிரச்சினை ஆரம்பிக்கின்றது.

நாம் வெற்றி பெற்றால் அதற்கு நாம் பொறுப்பு - நாம் மட்டுமே பொறுப்பு - ஆனால் தோல்வியடைந்தால் அதற்கு மற்ற எல்லோரும் பொறுப்பு என்கிற மனநிலை நம் எல்லோருக்குமே இருக்கிறது.

அதைப் போலவே ஒரு நிறுவனத்தில் ஒரு வெற்றிகரமான செயல் நடந்துமுடிந்தால்...

"நான்தான் இந்த யோசனையைத் தெரிவித்தேன் -

நான்தான் இந்தத் திட்டத்தைத் தயாரித்தேன் -

நான்தான் இதை நிறைவேற்றினேன் -

நான்தான் இதைச் செயல்படுத்த உதவினேன் -

நான்தான் இதற்கு ஆலோசகராக இருந்தேன்

நான்தான் இரவுபகலாக உழைத்தேன்."

என்று ஒவ்வொருவராகப் போட்டிபோட்டுக் கொள்வார்கள்.

நாம் தவறு செய்வது இயற்கை. ஆனால், எப்பொழுது நாம் 'தவறு' என்று உணர்கிறோமோ, எப்போது நாம் அதை ஏற்றுக் கொள்கிறோமோ அந்த நொடியிலேயே அத்தவறில் இருந்து நாம் விடுதலையடைகிறோம் - ஓர் ஆழ்ந்த சுயபரிசோதனை இதற்குத் தேவைப்படுகிறது. ஆங்கிலத்தில் அதை 'introspection' என்று குறிப்பிடுகிறார்கள்.

தவறுகளைப் பகிரங்கமாக ஒத்துக்கொள்கிறபோதே அந்தத் தவறும் மறைந்துவிடுகிறது. ஏனென்றால், அதற்கு அசாத்தியத் துணிச்சலும், பரந்த மனப்பான்மையும் தேவைப்படுகிறது.

செங்கல்லை உடைப்பதும், ஓடுகளை உடைப்பதும், பனிக் கட்டிகளைப் பாளம் பாளமாக வெட்டிச் சாய்ப்பதும் பலம் என்று நம்பிக் கொண்டிருக்கிறோம். ஆனால், உண்மையில் 'ஆன்ம பலம்' தான் மிகவும் முக்கியம். தவறுகளை ஏற்றுக்கொள்கிறவர்க்குத்தான் ஆன்ம பலம் தோன்றுகிறது.

'Fugai' என்கிற குருவுக்கு உணவு தயாரிப்பதில் தாமதம் ஏற்படும் படியான சூழல் உருவானது - அவசரத்தில் தோட்டத்திற்குச் சென்ற சமையல்காரர் தன் சுருள் கத்தியால் பச்சைக் காய்கறிகளின் மேல் பகுதியை வெட்டி, எல்லாவற்றையும் ஒன்றாகத் துண்டாக்கி ஒரு சூப் தயாரித்தார். அந்த அவசரத்தில், காய்கறிகளின் மேல் இருந்த ஒரு பச்சைப் பாம்பையும் துண்டாக்கிச் சமைத்ததை அவர் அறிந்திருக்க வில்லை.

'Fugai'ஐப் பின்பற்றுபவர்கள் அந்த சூப்பை அருந்தியபோது இவ்வளவு சுவையான சூப்பைத் தாங்கள் இதுவரை அருந்தியதே இல்லை என்று நினைத்தார்கள். ஆனால், 'Fugai' தனக்குக் கொடுக்கப் பட்ட சூப் கிண்ணத்தில் பாம்பின் தலையைப் பார்த்ததும், அவர் சமையல்காரரை வரவழைத்தார். பாம்பின் தலையை மேலே தூக்கி 'இது என்ன?' என்று கேட்டார் - அவர் குரலில் கோபம் இருந்தது.

'நன்றி மாஸ்டர்' என்று பதிலளித்த சமையல்காரர் அதை வாங்கி சட்டென்று தன் வாயில் போட்டுக்கொண்டார் - மென்று தின்றுதீர்த்தார்.

இந்த அழகிய கதைக்குப் 'பழியை உண்ணுதல்' 'Eating the blame' என்று தலைப்புக் கொடுக்கப்பட்டிருந்தது. ஆனால் இக்கதையின் தத்துவம் அதைக் காட்டிலும் ஆழமானது.

'Fugai' ஐக் காட்டிலும் அந்தச் சமையல்காரர் ஞானியாக எனக்குப் படுகிறார். அவர் பாம்பைத் தின்றது 'நான்தான் அப்படி சமைத்ததற்குக் காரணம்' என்பதனால் மட்டுமல்ல; அது பாம்பின் தலை என்று சூப்பைச் சுவைத்து சாப்பிடுகிற மற்றவர்களுக்குத் தெரியக்கூடாது என்கின்ற அவசரத்திலும் தான்.

பாம்பின் தலையும் அதில் கலந்து வந்திருக்கிறது என்று தெரியாத வர்கள் அந்த சூப்பை விரும்பி அருந்தினார்கள். அந்த விஷயம் தெரிந்ததால் தான் 'Fugai' அதை மகிழ்ச்சியோடு உண்ண முடியவில்லை.

மனத்தின் தன்மையைப் பொறுத்துதான் சுவை இருக்கிறது.

எந்த அவசரத்தில் அந்தப் பாம்பு சமைக்கப்பட்டிருக்கும் என்று 'Fugai' எண்ணிப் பார்க்கலாம். சூப்பில் கிடக்கும் பாம்பு சமையல் காரரைக் கடித்திருந்தால் என்ன ஆகும் என்றும் 'Fugai' நினைத்து சமையல்காரர் மீது கருணை செலுத்தவில்லை. ஆனால், பாம்பின் தலை தன்னால்தான் வந்தது என்பதாலும்; அது அவர்களுக்குத் தெரிந்தால் சூப்பை அருந்தமாட்டார்கள் என்பதாலும்; ஏதோ சுவையான காய்கறியை குரு தனக்குத் தருவதாகப் பாவலா செய்து அதை 'நன்றி' என்று சொல்லி உண்ட சமையல்காரர்தான் மிகப்பெரிய ஞானி - மிகுந்த ஆன்மபலம் கொண்டவர்.

8. பங்காளிகளும் சகோதரத்துவமும்

வாய்க்கு வாய் நாம் சகோதரத்துவம் என்கிறோம் -

நாமெல்லாம் சகோதரர்கள் என்று சொல்கிறோம் - இந்த வார்த்தைகள் எல்லாம் போலியானவையாக இருக்கின்றன - நாம் சொல்லுகின்ற பல வார்த்தைகள் அவற்றிற்குரிய பொருளில் உச்சரிக்கப் படுவதில்லை -

'அன்பு'

'பாசம்'

'நட்பு'

'சகோதரத்துவம்'

இப்படிப் பல வார்த்தைகள் -

'பிரியமான'

'நேசமுள்ள'

'அன்புமயமான'

'உயிருக்குயிரான'

- என்ற ஏகப்பட்ட பதங்கள்.

ஆனால், இவற்றை உணர்ந்துதான் நாம் பயன்படுத்துகிறோமா? இவற்றிற்கான மரியாதையை நாம் உரிய முறையில் அளித்துத்தான் பேசுகிறோமா? என்பவை மிகுந்த கேள்விக் குரியன.

ஒரு வேட்டை நாயை அதன் எஜமானர் மரத்திற்குப் பின்னால் வந்த சப்தத்தை நோக்கிச் செலுத்தினார். அந்த நாய் மரத்திற்குப் பின்னால் ஓடிக்கொண்டிருந்த நரியை விரட்டிப் பிடித்து, அதைக் கவ்வி, தன் எஜமானர் சுடுவதற்கு வசதியாக நிறுத்தியது.

இறந்துகொண்டிருக்கும் நிலையில் அந்த நரி அந்த வேட்டைக் காரனைப் பார்த்து "நான் நாய்க்கு அண்ணன் முறை என்பதைச் சொல்லவில்லையா?" என்று கோபமாகக் கேட்டது.

"சொன்னேனே, ஆனால் அது கொள்கைவாதிகளுக்கும், முட்டாள் களுக்கும்தான் சிறந்தது. என் நாயைப் போன்ற practical வாழ்க்கையை

வாழத் தெரிந்தவர்களுக்கு அது ஒரே மாதிரியான ஆர்வத்திற்கு இடையே நடக்கும் போட்டி!"

இந்த உலகம் எவ்வளவு விசாலமானது -

இதிலே இரண்டு பேருடைய ஆர்வங்களுக்கிடையே மோதல் ஏற்படவேண்டிய அவசியமே இல்லை -

இந்த உலகத்தில் யார் யாருக்குப் போட்டி?

யார் யாருக்கு எதிரி?

யாருடைய சுவாசக் காற்றை யார் களவாட முடியும்?

யார் யாருடைய பூமியைத் திருடிவிட முடியும்?

யாருடைய ஆகாயத்தை யார் பறித்துவிட முடியும்?

எத்தனை பேர் வேண்டுமானாலும் வெல்ல முடியும் -

யாரும் யாரையும் தோற்கடிக்காமலேயே வெற்றி பெற முடியும்.

நாம் எல்லோருமே வெல்ல முடியும் -

லியோனார் - டோ - டாவின்ஸி (Leonardo-da-vinci) தன்னுடைய 'Last supper' என்கிற ஓவியத்தை வரைந்து கொண்டிருந்தார் -

அது அவருடைய 'Master piece'.

பலருடைய உணவருந்தும் அறையில் அந்த ஓவியம் தொங்கிக் கொண்டிருப்பதை நீங்கள் காணலாம்.

அவர் அந்த ஓவியத்தை வரைந்துகொண்டிருக்கும் போது இயேசுவைத் தீட்டுவதற்கு ஒரு modelஐத் தேடிக் கொண்டிருந்தார். வெகுநாட்கள் தேடிய பிறகு, அவருக்கு ஒரு சர்ச்சில் Pietro Bandinelli என்கிற இளைஞன் கிடைத்தான். அவன் மிக அழகாக இருந்தான். அவன் முக அமைப்பும், வசீகரமும், தேஜஸும் அவன் அழகை ஒளிரச் செய்தன.

இயேசுவை ஓவியமாகத் தீட்டிய பின்னும், பல ஆண்டுகள் அந்த ஓவியம் முற்றுப் பெறாமல் இருந்தது - காரணம், அனைத்துச் சீடர்களையும் வரைந்து முடித்த பிறகும் Judas Iscariotஐ இன்னும் வண்ணமாகத் தீட்டாததால் ஓவியம் பூரணத்துவம் அடையாமல் இருந்தது.

Leonardo-da-vinci பாவங்களால் இறுகிப் போய்த் திரிந்திருந்த முகத்தோடு கூடிய மனிதனை அவர் தேடிக் கொண்டிருந்தார்.

இறுதியாக, ரோம் நகரில் ஒரு பிச்சைக்காரனை அவர் எதிர்பாராத அதே தோற்றத்துடன் பார்த்தார். அவனுக்குப் பணம் கொடுத்து அவனைக் கொண்டுவந்து அமர்த்தி, அவன் படத்தை வரைய ஆரம்பித்தார்.

"உன் பெயர் என்ன?" என்றார்.

"நான் Pietro Bandinelli - பல வருடங்களுக்கு முன்பு உங்கள் ஓவியத்திற்கு இயேசுவாக நான்தான் model செய்தேன்" என்றான்.

ஒவ்வொரு மனிதனிடமும் இயேசுவும் உண்டு; யூதாஸும் உண்டு - அவனிடம் சில நேரங்களில் இயேசு வெளிப்படுகிறார் - பல நேரங்களில் அவனுக்குள்ளிருக்கும் யூதாஸ் வெளிப்படுகிறான் - 'Jackyll and Hide' - என்கிற ஒரு நூல் - மிக அழகானது.

உலகத்திற்கு மிகவும் நல்லவராக இருக்கும் Jackyll இரவு நேரங்களில் கெட்டவராக Hide ஆக வெளிப்படுவார் - Hide கெட்டவர் - Jackyll எவ்வளவுக்கு எவ்வளவு நல்லவரோ அவ்வளவுக்கவ்வளவு Hide கெட்டவர் - தன்னிடமிருக்கும் கசப்பை வெளிப்படுத்த அவருக்கு அந்த இன்னொரு வடிவம் தேவைப்பட்டது. கடைசியில் Jackyllஐ சாகடித்து விட்டு Hide ஆகவே இருந்துவிடுகிறார்.

நமக்குள் இருக்கும் யாரைச் சாகடிக்கப் போகிறோம் என்பதுதான் கேள்வி!

*

9. பறவைகள் - சில தகவல்கள்

பறவைகளைப் பற்றிய தகவல்கள் திரும்பத் திரும்ப மகிழ்ச்சியளிப்பதாக இருக்கின்றன.

காரணம், பறவைகள் நமக்குக் கற்றுத் தருவதற்கு ஏராளமான தகவல்களைத் தன் சிறகுகளுக்குள் வைத்திருக்கின்றன.

உலகத்திலேயே மிகப்பெரிய பறவை 'ஆஸ்ட்டிரிச்' என அழைக்கப் படும் நெருப்புக் கோழி. உலகத்திலேயே சிறிய பறவை 'ஹம்மிங்' பறவை.

பின்னோக்கிப் பறக்கக்கூடிய ஒரே பறவையும் அதுதான். இரண்டு கிராம் மட்டுமே அவற்றின் எடை. தலைக்கனம் இல்லாத காரணத்தால் தான் அவை தலைகீழாகப் பறக்க முடிகிறது.

தூக்கணாங்குருவிகள் கட்டுகிற கூடுகள் நமக்குத் தெரியும். அந்தக் கூடுகளுக்குப் பின்னால் ஒரு செய்தியும் இருக்கிறது.

ஆண் குருவிகள்தான் கூடு கட்டவேண்டும். பெண் குருவி அந்தக் கூடு சரியாக இருந்தால் மட்டுமே அந்த ஆண் குருவியோடு வாழச் சம்மதம் தரும்.

கூடு சரியாக இல்லாவிட்டால் கூட்டையும், ஆணையும் நிராகரித்து விட்டுப் பறந்துவிடும்.

பல வீடுகளில், பெண்கள் கடன் வாங்கி வீடுகட்டுகிற நிலைமை இருக்கிறது.

காரணம், தூக்கணாங்குருவியின் வால்கள் உயர்ந்தே இருக்கின்றன. பல மனிதர்களின் தலைகள் தாழ்ந்தே இருக்கின்றன!

இந்தியாவில் 'பேரட்' (PARROT) என்ற கிளி இனமே கிடையாது. 'பேரகீட்' (PARAKEET) என்கின்ற கிளி இனமே இருக்கிறது.

இரண்டு கிளிகளுக்கும் வேறுபாடு வாலின் நீளம்தான். இந்தியக் கிளிகளுக்கு வால்கூட நீளம்!

கிளிகள் நன்றாகப் பேசும் என்பது நமக்குத் தெரியும்.

மைனாக்களுக்குப் பயிற்சி தந்தால் அவை கிளிகளைக் காட்டிலும் சிறப்பாகப் பேசும் என்பது இன்னொரு தகவல்.

மைனாவின் விசேஷம் அவற்றின் வாய். குழந்தைப் பருவத்தில் வைட்டமின் 'பி' குறைவாக இருந்தால் வாய் ஓரத்தில் வெள்ளையாக வருகின்ற குறியீட்டுக்கும் மைனாவின் வாய் என்றே பெயர் இருக்கிறது.

'மாக்கிங் பேர்ட்ஸ்' (MOCKING BIRDS) சில உண்டு. அவற்றிற்குப் பொழுதுபோக்கே மற்ற பறவைகளைப் போலச் செய்து அவற்றை வெறுப்பேற்றுவதுதான்!

ஒரு சில பறவைகள் 30 - 35 பறவைகளைப் போல் கேலி செய்யும் ஆற்றல் படைத்தவை.

ஒருவர் பிரியமாக ஒரு கிளியை வளர்த்துவந்தார். அவர் தினமும் புகைபிடிக்கும் வழக்கம் உள்ளவர்.

கொஞ்ச நாளில் அவர் வளர்த்துவந்த கிளி இருமுவதைக் கண்டார். தான் புகைபிடிப்பதை நிறுத்திவிட்டு அதை ஒரு மருத்துவரிடம் எடுத்துச் சென்றார். அந்த மருத்துவர் பரிசோதித்துப் பார்த்துவிட்டு உங்கள் கிளிக்கு நிமோனியா எதுவும் இல்லை. அது நீங்கள் புகை பிடித்துவிட்டு இருமுவதை இப்படிக் கேலி செய்து காட்டுகிறது என்று சொன்னார்.

சென்னைக்கு அருகாமையில் ஒரு பறவை நேசர் அமைத்திருந்த பறவைக் காட்சியகத்திற்கு நான் செல்ல நேர்ந்தது. அங்கே ரோசி என்கின்ற 'ஆஸ்திரேலியன் காக்கட்டூ' (AUSTRALIAN COCKATOO) மிக அழகாகப் பேசுவதைக் கண்டேன்.

ஆனால், அந்த 'காக்கட்டூ' தனியாக வைக்கப்பட்டிருந்தது. வேறு எந்தப் பறவையைக் கண்டாலும் அது பயப்பட்டது.

மனிதர்களோடு மட்டும்தான் அது சகஜமாக இருந்தது. ஒரு சிட்டுக் குருவியைப் பார்த்துக்கூட அந்தப் பெரிய 'காக்கட்டூ' பயப் படுவதைக் கண்டபோது எனக்குத் தோன்றியது மனிதர்கள் மொழி எவ்வளவு மோசமானது என்று.

அதைக் கற்றுக்கொண்ட மாத்திரத்திலேயே சக பறவைகளைக் கண்டு அது பயப்படத் தொடங்கிவிட்டது. சந்தேகப்பட ஆரம்பித்து விட்டதோ என்று தோன்றியது.

ஒரு வித்தியாசமான சூழலில் பருந்தின் முட்டையொன்று கோழியின் முட்டையோடு கலந்துவிட்டது.

கோழி அடைகாத்து பருந்தின் குஞ்சு வெளியே வந்து விட்டது.

வெ.இறையன்பு

பருந்துக் குஞ்சிற்குப் பறக்க ஆர்வம். ஒரு முறை கோழியைப் பார்த்து "அம்மா எனக்கு எப்போது பறக்கக் கற்றுத் தரப் போகிறாய்" என்று கேட்கும்.

கோழிக்கு ஒரு தாழ்வு மனப்பான்மை - தனக்குப் பறக்கத் தெரியாது என்று சொல்வதற்கு ஒரு கூச்சம்.

'இன்னும் கொஞ்ச நாள் ஆகட்டும் இன்னும் கொஞ்ச நாள் ஆகட்டும்' என்று பறக்கிற பயிற்சியைத் தள்ளிப் போட்டுக் கொண்டே வந்தது.

என்றாவது ஒரு நாள் தன் குட்டு வெளிப்பட்டுத் தீரும் என்று அது நினைக்கவில்லை.

ஆனால், அது பறக்கிற உந்துதலுக்கும் தாயின் பாசத்திற்கும் இடையே மாட்டிக்கொண்டு விழித்தது.

இன்று பல குழந்தைகள் பருந்துக் குஞ்சுகளாக இருக்கின்றனர். அவர்களின் பெற்றோர்கள் பறக்கத் தெரியாத கோழிகளாக இருப்பதாலேயே பறக்கத் தெரிந்த அந்தக் குஞ்சுகளுக்கும் பல சங்கடங்கள்.

பறவையின் ஒவ்வொரு இறகிலும் ஒரு காவியத்தை நம்மால் தெரிந்துகொள்ள முடியும்.

*

10. 'ஹைகூ'

ஒரு நொடியில், நாம் வாசிக்கும்போது நம்மை உயர்த்தி விடுவது தான் ஹைகூ.

'ஹைகூ' என்பது மின்னலாய் நமக்குள் ஒரு மாற்றத்தை, மறுமலர்ச்சியை ஏற்படுத்துகிற கவிதைக் கீற்று.

'ஒரு நண்டுக் குஞ்சு
என் கால்களில் ஏறுகிறது
எவ்வளவு தெளிவான நீர்'

என்று ஒரு கவிதை.

நம் காலின் மீது நண்டு ஏறினால், நாம் நடுங்குவோம். அல்லது அந்தப் பிஞ்சு நண்டை நம் இன்னொரு காலால் நசுக்குவோம்.

ஆனால், நண்டு ஏறுவது தெரிகிற அளவிற்குத் தண்ணீர் எவ்வளவு தெளிவாக இருக்கிறது என்று எத்தனை பேரால் மகிழ்ச்சியடைய முடியும்?

தண்ணீர் தெளிவாக இருந்தால் ஏறுவது குஞ்சு நண்டுதான் என்பது தெளிவாக நமக்கும் தெரிந்துவிடும் - நாம் பயப்படத் தேவை யில்லை - இல்லாவிட்டால் ஏறுவது ஒருவேளை தேளாக இருக்குமோ - பாம்புதான் காலைக் கவ்வுகிறதோ என்று நாம் பயப்படுவோம், காலை உதறுவோம் - குளத்திலிருந்து கரைக்குத் தாவுவோம்.

நமது பயங்கள்கூட ஒருவகையில் அப்படித்தான் -

நம் மனம் தெளிவாக இருந்தால் நாம் பயப்படுவதற்குக் காரணங்கள் இல்லை - நாம் குழப்பமடைந்தால் நம்மைச் சுற்றிய அனைத்திலும் நமக்கு நடுக்கம் ஏற்படுகிறது -

இந்தக் கவிதையில் இன்னொரு பரிமாணமும் இருக்கிறது.

இயற்கையை நேசிப்பவன் - தன் காலை நண்டு கடித்தாலும் கடித்துவிடும் ஆபத்து இருந்தாலும் - நீர் தெளிவாக இருப்பதற்காக மகிழ்ச்சியடைய முடியும்.

இன்னொரு ஹைகூ:

'நள்ளிரவு
தூரத்தில் ஒரு கதவு
இழுத்துச் சாத்தப்படுகிறது'

அவ்வளவுதான் -

நள்ளிரவில் சாத்தப்படும் கதவு -

சாதாரணமாகச் சாத்தப்பட்டதல்ல - சாத்தப்பட்டிருந்தால் அது வெளியே தெரிந்திருக்காது - அது இழுத்துச் சாத்தப்பட்டது. வேகமாக - பலமாக. அதனால் தான் அந்தச் சப்தம் கேட்டிருக்கிறது - கதவு சாத்தப்பட்ட ஓசை கேட்டிருக்கிறது.

சாத்தப்பட்ட கதவு - ஒரு வேளை ஏமாற்றத்தினால் இருக்கலாம். யாரையாவது எதிர்பார்த்துக் காத்திருந்து அவர்கள் வரவில்லை என்கின்ற ஏமாற்றம் ஒருவேளை காரணமாக இருக்கலாம்.

தாமதமாக வந்த கோபத்தினால் சாத்தப்பட்டிருக்கலாம் வந்தவர்களே, தாம் எதிர்பார்த்த நிலையில் வீட்டிலிருந்தவர்கள் இல்லாததால் இழுத்துச் சாத்தியிருக்கலாம்.

அடுத்த பக்கம் யார் இருக்கிறார்கள் என்பது தெரியாமலேயே சாத்தப்படும் கதவுகள்தான் அதிகம்.

இன்னும் பல இடங்களில் சாத்துவதற்குக் கதவுகளே இல்லாமல் இருக்கலாம் - கோபத்தை நாம் கதவுகளில், சன்னல்களில், நாற்காலிகளில் காட்டலாம் -

இழுத்து மூடலாம் - எட்டி உதைக்கலாம் - அடித்து நொறுக்கலாம்; நமது கோபங்களுக்கு நமது வடிகால்கள் பெரும்பாலும் பேருந்துகள். அவற்றை நாம் எரிக்கலாம் - உடைக்கலாம் - சின்னா பின்னமாக்கிச் சேதப்படுத்தலாம்!

கதவுகள் திறந்து வைத்திருப்பது அதிகமில்லை -

அவை சாத்தப்படுவது ஒரு சமிக்ஞை - அது, பல உணர்வுகளை வெளிப்படுத்துவது.

இன்னொரு ஹைகூ:

'வசந்தத்தின் முதல் நாள்
பனிவிழுகிறது
ஒரு கிளையிலிருந்து இன்னொரு கிளைக்கு'

அருமையான படிமம் - வசந்தம் என்பது இலையுதிர் காலத்தின் முடிவுரை -

பூக்களுக்கான முன்னுரை.

செடிக்குச் சிரிப்பை வரவழைக்கும் உன்னதம் -

வசந்தத்தின் பனி எப்படி விழும்?

ஆனால், வசந்தத்திலும் பனி விழும்!

எப்படி என்றால், மேலே இருக்கும் கிளைகளிலிருந்து உருகி வழிகிற பனி, கீழே இருக்கும் கிளைமீது விழும்.

வசந்தத்திலும் கீழே இருக்கும் கிளை இன்னும் இலையுதிர் காலத்தில்தான் இருக்கவேண்டும்.

நம் சமுதாயத்திலும் சிலருக்கு இலையுதிர்காலம் எப்போதும் இருப்பதால்தான் சிலர் எப்போதும் வசந்தத்திலேயே வாழ முடிகிறது.

வசந்தம் என்பது துளிர்களின் வருகை மட்டுமல்ல - அது மனதின் மலர்ச்சியும் கூட!

*

11. அருவியும் குருவியும்

'அருவி' என்பது ஓர் அற்புதம் -

அழகின் அதிசயம் -

திருநீறைக் கைகளில் வரவழைப்பதுதான் அதிசயம் என்று நாம் நினைத்துக்கொண்டிருக்கிறோம்.

அருவி ஓர் அதிசயம் -

ஆறு ஓர் அதிசயம் -

கடல் ஓர் அதிசயம் -

மரம் ஓர் அதிசயம் -

மலர் ஓர் அதிசயம் - இந்த அதிசயங்கள் மட்டும் இல்லாமல் போனால், நாம் உடனடியாக மரித்துப் போவோம் -

அருவியைப் போய் 'நீர்வீழ்ச்சி' என்று கூறுகிறார்களே என்று மனம் பதைத்தார் ஒரு கவிஞர்.

'வீழ்ச்சி' எப்போதும் நீருக்கில்லை -

அது மகிழ்ச்சியால் குதிக்கிறது -

எழுச்சியால் குதிக்கிறது என்பது அவர் வாதம் -

எனக்கும் அது சரியென்றே படுகின்றது -

அருவியைப் பார்க்கும் போதே மனம் குருவியாய்ப் பறக்க ஆரம்பித்துவிடுகிறது - பன்னீர்த் திவலைகளாய் நீர் விழும் அதன் அழகு கண்களைக் குளிர்ச்சியடையச் செய்கிறது -

குற்றால அருவி குளிர்ச்சிக்கும் குதூகலத்துக்குமான குறியீடு. திரையில் பார்க்கும் போதே அதன் சாரல் நம்மீது படுவது போன்ற பிரமிப்பு நமக்குத் தோன்றுகிறது.

'வானரங்கள் கனிகொடுத்து மந்தியுடன் கொஞ்சும்; மந்தி சிந்தும் கனிகளுக்கு வான்கவிகள் கெஞ்சும்'

என்கிற குற்றாலக் குறவஞ்சிப் பாடல் நம்மைத் தாலாட்டும் அழகு, குற்றாலத்தின் ஒவ்வொரு துளியிலும் தெளித்து விழுகிறது.

குற்றால அருவியில்கூட, குளிக்க, ஆங்கில ஆதிக்கத்தின் போது தடைவிதிக்கப்பட்டிருந்தது என்பது அதிர்ச்சிகரமான உண்மை.

பூக்களை யாரும் சொந்தம் கொண்டாட முடியாது -

அருவியில் யாரும் பட்டா போட்டுக்கொள்ள முடியாது-

ஆற்றில் யாரும் முட்டுக்கல் போட முடியாது -

காற்றில் யாருடைய கையொப்பமும் இல்லை.

ஆனால், ஆங்கில ஆதிக்கம் இனவெறித் திமிருடன் இருந்தது. இன்று, 'ஆங்கிலேயர் ஆட்சியே பரவாயில்லை' என்று சொல்லுகிற விவரம் தெரியாதவர்களுக்குத்தான் இந்தச் சம்பவத்தை நான் குறிப்பிடுகிறேன் - ஆங்காங்கே தனியிடம் - மரியாதை -

பொது இடங்களிலும் குளிப்பதால் அவர்கள் கட்டுப்பாடு கொடி கட்டிப் பறந்தது. குற்றால அருவியில் ஆங்கிலேயர்கள் குளிக்கும்போது, இந்நாட்டினர் எவரும் அப்பகுதியின் பக்கமே செல்லக்கூடாது என்று அதிசயச் சட்டம் நடைமுறையில் இருந்தது.

ஆனால், அவர்கள் எப்போது குளிக்க வருவார்கள் என்பது யாருக்குமே தெரியாது! இந்த நிலையில் அந்த அருவியின் பக்கமே செல்ல நம்நாட்டினர் பயந்து நடுங்கினர்-

குற்றால நாதருக்கு ஆலய பூஜைக்காக அருவி நீரை எடுக்கவும் ஆலய பூஜை நடத்தவும் முடியாத நிலை ஏற்பட்டது -

ஆலய நிர்வாகத்தினர் அருவியில் அனைவரும் நீராட உரிமை கோரி திருநெல்வேலி நீதிமன்றத்தில் வழக்குத் தொடுத்தனர் - வழக்கை விசாரித்த நீதிபதி, ஆலய பூஜையை அருவிக்கு அருகில் நடத்த அனுமதித்ததுடன் ஆங்கிலேயர்கள் நீராடும்போது அவர்களுக்கு எவ்வித இடைஞ்சலும் ஏற்படுத்தக்கூடாது என்றும் தீர்ப்பளித்தார்.

இந்தத் தீர்ப்பை எதிர்த்து, சென்னை உயர்நீதிமன்றத்தில் மேல் முறையீடு செய்யப்பட்டது. அங்கு (Sir Arnold White) தலைமை யினாலான நீதிபதிகள் குழு -

"அருவி பொதுவானது - ஆங்கிலேயர்கள் அங்கு இரண்டு மணி நேரமே குளிக்கலாம் - திருவிழாக் காலங்களில் அங்கு ஆங்கிலேயர்கள் நீராடப் போகக் கூடாது" என்று தீர்ப்பளித்தார்.

இந்தத் தீர்ப்பும் மனநிறைவு அளிக்காததால், சென்னை உயர்நீதி மன்றத் தீர்ப்பை எதிர்த்து 1915ஆம் ஆண்டு பிரிவி கவுன்சிலுக்கு மேல் முறையீடு செய்யப்பட்டது - இரண்டு ஆண்டுகள் அங்கு வழக்கு

நடந்தது - பின்னர் பிரிவி கவுன்சில் 1917 ஆம் ஆண்டு முதல், யார் வேண்டுமானாலும் நீராடலாம் - ஆனால், ஆதிதிராவிடர்கள் இதில் நீராடக் கூடாது என்று தீர்ப்பு வழங்கியது.

1938ஆம் ஆண்டு, ராஜாஜி சென்னை மாகாண பிரதமராக இருந்தபோது, ஆதிதிராவிடர்கள் இந்த அருவியில் குளிக்கக் கூடாது என்றிருந்த தடையை நீக்கி, எல்லோரும் குளிக்கலாம் என்கிற நிலையை ஏற்படுத்தினார்.

இன்று குற்றால அருவியில் நீராடும் பலருக்கு இந்தத் தகவல்கள் தெரிந்திருக்க நியாயமில்லை - தெரிந்தால் அவர்களுக்கு இந்த அருவிக் குளியலின் மகத்துவம் இன்னும் அதிக மாகத் தெரியும். அந்தக் குளியல் இன்னும் குளிர்ச்சியாக இருக்கும் - மகிழ்ச்சியாக இருக்கும் - அந்த அருவிக்கு இன்னும் கொஞ்சம் நாம் நன்றி சொல்லத் தோன்றும் - நமக்கு நன்றி சொல்லுகிற பண்பே இல்லை -

அதுவும் உயர்ந்த பொருட்களுக்கு நாம் நன்றி சொல்வதேயில்லை -

நம்மைத் தினமும் சுமக்கும் செருப்புக்கு, நாம் அதை இரவில் கழற்றும்போது நன்றி சொல்கிறோமா - நாம் உட்கார்ந்திருக்கும் நாற்காலிக்கு - நாம் படுத்திருக்கும் படுக்கைக்கு - நாம் ஏறுகிற படிகளுக்கு நன்றி சொல்லுவோமேயானால் அவை இன்னும் கொஞ்சம் நாள் நமக்குப் பயன்படும்; நம் இருத்தல் அவற்றிற்கு உறுத்தாமல் இருக்கும் -

நாம் இன்று அந்தக் குற்றால அருவிக்கு நன்றி சொல்ல வேண்டு மானால், அதை அழுக்காக்காமல் இருக்க வேண்டும். அதில் கண்ட தாள்களைத் தூக்கி எறியாமல் இருக்க வேண்டும். அது செல்கிற இடங்களைச் சுத்தமாக வைத்திருக்கலாம் -

"அருவியே! என்னைக் குளிர்விப்பாயாக! நான் உனக்கு நன்றி செலுத்துகிறேன் - என் நேரம் - நீ குளிர்விப்பதாகவும், நான் குளிப்ப வனாகவும் இருக்கிறேன்!"

என்று சொல்லிக் குளித்தால் அருவிக்கு எவ்வளவு மகிழ்ச்சியாக இருக்கும்!

12. பொன்னை வைக்கும் இடத்தில்...

கல்வி என்பது வெறும் நூல்களில் இருந்து மட்டுமே அறியப் படுவது இல்லை.

பள்ளிக்கூடங்களில் மட்டுமே கற்பிக்கப்படுவதும் இல்லை.

வாழ்க்கையின் ஒவ்வொரு நொடியுமே கல்விக்கான ஆயத்தம்தான்.

நம் ஒவ்வொரு நிகழ்விலும் நம்மைப் புதுப்பித்துக் கொள்ள வேண்டியவர்களாக இருக்கிறோம்.

வெறும் நூல்களால் மட்டுமே அறிவாளிகள் உருவாவது என்றால், வீட்டிலே குடியிருக்கும் சிலந்திகள் நம்மைவிட ஞானிகளாக இருக்கும்.

பழங்காலத்தில் குருகுல முறை ஒன்றுண்டு. கற்க வேண்டுமென்றால் குருவிடம் சென்றுதான் கற்க வேண்டும்.

குருவுடனேயே தங்கி இருக்க வேண்டும். குருவுடனேயே வாழ வேண்டும்.

குரு கற்றுத் தருவனவற்றிற்கும், அவர் வாழ்க்கைக்கும் இடைவெளி இருந்தால் அது சீடனுக்கு வெகு எளிதில் தெரிந்துவிடும்.

அப்படிப்பட்ட குருவை ஒருக்காலும் அவனால் மதித்து மரியாதை செலுத்த முடியாது.

குருவின் வாழ்க்கை அவனுக்குள் மௌனமாகச் சில மாற்றங்களை ஏற்படுத்தும்.

அவர் உணர்வு, அவர் அன்பு, அவர் பரிவு ஆகிய ஒவ்வொன்றும் அவனிடம் தாக்கத்தை ஏற்படுத்தும்.

குருவிடம் பணிவிடைகள் செய்யும்போது, அவனுடைய தான் என்கிற எண்ணத்தைக் கொஞ்சங்கொஞ்சமாக அவன் உதிர்க்க ஆரம்பிக்கின்றான்.

தன்னிடம் ஏற்கெனவே நிறைத்து வைத்திருந்தவற்றைக் காலி செய்யக் கற்றுக்கொள்கிறான்.

ஏற்கெனவே நிரம்பியதில் எதையும் ஊற்ற முடியாது.

அவன் வெறும் பலகை ஆனபிறகு, குரு எழுத ஆரம்பிக்கிறார்.

வெ.இறையன்பு

பைபிளில் ஒரு வாசகம் வருகிறது -

'பன்றிக்கு முன் முத்துக்களைப் போட்டால், அவை அந்த முத்துக்களைக் காலால் நசுக்கிவிட்டு நம்மைத் தாக்க வரும்' என்று!

இதற்குப் பதில் சொல்லும்போது, பன்றிகளைக் குறை கூறுவது போல் விளக்கத்தைத் தருவது பலரது வழக்கம்.

ஆனால், அதை சென் துறவி ஒருவர் விளக்குகையில், பன்றியின் முன் முத்துக்களைப் போடக்கூடாது என்று சொல்வது பன்றிகளைக் குறைகூறுவதாகப் பொருள் அல்ல.

பன்றிகளுக்கு முன் எதைப் போடவேண்டுமென்று தெரியாதது நம்முடைய தவறுதான்.

நமக்கு வேண்டுமானால் முத்துக்கள் விலை உயர்ந்தவையாக இருக்கலாம்.

உண்மையிலேயே முத்துக்களுக்கு எந்த மதிப்பும் இல்லை.

அந்த மதிப்பை நாம்தான் அவற்றுக்கு உண்டாக்குகிறோம்.

அழகு என்பது நம் மனதில் இருப்பதைப் போல, முத்துக்களைப் பற்றிய உயர்ந்த அபிப்பிராயமும் நம்மிடமிருந்து உருவானது.

ஒரு வேளை காகங்கள் எண்ணிக்கையில் குறைவாக இருந்தால் நாம் அவற்றை இன்னும் அதிகமாக நேசித்திருப்போம்.

முத்தும் அபரிமிதமாகக் கிடைத்திருந்தால் அதற்கு நம்மிடம் மரியாதை இருந்திருக்காது.

ஆக, பன்றிகளுக்கு எது தேவையோ அதைத்தான் அவற்றிற்கு முன்னால் போட வேண்டும்.

பன்றிகளைப் பற்றி நாம் பல தவறான கருத்துகளைக் கொண் டிருக்கிறோம்.

பன்றிகள் மிகவும் புத்திசாலியான பிராணிகள்.

அதைப் போலவே குருவினுடைய பணி, அந்த மாணவனிடம் எந்த அணுகுமுறையைக் கையாள வேண்டும் என்கின்ற நுட்பத்தின் அடிப்படையில் ஏற்படுவது.

ஒவ்வொரு சீடனுக்கும் ஒரே அணுகுமுறையை குரு வைத்திருக் கிறார்.

அந்த அணுகுமுறை இன்னொருவருக்குப் பயன்படாது.

குருவுக்கும் ஆசிரியருக்கும் இருக்கின்ற வேறுபாடு, அவர்கள் அணுகுமுறையினால் ஏற்படுவது.

ஆசிரியர் எல்லா மாணவர்களுக்குமாகச் சொல்லித் தருகிறார்.

குரு தனித்தனி சீடர்களுக்காகத் தன்னை அர்ப்பணிக்கின்றார்.

ஒரு குரு, தான் உபந்நியாசம் செய்யவேண்டிய இடத்தில் தன்னுடைய சீடனை உபந்நியாசம் செய்யச் சொல்லி அனுப்ப வேண்டிய கட்டாயம் ஏற்பட்டது.

அந்தச் சீடன் மிகச் சிறந்த பேச்சாளியாக வரமாட்டான் என்பது அவருடைய எண்ணம்.

எனவே, எந்த இலக்கண இலக்கியத்தையும் சரியாக அவனுக்கு அவர் கற்றுத்தரவில்லை.

அதனால், அவனை அனுப்பும்போது - அவன் பெரிதாக எதையும் பேசமாட்டான்.

தான் சொல்லிக்கொடுத்த சில அடிப்படை விஷயங்களை மட்டும் பேசிவிட்டு வருவான் என்கிற எண்ணத்தில் அனுப்பினார்.

ஆனால், அவன் அங்குச் சென்று பேசியபோது அனைவரையும் அது ஈர்த்தது.

அவன் பேச்சில் எல்லோரும் உருகிப்போனார்கள்.

சில நாட்கள் கழித்து அந்தக் குருவிற்குத் தகவல் வந்தது.

அந்தச் சீடன் சிறப்பாகப் பேசியது மட்டுமல்ல; அவனுடைய குருவைக் காட்டிலும் நன்றாகப் பேசினான் என்று!

அன்றிலிருந்து அந்தக் குரு அவனுக்குத் தோட்டத்தில் பல வேலைகளைக் கொடுத்தார்.

சாதாரண வாழ்க்கையில் ஒரு மனிதன் என்ன செய்கிறானோ அந்த வேலைகளை எல்லாம் அவர் கொடுத்தார்.

ஒருமுறை உபந்நியாசத்திற்குச் செல்லவேண்டிய நேரத்தில் அவருக்கு உடல்நலம் சரியில்லாமல் போய்விட்டது.

அதே சீடரை உடல்நலம் சரியில்லை என்கிற தகவலோடு மட்டும் அனுப்பிவைத்தார்.

அதைச் சொல்லிவிட்டு "எந்தப் பேச்சும் கொடுக்கக் கூடாது" என்ற கட்டளையோடு அனுப்பினார்.

3 மாதம் கழித்து அந்தச் சீடன் வழக்கம்போல் மகிழ்ச்சியோடும், துள்ளலோடும் இருப்பதைக் கண்டு தம்முடைய ஆத்ம நண்பர் ஒருவரிடம் -

"அவனுக்கு நான் ஒரு தீங்கிழைத்தேன். ஆரம்பத்தில் அவன் மிகவும் ஏமாற்றம் அடைந்திருக்க வேண்டும்.

ஆனால், இப்போது அதைமீறி நல்லபடி செய்கிறான்" என்று சொன்னார்.

"அதற்கு அந்த நண்பர், அவன் தேர்வில் வெற்றி பெற்றுவிட்டான்.

ஆனால், நீ உன் தேர்வில் வெற்றி பெற்றிருக்கிறாயா?" என்று கேட்டார்.

13. சினம்

"செல்லிடத்துக் காப்பான் சினம்காப்பான் அல்லிடத்துக்
காக்கின்என் காவாக்கால் என்" (குறள் - 301)

என்று வள்ளுவர் குறிப்பிடுகின்றார்.

நாம் யாரிடம் கோபத்தைக் காட்டினால் பயந்து நடுங்குவார்களோ, அவர்களிடம் கோபத்தைக் காட்டாமல் இருப்பதுதான் சிறந்தது.

நம் கோபம் செல்லாத - இடத்தில் அதைக் காட்டினாலும் காட்டாவிட்டாலும் மிகுந்த வேறுபாடு இல்லை. காரணம், நம் கோபம் செல்லாத இடத்தில் கோபத்தைக் காட்டினால் அதனால் நமக்குத்தான் இழப்பு ஏற்படும் என்று வள்ளுவர் குறிப்பிடுகின்றார்.

நீங்கள் ஒன்றைக் கவனித்திருக்கலாம். யார் தங்களின் கீழ்ப் பணி புரிபவர்களிடம் அதிகக் கோபத்தைக் காட்டுகிறார்களோ அவர்கள் தனக்கு மேலே உள்ளவர்களிடம் அதிகமாகக் குழைபவர்களாக இருப்பார்கள்.

உடலை வில்லாக வளைத்து, சப்தநாடியையும் ஒடுக்கி, கைகட்டி, வாய்பொத்தி மேலதிகாரிகளிடம் நடப்பவர்தான் தன் கையாலாகாத் தனத்தைக் கீழுள்ளவர்களிடம் காட்டி, அவர்களுடைய தன் முனைப்பைத் தாழ்த்திக்கொள்வார்கள்.

அவர்கள் கோபத்தைக் காட்டுகின்ற விதம், வெவ்வேறு மாதிரியாக இருக்கும். பெரும்பாலும் அவர்கள் கோபம் உயிரற்ற பொருட்களின் மூலமாகத்தான் வெளிப்படும்.

கோப்பையைத் தூக்கி எறிவார்கள். கதவை வேகமாகச் சாத்துவார்கள். நாற்காலியை எட்டி உதைப்பார்கள். பேப்பர் வெயிட்டைத் தூக்கி எறிவார்கள். கையில் கிடைக்கும் எதை யாவது போட்டு உடைப்பார்கள்.

அப்படியெல்லாம் தன் கோபத்தை வெளிக்காட்ட வேண்டுமென்று விருப்பப்படுவார்கள்.

வள்ளுவர் "அல்லிடத்துக் காக்கின் என்" என்று சொல்வது இந்த இரண்டு கூறுகளும் ஒரே நாணயத்தின் இரு பாகங்களாக இருக்கின்ற காரணத்தால்தான்.

செல்லிடத்திலே அதிக சினத்தைக் காட்டுபவன். அல்லிடத்திலே காட்ட வேண்டிய கட்டாயம் வந்தால்கூட அடக்கமாக இருந்துவிட வேண்டும்.

அவர்கள், ஞாயிறு மேற்கில் தோன்றுகிறது என்று சொன்னால் கூட, அதை அப்படியே அங்கீகரிப்பான்.

அவர்கள் கால் நகங்களுக்கு மருதாணி பூசக்கூடத் தயாராக இருப்பான்.

கோபத்தை நாம் எப்படி வெளிக்காட்டுகிறோம் என்பதைச் சற்று உள்நோக்கித் திரும்பிப் பார்ப்போம்.

சாப்பிடாமல் விட்டுவிட்டுக் கிளம்புவது, தொலை பேசியைச் சட்டென்று கீழே வைப்பது.

தேநீரில் சுவையில்லை என்று அந்தக் கோப்பையைக் கீழே போடுவது.

சாப்பிடும்போது பாதியில் கையை அலம்பிவிட்டு எழுவது - என்று

நாம் அவற்றை விநோதமான வழிகளில் எல்லாம் வெளிப் படுத்துகிறோம்.

அந்தக் கோப்பைக்கும் நம் கோபத்திற்குக் காரணமானவர் களுக்கும் என்ன சம்பந்தம்?

நாம் ஓங்கிச் சாத்துகின்ற கதவுக்கும் நம் கோபத்திற்கும் என்ன சம்பந்தம்?

அந்தக் கதவு ஏதாவது ஒரு வகையில் நம்மைப் புண்படுத்தியதா?

அந்தக் கோப்பை ஏதாவது ஒரு வகையில் நம்மைக் காயப் படுத்தியதா?

ஒரு வேளை நாம் காயமடைந்திருந்தாலும் அதை நாம் கையாண்ட விதத்தில் நடந்திருக்குமே தவிர, அது கோப்பையின் தவறாக நிச்சயம் இருக்கமுடியாது.

நம் கோபத்தை உயிரற்ற பொருட்களின் மூலம் வடிகாலாக்கி விடுகிறோம்.

இந்த ஒவ்வொரு பொருளும் ஒருவன் உழைப்பில் உருவானது.

கோப்பை நம்முடையதுதானே என்று நினைக்கிறோம். கோப் பையை வாங்கியதாலேயே அது நமக்குச் சொந்தமானது அல்ல.

அது ஓர் உழைப்பாளியின் கைவண்ணத்தால் உருவானது. நாம் அதை உடைக்கிறபோது, ஓர் உழைப்பாளியை அசிங்கப்படுத்தி விடுகிறோம்.

ஒரு பானையை உடைக்கிறபோது, அதைச் செய்த குயவனை அசிங்கப்படுத்துகிறோம்.

ஒரு மரத்தைத் தேவையில்லாமல் அழிக்கிறபோது நாம் இறை மையைக் கொச்சைப்படுத்துகிறோம்.

ரின்சாய் என்கின்ற துறவியைக் காண ஒருவன் வந்தான். வரும் வழியில் ஏதோ ஒரு சம்பவம் நடந்திருக்கவேண்டும். அவன் வேகமாகத் தன்னுடைய காலணியைக் கழற்றிச் சுவற்றில் எறிந்துவிட்டு,

ரின்சாய் முன்வந்து மண்டியிட்டு வணக்கம் செலுத்தினான்.

அதற்கு ரின்சாய் "நான் ஒருக்காலும் உன்னைச் சீடனாக ஏற்றுக் கொள்ள முடியாது" என்றார்.

"வரும்போது ஏன் நீ இந்தக் கதவைத் தள்ளிவிட்டு உன் காலணி களை உதறி எறிந்தாய்?

முதலில் உன் காலணிகளிடமும், கதவிடமும் சென்று மன்னிப்புக் கேட்டுவிட்டு வா; பின்னர் நான் உன்னை அனுமதிக்கிறேன்" என்று சொன்னார்.

வந்தவன், ஒரு மிகப்பெரிய துறவி இப்படிப் பேசுகிறாரே, பகுத்தறிவுக்குச் சிறிதும் சம்பந்தம் இல்லாத ஒரு செயலைச் செய்ய வற்புறுத்துகிறாரே என்று நினைத்தான்.

"நான் எதற்கு என் காலணிகளிடமும், கதவிடமும் மன்னிப்புக் கேட்க வேண்டும். முதலில் அவற்றுக்கு உயிர் இருக்கிறதா?

நான் மன்னிப்புக் கேட்டால் அவை புரிந்துகொள்ளத் தான் போகின்றனவா? உயிரற்ற அவற்றிடம் மன்னிப்புக் கேட்பதால் என்ன பயன்?" எதிர்க்கேள்வி கேட்டான்.

அதற்கு ரின்சாய் "உண்மைதான் உயிரற்றவைதான் அவை. ஜடப் பொருட்கள்தான் அவை. ஆனால், நீ உன் கோபத்தை அந்த ஜடப் பொருட்களிடம்தானே காண்பித்தாய்!? அவற்றைத் தானே நீ உதறி எறிந்தாய்? அப்போது ஜடப்பொருட்களாக அவை உனக்குத் தெரிய வில்லையா? நீ அவற்றிடம் மன்னிப்புக் கேட்டுத்தான் ஆகவேண்டும்" என்றார். அவன் தன் தவறை உணர்ந்தான்.

ஓஷோ கூறுவதுண்டு.

ஒரு புத்தத் துறவி பாறைகளைத் தூக்குவதில் மிகத் தேர்ச்சி பெற்றவர்.

அவர் உடலைப் பார்க்கும்போது பலசாலி என்று யாரும் நம்பமாட்டார்கள்.

ஆனால், அவர் ஒவ்வொரு பாறையைத் தூக்கும்போதும் அந்தப் பாறையின் காதுகளில் உதடுகளை வைத்துப் பேசுவார் - 'நான் உன்னைத் தூக்கப்போகிறேன் சற்று ஒத்தாசை செய்' என்று. அப்படி அவர் சொல்லிவிட்டு அந்தப் பாறைகளைத் தூக்கும்போது எல்லாம், அவை கனமிழந்து பஞ்சுபோல ஆகிவிடும்.

கோபம் இருந்தால் மலர்கூட சருகாகிவிடும்.

நம் மனநிலையைப் பொறுத்துத்தான் திடப்பொருட்கள் கூட வளைந்து கொடுக்கின்றன.

அல்லிடத்தில் மட்டுமல்லாமல், செல்லிடத்திலும் கோபத்தைக் கட்டுப்படுத்துவது என்பது மட்டுமல்ல; கோபமே வராமல் பார்த்துக்கொள்கிற மனநிலை ஏற்பட்டால், அவனுக்குள் இருக்கும் புத்தர் அகப்படுவார்.

*

14. 'காக்கைச் சிறகினிலே'

'காக்கைச் சிறகினிலே நந்தலாலா – நின்றன்
கரியநிறம் தோன்றுதையே நந்தலாலா
பார்க்கும் மரங்களெல்லாம் நந்தலாலா – நின்றன்
பச்சை நிறம் தோன்றுதையே நந்தலாலா
கேட்கு மொழியிலெல்லாம் நந்தலாலா – நின்றன்
கீதமிசைக்குதடா நந்தலாலா
தீக்குள் விரலைவைத்தால் நந்தலாலா – நின்னைத்
தீண்டுமின்பந் தோன்றுதடா நந்தலாலா.'

மெய்ஞானத்தின் விளிம்புகளைத் தொட்டுவிட்டவர்களால்தான் இப்படியொரு கவிதையை எழுதமுடியும்.

இரண்டு விதமான கவிஞர்கள் இருக்கிறார்கள் - ஒரு சாரார் வார்த்தைகளைத் தேடித் தேடி கவிதைகளைச் செய்பவர்கள்.

கவிதை எழுதுவது அவர்களுக்கு ஒரு அவஸ்தை.

அதை எழுதி முடிக்கும்போது அவர்கள் களைத்துப் போய் விடுகிறார்கள் -

இரண்டாவது வகையைச் சார்ந்தவர்கள், கவிதை எழுத முயற்சி செய்வதில்லை!

கவிதையாக அவர்களைத் தேடிவருகிறது -

வார்த்தைகள் அவர்கள் உதடுகள் மீது உட்காருவதற்குப் போட்டி போடுகின்றன -

கவிதை எழுதும்போது மட்டுமே அவர்கள் கவிஞனாக இருக்கிறார்கள்.

அந்நேரத்தில் அவர்களைக் கவிதை முழுவதுமாக ஆட்கொண்டு விடுகிறது.

அவர்கள் கவிதையாக ஆகிவிடுகிறார்கள்.

அவர்களிடமிருக்கும் கவிதை நீங்கிய பிறகு அவர்கள் மனிதர் களாகிவிடுகிறார்கள் -

பசியைப்போல், தூக்கத்தைப்போல் - அவர்களுக்குள் கவிதையும் ஒரு அங்கமாக இருக்கிறது.

இறைமையை இரண்டு விதமாகப் பார்க்கலாம் - ஒன்று ('Neti Neti') இது இல்லை - இறைமை என்பது அதுவல்ல - அதுவல்ல என்று பார்ப்பது - உதாரணமாக இறைமை என்பது இருளல்ல - இறைமை என்பது அழுக்கல்ல - என்று ஒவ்வொன்றாக விலக்கி உணர்வது.

மற்றொன்று எல்லாவற்றிலும் இறைமையைப் பார்ப்பது எத்தனை பேரால் அப்படிப் பார்க்க முடியும் - காகத்தைக் கூட இறைமையின் பிரதிபலிப்பாகப் பார்ப்பது மெய்ஞானக் கீற்றைத் தீண்டியவர்களால்தான் முடியும் - காகத்தின் இறகுகளிடம் இறைமையின் முத்திரையிருக்கிறது - குயிலின் குரலில் இருக்கிறது ஆந்தையின் அலறலிலும் இருக்கிறது - மயிலின் தோகையிலும் இருக்கிறது.

வான்கோழி மயிலைப் பார்த்துத் தோகை விரிப்பதாகக் கூறுவது மனிதனுடைய கற்பனையே தவிர, அது இயற்கையின் நிகழ்வு அல்ல.

அதன் பெயரே வான்கோழி.

வானத்தில் மேகங்கள் கூடுகிறபோது சிலிர்த்துக் கொள்கிற காரணத்தால்தான் அதற்கு வான்கோழி என்கிற பெயர் . அப்புறம் எப்படி அது மயிலைப் பார்த்து போலச் செய்யும் -

போலச் செய்வது - ஆறாவது அறிவின் 'வெளிப்பாடு' - நிச்சயம் அது ஐந்தறிவுப் பிராணிகளுக்கு ஏற்படாது.

காகங்களையும், குயில்களையும் பிரித்துப் பேதம் சொல்ல இயற்கை கற்றுத்தரவில்லை. மனிதனுக்குப் பிரிக்கிற குணம் இருப்பதால் அவன் இயற்கையின் கூறுகளையும் பிரித்துப் பிரித்துப் பார்க்கிறான்.

மரங்களைப் பார்க்கும்போதும் அதில் காணும் பச்சையம் இறைமையைக் குறிக்கிறது.

எங்கெல்லாம் உயிர் இருக்கிறதோ, துடிப்பு இருக்கிறதோ, துளிர்ப்பது நிகழ்கிறதோ அங்கெல்லாம் நிச்சயம் இறைமை இருக்கிறது.

இறைமை என்பது உயிர்ப்பு

இயக்கம்

சுழற்சி

தீயைப் பற்றி Zarathushtra கூறுவார் - தீ மட்டுமே சுத்திகரிப்ப துடன் தான் அழுக்கடையாமல் இருக்கிறது என்று - நீரும் சுத்தி கரிக்கும்; ஆனால், தீயைப் போலில்லாமல் அது அழுக்கடைந்து விடுகிறது,

நீருக்கும் நெருப்புக்கும் ஒரு குணம் உண்டு.

மேலே கூம்பும் தன்மை.

நீர் மேலிருந்து கீழே விழும் - ஆனால் நெருப்பு கீழிருந்து மேலே எழும்பும் -

தீ என்பது தீபம், தீப்பந்தம், ஜோதி, ஒளி, வெளிச்சம் எல்லாம். ஞாயிறு கூட தீப்பந்து - தீ என்பது சக்தி, ஆற்றல் - ஆக தீக்குள் தெரிவதும் இறைமையின் இன்னொரு முகம் - தீக்குள் கையை வைக்கிறபோதுகூட, இன்பமிருப்பதாக நினைத்தால் அது சுடுவதில்லை.

எல்லா ஒலிகளிலும் இசையைக் கேட்கவும் ஒரு மனம் வேண்டும்.

காற்றின் இசையிலும், சலசலக்கும் இலைகளின் சப்தத்திலும், ஆற்றின் பாய்ச்சலிலும், பறவைகளின் கூவுதலிலும், குழந்தையின் சிரிப்பிலும், தாயின் தாலாட்டிலும் -

ஏற்றம் இறைப்பவனின் பாடலிலும்

நாற்று நடும் பெண்களின் தெம்மாங்கிலும்

இறைமையின் கூறுகள் தெறித்து விழுகின்றன -

ஹைகூ கவிதை ஒன்று

'நாற்று நடும் பெண்கள் -
எல்லாமே சேறு
அவர்கள் பாடலைத் தவிர'

உடல்வலி தெரியாமலிருக்கத்தான் ஏற்றம் இறைப்பவன் பாடுகிறான் - நாற்று நடுபவர்கள் பாடுகிறார்கள்.

இசை வலியைப் போக்கும் - மனதைக் கனமிழக்கச் செய்யும். அழுகிற குழந்தையைக்கூட அமைதிப்படுத்தும் - மென்மையாய் வந்து செவிகளைத் தடவும் -

மலையைக் கூட பாடலால் உருகச் செய்வது என்பது குறியீடு. மலை என்பது ஒரு குறியீடு.

மலையைப் போலத் திடமானவன் கூட உருகிவிடுவான். மென்மை யாகிவிடுவான் என்பதைத்தான் அப்படி உருவகப்படுத்துகிறார்கள்.

வெ.இறையன்பு

எல்லா ஒலிகளிலும் இசையிருப்பதாக நினைத்துப் பாருங்கள் காதுகளுக்குக் கடுகளவும் வலியிருக்காது.

நாம் வலியைப் பிரித்துக் கொள்கிறோம்

எல்லா வலிகளும் கலந்த இடத்தில் நமக்குத் தேவையான ஒலிகளை மட்டும் காதுகள் பொறுக்கிக் கொள்கின்றன.

எது நல்லது - எது கெட்டது என்கின்ற ஆழமான பாகுபாடு மனிதர்களிடத்தில்தான் உண்டு.

இறைமை அப்படி எதையும் செய்யவில்லை.

தீயையும் நீரையும், கருமையையும் வெண்மையையும், அழுகையையும் சிரிப்பையும் சமவிகிதத்தில் அது தந்திருக்கிறது.

இறைமை என்பது ஒளி மட்டுமல்ல - இருளும்தான் -

அதனால்தான் Dionysius 'Translucent Darkness' என்று குறிப்பிடு கிறார்கள்.

பாரதியின் கவிதை முயற்சியால் வருவதில்லை - வளர்ச்சியால் வருவது - உள்ளுணர்வால் ஏற்படுவது - தெரிதலால் வருவது, மெய் ஞானத்தால் வருவது அதனால், அவரால் காக்கைச் சிறகில் நந்தலாலாவைப் பார்க்க முடிகிறது.

*

15. தர்மம்

நாம் 'தர்மம்' என்ற சொல்லை அடிக்கடிப் பயன்படுத்துகிறோம். தர்மம் தலைகாக்கும் என்கிறோம்.

தர்மம் வெல்லும் என்கிறோம்.

'தருமத்தின் வாழ்வுதனைச் சூது கவ்வும்'

என்று பாரதியார் கூட பாஞ்சாலி சபதத்தில் பார்த்தன் கூறுவதாக அமைத்திருக்கிறார்.

தருமம் என்றால் என்ன? அது 'நீதி' என்ற பொருளா? வாய்மை என்ற பொருளா? பரோபகாரம் என்ற பொருளா?

'அறம்' என்கிற பொருளா?

'மதம்' என்கிற பொருளா?

'தர்மம்' என்கிற வடமொழிச் சொல்லுக்கு 'உண்மை' என்றும் 'உணர்தல்' என்றும் பொருள்.

'தர்மம்' என்கிற மூலச்சொல் 'தர்' என்பது.

தர் என்றால் 'பிடித்துக்கொள்வது' என்று பொருள்.

ஒரு குறிப்பிட்ட குணத்தை நிறுத்திக் கொள்வது

ஒரு பழக்கத்தை நிறுத்திக் கொள்வது

ஒரு கடமையை நிறுத்திக் கொள்வது

ஒரு சட்டத்தை நிறுத்திக் கொள்வது என்று பலவிதக் கோணங்களில் அதை உருவகித்துப் பார்க்கமுடியும்.

துயரத்திலிருந்தும், பிணைப்புகளிலிருந்தும் விடுவிப்பது என்கிற பொருளில் புத்தர் அதைக் கையாண்டார்.

ஆக, தர்மம் என்பது துயரத்திலிருந்து தூரமாக ஒருவனைப் பிடித்துவைப்பது.

'தர்மம்' என்பது ஒன்றினுள் பிடித்துவைப்பது மட்டுமல்ல ஒன்றிலிருந்தும் பிடித்துவைப்பது.

தர்மத்தை உணர்த்துதல் என்று நோக்கும்போது, படிப்பறி விலிருந்து பட்டறிவிலிருந்து என்று இரண்டு பிரிவுகளாகப் பார்க்கலாம்.

படிப்பறிவு என்பது,

நெறிமுறைகளைத் தொகுத்தல்

உபன்யாசங்களைத் தொகுத்தல்

தூய விஞ்ஞானத் தொகுத்தல்

- என்று மூன்று நிலைகளில் நிகழ்வது.

நெறிமுறைகளைத் தொகுக்கும்போது தேவையற்றவற்றைத் தானாக உதிர்ப்பது நிகழ்கிறது. நம்மை நாமே செதுக்குகிறோம். நமக்குக் கோட்பாடுகளை வரையறுத்துக் கொள்கிறோம். அந்நிலையில் நமக்கும் பரிசோதனை நிகழ்த்துகிறோம்.

இரண்டாவது நிலையில் நாம் கேள்வி ஞானத்திற்கு உட்படுகிறோம். பல நல்ல தகவல்கள் வந்து சேருகின்றன. பல்வேறு விதமான கருத்துகள் நமக்குக் கிடைக்கின்றன.

மூன்றாவது நிலையில் நாம் அவற்றை அசை போடுகிறோம். ஆய்வு செய்கிறோம். பரிசோதித்துப் பார்க்கிறோம். நம்முடைய அறிவின் ஆழத்திற்கேற்ப அவற்றைத் தரம் பிரிக்கிறோம். தூய விஞ்ஞானத் தொடுத்தல் அப்போது நடக்கிறது.

பட்டறிவிலும் மூன்று நிகழ்வுகள் உள்ளன.

பட்டறிவு என்பது படிப்பறிவதிலும் உயர்ந்த நிலை.

பலர் படிப்பறிவிலேயே திருப்தியடைந்துவிடுவார்கள். அவர்களுக்கு , தான் கற்றுக்கொண்டுவிட்டோம் என்கிற நிறைவு ஏற்படும். நிறைவு தோன்றிய பின் கற்றுக் கொள்வதற்கான வெற்றிடம் ஏற்படாது.

பட்டறிவில் ("Ethical Higher Education") - உயர்நெறி மேன்மைக் கல்வி முதல்நிலை.

தியான முறை மேன்மைக் கல்வி - இரண்டாவது நிலை

ஞான முறை மேன்மைக் கல்வி - மூன்றாம் நிலை

'தியானம்' என்பது ஒருவனைப் புத்தராக ஆக்கும்.

அதன் மூலம் அவன் தன்னை, தன் மனதை மௌனமாக்கிக் கொள்ள முடியும்.

தன்னைத் தானில்லாத நிலைக்கு எடுத்துச் செல்ல முடியும்.

'தன் முனைப்பை உதிர்க்க முடியும்'

ஞானவழி மேன்மைக்கல்வி - (Wisdom Higher Education) என்பது போதித்தவராக ஒருவரை உயர்த்திடும். அந்த நிலையில்தான் தன்

அனுபவங்களைப் பிறருக்கு உணர்த்தி நிலவைக் காட்டும் விரலாக மாறும் பக்குவம் ஏற்படுகிறது. புத்தர், தருமம் - சங்கம் என்பது,

- போதிப்பவர்
- போதனை
- குழுமம்

ஆகிய மூன்றும் ரத்தினங்களாகக் கருதப்படுகிறது.

ஒரு புத்தக் கதை -

Shoichi என்கிற ஒருவிழிப் போதகர் விழிப்புணர்வினால் மின்னுபவர்.

அவர் தன் சீடர்களுக்கு Tofuku என்கிற இடத்திலிருந்த கோயிலில் பயிற்றுவித்தார்.

இரவும், பகலும் அந்தக்கோயில் மௌனத்தினூடே நின்றிருந்தது.

அங்கு சப்தமென்பதே கிடையாது.

மந்திர உச்சாடனம் செய்வது கூடத் தடை செய்யப்பட்டிருந்தது. சீடர்கள் 'தியானம்' மட்டும்தான் செய்ய வேண்டும்.

திடீரென ஒருநாள் அந்தக் கோயிலில் மணியோசையும் மந்திர உச்சாடனமும் கேட்டன.

Shoichi இறந்துவிட்டார் என்பது பக்கத்தில் இருந்தவர்களுக்குத் தெரிந்தது.

'ஒருவிழிப் போதகர்' என்பது ஒரு உருவகமான சிந்தனை.

உண்மையிலே ஒருவிழிதான் இருந்தது என்பது பொருள் அல்ல.

ஒரே நோக்கம் - ஒரே பார்வை - ஒரே இலக்கு இருந்தது என்பதைக் குறிக்கத்தான் அவ்வாறு கூறுவது வழக்கம்.

தியானத்தைப் பற்றி மட்டுமே சொல்லுவதில் வேறு சில பாதகங்கள் உள்ளன.

தியானத்தைக் கூடப் படிப்படியாக அணுகினால்தான் அது முழுமையாக நிகழும்.

இல்லாவிட்டால் மறுபடியும் சப்தம் ஆரம்பிக்கப்படும் என்பது தான் Shoichi-னுடைய கதை.

16. உபதேசம்

"BRIHADARANYAKA"

உபநிடதத்தில் வருகிற ஒரு பகுதியைப் பற்றிக் கூற விரும்புகிறேன்.

தேவர்

மனிதர்

அசுரர்

ஆகிய மூவருக்கும் குருவாக பிரஜாபதி இருந்தார் -

தேவர்கள் கேட்டார்கள் "எங்களுக்கு உபதேசியுங்கள்."

அதற்கு மறுமொழியாக பிரஜாபதி சொன்னார்

'Da'

என்ன புரிந்ததா என்றார் -

அதற்குத் தேவர்கள் 'Damayata' - சுயக்கட்டுப் பாட்டோடு இருக்க வேண்டும் என்று கூறுகிறீர்கள் என்றார்.

"ஆம் - நீங்கள் புரிந்துகொண்டீர்கள்", என்றார்.

மனிதர்கள் கேட்டார்கள் "எங்களுக்கு உபதேசியுங்கள்"

அதற்கு மறுமொழியாக பிரஜாபதி சொன்னார்

'Da'

"என்ன புரிந்ததா?" என்றார் -

அதற்கு மனிதர்கள், "Datta - தயாள குணத்துடன் இருங்கள் என்கிறீர்கள்" என்றனர் -

"ஆம் - நீங்கள் புரிந்துகொண்டீர்கள்" என்றார் பிரஜாபதி.

அதற்குப் பிறகு அசுரர்கள் சொன்னார்கள் "எங்களுக்கு உபதேசியுங்கள்".

பிரஜாபதி "Da" என்று சொல்லி 'புரிந்ததா' என்றார்..

"ஆம் - Dayadhuvam - கருணையாயிருங்கள்" என்றனர்-

“ஆம்” என்றனர், “பிரஜாபதி, நீங்கள் புரிந்து கொண்டீர்கள்.”

‘அப்போது வானில் Da - Da - Da - சுயக்கட்டுப்பாட்டோடு இருங்கள் - தயாளகுணத்தோடு இருங்கள் கருணை மயமாயிருங்கள்’ என்று அசரீரி கேட்டது.

உபநிடதத்தின் வாசகங்களை நாம் தெளிவாகப் புரிந்து கொண்டால், நம் வாழ்வு மேம்பட வழியிருக்கிறது.

நாம் - கருணைமயமாக இருந்தால் நம்மிடம் ‘அசுரத் தன்மை’க்குரிய குணங்கள் மறையும் - அசுரத்தன்மை என்பது நம்முடைய கோபம், வன்மம், பொறாமை, பொய்மை - நாம் கருணை மயமாக இருக்கும் போது அசுரத்தன்மை மறைந்து, நமக்குள் இருக்கும் மனிதத்தன்மை வெளிப்படுகிறது.

ஒரு சின்ன உருவகக் கதை -

ஓர் அரசனுக்கு வாரிசுகள் இல்லாததால் தன் சுவீகாரப் புத்திரனாக மாறி அரசாள, இளைஞர்களுக்கு அழைப்பு விடுத்தான் -

அதற்கு இரண்டு தகுதிகள்தான் வேண்டுமென்று அறிவித்தான்.

ஒன்று இறைவனை ஆழமாக நேசிக்க வேண்டும் -

மற்றொன்று தன் அண்டை வீட்டுக்காரரை நேசிக்க வேண்டும்.

ஒரு ஏழை விவசாயினுடைய மகன் சுவீகாரத்திற்கு விண்ணப்பிக்க நினைத்தான். ஆனால், அவனிடம் நல்ல உடைகள் இல்லை. எனவே நல்ல உடைகள் வாங்கி வந்து விண்ணப்பிக்கலாம் என்று நினைத்து, கடுமையாக உழைத்துப் பணம் சம்பாதித்துப் புதுத்துணிகள் வாங்கி வந்து உடுத்தினான். அவன் அரண்மனைக்கு அருகில் வரும்போது ஒரு வயோதிகர் குளிரில் நடுங்கியபடியே உடைக்காக யாசகம் செய்வதைக் கண்டான்.

அவன் மனதைக் கருணை கவ்விப் பிடித்தது.

தன் புதிய உடைகளை அந்த வயோதிகருக்குக் கொடுத்து விட்டு, தன் அழுக்குத் துணிகளோடு அரசரைக் காணச் சென்றான் -

அவன் சிம்மாசனத்திற்கருகில் சென்றபோது -

அங்கே சிம்மாசனத்தில் குளிரில் நடுங்கிய அந்த வயோதிகர் சிரித்துக் கொண்டே ‘வா மகனே’ என்றழைத்தார்.

கருணை அசுர குணத்திலிருந்து மீட்டு, மனித குணத்தை உணர்த்தும் என்றால் தயாள குணத்துடன் இருப்பதும் தன்னிட

மிருப்பதைக்கூட அடுத்தவர்களுக்குத் தரத் தயாராக இருப்பது - அவனை மனித குணத்திலிருந்து தேவநிலைக்கு அழைத்துச் செல்லும்.

எப்போது நாம் சுயக்கட்டுப்பாட்டோடு இருக்கிறோமோ -

எப்போது நம் தயாள குணம் நமக்குப் போதையைத் தர வில்லையோ - அகந்தையைத் தரவில்லையோ

அப்போது நாம் நம் தேவநிலையைத் தக்கவைத்துக் கொள்ளலாம்.

இதுவும் ஓர் மாய உருத்திரிபு metamorphosis

ஆனால், நம் பழக்கங்களை அவ்வளவு எளிதில் விட முடியாது. ஒரு பிச்சைக்காரன் ஒரு கருணைமிகுந்த மனிதாபிமானியிடம் வந்து தன் கஷ்டங்களையெல்லாம் கூறினான். அவர் அவனுக்குக் கைநிறையப் பொருட்களைக் கொடுத்து அனுப்பினார்.

வாராவாரம் அந்தப் பிச்சைக்காரன் திரும்பவந்து, தன் கதையைக் கூறி பொருட்களை வாங்கிக்கொள்வான்.

அந்த மனிதாபிமானி சொன்னார் - "நான் எப்படியும் உனக்கு உதவி செய்யப்போகிறேன் - ஏன் நீ வாரா வாரம் உன் கதையைச் சொல்ல வேண்டும்?" என்றார்.

அதற்கு அவன் "எப்படி கோடீஸ்வரராக இருப்பது என்று நான் உங்களுக்குச் சொல்லித்தர முயற்சி செய்யவில்லை. அதுபோல் எப்படி பிச்சைக்காரனாக இருப்பது என்று நீங்கள் எனக்குச் சொல்லித் தராதீர்கள்" என்றான்.

17. நேசம்

எல்லா உயிர்களையும் நேசிக்க வேண்டும்;

அவற்றின் மீது அன்பு செலுத்தவேண்டும் என்று காலம் காலமாக நாம் சொல்லி வருகிறோம். சென்ற முறை நான் பயணம் செய்தபோது, பல நாள் பல லாரிகளில் கால்நடைகளைக் கூட்டம் கூட்டமாக ஏற்றிக் கொண்டு போவதைப் பார்த்தேன்.

இதைக் குறித்து பி.எஸ்.ஆர். ராவும் மிக் வருத்தமாகக் குறிப் பிட்டிருந்தார். அறுவைக்காக எடுத்துச் செல்லப்படுகின்ற இந்த வற்றிப் போன எருமைகளும், பசுக்களும் இதுநாள்வரை தம்முடைய உதிரத்தை மனிதனுக்குப் பாலாகக் கொடுத்துவிட்டு, வயோதிகக் காலத்தில் மனிதனுக்கு மாமிசமாக வேண்டுமாம்!

ஒரு பக்கம் மாட்டுப்பொங்கல் என்கிற பெயரில் மாடுகளுக்கு மாலை சூட்டுகிறோம். கற்பூரம் காட்டுகிறோம்; படையல் போடு கிறோம். மற்றொரு பக்கம் அவற்றின் மடி சுருங்கியபின் வாகனங்களில் அடைத்து வெட்டுவதற்கு அனுப்புகிறோம். நம் நாகரிகத்தில், மனப் போக்கில் எத்தனை முரண்பாடுகள்!

பெற்றவர்களையே முதியோர் இல்லத்திற்கு அனுப்புகிற மனிதர் களில் மாடுகளைக் குறித்த அபிமானத்தை எதிர்பார்க்க முடியாது. குஞ்சுபொரிக்காத முட்டைகளையும், விதையில்லாத பழங்களையும், உற்பத்தி செய்ய ஆரம்பித்த போதே முதியோர் இல்லங்கள் பெருகத் தொடங்கிவிட்டன. பெற்றோர்களுக்குக் குழந்தைகளோடு பேசுவதை விட, அவற்றை வீட்டுப் பாடம் செய்யச் சொல்வதற்குத்தான் நேரம் சரியாக இருக்கிறது.

வண்டியில் அடைத்துச் செல்லப்படுகின்ற மாடுகளுக்கு நிழல் கிடைப்பதில்லை; யாரும் நீர் தருவதில்லை. சேர்கிற இடத்தை அடைகிறவரை யாரும் உணவும் தருவதில்லை. இந்த விலங்குகளின் மீது இழைக்கப்படும் மிகப்பெரிய கொடுமை இன்னும் பலருக்குத் தெரியாமலேயே இருக்கின்றது.

முகமது நபி அவர்களின் வாழ்க்கையில் நடந்த சில சம்பவங்களை நான் நினைத்துப் பார்க்கிறேன். அவர் போகும் வழியில் ஒரு கழுதையின் முகத்தில் சூடுபோட்டு இருந்தார்கள். அதற்கு நபிகள் "யார் சூடு போட்டார்களோ அவர்களைக் கடவுள் சபிப்பார்" என்று சொன்னார்.

நபிகள் கூறுகிறார் 'குதிரையின் பிடரி மயிரை வெட்டாதீர்கள்; அது குதிரைக்கு அழகையும், பாதுகாப்பையும் தருகிறது.'

ஒரு மனிதன் மிகுந்த தாகத்துடன் இருந்தான். வழியில் கண்ட கிணற்றில் இறங்கித் தன் தாகத்தைத் தணித்துக் கொண்டான். மேலே வந்தபோது ஒரு நாய் தன் நாக்கை வெளியே நீட்டிக்கொண்டு தாகத்தால் தவித்துக் கொண்டிருப்பதைக் கண்டான். அந்த நாய், என்னைத் தவிக்க வைத்த தாகத்தால் இப்பொழுது பீடிக்கப்பட்டு இருக்கிறது என்று கருதி, இரண்டாவது முறை கிணற்றில் இறங்கித் தன்னுடைய பூட்சை நீரால் நிரப்பி வெளியே வந்து, அந்த நாயின் தாகத்தைத் தவிர்த்தான். இதை நபிகள் நாயகம் சொல்லும்போது, கடவுள் அவன் பாவங்களில் இருந்து அவனை மன்னித்தார் என்று கூறுகிறார்.

ஒருமுறை ஒரு அன்சாரின் தோட்டத்திற்கு நபிகள் செல்ல நேர்ந்தது. அங்கே ஒரு ஒட்டகம் நபிகளிடம் வந்து வலியில் முணகியது. அதன் கண்களில் நீர் வழிந்தது. நபிகள் அதன் அருகில் சென்றார். அதை வாஞ்சையுடன் தடவிக் கொடுத்தார். அந்த ஒட்டகத்திற்கு யார் சொந்தக்காரர் என்று கேட்டார். அப்பொழுது ஒருவன் 'என்னுடையது' என்று சொன்னான். அதற்கு நபிகள் 'இந்த ஒட்டகம் நீ துன்புறுத்து வதாக என்னிடம் முறையிடுகிறது; உனக்கு இதைத் தந்த கடவுளின் மேல் உனக்குத் துளிகூடப் பயம் இல்லையா?' என்று கேட்டார்.

ஒருமுறை ஒரு பறவை இரண்டு குஞ்சுகளோடு இருப்பதைக் கண்டார். அதன் குஞ்சுகளைச் சிலர் எடுத்துக் கொண்டார்கள். அந்தத் தாய்ப்பறவை சிறகடித்துப் பறந்துகொண்டு இருந்தது. அதைக்கண்ட நபிகள் 'யார் இதன் குஞ்சுகளை எடுத்தது? மறுபடியும் அவற்றை அந்தப் பறவையிடம் கொண்டுவந்து விடுங்கள்' என்று கட்டளை யிட்டார்.

ஒரு எறும்பின் புற்றைத் தீவைத்து எரித்தவர்களைப் பார்த்து 'யார் இப்படி இந்த அப்பாவி உயிரைத் தீயால் தண்டித்தது' என்று கடிந்து கொண்டார்.

ஒரு பறவையின் கூட்டிலிருந்து முட்டைகளை எடுத்தவனை மறுபடியும் அதன் கூட்டிலேயே வைக்கும் படிக் கட்டளையிட்டார், நபிகள்.

வாயற்ற பிராணிகள் நம்மைச் சுமக்கின்ற சக்தி இருக்கின்ற வரை, அவை மீது பயணம் செல்லலாம்; அவைகளைப் படைத்ததும் அவற்றிற்குச் சுதந்திரம் தரவேண்டும் என்று நபிகள் வற்புறுத்தினார். ஆன்மிகம் என்பது சாமி கும்பிடுவதில் இல்லை; எந்த உயிரையும் துன்புறுத்தாமல் இருப்பதுதான் உண்மையான ஆன்மிகம்.

*

18. வழிப்போக்கர்களும் திராட்சையும்

இன்று உலகம் முழுவதும் பெயர்களைக் குறித்துத் தான் - சண்டை - எந்தப் பெயரில் அழைப்பது என்பதுதான் பிரச்சினை -

மனிதர்களை -

கடவுளை -

வழிபாட்டுத் தலங்களை -

எந்தப் பெயரில் அழைப்பது என்பதுதான்.

அதே மனிதன்தான் -

பெயரால் அவன் மாறப்போவதில்லை -

அவனை ராம் என்றாலோ

ராபின் என்றாலோ

ரஹீம் என்றாலோ

அவனிடம் எந்த வித்தியாசமோ நிகழப் போவதில்லை.

ஆனால், அவனை எப்படி அழைப்பது - எத்தனை பேரை எந்தப் பேரில் அழைக்கிறார்கள் என்பதே மிகவும் பெரிய கேள்விக்குறி.

அவனை மட்டுமல்ல -

கடவுளைக்கூட எந்தப் பெயரில் அழைப்பது என்பது முக்கிய பிரச்சினை - அதற்காகக் குத்து, வெட்டு, ரகளை -

அந்தக் கடவுளின் தன்மையைப் பற்றிய கவலை இல்லை - அதைப் பற்றிய தர்க்கத்திலும் ஈடுபடுவது இல்லை. பெயரைப் பற்றித்தான் பிரச்சினை.

கோயிலுக்குள் என்ன இருக்கிறது என்பதில் தகராறு இல்லை வாதம் இல்லை - அறிவுஜீவித்தனம் இல்லை -

அந்தக் கோயிலை எந்த வடிவத்தில் கட்டுவது என்பதில்தான் பிரச்சினை -

தண்ணீரைப்போல் இருத்தல் நம்மைச் சுற்றி நிறைந்திருக்கிறது.

தண்ணீர் - பாய்ந்தால் ஆறு
- ஓடினால் ஓடை
- வீழ்ந்தால் அருவி
- நின்றால் குளம்
- நிறைந்தால் ஏரி
- கலந்தால் கடல்

ஆனால், தண்ணீர் ஒன்றுதான் - பெயர் மட்டுமே வேறு.

கோயிலின் வடிவத்தைக் காட்டிலும் கோயிலுக்குள் நம் மனதில் என்ன நிகழ்கிறது என்பதுதான் முக்கியம் -

நாம் அங்கே மனிதனாக இருக்கிறோமே தெய்வீகத்தைத் தொழு கிறோமா? - அன்றி மிருகத்தனத்தை உணர்கிறோமா? என்பதுதான்.

200 ஆண்டுகளுக்கு முன் நடந்த கதை.

ஒரு கறுப்பின இளைஞன் வழிபடுவதற்காகக் கோயிலுக்குள் செல்கின்றான். அப்போது அவர்களைக் கோயிலுக்குள் அனுமதிக்க விதியில்லை.

அந்தக் கோயிலின் பொறுப்பாளர் அவனைத் தடுத்து "நீ இன்னும் தெய்வீகத்தை உணரவில்லை - அதனால் நான் உனக்கு ஒரு நல்ல மந்திரம் சொல்லித் தருகிறேன் - நீ வழிபடுவாய் - உனக்குத் தெய்வீகத் தன்மை வந்த பிறகு இந்தக் கோயிலுக்கு வா" என்று சொன்னார்.

அவனும் அங்கிருந்து சென்று மிகுந்த நம்பிக்கையுடன் மந்திர மனனத்தில் ஈடுபட்டான்.

ஒரு வருடத்திற்குப் பின் அவன் கோயிலுக்குத் திரும்ப வந்தான்.

அந்தப் பொறுப்பாளருக்கு அவனைப் பார்த்ததும் நடுக்க மேற் பட்டது. இப்போது அவன் முற்றிலும் மாறி வந்திருக்கிறான். அவனை இனி உள்ளே விட முடியாது என்று கூற முடியாது. என்ன செய்வது என்று திகைத்தார் -

அவன் அவரிடம் வந்தான் -

"நீங்கள் ஏதும் நடுங்க வேண்டியதில்லை. நேற்று இரவு எனக்கு இறைவன் தென்பட்டார். நீ அந்தக் கோயிலுக்கு மறுபடியும் செல்லாதே. அவர்கள் நிச்சயம் உன்னை உள்ளே அனுமதிக்கப் போவதில்லை - என்னையே அவர்கள் கோயிலுக்குள் அனுமதிக்காத

போது, உன்னை எப்படி அனுமதிப்பார்கள் என்றார்" எனச் சொல்லி விட்டு அவன் திரும்பிவிட்டான்.

Communalism பற்றி Bipin chandra கூறும் போது, மூன்று நிலைகளைக் குறிப்பிடுகிறார் -

முதல்நிலையில் - இரண்டு மதங்களைச் சார்ந்தவர்கள் தங்கள் மதங்கள் ஒவ்வொரு விதமானவை எனக் கருதிக் கொள்வது. அந்த நிலையில் எந்தப் பிரச்சினையும் இல்லை.

இரண்டாவது நிலையில் - தங்கள் மதங்கள் வேறுபட்டவை என நினைப்பது. இந்த நிலையில் பிரச்சினைகள் தொடங்குகின்றன.

மூன்றாவது நிலையில் - மதங்கள் வேறுபட்டவை என்று மட்டுமல்ல; ஒன்றுக்கொன்று முரண்பட்டவை என நினைப்பது, - அப்போதுதான் அது தகராறாக முடிகிறது.

'Travellers and the Grape vines' என்கிற சூஃபி கதையுண்டு -

ஒரு அராபியன்

கிரேக்கன்

பெர்ஷியன்

துருக்கி

ஆகியோர் ஒன்றாகப் பயணம் செய்துகொண்டிருந்தனர்.

அவர்களுக்குப் பசி எடுத்தது. தங்களிடமிருந்த காசுகள் அனைத்தையும் ஒன்றாகப் போட்டனர்.

அதில் பசிக்கு என்ன வாங்குவது என்று கேள்வி வந்தது.

அராபியன் எனக்கு Inab வேண்டும் என்றான் -

கிரேக்கன் எனக்கு Stafil வேண்டும் என்றான் -

துருக்கி எனக்கு Uzum வேண்டும் என்றான் -

பெர்ஷியன் எனக்கு அங்கூர் வேண்டும் என்றான்.

அவர்கள் சண்டை முற்றியபோது, அந்த வழியாக வந்த யாத்திரிகன், அவர்கள் பணத்தை எடுத்துக்கொண்டு, அவர்கள் கேட்டதனைத்தையும் வாங்கி வருவதாகச் சொல்லிச் சென்றான்.

அவன் திரும்பி வந்தபோது, அவன் கையில் திராட்சைகள் இருந்தன.

கிரேக்கன் அதுதான் நான் கேட்ட Stafil என்று எடுத்துக் கொண்டான்.

துருக்கி அதுதான் நான் கேட்ட Uzum என்று எடுத்துக் கொண்டான்.

பெர்ஷியன் அதுதான் நான் கேட்ட அங்கூர் என்றான்.

அராபியன் அதுதான் நான் கேட்ட Inab என்றான்.

நாமும் கிட்டத்தட்ட ஒரே திராட்சைக்குத்தான் வெவ்வேறு பெயர்கள் சொல்லி அழைத்துக் கொள்கிறோம்.

ஒரே உள்ளங்கையை நோக்கிச் செல்லும் விரல்களாக மார்க்கங்கள் இருந்தால் நகங்கள் எதற்குக் கிள்ளிக்கொள்ள வேண்டும்?

*

19. வரமும் சாபமும்

நாம் அடுத்தவர்களுக்கு எதைத் தருகிறோமோ அது நமக்குத் திரும்பி வந்து சேர்கிறது. பன் மடங்காக வருகிறது. வரமாகவேனும் வரலாம் சாபமாகவேனும் வரலாம்.

நாம் எதைத் தருகிறோம் - எப்படித் தருகிறோம் என்பதைப் பொறுத்தது அது.

நாம் மலர்களைத் தந்தால் அது மாலையாகத் திரும்பி வரும் -

நாம் விதைகளைத் தந்தால் அது விருட்சமாகத் திரும்பி வரும் -

நாம் முட்களை அனுப்பினால் மலர்களை எதிர்பார்க்க முடியாது -

எட்டிக்காயை அனுப்பிவிட்டு கட்டிக்கரும்பை எதிர் பார்க்க முடியாது -

வாழ்த்துகின்றபோது அது எல்லா இடங்களிலும் எதிரொலிக்கும் -

அந்த இனிய ஒலி எல்லா இடங்களிலும் ரீங்கார மடிக்கும் -

நாம் புன்னகைத்தால் எதிரே வருகிறவர்கள் புன்னகைத்துத் தான் தீர வேண்டும் -

'பிறர்க்கின்னா முற்பகல் செய்யின் தமக்கின்னா
பிற்பகல் தாமே வரும்' (குறள் - 319)

என்று திருக்குறளும்,

'தினை விதைத்தவன் தினையறுப்பான்
வினை விதைத்தவன் வினையறுப்பான்'

என்கிற முதுமொழியும்

வாழ்க்கையை நமக்கு வாசித்துக் காட்டுகின்றன.

இரண்டு நண்பர்கள் வெகுநாள் நகமும் சதையுமாக இருந்தார்கள்.

சின்ன மனஸ்தாபம்.

அவர்கள் நெருக்கமாக இருந்ததே பலருக்குப் பொறாமை -

எப்படியாவது அவர்களைப் பிரித்துவிட வேண்டும் என எண்ணுபவர்கள் சிலர் இருந்தார்கள்.

அவர்களில் சிலர் இந்த விரிசலை எப்படியாவது பெரும் பிளவாக்கிவிட வேண்டும் என நினைக்கிறார்கள்.

'உன்னைப் பற்றி அவன் அப்படிச் சொன்னான்' என மாற்றி மாற்றிச் சொல்லுகிறார்கள்.

'அவனைப் பற்றி எனக்குத் தெரியாதா?'

'அவன் சுயரூபம் தெரியாதா?'

என்று அவர்கள் மாறிமாறி வைய அவர்கள் நிரந்தரமாகப் பிரிகின்ற நிலை ஏற்படுகிறது.

இதை நல்ல இதயம் படைத்த ஒரு பெரியவர் பார்க்கிறார்.

இந்த நல்ல நண்பர்கள் பிரியக்கூடாது என்று உளமார நினைப்பவர்.

ஒரு நண்பனிடம் சென்று,

"நீதான் அவனைப் பற்றி இல்லாதது பொல்லாததெல்லாம் சொல்லுகிறாய்; ஆனால் அவன் உன்னைப் பற்றி யாராவது குறை சொன்னால் எப்படிக் கோபப்படுகிறான் தெரியுமா?" என்றார்.

"அப்படியா! அப்படித்தான் சொன்னானா?" என்று கேட்டான்.

அடுத்தவனிடமும் அப்படியே சொன்னார்.

அவனும் நெகிழ்ந்து போனான்.

இருவரும் இணைந்தார்கள்.

அடுத்தவன் நல்ல எண்ணத்தை விதைக்கும்போது, அடுத்த வர்கள் அதில் முள்ளை நடமுடியாது என்பதுதான் உண்மை.

வரலாற்றில் அக்பர் ஒரு வித்தியாசமான மன்னர். அதிகாரத்தைக் காட்டிலும் மென்மையான ஒரு மனம் அவரிடம் இருந்தது. அதனால் தான் அவரை 'மகா அக்பர்' என்று அழைத்தார்கள்.

அவர் இசையை நேசித்தவர் - இயற்கையை நேசித்தவர். தான்சேன் என்கிற இசைக்கலைஞன் அவரை எப்போதும் இசைவெள்ளத்தில் மூழ்கடித்தார் -

மதம், மொழிகளைக் கடந்த அறிவு ஜீவிகளை நேசித்தவர் கௌர வித்தவர். அதனால்தான் எல்லா மதங்களையும் ஒருங்கிணைத்து 'தீன் இலாஹி' என்கிற புதிய மார்க்கத்தை அவர் நிர்மாணிக்க முனைந்தார்.

'பதேபூர் சிக்ரி' என்கிற புதிய தலைநகரை அமைத்தார் -

அவர் சைவ உணவைச் சாப்பிடுபவராகவே இருந்தார் என்பது ஒரு சுவாரசியமான சேதி - 'Hari OM Tat Sat' என்ற நூலில் படித்த சம்பவம்.

அக்பர் நாமாவில் அவரைப் பற்றிய ஒரு சம்பவம் இடம் பெற்றிருக்கிறது.

அரசவையிலிருந்தபோது அவருடைய விதூஷகர் பீர்பால் அக்பர் காதில் ஒரு கருத்தைக் கூறுகிறார்.

அக்பரும் அந்தக் கருத்தை விளையாட்டாகச் செயல்படுத்த நினைக்கிறார். "நீங்கள் இப்போது என்ன செய்கிறீர்களோ அது நாளை அவைக்குள் உங்களுக்கே திரும்பி வரும்" என்கிறார்.

அதைப் பரிசோதித்துப் பார்க்க விரும்புகிறார்.

பீர்பாலுடைய கன்னத்தில் ஓங்கி ஒரு அறைவிட்டார். பீர்பால் உடனே தன் அருகில் இருந்தவரை ஓங்கி அறைவிட்டார். தலைநகர் முழுவதும் இந்த விளையாட்டுத் தொடர்ந்தது.

அன்று இரவு அக்பர் அந்தப்புரம் வந்தபோது, பட்டத்து ராணி அவர் கன்னத்தில் ஒரு அறைவிட்டார்.

அக்பர் "என்ன ஆனது?" என்று அதிர்ந்தார்.

"நகரம் முழுவதும் இந்த விளையாட்டு நடந்து கொண்டிருக்கிறது. என் பணிப்பெண் எனக்குத் தந்த அறையை - நான் உங்களிடம் தந்துவிட்டேன்" என்று பட்டத்து ராணி கூறினார்.

இக்கதை வெறும் சம்பவம் அல்ல - ஒரு படிப்பினை - நம்மிடமே நாம் அனுப்பியது திரும்பும் என்பது பற்றி விவரமாகச் சொல்லும் சாகித்யம் - இறைவன் மீது விழுந்த அடி எல்லார் மீதும் விழுந்தது பிட்டுக்காக மண் சுமந்த கதையில்.

துப்பாக்கியைப் பிடித்தவன் துப்பாக்கியால் சாவான்.

புல்லாங்குழல் பிடித்தவன் இசையால் நிறைவான் - இது எழுதப்படாத சட்டம்!

20. சிற்பத்தில் இல்லை சிற்பியின் கையொப்பம்

ஒவ்வொரு கலையிலும் ஓர் உன்னதம் உறைந்து கிடக்கிறது. ஓவியம் ஒரு உயர்ந்த கலை. அது சேர்க்கச் சேர்க்க வருவது.

சரியான விகிதத்தில் வண்ணங்களைக் குழைத்துச் சேர்ப்பதில் அழகிய ஓவியம் அகப்படுகிறது.

சிற்பம் மற்றொரு விதமான மகத்தான கலை. அது நீக்க நீக்க வருகிறது.

தேவையற்ற பகுதிகளைக் கல்லிலிருந்து நீக்கும் போது அங்கே சிற்பம் தென்படுகிறது.

பழங்காலக் கோயில்களைப் பார்க்கும் போதெல்லாம் நமக்கு மிகப்பெரிய பிரமிப்பு ஏற்படுகிறது. இன்று அந்தக் கலைத்தூண்களை அவ்வப்போது பழுது பார்க்கக்கூட நம்மால் முடியவில்லை.

இன்று இருக்கும் அளவு அன்று மின்சார வசதி இல்லை. இயந்திரங்கள் இல்லை.

ஆற்றல் மிகுந்த ராட்சஸக் கருவிகள் இல்லை -

ஆனாலும், அவர்கள் அந்த அற்புதங்களை நிகழ்த்தினார்கள் தங்கள் திருப்திக்கேற்ப நிறைவு பெற்ற சிற்பங்களை மட்டுமே அங்கீகரித்தார்கள். அவர்கள் நிராகரித்த புள்ளி விவரங்கள் கூட நம்மிடம் இல்லை.

தஞ்சை தமிழ்ப் பல்கலைக்கழகத்தில் 'மகரத் தோரண வாயில்' என்கிற சிற்ப நுழைவாயிலை அமைப்பதற்கே மூன்று மாதங்கள் சிற்பிகளுக்குத் தேவைப்பட்டன. இத்தனைக்கும் சிற்பங்களெல்லாம் ஏற்கெனவே தயாரானவை - அவர்கள் செய்ததெல்லாம் அவற்றை ஒன்று சேர்த்ததுதான்.

இன்று நாம் காணும் தஞ்சாவூர் பெரியகோயில், ஆறே ஆண்டு களில் நிறைவுற்றது என்பதைக் கேள்விப்படும் போதெல்லாம் வியப்புத் தோன்றுகிறது. அந்தக் காலத்தில் அருகில் எந்த மலையும் இல்லாத இடத்தில் இவ்வளவு பெரிய கோயில் தோன்றியது என்றால் இன்று நம்மிடம் இல்லாத ஏதோ ஒன்று அவர்களிடம் இருந்திருக்க வேண்டும்.

அது இரவையும் கிழிக்கின்ற விளக்காக -

புயலையும் தடுக்கின்ற இரும்பாக
வழி நடத்தியிருக்க வேண்டும் -

அதுதான் அவர்களுடைய அர்ப்பணிப்பு - பணிக்கு அவர்கள் காட்டிய முழுமையான ஒப்படைப்பு - அவர்கள் மனம் முழுமையும் நிறைத்துக் கொண்டிருந்தது ஆர்வத்தின் வெளி நடப்பு கலைகளுக்குள் புகுந்ததன் அடையாளம்.

கலையைக் கசையடியால் நிகழ்த்த முடியாது -

கட்டாயத்திற்கும், கட்டளைக்கும் அப்பாற்பட்டது கலை நயம் -

உளியைப் பிடிப்பவர்கள் கற்களை நேசிக்காவிட்டால் சிற்பம் கிடைக்காது.

அது பொம்மையாகிப் போய்விடும்.

தஞ்சைப் பெரிய கோயிலிலேயே சோழர் கால மார்க்கண்டேயன் சிற்பத்திற்கும், நாயக்கர் கால மார்க்கண்டேயன் சிற்பத்திற்கும் நிறைய வேறுபாடு.

சோழர் காலச் சிற்பத்தில் காணும் நேர்த்தி, கலைத்திறன், கூர்மை, அழகு, பிரமிப்பு நாயக்கர் காலத்தில் காணப்படவில்லை.

காரணம் - அதற்குள் அர்ப்பணிப்பு நீர்த்துப் போனதுதான் -

தான் செய்கிற பணியை மகிழ்ச்சியோடு செய்யும்போது பணி பளுவாக இல்லாமல் லகுவாக மாறுகிறது; சுமையாக இல்லாமல் சுகமாக மாறும்.

ஒவ்வொரு சிற்பமும் ஒரு படிப்பினை.

அதில் உளி நடந்துபோன சுவடுகள் உற்றுப் பார்த்தால் தெரியும் -

உளிகளின் வலிகளைப் பொறுத்துக் கொள்பவனால் தான் சிற்பமாக முடியும் - அதற்குச் சம்மதிக்காதவன் காலமெல்லாம் கல்லாகவே கிடக்க வேண்டியதுதான்.

Richard Mclean - கூறும் ஓர் அழகிய கதை உண்டு.

ஒரு தலைமைச் சிற்பி பலவிதமான பளிங்குக் கற்களைச் சுரங்கத்தில் பரிசோதித்தார்.

அவருடைய அனுபவத்தில் ஒவ்வொரு கல்லுக்கும் ஒரு வடிவம் இருப்பதை அவர் அறிந்திருந்தார் - அதன் வடிவத்தைக் கண்டுகொண்டு அதைக் கல்லிலிருந்து விடுவிப்பதுதான் சிற்பத்தின் ரகசியம் -

வெ.இறையன்பு

ஒவ்வொரு கல்லைப் பார்க்கும்போதும் மகிழ்ச்சியால் கத்துவார் -

ஆஹா! இதில் ஒரு வீரன் ஒளிந்திருக்கிறான் -

ஆஹா! இதில் ஒரு துறவி ஒளிந்திருக்கிறார் -

ஆஹா! இதில் ஒரு நடன மங்கை இருக்கிறாள் என்று அவர் கூவும்போது கற்களுக்குக்கூட கர்வம் வந்துவிடும்!

அவர் 'புத்தருக்கான' கல்லை நாற்பது வருடமாகத் தேடினார். உலகத்தில் உள்ள புகழ்பெற்ற சுரங்கங்களில் கூட அது அவருக்கு அகப்படவில்லை. அந்த வருத்தத்தில் ஒரு புத்தத் துறவியைப் பார்த்து 'எங்கே அந்தக் கல் கிடைக்கும்?' என்று கேட்டார்.

"அந்தத் துறவி அதில் ஒன்றும் பிரச்சினையில்லை" என்றார்.

"எங்கு கிடைக்கும் என்பதை உங்களால் சொல்ல முடியுமா? நான் புத்தரை விடுவிக்கக் கூடிய கல்லைக் காட்ட முடியுமா?"

"நிச்சயமாக."

"எங்கே?" என்றார் தலைமைச் சிற்பி.

"அங்கே!" என்று துறவி ஒரு கிணற்றைக் காண்பித்தார். மகிழ்ச்சி யுற்ற சிற்பி ஓடிப்போய் அந்தக் கேணியை எட்டிப் பார்த்தார்.

'அதில் அவர் உருவம் தெரிந்தது!'

ஆம்! நம்மிடம் இருக்கும் புத்தரைத் தேடிப் பிடிப்பதும் ஒரு சிற்பக் கலைதான் - நாம் கல்லாக இருக்கிறோம் -

நம்மிடம் இருக்கும் கோபம், பதற்றம், ஆசை ஆகியவற்றை நீக்கும் போது அந்தச் சிற்பம் அகப்படுகிறது.

*

21. சுயம்

'**கி**ழக்கு கிழக்குதான் -

மேற்கு மேற்குதான் -

இரண்டும் இரு துருவங்கள் -

இரண்டும் சந்திக்கவே முடியாது' -

என்றார் Rudyord Kipling.

மேற்கத்திய சிந்தனை எல்லாவற்றையும் அபிவிருத்தி செய்ய முடியும் என்கிற கருத்தின் பாற்பட்டது.

கிழக்கத்திய சிந்தனை இருப்பவற்றை அப்படியே ஏற்றுக்கொள்ள வேண்டும் என வலியுறுத்துவது.

மேற்கத்திய சிந்தனை எல்லாவற்றையும் தானே செய்வதான தன்முனைப்பை ஆதாரமாகக் கொண்டது - கிழக்கு தானாக அனைத்தும் நிகழ்வதாக நினைக்கிறது.

மேற்கு அதனால் தான் சுயமுன்னேற்றம் (Self Improvement) சாத்தியம் என்று எண்ணுகிறது.

அதன் கவனம் முழுவதுமே தன்னை எப்படியெல்லாம் அபிவிருத்தி செய்யலாம் என்பதிலேயே ஆழ்ந்து இருக்கிறது.

அதனால் தான் -

எப்படிப் பணக்காரராவது?

எப்படி நண்பர்களைச் சம்பாதிப்பது?

எப்படிக் கவலைகளை நிறுத்துவது?

போன்ற புத்தகங்கள் அதிக அளவில் அங்கே விற்பனையாகின்றன.

கிழக்கு சுயமுன்னேற்றத்தை நம்புவதில்லை - அது சுயத்தை அடையாளம் காணுவதைத்தான் விரும்புகிறது - knowing self என்பது அதுதான்.

சுயத்தை அறிந்துகொள்கிற முயற்சியில் ஒருவன் ஒட்டிக் கொண்டிருக்கின்ற தேவையற்ற அனைத்தையும் உதிர்க்கின்றான்.

மேற்கு, நீ இன்னும் விருத்தி செய்யப்பட வேண்டியவன் என்கிறது.

கிழக்கு நீ ஏற்கெனவே பூரணமானவன் என்பதை உணர்ந்து கொள் என்று சொல்லுகிறது.

அதனால்தான், தன்னை அழகாக்கிக் கொள்வதில் கிழக்கு கவனம் செலுத்தியதில்லை.

புற அழகைக் காட்டிலும் அக அழகை உணர்வதில்தான் பிரயத்தனம் செய்யவேண்டும் என்கிற கோட்பாடு நம்மிடம் உண்டு.

கருணையைக் கண்களுக்குள் கொண்டுவருவது அழகு -

இதயத்தை ஈரமாக்கிக் கொள்வது அழகு -

அன்புமயமாக இருப்பது அழகு -

தான் என்கிற எண்ணத்தை உதிர்ப்பது அழகு -

தன் முனைப்பை விட்டுவிடுவது அழகு -

என்று தொடர்ந்து சொல்லப்பட்டு வந்தது.

அதனால்தான் மிகுந்த செல்வமிருந்தவனைவிட, பரதேசியாகத் திரிந்தவன் ஆனந்தமயமாக இருந்தான்.

நீ ஏற்கெனவே அழகானவன் என்று சொல்லுவது ஒருவனை உயர்த்துகிற உத்தி. நீ அழகில்லை - உன்னை அழகாக்க முடியும் என்பது வர்த்தக யுத்தி. குறைகளைச் சுட்டிக்காட்டிக் காண்பிப்பது - ஒரு உத்தி.

நிறைகளைச் சுட்டிக் காட்டி நிரப்புவது - மற்றொரு உத்தி.

கௌதம புத்தர் ஒரு கிராமத்தில் இருந்தபோது ஒருவன் அவரிடம் "நீங்கள் தினமும் கூறுகிறீர்கள் - 'ஒவ்வொரு மனிதனும் மோட்சத்தை அடைய முடியும்' என்று. ஆனால், ஒவ்வொரு மனிதனும் ஏன் மோட்சத்தை அடைவதில்லை?" என்று கேட்டான்.

புத்தர், "நண்பரே! ஒரு வேலை செய்! மாலையில் கிராமத்துக்குள் சென்று எல்லோரிடமும் அவர்கள் எதை அடைய விரும்புகிறார்கள் என்பதை அறிந்து வா. ஒரு பட்டியல் தயார் செய்.

ஒவ்வொருவருடைய பெயரையும் எழுது; அதற்கெதிரே அவன் அடைய விரும்புவதையும் எழுது."

அவன் சென்று ஒவ்வொருவராக விசாரித்தான். அனை வரும் பதிலளித்தனர். இரவு, அவன் புத்தரிடம் திரும்பி தனது குறியீட்டை அளித்தான்.

புத்தர் "இதில் எத்தனை பேர் மோட்சத்தை அடைய விரும்புகிறார்கள்?" என்று கேட்டார்.

அவன் ஆச்சரியம் அடைந்தான்.

அந்தப் பட்டியலில் ஒருவர்கூடத் தமது விருப்பம் மோட்சம் அடைவது என்று எழுதவில்லை.

புத்தர் 'ஒவ்வொரு மனிதனும் அடைய முடியும் என்றே நான் கூறினேன். ஆனால் ஒவ்வொருவரும் அடைய விரும்புகிறார்கள் என்று நான் கூறவில்லை' என்றார்.

யார் எதை விரும்புகிறார்கள் என்பது முக்கியம். சுயத்தையே தெரியாதவன் எப்படிச் சுயத்தை முன்னேற்ற முடியும்?

செடியையே தெரியாதவன் செடிக்கு எப்படி நீர் ஊற்ற முடியும்?

ஒருமுறை ஹஜரத் அலி என்கிற சூஃபி ஞானியிடம் ஒருவர் கேட்டார்.

"மனிதர் தமது கர்மங்களினின்று விடுபட்டவனா?"

அலி 'உனது காலைத் தூக்கு' என்றார் -

அவர் தனது இடது காலைத் தூக்கினார்.

அலி "இப்போது மற்றக் காலையும் உயர்த்து" என்றார்.

அலி "ஏன்" என்று கேட்டபோது 'ஒன்றை உயர்த்தவே சுதந்திரம்' என்றார் அலி. "மனித வாழ்வும் அப்படியே!" அதில் உங்களிடம் இரண்டு கால்கள் இருந்தபோதிலும் - ஒன்றை உயர்த்த நீங்கள் எப்போதும் சுதந்திரம் உள்ளவர் - ஒன்று எப்போதும் கட்டப் பட்டுள்ளது.

அதனால், பந்தப்பட்டுள்ளதைச் சுதந்திரமாக உள்ளதன் மூலம் விடுவிப்பது சாத்தியமாகிறது - அதே சமயம் கட்டப்பட்டுள்ளதன் மூலம் சுதந்திரமாக உள்ளத்தைக் கட்டிவிடுவதும் சாத்தியமாகிறது என்றார்.

சுயத்தை அறிவதன் மூலம் கட்டப்பட்டதை விடுவிக்க முடியும்.

சுதந்திரத்தை அறியவும் முடியும்.

*

22. பிரார்த்தனைகள்

சடங்குகள், பூஜைகள், வழிபாடுகள்

இவற்றையும் மீறியது பக்தி.

சடங்குகள் பக்தி செய்கிறோம் என்கிற மாயத் தோற்றத்தை ஏற்படுத்தி நம்மை மகிழ்ச்சியடையச் செய்கின்றன -

புனிதத் தலத்திலே நீராடினால் நம் பாவங்களெல்லாம் கரைந்துவிடும் என நினைத்து, தெரிந்தே பாவங்கள் செய்பவர்கள் இருக்கிறார்கள் -

கபீர் தன்னுடைய தோஹேவில்

"புனிதத் தலங்களில் நீராடுவதால் மோட்சம் கிடைக்கும் என்று சொன்னால்,

அங்கு ஏற்கெனவே வசித்துக்கொண்டிருக்கும்

மீன்களுக்கும், தவளைக்கும் இந்நேரம் மோட்சம்

கிடைத்திருக்க வேண்டுமே!"

என்று கிண்டலாகக் குறிப்பிடுவார்.

Antony Demello ஒரு அழகிய உருவகக் கதையைக் கூறுவதுண்டு.

ஒரு குருவுடைய சீடர்கள் புனித யாத்திரை போக விருப்பத்துடன் இருந்தார்கள் - அவர்களுக்கு எப்படிப் புரிய வைப்பது எனத் தெரிய வில்லை. நேரடியாகச் சொன்னால் அது விளங்காது. ஒரு செயலின் மூலம்தான் அதைப் புரியவைக்க வேண்டும்.

அவர் ஒரு பாகற்காயைக் கொடுத்து எல்லாப் புனித நீரிலும் கழுவிக் கொண்டுவரச் சொன்னார் -

கழுவி வந்த பாகற்காய் கறி சமைக்கப்பட்டு எல்லோருக்கும் பரிமாறப்பட்டது.

குரு அதைச் சாப்பிடும்போது "எந்தப் புனித நீரும் இதை இனிப்பாக்கவில்லையே!" என்று சொன்னார் -

சீடர்களுக்குப் புரிந்தது -

Scape Goat - பலிகடா என்கிற வார்த்தை எப்படி வழக்கில் வந்தது என்பது மிகவும் சுவாரசியமான செய்தி.

யூதர்களுடைய குரு ஒரு விசேஷ நாளில் யூதர்களுடைய பாவங்களையெல்லாம் ஒரு ஆட்டின் நெற்றிக்கு மாற்றுவார். அந்த ஆடு பாவம் - மனிதர்கள் செய்த எல்லாக் குற்றங்களையும் சுமந்துகொள்ளும் - பிறகு ஆட்டைப் பலி கொடுத்து அந்த ஆட்டின் எல்லாப் பாவங ்களையும் போக்குவார்கள் - அந்த ஆட்டைப் பலி கொடுத்தால், தங்கள் எல்லோருடைய பாவங்களும் நீங்கிவிடுவதாக ஐதீகம்.

அதைப்போலவே Whipping Boy என்கிற பதமும் பயன்படுகிறது.

இளவரசனைப் படிக்க அனுப்பும்போது, அவனுடன் இன்னொரு மாணவனும் அனுப்பப்படுவான்.

இளவரசன் தவறு செய்தால் அவனை அடிக்க முடியாது. ஆனால், ஆசிரியர் கண்டிக்காமல் இருக்கவும் முடியாது - கண்டிக்காவிட்டால் ஆசிரியர் திருப்தியடைய முடியாது.

ஆசிரியருக்கும் திருப்தி ஏற்பட வேண்டும் -

இளவரசனும் அடிபடக்கூடாது.

எனவே, ஆசிரியர் இளவரசன் மீது கோபம் வரும் போதெல்லாம் உடன் இருக்கும் மாணவனை அடிப்பார் -

அவன்தான் 'சவுக்கடி பையன்'.

நமது சடங்குகள் மாயத்தோற்றம் ஏற்படுத்தி, நமது முன்னேற்றத்தைத் தடை செய்கின்றன.

ஆன்மிக வாழ்வில் மட்டுமல்ல சாதாரண - தினப்படி வாழ்விலும் போலியான விஷயங்கள் நம்மை எளிதில் கவர்ந்து விடுகின்றன.

நாம் உண்மையான செய்திகளை விட்டுவிட்டுப் போலியான வற்றின் கவர்ச்சியில் திளைத்துவிடுகிறோம் -

யார் போலியான அழகில் சிக்காமல் முன்னேறுகிறார்களோ, அவர்கள் உண்மையான அழகைக் கண்டுபிடிக்கிறார்கள் - அது எவ்வளவு தத்ரூபமானது, ஆழமானது, ஆனந்தமானது என்பதைக் கண்டுபிடிக்கிறார்கள் -

திரைப்படங்களில்கூட, போலித் திரைப்படங்களைத் தாண்டினால் - நல்ல திரைப்படங்கள் கிடைக்கின்றன.

இலக்கியங்களில் போலி இலக்கியங்களைத் தாண்டினால்,

நல்ல இலக்கியம் - மேன்மையான இலக்கியம் அகப்படுகிறது.

உடல் அழகைக் கடந்து உட்புகுந்தால் - உண்மையான உள்மையம் தெரிகிறது.

அதைப் போலவே சடங்குகளைத் தாண்டினால் - தியானம் நிகழ்கிறது.

ஓர் இளைஞன் மிதிவண்டியில் மார்க்கெட்டுக்குச் சென்றான் - அங்கே மிதிவண்டியை ஓர் ஓரமாக நிறுத்திவிட்டுப் பொருட்களை வாங்கச் செல்கிறான் - அங்கே மிதி வண்டியைத் தான் பூட்டாமல் விட்டது நினைவுக்கு வருகின்றது - மிதிவண்டியை நிறுத்திய இடத்திற்கு ஓடிவந்து பார்க்கிறான் - மிதிவண்டி நிறுத்திய இடத்தில் அப்படியே இருக்கிறது.

பக்கத்திலேயே ஒரு கோயில்.

ஓடி ஆண்டவனுக்கு மனமார நன்றி சொல்லிவிட்டு வருகிறான். சைக்கிளைக் காணவில்லை!

*

23. விலங்கு

'புலி பசித்தாலும் புல்லைத் தின்னாது' என்கிறோம்.

ஆனால், சைவப் பெண் சிங்கத்தைப் பற்றிய ஒரு குறிப்பைப் படிக்க நேர்ந்தது - 'The second Heads & Tails' என்கிற புத்தகத்தில் -

James Peden என்பவர் Vegetarian Cats and Dogs புத்தகத்தில் குறிப்பிடுகிறார்.

ஜார்ஜ் மற்றும் மார்க்கரெட் இருவரும் ஒரு மிருகக் காட்சி சாலையில் கம்பிகளுக்கப்பால் நின்றுகொண்டிருந்தபோது, கூண்டுக்குள் இருந்த பெண் சிங்கம் தன்னுடைய குட்டிகளைப் பிறந்ததும் கூண்டுக் கம்பிகளின் மேல் தூக்கி எறிந்து இறக்கச் செய்வது குறித்துக் கேள்விப் பட்டார்கள்.

தன்னைப் போல் தன் குட்டிகளும் கூண்டுகளுக்குள் வாழ வேண்டாம்; சுதந்திரத்தைப் பறிகொடுக்க வேண்டாம் என்ற அளப்பரிய கருணையினால் கூட அந்த பெண்சிங்கம் அப்படிச் செய்திருக்கலாம்.

ஜார்ஜ் மற்றும் மார்க்கரெட் ஜோடி கம்பிகளுக்கப்பால் நின்று கொண்டிருந்தபோது, அந்தப் பெண் சிங்கம் வீசி எறிந்த பெண் குட்டியைக் கெட்டியாகப் பிடித்துக் காப்பாற்றினார்கள்.

3 பவுண்டுகள் எடையுள்ள அந்தக் குட்டியை 'Tyke' என்று பெயரிட்டு அழைத்தார்கள். ஏற்கெனவே ஜார்ஜின் வீட்டில் வளர்ந்து வந்த பிராணிகள் புதிய வரவைக் கண்டு மகிழ்ச்சியோடு கொண்டாடின.

நிபுணர்கள் கூறியதற்கிணங்க Tyke-க்கிற்கு ரப்பர் பொம்மை களுக்குப் பதிலாக எலும்புகளைப் போட்டார்கள். ஆனால் Tyke அவற்றைக் கோபமாகத் தூக்கி எறிந்தது. வல்லுநர்கள், சிங்கம் மாமிச உணவு இல்லாமல் உயிர்வாழ முடியாது என்பதை அழுத்தம் திருத்தமாகக் கூறினார்கள். வனத்தில் வளர்ந்த பெண் சிங்கம் ஒரு நாளைக்கு 5 கிலோ வரையிலும் மாமிசம் சாப்பிடும் என்கிற விவரத்தையும் கூறினார்கள்.

Tyke-க்கிற்குத் தானியங்களைப் பாலுடன் கலந்து கொடுத்து வந்தனர். யாரோ சொன்னது போல் கால்நடையின் ரத்தத்தைப் பாலுடன் கலந்து கொடுக்க முயற்சிசெய்தார்கள். வெறும் பாலை

மட்டும் விரும்பிச் சுவைத்த Tyke 5 துளி ரத்தத்தைக் கலந்தால் கூட சாப்பிட மறுத்தது.

ஒரு கையில் பாலையும், மறு கையில் Hamburger ஐயும் கைமாற்றி உண்ணவும் முயற்சிகள் நடந்தன. ஆனால், அந்த முயற்சியும் தோல்வி யடைந்தது.

மாமிசத்தின் வாசனையைக் கூட Tyke விரும்பவில்லை என்பது தான் உண்மை.

தன் தாய் கம்பியில் எறிந்ததில் ஒரு கால் சற்று முறிந்திருந்த நிலையில்தான் Tyke ஜார்ஜ் குடும்பத்தினரால் கொண்டு வரப்பட்டது.

9 மாதங்களில் 65 பவுண்டுகள் எடையை அடைந்திருந்த நிலையில் Tyke தன்னுடைய அடிபட்ட கால் முழுவதுமாகக் குணமடைந்தது, சுதந்திரமாக ஓடியாடக் கற்றுக் கொண்டது. ஆனால் அதன் உணவு வகை மாறவில்லை.

4 வருடங்களை அது அடைந்தபோது ஜார்ஜ் ஜோடி அது மாமிசம் சாப்பிடும் வழிமுறையைக் கண்டுபிடித்துச் செயல்படுத்திக் காட்டுபவர்களுக்கு 1000 டாலர் பரிசளிப்பதாக அறிவித்தார்கள்.

எத்தனையோ பேர் முயற்சி செய்தும் Tyke மாமிசத்தைத் தொடவில்லை - ஒவ்வொரு முறையும் இரண்டு கைப்பிடியளவு சமைத்த தானியம், 2 லிட்டர் பால் மற்றும் 2 முட்டைகள் அதன் விருப்பமான உணவாக இருந்தது. அதன் பல் உறுதியாகக்கூட எலும்புகளுக்குப் பதிலாக ரப்பர் boots ஐயே உபயோகிக்க நேர்ந்தது.

Tykeக்கிற்கு Pinky என்கிற பூனைக்குட்டி,

Becky என்கிற ஆட்டுக்குட்டி

ஆகியவை மிகுந்த நண்பர்களாக இருந்தன.

Becky -ஐத்தான் மிக அதிகமா Tyke நேசித்து வந்தது.

'நீங்கள் கேட்டவை' என்கிற பிரபலமான தொலைக்காட்சி நிகழ்ச்சியில் Tyke பற்றிய நிகழ்ச்சி ஒளிபரப்பப்பட்டது. நிகழ்ச்சித் தயாரிப்பாளர்கள் கோழிக்குஞ்சுகளுடன் விளையாடுவது போல் ஒரு காட்சியை அமைத்தாலே நன்றாக இருக்கும் என்று நினைத்தார்கள்.

திடீரென ஒரு குற்ற உணர்வுடன் மூடிய தாடைகளுடன் வீட்டிற்குள் Tyke நுழைந்ததைப் பார்த்ததும், ஜார்ஜ் ஜோடிக்கு அது விநோதமாக இருந்தது.

'Tyke' உன் வாயில் என்ன வைத்திருக்கிறாய் - திறந்து காட்டு என்ற போது Tyke வாயைத் திறக்க - எந்தக் காயமும் ஏற்படாமல் அந்தக் கோழிக்குஞ்சு கீழே குதித்தது. அப்போது Tyke அந்தக் கோழிக் குஞ்சை நக்கிக்கொடுத்தபோது அந்தக் குஞ்சு Tyke உடைய வாய்க்குள் போய் விட்டது. அதற்குப் பிறகு என்ன செய்வது என்பது Tykeக்குத் தெரியாது. அதனால்தான் அது உதவிக்கு வீட்டிற்குள் நுழைந்து விட்டது.

4 வருடங்கள் மற்ற மாமிசம் தின்னும் சிங்கங்களைப் போலவே அது 752 பவுண்டுகள் எடையையும், 10 அடி 4 அங்குலம் நீளத்தையும், 40 மைல் ஒரு மணிக்கு ஓடும் திறனையும் அது அடைந்திருந்தது.

'Viral Pneumonia' என்கிற நோய்க்கு Tyke பலியானது. இன்னமும் Tyke உடைய மரணம் ஒரு விந்தையாகவே இருக்கிறது.

ஒரு நகைச்சுவைக் கதை-ஒரு சர்க்கஸ் நடந்து கொண்டிருந்தது. ஒரு பெரிய சிங்கத்தின் பிடரியை ஒரு இளம் பெண் அன்போடு தடவிக் கொடுத்தாள். சிங்கம் பூனைக்குட்டியைப் போல் அமைதியாகத் தலையைக் காட்டிக்கொண்டிருந்தது.

'வேறு யாராவது இதைப்போல் செய்யத் தயாராக இருக் கிறீர்களா?' என்று சர்க்கஸ் மேலாளர் பார்வையாளர்களைப் பார்த்துக் கேட்டார்.

ஓர் இளைஞன் சிறிது நேரத்திற்குப் பிறகு முன்வந்தான்.

"உண்மையிலேயே நீ தயாரா?"

"சிங்கம் செய்ததைப் போல் என்னாலும் முடியும்" என்றான் இளைஞன்.

*

24. பிரதிபலித்தல் - கலை

ஓவியம் என்பது அனைவரையும் ஈர்க்கிற கலை -

அழகான ஓர் ஓவியத்தைப் பார்க்கும்போது, நமக்குள்ளும் ஓர் அழகுணர்வு ஒளிந்திருப்பது நமக்குத் தெரிகிறது.

வெளியில் அழகு இல்லை -

உள்ளேதான் இருக்கிறது

என்பதைக் கண்டுபிடிக்க கலைகள் நமக்கு உதவுகின்றன - இரண்டு பரிமாணத்தில் மூன்றாவது பரிமாணத்தைக் கொண்டுவர ஓவியத்தால் முடிகிறது -

'ஓவியன்' என்பதற்கும் 'கைவினைஞர்' என்பதற்கும் இடையே உள்ள வேறுபாடு சுவாரசியமானது.

அவர்களுடைய ஈடுபாட்டின் காரணமாகத்தான் அவர்கள் வேறுபடுகிறார்கள் -

'ஓவியன்' தன் படைப்பில் ஈடுபடும்போது மகிழ்ச்சியடைகிறான் -

படைப்பு தொடரத் தொடர

அதன் அழகு மிளிர மிளிர

அவன் அதில் வண்ணமாகக் கலந்துவிடுகிறான் -

அதில்தான் அவன் உயிர் வாழ்கிறான் -

அவன் வரைகிற ஓவியம் முடிந்தவுடன் திருப்திக்குப் பதிலாக அதில் இன்னும் லயிக்க வழியில்லையே என அவன் வருத்தப்படுகிறான் -

ஆனால், 'கைவினைஞன்' தன் படைப்பு முடிந்ததும் திருப்தியடை கிறான் - ஏனென்றால் அடுத்த படைப்புக்குப் போய் விடுகிறான். அவனது படைப்புகள் உபயோகம் குறித்தவை -

ஒரே மாதிரியானவை -

ஒவ்வொரு படைப்பு முடிந்தபிறகு அவன் வருவாய்க்கான வழி திறக்கிறது. படைப்பு முடிகிற திருப்திக்காகத்தான் அவன் பணியாற்று கிறான்.

ஆனால் எந்தக் கைவினைஞன் ஒவ்வொரு படைப்பையும் வித்தியாசப்படுத்துகிறானோ, ஒவ்வொரு படைப்பையும் ரசித்துச் செய்கிறானோ, அந்தப் படைப்பு முடிந்ததும் சோர்வு அடைகிறானோ, அவனும் கலைஞனாகி விடுகிறான்.

அவன் தன்னை நகலெடுக்கும் இயந்திரமாக மாற்றிக் கொள்வதில்லை.

'Artist' என்பதற்கும் 'Artisan' என்பதற்கும் இந்தச் சிறு வித்தியாசம் தான் - ஆனால் 'Artisan' தன்னை 'Artist' ஆக மாற்றிக்கொள்ள முடியும் -

ஆம் - நம்மிடம் Artistகளிலும் Artisanகள் உண்டு -

Artisanகளிலும் Artist உண்டு.

ஓவியம் என்பது கோடுகளால் ஆனது. அதில் உள்ள ஒவ்வொரு கோடும் மகத்தானது. அதில் ஒரு கோடு மாறினாலும் அதன் பொருள் மாறிவிடும்.

ஒரு ஓவியம் நம்மை மென்மைப்படுத்த முடியும் - நம் உணர்வுகளைச் சீவிக் கூர்மைப்படுத்தலாம் - நமது புலன்களைச் செதுக்கலாம் -

ஒவ்வொரு சிறந்த ஓவியமும் நம்மைச் செம்மைப்படுத்தி நம் மெல்லிய உணர்வுகளை வெளிக்கொணர வல்லது.

நல்ல கவிதையை வாசிக்கும்போது,

நல்ல இலக்கியத்தை அசைபோடும்போது,

நல்ல இசையைக் கேட்கும்போது

நல்ல நடனத்தைப் பார்க்கும்போது

ஏற்படும் மெல்லிய அதிர்வுகள் ஓர் ஓவியத்தைப் பார்க்கும் போது ஏற்படுகின்றது - காரணம் எல்லா நுண்கலைகளின் ஆதாரமும் ஒன்று தான்.

'ஓவியம்' ஒரு குருவின் காலடியில் நிகழும்போது, அது கைவண்ணத்தை மட்டுமல்ல - மனதையும் உருமாற்றுகிறது.

ஆனால், குருவின் சாயல் தன் ஓவியத்தின் மீது வந்துவிடாமல் பார்த்துக்கொள்வது அவசியம் - நேரடியாகக் குருவிடம் கற்றுக் கொள்ளாவிடினும், யாரையாவது முன் மாதிரியாக வைத்துக்கொண்டு, அந்த தாக்கத்தின் அவர்களை உதாரணமாக வைத்துக்கொண்டு கலைகளில் ஈடுபடுகிறவர்களும் உண்டு.

'பின்பற்றுதல்' என்பதற்கும்

பிரதிபலித்தல் என்பதற்கும் மிகுந்த வேறுபாடு உண்டு.

Imitation - என்பது போலச் செய்தல் - ஒருவர் மாதிரியே நடப்பது - அவர் மாதிரியே பேசுவது - அவர் மாதிரியே எழுதுவது - அதே குரலில் பாடுவது அது செயற்கையாக நிகழ்வது.

Reflection - என்பது பிரதிபலித்தல் - இயல்பாக நிகழ்வது குளத்தில் நிலவு பிரதிபலிப்பதைப்போல குருவை சிஷ்யன் தன் படைப்புகளில் காட்டுவது.

எத்தனைப் புதுமையாக நாம் ஓவியங்களைச் செய்தாலும், அவற்றையும் மீறி நம் நெடிய பாரம்பரியமும், நம் முன்னோர்களின் செய்கைகளும், அதில் பிரதிபலிக்கத்தான் செய்கின்றன. நமது தற்சமயக் கலை ஒரு தொடர்ச்சி.

புதுமை எப்போதும் பழமையின் தொடர்ச்சி - நீட்சி - வளர்ச்சி ஒன்றிலிருந்து ஒன்றாய் அது உருவாவது -

சிலநேரம் மீனிலிருந்து தவளையானதைப் போன்ற சாதாரண வளர்ச்சியாக இருக்கலாம் - சில நிகழ்வுகளில் பல்லிகளிலிருந்து பறவையாவது போன்ற அசாதாரண வளர்ச்சியாக இருக்கலாம்.

ஒரு பிறவி ஓவியன் மிகவும் பிரசித்தியான ஓவியரிடம் சில நுட்பங்களைக் கற்றுக்கொள்ளச் சென்றான் -

குருவுக்கு சிஷ்யனின் அபரிமிதமான கையசைவுகளைக் கண்டு பொறாமை - அது சரியில்லை, இது சரியில்லை என்று எல்லா நேரமும் குறை சொல்லிக்கொண்டேயிருந்தான்.

ஒருமுறை தங்க மீனை வரையும் பயிற்சியில் அவன் தத்ரூபமான தங்க மீனை வரைந்திருந்தான் - 'இது சரியில்லை' என்று அந்த குரு அந்த ஓவியத்தைத் தூக்கித் தண்ணீரில் எறிந்தார். அந்த ஓவியத்திலிருந்த தங்க மீன் அதிலிருந்து நீந்தித் தண்ணீருக்குள் சென்றுவிட்டது.

கலைகள் எல்லாம் நாம் நீந்திக் கரையேற;

மற்றவர்களையும் மகிழ்ந்து கரையேற்ற.

*

25. ஒவ்வொரு ஜனனமும் மரணமே

காலத்தை யாராவது வெல்ல முடியுமா?
காலம் அனைத்தையும் தாண்டியது -
மாற்றம் அதன் அடையாளம் -
மாறுதல் என்பது அழியாத மச்சம் - காலம் போடும் கையொப்பம் -
வளர்ச்சி காலத்தின் கொடை என்றால் -
மரணம் அதன் இன்னொரு பரிமாணம் -
மரணம் தேவையில்லை என்றால், வளர்ச்சியும் நின்றுபோகும் -
செடி மரமாக முடியாது;
காய் கனியாக முடியாது;
மொட்டு மலராக முடியாது;
கன்று பசுவாக முடியாது;

முதுமை இளமையின் தொடர்ச்சி - இளமை முதுமையின் தொடக்கம் - பிறப்பு என்பது மட்டுமல்ல; அதுவும் ஒரு மரணம் தான். பிறப்பின்போது ஏற்படும் நடுக்கத்தை நாம் ஞாபகத்தில் முடிந்து வைத்திருப்பதில்லை -

ஒரு கருப்பையில் இருந்த இரட்டைக் குழந்தைகள் தங்களுக்குள் பேசிக்கொண்டனர்.

"நாம் இருக்கும் அறையின் சுவர்கள் சிறிதாகின்றனவா? பெரிதாகின்றனவா?"

"தெரியவில்லை - ஆனால் நெருக்கடியாக இருப்பது போலத் தோன்றுகிறது."

"ஒரே மாதிரியான மந்தமான வாழ்க்கை."

"நிச்சயமாக இல்லை - நாம் சுவாசிக்கவோ உணவருந்தவோ தேவையில்லை. மிதந்தால் போதுமானது."

"ஆனால் இது மட்டுமே இருத்தலுக்குப் போதுமானதா?"

"நீ கவலைப்படாதே!"

"நான் பிறப்பு என்று ஏதோ கேள்விப்பட்டேன்."

"எல்லாம் வதந்தி" என்றது மற்றொன்று.

அடுத்தநாள் காலை ஒருவிதச் சுருக்கம் இருவரையும் எழுப்பியது.

"ஓ! பெரிய பூகம்பம்" என்றது ஒன்று.

"வீடு தகர்கிறது" என்றது மற்றொன்று.

"நான் நழுவுகின்றேன்."

"எங்கே போகிறாய்."

"தெரியவில்லை - உதவி புரிவாய்"

"என்னால் முடியவில்லை."

"நான் போய்வருகிறேன் சகோதரா?"

"இது உண்மையாகவே பயங்கரம்-" என்று இரண்டாவது குழந்தையும் நழுவத் தொடங்கியது. நிச்சயம் நமது எல்லாவற்றிற்குமான முடிவு என்று நினைத்துக் கொண்டது.

இந்தச் சின்ன உருவகக் கதையை மரணத்திற்கும் ஜனனத் திற்குமான, தொடர்பாக நினைத்துப் பார்க்க முடியும்.

ஒரு குழந்தை பிறக்கிறது - பிறக்கும்போது அது ஓவென்று அழுகிறது - நம்மைப் பொறுத்தவரை எது ஜனனமாக இருக்கிறதோ, அது அந்தக் குழந்தையைப் பொறுத்தவரை ஒரு மரணம் -

பாதுகாப்பான கதகதப்பான சூழலில் -

உண்ணவேண்டிய அவசியமின்றி -

சுவாசிக்க வேண்டிய நிர்ப்பந்தமின்றி -

எல்லாவற்றையும் தனக்காக வேறொருவர் செய்யும் சூழலிலிருந்து புதிய சூழலுக்குள் புகுவது ஆபத்தானதுதான் - ஒவ்வொரு புதிய சூழலில் நுழையும்போதும் நமக்குள் ஒரு மரணம் நிகழ்கிறது.

அதன் அழுகையில் ஆயிரம் அர்த்தங்கள் இருக்கின்றன.

ஒவ்வொரு குழந்தையின் அழுகையும் அதன் பயத்தைப் புலப்படுத்துகிறது - பிறப்பும் ஒருவித இறப்புதான் குழந்தையைப் பொறுத்தவரை.

கரு -

சிசு -

மகவு -

குழவி -

குழந்தை -

மழலை -

என்று கொஞ்சம் கொஞ்சமாக வளர்ச்சியை நாம் வார்த்தைகளால் சித்திரிக்கின்றோம் -

"தோன்றிற் புகழொடு தோன்றுக அஃதிலார்
தோன்றலின் தோன்றாமை நன்று"   (குறள் - 236)

என்கிற திருக்குறளுக்குப் 'பிறக்கும்போதே புகழுக்குரிய குணங்களோடு தோன்றுக. இல்லாவிட்டால் பிறக்காமலே இருப்பது நல்லது' என்ற பொருளும் சொல்லப்படுகிறது.

'புகழுக்குரிய குணங்களோடு பிறப்பதை யார் தீர்மானிக்கிறார்கள்?'

'பிறப்பு யார் கையில் இருக்கிறது?'

'குழந்தையா தன் பிறப்பைத் தீர்மானிக்கிறது?'

தற்கொலை முயற்சி என்பதை ஏன் தண்டனைக்குள்ளாக்குகிறார்கள் என்றால்,

பிறப்பை மட்டுமல்ல - இறப்பைக்கூட இயற்கைதான் தீர்மானிக்க வேண்டும் என்பதற்காகத்தான் -

புகழ் - செயல்பாடுகளால் -

பணிகளால்

ஆற்றல்களால்

அன்பினால்

கருணையினால் தோன்றுவது.

நாமாகத் தேடாமல் தானாகக் கிடைப்பது.

நாம் தேடினால் அது நழுவிவிடும்.

குழந்தை பிறக்கும்போது புகழ் கிடைப்பதில்லை -

வளர வளர அதன் குணங்களால் புகழ் தேடி வரலாம்.

'தோன்றிற் புகழொடு தோன்றுக' என்றால்

'இவனெல்லாம் ஏன் பிறந்தான் - பிறக்காமலேயே இருந்திருக்கலாமே?' என்று மற்றவர்கள் கூறும்படியாக வாழாமல் வாழ்க்கைக்கு ஒரு பொருள் உண்டாகும்படியாக, அவன் வாழும் வாழ்க்கைக்கு மகத்துவம் ஏற்படும்படியாக வாழவேண்டும்.

"பிறந்தால் இவனைப் போல் பிறக்க வேண்டும் - இல்லா விட்டால் பிறக்காமலே இருக்கலாம்" என்று அவர்கள் ஆச்சரியப் படும்படி வாழ்ந்துகாட்ட வேண்டும் என்கிறார் வள்ளுவர்.

பிறப்பு - இறப்பின்போது தீர்மானிக்கப்படுகிறது.

இறப்பின் கையில்தான் பிறப்பிற்கான தராசு இருக்கிறது.

*

26. அடையாளம்

துக்கம் வரும்போது கறுப்பு உடை அணிகிறோம் -

கறுப்புக் கொடிகாட்டி வெறுப்பை உமிழ்கிறோம் -

'கறுப்பு' என்பது நமக்கு எப்போதும் மகிழ்ச்சிக்குரிய நிறமல்ல -

கூந்தலுடை மட்டுமே மனிதன் கறுப்பு நீடிக்க வேண்டுமென்று நினைக்கிறான் -

'கறுப்பு' ஏன் அப்படிக் கருதப்படுகிறது?

கறுப்பு நிறமல்ல -

அது நிறங்களற்ற தன்மை -

எந்த நிறமும் இல்லாத தன்மை கறுப்பு -

மகிழ்ச்சியை நாம் வண்ணங்களால் கொண்டாடுகிறோம். வண்ண உடையணிகிறோம் -

வண்ணக் கோலமிடுகிறோம் -

வண்ண வண்ண வாணவேடிக்கைகளால் அலங்காரம் செய்கிறோம் -

வண்ண வண்ணப் பதார்த்தங்களால், பழங்களால், தோரணங் களால் விளக்குகளால் கொண்டாடுகிறோம் -

'Colourful event' என்று சொல்லுகிறோம் -

துக்கத்தை 'நிறமில்லாமல்' 'Colourless' மூலமாகத் தானே எதிர்கொள்ள முடியும்?

எனவே கறுப்பைத் தேர்ந்தெடுத்தோம் -

கறுப்பு எந்த நிறமும் இல்லாத தன்மையென்றால்

வெண்மை எல்லா நிறங்களும் இருக்கும் தன்மை -

வெள்ளைக் கதிரைப் பிரிக்கும்போது ஏழு வண்ணங்களும் கிடைக்கின்றன -

எல்லா வண்ணங்களும் இணையும்போது வெண்மை உண்டாகிறது -

எல்லா மனங்களும் ஒன்றுபடும்போது சாந்தி உண்டாகிறது. சமாதானம் உண்டாகிறது.

அதனால்தான் சமாதானத்திற்கு நாம் வெண்மையை அடையாள மாக்குகிறோம்.

மனிதனுக்குக் கறுப்பு நிறத்தின்மீது பயம், அசூயை, வெறுப்பு எப்போதுமே உண்டு.

அதனால்தான் 'இருள்' அவனைப் பயமுறுத்துகிறது.

அவன் சதுரங்கம் ஆடும்போது 'வெள்ளை' முதலில் நகர்கிறது.

காரம்போர்டு ஆடும்போது கறுப்புக்கு ஒரு மதிப்பெண் வெள்ளைக்கு 'இரண்டு' மதிப்பெண்.

உண்மையில் நிறம் என்று பார்த்தால், ஒரு பொருள் எந்த நிறத்தை உறிஞ்சாமல் பிரதிபலிக்கிறதோ அந்த நிறத்தில் அது தென்படுகிறது - எடுத்துக்காட்டாக ஒரு பொருள் பச்சை நிறமாகத் தெரிகிறது என்றால், அது பச்சை நிறத்தைத் தவிர மற்ற நிறங்களையெல்லாம் உறிஞ்சிக் கொள்கிறது என்று தான் பொருள்.

அப்படியாயின் கறுப்பு நிறத்திலுள்ள பொருள் வெளிச்சத்தில் எல்லா வண்ணங்களையும் உள்ளிழுத்துக் கொள்கிறது என்று உணரலாம்.

ஆகையால் எது நீலமாக இருக்கிறதோ, அது உண்மையிலே நீலமாக இல்லை - நீலத்தைத் தவிர எல்லாமாகவும் இருக்கிறது.

சூரியன் மறைந்தபின்பும் 'Refraction' என்கிற காரணத்தால் வானம் சிவப்பாகவே தெரிகிறது -

'கானல்நீர்' என்பது கண்கட்டி வித்தையாய் இயற்கை நடத்தும் வினோதம் - கடல் வானத்தைப் பிரதிபலிப்பதால்தான் நீலமாக இருக்கிறது என்கிறது விஞ்ஞானம் -

நிறங்கள் மனிதவாழ்வை எவ்வளவோ பாதிக்கின்றன -

தோலின் நிறத்தால் தீராத பகைமை உண்டாகியிருக்கிறது -

பல பேரரசின் நாற்காலிகள் நடுங்கியிருக்கின்றன;

பல சாம்ராஜ்யங்கள் சரிந்திருக்கின்றன.

'மெலாக்னின்' புள்ளிகள் அதிக அளவில் இருந்தால், தோல் நிறம் கறுப்பாகிறது.

நிறத்தை யாராவது விளக்க முடியுமா?

நிறத்தை மட்டுமா?

ஒளியை, நீரை, ஒலியை, வாழ்க்கையை, மகிழ்ச்சியை, ஆனந்தத்தை, எதையாவது யாராவது விளக்கிச் சொல்ல முடியுமா?

கறுப்பு என்ன மட்டமான நிறமா?

கறுப்பாய் இருக்கும் குயிலிடமிருந்து அழகிய பாடல்கள் வெளிப்படவில்லையா?

கறுப்பாய் இருக்கும் காகம் தெருக்களைச் சுத்தம் செய்து 'ஆகாயத் தோட்டியாய்' வலம் வரவில்லையா?

கறுப்பாய் இருக்கும் மேகம் மழையாய் இறங்கி பூமியைக் குளிர்விக்கவில்லையா?

மண் கறுப்பாக மாறமாற அதில் உள்ள 'ஆர்கானிக் கார்பன்' அதிகமாகி பயிர்களைச் செழிக்கச் செய்வதில்லையா?

உடலின் முக்கிய பாகங்களையெல்லாம் கறுப்பாய் இருக்கும் முடி 'காபந்து' செய்யவில்லையா?

சிந்திப்போம் - ஆழமாக

முல்லா நசிருதீனைப் பற்றிய கதை.

தனது பக்கத்து வீட்டுக்காரர்கள் கறுப்பு உடையணிந்ததைக் கண்டு காரணம் கேட்டார் முல்லா.

"எங்கள் தாத்தா இறந்துவிட்டார். அதற்குத் துக்கம் அனுஷ்டிக்கத் தான் இந்தக் கறுப்பு உடையை அணிந்திருக்கிறோம்" என்றார்கள் அவர்கள்.

அடுத்தநாள் முல்லா வீட்டுக் கோழிக்குஞ்சுகள் கழுத்தி லெல்லாம் கறுப்பு ரிப்பன் தொங்கிக் கொண்டிருந்தது.

'ஏன்'என்று கேட்டார்கள்.

"இந்தக் குஞ்சுகள் தாயை இழந்துவிட்டன. அதனால் கறுப்பு ரிப்பனைக் கட்டிக்கொண்டு துக்கம் அனுஷ்டிக்கின்றன."

"அப்படியா! எப்படி அதன் தாய் இறந்தது?"

"என் மனைவி இன்று அதைக் கறி சமைத்துவிட்டாள்" என்றார் முல்லா.

நமது துக்கங்களில் உண்மையுமில்லை

நமது வருத்தங்களில் ஆழமுமில்லை.

*

27. வாழ்க்கை

"நாம் நீளமான புத்தகங்களை எழுதுகிறோம். ஆனால், அதில் ஒரு பக்கத்தைக்கூட மகிழ்ச்சியோடு எழுதுவதில்லை; ஒட்டுமொத்தமாக ஒரு வடிவத்தை மனதில் வைத்துக் கொண்டு பணம் பண்ணுவதற்காக நம் தலையை அரசியலால் நிரப்பிக் கொண்டு எல்லா மந்தமான செயல்களையும் செய்கிறோம். ஆனால், இந்திய நாகரிகத்தைப் போலவே தாகூரும் ஆத்மாவைக் கண்டுபிடிப்பதற்காகத் தன்னை முழுவதுமாக ஒப்படைத்தவர்" என்று தாகூருடைய கீதாஞ்சலிக்கு முன்னுரை அளித்தவர் வேறு யாருமல்ல; அவருடைய கவிதைகளை உணர்ந்து வாசித்து மகிழ்ந்து, தன்னை வெளிப்படுத்திய இன்னொரு நோபல் பரிசு பெற்ற மாபெரும் கவிஞர் ஏட்ஸ்.

இரவீந்திரநாத் தாகூரைப் பொறுத்தவரை, அவருடைய குடும்பமே கலைஞர்களைக் கொண்டது. அவருடைய சகோதரர்கள் சிறந்த ஓவியர்கள், ஒரு சகோதரர் மிகச் சிறந்த ஞானி.

மரக்கிளைகளிலிருந்து இறங்கிவந்து அணில்கள் அவருடைய முட்டிகளில் ஏறி விளையாடும், பறவைகள் அவருடைய கைகளின் மீது வந்து சிறகடித்து இறங்கும். தாகூருடைய கவிதை மிகவும் எளிமை யானது; அது ஆடம்பரமில்லாமல், அலங்காரமில்லாமல் உண்மையை நோக்கிப் பயணம் செய்கின்ற தெளிந்த நீரோடையாய்த் தென்படுகிறது.

இளவரசனின் ஆடைகளையும், தன் கழுத்தைச் சுற்றி விலை யுயர்ந்த ஆபரணங்களையும் அணிந்து இருக்கும் குழந்தை, விளையாடு வதில் இருக்கின்ற அனைத்து மகிழ்ச்சியையும் இழந்து விடுகிறது. அந்த உடை, அது ஒவ்வொரு அடி வைக்கின்றபோதும் இம்சையாக இருக் கின்றது. எங்கே தன்னுடைய துணி புழுதியில் பட்டுவிடுமோ என்கிற பயத்தில் அசைவதற்குக்கூட அச்சப்பட்டு அது உலகத்திலிருந்து விலகியே இருக்கிறது.

தாகூருடைய இந்தக் கவிதை மகத்தானது. மனிதன் பல அலங்காரங்களை அணிந்துகொண்டு பெருமைப்படுகிறான். ஒவ்வொரு முறை ஓர் அலங்காரத்தைச் சேர்த்துக் கொள்ளும் போதும் அவன் சுதந்தரம் பறிபோகிறது என்பதை அவன் மறந்துவிடுகின்றான். அவனால் சகஜமாக இருக்க முடியவில்லை.

எதை அழகு என்று நினைக்கின்றானோ அதுவே ஆபத்தாக முடிகின்றது.

எதை அலங்காரம் என்று நினைக்கின்றோமோ அதுவே இடைஞ்சலாக முடிகின்றது. நாம் சேர்த்து வைக்கின்ற பணம், சொத்து, நமக்குப் பின்னால் தொங்கிக்கொண்டு இருக்கும் படிப்புகள், நம் முன்னால் ஒட்டிக்கொண்டு இருக்கும் பட்டங்கள் இவை அனைத்துமே பாதுகாப்பு என்று கருதிக்கொண்டு இருக்கின்றோம். ஆனால் அவையே நம்முடைய பயத்துக்குக் காரணமாகவும் இருக்கின்றன.

ஏனென்றால், எந்த நேரத்தில் வேண்டுமானாலும் அவற்றை இழந்துவிடலாம் என்கின்ற அபாயம் காத்து இருக்கின்றது. அடுத்த தலைமுறைக்கு அவற்றை இன்னும் விரிவுபடுத்தித் தர வேண்டுமே என்கின்ற கவலையும் சேர்ந்து கொள்கின்றது. புதிய உடைகளை அணிந்த குழந்தை எப்படி மற்ற குழந்தைகளோடு மண்ணில் விளையாட முடியவில்லையோ, அதைப் போல சகஜமான வாழ்க்கைக்குச் செல்ல முடியாமல் நாம் தடுமாறுகிறோம். நிகழ்காலத்தைப் பயத்திலும், கவலையிலும் தொலைத்து விட்டு எதிர்காலத்தைக் கேள்விக்குறி ஆக்கிக்கொண்டிருக்கின்றோம்.

ஒரு கவிதை

"நான்
என் சுமையைப் பகிர்ந்துகொள்ள ஆள்தேடினேன்;
கிடைத்தான்
இப்போது
அவனையும் சேர்த்துச் சுமக்கிறேன்."

நாம் எவற்றைப் பாதுகாப்பு என்று நினைக்கிறோமோ அவைதான் நம்மைப் பாதுகாப்பின்மைக்கு அழைத்துச் செல்கின்றன. நாம் எதைச் சேமிப்பு என்று நினைக்கிறோமோ, அவையே பெரிய இழப்பின் அடையாளங்களாகவும் ஆகிவிடுகின்றன. நம் ஒவ்வொரு சேமிப்பின் போதும், நாம் தொலைத்தவை நினைவுக்கு வருகின்றன. மகிழ்ச்சியான வாழ்க்கை என்பது பொருள்களில் இல்லை; சகஜமாய் வாழ முடிவதில் அது அடங்கியிருக்கிறது. கவலைகள் இல்லாமல் பயம் இல்லாமல் வாழ்கிற வாழ்க்கை ஒரு கொண்டாட்டமாக இருக்கிறது. நம் ஆபரணங்கள் எல்லாம் ஒரு வகையில் நம்மைப் பிணைக்கின்ற சங்கிலிகள். குழந்தையின் சந்தோஷம் புழுதியில் இறங்கி மற்ற குழந்தைகளோடு விளையாடுவதில்தான் உள்ளது. அதைப் பொருத்த வரை ஆபரணங்களுக்கு அங்கே மரியாதை இல்லை. குழந்தைப்

பருவத்தில் குழந்தைத்தனத்தைத் தொலைத்தவர்கள் வாலிபப் பருவத்தில் குழந்தைத்தனத்துடன் நடந்து கொள்கிறார்கள். குழந்தை என்பது வெறும் பருவம் மட்டுமல்ல அது ஒரு குறியீடு. எல்லோரிடமும் ஒரு குழந்தைஇருக்கிறது. வாய்ப்புக் கிடைக்கிறபோதெல்லாம் துள்ளிக் குதிக்கிறது.

தாகூருடைய இந்தக் கவிதை வாழ்க்கையைப் பற்றிய ஓர் உயர்ந்த விமரிசனம். மகத்தான வாழ்க்கை என்பது சாதாரணமாக வாழ்வது. சாதாரணமாக வாழ்வது என்பது இயல்பாக வாழ்வது, பிரயத்தனங்கள் இன்றி வாழ்வது.

*

28. துளையுள்ள மூங்கில்

ஆன்மீகம் என்பது -

வாழ்க்கையை அனுபவமாக மாற்றிக்கொள்வது -

மகிழ்ச்சியோடு ஒவ்வொரு நிகழ்வுகளையும் அணுகுவது -

ஒவ்வொரு நொடிகளையும் புதுப்பித்துக் கொள்வது -

தன்னையே ஒரு புதிய ஏற்பாட்டுக்குத் தயார் செய்து கொள்வது -

ஆன்மீகம் என்பது -

பூஜை அல்ல, சடங்கு அல்ல வழிபாடு என்று சொன்னால்...

வாழ்க்கையையே வழிபாடாக மாற்றிக் கொள்வது.

ஆன்மீகம் என்பது...

துறவு அல்ல, துறப்பதற்குத் தயாராக இருப்பது.

தாமரை இலைமேல் தண்ணீரைப் போல் உலகத்திலிருப்பது

ஆனால்...

உலகத்தினராய் இல்லாது இருப்பது!

ஒரே காட்டில் இரண்டு மூங்கில்கள் வளர்ந்தன. ஒன்று தன்னை அடைத்துக்கொண்டு - நிறைத்துக்கொண்டு - வளர்ந்தது. மற்றொன்று வெறுமையாய் துவாரமாய் துளையுடன் வளர்ந்தது.

அடர்த்தியாய் அடைத்துக்கொண்டு வளர்ந்த மூங்கில் பெருமையாய் மற்ற மூங்கிலைப் பார்த்து அடிக்கடி புன்னகை புரியும்.

"பார், நான் எவ்வளவு பலசாலி என்று!" காலங்கள் கழிந்தன. இரண்டு மூங்கில்களும் பழுத்தன. அறுவடையாயின.

அடைத்துக்கொண்டு வளர்ந்தது, சாரமாய் கட்டடம் கட்டப் பயன்பட்டது. துளையுள்ள மூங்கில் சாளரமாய், புல்லாங் குழலாய்த் தயாராகி, இனிய இசையை வாசிப்பவர்கள் இதழ்களிலிருந்து பிறப்பித்தது.

அடைத்துக்கொண்டிருப்பது தன் முனைப்பைத் தருகிறது.

ஆளுமையைத் தருகிறது.

நிறைவைத் தருகிறது.

கர்வத்தை உற்பத்தி செய்கிறது.

கனத்து இருப்பது பெருமைக்குரியதாக நினைக்கப்படுகிறது.

அந்தக் கனம் வெறும் கல்லால் ஆன - சுமையினால் ஆனதாக இருந்தாலும். . .

அடைத்துக்கொண்டால் ஏற்படும் உறுதி உடல் ரீதியானது அதனால் உண்டாகும் பலம் மேம்போக்கானது.

பலம் மேம்போக்காக இருக்கும்போது நீடிப்பதில்லை.

சாரம் செய்யும் மூங்கிலின் உபயோகம் பத்தோடு பதினொன்றாய் - எந்தத் தனித்தன்மையும் அமையாமல்...

சாரம், மற்றவர்கள் கால்களின் அடியில் மிதிபடுவதற்காக; மற்றவர்கள் உபயோகித்துக் கொள்வதற்காக...

எந்த மலர்ச்சியுமில்லாமல், உயிரற்ற தன்மையாய் மறைந்து விடுவதற்காக...

மேம்போக்கான வளர்ச்சி என்பது மற்றவர்கள் கையில் ஆயுதமாகிப் போவதோடு தனக்கென்று ஏதும் புரிதலில்லாமல் போகிற நிலைமை.

எப்போதும் வெறுமையாய் இருக்கும் மூங்கில் வெளிப் புறத்தில் மென்மையாயிருக்கும் -

எளிதில் துளையிடலாம் -

துளையிட முடிகிற காரணத்தாலேயே, காற்று உள்ளே நுழைய ஏதுவாகிறது.

உள்ளே நுழைகிற காற்று வெளியே வருகிறபோது, இசையாக மலர்கிறது.

பல தலைமுறைகளைக் கடந்தும், சில புல்லாங்குழல்கள் பாதுகாக்கப்படுகின்றன.

மென்மையாய், காற்று தனக்குள் புக அனுமதிப்பதாலேயே வெற்று மூங்கில்கள் (Hallow bamboos) அதிக காலம் வாழ்கின்றன.

வீண் சித்தாந்தங்களையும், தேவையற்ற - கடன் வாங்கப்பட்ட கருத்துக்களையும் தனக்குள் திணித்துக் கொள்பவன் அடைபட்ட மூங்கிலாக ஆகிப்போகிறான்.

அவன் தன்னை அடைத்துக்கொண்டதாலேயே புதிதாய் எதுவும் உள்ளே நுழைவதற்குத் தடையாக இருக்கிறான்.

புதிதாக ஏதேனும் நுழைய முற்படும்போது, பயத்தினால் நடுங்குகிறான்.

ஆம் - நமது நாட்டில் குப்பைத் தொட்டிகள் எப்போதும் நிறைந்து கிடக்கின்றன.

புல்லாங்குழல்கள் எப்போதும் காலியாய்க் கிடக்கின்றன.

தான் நிறைந்திருப்பதாய்க் குப்பைத் தொட்டிகள் குதூகலிக் கின்றன.

தன்னைக் காலியாய் வைத்திருப்பவன் காதுகளில் நுழைகிற காற்று, சங்கீதமாகிறது.

அடைத்துக்கொண்டிருப்பவன் காதுகளில் நுழைகிற காற்று கந்தகமாகிறது.

அடைத்துக்கொண்டே பழக்கப்பட்டவன்தான், எதையாவது அது நரகலானாலும் - கந்தையானாலும் - மனதில் அடைத்துக் கொண்டு சிரமப்படுகிறான்.

தனக்கு எல்லாம் தெரியும்...

தனக்குத் தெரியாதது எதுவுமில்லை - என நினைப்பவன் அடைத்துக்கொண்டிருக்கும் மூங்கிலாகிறான்.

அவன் அறிவைச் சாரமாக்கிச் சிலர் முன்னேறி விடுகிறார்கள்.

'நான் வெறுமையாயிருக்கிறேன்' என

ஆழ்ந்து நுகருகிற தன்மையிலிருப்பவன், துளையுள்ள மூங்கிலாகிறான்.

அவன் இருத்தல் முழுமையையும் சுகப்பட வைக்கிறான்.

அவன் வளர்ச்சிக்கான எல்லைகள் விரிந்துகொண்டே செல் கின்றன.

அவன் வளர்வதாலேயே மரணமடைவதில்லை.

புல்லாங்குழல்களுக்கு ஏது மரணம்!

*

29. கற்பனை

**கற்பனை என்பது என்ன என்று
நாம் கொஞ்சம் சிந்திக்கலாம் -**

இன்று உலகம் அடைந்திருக்கும் அத்தனை முன்னேற்றத்திற்கும் காரணம், நாம் கற்பனை செய்தவை தான்.

இன்றைய விஞ்ஞானத்தின் வளர்ச்சி, கலையின் வெளிப்பாடு, நமது கட்டடக்கலை, நமது அழகியல் ஆகிய அனைத்துமே நமது மனத்தின் நீட்சி - எண்ணங்களின் நீட்சி - இப்படி இருந்தால் எப்படி என்று யோசித்ததன் விளைவு - அந்த யோசனையைச் செயலாக்கமாக மாற்ற மேற்கொண்ட முயற்சி.

Imagination என்று சொல்லப்படுகின்ற 'கற்பனையை' நாம் அப்பொழுதெல்லாம் கற்பனை என்று சொல்வதில்லை.

Visualization - தொலைநோக்குப் பார்வை;

Vision - தீர்க்க தரிசனம்;

Creative thinking - ஆக்கபூர்வமான சிந்தனை;

Inventive thinking - கண்டுபிடிப்புச் சிந்தனை - என்று வகைப்படுத்துகிறோம்.

நம்முடைய ஆளுகைக்குள் இருக்கின்றபோது, நாம் நமது எண்ணங்களின் நீட்சியைக் கற்பனை என்று சொல்வதில்லை.

ஆனால், எப்போது நாம் எண்ணங்களின் சக்திக்குள் அடைபட்டுப் போகிறோமோ - அதன் சக்திக்குள் அடங்கிப் போகிறோமோ, அப்போதுதான் அதைக் கற்பனை என்கிறோம்.

கற்பனை என்கிறபோது இருப்பவற்றை வித்தியாசப்படுத்தி வேறு மாதிரி எண்ணிச் சிந்திப்பது கற்பனையல்ல - அது விஞ்ஞானம் - தொலைநோக்கி.

இல்லாதவற்றை, இல்லாத திறமைகளை இருப்பது போல் எண்ணிக்கொள்வது கற்பனை.

கலைகளில்கூட, உயர்ந்த இலக்கியங்களைப் படைப்பது என்பது கற்பனையால் என்று சொல்லக்கூடாது. அது creative thinking - அது ஒருவிதமான மனத் தயாரிப்பு.

சுதந்திரம் அடைவதற்கு முன்பே சுதந்திரம் அடைந்துவிட்டோம் என்று பாரதியார் பாடியது மனத் தயாரிப்பு - உலகத்தை 80 நாட்களில் சுற்றியதாக Julius Verne எழுதியது ஒரு மனத்தயாரிப்பு - Time machine என்கிற H.G. Wells நாவல் ஒரு inventive thinking.

கற்பனைக்கும் பகல் கனவுக்கும் வித்தியாசம் உண்டு. எப்பொழுது நாம் பகல் கனவைக் கட்டுப்படுத்த முடியவில்லையோ, அப்போது அது கற்பனையின் ஓர் அங்கமாகிப் போகிறது.

கற்பனையில்கூட, 'எதிர்மறையான கற்பனை' (Negative Imagination) உண்டு. நாம் அருவருக்கத்தக்க, தேவையில்லாத, இனிமையற்ற விஷயங்களை எண்ணிக்கொண்டு நம்மை நாமே துன்புறுத்திக்கொள்வது எதிர்மறையான கற்பனை.

'Melancholic' என்கின்ற மனநோய்க்கு அது வழி வகுத்துவிடும். அப்படிப்பட்ட நிலையில் இருப்பவர்களுக்கு வாழ்க்கை கசந்துபோய் விடும் - அவர்கள் விரைவில் தற்கொலைக்குத் தயார்படுத்திக் கொள்வார்கள்.

ஒருமுறை தற்கொலை செய்துகொள்ளத் தீர்மானித்தவர்கள் தற்கொலையினாலேயே இறந்துபோவார்கள். தற்கொலையும் ஒரு குற்றம் என்று இந்திய தண்டனைச் சட்டம் சொல்கிறது. ஆனால், அதில் அந்தக் குற்றத்தைச் செய்தவனைத் தண்டிக்க முடியாது. ஏனென்றால் குற்றத்தைச் செய்து முடித்தவன் தண்டிப்பதற்கு உயிரோடு இருக்க மாட்டான்! அதனால்தான், இதற்கு முயற்சி செய்யும் போதே அவன் பிடிபட்டால் அவன் தண்டிக்கப்படுவான் என்று சட்டம் சொன்னது.

'எதிர்மறையான கற்பனை'வாதிகள் எப்போதும் எதிர் மறையான சிந்தனைகளையே கொண்டிருப்பார்கள். அவர்களில் சிலர், தங்களுக்கு இல்லாத நோய்கள் எல்லாம் இருப்பதாகக் கற்பனை செய்துகொள்வார்கள். அதற்கு Hypochondria என்று பெயர்.

எதிர்மறையான கற்பனைதான் எல்லோரையும் சந்தேகிக்க வைக்கிறது. யாரையும் எளிதில் நம்பாத தன்மை அதில் அடங்கும். நாம் இனிமையற்ற உணர்ச்சிகளைத் தவிர்க்க ஆரம்பித்தால், எதிர்மறையான கற்பனைகளிலிருந்து விடுபட முடியும். எதிர் மறையான கற்பனைகளே இல்லாமல் உலகத்தில் யாரும் இருக்க முடியாது. ஆனால், அது எவ்வளவு குறைவாக இருக்கிறதோ அவ்வளவு நம்பிக்கைவாதியாக,

ஆக்கபூர்வமான சிந்தனை உள்ளவனாக தொலைநோக்குப் பார்வை உள்ளவனாக மனிதன் இருக்கிறான். செயல்படத் தொடங்குகிறான்.

வாழ்வில் ஏதோ ஒரு காலகட்டத்தில் நேர்ந்த கசப்பான சம்பவம் கூட, நம்முள் எதிர்மறையான சிந்தனைகளை, கற்பனைகளை ஏற்படுத்தச் செய்யலாம் - 'Obsession' என்கின்ற மனநிலைக்கு அது நம்மைத் தள்ளிவிடும்.

நம்முடைய எதிர்மறையான உணர்ச்சிகள் என்ன என்று நாம் பட்டியலிட வேண்டும். அவற்றை ஆய்ந்து, அவற்றிற்கு மூலகாரணம் என்ன என்பதைக் கண்டறிய வேண்டும். நமது விரக்திக்கு என்ன காரணம் - சோர்வுக்கு என்ன காரணம் என்று நாம் பார்க்கவேண்டும்.

அப்போது கொஞ்சம் கொஞ்சமாக அவற்றிலிருந்து விடுபடுவோம் - நமது கற்பனை creative thinking ஆக மாறும் - நம் உலகே அதனால் அழகு மயமாக மாறும்!

*

30. வழிபாடு - பேரம் அல்ல

பிரார்த்தனை என்பது, பேரம் பேசுவது இல்லை; யாசகம் கேட்பதுமல்ல. எதையாவது எப்பொழுதும் கேட்டுக்கொண்டு இருப்பதில்லை. மாறாக, கவனிப்பதில் இருக்கிறது.

இறைமை என்ன சொல்கிறது என்று உற்றுக் கேட்பது பிரார்த்தனை. மவுனமாக இருக்கின்ற போது, நம் மனத்தில் அத்தனைச் சப்தங்களும் அடங்கிய போது இறைமையின் உதடுகள் உச்சரிக்கின்ற ஒலிகள் நம் காதுகளில் விழும். அந்த நொடியில், நம் சக்திகளை எல்லாம் ஒன்று திரட்டி - அதை அன்பாக, கருணையாக, பிரார்த்தனையால் நாமே கருணையாக மாறிப்போனால் நம் எண்ணங்களும், கைகளும் பட்டால் ஆறாத ரணங்களும் ஆறும்; தீராத வலிகளும் தீரும்.

பிரார்த்தனை என்பது அன்பு செலுத்துவது; அன்பைப் பகிர்ந்து கொள்வது. தன்னிடம் அபரிமிதமாக இருக்கும் அன்பை வாரி வாரி வழங்க அது மேலும் மேலும் தொட்டனைத்தூறும் மணற் கேணியாய் ஊறும் அற்புத நிகழ்வு.

பிரார்த்தனையை மூன்று விதமாகப் பிரிக்கலாம்.

முதல் நிலை - தனக்கு இது வேண்டும் அது வேண்டும் என்று எல்லா நேரமும் கடவுளிடம் கோரிக்கைகளை முன்வைப்பது. கடவுளுக்குப் பாலையும், பருப்பையும் தந்துவிட்டு - பதிலாகச் சங்கத் தமிழை விலையாகக் கேட்பது. இதைக் கடைநிலை என்றுதான் சொல்லவேண்டும்.

இரண்டாவது நிலையில், அது இன்னும் சற்று விரிவு படுகின்றது. உலகத்தில் இருக்கும் மற்றவர்களுக்காக எல்லாம் வேண்டுவது. காயப் பட்ட மனிதர்களுக்காக, பசியில் வாடுகின்ற குழந்தைகளுக்காக, நோயில் அகப்பட்ட வயோதிகர்களுக்காக மனமிரங்கி கசிந்துருகிக் கண்ணீர் மல்குவது.

மூன்றாவது நிலை மிக உயர்ந்த நிலை, அங்கே எதுவுமே கேட்கப் படுவதில்லை. மாறாக இறைமை புலன்களின் வழியாக நுழைவதற்கு வசதி செய்துகொடுத்தல்.

புத்தர் ஒரு கதை சொல்வதுண்டு.

வயல்வழியாகச் சென்ற ஒரு மனிதன் புலியை எதிர்கொள்ள நேர்ந்தது. அவன் ஓடத் தொடங்கினான். புலியும் துரத்த ஆரம்பித்தது. அவன் ஒரு மலை உச்சிக்கு வந்தான். ஒரு காட்டுக் கொடியின்

வேர்களைப் பிடித்துக் கீழே தொங்கினான். புலியோ, மேலே இருந்து அவனைப் பார்த்து உறுமிக்கொண்டே இருந்தது. நடுங்கிக்கொண்டே அவன் கீழே பார்த்தான். அங்கே இன்னொரு புலி அவன் கீழே விழுந்தால் சாப்பிடத் தயாராக இருந்தது. அந்தக் காட்டுக் கொடியின் வேரின் பலத்தில்தான் அவன் தொங்கிக்கொண்டு இருந்தான். அந்த வேர் எப்பொழுது அறுந்தாலும் கீழே விழலாம் என்கின்ற நிலையில், இரண்டு எலிகள் அந்தக் கொடியைப் பல்லால் கடிக்க ஆரம்பித்தன. இந்தச் சூழலில் ஒரு அழகான நெல்லிக்காய்ச் செடியை அவன் பார்க்க நேர்ந்தது. அதிலிருந்து ஒரு கையால் கொடியைப் பிடித்துக் கொண்டு இன்னொரு கையால் ஒரு நெல்லிக்காயைப் பறித்து வாயில் போட்டுக் கொண்டான். ஆகா அது எவ்வளவு சுவையாக இருந்தது!

நமது பிரார்த்தனை என்பது ஒரு வகையான தப்பித்தல். எந்த நிமிடத்திலும் நமக்குக் கிடைக்கின்ற நிவாரணம். நாம் மகிழ்ச்சி அடைந்துவிட முடியும். நம்மால் முடிந்ததைச் செய்து விட்டோம் என்று திருப்தியடைந்துவிட முடியும். நெல்லிக்காயைச் சுவைப்பது எப்படி புலிகளிடமிருந்து தப்பிப்பதற்குத் தீர்வைத் தராதோ, அதைப் போல நம் பிரார்த்தனை தீர்வாக இருக்கமுடியாது. காரணம், புலியைக் கண்டு பயந்து ஓடுகிறவன் புலியால் துரத்தப்படுவான். எவன் புலியை எதிர்த்து நின்று போராடத் தயாராக இருக்கின்றானோ, அவன் தைரியத்தின் முன், புலிகூட பூனையாகி விடுகின்ற சாத்தியக் கூறுகள் இருக்கின்றன. பல நேரங்களில், நாம் எந்தப் பிரச்சினைகளைப் புலி என்று நினைக்கின்றோமோ அவை உண்மையில் பூனையைப் போல் தான் கையாளத் தகுந்தவையாக இருக்கின்றன. பிரச்சினைகளைச் சந்திக்கத் துணிகின்றபோதே அவை காணாமல் போய் விடுகின்றன. நாம் பிரச்சினைகளைக் கண்டு ஓடும்போதும் அவை நமக்கு முன்னால் போய் நிற்கின்றன. நாம் ஒன்றைக் கவனிக்கலாம். நாம் நிற்கின்ற எதிர்த் திசைகளிலேயே பேருந்துகள் சென்று கொண்டே இருக்கின்றன. நாம் போக வேண்டிய இடத்தில் இருந்தே அவை திரும்பிக்கொண்டு இருக்கின்றன. நாம் நகங்களை வெட்டிய பிறகே அவற்றிற்கான தேவை எழுகின்றது.

நாம் கடன் வாங்கிக்கொண்டு வருகின்றபோதுதான் நம்மிடம் கடன் வாங்கியவர்கள் திருப்பிச் செலுத்துகிறார்கள்.

உண்மை எப்பொழுதும் எதிர்மறையாய் இருக்கின்றது. நம் துயரங்களுக்குக் காரணம் நாம் நம் பிரச்சினைகளுக்குக் காரணம் நாம். நம் பயங்களுக்குக் காரணம் நாம் 'இளைதாக முள்மரம் கொல்க' என்றார் வள்ளுவர். நாம் மரங்களை வளரவிட்டுக் கோடாரிகளைத் தேடுகிறோம். பிரச்சினைகளைப் பெரிதாக விட்டுவிட்டுப் பிரார்த்தனை களுக்குப் போகின்றோம்.

*

31. சுய விடுதலை

நாம் விடுதலை நாள் விழாவைப் பெரிய அளவில் கொண்டாடு கிறோம். 'தேசிய விடுதலை' என்பது நாமே நம்மைச் சுயமாக ஆளக் கற்றுக் கொண்ட முயற்சி. அதற்கான போராட்டத்தின் வெற்றி. நமது மகிழ்ச்சிக்கான குறியீடு.

அந்நிய நாட்டின் ஆக்கிரமிப்பிலிருந்து பெற்ற விடுதலை வெறும் அரசியல் விடுதலைதான்.

ஆனால், இன்னும் சமூக விடுதலையைப் பெற வில்லை.

'இன்னும் பொருளாதார விடுதலையைப் பெற வில்லை' என்று சிலர் சொல்லிவருகிறார்கள்.

பாரதியார் கூறியது போல் -

"எல்லோரும் ஓர்இனம் - எல்லோரும் ஓர்நிறை
எல்லோரும் இந்நாட்டு மன்னர்"

என்கிற நிலை வர வேண்டும் - அதுதான் சமூக விடுதலை என்று கூறுகிறார்கள்.

அதிகாரி வீட்டு அம்மி, குடியானவன் வீட்டுக் கோழி முட்டையை என்று அடைகாக்கிறதோ அப்போதுதான் பொருளாதார விடுதலையை அடைய முடியும் என்று ஒரு சாரார் வாதிடுகிறார்கள்.

சமூகப் பொருளாதார விடுதலையால் மட்டுமே நாம் விடுதலை பெற முடியாது; நம்மிடம் இருந்து நாம் விடுதலை பெற்றிருக்கிறோமா என்பதுதான் கேள்வி.

நாம் நம்முடைய பேராசைக்கு அடிமைப்பட்டிருக்கிறோம்.

நாம் நம்முடைய கோபத்திற்கு அடிமைப்பட்டிருக்கிறோம்.

நாம் நம்முடைய கனவுகளுக்கு அடிமைப்பட்டிருக்கிறோம். அவற்றிலிருந்து நாம் எப்படி விடுதலையடையப் போகிறோம் அதுதான் முக்கியம்.

அடுத்தவர்களிடமிருந்து நாம் எளிதில் விடுதலை பெற்று விடலாம். ஆனால், நம்மிடம் இருந்து நாம் விடுதலை பெறுவது தான் மிகவும் சிரமம்.

நம்முடைய புற நிகழ்வுகளால் அடிமைப்பட்டிருக்கும் தன்மை எப்படி உருவானது? நாம் அடுத்தவர்களுக்கு அடிமைப்பட்டுக் கிடக்கும்போதெல்லாம் நாம் மறைமுகமாக நம் அகவய ஆசை களுக்குத் தலைவணங்குவதுதான்.

நாம் நம் நாக்குக்கு அடிமைப்பட்டிருக்கிறோம்.

நாம் நம் அலங்கார உணர்வுக்கு அடிமைப்பட்டிருக்கிறோம்.

நாம் நம் வீண் சுகங்களுக்கு அடிமைப்பட்டிருக்கிறோம்.

நாம் அந்நியர்களுக்கு அடிமைப்படும் போதெல்லாம் இந்த அகவய அடிமைத்தனங்களின் உந்துதலால்தான் என்பதை உணர வேண்டும்.

நாம் புகழுக்கு, பெயருக்கு, பணத்திற்கு, செல்வாக்கிற்கு அற்ப சுகங்களுக்கு அடிமைப்பட்டிருக்கும்வரை, நாம் விடுதலை பெற முடியாது.

விடுதலை என்பது உள்ளுக்குள் நிகழ்கிற மாற்றம் - மையத்துக்குள் நடக்கிற மறுமலர்ச்சி,

சுதந்திரம் என்பதை யாரும் நமக்குத் தரமுடியாது. நாமாகத் தான் அதைக் கண்டுபிடித்தாக வேண்டும். நாம் நம் தலையில் ஏற்றி வைத்திருக்கும் சுமைகளை ஒவ்வொன்றாகக் கழற்றி வைக்கின்ற போதுதான் நாம் விடுபட ஆரம்பிக்கின்றோம்.

உளவியல் ரீதியான அடிமைத்தனம் அனைத்துத் தளைகளிலும் மோசமானது. காரணம் அந்த அடிமைத்தனம் அடிமைப்பட்டவர் களுக்குத் தெரியாமலேயே இருக்கிறது. தெரியாத அடிமைத்தனத்தி லிருந்து எப்படி விடுபடமுடியும்?

தெரிந்தவற்றிலிருந்துதான் விடுபட முடியுமே தவிர, தெரியாத வற்றிலிருந்து நாம் விடுபடவே முடியாது.

நாம் எவற்றைப் பிழைப்பு என்று எண்ணி வாழ்ந்து கொண்டிருக் கிறோமோ, அவை அனைத்தும் மறைமுகமாக நம்மைப் பிணைக் கின்றன என்பதை உணரவேண்டும்.

அடுத்தவர்களை அடிமைப்படுத்த நினைக்கும் மதர்ப்பு மனப் பான்மைகூட, நாம் உளவியல்ரீதியாகப்பட்டிருக்கும் அடிமைத் தனத்தால்தான் ஆரம்பமாகிறது. நம் தன் முனைப்பை வளர்ப்பதற்கும், வளர்ந்த அதற்குத் தீனி போடுவதற்கும்தான் மற்றவர்கள் தேவைப் படுகிறார்கள்.

அடுத்தவர்களை அடிமைப்படுத்த நினைக்கும் நம் தன்னுணர்வும் ஒருவிதமான பிணைப்புதான்.

எளிமையாய் இருப்பவன் பாரங்களற்று வாழ்கிறான்.

அவன் காற்றைப் போல் கனமில்லாமல் இருப்பதால் அவனைக் கைது செய்யமுடியாது.

அவன் வெளிச்சத்தைப்போல் வெளிப்படையாய் இருப்பதால், அவனை அடைத்துவைக்க முடியாது.

அவன் தண்ணீரைப் போல் பரவுவதால் அவனைத் தடை செய்யமுடியாது.

உண்மையை உணரும்போதுதான் இந்த அற்புதம் நிகழும்.

32. முழுமையும் வெறுமையும்

ரையூசுயு என்கிற ஜென் குரு கூறுகிறார்.
'வெறுமை என்பது ஒன்றுமற்ற தன்மைக்கான பெயர்.
பிடிபடாத தன்மைக்கான பெயர்.
மலைகள், ஆறுகள், ஒட்டுமொத்த பூமிக்கான பெயர் -
அதுதான் உண்மையான வடிவமும் கூட
பூக்களின் சிவப்பில்
பனியின் வெண்மையில்
பிறப்பு இறப்பு என்பதல்ல'
வெறுமை என்பது ஒன்றுமற்ற தன்மை என்றால் -
அதில் எதுவுமே இல்லை என்று பொருள் கொள்ளக் கூடாது. மாறாக அதில் எல்லாம் இருக்கிறது.

மௌனத்தில் எல்லா மொழிகளும் அடங்கியிருப்பதைப் போல காலியாக இருப்பதால்தான் அது உபயோகமாக இருக்கிறது. ஒரு அறையின் உபயோகம் அதன் சுவர்களால் மட்டுமல்ல. தன் உள்ளிருக்கும் காலியான வெற்றிடத்தைக் கொண்டும்தான்.

ஒரு பானையின் உபயோகம் அதன் காலியாக உள்ள உள் பகுதியினால்தான் -

நிரப்புவது என்பது, அடைத்துக் கொள்வதனால் அல்ல.

ஒரு தந்தை தன் தொழிலை யாருக்குக் கொடுத்தால் சிறப்பாகப் பராமரிப்பார்கள் என்று தன் மூன்று மகன்களையும் பரிசோதனை செய்ய விரும்பினார்.

மூவருக்கும் அறைகளைக் கொடுத்து அவற்றை நிரப்ப வேண்டுமென்றார்.

முதல் மகன் கழிவுகளையெல்லாம் கொட்டி நிரப்பினான் - அந்த அறையைத் திறந்தால் ஒரே நாற்றம்.

இரண்டாவது மகன் மண்ணையும் கல்லையும் கொட்டி நிரப்பினான். அதில் நுழைந்தால் ஒரே தூசி.

மூன்றாவது மகன் அறையில் நுழைந்தால் அது காலியாக இருந்தது. "ஏன் நீ நிரப்பவில்லையா?" என்று கேட்டபோது அவன் சொன்னான் - "கொஞ்சம் நாசியில் காற்றை இழுத்துப் பாருங்கள்!"

அந்த அறையில் நல்ல நறுமணம் கமழ்ந்தது.

'இந்த அறையை நறுமணத்தால் நான் நிரப்பியிருக்கிறேன்' என்றான்.

கொஞ்சம் கண்களைத் திறந்து பாருங்கள்.

அந்த அறை நல்ல வெளிச்சமாய் இருந்தது.

'இந்த அறையை நான் ஒளியால் நிரப்பியிருக்கிறேன்.'

'கொஞ்சம் மௌனமாய் இருந்து காதுகளைத் திறந்து வைத்துக் கொள்ளுங்கள்.'

அங்கே ஒரு வீணைஇசை கேட்டது.

நான் இந்த அறையை இசையால் நிரப்பியிருக்கிறேன்.

'இப்படி இந்த அறையைக் காலியாக வைத்துக்கொண்டே எத்தனையோ முறையில் கண்களுக்குப் புலப்படாமல் நான் நிரப்ப முடியும்' என்றான்.

காலியாக இருப்பதில் ஒரு வசதி -

நம்மை யாரும் காலி செய்ய முடியாது.

காலியாக இருப்பதால் எவ்வளவு நிரப்பினாலும் காலி யாகவே இருக்கும் -

ஒரு விளக்கின் ஒளி இன்னொரு விளக்கின் ஒளியோடு சண்டை போடுவதில்லை.

'வெறுமைதான் உண்மையான வடிவம்' என்று ரையுசுயு சொல்கிறார். எல்லா உருவங்களையும் எடுத்துப் பார்த்தால் பிரித்துப் பார்த்தால் கடைசியில் மிஞ்சுவது வெறுமைதான். வெறுமையைக் கொண்டுதான் எல்லாம் வடிவமைக்கப்படுகின்றன. 'வெறுமை' என்பது வடிவமற்ற தன்மையல்ல, மாறாக உண்மைக்குத் தரப்பட்ட வடிவம்.

தியானம் என்பதுகூட வெறுமைதான்.

மனதில் எண்ணங்களைக் காலி செய்தால் அது தியானம். எந்த எண்ணமும் இல்லாதபோதுதான் மனம் மௌனமாகிறது. ஒரே பொருளை நினைப்பது தியானமல்ல. அது தியானத்திற்கு எதிரானது. எதை வலுக்கட்டாயமாகத் திணித்தாலும் அது வெறுமையை ஏற்படுத்தாது. வெறுமை என்பது தானாக மலர்வது, தானாக நடப்பது.

சுபூதி என்கிற புத்த துறவி ஞானமடைந்தபோது அவர் மீது மலர்களைப் பொழிந்தது இருத்தல்.

"நாங்கள் வெறுமையைப் பற்றிய உன்னுடைய உபன் யாசத்தைக் கேட்டோம்! ஆனால் அகமகிழ்ந்து உன்மீது மலர்களைப் பொழிகிறோம்" என்று அசரீரி கேட்டது.

"நான் எதுவுமே பேசவில்லை

எதுவுமே நினைக்கவுமில்லையே!

நான் எங்கே வெறுமையைப் பற்றிப் பேசினேன்?" என்றார் சுபூதி.

"எதையுமே நினைக்காமலிருப்பதுதான் வெறுமையைப் பற்றிய சிறந்த உபன்யாசம்"

என்று அசரீரி பதில் தந்தது.

நாம் வெறுமையாவது என்பது தன்முனைப்பிலிருந்து விடுபடுவது. தன்னிலிருந்து விடுபடுவது - பிணைப்புகளிலிருந்து விடுபடுவது ஆகும்.

*

33. பிம்பம்

ஏதென்ஸ் நகரின் ஒரு சாலையில் ஈஸாப் அமர்ந்தார் -

அந்த வழியாகச் சென்றுகொண்டிருந்த ஒருவன் "ஏதென்ஸ் நகரில் எப்படிப்பட்ட மக்கள் வாழ்ந்து வருகிறார்கள்?" என்று பொருள் கேட்டான். ஈஸாப் அவனைப் பார்த்து "முதலில் நீங்கள் எந்த இடத்திலிருந்து வருகிறீர்கள் என்பதைப் பற்றியும் அங்கு வாழ்ந்து வரும் மக்கள் எப்படிப்பட்டவர்கள் என்பதையும் கூறுங்கள்?" என்று கேட்டார்.

அவன் முகத்தைச் சுளித்துக்கொண்டு "நான் ஆர்கோஸ் என்னும் இடத்திலிருந்து வருகிறேன். அங்கு வாழ்ந்துவரும் மக்கள் யாவரும் திருடர்கள் - அவர்கள் தங்களுக்கு நன்மை கிடைப்பதைப் பற்றியே நினைத்துச் செயல்பட்டுவரும் சுயநல வாதிகள். அனைத்து நேரமும் சண்டையில் ஈடுபட்டு அனைவரும் மற்றவர்களை அழிக்கும் முயற்சிகள் மேற்கொண்டு வருகிறார்கள். அவர்கள் மிகவும் மோசமானவர்கள். அங்கு வாழ முடியாமல் போய்விட்டதனால் இங்குப் புறப்பட்டு வந்துவிட்டேன். இங்கு வாழ்ந்து வருபவர்கள் எப்படிப்பட்டவர்கள்" என்று கேட்டான்.

ஈஸாப் அவனைப் பார்த்து "உங்களுடைய நாட்டு மக்களைப் போன்று இந்நாட்டு மக்களும் மோசமானவர்கள் தான்" என்று கூறினார். சிறிது நேரம் கழித்து இன்னும் ஒருவன் அங்கு வந்து ஈஸாப்பிடம் அதே கேள்வியைக் கேட்டான். அவன் எந்த இடத்திலிருந்து வருகிறான் என்றும், அவனுடைய நாட்டு மக்கள் எப்படிப்பட்டவர்கள் என்பதைப் பற்றியும் கூறும்படி ஈஸாப் அவனைக் கேட்டுக்கொண்டார்.

அதற்கு அவன் 'நான் ஆர்கோஸ் என்னும் இடத்திலிருந்து வருகிறேன் - அங்கு வாழ்ந்து வருபவர்கள் நல்லவர்கள் மற்றவர்களுக்கு உதவிசெய்யும் மனப்பான்மையைக் கொண்டவர்கள். அவ்வளவு நல்ல மக்களை விட்டுவிட்டு வந்தது எனக்கு மிகவும் கஷ்டமாயிருக்கிறது. நான் உயர் படிப்புப் படிப்பதற்காக இங்கு வந்திருக்கிறேன்' என்று கூறினான்.

ஈஸாப் அவனிடம் "நண்பா! உன் ஊர் மக்களைப் போலவே இங்குள்ள மக்களும் நல்லவர்கள். அவர்கள் உனக்குக் கட்டாயம் உதவி செய்வார்கள்" என்று கூறினார்.

ஆங்கிலத்தில் 'Eye of the beholder' என்று சொல்வார்கள். பார்ப்பவர்கள் விழிகளில்தான் விஷயம் அடங்கியிருக்கிறது என்று பொருள்.

நாம் ரோஜாச் செடியைப் பார்க்கின்றபோது மலரைப் பார்க்கிறோமா முள்ளைப் பார்க்கிறோமா என்பதில் நம் தனித் தன்மை அடங்கியிருக்கிறது.

Murphy law சொல்கிறது - சிலருக்கு ரோஜாச் செடியினாலான மஞ்சத்தைத் தந்தாலும் அதில் அலர்ஜியை ஏற்படுத்திக்கொள்ளும் வரை அவர்களுக்குத் திருப்தி ஏற்படாது என்று.

எல்லாவற்றிலும் நல்லவற்றைப் பார்க்கிறவன், தன் உலகத்தை மகிழ்ச்சியானதாக ஆக்கிக்கொள்கிறான். அவனுக்குச் சலிப்பு இல்லை, சங்கடம் இல்லை. வெறுப்பு இல்லை. கிருஷ்ணர், துரியோதனனையும், தருமனையும் உலகத்தைச் சுற்றிப் பார்த்துவிட்டு வரச்சொன்னதாகவும், அவர்கள் திரும்பி வந்த போது உலக மக்களைப் பற்றி வினவியபோது -

"எல்லோருமே கெட்டவர்கள்" என்று துரியோதனன் சொன்னதாகவும்,

"எல்லோரும் நல்லவர்கள்" என்று தருமர் சொன்னதாகவும் பாரதம் கூறுகிறது.

ஒவ்வொரு மனிதனிடமும் நல்ல கூறுகள் நிச்சயமாக இருக்கின்றன. துரியோதனனிடம்கூட நட்பு என்ற உயர்ந்த பண்பு இருந்தது. உண்மையான நட்பும், வாக்குத் தவறாத குணமும் அவரிடம் இருந்தது.

"குணம்நாடிக் குற்றமும் நாடி அவற்றுள்
மிகைநாடி மிக்க கொளல்" (குறள் - 504)

என்று திருவள்ளுவர் குறிப்பிடுகிறார்.

இன்னும் சொல்லப்போனால் நம்மிடம் இருக்கும் குணம் / மூலம்தான் / குணத்தைக் கணிக்க முடியும். நம்மிடம் குணம் குறைவாக இருந்தால் நாம் எப்படி அடுத்தவர்கள் குணத்தை எடைபோட முடியும். நம்முடைய குணம் நீர்த்துப் போனால், அடுத்தவர்கள் குணம் கூட நமக்குக் குற்றமாக அல்லவா தெரியும் - அல்லது அவர்கள் குணங்கள் நம் கண்களுக்கு மறைந்து போகலாமல்லவா.

நம்மிடமே ஒருவேளை குற்றம் அதிகமாக இருந்தால் - நாம் எப்படி அடுத்தவர்கள் குற்றத்தைச் சரியாக அளவிட முடியும்? நம்முடைய குற்றம் போல் அவர் குற்றமும் இருந்தால், அது நமக்குக் குற்றமாகவே தெரியாதே!

நாம் செய்கிற தவறுபோல் அடுத்தவரும் செய்தால், அதை நாம் தவறாகவே கருதுவதில்லையே! அத் தவறை நாம் நியாயப்படுத்தத் தானே முயற்சி செய்கிறோம்.

மது அருந்துகிற ஒருவர், மது அருந்தும் மற்றவரைக் குற்றம் செய்பவராகக் கருதுவதில்லை. இரண்டாவது, எது குற்றம் என்று யார் தீர்மானிப்பது?

ஆக, குணம் குற்றம் ஆகியவற்றை நாம் முதலில் பட்டியல் போடவேண்டும். அதனால்தான் வள்ளுவர்

'ஏதிலார் குற்றம்போல் தம்குற்றம் காண்கிற்பின்
தீதுண்டோ மன்னும் உயிர்க்கு'   (குறள் - 190)

என்று குறிப்பிடுகிறார்.

உலகத்தை நம் விழிகளின் மூலமாகப் பார்க்கிறோம். நம் மனது விழிகளின் வழியாகப் புலப்படுகிறது. நல்ல எண்ணங்கள் நல்ல அதிர்வுகளை ஏற்படுத்தும். நம்பிக்கையின் மூலம்தான் அன்பை விதைக்க முடியும்.

*

34. இலையும், கல்லும்

ஓர் இலையும், ஒரு கல்லும் நதிக்கரையில் கிடந்தன.

இலையைப் பார்த்துக் கல் சொன்னது:

"எனக்கு ஓர் ஆசை - நான் இந்த நதி கடலில் விழுகிற இடம்வரை அதில் நீந்திப் பயணம்செய்ய வேண்டும் - அதன் அசைவுகளை யெல்லாம் புரிந்துகொள்ள வேண்டும்."

இலை சொன்னது:

அது உன்னால் முடியாது. விழுந்த மாத்திரத்தில் நீ மூழ்கிப் போவாய்.

"ஏன்?"

"நீ அடர்த்தியாய், கனமாய் இருக்கிறாய் - உன் கனத்தினால் இத்தனைநாள் பெருமைப்பட்டாய் - கனத்தினால் உன் மீது மோதியவர்களுக்கெல்லாம் காயம் பட்டது. நீ கர்வப்பட்டாய். கனமிருப்பது நீந்தமுடியாது" -

அப்போது அந்த வழியாக வந்தவன் காலால் எத்தியதில் இலையும் கல்லும் நதியில் வீழ்ந்தன. கல் அடுத்த நொடியே நதியின் அடியே சென்று அமர்ந்தது -

இலை நதியின் ஊடே அழகாக மிதந்து சென்றது -

அந்தச் சுகமான பயணத்தில் திளைத்து, பூமியின் சகல பரிமாணங்களையும் அது உணர்ந்துகொண்டது.

பலர் கல்போல் இருக்கிறார்கள்.

தங்களை நிறைத்துக்கொண்டு, அடைத்துக்கொண்டு அடர்த்தியாய் இருப்பது பெருமை என நினைக்கிறார்கள்.

அவர்கள் தலை கனத்திருப்பதால் மூழ்கிப்போய் வாழ்வின் அடித்தளத்திலேயே தங்கிவிடுகிறார்கள் -

கல் கனமாய் இருப்பதால், பிடிவாதமாயிருக்கிறது. பிடிவாதத்துடன் அடமாய் இருப்பவர்களால் வளர முடிவதில்லை. வளர்ச்சிக்கு எதிராய்த் தங்களை இறுக்கிப் பிடித்துக் கொள்கிறார்கள் -

சருகுபோல் மென்மையாயிருப்பவர்கள் தான் நதியின் ஓட்டத்திற்குத் தன்னை ஒப்படைக்க முடியும் -

சருகு நதியோடு சண்டை போடுவதில்லை - அதனால் தான் அது மிதக்கமுடிகிறது -

கல் திடமாக இருந்து நதியிடம் தோற்றுப்போகிறது -

சருகு மென்மையாக இருந்து நதியிடம் கை குலுக்குகிறது -

திடமாக இருப்பது உயிரற்ற தன்மை -

மென்மையாக இருப்பது உயிர்த்திருப்பது - ஜீவித்திருப்பது - மரம் உயிரோடு இருக்கும்போது மென்மையாயிருக்கிறது -

வெட்டி கட்டையானதும் கெட்டியாகிவிடுகிறது.

மென்மையாயிருப்பவர்கள் துடிப்போடு துள்ளலோடு, மகிழ்ச்சி யோடு வாழ்வை இனிமையாக நுகரமுடியும் -

கல்லைப் போலிருப்பவர்கள் உயிரற்றுப் போகிறார்கள் -

அவர்களால் புன்னகையைத் துளிர்விட முடியாது.

உலகத்தில் நேசிப்புக்குரியவையெல்லாம் மென்மையானவை.

மலர், மென்மையாயிருப்பதால் மனம் நாடுகிறது;

தென்றலாய்க் காற்று மென்மை முகத்தைக் காட்டும் போது நம்மை வாழ்த்துகிறது.

புயலாய்க் கடுமையாகும்போது வீழ்த்துகிறது.

மிருதுவாக வாடையாய் வரும்போது வாழ்த்துகிறது -

நிலவு மென்மையாய் வீசும்போது குளிர்ச்சி தருகிறது -

மனிதர்கள் மென்மையாய் இருக்கும்போது மலராக இருக் கிறார்கள் -

தென்றலாக இருக்கிறார்கள் -

நிலவாய் இருக்கிறார்கள் -

தலைக்கனமற்ற மனிதர்கள்தான் சருகுபோல் சலனமற்று இருக்க முடியும் - எந்த வாழ்க்கை நீரோட்டத்திலும் அவர்கள் வழுக்கி முன் செல்ல முடியும் -

மனிதன் மென்மையானதை உருவாக்கும்போதெல்லாம் அவர்கள் உயிர்த் தன்மை அதிகரிக்கிறது.

அவர்கள் சிற்பத்தைச் செதுக்கும்போதும்
கவிதை எழுதும்போதும்
குழந்தையை வருடும்போதும்
அறையைச் சுத்தம் செய்யும்போதும்
செடிக்கு நீர் வார்க்கும்போதும்
அவர்களிடமிருக்கும் மென்மை வெளிவருகிறது -
அந்த ஒவ்வொரு செயலிலும் அவன் காலியாகிறான்.
அவன் ஆணவமும், 'தான்' என்கிற தன் முனைப்பும்
காணாமல் போகின்றது -
சருகுக்கு எப்போதும் ஓர் ஆவல் -

கடல்பற்றி எல்லோரும் பேசுகிறார்கள் - அது எப்படி இருக்கு மென்று தன்னை நதியின் ஓட்டத்திற்கு ஒப்படைத்த காரணத்தால், அது அந்தப் பரந்த கடல் வெளியில் விழுந்து ஐக்கியமாகிறது.

அந்தக் கடலையும் கடந்தால் என்னாகும் என்று யோசித்தது சருகு. வெறும் கடலில் மட்டுமல்ல.

பிறவிப் பெருங்கடலைத் தாண்டவும் தன்னைச் சருகாய் ஒப்படைக்கத் தயாராயிருப்பவர்களால்தான் முடியும்.

*

35. கருவறையும் கல்லறையும்

வாழ்க்கை எப்போதும் சுகமாகவே இருப்பதில்லை.

போராட்டங்களும், பிரச்சினைகளும் தான் வாழ்வைச் சுகமாக மாற்றுகிறது; அதைப் பந்தயமாக மாற்றி, சுவாரசியத்தை உருவாக்குகிறது.

உலகத்திலேயே பாதுகாப்பான இடம் எது என்றால்

ஒன்று கருவறை;

மற்றொன்று கல்லறை.

இந்த இரண்டு இடங்கள்தான்.

கருவறையில் கூட, இப்பொழுது கருச்சிதைவு நடக்கின்ற காரணத்தால், பாதுகாப்பு முழுமையாக இருக்கிறது என்று சொல்ல முடியாது.

கல்லறையிலும் அப்படித்தான். பல இடங்களில் படுக்க வைத்துப் புதைக்க இடமில்லாத காரணத்தால் நிற்க வைத்தே புதைக்கப் படுவதாகக் கேள்வி!

ஒரு மீனவ இளைஞனைப் பார்த்துக் கேட்டார்கள் -

"கடல் இவ்வளவு ஆபத்தான இடமாயிற்றே. எப்படித் துணிச்சலுடன் நீங்கள் மீன் பிடிக்கப் போகிறீர்கள்?"

"என்ன செய்வது. நாங்கள் மீன் பிடித்தால்தான் உணவு உண்ணமுடியும்."

"அது சரி, உன் தந்தை எப்படி இறந்தார்?"

"அவர் மீன் பிடிக்கச் செல்லும்போது புயலில் இறந்தார்."

"உன் தாத்தா?"

"என் தாத்தா ஒருமுறை அலையில் மாட்டிக்கொண்டு கடலுக்குள் இழுத்துச் செல்லப்பட்டுவிட்டார்."

"இவ்வளவு நடந்த பிறகும் எப்படி உன்னால் கடலுக்கு மீன் பிடிக்கச் செல்ல முடிகிறது?"

அவன் திரும்பக் கேட்டான். "உங்கள் தந்தை எப்படி இறந்தார்?"

"நோய்வாய்ப்பட்டு படுக்கையில்."

"உங்கள் தாத்தா?"

"அவரும் படுக்கையில்."

"உங்கள் கொள்ளுத் தாத்தா?"

"அவரும் படுக்கையில்."

"இப்படிப் பரம்பரையே படுக்கையில் இறந்திருக்கிறார்கள். அப்புறம் எப்படித் தினமும் தைரியமாக நீங்கள் படுக்கப்போகிறீர்கள்?" என்று அவன் பதிலுக்குக் கேட்டான்.

ஆபத்தான வாழ்க்கையை வாழும் யாரும் ஆபத்தைப் பற்றிக் கவலைப்படுவதில்லை. ஆனால், அவர்களைப் பார்க்கிற மற்ற எல்லோருக்கும் அவர்களுடைய ஆபத்தான வாழ்க்கைதான் நினைவுக்கு வருகிறது.

மக்ஸிம் கார்க்கியினுடைய 'புயற்பறவை பற்றிய பாடல்' என்கிற ஓர் அழகான கதை உண்டு. கதை என்று அவர் அழைத்தாலும், அதை நாம் கவிதை என்று தான் குறிப்பிட வேண்டும்.

வெள்ளி போன்ற பெருங்கடலுக்கு மேலாகக் காற்று புயல் மேகங்களைத் திரட்டிக்கொண்டிருக்கிறது. மேகங்களுக்கும், பெருங் கடலுக்கும் இடையே கருநிற மின்னல் கீற்றைப் போலப் புயற்பறவை பெருமையுடன் பறக்கிறது. ஒரு நேரம் அதன் இயற்கையை அலை சீராட்டுகிறது. மறுநேரம் மேகங்களைக் கிழித்துக்கொண்டும் பயங்கரமாகக் கத்திக்கொண்டும் மேலே செல்கிறது.

இந்தக் கதறலில் புயற்காற்றுக்கான பேரவா ஒலிக்கிறது!

இக்கதறலில் கோபத்தின் சக்தியை கொழுந்து விட்டெரிக்கிற உணர்ச்சியை, வெற்றியில் உள்ள நம்பிக்கையை மேகங்கள் காண்கின்றன.

அந்தக் கதையில் கார்க்கி புயற்பறவையின் மகிழ்ச்சியைப் பற்றிக் குறிப்பிடும்போது, புயலைக் கண்டு நீர்மூழ்கிப் பறவைகள் புலம்புகின்றன. வாழ்க்கைப் போராட்டத்தின் மகிழ்ச்சி அவற்றிற்குத் தெரியவில்லை. அவை இடியொலி கேட்டு நடுங்குகின்றன.

முட்டாள்தனமான பெங்குவின் பாறை இடுக்குகளில் பயந்து ஒதுங்குகிறது. ஆனால், பெருமைக்குரிய புயற்பறவை மட்டும் பெருங்

கடலுக்கு மேலாக வெள்ளி நுரை பொங்கும் நீருக்கு மேலாகத் துணிவோடும் சுதந்திரத்தோடும் பறக்கிறது என்று குறிப்பிடுகிறார்.

வாழ்க்கையில் புயலடிக்கும் நேரங்களில் எல்லாம் புயற் பறவை போலத் துணிச்சலாக இருப்பவர்களால்தான் சமாளிக்க முடிகிறது. இன்னும் சொல்லப் போனால் புயலைக்கூட ரசிக்க முடிகிறது.

மின்னல்களுக்கு மத்தியில் கர்ஜிக்கின்ற மூர்க்கமான பெருங் கடலுக்கு மேலாகத் தைரியமான புயற்பறவை பெருமையுடன் பறந்து கொண்டிருக்கிறது. வெற்றியின் தீர்க்கதரிசி போல அது முழங்குகிறது.

'தன் முழு ஆவேசத்துடன் புயல் அடிக்கட்டும்' என்று அதன் முழக்கம் விண்ணில் ஒலிக்கிறது.

மக்ஸிம் கார்க்கியின் புயற்பறவை உண்மையில் இல்லை. அது ஓர் உருவகம். ஆனால் அது அன்னப் பறவையைப் போன்ற உருவக மாகவே இருந்தாலும், வாழ்க்கையின் ஆழமான அனுபவத்தில் எதிர்கொண்டு இடர்களை எப்படி மகிழ்ச்சியோடு ஏற்றுக்கொள்வது என்பதைக் கற்றுத் தருகிறது.

நமது புயல் உளவியல் ரீதியானது. வெளியே அடிக்கும் புயலைக் காட்டிலும் உள்ளுக்குள் அடிக்கும் புயல் பயங்கரமானது.

அதை எதிர்கொள்ளும் துணிவு பெற்றவர்கள் எத்தகைய சூறாவளியிலும் நிமிர்ந்து நிற்கிறார்கள்.

*

36. ஓவியன்

ஓவியத்தைப் பற்றி ஜென் கூறும் நுட்பமும், நுணுக்கமும் வித்தியாசமானவை. ஜென்னைப் பொறுத்தவரை ஓவியம் என்பது வழிமுறை.

ஓவியத்தைக் காட்டிலும் முக்கியமானவன் ஓவியன்.

ஓவியனிடம் அந்த ஓவியம் என்ன மாற்றம் ஏற்படுத்துகிறது என்பதுதான் மிகவும் முக்கியம்.

ஜென் என்பது தியானம் என்பதற்கான பொருள்.

தியானம் என்பது பௌத்தத்தின் மூலமாகச் சீனத்திற்குச் சென்றபோது அது 'சான்' என்று ஆனது. சீனத்திலிருந்து ஜப்பானுக்குச் சென்ற போது அது 'Zen' ஆனது.

ஓவியம் -

வில்வித்தையென எல்லாம் 'Zen' ஐப் பொறுத்த வரை சில யுக்திகள் - தனக்குள் மறுமலர்ச்சியை ஏற்படுத்துவதற்கான கலைகள்.

'Zen' இல் ஓவியத்தை ஒரு குருவிடம் கற்க வேண்டும். 12 வருடங்கள் மெதுவாக, நுணுக்கமாக குருவின் அருகிலிருந்து கொண்டே ஓவியத்தைக் கற்கவேண்டும். ஓவியத்தைக்காட்டிலும் குருவின் வாழ்க்கை முறையிலிருந்து அவன் கற்றுக்கொள்வது அதிகம்.

12 வருடங்கள் கற்று முடித்ததும் கண்டிப்பாக 12 வருடங்கள் தூரிகையே எடுக்கக்கூடாது.

அதற்குப் பிறகு என்றாவது ஒருநாள் தனக்காகத் தோன்றும் போது தனக்குள் ஏதோ ஒன்று மலர்கிறபோது தூரிகையை எடுத்து அவன் ஓவியத்தைத் தீட்டும்போது அதில் குருவின் சாயல் சிறிதும் நிகழாமல் அந்த ஓவியம் அனுபவமாக மாறும். அதன் தனித்தன்மையே அதன் கீழ் கையொப்பமாக மிளிரும்.

பிக்காஸோ ஒருமுறை ஒரு வீட்டில் தான் வரைந்த ஓவியத்தைப் பார்த்தார். அந்த வீட்டுக்காரருக்கு நிரம்ப மகிழ்ச்சி. அந்தக் காலத்தில் பிக்காஸோவுடைய ஓவியம் தன் வீட்டிலிருப்பதையே பலர் பெருமையாகக் கருதினார்கள். புரிகிறதோ இல்லையோ. இன்று கூட

புரிந்தாலும், புரியாவிட்டாலும் சிலர் புத்தகங்களை அடுத்தவர்களிடம் பெருமையடித்துக் கொள்வதற்காக அடுக்கி வைத்திருப்பதைப் போல.

பிக்காஸோ அந்த வீட்டுக்காரரிடம் சொன்னார்.

“நீங்கள் ஓவியத்தைத் தலைகீழாக மாட்டி வைத்திருக்கிறீர்கள்.”

எனக்குத் தெரிந்த ஓவியர் ஒருவரிடம் “நீங்கள் ஒவ்வொரு ஓவியத்திலும் உங்கள் கையொப்பத்தை ஏன் இடுகிறீர்கள்! பார்த்தாலே உங்கள் பாணி உங்கள் பெயரைச் சொல்லுமே?” எனக் கேட்டேன்.

“உண்மைதான். எது மேல்பாகம் அடிப்பாகம் என்பதைத் தெரிந்து கொள்ளவேண்டும் என்பதற்காகத்தான்” என்றார் அவர்.

ஜென்னைப் பொறுத்தவரை ஓவியங்களில் மனிதர்களுக்கு முக்கியத்துவம் இல்லை. மனிதர்கள் சின்னச் சின்னதாக எறும்பு மாதிரித் தெரிவார்கள். பெரிய மலைகள், ஆறுகள், மரம், காடுகள் என்று முக்கியத்துவம் கொடுத்து தீட்டப்படும் அந்த ஓவியங்களில் - மனிதர்கள் முக்கியமானவர்கள் அல்லர். ‘தான்’ என்பது கரைந்துவிட வேண்டும் என்பதுதான் ஜென்னில் மையக் கருத்து.

அது ஓர் அரசவை. அங்கு ஓவியன் ஒருவன் வந்தான். யாரும் செய்ய முடியாத ஒன்றைத் தான் செய்யமுடியும் என்றான். அரசவை ஓவியன் அது கேட்டுச் சினமுற்றான்.

இருவருக்கும் அரசன் போட்டி வைத்தான்.

இருவருக்கும் ஓவியம் வரைவதற்கு ஆறுமாதம் அவகாசம் அளிக்கப்பட்டது.

காலவரையறை முடிந்தபிறகு அரசன் வந்தான்.

அரசவை ஓவியர் வரைந்த ஓவியத்தைப் பார்த்தான்.

“உன்னை மாதிரி எவனும் வரையமுடியாது. இந்த ஓவியம் எவ்வளவு அழகாக இருக்கிறது” என்று பாராட்டினான்.

அடுத்தது சீன ஓவியர் வரைந்த ஓவியத்தை மூடி இருந்த திரைச் சீலையை விலக்கினான் அரசன்.

அங்கே ஓவியம் இல்லை. ஓவியத்திற்குப் பதிலாகக் கண்ணாடியாய்த் தெரிந்தது. ஆறுமாத அவகாசத்தில் சுவரைத் தேய்த்துக் கண்ணாடி போல் மாற்றியிருந்தது.

அரசவை ஓவியனின் படம் எதிரே இருந்தது. அதை அந்தக் கண்ணாடி பிரதிபலித்தது.

"அரசே! இதுதான் உண்மையான ஓவியம். உயிருள்ள ஓவியம். இது மனோபாவங்களைப் பிரதிபலிக்கும். மாறுகின்ற காலங்களை அப்படியே காட்டும்."

Kyotoவில் உள்ள Obaku கோயிலுக்குப் போகும்போது "முதல் கொள்கை" என்கிற சொற்றொடர் அழகாகக் கதவில் செதுக்கப் பட்டிருப்பதைக் காணலாம்.

அந்த எழுத்துக்கள் பெரிதாக, மிகுந்த கலைநயத்துடன் எழுதப் பட்டிருப்பதைக் காண்பவர்கள். 200 வருடங்களுக்கு முன்பு Kosen எழுதியது என்பதை அறிவார்களா என்பது சந்தேகமே!

Kosen அந்த எழுத்துக்களை எழுதும்போது ஒவ்வொரு முறையும் அவர் அருகிலிருந்த தைரியமிகுந்த சீடன் 'இது சரியில்லை' - 'இது சரியில்லை' என நிராகரிக்கச் செய்தான்.

84 முறை எழுதிப்பார்த்த பிறகு Kosen தன் சீடன் வெளியே சென்றிருந்தபோது அவசர அவசரமாக 'முதல் கொள்கை' என்று எழுதினார்.

திரும்பி வந்த சீடன் 'ஆ! பிரமாதம்' என்றான்.

சீடன் பார்த்துக்கொண்டிருந்தபோது அழகாக அமையாத அந்த ஓவியம் அவன் பார்க்காதபொழுது அழகாக வந்தது.

எப்போது பிரக்ஞையோடு நாம் ஒரு செயலில் ஈடுபடுகிறோமோ அப்போது பதற்றம் ஏற்படுகிறது.

பதற்றம் ஏற்படும்பொழுது,

அழகாக இருக்கவேண்டும் என்கிற ஆர்வம் ஏற்படும் பொழுது கலையும் கை நழுவிப் போய்விடுகிறது.

ஆம்!

ஓவியத்தைக் காட்டிலும் முக்கியம் ஓவியன்.

பாலத்தைக் காட்டிலும் முக்கியம் ஊர்.

37. பயம்

மனிதனைப் பின்னுக்குத் தள்ளும் அசுர பலம் பயத்திற்கு உண்டு.

பயம் கொள்ள ஆரம்பித்தால், அது விசுவரூப மெடுத்து படாதபாடு படுத்துகிறது.

பயத்திலேயே இயல்பானது.

இயல்புக்கு முரணானது என்று இரண்டு வகை உண்டு.

இயல்பானது இயற்கையானது. ஒரு பாம்பைக் கண்டால் பயப்படுவது இயல்பானது. அதில் ஒன்றும் தவறு இல்லை. ஆனால் பாம்பு பொம்மையைக் கண்டால்கூடப் பயப்படுவது என்பது இயல்புக்கு முரணானது.

ஆங்கிலத்தில் Phobia என்று சொல்லுவார்கள். 13ஆம் எண்ணைக் கண்டால் கூட மேலை நாடுகளில் பயப்படுவார்கள்.

இருளைக் கண்டு சிலர் பயப்படுவார்கள்.

உயரத்தைக் கண்டு சிலர் பயப்படுவார்கள்.

பயத்திற்கு என்ன காரணம் என்று நாம் சிந்திக்க வேண்டும். பாதுகாப்பின்மைதான் பயத்திற்குக் காரணம்.

ஒரு புதிய இடத்திற்குச் செல்லும்போது அங்கு நமக்குச் சரியான பாதுகாப்பு இருக்குமோ என்று தோன்றுகிறது. பயம் ஏற்படுகிறது.

பாதுகாப்பு என்பது உடலுக்கு மட்டுமல்ல; நமது கௌரவத்திற்கு. நமது அந்தஸ்திற்கு நமது பொருள்களுக்கு நம் பெயருக்கு, நம் புகழுக்கு.

மரணத்தைக் குறித்துப் பயம், நாம் இழக்கப் போகின்ற வற்றை எண்ணி,

தெரிந்தவற்றிலிருந்து விடுதலைபெற முடியாமல் போனால் பயம் உண்டாகிறது.

நமது பாதுகாப்பின்மைக்கு முக்கிய காரணம் பொருள்களின் மீது - மனிதர்களின் மீது - நமது சில இச்சைகளின் மீது நமக்கு ஏற்பட்டிருக்கும் பிடிப்புதான்.

'பிடிப்பு' ஏற்படும்போதெல்லாம் நம் பயம் கூடுகிறது.

பிடிப்பு என்கிறபோது அதில் உயர்ந்தது - தாழ்ந்தது என்பதெல்லாம் கிடையாது. எல்லாப் பிடிப்புகளும் ஒரே மாதிரிதான்.

நமது பயம் நாம் இழக்கப் போகின்றவற்றைக் குறித்து.

இழக்க - நேரிடுகிறபோது - அந்த இழப்பைச் சமரசம் செய்து கொள்ளாதபோது நாம் தற்கொலை செய்ய நேரிடுகிறது.

சத்தியத்துடன் நிமிர்ந்து நிற்கிறவன் பயம் கொள்ளத் தேவையில்லை.

தேர்வில் காப்பி அடிப்பவன்தான் பதற்றத்தோடு இருக்கிறான்

'பயம்' உண்மையை எதிர்கொள்ளுகிறபோது சிலருக்கு நேர்கிறது.

நேர்மையாக இருப்பவன் துணிச்சலுடன் இருக்க முடியும்.

நேர்மையற்று இருப்பவன் எப்போதும் பயத்தோடு நடமாடிக் கொண்டிருக்கிறான்.

அவனுடைய நிழல்கூட அவனைப் பயமுறுத்துகிறது.

ஒரு சின்ன சம்பவத்தைக் குறிப்பிட விரும்புகிறேன்.

ஹென்றி என்பவன் குடிபோதையில், தான் குதிரைப் பந்தயத்தில் வென்றதைக் கொண்டாட ஒரு உணவு விடுதிக்குச் சென்றான்.

அங்கே உணவருந்தும்போது, வெள்ளியிலான கரண்டியை எடுத்துத் தன் சட்டைப் பைக்குள் போட்டுக்கொண்டான்.

உணவருந்தி முடிந்ததும் வெளியே வருவதற்கு முயன்ற போது அவனிடம் உணவு பரிமாறுபவன் ஓடிவந்து நீங்கள் இன்னும் சாப்பிட்டதற்குப் பில் தரவில்லை என்று கேட்டான்.

அதற்கு ஹென்றி 'எந்தக் கரண்டி' என்று கேட்டான்.

காரணம், அவன் செய்த தவறினால் அவன் மனத்தில் கரண்டியே ஆக்கிரமித்திருந்தது. அதனால்தான் 'பில்' என்பது அவன் காதுகளில் 'கரண்டி' என்று விழுந்தது.

நாம் தவறு செய்கிறபோது பயத்தின் பிடியிலேயே இருக்க வேண்டியதாக இருக்கிறது. மடியிலே கனமிருந்தால் வழியிலே பயப்பட வேண்டியதாக இருக்கிறது.

இந்தப் பயத்திலிருந்து எப்படி விடுபடுவது?

நமது பயத்திற்கு யார் காரணம்?

பல நேரங்களில் நமக்குப் பயம் மற்றவர்களால் உண்டாகிறது. இருள், பேய், பிசாசு போன்றவற்றைக் குறித்த பயத்தை சமூகமும், பெற்றோர்களும் உண்டாக்குகிறார்கள்.

சில பயம் நம் ஒருமித்த உள்ளுணர்விலேயே கலந்திருக்கிறது.

அமெரிக்காவில் பாம்பின் படத்தைத் தொலைக்காட்சியில் பார்த்து இரண்டு வயதுக் குழந்தைகள் கூட அழுதன. காரணம் ஒருமித்த உள்ளுணர்வின் (Collective Consciousness) வெளிப்பாடு.

பயத்திலிருந்து விடுபட வேண்டுமானால், நாம் ஆசைகளிலிருந்து விடுபடவேண்டும்.

ஆசைகளிலிருந்து விடுபடவேண்டுமானால், நாம் அவற்றை முதலில் தெளிவாகப் புரிந்து கொள்ளவேண்டும்.

அதற்காக - பயப்பட வேண்டிய விஷயங்களுக்கு நாம் பயப்படத் தான் வேண்டும்.

ஒரு புலியைக் கண்டு தைரியமாக நின்றால், இறந்துபோக வேண்டியதுதான்.

மதம் பிடித்த யானையைக் கண்டு ஓடி ஒளிய வேண்டியது தான்.

ஆனால் எறும்புக்குப் பயந்து நடுங்குபவர்கள் இருக்கிறார்கள்.

பயம் நம்முடைய சிந்தனையை மழுங்கடிக்கிறது.

நம்முடைய ஆற்றலைக் குறைத்துவிடுகிறது.

பலரால், தன் சொந்த வீட்டில்தான் சரியாக உறங்க முடியும்.

தன் மண்ணில்தான் சரியாகச் சாப்பிட முடியும்.

இந்தப் பாதுகாப்பின்மையிலிருந்து, பயத்திலிருந்து விடுபட எல்லாப் பிடிப்புகளிலிருந்தும் விடுதலை பெற முடியா விட்டாலும் ஒரு சில பிடிப்புகளிலிருந்தாவது நாம் விடுதலை பெறவேண்டும்; அப்போதுதான் நாம் முழுமையை நோக்கிப் பயணிக்க முடியும்.

*

38. ஊக்கம்

இன்று மேலாண்மையில் மிகவும் அதிகமாகப் பயன்படுத்தப்படும் சொல் 'ஊக்கம்' (MOTIVATION).

சார்நிலைப் பணியாளர்களை நாம் பணியில் ஊக்கப்படுத்துவதும், அவர்களிடம் ஆர்வத்தைக் கிளர்ந்தெழச் செய்வதும்தான் பணித் திறனை அதிகரிக்கும் என்று மேலாண்மை கூறுகிறது.

ஒவ்வொரு மனிதனுக்குள்ளும் ஒரு தீப்பொறியை ஏற்படுத்தினால் போதும், அது பெரும் நெருப்பாகப் பொங்கிப் பிரவாகமெடுத்து வெப்பத்தை ஏற்படுத்தும் - தாக்கத்தை ஏற்படுத்தும் என்பதுதான் ஊக்கத்தின் பின்னணி.

'ஊக்கம்' என்பதை மேற்கத்திய மேலாண்மையிலிருந்துதான் நாம் தெரிந்துகொள்ள வேண்டும் என்பதல்ல. நம் இலக்கியங்களில் எல்லாம் ஊக்கத்தைப் பற்றி நிறையக் கூறப்பட்டிருக்கிறது.

ஊக்கத்தைப் பற்றி வள்ளுவர் கூறும்போது -

'பரியது கூர்ங்கோட்ட தாயினும் யானை
வெரூஉம் புலிதாக் குறின்'   (குறள் - 599)

என்று குறிப்பிடுகிறார்.

நம்மிடம் இருக்கும் ஊக்கம் அதிகரிக்குமானால், நாம் எவ்வளவு பெரிய சவாலையும் எதிர்கொண்டு வெல்ல முடியும். நாம் எவ்வளவு பெரிய எதிரியையும் வீழ்த்த முடியும் என்பதுதான் பொருள்.

யானை உருவத்தினால் பெரியதாக இருக்கலாம். ஆனால் புலி ஊக்கத்தினால் பெரிதாக இருக்கிறது. தன்னால் யானையை வீழ்த்த முடியும் என்கின்ற தன்னம்பிக்கை இருக்கிறது. அது புலிக்கு அசுர பலத்தைக் கொடுக்கிறது. அளப்பரிய உந்து சக்தியால் புலி யானையை எளிதில் வென்றுவிடுகிறது.

நாம் பிரச்சினையைக் கண்டு பயந்தால் மனத்தால் நம்மைப் பிரச்சினை வென்றுவிடுகிறது. நாம் துணிந்து நின்றால் பிரச்சினையைக் கிள்ளி எறிந்துவிடலாம்.

எண்ணிக்கை முக்கியமல்ல - ஊக்கம்தான் முக்கியம் என்பதற்கு அழகான ஒரு ஜென் கதை உண்டு.

நோபிநாகா என்கிற ஜப்பானியப் போர் வீரன் தன், எதிரி ஒருவரைத் தாக்க முற்பட்டார் - ஆனால், தன் எதிரியிடம் இருப்பது போல் பத்தில் ஒரு பங்குதான் அவனிடம் போர் வீரர்கள் இருந்தார்கள். அவனுக்கு, தான் நிச்சயம் வெற்றி பெறுவோம் என்று தெரியும். ஆனால், அவனுடைய சிப்பாய்களுக்கு மிகுந்த சந்தேகம் இருந்தது. போருக்குப் போகிற வழியில் நோபிநாகா ஒரு shindu கோயிலுக்கு முன் தன் படையை நிறுத்தித் தன் படை வீரர்களிடம் சொன்னான்.

"நான் கோயிலிலிருந்து திரும்பியதும் ஒரு நாணயத்தைச் சுண்டி விடுவேன். தலை வந்தால் நாம் வெற்றி பெறுவோம்; பூ விழுந்தால் நாம் தோற்போம். விதியின்படி நாம் நடப்போம்."

நோபிநாகா கோயிலுக்குச் சென்று மௌனமாய் பிரார்த்தனை செய்தான். திரும்ப வந்து நாணயத்தைச் சுண்டினான். தலை விழுந்தது. அவன் வீரர்களுக்கெல்லாம் உற்சாகம் வந்தது. அவன் வீரர்களெல்லாம் தீவிரமாக வாள் வீசினார்கள். நோபிநாகா வெற்றி பெற்றான்.

'யாரும் விதியின் கையை மாற்றி எழுதமுடியாது' என்று அவன் பணியாள் சொன்னான்.

"ஆம்" என்று நோபிநாகா தான் சுண்டிய நாணயத்தைக் காட்டினான். அதில் இரண்டு நாணயங்களை ஒட்டியிருந்தான். இரண்டு பக்கமும் தலைகளே இருந்தன!

அதே வீரர்களின் எண்ணிக்கைதான் -

அதே வீரர்கள்தான் -

அதே நோபிநாகாதான்!

ஆனால், நாணயத்தைச் சுண்டியவுடன் அவர்கள் வேறு மனிதர்களாக மாறிப்போயிருந்தார்கள். மாற்றம் அவர்களுடைய உற்சாகம். தன்னம்பிக்கை ஊக்கம். வெற்றி பெறுவோம் என்று எண்ணியவுடன் அவர்களிடமிருந்த ஆற்றல் வெளிப்பட்டது.

ஊக்கம் அதைத்தான் செய்யும்.

அதனால்தான் வள்ளுவர் 'ஊக்கம் உடைமை' என்றார்.

Lao Tzu என்கிற ஞானி. அவர் காலம் புத்தருக்கும் முந்தியது. அவர் சொல்கிறார்.

A journey of thousand miles begins with a single step.
ஆயிரக்கணக்கான மைல்களைக் கொண்ட பயணம் ஒரு சின்ன

அடியில்தான் ஆரம்பமாகிறது. ஊக்கம் இருப்பவன் தொடர்ந்து சென்றால், அது நெடிய பயணமாகிறது. முதல் அடி வைக்கும் போதே எங்கே முடியும் என நினைத்தால் முடியாமல் போகும். ஒரு நீளமான காவியம் கூட, ஒரு எழுத்தில்தான் ஆரம்பமாகிறது.

ஓர் அழகிய சிற்பம்கூட, ஒரு உளியோசையில்தான் ஆரம்பமாகிறது.

ஒரு கடல் கூட, ஓர் துளியில்தான் ஆரம்பமாகிறது.

ஊக்கம் இருப்பவன் உன்னதங்களைச் செய்கிறான் - உலகை ஆள்கிறான்.

39. நகைச்சுவை

'நகைச்சுவை' என்பது மனித வாழ்வை மகிழ்ச்சியடையச் செய்கிற 'மந்திரம்', சிரிக்கிறபோது நாம் குழந்தைகளாகிவிடுகிறோம்.

நம்மை அந்த நிமிடங்களில் மறந்துவிடுகிறோம் -

சிரிப்பு எட்டு வகை மெய்ப்பாடுகளில் ஒன்று என்று தொல் காப்பியர் கூறினாலும் -

"நகையே அழுகை இளிவரல் மருட்கை
அச்சம், பெருமிதம், வெகுளி, உவகை என்று
அப்பால் எட்டே மெய்ப்பாடு" என்ப,

என்று குறிப்பிடும்போது.

நகைச்சுவைதான் முதலிடம் வகிக்கின்றது. 'நகை'யை வேடிக்கை யாகக் கேலி செய்தல், குழந்தைகளின் மழலைச் சொல், அறியாமையால் கண்டதைச் சொல்லுதல், தெரிந்தும் தெரியாதது போல் நடிப்பது என்று நான்காகப் பிரிக்கிறார் தொல்காப்பியர்.

சிரிக்கின்றபோது மட்டும்தான் நாம் அந்தக் கணத்தில் இருக்கிறோம் -

சிரிப்பு நம்மை நிகழ்காலத்திலேயே நிறுத்திவிடுவதால், சிரிப்பு தியானத்திற்கு நிகராக இருக்கிறது -

மனிதன் சிரிக்கின்றபோது அவன் சக்தி கூடுகின்றது.

கோபப்படும்போது அவன் சக்தி விரயமாகிறது.

சிரிக்கின்றபோது மனிதன் குழந்தையைப் போல் மாறி விடுவதால், அழகு மிளிர்கிறது -

அவன் கோபப்படும்போது, உக்கிரமடைந்து அவன் பயங்கர மாகத் தோன்றுகிறான் -

சிரிப்பு தானாக வருவது; புன்னகை நாமாகப் புரிவது -

எல்லா உயிர்களுக்கும் புன்னகை புரிய முடியும் -

பூ செடியின் புன்னகை -

கூவுதல் குயிலின் புன்னகை -

அலை கடலின் புன்னகை -
தென்றல் காற்றின் புன்னகை -
நிழல் மரத்தின் புன்னகை -
வாலாட்டுதல் நாயின் புன்னகை -
தோகை விரித்தல் மயிலின் புன்னகை -

மனிதனால் மட்டும்தான் சிரிக்க முடியும் - வாய்விட்டு மெய் மறந்து!

நகைச் சுவையில் மூன்று வகை உண்டு.

1. தன்னைத் தாழ்த்திக்கொண்டு மற்றவர்களைச் சிரிக்க வைப்பது -
2. அடுத்தவர்களைத் தாழ்த்திச் சிரிக்க வைப்பது.
3. தன்னையும் அடுத்தவர்களையும் மேன்மைப்படுத்தும் படி சிரிக்க வைப்பது.

எந்த நகைச்சுவை மனிதனுடைய மனதையும், எண்ணங்களையும் மேன்மைப்படுத்த முடியுமோ, அதுவே உண்மையான நகைச்சுவை ஆரோக்கியமான நகைச்சுவை.

முல்லா என்கிற சுபி ஞானியுடைய நகைச்சுவைத் துணுக்குகள் எல்லாம் அப்படித்தான் - அவை சிரிப்பதற்குப் பின்னாலும் சலன வட்டங்களாய்ச் சிந்தனைகளைக் கிளறி விடுகின்ற ஆற்றல் பெற்றவை -

ஈசாப் கதைகளும் அப்படித்தான் - அந்த ஒவ்வொரு சம்பவமும் நம் மனதில் பல எண்ணங்களைச் சலித்து சலித்து மேம்பாடு அடையச் செய்யும் தன்மையுடையவை.

அக்பர் - பீர்பால் கதைகளானாலும், தெனாலிராமன் கதை களானாலும் அவை வரலாறு கடந்து வாழ்வதற்குக் காரணம் அவற்றின் வீச்சும் ஆற்றலும்தான் -

சிரிப்பு மனிதனுடைய உயிர்த்துடிப்பைக் காட்டுகிறது -

சிரிப்பு ஒன்றுதான் மனிதனை மற்ற உயிர்களிலிருந்து உயர்த்திக் காட்டுகின்றது - மேலும் சிரிப்பு உயர்ந்த அறிவாற்றலைக் காட்டுகிறது.

நுண்ணிய அறிவு இருப்பவர்களால்தான் உடனடியாகச் சிரிக்க முடியும் -

ஒரு மிருகக் காட்சிச் சாலையில் ஒரே ஒரு கழுதை மட்டும் சிரித்துக்கொண்டிருந்தது. அங்கு வந்த பார்வையாளர் வனவிலங்குக்

காப்பாளரைக் கேட்டார் "ஏன் ஒரு கழுதை மட்டும் சிரிக்கிறது?" என்று.

"நேற்று ஒரு குரங்கு ஜோக் சொன்னது. அதைக் கேட்டு எல்லா விலங்குகளும் உடனடியாகச் சிரித்துவிட்டன - கழுதைக்கு இப்போதுதான் புரிந்தது. அதனால்தான் இது இப்போது சிரிக்கிறது" என்றார்.

யாரும் கட்டாயப்படுத்தி யாரையும் சிரிக்க வைக்க முடியாது.

ஒரு மேலதிகாரி அடித்த ஜோக்கிற்கு எல்லோரும் சிரித்தார்கள். ஒரே ஒரு அலுவலர் மட்டும் சிரிக்கவில்லை. அவரைக் கூப்பிட்டு மேலதிகாரி கேட்டார்.

"எல்லோரும் சிரித்தார்கள் - நீ மட்டும் ஏன் சிரிக்கவில்லை?"

அதற்கு அந்த அலுவலர் சொன்னார் "நான் இன்று மாலை ஓய்வு பெறுகிறேன் - எனவே நான் நீங்கள் அடிக்கிற ஜோக்கிற்குச் சிரிக்க வேண்டிய கட்டாயம் இல்லை."

நகைச்சுவை உணர்வு மேலோங்கியிருக்கிற சமுதாயம் வாழ்க்கையைப் பார்க்கிற கண்ணோட்டம் வித்தியாசமானது. ஜே. கிருஷ்ண மூர்த்தியிடம் கேட்டார்கள் நகைச்சுவை எது என்று!

"தன்னைப்பற்றி யாரால் சிரிக்கமுடியுமோ, அவரே நல்ல நகைச்சுவை உணர்வு படைத்தவர்" என்றார் ஜே.கே.

தன்னைப் பற்றியும் சிரித்துக்கொள்ளும் பாங்கு சிலருக்கே வருகிறது - அவர்களே நல்ல மனிதர்களாகிறார்கள் ஞானிகளாகிறார்கள்.

*

40. பட்டாம்பூச்சி

ஜப்பானிய ஹைகூ கவிதைகளில் அதிகமாக உபயோகப்படுத்தப் படும் படிமம் பட்டாம்பூச்சி -

'ஹைகூ' என்பது ஒரு மின்னல்போல் உணரப்படும் ஞானக்கீற்று.

'பட்டாம்பூச்சியும்' ஒரு அழகிய உண்மையை உணர்த்தும் 'படிமம்.'

பட்டாம்பூச்சியைப் பொறுத்தவரை, அது விசித்திரமான கவிதை.

ஏனென்றால், ஒவ்வொரு முறையும் பரிணாம வளர்ச்சி அடையும் அற்புதம் பட்டாம்பூச்சியின் மூலம்தான் நிகழ்கிறது.

பட்டாம்பூச்சி மட்டும்தான் 'வயோதிகம்' வாலிபத்தைக் காட்டிலும் அழகானது என்பதையும், முதிர்ச்சியே பூரணமானது என்பதையும் புரிய வைக்கின்றது.

புழுவாக இருந்து இலைகளைத் தின்கிற பருவத்திலிருந்து, தன் புலன்களையெல்லாம் குறுக்கிக் கூட்டுப் புழுவாக உருமாறி பட்டாம் பூச்சியாய் அதிலிருந்து சிறகடித்து வெளிவரும் தவம் ஒவ்வொரு பிறவியிலும் நிகழ்கிறது.

இரண்டு கட்டங்களைத் தாண்டினால்தான் பட்டாம் பூச்சியாக முடியும். பறவையிலிருந்தும் மேம்பட்டது பட்டாம் பூச்சியின் பரிணாம வளர்ச்சி -

காரணம் பறவை குஞ்சுகளைத் தருகிறது - பட்டாம்பூச்சி புழுக்களைத்தான் தருகிறது.

ஒவ்வொரு புழுவும் வைராக்கியத்துடன் வளர்ந்தால் தான் அது பட்டாம்பூச்சியாய் சிறகடிக்க முடியும் -

கூட்டுப் புழுவாய் மௌனமாகத் தவம் இருக்கும் தன்மை வெளிப்பட்டால்தான் அது சிறகடித்துப் பறக்க முடியும் -

இலைகளைத் தின்கிற புழுதான், பட்டாம்பூச்சியாய் பூக்களில் மகரந்தத்தைப் புலன் விசாரணை செய்கிறது.

இலைகளைத் தின்னும் குற்றத்திற்கு ஈடுகட்டும் பொருட்டு தான் மகரந்தச் சேர்க்கைக்கு மௌனமாய் அது உதவுகிறது.

இலைகளிலிருந்து பூக்களுக்குப் போவதுதான் வளர்ச்சி.

'Coming out with flying colours' என்கிற சொற்றொடர் பட்டாம் பூச்சிக்குத்தான் பொருந்தும்.

"உதிர்ந்த பூ மறுபடியும்
மரக்கிளையில் ஒட்டிக்கொண்டது -
ஓ! பட்டாம் பூச்சி" -

என்கிறது ஒரு ஹைகூ.

பட்டாம் பூச்சியும் ஒரு பூ -

பூக்களின் மீது அமருகிற பூ -

பட்டாம்பூச்சி மனிதர்களுக்குக் கற்றுத்தருகிறது - எப்படி வேரிலிருந்து பூக்களுக்குப் போவது என்பதை -

எப்படி மௌனமாய்த் தவம் இருப்பது என்பதை -

எப்படி வைராக்கிய விதைகளை விதைப்பது என்பதை.

ஒரு வைரமும், கூழாங்கல்லும் சந்தித்தன.

கூழாங்கல் வைரத்தைப் பார்த்துக் கேட்டது,

"எப்பொழுதும் நீ பளபளப்பாக இருக்கிறாயே!

உனக்கு மட்டும் எப்படி இது சாத்தியம்?" என்று கேட்டது.

"நீ பளபளப்பாக இருப்பதாக நினைத்துக்கொண்டு பூமியின் மீது சகல நேரமும் கிடந்து பெருமைப்பட்டாய்."

"நான் கறுப்பாய் கரியாக இருந்த காரணத்தால், பூமிக்குள் பல்லாயிரக்கணக்கான ஆண்டுகள் தவமிருந்தேன் - அதற்குப் பரிசாய் இறைமை என்னை வைரமாக்கியது - இப்போது மேலே வந்துள்ளேன்" என்றது.

பட்டாம்பூச்சிகள் தான் பூச்சியினங்களிலேயே அதிகமாக உள்ள குடும்பத்தைச் சார்ந்தது. 'Lepidoptera' என்கிற குடும்பத்தைச் சார்ந்தது. ஒவ்வொரு பட்டாம்பூச்சியும் ஒவ்வொரு செடியில் வளர்கிறது - இலை மாற்றி உண்பதில்லை. இலைகளில் குறிப்பிட்ட ரகத்தைத் தேர்ந்தெடுத்துப் புழுவாக உண்ணும் பட்டாம்பூச்சி சிறகடிக்கும்போது பூக்களை ரகம் பிரிப்பதில்லை.

எல்லாப் பூக்களின் மகரந்தத்தையும் அவை நுகர்கின்றன.

சாதிகளை ஆராய்ந்து அதிலேயே மூழ்கிக்கிடப்பவர்கள் புழுக்களைப்போல் நெளிந்துகொண்டிருக்கிறார்கள். அவற்றைத் தாண்டியவர்கள் பட்டாம்பூச்சிகளாய் சிறகடித்துக்கொண்டிருக்கிறார்கள்.

மனிதன் முழுவதுமாய் மலர்ந்தபோது அவன் தரம் பிரிப்பதில்லை. அனைத்துப் பிரிவுகளையும் தாண்டி விடுகிறான் - எல்லா எல்லைகளையும் கடந்துவிடுகின்றான்.

எல்லா உயிர்களும் அவனுக்கு ஒரே மாதிரி.

அவன் புழுக்களையும் நேசிக்கிறான் - புறாக்களையும் நேசிக்கின்றான்.

பட்டாம்பூச்சி தன் இறக்கைகளால் பிரபஞ்சத்தை அளக்கிறது. அது அழகிய சிறகுகளால் இருத்தலைக் கௌரவப் படுத்துகிறது.

கடுமையான காற்றிலும், புயலிலும் சேதப்படாத அதன் சிறகுகள் மனிதனின் கை பட்டால் நசுங்கிவிடுகிறது.

புயலிலும் கடுமையானவை மனிதனின் கைகள்.

காற்றிலும் மோசமானது சேதப்படுத்துகிற அவன் மனம்.

41. ஒரு நிமிடம் போதும்

'ஒரு நிமிட மேலாளர்' என்பது தற்சமயம் மேற்கத்திய மேலாண்மையில் கடைப்பிடிக்கப்படும் நுட்பம்.

ஒரு நிமிட மேலாளர் அதாவது One minute manager என்பது, நிறுவனங்களில் பணிபுரியும் ஒவ்வொரு பணியாளரும் தங்களுடைய பணியைத் தானே மேலாண்மை செய்து கொள்ளும் வழிமுறை.

ஒவ்வொரு பணியாளரும் நிறுவனத்திற்கும், தனக்கும் உள்ள தொடர்பை ஒரே நிமிடத்தில் வாசிக்கும்படி எழுதி வைத்துக்கொள்ள வேண்டும் -

தினமும் காலையில் தன் பணியைத் தொடங்குவதற்கு முன் அந்த வாசகத்தை வாசித்துவிட்டு, நாள் முழுவதும் அந்த இலக்கை நோக்கிப் பயணம் செய்ய வேண்டும் -

பணி நிறைவுறும் நேரத்தில், தான் அன்று முழுவதும் செய்த பணி எந்த அளவுக்குத் தனக்கு விதிக்கப்பட்ட இலக்குடன் இயைந்து இருக்கிறது என்பதை அவன் ஒப்பிட்டுப் பார்க்க வேண்டும். அதில் குறை ஏதுமிருந்தால் அதைச் சரிசெய்யும் பொருட்டு - தன்னுடைய பணியின் வேகத்தை, தன்மையை, செயற்திறனை அவன் அதிகரித்துக் கொள்ள வேண்டும்.

அவன் நிர்ணயித்துக்கொள்ளும் 'ஒருநிமிட இலக்கு' அவன் பணியினைப் பொறுத்தது. சில நேரங்களில் சில பணிகளில் ஒரு நிமிட இலக்கு நாளுக்கு நாள் மாறுபடலாம். சில நேரங்களில் குறிப்பிட்ட காலக்கெடுவரை ஒரு நிமிட இலக்கு இருக்கலாம்.

நிறுவனத்தின் மேலதிகாரியும் தன் சார்நிலைப் பணியாளர்களின் பணியை ஒருநிமிட மேலாண்மைத் தத்துவத்தை வைத்து ஆய்வு செய்தால் நேரமும், சக்தியும் வீணாகாமல் பாதுகாக்கப்படுகிறது.

ஒரு நிமிட மேலாண்மைத் தத்துவத்தை நிறுவனங்கள் மட்டுமல்ல; எல்லோருமே தங்கள் அன்றாட வாழ்க்கையில் கடைப்பிடிக்க முடியும்.

ஒரு மாணவன் தேர்வுக்குப் படிக்கும்போது தினமும் தன் இலக்கை வகுத்துக்கொண்டு அவ்வப்போது அதை நோக்கிப் பயணம் செய்கிறோமா என்று பரிசோதித்துக் கொள்ள முடியும்.

ஒரு ஆசிரியர்கூட தன் அட்டவணையைச் சரிசெய்து கொள்ள முடியும்.

ஒரு வீட்டை நிர்வகிக்கும்போதுகூட, ஒரு நிமிட மேலாண்மை உதவும்.

உதாரணத்திற்கு, ஒரு வீட்டில் மாதாமாதம் மின்சாரக் கட்டணம் அதிகமாகிறது என்று சொன்னால், அவர்கள் இன்று முடிந்த அளவு மின்சார உபயோகத்தைக் குறைப்போம் என்று நிமிட இலக்கைத் தீர்மானித்துக் கொள்ளலாம்.

அதற்கான வழிமுறைகளாக,

* தேவையற்ற விளக்குகளை எரியவிடமாட்டேன்.
* தேவை முடிந்ததும் geyserஐ அணைத்து விடுவேன்.
* இரவில் படிப்பதைக் குறைத்து, பகலில் படிப்பேன்.
* வாசல் விளக்குகளை அனாவசியமாக எரிய விட மாட்டேன் என்று நிர்ணயித்துக் கொள்ளலாம்.

இதை ஒவ்வொருநாள் ஆரம்பிக்கும்போதும் தீவிரப்படுத்து வதுடன் நாள் முடியும்போது இந்த வழிமுறைகளை எந்த அளவுக்குப் பயன்படுத்தியிருக்கிறோம் என்று சுயபரிசோதனை செய்துகொள்ளலாம்.

தன் கொலஸ்ட்ராலைக் குறைக்க நினைப்பவர்கள் -

தன் உணவில் சர்க்கரையைக் குறைக்க நினைப்பவர்கள் -

தன் எடையைக் கச்சிதமாக வைத்துக்கொள்ள விரும்புபவர்கள்.

எல்லோருமே இந்த ஒரு நிமிட மேலாண்மையைப் பயன் படுத்தலாம்.

சிறுசேமிப்புக்கு இது பயன்படும் - செலவைக் குறைக்க இது பயன்படும். நாம் வாழ்க்கையைச் செழுமைப்படுத்த இது பயன்படும்.

மேலாண்மைத் தத்துவத்துக்கு ஒரு சிறுகதையைக் கூறுவதுண்டு.

ஒரு கட்டடத்தைக் கட்டிக்கொண்டிருந்த மூன்று பேரிடம் 'நீங்கள் என்ன செய்துகொண்டிருக்கிறீர்கள்' என்ற கேள்வி கேட்கப் பட்டது.

முதலாமவன். 'நான் வயித்தைக் கழுவுவதற்காக வேலை செய்கிறேன்' என்றான்.

இரண்டாமவன். 'நான் குழந்தைகள் படிப்பதற்கான பள்ளிக் கூடக் கட்டட வேலை செய்கிறேன்' என்றான்.

மூன்றாமவன். "நான் எதிர்கால விஞ்ஞானிகளும், மேதைகளும் உருவாகும் இடத்தினை உருவாக்கிக் கொண்டிருக்கிறேன்" என்றான்.

மூவரும் ஒரே பணியைத்தான் செய்துகொண்டிருக்கிறார்கள்.

ஆனால், ஒருவன் மட்டும் 'உள்ளுவதெல்லாம் உயர்வுள்ளல்' என்று பணியைச் செய்கிறான். அப்படிச் செய்கிறபோது பாறாங்கல்லும் பஞ்சு மாதிரியாகிறது; மலையும் மண்மேடாக மாறுகிறது.

42. புகழ்

நாம் ஒரு பொருள் உயிரோடிருக்கும்போது அதன் அருமையை உணர்வதில்லை - அது இல்லாமல் போகும் போதுதான் அதன் பெருமையை உணர்கிறோம்.

ஒரு மனிதன் வாழுகிற வரை, அவனை யாரும் நினைத்துக் கொள்வதில்லை. அவன் மரணமடைந்த பின்பு தான் அவன் வெறுமையை உணர்ந்து, அவனுக்கு இரங்கல் கூட்டங்கள் நடத்துகிறார்கள்.

வாழுகிறவரை வாடகை வீடு கிடைக்காமல் கஷ்டப்படுகிறவனுக்கு, செத்த பிறகு மாளிகை கட்டி நினைவாலயம் ஏற்படுத்து கிறார்கள்.

உயிரோடிருக்கும் வரை பெற்றோர்களுக்குச் சோறு போடாத சிலர், அவர்கள் செத்த பிறகு மலர் அலங்காரங்கள் செய்கிறார்கள்.

வாழ்கிற வரை, அவர்களுக்குக் கட்டிலைக்கூட செய்து தராதவர்கள், அவர்கள் உயிர் விட்ட பிறகு, சந்தனத்தால் சவப்பெட்டி செய்கிறார்கள்.

தினமும் நம் வாசலில் நின்று நமக்கு நிழலையும், காற்றையும் தருகிறதே - மரம், அதற்கு என்றாவது ஒரு நாள், ஒரு நிமிடம் நின்று நாம் நன்றி செலுத்துகிறோமா!

அது ஒரு நாள் புயல் மழையில் இறந்த பின்புதான் அதன் இருத்தலின் அருமையை நான் உணர்கிறோம்.

தொலைந்த சுகத்தைத்தான் தேடுகிறோம்.

காணாமல் போன மனிதர்களைத்தான் கண்டுபிடிக்க யத்தனிக் கிறோம்.

நம்மிடம் இருக்கும் இளமை தொலைந்த பின்பு தான் அதை எப்படி எப்படியெல்லாம் தவறவிட்டுவிட்டோம் என்று யோசிக் கின்றோம்.

நம் பணி முடிந்த பிறகுதான், ஓய்வு பெற்ற பிறகுதான், இன்னும் என்னென்ன சேவைகள் செய்திருக்கலாம் எனச் சிந்திக்கிறோம்.

பார்வையிருக்கும் வரை விழிகளின் பெருமை தெரிவதில்லை.

கைகளிருக்கும் வரை அவற்றின் பயன்பாடு புரிவதில்லை. நான் கேள்விப்பட்டிருக்கிறேன்.

வால்டேருக்குக் கொஞ்சம்கூடப் பிடிக்காத ஒரு நபர் இருந்தார். அவர்கள் இருவருக்கும் எப்போதும் வாக்குவாதம் ஏற்படும். மாறிமாறி வைதுகொள்வார்கள்.

ஒருநாள் வால்டேரிடம் ஒருவர் வந்து, அவர் எதிரி இறந்து விட்டார் என்று தெரிவித்தார். அவரைப் பற்றிச் சில வார்த்தைகள் கூறுமாறு கேட்டுக்கொண்டார்.

வால்டேர் அவரைப் பற்றி மிகவும் பெருமையாகக் குறிப் பிட்டார். அவரைப் போல் கண்ணியமான மனிதரைப் பார்க்க முடியாது; தங்கள் இருவருக்கும் கருத்துவேறுபாடு இருந்த போதிலும் அவர் எப்படியெல்லாம் மிகுந்த பண்போடு நடந்து கொண்டார் என்றும் குறிப்பிட்டார்.

இறுதியாக வால்டேர் "நான் பேசியதெல்லாம் அவர் இறந்துவிட்ட பட்சத்தில்தான் பொருந்தும். ஒருவேளை அவர் உயிரோடிருந்தால், நான் அவரைப் பற்றிச் சொன்னதையெல்லாம் திரும்பிப் பெற்றுக் கொள்கிறேன்" என்றார்.

ஷேக்ஸ்பியருடைய விசிறிகள் பெர்னாட்ஷாவை ஒரு கூட்டத்திற்கு அழைத்திருந்தார்கள். எப்படியும் பெர்னாட்ஷாவை மட்டம் தட்ட வேண்டும் என்றுதான் அந்தக் கூட்டத்திற்கு அவர்கள் ஏற்பாடு செய்திருக்கிறார்கள் என்பது அவருக்குத் தெரியும்.

கூட்டத்தில் ஷா தன்னுடைய படைப்புகளைப் பற்றிப் பேசினார். அவர் பேசி முடிந்ததும் ஷேக்ஸ்பியருடைய ரசிகர்கள் அவர் பேசியதில் இருந்த குறைபாடுகளை எல்லாம் விலாவாரியாகத் தாக்கிப் பேசினார்கள்.

எல்லோரும் பேசி முடித்தவுடன் ஷா புன்னகையுடன் எழுந்து நான் பேசியது அனைத்துமே ஷேக்ஸ்பியருடைய நூல்களிலிருந்து எடுத்ததுதான் எனச் சொல்லி எதிலிருந்து பேசினார் என்பதையும் மேற்கோள் காட்டினார் -

புத்திசாலிகள் பாம்புகளைக்கூட

மாலைகளாக்கிக் கொள்கிறார்கள்.

*

43. பிரபஞ்சம்

லத்தீன் அமெரிக்கப் புரட்சிகர கவிதைத் தொகுதியிலிருந்து 'அரசியலற்ற அறிவுஜீவிகள்' என்கிற அழகான கவிதையைப் படிக்க நேர்ந்தது.

'உலகமே அழிந்தாலும் நான் சுகமாக இருந்தால் போதும்; என் சுயநலம் தான் எனக்குப் பெரிது.'

- என்பதில் பலர் குறியாக இருக்கிறார்கள் -

பிரபஞ்சத்தில் ஒரு பூவுக்கு நேர்கிற நெருக்கடி, நட்சத்திரங்களைக்கூடப் பாதிக்கும் என்பதை உணராத அந்தத் 'தற்குறி'களைப் பற்றிய கவிதையைக் 'காலக்குறி' என்கிற காலாண்டிதழ் வெளியிட்டிருந்தது.

அந்தக் கவிதை இதோ-

'ஒரு நாள்
எமது நாட்டின்
அரசியலற்ற அறிவுஜீவிகள்
மிகவும் எளிமையான எமது மக்களால்
விசாரணை செய்யப்படுவார்கள்.
இனிமையான சுடரைப்போல்
சிறிதாகத் தனிமையில் மெதுவாகத்
தங்களின் நாடு சிறுகச் சிறுக செத்தபோது
அவர்கள் என்ன செய்தார்கள்
என்று அவர்களிடம் கேட்கப்படும் -
அவர்களது ஆடையைப் பற்றியோ
மதிய உணவுக்குப் பின்பான
நீண்ட பகல் உறக்கம் பற்றியோ
யாரும் அவர்களிடம் கேட்கமாட்டார்கள் -
சேர்த்த சொத்துக்கான அடிப்படை ஆய்வு பற்றி
யாரும் கண்டுகொள்ளமாட்டார்கள் -
கிரேக்கப் புராணம் பற்றியோ
அல்லது தமக்குள் ஒருவர்
கோழையாக சாகத் தொடங்கியபோது
அவர்கள் உணர்ந்த சுய வெறுப்பைப் பற்றியோ
அவர்களிடம் கேட்கப்படமாட்டாது.

அந்த நாளில்
அறிவு ஜீவிகளின்
புத்தகங்களிலும், கவிதைகளிலும்
இடம்பெறாத
ஆனால், தினமும் அவர்களுக்கு
ரொட்டியும், பாலும், சோளரொட்டியும் முட்டையும்
கொடுத்தவர்கள்.
அவர்களது உடுப்புகளைத் தைத்தவர்கள்.
அவர்களது கார்களை ஓட்டியவர்கள் -
நாய்களையும், தோட்டங்களையும் பராமரித்தவர்கள் -
அவர்களுக்காக உழைத்த
எளிய மனிதர்கள் வருவார்கள் -
அப்போது அவர்கள் கேட்பார்கள் -
"ஏழை மக்கள் துன்புற்றபோது
அவர்களது கனிவும் உயிரும்
உள்ளுக்குள்ளேயே கருகியபோது
நீங்கள் என்ன செய்தீர்கள்?"
"எனது இனிய நாட்டின்
அரசியலற்ற அறிவுஜீவிகளான
உங்களால் அப்போது பதில் சொல்லமுடியாது
மௌனம் என்ற வல்லூறு
உங்கள் குடலைத் தின்னும்
உங்கள் வேதனையே உங்கள் உயிரைக் குதறும்
உங்கள் அவமான உணர்விலேயே
நீங்கள் ஊமையாகிவிட்டிருப்பீர்கள்."

நம்மைச் சுற்றியும் இப்படிப் பல அறிவுஜீவிகள் இருக்கிறார்கள்.

நெல்லிக்காயைச் சாப்பிடும் குழந்தைகள் இனிக்க வேண்டும் என்பதற்காகத் தண்ணீர் குடிப்பதைப்போல, மற்றவர்கள் வாழ்வதே தங்கள் இனிமையான நொடிகளுக்காக என்று நினைத்துக்கொள்பவர்கள் இவர்கள் -

தங்கள் வீடு முழுவதும் புத்தகங்களை நிரப்பி வைத்து அவற்றைக் கொண்டே காலம் கழித்துவிடலாம் என நினைப்பவர்கள்.

ஆபிரஹாம் லிங்கன் வீட்டிற்கு அவருடைய பாராளுமன்ற நண்பர் சென்றபோது, அவர் தன்னுடைய காலணிகளுக்கு பாலிஷ் போடுவதைப் பார்த்தார்.

அவருக்கு மிகுந்த ஆச்சரியம்.

அமெரிக்க ஜனாதிபதி அவருடைய ஷூக்களுக்கு அவரே பாலிஷ் போட்டுக்கொள்வதா?

"நீங்களே உங்கள் ஷூக்களுக்கு பாலிஷ் போடுகிறீர்களே?" என்று வியப்புடன் லிங்கனைப் பார்த்துக் கேட்டார்.

"ஏன், நீங்கள் மற்றவர்கள் ஷூக்களுக்குப் பாலிஷ் போடுவீர்களா?" என லிங்கன் திருப்பிக்கேட்டார்.

"இல்லை - நான் மற்றவர்களை என் ஷூவிற்குப் பாலிஷ் போட வைப்பேன்" என்றார்.

"அது இன்னும் மோசமாயிற்றே! இதுபோன்ற வேலைகள் தான் வாழ்க்கையோடு நம்மைப் பிணைத்துக் கொண்டிருக் கின்றன" என்றார் லிங்கன்.

உலகத்துடன் நமக்கு இருக்கும் பிணைப்பை நாம் எப்படி வெளிப்படுத்தப் போகிறோம் -

எந்த மனிதனும் தீவாகத் தேங்க முடியாது.

அவன் உணவும், உடையும், ஒவ்வொரு தேவையும் எண்ணற்றவர்களால் நிறைவேற்றப்படுகிறது.

அவர்களுக்கெல்லாம் எந்த வகையில் நாம் கைம்மாறு செய்யப் போகிறோம் என்பது நம்முடைய சிந்தனையாக இருக்க வேண்டும்.

எப்பொழுது பார்த்தாலும் கணக்குப் போட்டுக் கொண்டிருப்பவர்களால் அது சாத்தியமாகாது -

ஒரு மாணவன் எப்போது பார்த்தாலும் கணக்குப் போட்டுக் கொண்டிருப்பான். எதைப் பார்த்தாலும் எண்ண ஆரம்பிப்பான்.

அவனைப் பார்த்து அவன் பெற்றோரே சந்தேகப்பட ஆரம்பித்தார்கள் - அவனை ஒரு திரைப்படத்திற்கு அழைத்துச் சென்றால், மாற்றமாக இருக்குமே என நினைத்தார்கள்.

திரைப்பட இடைவேளையின்போது, அவனிடம் படம், எப்படி இருந்தது?" என்று கேட்டார்கள்.

அவன் "கதாநாயகன் இதுவரை 75 முறை உடைகளை மாற்றி யிருக்கிறான்" என்று பதில் சொன்னான்.

வாழ்க்கையில் சுய கணக்குகளைத் தாண்டி சற்று விரிவாக்கிக் கொள்கிற மனிதர்கள்தான் பூமியில் புன்னகைச் செடிகளை நடுபவர்கள்.

*

44. பறவைச் சுதந்திரம்

பறவைகள்! எத்தனை அழகு -

பறவைகளைப் பார்க்கும்போது இன்னும் உயரமாய் மேலே செல்லவேண்டும் என்கிற எண்ணம் மனிதனுக்குத் தோன்றுகிறது!

பறவைகள் நமது எண்ணங்களுக்குச் சிறகுகள் முளைக்க வைக்கின்றன - பறவைகள் விடுதலையின் அடையாளங்கள் சுதந்திரத்தின் குறியீடுகள் -

அவை சிறகுகளை விரிக்கும்போது எல்லைகள், நீட்சியடைகின்றன. பறவைகளைப் பார்க்கும் போதெல்லாம் பரிணாம வளர்ச்சி அவற்றோடு முடிவடைந்துவிட்டிருக்கக் கூடாதா என்றுதான் மனம் துடிக்கிறது.

பறவைகள் மனிதனுக்கு உந்து சக்தியை உற்பத்தி செய்பவை - அவை அவன் கவிதைகளுக்குப் பாடுபொருள் -

விஞ்ஞானத்திற்கு இடுபொருள் -

எல்லாப் பறவைகளுமே அழகுதான் -

அது காகமாக இருந்தாலும் சரி, மயிலாக இருந்தாலும் சரி, பறக்காத பறவைகளும் அழகுதான் -

கோழி தன் குஞ்சுகளைச் சிறகுகளுக்குள் வைத்துப் பாதுகாக்கிற தாய்மையும் அழகு - கொக்கு மீனுக்காக ஒற்றைக் காலில் இருக்கின்ற தவமும் அழகு.

தேன்சிட்டின் அலகும் அழகு -

பேசக் கற்றுக் கொள்ளும் மைனாவின் இறகுகளும் அழகு -

இயற்கை, தன் அழகை எல்லா உயிர்களுக்கும் பிரித்துக் கொடுக்கிறது மனிதன் பறவைகளைக்கூட இம்சிக்கின்றான்-

உணவுக்காகவே வளர்க்கப்படும் பறவைகள் அதிகம் -

கூவி - வசந்தத்தை அறைகூவி - செவிகளில் தன் இசையை நிரப்பும் குயிலைக்கூட மாமிசத்திற்காகக் கொல்கிறான் -

பல்லாயிரக்கணக்கான மைல்களுக்கு அப்பால், தன் குஞ்சுகளோடு திரும்புவோம் என்ற நம்பிக்கையில் வருகின்ற பறவைகளைக் கூட வேட்டையாடுகிறான்.

அவன் அகோரப் பசிக்கு 'இயற்கையின்' இனிய பக்கங்களை யெல்லாம் கடித்துத் தின்னும் இயல்பு தொடர்கிறது -

இயற்கையோடு இயையும்போது, மனித வாழ்க்கையும் மேம்படுகிறது.

'வேடந்தாங்கலில்' வருடா வருடம் வரும் பறவைகளோடு அங்கிருக்கும் மக்கள் நேசம் காட்டுவதால், அவற்றின் உயிருக்கு மாத்திரம் உத்தரவாதம் அளிக்கப்படவில்லை.

அங்கு வளரும் செடிகளுக்கு அந்தப் பறவையின் எச்சம் கலந்த நீர் உரமாகிறது - பறவைகள் இருப்பதால் பூச்சிகள் இல்லை.

அங்கிருக்கும் மண்ணில் காய்க்கும் ஒவ்வொரு செடியும் அளவுக்கதிகமாய்ப் பச்சை குத்திக் கொள்கின்றன.

அங்கே இருக்கும் கிராமத்து மக்கள் பறவைகளுக்கு அரணாய், அரவணைப்பாய் இருக்கிறார்கள் -

ஒவ்வொரு பறவையும் உணவுக்காக மட்டும் பறப்பதில்லை -

பறப்பது சுகம் -

பறப்பது ஞானம் -

பறப்பது அனுபவம் -

பறப்பது கொண்டாட்டம் -

உணவைத் தாண்டிய உள்ளுணர்வால் அவை பறக்கின்றன மனிதனோடு வாழ்கிற காரணத்தினாலேயே கோழிகளும், வான் கோழிகளும் பறக்கிற வழக்கத்தைத் தொலைத்தன.

பைபிளில் ஒரு வாசகம்

"பறவைகளைப் பார் - அவை விதைக்கிறதுமில்லை அறுக்கிறது மில்லை - களஞ்சியங்களில் கொண்டுபோய்ச் சேர்ப்பதுமில்லை."

ஆம்; பறவைகள் தெரிந்து வைத்திருக்கின்றன - இயற்கை தன்னை ஏமாற்றாது என்று இருத்தலின் மீது அவற்றிற்கு அபார நம்பிக்கை உண்டு.

எவ்வளவு இனிய பழங்களைத் தந்தாலும்

சுதந்தரமில்லையெனின்

கூண்டுக்குள் வாழாதவை அவை!

ஆம் - பறவை காரணப்பெயர் மட்டுமல்ல -

சுதந்திரத்திற்கான இடுகுறிப்பெயரும் கூட.

45. இறைவன் இறந்துவிட்டான் (God is Dead)

FREDRICH NIETZSCHE தன்னுடைய நூலில், புத்தி சுவாதீனமற்றவன் பற்றிக் குறிப்பிடுகிறார்.

நல்ல வெளிச்சமான பகல் பொழுதில் விளக்கை யேற்றிக் கொண்டு சந்தைப் பகுதிக்குச் சென்று தொடர்ந்து கூக்குரலிட்டான்.

"நான் கடவுளைத் தேடுகிறேன்;

நான் கடவுளைத் தேடுகிறேன்."

அந்தப் போதில் கடவுளை மறுதலித்தவர்கள் பலர் அங்கே நின்றிருந்தனர் - அவர்கள் பலமாகச் சிரித்தனர் -

'தேடுகிறாயே நீ எங்கே அவரைத் தொலைத்தாய்?' என்றான் ஒருவன் -

'அவர் என்ன குழந்தையைப்போல்

வழியைத் தொலைத்துவிட்டாரா?'

என்றான் இன்னொருவன்.

"அவர் எங்களிடம் பயந்து ஒளிந்துகொண்டிருக்கிறாரா?"

"அவர் என்ன யாத்திரை சென்றிருக்கிறாரா?"

"வெளிநாட்டுக்குக் குடிபெயர்ந்துவிட்டாரா?"

அந்தப் புத்தி சுவாதீனமற்றவன் குதித்தெழுந்து அவர்களை ஊடுருவிப் பார்த்தான் -

"எனக்குத் தெரியும் - கடவுள் எங்கென்று."

நாம்தான் அவரைக் கொன்றுவிட்டோம் -

நீங்களும், நானும்தான் -

நாம் தான் கொலைகாரர்கள் -

ஆனால் எப்படி இது சாத்தியமாயிற்று?

எப்படிக் கடலை நம்மால் குடிக்க முடிந்தது?

எப்படிக் கடற்பஞ்சால் முழு மண்டலத்தையும் அழித்து விட்டோம் -

நாம் பூமிக்கும் சூரியனுக்குமிருந்த சங்கிலிப் பிணைப்பைத் துண்டித்துவிட்டோம் -

நாம் தொடர்ந்து சூரியன்களிடமிருந்தெல்லாம் தொலைவில் சென்று கொண்டிருக்கிறோம் -

நாம் தொடர்ந்து அதலபாதாளத்தில் விழுந்து கொண்டே யிருக்கிறோம் -

நாம் தொடர்ந்து கடவுளைப் புதைப்பதற்காகக் குழி தோண்டு பவர்களுடைய கைகளில் மண்வெட்டி ஓசைகளைக் கேட்டுக் கொண்டேயிருக்கிறோம் -

கடவுள்கள் அழுகிக்கொண்டிருப்பதை நம்மால் நுகர முடிய வில்லையா?

கடவுள் இறந்துவிட்டார் -

கடவுள் இறந்தே நீடிக்கிறார் -

கொலைகாரர்களான நாம் எப்படி ஆறுதலடைவது?

நாம் எந்தத் தண்ணீரால் சுத்திகரிக்கப் போகிறோம்?

எந்தத் திருவிழாவைக் கொண்டாடி பிராயச்சித்தம் தேடப் போகிறோம்?

'கடவுள் இறந்துவிட்டார்' என்று எழுதிக் கீழே கையொப்ப மிட்டது மிகச் சிறந்த ஆன்மீக அறிவின் வெளிப்பாடு -

உச்சக்கட்ட உணர்தலின் போதுதான், இப்படிப்பட்ட ஞானக் கதிர்கள் தெறித்துவிழும் -

கடவுள் என்பது வடிவம் அல்ல; தன்மை -

'முருகு' என்ற சொல்லுக்கு அழகு, இளமை, கடவுட்தன்மை போன்ற பொருள்கள் உண்டு என்று திருவி.க. கூறுவார்.

கடவுள் தன்மையை நாம் தொடர்ந்து சிதைத்து வருகிறோம் -

நேர்மையின்மை -

துரோகம் -

ஏமாற்று வேலை -

பேராசை -

வன்மம் -

பொறாமை -

திருட்டு -

அதீத சுயநலம் (தன் முனைப்பு)

என்று எண்ணற்ற கடப்பாரைகளைக்கொண்டு, நமக்குள் இருக்கும் கடவுட்தன்மையை நாம் தொடர்ந்து கொன்று கொண்டிருக்கிறோம் -

ஒரு மரத்தை வெட்டும்போது கடவுட்தன்மை காயப்படுகிறது -

ஒரு பூவை நசுக்கும்போது இறைமை இம்சிக்கப்படுகிறது -

எந்த உயிரைத் தேவையில்லாமல் நாம் கீறும் போதும் நாம் கடவுட் தன்மையைச் சிதைக்கிறோம் -

கடவுள் என்பது - இறைமை என்பது - நாம் கொடுத்திருக்கும் வடிவங்களைத் தாண்டிப் பெரியது - அளவிடற்கரியது அனைத்தையும் உள்ளடக்கியது.

இருளையும், ஒளியையும்

வடிவத்தையும், வெற்றிடத்தையும்

காற்றையும், காற்று மண்டலத்தையும்

மரங்களையும், மலர்களையும்

எல்லா முரண்களையும், எல்லா இரு பக்கங்களையும் உள்ளடக்கியது.

காற்றைக் களங்கப்படுத்தும்பொழுதும்,

மலர்களைக் கசக்கும் போதும்,

ஒரு பட்டாம்பூச்சியின் இறகுகளைச் சிதைக்கும் போதும், காளையைக் காயடித்து எருதாக்கும் போதும்,

இன்னொரு மனிதனின் காயத்தைக் கண்டுகளிக்கும் போதும், நமக்குள் இருந்த கடவுள்தன்மையும் -

நம்மைச் சுற்றி இருக்கும் கடவுள் தன்மையையும்

சின்னச் சின்ன அற்ப லாபங்களுக்காகத் தொலைத்து விட்டோம்.

NIETZSCHE - கடவுள் இறந்ததாகச் சொல்வது -

அவராக இறந்ததாக, இல்லாமல் போனதாகச் சொல்லுகிற நோக்கில் அல்ல - கடவுளின் கண்ணுக்குத் தெரியாத அகண்ட

ஆசீர்வதிக்கும் உள்ளங்கையிலிருந்து நாம் நழுவிக்கொண்டிருக்கிறோம் என்கிற எழுதப்படாத எச்சரிக்கை - அவர் உதடுகளின் மூலம் உச்சரிக்கப் பட்டிருக்கிறது.

சூரியனிடமிருந்து சங்கிலிப் பிணைப்பைத் துண்டித்ததால் நாம் இருளில் இருக்கிறோம்.

நம் கால்கள் நழுவுவது... முடிவில்லாத பாதாளத்தை நோக்கி... நமக்குத் தெரியாததை நோக்கி...

தெரிந்ததன் விளைவாக ஏற்படும் பயத்தைக் காட்டிலும் அதிகமான பயத்தை அந்தத் தெரியாத இடம் தோற்றுவிக்கும்.

ஒரு குரு தன் சீடர்களிடம் போதித்துக்கொண்டிருந்த போது ஒரு சீடன் "நாம் விழிப்புணர்வு அடைவது எப்படி?" என்று கேட்டான் -

அது நம்மை இறைமையால் நிறைத்துக்கொள்ளும் போது நிகழ்கிறது.

"புரியவில்லை."

"சல்லடையில் தண்ணீரை நிரப்புவது போன்ற முயற்சி."

சீடர்கள் அனைவரும் சல்லடைகளைக் கையிலேந்தி, தண்ணீரை நிரப்ப முயற்சி செய்தார்கள் - ஊற்ற ஊற்றத் தண்ணீர் கீழே வழிந்தோடியது -

'சரி இது முடியாத காரியம்' என்றுதான் குரு மறைமுகமாகச் சொல்லியிருக்கிறார் என நினைத்தார்கள்.

குருவிடம் சென்று "சல்லடையை நீரால் நிரப்பவே முடியாதே" என்று கவலையுடன் நின்றார்கள்.

"ஏன் முடியாது? சல்லடையைக் கொண்டுவாருங்கள்."

சல்லடையைத் தூக்கி அருகில் இருந்த ஆற்றில் எறிந்தார் - சல்லடை நீரில் மூழ்கியது.

"இப்போது பாருங்கள் - சல்லடை நீரால் நிரம்பிவிட்டது. உங்களைத் தூக்கி இறைமைக்குள் எறியுங்கள் - நீங்கள் நிறைந்து விடுவீர்கள்."

அப்படிச் செய்தால் இறைமை நமக்குள் துளிர்க்கும் - கடவுள் மறுபடி உயிர்த்தெழமுடியும்.

46. குளிர்ந்த நிலவும் எரிந்த கூரையும்

ஒரு ஜென் துறவியுடைய குடிசையிலிருந்த கூரை அருகிலிருந்த அடுப்பிலிருந்த நெருப்புப் பொறி பட்டு முழுவதுமாக எரிந்து போனது, அக்கம் பக்கத்திலிருந்தவர்கள் எல்லாம் அவர்மீது இரக்கப்பட்டு கூடி ஆறுதல் சொல்ல ஆரம்பித்தனர்.

'அப்பாடா!

இத்தனை நாட்கள்

நிலவை மறைத்திருந்த

என் கூரை எரிந்துவிட்டது!'

என்று அவர் மகிழ்ச்சியுடன் அவர்களை வழியனுப்பி வைத்தார்.

இழந்ததற்காக வருத்தப்படாமல் அடைந்ததற்காக; அதுவும், இழந்ததன் மூலம் அடைந்ததற்காக மகிழ்ச்சியடைபவன்தான் விழிப் புணர்வுடையவன். வருத்தப்படுவதால், இழந்தது திரும்பக் கிடைப்ப தில்லை -

இறந்த காலத்திற்காக நிகழ்காலத்தை ஏன் தொலைக்க வேண்டும்?

நிகழ்காலத்திலேயே தன்னை நிறைத்துக்கொண்டிருப்பவனால் தான் கூரை தொலைந்ததற்காக வருத்தப்படாமல், வானம் வசப்பட்ட தற்காகக் குதூகலிக்க முடியும் -

கூரை போனது ஒன்றும் மகிழ்ச்சியான அனுபவமல்ல -

இந்த நொடி சத்தியமானது -

இப்பொழுது முழுநிலவு தெரிகிறது -

இந்த நொடியில் இந்தக் கணத்தில் வாழ்பவன் ஒவ்வொரு வினாடியையும் விழாவாக்கி விடுகிறான் -

வந்த துன்பத்தையும் ஒதுக்கிவிடுபவர்கள் ஒரு சிலராய் மட்டுமே இருக்க - வராத துன்பத்திற்கும், வரப்போகின்ற இன்னலுக்கும், வந்தாலும் வரக்கூடிய தொல்லைக்குமாக சேர்த்து வருத்தத்தைச் சேமிப்பவர்களாக நாம் இருக்கிறோம் -

அரிசியில்லாத போதும் கிண்ணங்களில் பூக்களை அடுக்கி வைத்து மகிழ்ச்சி அடையச் சொல்லித் தருகிறது ஜென்.

மழையில் நனைய வேண்டும் என்கிற கட்டாயம் ஏற்பட்ட பிறகு, ஒவ்வொரு துளியையும் பன்னீராக நினைத்துக் கொள்பவனைக் குளிரும் அண்டுவதில்லை; ஜலதோஷமும் தாக்குவதில்லை.

பகவத் புராணாவிலிருந்து ஒரு உருவகக் கதை:

ஒரு காகம் ஒரு மாமிசத்துண்டோடு

வானில் பறந்தது -

இருபது காகங்கள் அதைத் துரத்திக்

கடுமையாகத் தாக்க ஆரம்பித்தன.

அது மாமிசத்தை உதிர்த்தது

உடன் அதைத் துரத்தியவை

விட்டுவிட்டு விலக

அதுமட்டும் சுதந்திரமாகப்

பயமின்றிப் பறந்தது.

காகம் சொன்னது.

"நான் மாமிசத்தை இழந்தேன் -

வானத்தை அடைந்தேன்."

அகன்ற வானத்தைத் தொலைத்துவிட்டு இவ்வளவு நேரமும் மாமிசத்தைக் கெட்டியாகப் பிடித்திருந்தோமே" என்ற அறியாமை காகத்திற்குத் தெரிந்தது.

நாம் வானத்தை ஒரு சின்ன மாமிசத்திற்காகத் தொலைக்கிறோம் -

நம் இலக்குகள் எல்லாம் அற்பமானவை -

அவற்றை அடைவதிலேயே நாம் அற்புதமானவற்றை இழந்து விடுகிறோம் -

அற்பமானவை புலன்களுக்கு இன்பம் தருபவை -

இன்பம் எப்போதும் பிறவற்றால் நிகழ்வது -

கணநேரம் நீடிப்பது -

இன்பம் இன்னொருவரால்தான்,

இன்னொன்றால்தான் ஏற்படும் -

'ஆனந்தம் தனக்குள் ஏற்படுவது'

ஆனந்தமடைய வேறு எதுவும் தேவையில்லை -

இன்னும் சொல்லப் போனால் எதுவும் தேவையில்லாத போது தான் - எல்லாவற்றையும் உதிர்க்கிறபோது மட்டுமே அது நிகழ்கிறது.

அதே வானம்தான் -

அதே காகம்தான் -

அதே பறத்தல்தான் -

சிறகு சுமையாக இல்லாமல் சுகமாக மாறியதற்குக் காரணம் மாமிசத்தை உதிர்த்ததுதான் -

நாமும் சின்னச் சின்ன உலகியல் இலக்குகளாக கைகளுக்குள் கெட்டியாகப் பிடித்துக்கொண்டிருக்கிறோம்.

யாராவது எப்பொழுதாவது அதைத் தட்டிப் பறித்து விடுவார்களோ என்கிற பயம் தொடர்ந்துகொண்டேயிருப்பதால், நம் ஒவ்வொரு நொடியும் நமக்குப் பாரமாகி விடுகிறது -

பறத்தல் சுகம் -

பறத்தல் ஆனந்தம் -

என்பது பறக்கிற எல்லோருக்கும் தெரிவதில்லை -

அது தெரிகிறபோது இறகுகள் காணாமல் போயிருப்பது புரிகிறது.

ஒருவனுக்கு மேலிருந்த ஒரு வெளிச்சம் தெரிந்தது -

அதை நோக்கி மாடிப்படியில் ஏறினான் -

ஒவ்வொரு படி ஏறியபோதும் திரும்பியபோது முந்தைய மாடிப்படி காணாமல் போனது -

ஆன்மீக சாதனை மட்டுமல்ல -

வாழ்க்கையிலும் திரும்பிப்பார்த்தால் சாத்தியமல்ல -

காணாமல் போகிற படிகளைப் போலத்தான்

நழுவிப் போன நொடிகளும் -

அவற்றைத் திரும்பப் பெறச் சாத்தியமில்லை -

கழிந்துபோன நாட்களுக்காக வருத்தப்படுவதைக் காட்டிலும்...

கையில் கிடைத்திருக்கும் காலத்தில் இன்னும் விரிவாகச் சிறகுகளை விரித்தால் கண்ணுக்குத் தெரியாத வானத்தின் தொலை தூரங்கள் புலப்படும் - காற்றின் கால்தடங்களும் அகப்படும்.

*

47. கண்ணுக்குத் தெரியாத கைகள்

பார்வையற்ற ஒரு மனிதர் மலைப்பகுதிக்குள் வாழ்ந்தார்.

மலைப் பாதைகளைக் குறித்த பயம் அவருக்கு இல்லை, சிறு வயதிலிருந்தே தெரிந்திருந்த காரணத்தால் -

ஆனாலும், வசந்தம் வரும்பொழுது பனிப்பாறைகள் உருகும் போது தன் சகோதரர் இருக்கும் அடுத்த கிராமத்திற்குத் தான் மட்டுமே முதலில் செல்வதாக அவருக்கு மிகுந்த பெருமையுண்டு.

அந்தக் கிராமத்திற்கு முன் இருந்த பெரிய கால்வாயைக் கடக்க ஒரு சின்ன மரப்பாலம் மட்டுமே நடப்பதற்கு ஏற்றதாக அமைக்கப் பட்டிருந்தது.

ஒரு இலையுதிர்க் காலத்தில் அந்தக் கிராமத்திற்குச் சென்றபோது, அந்த மரப்பாலம் பலவீனமாய் ஆடுவது அந்த பார்வையற்றவருக்குத் தெரிந்தது. அதை அந்த ஊர்த் தலைவருக்கு அவர் சொல்ல, அவரும் அரசு அதிகாரியைப் பார்த்து வினவ, அதற்கு அந்த அதிகாரி அடுத்த பருவ காலத்தில் அவர் வருவதற்கு முன்பாக அந்தப் பாலத்தைச் சரிசெய்து விடுவதாக வாக்குக் கொடுத்தார்.

அடுத்த வசந்தம் வந்தபோது அந்தப் பார்வையற்றவருக்கு மெலிதாகக் காய்ச்சல் வந்ததால் அவர் படுக்க நேரிட்டது. அப்போது அந்த ஊர் தபால்காரர் அவர் தம்பிக்குத் தந்தி கொடுக்க வேண்டியதாகி விட்டது - காரணம் அவர் வராததால் தம்பி கவலைப்படக் கூடாதே - என்ன ஆகிவிட்டதோ என்று வருத்தப்படக் கூடாதே!

பார்வையற்றவர் படுக்கையிலிருந்து எழுந்ததும், அடுத்த நாள் தன் தம்பியைக் காண கண்டிப்பாக வருவதாகத் தகவல் அனுப்பினார் -

பாலத்தை நோக்கி வந்தபோது, பாலத்தைத் தன் காலால் உணர்ந்தபோது அந்தப் பழைய மரப்பாலமே இருப்பதை யறிந்தார் - அந்த மரப்பாலம் பழுது பார்க்கப்படாததால் ஒரு சின்ன சூறாவளி பாலத்தைத் தகர்த்துவிடலாம் - தன் கால்களால் மண்டியிட்டு ஊர்ந்து அடுத்த பக்கத்தை அடைந்தார் -

தன் தம்பி வீட்டுக்கு வந்ததும் நடந்ததைச் சொன்னார்-

அதற்கு அவர் தம்பி "ஆனால் அந்தப் பாலம் பழுது பார்க்கப் பட்டதே" என்று சொல்லி அவரை மறுபடி பாலத்திற்கு அழைத்து வந்தார்.

தம்பி சொன்னார், "புதிய பாலம் மிக அகலமாக அழகாகக் கட்டப்பட்டுள்ளது. மரப்பாலத்திற்கு ஆறு அங்குலத்திற்குக் கீழ்தான் அது கட்டப்பட்டிருக்கிறது" -

அங்கு ஒரு பலகையும் இருக்கிறது -

"புதிய பாலம் வர்ணம் பூசப்பட்டிருக்கிறது

அது காயும் வரை

மரப்பாலத்தையே உபயோகிக்கவும்."

விழியிருந்தால் பலகையைப் படித்தவர்கள் கீழே பாதுகாப்பாக அகலமான புதிய பாலமிருப்பதைக் கண்டு பயமின்றி மரப்பாலத்தின் மீது நடந்துசென்றிருப்பார்கள் -

அதற்கு அந்தப் பார்வையற்றவர் "விழியிருந்தால் புதிய பால மிருப்பது தெரிந்து பயமின்றி நடந்திருக்க முடியும் - நீ பார்வை பெற்றிருப்பதால் உனக்குத் தெரிகிறது" என்றார்.

ஒரு வகையில் நாம் அனைவரும் பார்வையற்றவர்களாகத் தானிருக்கிறோம் - அகவயப் பார்வையில்லாததால்தான் வாழ்க்கையைப் பழுதடைந்த மரப்பாலத்தின் மீது நடப்பதைப் போலப் பயந்து ஒவ்வொரு நொடியும் கைகளையும் கால்களாக்கி ஊர்ந்து செல்கிறோம்.

நம்மால் இறைமையைப் பார்க்கமுடிவதில்லை - உணர முடிவதில்லை - அதன் மௌன ஓசையைக் கேட்க முடிவதில்லை -

குளிர்ந்த தென்றலில் கலந்திருக்கும் இனிமையை,

மலர் மூச்சுவிடும் மணத்தை

இருத்தலின் வெளிப்பாடாகப் பார்க்காதவர்கள்தான் வாழ்வின் அதல பாதாளத்திற்குள் விழுந்துவிடுவோமோ - என்று ஒவ்வொரு நொடியும் பயப்பட வேண்டியதாக இருக்கிறது -

புதிய பாலத்தைக் காண முடிந்தவர்கள், பழைய பாலத்திலிருந்து தவறி விழுந்தாலும் அடிபடாது என்று துணிச்சலாக நடந்துசெல்கிற காரணத்தினாலேயே மரப்பாலத்திலிருந்து தவறி விழமாட்டார்கள் -

நாம் இறைமையை வழிபடுவதுகூட, நம்பிக்கையினால் அல்ல; சந்தேகத்தினால்தான் -

'ஒருவேளை இருந்துவிட்டால் என்ன செய்வது' என்கிற சந்தேகத்தில்தான் இது பிரார்த்தனையாகிறது - அதனால் ஒரு கோயிலுக்குள்ளேயே ஏகப்பட்ட பிரகாரங்கள் - நாம் எங்கிருந்து விழுந்தாலும் தெய்வீகக் கைகள் கீழே விரிந்து நம்மைத் தாங்கிப் பிடிக்கும் என்று நினைப்பவன் விழுவதில்லை -

அப்படியே விழுந்தாலும் எலும்பு முறிவு நேரவேண்டிய இடத்தில், வெறும் சிராய்ப்புகள் மட்டுமே ஏற்படுகின்றன.

வாசிக்கத் தெரிந்த தம்பி, பார்வையற்ற அண்ணனுக்காகப் பாலத்தின் அருகிலேயே காத்திருந்தால் அவர் வருகிறபோது புதிய பாலம் கட்டப்பட்டு விட்டது என்ற செய்தியைக் கூறியிருக்கலாம் -

அப்போது அந்த விழியற்ற அண்ணனுக்கு அந்த வேதனை ஏற்பட்டிருக்காது - பதற்றம் தோன்றியிருக்காது - நடுக்கம் உண்டாகி யிருக்காது -

ஆனால், தம்பி அண்ணனின் விழிகளின் வழியாகப் பார்க்கத் தவறியதால், அவர்தான் உண்மையான பார்வையற்றவர் -

பாதை தெரிந்தும் அதை மற்றவர்களுக்குச் சொல்லாதவன் ஒரு பெரிய தீங்கை இழைத்துவிடுகிறான்.

அதனால்தான், ஞானிகள் ஞானமடைந்ததும் பாதையை நோக்கி விரல்களை நீட்டுகிறார்கள் -

நான் வாசித்திருக்கிறேன்.

ஒரு மிகப்பெரிய கப்பலில் பயணம் செய்தவர்கள், அது புயலில் மாட்டியதால் பயந்து நடுங்கியபோது, ஒரு சாமுராய் மட்டும் அசையாமல் இருந்தார் -

அவரிடம் 'உங்களுக்கு மட்டும் பயமில்லையா?' என்று அவர் மனைவி கேட்டாள் - தன் கையிலிருந்த கத்தியை மனைவியின் கழுத்தில் வைத்தான் அந்தச் சாமுராய் -

அவள் 'ஏன் இப்படிச் செய்கிறீர்கள்?' என்று சிரித்தாள்.

'கத்தியைப் பார்த்து உனக்குப் பயமாக இல்லையா' என்று கேட்டார்.

'கத்தி உங்கள் கையில்தானே இருக்கிறது, நான் ஏன் பயப்பட வேண்டும்?'

"இந்தக் கப்பலும் கடலும் இறைமையின் கைகளில் இருக்கின்றன. நாம் ஏன் பயப்படவேண்டும்?"

இறைமையின் ஆசீர்வாதம், நீர்த்துளி கொதிக்கும் எண்ணெயில் விழுவதுபோல நடக்காமல், மழைத்துளி கடலில் கலப்பதுபோல் அது மௌனமாக நடக்கும்.

*

48. உண்பதாக இருக்கட்டும்...
ஊட்டுவதாக இல்லாமல்

கல்வி என்பது உண்பதாக இல்லாமல் ஊட்டுவதாக இருக்கின்ற காரணத்தால், கட்டிக் கொடுக்கிற கட்டுச்சோறாய் அது நீடிக்கிறது -

கல்வி என்பது கட்டடங்களுக்குள் மட்டும் நடக்கிற பரிவர்த்தனை யாக இருக்கக்கூடாது.

ஒவ்வொரு நொடியிலும் அது நிகழ்கிறது -

படிக்க ஆரம்பிப்பதற்கு முன்பே தொடங்கி, பல்கலைக்கழகங் களை விட்டு வெளிவந்த பிறகும் தொடர்கின்ற ஒரு வாழ்வியல் சாதனம் -

ஆனால், இன்று கல்வி கசப்பதற்குக் காரணம் - அதன் தன்மை யல்ல - அதைச் செலுத்துகின்ற தன்மைதான்.

கடப்பாரையைப் போல் கல்வி கடினமாகப் பிரயோகப்படுத்தப் படாமல்,

பூக்களுக்கு வலிக்காமல் தேனீக்கள் தேன் எடுக்கிற நேர்த்தி யுடனும்,

பூமிக்கு நோகாமல் விதைகள் வேர் விடுகின்ற நயத்துடனும் போதிக்கப்பட்டால், அதை எல்லோரும் நேசிப்பார்கள். கல்வியின் இன்றைய கட்டாயம் வகுப்பின் கடைசி மாணவனை இலக்காகக் கொள்ளவேண்டும் என்பதுதான்.

அந்த நெறியினாலேயே முதல் மாணவர்கள் அதை வெறுக் கிறார்கள் - கடைசி மாணவனைக் குறைகூறிக் குட்டக் குட்டச் செய் வதனால் அவனுக்கு ஒரு தாழ்வு மனப்பான்மை ஆரம்பமாகி விடுகிறது.

தனக்கும் படிப்புக்கும் தூரம் என்று அவன் உருவகப்படுத்து கிறான். கல்வித்திட்டம் அவனை உதாசீனப்படுத்துவதாக நினைத்துக் கொண்டு அவன் அதை உதறித் தள்ளுகிறான் -

குழந்தைகள் விஷயத்தை எப்படிப் புரிந்து கொள்கிறார்கள் தெரியுமா?

ஒரு குழந்தையை அதன் ஆசிரியர் 'கடவுள் எங்கு இருக்கிறார்' என்று கேட்டார்.

அதற்கு அந்தக் குழந்தை 'எங்கள் வீட்டு பாத்ரூமில்' என்று பதிலளித்தது.

'பாத்ரூமிலா?' என்று கேட்டதற்கு "ஆமாம்! ஏனென்றால் என் தந்தை தினமும் காலையில் குளிக்கும் போது, என் தாய் சிறிது நேரத்திற்குப் பிறகு கதவைத் தட்டி ஓ! கடவுளே இவ்வளவு நேரமா?" என்று சொல்லுவார்.

அதிலிருந்து கடவுள் பாத்ரூமில்தான் இருக்க வேண்டும் எனத் தோன்றுகிறது.

சுயமனோவசியம் - Auto hypnosis என்கிற முறை ஒன்று உண்டு. திரும்பத் திரும்ப ஒரே விஷயத்தைத் தனக்குள் சொல்ல ஆரம்பித்தால் அது உண்மை என்று நம்ப ஆரம்பிக்கின்றது மனம் -

நம்பிக்கை நினைப்பாகி, செயல் வடிவம் பெற்று விடுகிறது.

கல்வி என்பது, தன்னை உணரவைக்கின்ற சாதனமாக வேண்டும். மலரை, பறவையை, புல்லை, புழுவை ஆழமாக நேசிக்கக் கற்றுத் தருவதாக அது அமையவேண்டும்.

உற்றுநோக்கவும், விழிப்புணர்வு அடையவும் அது பயிற்சியளிக்க வேண்டும் - அந்நிலையை அடைந்தவர்கள் எந்தத் துறையில் சென்றாலும் அவர்களை உயர்த்திக் கொள்வார்கள் - தங்கள் கால்களால் பூமிக்குள் புதைந்து போகாமல் - அவற்றையே மேடையாக்கி மேன்மையடைவார்கள்.

சிலர், என்னால் உலகத்தையே நேசிக்க முடியும் என்பார்கள் - உலக மாந்தர் அனைவரும் என் சகோதரர் என்பார்கள். ஆனால், அவர்களுக்கும் அவர்கள் பக்கத்து வீட்டுக்காரர்களுக்கும் பல்லாண்டுகள் பகையிருக்கும்.

கல்வியைப் பற்றிய சின்ன உருவகக் கதையுண்டு.

ஒருவர் தான் வளர்த்துவந்த 'டாபர்மேன்' நாய்க்கு நோய் என்று மருத்துவரிடம் காண்பித்தார் - அவர் எழுதிக்கொடுத்த மருந்தைத் தினமும் மூன்று வேளை நாய்க்குக் கொடுக்க வேண்டும்.

டாபர்மேன் - மிகுந்த கோபம் கொண்ட நாய் -

கோபம் வந்தால், அதைச் சீண்டினால் வளர்த்தவர்களையே பல்லால் கையொப்பமிட்டு விடும் - தன் வாலையே தன் மேல் திணிக்கப்பட்டதாகக் கருதிக் கடித்துக்கொள்ளும் என்பதால், சின்ன வயதிலேயே வாலை ஒட்ட வெட்டி விடுவார்கள் -

பாவம்! அந்த நாய்கள் வளர்த்தவர்களைப் பார்த்துக் கூட வாலாட்ட முடிவதில்லை.

உலக நாய்களிலேயே அதிகமான கட்டளைகளைப் புரிந்து கொள்ளும் வார்த்தைத் திறன் டாபர்மேன் இனத்திற்குத் தான் உண்டு -

'Doberman Gang' என்கிற ஆங்கிலப்படம் ஒன்று டாபர் மேன் நாய்கள் சிலவற்றைக் கொண்டு ஒரு வங்கியைத் திருடுவது போல் திரைக்கதை எழுதித் தயாரிக்கப்பட்டது. அந்தப் படத்தின் வெற்றிக்குப் பிறகு, அந்த நாய்களுக்கு மிகுந்த கிராக்கி - கடுமையான நாய் என்ற காரணத்தால் நாயின் சொந்தக்காரர் இரண்டு பேரை இரண்டு பக்கமும் பிடிக்கச் செய்து, வாயைத் தான் கெட்டியாகப் பிடித்துக் கொண்டு மருந்தை ஊற்றுவார்.

அது துள்ளும்போது, அதை அமுக்குவது மிகுந்த சிரமமாக இருந்தது.

மூன்றாவது நாள். எவ்வளவு அமுக்கியும் அது துள்ளியதில் ஒரு துளி மருந்து கீழே ஊற்றிவிட்டது. அந்த நாயே அதை நக்கிக் குடித்தது.

அப்போதுதான் அவர்களுக்குப் புரிந்தது - அந்த Doberman மருந்து பிடிக்காமல் முரண்டுபிடிக்கவில்லை - அது கொடுக்கப்படுகிற முறை பிடிக்காமல் தான் முரண்டு பிடித்தது என்கிற விவரம்!

விதையின் ஏக்கம்விருட்சமாவது -

ஒவ்வொரு குழந்தை ஒரு விதை

விதையின் விருப்பம் முளையிடுவதும் தான்.

கல்வியைத் திணிப்பதாக இல்லாமல் தின்பதாக மாற்று வோம் -

ஓர் அழகிய கூட்டிலிருந்து வண்ணத்துப்பூச்சி வெளியில் வரத் துடித்து முயற்சி செய்துகொண்டிருந்தது. அது கஷ்டப் பட்டுக் கொண் டிருப்பதைப் பார்த்து, அந்த வழியே வந்தவர் அதன் கூட்டைக் கைகளால் கிழித்து அது வெளியே வர உதவினார். அந்தப் பட்டாம் பூச்சியின் சிறகுகள் சுருண்டு கடைசி வரை விரியாமலேயே போய் விட்டன -

பட்டாம்பூச்சிகளுக்கும் 'சிசேரியன் ஆபரேஷன்' தேவையில்லை - பாடத் திட்டத்திலும் 'சிசேரியன்' தேவையில்லை.

காரணம் குழந்தைகள் - வாய்ப்புகள்

- சாத்தியக் கூறுகள்

- நம்பிக்கைக் கீற்றுகள்

- வெளிச்ச விதைகள்

அவை, விரல்களைப் பார்த்தே புரிந்துகொள்ளும் வித்தைகளனைத்தும் தெரிந்து கொள்ளும்.

*

49. ஈஷா உபநிடதம்

வாழ்க்கையைப் பற்றி ஈஷா உபநிடதம் கூறுகிறது

"ஆன்மீக வாழ்க்கையும்
உலகியல் வாழ்க்கையும்
முரண்பாடானவை அல்ல.
உழைப்போ, செயலோ இறைமையின் அறிவிற்கு
எதிர்மறையானது அல்ல.
விருப்பு வெறுப்பில்லாமல் செய்யும்போது
பிடிப்புகளில்லாமல் ஆற்றும்போது
இறைமையை உணரும் வழிவகைகள் இருக்கின்றன.
துறவு என்பது
தன்முனைப்பைத் துறப்பது -
சுயநலத்தைத் துறப்பது
வாழ்க்கையைத் துறப்பது அல்ல.
செயல்பாடும் துறவும்
தனக்குள் இருக்கும் சுயத்தையும்
தனக்கு வெளியில் இருக்கும் பிரம்மத்தையும் அறிந்து
அவற்றின் ஒருமித்த தன்மையை உணர்தலே."

ஈஷா உபநிடதம் ஓர் அரிய தத்துவத்தை உணர்த்துகிறது.

உழைப்பது, செயல்படுவது என்பது இறைமையை உணருவதற்கு எதிரானது அல்ல.

மாறாக அவற்றை எப்படிச் செய்கிறோம் என்பதே முக்கியம்.

பிடிப்புகள் இல்லாமல் விருப்பு வெறுப்பு இல்லாமல், காய்தல் உவத்தல் அகற்றிப் பாரபட்சம் இல்லாமல் செய்கிற போதுதான் அந்த உழைப்புக்கூட வழிபாடாக மாறும்.

விருப்பு வெறுப்போடு செய்தால் பிரார்த்தனைகூட நீர்த்துப் போகும்.

தனக்குள் இருக்கின்ற சுயம், வெளியே இருக்கும் பிரம்மத்தோடு தொடர்புடையது.

சுயத்தில் பிரம்மம் குளத்தில் தெரியும் நிலவாய்ப் பிரதிபலிக்க வாய்ப்புண்டு. அதற்குச் சுயம் தெளிவாக இருக்கவேண்டும். நம்மிடம் இருக்கின்ற சுயம் பிரம்மத்தோடு தொடர்புடையது என்று சொன்னால், மற்றவர்களிடம் இருக்கும் சுயமும் பிரம்மத்தோடு தொடர்புடையது தான்.

அப்படி என்றால் நம்மிடம் இருக்கின்ற சுயத்திற்கும் அடுத்தவர்களிடம் இருக்கும் சுயத்திற்கும் ஓர் ஆழ்ந்த தொடர்புண்டு.

எல்லா சுயங்களுமே பிரம்மத்தைப் பிரதிபலிப்பவை.

"டையோஜினஸ்" ஒரு எலும்புக் குவியலை உற்றுப் பார்த்துக்கொண்டிருந்தார்.

அவ்வழியே வந்த அலெக்சாண்டர் "என்ன பார்த்துக் கொண்டிருக்கிறீர்கள்?" என்று கேட்டார்.

"ஒன்றும் இல்லை. உன்னுடைய தந்தையின் எலும்புக் கூட்டிற்கும் மற்ற வீரர்களின் எலும்புக்கூட்டிற்கும் ஏதாவது வித்தியாசம் இருக்கிறதா என்று பார்த்தேன்!" என்றார்.

எலும்புகளை வைத்து மனிதர்களை நாம் அடையாளம் கண்டு கொள்ள முடியாது, அவை ஒரே மாதிரி இருக்கின்றன. நாம்தான் தொடர்ந்து வேறுபடுத்திக்கொண்டிருக்கிறோம். வேறுபடுத்துவது நமக்குச் சௌகரியமாக இருக்கிறது.

நம்மை உணர்த்திக்காட்டுவதற்காகத்தான் அது துணையாக இருக்கிறது.

ஒரு சின்ன சம்பவம். ஆடுகளை மேய்த்துக் கொண்டிருந்த சிறுவனிடம் வழியில் வந்தவர் கேட்டார்;

'உன் ஆடுகள் எவ்வளவு புல் தின்னுகிறது' என்று. அதற்கு அவன் கேட்டான் 'வெள்ளை ஆடுகளா? கறுப்பு ஆடுகளா?' என்று 'வெள்ளை ஆடுகள் எவ்வளவு புல் தின்னுகிறது, கறுப்பு ஆடுகள் எவ்வளவு புல் தின்னுகிறது?' என்று அவர் கேட்டார்.

"வெள்ளை ஆடுகள் 20 கிலோ புல் தின்னும், கறுப்பு ஆடுகள் 20 கிலோ புல் தின்னும்" என்று அவன் சொன்னான்.

"உன் ஆடுகள் எவ்வளவு தண்ணீர் குடிக்கும்?" என்று கேட்டார்.

"வெள்ளை ஆடுகள் 10 லிட்டர் தண்ணீர் குடிக்கும்" என்றான்.

"உன் ஆடுகள் எவ்வளவு கம்பளி தருகின்றன?" என்று அவர் கேட்டார்.

அதற்கு அவன் "கறுப்பு ஆடுகளா வெள்ளை ஆடுகளா?" என்று மறுபடியும் கேட்டான்.

"சரி முதலில் வெள்ளை ஆடுகள் எவ்வளவு தருகிறது என்றும் பின்னர் கறுப்பு ஆடுகள் எவ்வளவு தருகிறது என்றும் சொல்" என்றார்.

அதற்கு அவன், இரண்டு ஆடுகளுக்கும் ஒரே மாதிரியான பதிலைச் சொன்னான்.

இப்படி ஒவ்வொரு முறையும் வெள்ளை ஆடுகளா? கறுப்பு ஆடுகளா? என்று கேட்டுக் கேட்டு இரண்டுக்கும் ஒரே பதிலை அவன் சொல்லிக்கொண்டிருந்தான்.

அவர் கோபம் அடைந்து, "ஒரே பதிலைச் சொல்கிறாயே, ஏன் ஆடுகளைப் பிரித்துப் பிரித்துப் பேசுகிறாய்?" என்று கேட்டார்.

அதற்கு அவன் "காரணம் மிக எளிது" என்று சொன்னான்.

"என்ன காரணம், சொல்?" என்றார் அவர்.

அதற்கு அவன் "வெள்ளை ஆடுகள் என்னுடையவை" என்றான்.

"அப்படியென்றால் கறுப்பு ஆடுகள் யாருடையவை?" என்று அவர் கேட்டார்.

"அவையும் என்னுடையவைதான்" என்று அவன் பதில் சொன்னான்.

நாமும் அந்தச் சிறுவனைப் போலத்தான். விடை ஒன்றாக இருந்தாலும் பிரித்துப் பிரித்துச் சொல்லிக் கொண்டிருக்கின்றோம். உலகியல் வாழ்க்கை வேறு, ஆன்மீக வாழ்க்கை வேறு என்று கூறுகிறோம்.

உலகியல் வாழ்க்கையின் மூலமாகத்தான் ஆன்மீக வாழ்க்கையை அடைய முடியும்.

ஆன்மீக வாழ்வை வாழ்கிறபோதும் அதை உலகியல் வாழ்க்கையாக நீர்த்துப் போகச் செய்யமுடியும்.

காரணம், கடிவாளம் நம் கைகளிலே இருக்கிறது.

*

50. வள்ளலார்

வள்ளலார் என்கின்ற சொல்லைக் கேட்கின்ற போதெல்லாம், மூன்று சொற்கள் உடனடியாக நம் நினைவுக்கு வருகின்றன.

ஒன்று சமரசம். இரண்டு ஜோதி. மூன்று வெண்மை.

வள்ளலார் காவி உடை தரித்த துறவிகள் மத்தியில் வெண்மையைத் தரித்தவர்.

திருநீறும் வெண்மை, உடையும் வெண்மை.

அவர் வழிபடச் சொன்னது உருவத்தை அல்ல; ஜோதியை.

ஜோதி என்றால் ஒளி. ஒளி என்றால் நெருப்பு.

நெருப்பு என்றால் தூய்மைப்படுத்துவது. நெருப்பு மட்டும்தான் தூய்மைப்படுத்துவதில் வல்லது. தூய்மைப்படுத்தும் தருணத்தில்தான் அழுக்கு அடையாமல் இருப்பது.

தண்ணீரும் தூய்மைப்படுத்தும். ஆனால் அதிலுள்ள பிரச்சினை; அது அழுக்கு அடைந்துவிடும்.

ஆனால் நெருப்பு தன்னையும் சுத்திகரித்துக் கொள்ளும். நெருப்பு மாசு அடைவதும் இல்லை.

ஜோதி என்பது ஒளி. அளவிடமுடியாத ஒளி. தொலைவில் இருக்கின்ற ஒளி.

நமக்குள் வழிகாட்டுகிற ஒளி.

நெருப்பினும் மேம்பட்டது ஜோதி. ஜோதி உற்சாகத்தைக் கொடுக்கும். ஜோதி உணர்ச்சியைத் தரும் - ஜோதி சக்தியைத் தரும் அனைத்து உயிர்களும் ஜோதியில் துளிர்க்கும் - தளிர்க்கும். அந்த ஜோதியின் தன்மையே வெண்மைதான்.

நாம் ஒளியைப் பிரித்தால், அதில் ஏழு வண்ணங்கள் தெரியும்.

காரணம் ஒளி வெண்மைத்தன்மை உடையது. வெள்ளை நிறமாகக் கூடியது.

ஒரு கண்ணாடிக் குடுவையில் ஒளியைப் பாய்ச்சினால், அனைத்து வண்ணங்களும் அதில் தெரியும்.

அனைத்து வண்ணங்களையும் இணைக்க வெண்மை உருவாகிறது.

அனைத்துப் பாகுபாடுகளையும் தகர்க்கிறபோது, ஜோதி கிடைக்கிறது.

நிறங்களை எல்லாம் தாண்டுகின்றபோது, ஜோதி தென்படுகிறது.

வள்ளலார் உடுத்திய உடையும் வெண்மை. அவரை வழி நடத்திய ஜோதி வெண்மை.

வள்ளலார் பாடுபட்டது சமரசத்திற்காக - சமரச சன் மார்க்கத்திற்காக - சமரச சன்மார்க்க சங்கத்திற்காக.

சமரசம் என்பது இயைவதனால் நிகழ்வது. சமரசம் செய்கின்ற போதெல்லாம் வெள்ளைக் கொடியைக் காட்டுகிறோம்.

சமரசத்திற்கான குறியீடு வெள்ளைப் புறா.

அனைத்து வண்ணங்களையும் இணைக்கிறபோது வெண்மை கிடைக்கிறது.

அனைத்து மனங்களையும் இணைக்கிறபோது சமரசம் ஏற்படுகிறது.

அந்த சமரசத்தை அடைவதற்கு மனதிலே தூய்மை வேண்டும். மனத்தூய்மையை அடைய ஜோதியின் வெண்மை உதவும்.

எல்லா மனங்களும் தூய்மை அடையும்போது சமரசம் என்கின்ற அந்த வெண்மை கூடும்.

வெண்மை என்பது நிறமல்ல; நிறங்களின் தொகுப்பு. வெண்மை என்பது நிறமற்ற தன்மை அல்ல. செழுமையான நிறம். அனைத்து மனங்களையும் உள்ளடக்கிய நிறம்.

வள்ளலாரைச் சொல்ல வேண்டுமென்றால், அவரை மூன்று சொற்களில் சொல்லிவிடலாம்.

தூய்மை - ஜோதி - சமரசம்

நாம் நமக்குள் சமரசம் அடைந்திருக்கிறோமோ என்பது ஒரு கேள்வி.

நாம் சமரசம் அடைவதற்கான தடைகள் வெளியே இல்லை. நமக்குள்தான் இருக்கிறது.

ஒரு சின்ன உருவகக் கதை

ஒருவன் தன் வீட்டில் தியானம் செய்கிறபோது அருகில் இருக்கின்ற ஓசைகளும், இடையூறுகளும் பெரிய தடைகளாக இருப்பதாகச் சொல்லி, கோவிலில் வந்து தியானம் செய்வதற்கு அனுமதி கேட்டான்.

அனுமதி கொடுக்கப்பட்டது. அவன் தியானம் செய்கிற போது, கோவிலில் ஏற்றி வைத்திருந்த ஊதுவத்தியில் இருந்து வெளிப்பட்ட உயரிய மணம் அவன் நாசிகளைத் தடவியது.

அந்தக் கமகமக்கும் மணம், அவனை மிகவும் கிளர்ச்சியூட்டியது.

'இந்த ஊதுவத்தி எவ்வளவு நன்றாக இருக்கிறது. இது என்ன ஊதுவத்தி என்று தெரியவில்லையே?'

தெரிந்தால் நானும் இந்த ஊதுவத்தியை வாங்கிக் கொண்டு வீட்டுக்குச் செல்வேன்.

வீட்டுக்குச் சென்று நம் ஊரில் இருப்பவர்களிடம் எல்லாம் இதைப் பற்றிச் சொல்வேன்.

அவர்கள் எல்லோரும் இந்த ஊதுவத்தியை வாங்கிக் கொண்டு வரச்சொல்வார்கள்.

வாங்கி வரும்போது நானும் அதில் கொஞ்சம் லாபத்தை வைத்து விற்பேன்!

என்றெல்லாம் அவன் மனம் சிந்திக்க ஆரம்பித்தது.

தியானம் முடிகிற நேரத்திற்கான மணி ஒலித்தபோது அவன் தவறு அவனுக்குப் புரிந்தது.

அவன் அந்தக் கோவில் நிர்வாகியிடம் போய்ச் சொன்னான்.

'நான் உணர்ந்துகொண்டேன். தியானத்திற்கான தடைகள் வெளியே இல்லை. அவை உள்ளே தான் இருக்கின்றன' என்று.

அடுத்த நாளில் இருந்து அவன் தன் வீட்டிலேயே இருந்து தியானம் செய்தான்.

சமரசத்திற்கான தடைகள் வெளியில் இல்லை. உள்ளே தான் இருக்கின்றன.

மொழி, மதம், இனம், நாடு என்கின்ற கோடுகளால் சமரசம் தடைப்படுவதில்லை.

நம் உள்ளே இருக்கிற தடைகளால்தான் சமரசம் தடுத்து நிறுத்தப் படுகிறது.

தன்முனைப்பு, அகந்தை, தான் என்கின்ற எண்ணம் தடைகளாக இருந்து நம்முள் தூய்மை வெளிவர, ஜோதி புலப்பட, சமரசம் துளிர்விடத் தடைகளாக இருக்கின்றன.

*

51. ஒருநாள் 24 மணி நேரமல்ல

நாம் தொடர்ந்து ஏதாவது செய்துகொண்டேயிருக்கிறோம்.

ஒரு நிமிடம்கூட ஒன்றும் செய்யாமல் இருப்பதில்லை.

ஒன்றும் செய்யாமல் இருந்தால்கூட, ஓய்வு எடுப்பதாகச் சொல்கிறோம்.

பேசாமல் இருந்தால் அதை மௌனம் என்கிறோம்.

சாப்பிடாமல் இருந்தால் விரதம் என்கிறோம்.

ஆனால், நாம் என்ன செய்தோம் என்கிற திருப்தி நமக்கு ஏற்படுவதேயில்லை.

ஒருநாள் முடிகிறபோது இன்று என்ன செய்தோம் என்று யோசித்தால், எதுவுமே செய்யாததுபோல் தோன்றுகிறது.

இன்றைய நாள் வியர்த்தமாகக் கழிந்ததாக நமக்குப் படுகிறது.

நம்முடைய பல நாளைகளும் அப்படித்தான்; இலக்கே இல்லாமல் கழியப் போகிறவை அவை.

நம் நாளில் மூன்றில் ஒரு பகுதியைத் தூங்கியே கழிக்கிறோம்.

குறைந்தது ஒரு மணி நேரமாவது காலைக்கடன்களைக் கழிப்பதில் செலவிடுகிறோம்.

குறைந்தது ஒரு மணி நேரமாவது சாப்பிடுவதிலும், நீர் அருந்துவதிலும் கழிக்கிறோம்.

ஒரு மணி நேரமாவது செய்தித் தாட்களை வாசிப்பதில் செலவிடுகிறோம்.

இரண்டு மணி நேரமாவது மற்றவர்களைப் பார்ப்பதிலும் பேசுவதிலும் செலவழிக்கிறோம்.

இன்னும் சில மணி நேரத்தைத் தொலைக்காட்சி பார்ப்பதில் செலவழிக்கிறோம்.

அப்படிப் பார்க்கிறபோது, ஒரு நாளில் எத்தனை மணிநேரம் விழிப்புணர்வோடு இருந்திருக்கிறோம் என்று கணக்குப் போட்டுப் பார்த்தால் சொற்ப நேரமே என்று சொல்லலாம்.

60 வருடங்கள் ஒருவர் வாழ்ந்தார் என்றால், ஒரு 5 வருடமாவது அவர் பிரக்ஞையோடு வாழ்ந்திருப்பாரா என்று பார்த்தால், அது கேள்விக்குறி தான்.

வாலாயமான பணிகளைச் செய்வதிலேயே நம்முடைய வாழ்க்கை தொலைந்துபோகிறது.

புத்தரிடம் இருந்த ஞானியிடம் ஒருவர் கேட்டார். உங்கள் வயது என்ன என்று.

அவரைப் பார்த்தால் 60 வயதுக்கு மேல் இருக்கும். ஆனால் அவர் என்னுடைய வயது 5 ஆண்டுகள்தான் என்று சொன்னார்.

உங்களைப் பார்த்தால் 60 வயதுக்குமேல் தோன்றுகிறதே என்று கேட்டதற்கு, நான் விழிப்புணர்வோடு இந்த 5 வருடங்களாகத்தான் வாழ்ந்துவருகின்றேன் என்று சொன்னார்.

இன்னொரு சம்பவம் - ஒருவரிடம் உங்கள் வயது என்ன என்று கேட்டார்.

அவர் 300 தான் என்று சொன்னார்.

உங்களைப் பார்த்தால் 60 வயதுக்குமேல் இருக்காது 300 என்று சொல்கிறீர்களே என்று கேட்டதற்கு,

அவர் சிரித்துக்கொண்டே, என்னுடைய வயது 60 தான். ஆனால், என் ஒவ்வொரு வருடத்திலும் 5 வருடங்களைப் பிரித்துக் கொண்டு. விழிப்புணர்வோடு நான் வாழ்ந்திருக்கிறேன் - அதனால் என் வயதை 300 என்று கூறினேன் என்றார்.

நம் ஆயுளை 20ஆகக் குறைக்கவும் முடியும். 200 ஆக நீட்டவும் முடியும்.

நாம் ஒவ்வொரு நிமிடத்தையும் எப்படிச் செலவழிக்கின்றோம் எவ்வளவு விழிப்புணர்வுடன் வாழ்கின்றோம் என்பதுதான் முக்கியம்.

ஹாசிட் கதை ஒன்று.

ஒரு குரு. இரவு நேரம் நடைபயிலச் செல்கிறார்.

ஒரு பெரிய மாளிகைக்கு முன், ஒரு கூர்க்கா காவல் காத்துக் கொண்டிருக்கிறார்.

அவரிடம் அந்த ஞானி கேட்கிறார். நீ யாருக்காகப் பணிபுரிகிறாய் என்று.

அதற்கு அந்தக் கூர்க்கா, அந்த மாளிகைக்குச் சொந்தமானவரின் பெயரைச் சொல்லிவிட்டு, அது சரி - நீங்கள் யாருக்காகப் பணி புரிகிறீர்கள் என்று கேட்டான்.

அந்த ஞானியால் இதற்குப் பதில் சொல்ல முடியவில்லை.

சிறிது நேரம் கழித்து நீ கேட்கிற பணத்தை நான் தருகிறேன். என்னிடம் நீ பணிக்கு வருகிறாயா என்று அந்த ஞானி கூர்க்காவைப் பார்த்துக் கேட்டார்.

எம்மாதிரியான பணியை என்னிடம் எதிர்பார்க்கிறீர்கள் என்று கூர்க்கா கேட்டதற்கு.

இதைப்போல் நீ அடிக்கடி எனக்கு ஞாபகமூட்ட வேண்டுமென்று சொன்னார்.

உண்மைதான். பல நேரங்களில் நாம் எதைச் செய்கிறோம் என்கின்ற உணர்வே இல்லாமல் பணிகளைச் செய்துகொண்டிருக் கின்றோம்.

நாம் படித்துக் கொண்டிருக்கும்போது கிருஷ்ணபகவான் வந்து கதவைத் தட்டினால், நான் பகவத்கீதை படித்துக் கொண்டிருக்கிறேன், இன்னும் அரை மணி நேரம் கழித்து வா என்று சொல்லுகிற நிலையில் நாம் இயங்கிக் கொண்டிருக்கிறோம்.

நாம் இயந்திரமாக ஆக ஆக, நம்மிடம் இருக்கின்ற மனிதத் தன்மை குறைகிறது.

நம்மிடம் இருக்கின்ற தெய்வீகத் தன்மை காணாமல் போகிறது.

ஒவ்வொரு அடி வைக்கும்போதும் உள்ளுணர்வு உந்தப் படுமேயானால், நம் இதயத்தோடு அது இயையுமேயானால், நம் கால்களுக்கடியில் கிடக்கின்ற முட்கள் கூட மலர்களாக மாறும்.

*

52. யாரைப் பின்பற்றுவது?

அரேபிய ராபி சாதிக் ஒரு கதை கூறுவதுண்டு.

காட்டுக்குப் பக்கத்தில் சென்றுகொண்டிருந்த ஒருவன் ஒரு புலி, ஒரு மானை வேட்டையாடுவதைப் பார்த்தான்.

அப்போது தூரத்தில் ஒரு நரியும் இருந்தது. அது வெறுமனே படுத்திருந்தது,

புலி வேட்டையாடி, தனக்கு வேண்டிய உணவைத் தின்றுவிட்டுச் சென்றவுடன் மீதமிருந்த அந்த மானை அந்த நரி மகிழ்ச்சியோடு தின்றுவிட்டுத் திரும்பியது.

அதைப் பார்த்த அவன் எதுவுமே செய்யாமல் - அந்த நரிக்கு இறைவன் அருளுவதைப் போல நமக்கும் அருள்வார் என்று எதுவுமே செய்யாமல் - யாராவது உதவி செய்வார்கள் என்று அமர்ந்திருந்தான்.

அப்போது வானத்திலிருந்து ஒரு குரல் கேட்டது 'மடையனே! நீ நரியைப் பின்பற்றாதே. புலியைப் பின்பற்று' என்றது அந்தக் குரல்.

நாம் யாரை உதாரணமாக எடுத்துக்கொள்கிறோம் என்பது தான் மிகவும் முக்கியம்.

நாம் தவறு செய்பவர்களை உதாரணத்திற்கு எடுத்துக் கொள் கிறோமே தவிர, மன்னிப்பவர்களை எடுத்துக் கொள்வது இல்லை.

தானம் செய்பவர்களை எடுத்துக்கொள்வதில்லை. மாறாக தானம் பெறுபவர்களை எடுத்துக்கொள்கிறோம்.

காப்பாற்றுகிறவர்களை உதாரணங்களாக எடுத்துக் கொள் வதில்லை. காப்பாற்றப்படுபவர்களை உதாரணங்களாக எடுத்துக் கொள்கிறோம்.

கொடுப்பதற்காகக் கையை உயர்த்துபவர்களை உதாரணமாக எடுத்துக்கொள்வதில்லை. மாறாகப் பெறுவதற்காகக் கையை ஏந்து பவர்களை எடுத்துக்கொள்கிறோம்.

கடுமையான இலக்கை விட்டு, எளிமையான இலக்கைத் தேர்ந் தெடுக்கிறோம்.

நாம் தவறு செய்கிறபோதெல்லாம் மற்றவர்கள் எல்லாம் யோக்கியமா? என்று கேட்டு, நம்மை நாமே திருப்திப் படுத்திக் கொள்கிறோம்.

'சாதிக்' கூறுவதைப்போல், இயற்கை புலியையும் முன் வைத்திருக்கிறது; நரியையும் முன்வைத்திருக்கிறது.

புலியைப் பின்பற்றுபவர்கள் உயர்ந்து நிற்கிறார்கள்.

நரியைப் பின்பற்றுபவர்கள் எச்சிலுக்காகவும் எச்சத்திற்காகவும் காத்துக் கிடக்கிறார்கள்.

புலிகளை மகிழ்விப்பதற்காகச் சில நேரங்களில் அவர்கள் புகழவும் செய்வார்கள். அடிகளை வருடவும் செய்வார்கள்.

தவறு செய்கிறபோது மற்றவர்கள் செய்யவில்லையா என்று நமக்கு நாமே சமாதானம் கூறிக்கொள்கின்றபோது, நாம் நல்லவை செய்கிறவர்களைப் பற்றியும், நேர்மையாக இருப்பவர்களைப் பற்றியும், பிழைக்கத் தெரியாதவர்கள் என்று ஏளனப்படுத்த நினைக்கிறோம்.

'சென்' கதை ஒன்று உண்டு. வில்லாளி ஒருவன் உயர்ந்த வகுப்பில் பயிற்சி பெறவேண்டுமென்று விரும்பினான்.

அவனுடைய இலக்கு தவறிக்கொண்டே வந்ததனால் குரு அவனை உயர்ந்த வகுப்புக்கு அனுமதிக்கவில்லை.

அதனால், அவன் தொடர்ந்து கீழ்மட்டத்திலேயே பயிற்சி பெறவேண்டியதாக இருந்தது.

ஒருநாள் அதிகாலையில், பயிற்சி அரங்கத்திற்கு வந்து அவன் அம்புகளை எல்லாம் செலுத்தினான்.

அம்புகள் சென்று சேர்ந்த இடத்தைச் சுற்றி, ஒரு வளையத்தைக் கரிக்கோட்டினால் தீட்டினான்.

அன்று குரு வந்தபோது, ஏற்கெனவே வரைந்து வைத்திருந்த வளையத்தை நோக்கி அம்புகளைச் செலுத்தினான்.

ஒவ்வொரு அம்பும் அந்தந்த வளையத்திற்குள் சென்று குத்திட்டு நின்றது.

குரு அவனை அடுத்த வகுப்புக்கு அனுமதித்தார்.

இதைக் கவனித்துக்கொண்டிருந்த சக மாணவன், இன்று எப்படி உன்னால் சரியாக அம்புகளை அந்த வட்டத்திற்குள் செலுத்த முடிந்தது என்று கேட்டான்.

அதற்கு அந்தச் சீடன் ஏற்கெனவே அந்த வட்டத்திற்குள் அம்புகள் பயணப்பட்ட பழக்கம் இருக்கிறதே அந்த அனுபவம் தான் காரணம் என்று சொன்னான்.

உண்மையிலேயே காரணம் அம்புகளுக்குப் பழக்கம் ஏற்பட்டதால் அல்ல. அந்தச் சீடனுக்கு நம்பிக்கை ஏற்பட்டது. ஏற்கெனவே நாம் செலுத்தியிருக்கிறோம் என்ற நம்பிக்கை இருந்ததனால் அந்த இலக்கைச் சரியாக அடைய முடிந்தது.

நம்பிக்கை கொள்பவர்கள் புலிகளின் வழியைத் தேர்ந்தெடுக்கிறார்கள்.

நம்பிக்கை அற்றவர்கள் நரிகளாகவே மாறிப் போகிறார்கள்.

*

53. கொடுப்பது

ரவீந்திரநாத் தாகூர் தன்னுடைய கீதாஞ்சலியில் ஒரு சம்பவத்தைக் குறிப்பிடுகிறார்.

நாம் வீதியில் நின்றுகொண்டிருந்தபோது, தேவாதி தேவன் வலம் வந்தான்.

அவன் எல்லோரிடமும் கைகளை ஏந்திக்கொண்டே வலம் வந்தான். நான் என் பைக்குள் கையை விட்டேன். அதில் கொஞ்சம் தானியங்கள் இருந்தன. அவற்றில் ஒன்றிரண்டு மணிகளை மட்டும் அவன் கைகளில் போட்டுவிட்டு, மீதமிருந்த தானியங்களை என் பைகளில் போட்டேன்.

அப்படிப் போடுகிறபோதுகூட, அந்தத் தானிய மணிகளைக் கொடுக்கவேண்டி இருக்கிறதே என்ற சந்தேகத்தோடு அவற்றைப் போட்டேன். அவன் சிரித்துக் கொண்டே சென்றுவிட்டான்.

அவன் சென்றபிறகு, நான் என் கால்சட்டைப் பைக்குள் கையை விட்டு மணிகளை வெளியில் எடுத்தேன். அதில் இரண்டு மணிகள் மட்டுமே தங்க மணிகளாக மாறி இருந்தன.

அப்போது நான் நினைத்துக்கொண்டேன். கையிலிருந்த அனைத்துத் தானியங்களையும் அவனிடம் போட்டிருக்கக் கூடாதா என்று.

தாகூரின் இந்தக் கவிதையும், குல்ஜிப் உடைய கூற்றும் ஒத்துப் போவதைக் காணலாம்.

நீ எதைத் தருகிறாயோ அதுதான் உன்னுடையது என்று குல்ஜிப் குறிப்பிடுகிறார்.

எந்த மணிகளைத் தந்தாரோ அந்த மணிகள் மட்டுமே தங்க மணிகளாக மாறி இருந்தன.

நாம் எதைத் தருகிறோமோ, அது பன்மடங்காகத் திரும்பி வருகிறது.

எதைப் பதுக்கி வைக்கிறோமோ, அது மக்கி, புழுத்துப் போகிறது.

நாம் கொடுக்கக் கொடுக்க நீரூற்றுப் போல் நம்மிடம் அன்பு ஊறுவதைப்போல ஆஸ்தி ஊறுகிறது.

ஒரு சிறுவன் தங்க நகை செய்பவரை உற்றுக் கவனித்துக் கொண்டிருந்தான்.

அவர் தங்கத்தை உருக்கிக்கொண்டிருந்தபோது அவரிடம் அந்தச் சிறுவன் கேட்டான்.

நீங்கள் என்ன செய்துகொண்டிருக்கிறீர்கள் என்று

நான் தங்கத்தைத் தூய்மைப்படுத்திக்கொண்டிருக்கிறேன் என்று அவர் சொன்னார்.

எப்படிச் செய்கிறீர்கள் என்று அவன் கேட்டான்.

தங்கத்தில் இருக்கிற அழுக்குகளை எல்லாம் நீக்குகிற போது அது தூய்மையாகிறது என்றார் அவர்.

அதை நீங்கள் எப்படிக் கண்டுகொள்வீர்கள் என்று கேட்டான் அவன்.

எப்போது இந்தத் தங்கத்தில் என் முகம் தெரிகிறதோ அப்போது தான் அது தூய்மையானது என்று கண்டு கொள்வேன் என்று அவர் பதில் சொன்னார்.

நம் உள்ளம் தங்கமாக மாறினால் அதில் அடுத்தவர்கள் பிரதி பலிப்பார்கள்.

நம் கண்களில் அன்பு தோன்றினால், அதில் மற்றவர்கள் பிரதிபலிப்பார்கள். இதுதான் உண்மை.

வியட்நாமில் நடந்த ஒரு சம்பவம்.

வியட்நாம் யுத்தத்தின்போது ஓர் அநாதை விடுதி பீரங்கித் தாக்குதலுக்குள்ளானது. அப்போது அங்கிருந்த சில அநாதைக் குழந்தைகளுக்குக் காயம் ஏற்பட்டது.

அதில் ஒரு பெண் குழந்தைக்கு வெகுவாகக் காயம் பட்டிருந்த காரணத்தால், அதற்கு ரத்தம் தேவைப்பட்டது.

அப்போது அதற்கு ரத்தம் தர யார் முன்வருகிறார்கள் என்று கேட்டபோது, ஒரு சிறுவன் கையை உயர்த்தியும் தாழ்த்தியும் தன்னுடைய சம்மதத்தைத் தெரிவித்தான்.

அவனைப் பரிசோதித்துப் பார்த்தபோது, அவன் ரத்தமும் அந்தப் பெண் குழந்தையின் ரத்தமும் ஒன்றாய் இருப்பதைக் கண்டு பிடித்தார்கள்.

அவன் தனது ரத்தத்தைக் கொடுக்கும்போது அழுதான். ஏன் அழுகிறாய் என்று கேட்டபோது, நீங்கள் என் முழு ரத்தத்தை எடுத்துவிடுவீர்களோ என்று நினைத்து அழுகிறேன் என்றான்.

அப்படி நினைத்த நீ ஏன் ரத்தம் கொடுக்க முன்வந்தாய் என்று கேட்டபோது, காயம்பட்ட சிறுமி என் தோழி ஆயிற்றே என்று பதில் சொன்னான்.

சில நேரங்கள் பெரியவர்களைக் காட்டிலும் குழந்தைகளுக்குப் பெரிய மனம் இருக்கும்.

காரணம், அவர்கள் களங்கப்படாமல் இருக்கிறார்கள்.

கால்சட்டைப் பைக்குள் கையைவிட்டு, கேட்டதையெல்லாம் அவர்கள் தேவனின் தேவைக்குத் தர முன் வருகிறார்கள்.

அவர்களுக்குத் தெரியும் அவர்கள் பெற்றது அந்தத் தேவனிடம் இருந்துதான் என்று!

*

54. சமயோசித புத்தியும் வாழும் தருணமும்

சமயோசித புத்தி என்பது நேரத்திற்குத் தகுந்த அறிவு.

யார் எந்த நொடியில் தன்னை முழுமையாக நிலை நிறுத்திக் கொண்டு வாழுகிறார்களோ அவர்கள் மட்டுமே சமயோசித புத்தி உடையவர்களாக இருக்க முடியும்.

தன்னுடைய அனைத்துப் புலன்களையும் ஒரே திக்கில் திருப்புகிற போது நம்முடைய அனைத்து அங்கங்களும் ஒரே புலனாய் மாறிப் போகும்போது, நம் காதுகளும், கண்களும் ஒரே இடத்தில் குவிகிற போது நம் மூளை கூர்மை அடைகிறது. அது உடனே செயலாற்றி சமிக்ஞைகளை உதடுகளுக்கு அனுப்புகிறது.

அதைத்தான் சமயோசித புத்தி என்கிறோம்.

'சென்' என்பது நொடிக்கு நொடி வாழுவது - Living moment to moment.

இறந்த காலத்திலும் எதிர்காலத்திலும் செல்லாமல் நிகழ் காலத்தில் தன்னை வழிப்படுத்தும் தன்மை தான் 'சென்.'

இந்தத் தத்துவார்த்த சம்யோசித புத்திக்கு 3 சம்பவங்களைக் குறிப்பிட விரும்புகிறேன்.

முதல் சம்பவம்.

கற்றறிந்த ஒரு ஞானி, பார்க்கிறவர்களை எல்லாம் கேள்விகள் கேட்டு மடக்குவது அவரது இயல்பு.

பலருடைய அறிவு கண்காட்சிப் பொருளாக இருக்கிறது.

தனக்குத் தெரியும் என்கிற தன்முனைப்பைத் தூண்டி விடுவதாக அது இருக்கிறது. அந்த ஞானியும் அப்படித்தான்.

எதிரே சந்திப்பவர்களை எல்லாம் கேள்விகள் கேட்டு மடக்குவது அவரது இயல்பு.

ஒரு ஊருக்குச் சென்றார். அங்கே ஒரு சின்னஞ்சிறுவனை அழைத்து, ஒரு மெழுகுவர்த்தியை ஏற்றி, அவனிடம் அந்த ஒளி எங்கிருந்து வந்தது தெரியுமா என்று கேட்டார்.

வேறு யாராவது அந்த இடத்தில் இருந்தாலும் அந்தக் கேள்விக்கு அறிவுப்பூர்வமாகப் பதில் சொல்ல முனைந்திருப்பர். அறிவுக்கென்று சில வரையறைகள் உள்ளன.

ஆனால், அந்தச் சிறுவன் அறிவைப் பயன்படுத்தவில்லை. அந்த நொடியில் வாழ்ந்தான். அதனால்தான் சமயோசித புத்தியைப் பயன்படுத்தி, அந்த மெழுகுவர்த்தியை ஊதி அணைத்து, இப்போது அந்த ஒளி எங்கே சென்றது என்று முதலில் நீங்கள் சொல்லுங்கள்; பிறகு அது எங்கிருந்து வந்தது என்று நான் சொல்கிறேன் என்றான்.

அந்த ஞானி தடுமாறிப் போனார்.

இரண்டாவது சம்பவம்.

துறவி ஒருவர் கடைவீதி வழியாகப் போகும்போது இனிப்புப் பதார்த்தம் செய்துகொண்டிருந்த கடையிலிருந்து இனிமையான மணம் ஒன்று எழுந்தது. அந்த மணத்தை அவருடைய நாசியினால் அழகாக நுகர்ந்து 'ஆஹா, என்ன அருமையான வாசனை' என்று சொன்னார்.

அந்தக் கடையில் வேலை செய்துகொண்டிருந்த ஒரு சிறுவன் ஓடிவந்து "எங்கள் பதார்த்தத்தின் வாசனையை நீங்கள் உள்ளே இழுத்துவிட்டீர்கள். அதனால் எங்களுக்கு நீங்கள் பணம் தரவேண்டும்" என்றான்.

உடனே அவர் ஒரு பெருமூச்சுவிட்டு, "இப்போது பார், அந்த வாசனையை வெளியே விட்டுவிட்டேன்" என்று சொல்லிவிட்டு நகர்ந்தார்.

அந்தச் சிறுவன் திகைத்து நின்றான்.

மூன்றாவது சம்பவம்.

ஒரு ஊரில் இருந்த இரண்டு சென் கோவில்களில் கருத்து வேறுபாடு இருந்ததனால், அங்கே பயிலும் மாணவர்கள் அடுத்த கோவிலின் மாணவர்களுடன் பேசக் கூடாது என்கின்ற நிபந்தனை விதிக்கப்பட்டிருந்தது. ஆனாலும் குழந்தைகள் தானே! அந்தக் குழந்தைகள் அவர்கள் இயல்புத் தன்மையை விட்டுவிட முடியுமா?

ஒருநாள் இரண்டு கோவில்களைச் சார்ந்த சிறுவர்கள் இரவில் சந்திக்க நேர்ந்தது.

ஒரு சிறுவன் "நீ எங்கே போகிறாய்?" என்று கேட்டான்.

"என் கால் எங்கே போகிறதோ அங்கே போகிறேன்" என்றான் இன்னொருவன்.

நடந்த சம்பவத்தைக் கேள்விகேட்ட அவன் மடாலயத்திலுள்ள தலைமைத் துறவியிடம் தெரிவித்தபோது அந்தத் துறவி மிகுந்த கோபம் கொண்டார்.

"ஏன் அவனிடம் பேசினாய்? இப்போது பார் அவன் உன்னை மடக்கிவிட்டான். நாளை அவனைப் பார்க்கும்போது இதே கேள்வியை மீண்டும் கேள்" என்றார்.

"அவன் கால் எங்கே போகிறதோ அங்குப் போகிறேன் என்று சொல்லும்போது 'கால் இல்லாவிட்டால் எங்குச் செல்வாய்' என்று கேட்டு நீ அவனை மடக்கு" என்றார்.

மறுபடியும் சிறுவர்கள் சந்திப்பு நடந்தது. "நீ எங்கே போகிறாய்?" என்று அவன் கேட்டான். 'என் கால்கள் எங்கே போகிறதோ அங்கே போகிறேன்' என்ற பதில் அவனிடமிருந்து வருமென்று நினைத்துச் சிறுவன் கேட்டான்.

ஆனால், இன்னொரு சிறுவனோ "காற்று எங்கே வீசுகிறதோ அங்கேநான் செல்கிறேன்" என்றான்.

மறுநாள் "காற்று வீசாவிட்டால் எங்கே போவாய்?" என்று மறுபடியும் கேள்வி கட்டுச்சோறாய் அந்தச் சிறுவனின் மூளையில் கட்டப்பட்டு அனுப்பப்பட்டது.

மூன்றாம் நாள் "எங்கே போகிறாய்?" என்று கேட்ட போது "நான் கடைவீதிக்குச் செல்கிறேன்" என்று நேரடியான பதில் அந்தச் சிறுவனிடமிருந்து வந்தது.

மிகப்பெரிய அறிஞர்கள்கூட, சின்னஞ் சிறுவர்களிடம் தோல்வி அடைந்துவிடுகிறார்கள். உதாரணம் -

ஒரு மிகப்பெரிய புலவர் ஒரு ஊருக்குச் சென்றார்.

சோறு எங்கு விக்கும் என்று கேட்டார்.

விற்கும் என்று கேட்பதற்குப் பதிலாக 'விக்கும்' என்று கேட்டதால், அந்தச் சிறுவன் 'தொண்டையிலே விக்கும்' என்று பதில் சொல்லி அந்தப் புலவரைத் திக்குமுக்காடச் செய்தான்.

சின்னக் குழந்தைகளிடம் சமயோசித புத்தி அதிகமாகவே இருக்கிறது. ஆனால் நாம்தான் அவற்றின் புத்தியை முழுமையாக

அறிந்துகொள்ளாமல், நம்மைக் காட்டிலும் மூளையைக் கசக்க நினைக்கிறோம்.

அறிவை யாரும் பதுக்கி வைக்க முடியாது. பதுக்கிவைக்க முற்படுகிறபோது எல்லாம், அந்த அறிவு தவறான திசையில் தடம் மாறிச் செல்கிறது.

இந்த மூன்று சம்பவங்களிலும் நாம் ஒன்றைத் தெரிந்து கொள்ளலாம். அந்த நொடியில் தன்னை ஐக்கியப் படுத்திக் கொள்பவர்களால் படைப்பாக்கத்துடன் பதில் சொல்ல முடிகிறது. அவர்கள் பதிலில் நகைச்சுவையும், சாமர்த்தியமும் கலைத்திறனும் தெறித்து விழுகின்றன. இதைத்தான் 'நறுக்குத் தெறித்தாற்போல' என்று தமிழில் சொல்லுகிறார்கள்.

புத்தகங்களை வாசிப்பதனால் இது கைகூடாது.

விடாமல் ஓர் இறுக்கத்தை வைத்திருப்பதால் இது நிகழாது.

நாம் ஒரு நொடியில் வாழ்ந்தோமா, அந்தக் கணத்தில் இருந்தோமா என்பதுதான் முக்கியம்.

தென்றல் காற்று மேனியில் படுகிறபோது, டிசம்பர் மாதத்தில் புயல் வீசுமே என்று நினைத்தால் தென்றலும் தீயாகிவிடும். குளிர்ச்சியும் கொடுமையாகிவிடும்!

*

55. வன்முறை

இன்று எல்லா இடங்களிலும் வன்முறை அதிகரித்திருக்கிறது என்று நாம் வருத்தப்படுகிறோம்.

செய்தித்தாட்களைத் திறந்தால், அவை முழுவதிலும் கொலை கொள்ளை போன்ற சம்பவங்களே நிறைந்திருக்கின்றன, நம்மை நாமே நொந்துகொள்கிறோம்.

சமுதாயத்தைப் பற்றி விமர்சிக்கின்றபோது, அந்தச் சமுதாயத்தில் இருந்து நாம் மட்டும் தனித் தீவாக ஒதுங்கி இருப்பது போல் நமக்கு ஒரு எண்ணம்.

வன்முறை என்பது தனியாக நிகழுவது இல்லை.

ஜெ. கிருஷ்ணமூர்த்தி அவர்கள் மகாத்மாகாந்தி அவர்களின் மரணத்தைப் பற்றிக் குறிப்பிடுகின்ற போது, இந்த வன்மம் தனிப்பட்ட உணர்வின் ஒட்டுமொத்த வெளிப்பாடு என்று குறிப்பிடுகிறார்.

நாம் அனைவருமே வன்மத்தை மனதிலே தேக்கி வைத்திருக்கிறோம்.

வன்மம் மோசம் என்று கூறுவதற்குக் காரணம், அது நம் மூலமாகத்தான் வெளிப்பட வேண்டுமென்பது இல்லை.

அது இன்னொருவர் மூலமாகக்கூட வெளிப்படலாம். ஒருமித்த உள்ளுணர்வு (collective consciousness) என்கிற ஒன்றுண்டு.

நாம் தேக்கி வைத்திருக்கிற வன்மம் வேறொருவர் மூலம் வெளிப்படமுடியும்.

நாம் இன்று வெளிப்படுத்தாமல் அடைகாக்கிற கோபம், இன்னொரு நாள் குஞ்சு பொரித்து வெளியே வரலாம்.

நாம் இன்று கட்டுப்படுத்தி வைத்திருக்கிற கோபம் இன்னொரு நாள் தேவையில்லாதபோது பீறிட்டுக்கொண்டு எழலாம்.

கோபப்பட வேண்டியவர்கள்மீது நாம் படாத கோபம், அப்பாவிகள் மீது திணிக்கப்படலாம்.

இதை நாம் உணர்ந்துகொண்டால், நம்மிடம் இருக்கின்ற வன்மத்தைக் கொஞ்சங்கொஞ்சமாக நீக்கமுடியும். நாம் நம்மிடம்

இருக்கும் வன்மத்தைக் குறைக்கக் குறைக்க உலகமும் அன்பு மயமாகிறது என்பதை உணரவேண்டும்.

உயிரற்ற பொருட்களின்மீது கூட, நாம் வன்மத்தோடு நடந்து கொள்ளக்கூடாது.

சுவரின் மீது எச்சிலைத் துப்புவது கூட ஒருவிதமான வன்மம்தான்.

நாற்காலியை வேகமாகத் தூக்கி அதற்கு வலிக்கும்படி இழுப்பது கூட ஒருவிதமான வன்மம்தான்.

புத்தகத்தின் பக்கங்களை மடக்குவதுகூட அதைக் கிள்ளுவதற்குச் சமமாகும்.

செருப்பை வேகமாகக் கழற்றி எறிவதுகூட அதை உதாசீனப் படுத்துவதன் பொருள்தான்.

ஒரு செடியைத் தேவையில்லாமல் பிடுங்கும்போதும் இலையைத் தேவையில்லாமல் பறிக்கிறபோதும், ஒரு நாயைக் கல்லால் அடிக்கிற போதும் நாம் வன்முறையாளர்களாக மாறுகிறோம்.

இப்படிச் சின்னச்சின்ன செயல்களின் மூலமாகக் கூட வன்மம் ஊற்றெடுப்பதற்கு வாய்ப்பு இருக்கிறது. அந்த வன்மம் ஒருநாள் பெருகுகிறபோது, அந்த வெள்ளத்தில் நாம் அடித்துச் செல்லப் படுகிறோம்.

நாம் எறிந்த அம்புகள் நம்மை நோக்கியே திரும்ப வருகின்றன.

நாம் செலுத்திய கற்கள் நம்மைப் பதம் பார்க்கின்றன.

வன்மத்திற்குத் தீர்வு, இன்னும் அதிகமாகக் காட்டுகிற வன்மமாக இருக்கமுடியாது.

நெருப்பை நெருப்பால் அணைக்க முடியாது.

படகில் ஒரு ஓட்டையின் மூலம் உள்ளே நுழைந்த தண்ணீரை இன்னொரு துளையின் மூலம் வெளியே அனுப்பி விடமுடியாது.

'லாஸ்ட் சப்பர்' என்னும் ஓவியத்தை லியானார்டோ டாவின்சி தீட்டுகிறபோது நடந்த ஒரு சம்பவம் நினைவுக்கு வருகிறது.

ஒருவன் மீது நிறையக் கோபம் கொள்ளுகின்ற சூழல் டாவின்சிக்கு ஏற்பட்டது. மிகக் கடுமையாக அவனை வைது விட்டு, திரும்ப வந்து ஓவியத்தைத் தொடர்ந்தார்.

ஏசு கிறிஸ்துவை வரைகின்றபோது அவர் எவ்வளவு முயன்றும் தன்னுடைய ஓவியத்திறமையைச் செலுத்தியும் அந்த ஓவியம், நிறைவைத் தரவில்லை.

முயன்று முயன்று தோற்றார். தோற்றுத் தோற்று உணர்ந்தார். உணர்ந்து உணர்ந்து வருந்தினார்.

தான் வைத அந்த மனிதனை அழைத்து அவனுக்குப் பழங் களையும், இனிப்புகளையும் தந்து மன்னிப்புக் கேட்டார்.

அவன் முகத்தில் மலர்ச்சியைக் கண்டார். தன் மீது அவன் கொண்டிருந்த வருத்தம் நீங்கியதைக் கண்டார்.

மேகம் விலகித் தெரிகிற நிலவுபோல் அவன் முகம் நிறைவால் மின்னியதைக் கண்டார்.

தூரிகை எடுத்து ஓவியத்தைத் தொடர்ந்தார்.

உலகம் புகழும் உன்னத ஓவியம் அவரது கைகளால் தீட்டப் பட்டது.

ஏசு கிறிஸ்துவின் கருணை வழிகின்ற கண்கள் அவரது கைகளில் அடங்கியது.

'ஓஷோ' ஒரு சம்பவத்தைக் குறிப்பிடுவதுண்டு. திபெத்தியர் களிடம் ஒரு வழக்கம் உண்டு.

அவர்கள் உறக்கத்தில் யாரையாவது துன்புறுத்துவது போல் கனவு வருமேயானால், அடுத்த நாளே தமது கனவில் வந்தவரைச் சென்று சந்தித்து அவர்களுக்குப் பழங்களைக் கொடுத்து, நேற்று என் கனவில் நான் உங்களிடம் கோபம் கொண்டுவிட்டேன். என்னை மன்னித்து விடுங்கள் என்று சொல்லி உபசரித்துவிட்டு வருவார்கள்.

கனவில் வந்ததால் எங்கேயும் ஒரு மூலையில் தன் மூளையில் அவர்கள் மீது துவேஷம் ஏற்பட்டிருக்க வேண்டும். வெறுப்பான விதை விழுந்திருக்கவேண்டும், கோபத்திற்கான கொழுந்து முளைவிட்டிருக்க வேண்டும். வன்மத்திற்கான வயல் நடவு செய்யப்பட்டிருக்கவேண்டும். அதனால்தான் கனவில் அந்தச் சம்பவம் அவ்வாறு வந்திருக்கிறது என்று நினைத்து அதைக் களைவதற்கு திபெத்தியப் பழங்குடி மக்கள் அவ்வாறு விநியோகிப்பது உண்டு.

நீரினால் நெருப்பை அணைப்பது போல நடக்கிற ஒன்று.

அன்பை விநியோகிக்க நினைத்தால், நம் மனதில் இருக்கின்ற வன்மம் குறையும், வன்மம் கரையும், வன்மம் அகலும்.

நாம் அன்புமயமாக மாறுகிறபோது, நம் எதிரே இருப்பவர்களும் அன்புமயமாக மாறுவார்கள்.

நாம் புன்னகைக்கிறபோது, எதிரே வருபவனும் புன்னகைத்தே தான் தீருவான்.

அப்போதுதான், உலகம் முழுவதிலும் இருக்கின்ற வன்முறைகள் - வன்மங்கள் குறையும்.

இதை நாம் உயிரற்ற பொருட்களின் மீதும், வாய் இல்லாத ஜீவன்களின் மீதும் காட்ட முற்படுவோமேயானால், வாடிய பயிரைக் கண்டபோதெல்லாம் வாடாவிட்டால், தண்ணீர் ஊற்றவாவது முன் வருவோமேயானால், ஒவ்வொருவர் இதயத்திலும் நம்பிக்கை முளைக்கும். அன்பு கிடைக்கும்.

*

56. வழிகாட்டுதல்

வாழ்க்கை என்கிற சொல்லும், வழி என்கிற சொல்லும் ஒரே சொல்லில் இருந்துதான் உதித்து இருக்கமுடியும் என்று நினைக்கிறேன்.

வாழ்க்கை என்பது வழிகாட்டுதல் - வழியைக் கேட்டுப் பெறுதல்.

உலகின் ஒவ்வொரு செயல்பாடும் ஒரு வழிகாட்டுகிற நிகழ்வாகவே நிகழ்ந்துகொண்டிருக்கிறது.

இலக்கியம் என்பது தன் அனுபவத்தை வழி காட்டுவது.

நம் உழைப்பு என்பது, நம் வியர்வையை வழி காட்டுவது.

நம் சேமிப்பு என்பது நம் சிக்கனத்தை வழி காட்டுவது.

நம் படைப்புகள் என்பது நம் அறிவுத்திறனை வழி காட்டுவது.

இப்படி ஒவ்வொரு செயல்பாடும் நாம் சீரான வாழ்க்கையைத் தெரிந்து கொள்வதற்கான முயற்சியாக இருக்கும்.

அல்லது நாம் தெரிந்துகொண்டதை அடுத்தவர்களுக்கு உணர்த்துவதாக இருக்கும்.

நம் அனுபவத்தை, நாம் ஏற்கெனவே சென்று வந்த தெரிதலை, நாம் ஏற்கெனவே புரிந்த புரிதலைத் தெளிவுபடுத்தும் வாய்ப்பு வெளிப்படும்போது நிகழ்கின்றது.

உலகம் முழுமைக்கும் வழிகாட்ட முற்படுபவர்கள் விழிப்புணர்வு பெற்று ஞானிகளாக மாறுகிறார்கள்.

நாங்கள் இமயமலைக்குக் கால்வழியாகப் பயணம் செல்கிற போது, இருக்கின்ற பழங்குடியினரை வழி கேட்பதுண்டு. ஓர் இடத்தின் பெயரைச் சொல்லி, அந்த இடம் எங்கே இருக்கிறது என்று கேட்டால், அதற்கு அந்த மக்கள் மிகவும் அருகில் இருக்கிறது என்று சொல்வார்கள்.

அரைமணி நேரம் நடந்த பிறகும் அந்த இடம் வராது. மீண்டும் எதிரே வருபவர்களிடம் வழி கேட்டால், அவரும் அருகிலே இருக்கிறது. இன்னும் கொஞ்ச தூரம்தான் என்று சொல்லுவார்.

கிராமத்தில் இருப்பவர்கள் வழிசொல்லுவதற்கும், நகரத்தில் இருப்பவர்கள் வழி சொல்வதற்கும் ஒரு வேறுபாடு இருக்கிறது.

நகரத்தில் இருப்பவர்கள் வழி சொல்லுகிறபோது கொஞ்சம் மிகைப்படுத்திச் சொல்வதுண்டு. அல்லது எவ்வளவு தூரமோ அதை அப்படியே சொல்லுவார்கள்.

ஆனால், கிராமத்தில் இருப்பவர்கள் வழிசொல்லுகிற போது தூரத்தைக் குறைத்துச் சொல்வார்கள்.

தூரத்தை அதிகமாகச் சொன்னால், ஒருவேளை பயணி தளர்ந்து விடுவாரோ என்கிற எண்ணத்தில் அவர்கள் ஊர் அருகிலேயே இருக்கிறது என்று சொல்வது வழக்கம்.

மேலும், கிராமத்தில் இருப்பவர்கள் வழி சொல்லுகிற போது அவர்கள் பெரும்பாலும் நடந்தே செல்லுகிற அனுபவத்தைப் பெற்றவர்களாக இருப்பதனால் தொலைவைப் பற்றி அவர்கள் கவலைப்படுவது இல்லை. ஆனால், நகரத்தில் இருப்பவர்கள் நகரத்தின் வசதிகளிலே திளைத்திருக்கிற காரணத்தால், அருகில் இருக்கிற இடத்திற்குக் கூட வாகனங்களில் அவர்கள் செல்கிற காரணத்தாலும், சோம்பலிலும், சொகுசிலும் பழக்கப்பட்ட காரணத்தால் தூரத்தைச் சொல்லுகிறபோது அது உண்மையிலேயே தொலைவில் இருப்பதைப் போல் தோன்றுகிறது.

கற்றுத் தருபவன் வழிகாட்டியாக இருக்கிறான்.

வேறொருவரிடம் வழியைத் தெரிந்துகொண்டவர்கள் வெறும் ஆசிரியர்களாக இருக்கிறார்கள்.

ஆனால், அந்த வழியில் போய் வந்தவர்கள் ஆசானாகத் திகழுகிறார்கள்.

வாழ்க்கையைத் தெரிந்து கொள்வதற்குக் காத்திருக்க வேண்டும்.

காத்திருப்பதற்குப் பக்குவம் வேண்டும் - பொறுமை வேண்டும் தெளிவு வேண்டும்.

தன் இலக்கின்மீது ஆழமான பிடிப்பு வேண்டும்.

காத்திருப்பதைப் பற்றி ஒரு கதை உண்டு.

ஒரு குருவிடம் ஒரு மாணவன் சென்றான்.

எனக்கு நீங்கள் பாடம் சொல்லித் தரவேண்டும். என்னை மாணவனாக ஏற்றுக்கொள்வீர்களா என்று குருவிடம் கேட்டான்.

நீ கொஞ்சம் பொறுத்திருக்க வேண்டுமே என்று குரு சொன்னார்.

எவ்வளவு காலம் என்று மாணவன் கேட்டான். ஒரு வருட காலம் பொறுத்திருக்க வேண்டுமென்றார் அந்தக் குரு.

அவ்வளவு காலமா என்றான் அந்த இளைஞன். அப்படி என்றால்,நீ ஐந்து வருடங்கள் காத்திருக்கவேண்டுமென்றார் குரு.

ஐந்து வருடங்களா என்றான் அவன். உன்னைப் பொறுத்த வரையில் பத்து வருடங்கள் ஆகும் என்று நினைக்கிறேன் என்றார் குரு.

பத்து வருடங்களா என்றான் அவன். அநேகமாக உன்னால் முடியவே முடியாது என்றார் அந்தக் குரு.

அவசரம் காட்டுபவர்களால் சரியான பாதையைத் தேர்ந் தெடுக்க முடிவதில்லை.

பாதைக்கும் பாதத்திற்கும் ஒரு தொடர்பிருக்கிறது.

ஆரம்பத்தில், பாதைகள் எல்லாம் பாதம் படப்படத்தான் உருவாகிறது.

இது பாதையா இல்லையா என்பதை ஒற்றையடிப் பாதையின் மூலம் செல்பவர்கள் இங்கே ஏற்கெனவே மனிதர்கள் பயணப்பட்டிருக் கிறார்கள், பாதம் பதித்துச் சென்றிருக்கிறார்கள் என்று தேர்ந்தெடுத்துச் செல்வது வழக்கம். ஏற்கெனவே பாதை இருந்தால் அது பாதுகாப்பான பாதை என்று பொருள்.

ஆனால் நாம் ஒன்றைச் சிந்தித்துப் பார்க்க வேண்டும்.

முதன் முதலில் அந்தப் பாதை உருவாவதற்குப் பயணப்பட்டவன் நிச்சயம் பாதச்சுவடுகளைத் தேடியிருக்க மாட்டான். அவன் தன் பாதத்தைப் பதித்து ஒரு பாதையை உருவாக் கியிருப்பான்.

அப்படி யார் ஒருவன் துணிச்சலோடு பாதையை உருவாக்கு கிறானோ, அவன் மற்றவர்களுக்கு வழிகாட்டியாக இருக்கிறான். மற்றவர்கள் வெறும் பாதசாரிகளாக இருக்கிறார்கள்.

அனுபவசாலிகளின் வார்த்தைகளில் நாம் நம்பிக்கை வைக்க வேண்டும்.

ஓஷோவின் ஒரு கதையைக் குறிப்பிட விரும்புகிறேன்.

ஒரு ஊருக்குச் செல்கிறபோது - ஒரு வயதானவனும், ஒரு இளைஞனும் அந்த ஊரைச் சேர்ந்த ஒருவனிடம், குறிப்பிட்ட இடத்தின் பெயரைச் சொல்லி, அங்குச் செல்ல வேண்டும். எவ்வளவு நேரம் ஆகுமென்று கேட்டார்கள்.

அதற்கு அந்த ஊரைச் சேர்ந்தவர்கள் மெதுவாகப் போனால் விரைவில் அடைந்துவிடலாம். சீக்கிரமாகப் போனால் நேரமாகும் என்று பதில் சொன்னார்கள். அந்தப் பதில் முதியவருக்கு வித்தியாசமாகப்

பட்டது. அந்த ஊரை அடைய அவர் வேகமாக நடக்க முற்பட்டார். அந்தப் பாதை மேட்டுப்பாங்கான கரடு முரடான பாதையாகவும், வழுக்குகிற தன்மை வாய்ந்ததாகவும் இருந்ததால், வழுக்கி விழுந்து காயங்கள் ஏற்பட்டு ரத்தம் சிந்தித் தடுமாறிக் களைப்படைந்து தன் இலக்குக்குச் செல்ல அதிகநேரம் எடுத்துக்கொண்டார்.

ஆனால் அந்த இளைஞனோ, மெதுவாகப் போய் உரிய நேரத்தில் இலக்கை அடைந்தான்.

பல நேரங்களில் நாம் எப்படிச் செல்வது என்பதை அனுபவம் வாய்ந்தவர்களிடம் இருந்து தெரிந்து கொள்வது வாழ்க்கையை வளப்படுத்தும். ஏனென்றால் வாழ்க்கை என்பது ஒரு வழிகாட்டுகிற நிகழ்வு.

*

57. அழகும் அவலட்சணமும்

லாவோட்சு, அழகைப் பற்றிக் குறிப்பிடுகின்ற போது "அழகை எப்போது அழகு என்று உணருகிறோமோ அப்போது அவலட்சணமும் ஆரம்பமாகி விடுகிறது" என்று குறிப்பிடுகின்றார்.

ஒன்றை நாம் அழகு என்று சொன்னால் அழகற்ற ஒன்றும் இருக்க வேண்டும் எ பது பொருள்.

ஒன்றை இனிமை என்று வரையறுத்தால் இனிமையற்றதும் இருக்க வேண்டுமென்பது பொருள்.

ஒன்றை ஒளி என்று சொன்னால் ஒளியற்ற தன்மையும் இருக்க வேண்டும் என்பது சூட்சுமம்.

அழகு என்பதை நாம் வரையறுத்தால் அவலட்சணம் என்பதையும் நாம் வரையறுக்க வேண்டியவர்களாக இருக்கின்றோம்.

ஒன்றை அழகு என்று பெருமையாகப் புகழ்ந்தால், இன்னொரு நேரத்தில் எதையாவது ஒன்றை அவலட்சணம் என்று கூறி முகம் சுளிக்க வேண்டியதாக இருக்கும்.

உண்மையிலேயே அழகு என்பதோ, அவலட்சணம் என்பதோ இயற்கையில் இல்லை.

அதற்கான இலக்கணங்களை நாம்தான் வரையறை செய்கிறோம். பார்ப்பவர்கள் விழிநிலையில் அதைப் பற்றிய கருத்து இருக்கிறது. அவலட்சணமாக இருக்கலாம்.

ஒருவருக்கு அருவருப்பைத் தருவது இன்னொருவருக்குச் சுறுசுறுப்பைத் தரலாம்.

காரணம், ஒவ்வொருவரும் ஓர் அகராதியைத் தன் கைகளில் வைத்திருக்கிறார்கள்.

அதனால்தான் கோசல நாட்டைப் பற்றிக் கம்பர் கூறுகின்ற போது:

"வண்மை இல்லை ஓர் வறுமையின்மையால்
திண்மை இல்லைநேர் செருநர் இன்மையால்
உண்மை இல்லை பொய்யுரை இல்லாமையால்
ஒண்மை இல்லை பல் கேள்வி ஓங்கலால்"

என்று குறிப்பிடுகிறார்.

வெ.இறையன்பு

சாகு கணபதி அய்யர் எனக்குத் தமிழ் சொல்லிக் கொடுத்தார். அவர் கூறுவார்:

ஒருவர் மட்டும் ஒரு ஊரில் இருந்தால் அவனுக்கு என்ன பெயர் இருக்க முடியும்?

யார் தன்னைப் பெயரிட்டு அழைப்பார்கள். யார் தன்னைப் பெயர் சொல்லி நினைவில் வைத்துக்கொள்ளப் போகிறார்கள்?

ஒருவன் மட்டுமே இருக்கிறபோது அவனுக்குப் பெயர் இல்லை. அவன் ஊருக்கும் பெயர் இல்லை!

வேறுபடுத்துகிறபோதுதான் பெயர் தேவைப்படுகிறது.

ஒரு நதி மட்டுமே ஓர் ஊரில் ஓடிக்கொண்டிருந்தால், அதற்கு நதி என்றுதான் பெயர் இருக்கும்.

அதை வேறு எதோடும் ஒப்பிடமுடியாது. வேறு எதோடும் தொடர்புபடுத்திப் பார்க்க முடியாது.

கலீல் கிப்ரான் கூறுவதுண்டு.

அழகும் அவலட்சணமும் தன் உடைகளைக் களைந்து விட்டு நதியில் குளிக்கச் சென்றன.

திரும்பி வந்தபோது இரண்டும் மாறி அழகு அவலட்சணத்தின் உடையையும், அவலட்சணம் அழகின் உடையையும் அணிந்து கொண்டன என்று,

இது ஓர் உருவகக் கீற்று,

அவலட்சணம் அதிகமாக அழகாகத் தோற்றமளிக்கக்கூடும் என்பதுதான் உலகியல் யதார்த்தம்.

ரிச்சர்ட் மெக்லீன் ஒரு கதை கூறுவதுண்டு.

ஒரு தவளையும் தங்க மீனும் சந்தித்துக்கொண்டன.

தங்க மீன் தவளையைப் பார்த்து 'நீ எவ்வளவு அருவருப்பாக இருக்கிறாய். நான் எவ்வளவு அழகாக இருக்கிறேன் பார்!' என்றது.

'என் மேனியைப் பார், நான் எப்படியெல்லாம் பளபளக்கிறேன். சூரிய ஒளி என் உடம்பில் பட்டு எப்படியெல்லாம் மின்னுகிறது. என்னைப் பார்த்து உனக்குப் பொறாமையாக இல்லையா?' என்று கேட்டது.

அதற்குத் தவளை சொன்னது. ‘உன்னை இயற்கை அப்படிப் படைத்திருக்கிறது. என்னை இயற்கை வேறு விதமாகப் படைத் திருக்கிறது. எனது இருப்பில் நான் நிறைவு கொள்கிறேன்.

என் உருவில் நான் மகிழ்ச்சி கொள்கிறேன். நான் என்னை உன்னோடு எப்படி ஒப்பிடமுடியும்?’ என்றது.

மீன், தவளையை ஏளனம் செய்துகொண்டே இருந்தது.

மீன் தண்ணீரைவிட்டு வெளியே வந்தது.

சூரிய ஒளி அதன் மேல் பட்டு எதிரொலித்தது.

அப்போது அக்கரையில் நின்றுகொண்டிருந்த ஒரு கொக்கு லாகவமாகத் தங்கமீனைக் கவ்விக் கொண்டு மேலே சென்றது.

தவளை ‘போய்வா நண்பா’ என்று வழியனுப்பி வைத்தது.

எது பெருமையாக இருக்கிறதோ, அதுவே ஆபத்தாகவும் இருக்கலாம்.

எது இருப்பு வைத்திருக்கிறதோ அதுவே கனமாகவும் ஆகி விடலாம்.

எது மகிழ்ச்சிக்குரியதாக இருக்கிறதோ, அதுவே துயரமாக முன்வந்து சந்திக்கலாம்.

இது உலக நியதி.

*

58. அன்பே அருமருந்து

மாணவர்கள் மத்தியில் ஒரு கேள்வி கேட்கப்பட்டது.

வைக்கோல் பொதிக்குள் ஒரு இரும்பு ஊசி கிடக்கிறது. அந்த ஊசியை எப்படி வெளியே எடுப்பது என்று கேட்டபோது,

ஒரு மாணவன் எழுந்து 'இது மிகவும் எளியது. அந்த வைக்கோல் பொதியைத் தீ வைத்துக் கொளுத்தினால் வைக்கோல் முழுவதும் எரிந்து விடும். இரும்பு மட்டும் மிஞ்சி இருக்கும். ஆக அந்த ஊசியை நாம் ஒரு நிமிடத்தில் பிரித்து எடுத்து விடலாம்' என்று சொன்னான்.

இன்னொரு மாணவன் எழுந்து 'ஒவ்வொரு வைக்கோல் பிரியாக எடுத்து வேறொரு இடத்தில் வைத்தால், ஊசி இருக்கிற இடத்தை நாம் கண்டுபிடித்து விடலாம்' என்று சொன்னான்.

அதற்கு அந்த ஆசிரியர் சொன்னார்:

'வைக்கோலை எரித்து ஊசியைக் கண்டுபிடிக்கலாம். ஆனால், வைக்கோல் போர் முற்றிலும் எரிந்தால் மிகுந்த நஷ்டம் ஏற்படும். ஒரு ஊசிக்காக முழு வைக்கோலையும் எரிப்பதா? ஊசியினை அந்த வைக்கோலில் இருந்து எப்படியும் நாம் பிரித்து எடுக்க வேண்டும்' என்றார்.

காரணம் அந்த வைக்கோலைச் சாப்பிடுகிற கால்நடைகளுக்குக் கைகள் கிடையாது. அவை சாப்பிடுகிறபோது வைக்கோல் என ஊசியை விழுங்கிவிடும் அபாயம் இருக்கிறது.

ஆக, ஊசியைப் பிரித்தெடுக்க வேண்டியது கட்டாயத் தேவை என்றார்.

இன்னொரு மாணவன் சொன்ன கருத்துக்கு ஆசிரியர் பதில் சொல்லும்போது 'வைக்கோல் பிரியைத் தனித் தனியாக எடுத்து வைக்கக் கூடுதல் மனிதர்கள் வேண்டும்.

அதுமட்டுமல்லாமல், அவ்வாறு ஊசியை எடுக்கத் தனித் தனியாகப் பிரித்தெடுக்க வெகுநேரம் பிடிக்கும். முற்படுகிறபோது ஒரு வேளை நம் கையிலே குத்தி காயம் ஏற்படலாம் என்பதை மறந்து விடக்கூடாது. எனவே 'எளிய வழி ஏதும் இல்லையா?' என்று கேட்டார்.

அப்போது ஒரு மாணவன் எழுந்துநின்று 'நம்மிடம் ஒரு காந்தக் கல் இருக்குமானால் எளிதில் அந்த ஊசியை எடுத்து விடலாம். அந்தக் காந்தத்தை வைக்கோல் பொதியின் மீது காட்டினால் வைக்கோல் பொதியில் எந்த இடத்தில் ஊசி இருக்கிறது என்பதை வைக்கோல் அசைவில் இருந்து தெரிந்து கொள்ளலாம்.

அதே நேரத்தில் காந்தத்தில் ஈர்ப்பு ஏற்படும். அதை வைத்து 'அந்த இடத்தை ஆராய்ந்தால் எளிதில் ஊசி கிடைத்துவிடும்' என்று சொன்னான்.

இதுவே சரியான விடையாகக் கருதப்பட்டது.

இறைமையை அடைவதற்கு யோகிகள் கூறும் வழி, அந்தக் காந்தத்திற்கும், ஊசிக்கும் இருக்கும் தொடர்பைப் போன்றது. காந்தத்திலும் இரும்புக்கான ஈர்ப்பு இருக்கிறது. இரும்பிலும் காந்தத் திற்கான ஈர்ப்பு இருக்கிறது.

அதைப்போல் நாம் இரும்பாக இருக்கிறோம். இறைமை காந்தமாக இருக்கிறது.

நம்மிடம் அன்பு ஊறுமேயானால் இறைவனிடம் இருக்கின்ற அன்பை உணரமுடியும்.

இறைமையோடு இருக்கிற ஈர்ப்புசக்தியை உணரலாம்.

நம்மிடம் இருக்கிற அன்பு அதிகமாக அதிகமாக, இறைமை யோடு சென்று ஒட்டிக்கொள்கிற நிகழ்வு எளிதாகி விடுகிறது.

வயதான நபர் ஒருவர், தனக்கு 68 வயதில் நிச்சயம் மரணம் சம்பவிக்குமென்று நினைத்தார்.

ஏதோ அவருக்குள் ஓர் உள்ளுணர்வு நாம் 68 வயதில் நிச்சயம் மரணம் அடைந்துவிடுவோம் என்று நினைத்தார்.

அதை எல்லோருக்கும் அறிவித்தார்.

தான் செய்யவேண்டிய கடமைகளை எல்லாம் செய்தார்.

பாகம் பிரிக்கவேண்டியதை எல்லாம் பிரித்தார்.

பங்கு போட வேண்டியதை எல்லாம் பங்கு போட்டார்.

செய்ய நினைத்த அத்தனையையும் செய்தார்.

ஆற்றவேண்டிய பணிகளை முடித்தார்.

68 வயதை நெருங்கிக்கொண்டிருக்கும்போது அவருடைய பேரனுக்கு ஒரு சின்ன விபத்து ஏற்பட்டது.

அவர் பதறிப்போனார். ஒரு வருடம் பேரன் மருத்துவ மனையிலே இருக்கவேண்டுமென்று மருத்துவர்கள் சொன்னார்கள்.

அவர் பக்கத்திலேயே இருந்து பேரனுக்குப் பணி விடைகள் செய்தார். அன்பைக் காட்டினார்.

அந்தச் சிறுவனுக்கு மீண்டும் எழுந்து நடக்க முடியும் என்ற நம்பிக்கையைப் பாய்ச்சினார்.

அவருடைய 68வது பிறந்த நாளையே மறந்துபோனார்.

அந்தச்சிறுவன் குணமானான். இன்று உங்களுக்கு 69-ஆவது பிறந்தநாள் என்று ஞாபகப்படுத்தினான்.

70-ஐயும் தாண்டி அவர் பூரணமாக வாழ்ந்தார்.

அவர் ஜீவன் நீடித்து இருந்ததற்கான காரணம், அவர் கொண்டிருந்த அன்பு பலமானதாக இருந்ததால்தான்.

அவர் நம்பிக்கையைக் காட்டிலும், வலிமை வாய்ந்திருந்த அன்பு அவரை வாழவைத்தது.

அன்பு மட்டுமே அருமருந்து. அன்பு மட்டுமே அமிர்தம்.

அன்பு மட்டுமே சர்வரோக நிவாரணி.

*

59. நன்றி

சர்ச்சில் அடிக்கடி சொல்லுகின்ற ஒரு கதை உண்டு.

ஒரு குழந்தை தவறி தண்ணீரில் விழுந்துவிட்டது. நீச்சல் தெரியாத தனால் மூழ்க இருந்த அந்தக் குழந்தையை, ஒரு மாலுமி தண்ணீரில் விழுந்து நீச்சலடித்து, கடுமையான போராட்டத்திற்குப் பின் காப்பாற்றினான். பிறகு கரைக்குக் கொண்டுவந்து சேர்த்தான். குழந்தையைக் கரைசேர்த்ததை நினைத்து மகிழ்ச்சி அடைந்திருந்தான்.

சிறிது நேரத்தில், அந்தக் குழந்தையின் தாய் கோபமாக அந்த இடத்திற்கு வந்தார்.

'யார் குழந்தையைக் காப்பாற்றியது?' என்று கேட்டார்.

தனக்கு வெகுமதி கிடைக்கப்போகிறது என்று நினைத்த அவன் 'நான்தான்' என்று முன்வந்தான்.

'அந்தக் குழந்தை அணிந்திருந்த தொப்பி எங்கே போனது' என்று அவர் மாலுமியிடம் கேட்டார்.

சர்ச்சிலின் இந்தச் சம்பவம், நம் வாழ்க்கையிலும் பல நேரங்கள் நிகழக்கூடும்.

நாம் பொன்னாடை எதிர்பார்த்தால் அதற்குப் பதிலாகச் சவத்துணி தரப்படலாம்.

நாம் பூங்கொத்தை எதிர்பார்த்தால் கல்லெறி விழலாம்.

நாம் விருந்தை எதிர்பார்த்தால் அதற்குப் பதில் பட்டினி பரிசளிக்கப்படலாம்.

நாம் எதிர்பார்ப்புகள் இல்லாமல் இருந்தால், ஏமாற்றம் அடைவது இல்லை.

எதிர்மறையாகச் சில செயல்கள் நிகழ்கின்றபோதும், நம்மை நாமே தேற்றிக்கொள்கிறோம்.

அதனால் தான் வள்ளுவர்,

'நன்றி மறப்பது நன்றன்று நன்றுஅல்லது
அன்றே மறப்பது நன்று'

என்று குறிப்பிட்டிருக்கிறார்.

'நன்றல்லது அன்றே மறப்பது நன்று' என்று கூறுகிறபோது, நாம் எதிர்பார்த்த நன்று கிடைக்காமல் நன்றல்லது கிடைக்கின்றபோது, அந்தச் சம்பவத்தை மறந்துவிட வேண்டும் என்பதைத்தான் அப்படி அவர் குறிப்பிடுகிறார்.

இன்று நாம் எதிர்மறையான சிந்தனைகளை வளர்த்துக் கொண்டிருக்கின்றோம்.

ஒரு நன்மையை ஒருவர் செய்தால்கூட, அவர் ஏதாவது எதிர்பார்த்துச் செய்திருப்பார் என்று நாம் சந்தேகிக்கின்றோம்.

போலிகளைப் பார்த்துப் பார்த்து, உண்மையின் மீதே நமக்குச் சந்தேகம் வந்துவிட்டது.

பொய்மைகளைப் பார்த்துப் பார்த்து, நாம் உண்மையை உணர மறந்துவிட்டோம்.

நாம் செய்கின்ற நன்மை மட்டும்தான் நம்மை மகிழ்ச்சியாக வைக்கும் என்று நினைப்பவன் மட்டும்தான், தொடர்ந்து நன்மையைச் செய்துகொண்டிருக்க முடியும்.

அவர்களால் மட்டும்தான் இந்த உலகத்தில் பாறையிலிருந்தும் பன்னீரைப் பிழிந்தெடுக்க முடியும்.

வள்ளலார்கூட 'கடைவிரித்தேன் கொள்வார் இல்லை' என்று சொன்னார்.

ஒருவர் வளர்த்துவந்த நாய் சில குட்டிகளை ஈன்றது; அதை யாருக்காகவாவது கொடுக்கவேண்டுமென்று அவர் விரும்பினார்.

அவர் நண்பர்களிடமெல்லாம் சொன்னார். தெரிந்தவர்களுக்கெல்லாம் தொலைபேசியில் தகவல் சொன்னார். யாருக்கு நாய் வேண்டுமானாலும் என்னிடம் வாருங்கள், பெற்றுக் கொள்ளுங்கள், எடுத்துக்கொண்டு செல்லுங்கள் என்று பறை சாற்றினார்.

ஆனால் ஒருவரும் வரவில்லை. பொறுத்துப் பொறுத்துப் பார்த்தார்.

வேறொரு நண்பர் சொன்ன ஆலோசனையைச் செயல்படுத்தினார்.

உள்ளூர்த் தினசரியில், நல்ல நாய்க்குட்டிகள் விற்பனைக்கு என்று விளம்பரம் கொடுத்தார். அடுத்த நாளே நாய்க்குட்டிகள் விற்றுத் தீர்ந்தன.

இலவசத்திற்கு மரியாதை இல்லாத நேரம் இது.

இலவசமாக நீங்கள் அமிர்தத்தைக் கொடுத்தால்கூட, அது விஷமாக இருக்கும் என்று சந்தேகப்படுகின்ற எண்ணம் தோன்றி விட்டது.

யார் யாருக்குச் சந்தேகம் வருவது என்கின்ற விவஸ்தை இல்லாமல் இப்போது சந்தேகம் வந்து கொண்டிருக்கின்றது.

ஒரு குட்டிக்கதை உண்டு.

ஒரு யானை குளித்துக்கொண்டிருந்தது. அந்த வழியாக வந்த எலி 'கொஞ்சம் மேலே வருகிறாயா?' என்று கேட்டது. யானை குளத்திலிருந்து வெளியே வந்து 'என்ன விசேஷம்?' என்று கேட்டது 'என்னுடைய உள்ளாடை காணாமல் போய்விட்டது; ஒரு வேளை நீ போட்டிருக்கிறாயா என்று பார்த்தேன்' என எலி சொன்னது!

இந்தச் சந்தேகக் காலத்தில், எலிகள் கூட, யானைகள் மீது சந்தேகப்பட ஆரம்பித்துவிட்டன. பூனை, புலிகள்மீது சந்தேகப்பட ஆரம்பித்திருக்கிறது.

எச்சரிக்கையாக இருப்பவர்கள்தான் அடுத்தவர்களின் சந்தேகங் களை உதறி எறிந்துவிட்டு, அவர்கள் மதிப்பீடுகளைக் களைந்துவிட்டு, தன் இலக்குநோக்கி தொடர்ந்து திடமான அடி எடுத்துச் செல்ல முடியும்.

*

60. ழ

தமிழுக்குச் சிறப்புச் செய்கிற எழுத்துக்களில் ஒன்று 'ழ' மற்றொன்று 'ன'. இந்த இரு ஒலிகளும் தமிழ்மொழியில் மட்டுமே வழங்கிவருகின்றன.

அதிலும் 'ழ' என்கிற எழுத்து 'தமிழ்' என்பதிலும் இடம் பெற்றிருப்பது இனிமை; தமிழுக்குப் பெருமை -

ஆனால் 'ழ' வைப் பல தமிழர்களே சரியாக உச்சரிக்க முடியாமல் தடுமாறுகிறார்கள் -

ஏனென்றால் -

'ழ'கரத்தை உச்சரிப்பதற்குச் சற்று ஜாக்கிரதை யுணர்வு வேண்டும். கொஞ்சம் பிறழ்ந்தாலும் அந்த ஒலி தடுமாறிவிடும்.

'பிறழ்' என்பதிலும் 'ழ' கரம் வருகிறது -

'ழ' பிடிபடுவது கடினம் -

அதனால்தான் வழுக்குகிறது -

வழுக்குதலிலும் 'ழ'கரம் உண்டு.

சற்று மாறினால் உச்சரிப்பில் 'பிழை' ஏற்படுகிறது.

பிழையிலும் 'ழ'கரம் உண்டு.

வழுக்குகிற, பிடிப்பற்ற, கொஞ்சம் ஏமாந்தாலும் தடுமாறுகிற பொருள்களைக் குறிக்கும்போதெல்லாம் 'ழ'கரம் ஊடுருவுகிறது-

'வழ வழ' என்கிறோம்.

'மழு மழுவென்று' என்கிறோம் -

மெல்லிய 'ழ'கரம் மெல்லிய பொருள்களையும் குறிக்கிறது -

'இழை' என்கிறோம் - எப்போது வேண்டுமானாலும் அறுந்து விடுவது 'இழை'.

அளவோடு இருக்க வேண்டும் -

அளவு குறைந்தாலும் பஞ்சம்; அளவு மிகுந்தாலும் வெள்ளம் -

அதைக் குறிக்கும் 'மழை'யிலும் 'ழ'கரம் வருகிறது.

அளவோடு இருந்தாலும் உண்ண முடியும் -
அளவு சற்று அதிகமானாலும் அது கனிந்துவிடும்
பின்பு அழுகிவிடும் -
பழம் என்பதிலும் 'ழ'கரம் ;
அழுகுவதிலும் 'ழ' கரம்.
இதன் உள்ளே புகும்போதும் எச்சரிக்கை வேண்டும் -
புகவேண்டுமா? வேண்டாமா? என்பதைத் தீர்மானித்து முடிவு செய்ய வேண்டும் -
'நுழைவது' அவ்வளவு எளிதல்ல -
நுழைவதிலும் 'ழ'கரம்
தன் இயல்பை விட்டு மற்றவர்களிடம் நடந்து கொள்வதும் சிரமம் -
எல்லோரிடமும் இக்குணம் இருக்காது -
சிலரால் அப்படி நடக்கவும் முடியாது -
'குழை'வதிலும் 'ழ'கரம் -
கொஞ்சம் தடம் மாறினாலும் வரும் 'இழுக்கு';
கொஞ்சம் இடம் மாறினாலும் வரும் 'வழக்கு';
இரண்டு சொற்களிலும் 'ழ'கரம்.
உலகில் வாழ்வதுகூட சிரமம் -
ஏனோ தானோ என இருப்பது 'பிழைப்பு';
வாழ்விலும் 'ழ'கரம், பிழைப்பிலும் 'ழ'கரம்
குடிக்கிற கூழிலும் 'ழ'கரம்;
கொஞ்சம் இறுகினாலும் கூழ் 'களி'
சரியான பதத்தில் 'ழ'கரத்தை உச்சரிப்பைப் போலவே கொதிக்கவைத்து இறக்கி வைக்க வேண்டும் -
'விழி'ப்பது எல்லோருக்கும் சாத்தியமல்ல -
விழித்தால் மட்டுமே விழிகள் - இல்லாவிட்டால் வெறும் குழிகள்.
விழி, குழி இரண்டிலும் 'ழ'கரம்
விழித்தாலும், விழுந்தாலும் எழுந்தால்தான் எழுச்சி -

இல்லாவிட்டால் அது வீழ்ச்சி -

இரண்டு நிலைகளிலும் ‘ழ’கரம்

அழகு கொஞ்சம் காலம் நீடித்திருப்பது - ழ கரத்தை உச்சரிக்க ‘ந’ அண்ணத்தின் மீது படிகிற நேரத்தைப்போல -

சிறிதளவு கவனம் குறைந்தாலும்

வழ வழா கொழ கொழா என்று ஆகிவிடும் -

விழாவிலும் ‘ழ’கரம்

கரணம் தப்பினால் ‘மரணம்’ எனும்படியான

கழைக்கூத்திலும் ‘ழ’கரம்.

கவனமாக இல்லாவிடின் சேர்ந்துவிடும் அழுக்கிலும் ‘ழ’கரம்.

பாதுகாக்கப்பட வேண்டிய பழமையிலும் ‘ழ’கரம்.

காலத்தைக் கணக்கிடும், கிழமையிலும் ‘ழ’கரம்.

‘ஆழம்’ என்பதிலும் ‘ழ’கரம்.

ஆழமாய்ச் செய்யும் உழவிலும் ‘ழ’கரம் -

பாம்பு குடியிருக்கும் தாழையிலும்,

முள்ளிருக்கும் கத்தாழையிலும் ‘ழ’கரம் உண்டு -

போக்க வேண்டிய ஏழ்மையிலும் ‘ழ’கரம்.

வளமாக வாழும்போது ‘வாழ்வு’;

கொஞ்சம் பிசகினால் ‘தாழ்வு’;

இரண்டிலும் ‘ழ’கரம்

இழப்பு நேருகிறபோது அழுகை - இரண்டிலும் ‘ழ’கரம்.

தமிழைப் பொறுத்தவரை ழகரத்தை உச்சரிக்கும்போது மட்டுமல்ல;

‘ழ’கரம் வரும் ஒவ்வொரு பொருளும்,

ஒவ்வொரு வினையும்

எச்சரிக்கையோடு கையாளப்படவேண்டியவை.

‘ழ’கரத்தைப் போலவே முன் ஜாக்கிரதையோடு அணுகா விட்டால் அவையும் முரண்டுபிடிப்பவை!

*

61. மரங்கள் - மண்ணின் வரங்கள்

மரம் மண்ணிற்கு மருதாணி -

பூமி போர்த்திக்கொள்ளும் மரகதம் -

ஒவ்வொரு மரமும் போதிமரம் -

அதை உற்றுப் பார்த்தால் அதன் ஒவ்வொரு இலையிலும் ஞானம் ஊறும்.

மரம் - இயற்கையின் சீதனம்

காற்றின் வாகனம் -

அழகின் ஆசனம் -

பசுமையின் தோரணம் -

ஒவ்வொரு மரமும் பறவைகளுக்குச் சரணாலயம் -

பாதசாரிகளுக்கு நிழல் ஒத்தடம் கொடுக்கும் பாதுகை -

பயணிகளுக்கு நிழற்குடை

பூக்களுக்குப் பிரசவ விடுதி!

மரத்தின் கிளைகள் மயில் தோகைகள்

மழை வருமென அறிவிக்கவிருப்பவையல்ல -

மழையை வரவழைப்பவை.

மரம் மனிதனுக்குக் கற்றுத் தருகிறது -

அன்பு செய்ய -

தானம் செய்ய -

சகிப்புத்தன்மையை வளர்த்துக்கொள்ள -

கல்லால் அடிக்கிறவனுக்கும் கனியைத் தருவதற்கு - வெட்டுகிற கோடரிக்கும் காம்பு தருவதற்கு - வெட்டி அடுப்பு எரிப்பவனுக்கும் உணவு சமைப்பதற்கு!

மரங்கள் மண்ணரிப்பைத் தடுக்கின்றன -

இலைகள் பூமியில் உதிர்ந்து நன்றிக்கடன் செலுத்துவதால், மண்ணின் வளம் மேம்படுகிறது.

உடம்பையெல்லாம் அர்ப்பணித்து உபகாரத்துக்கொரு உதாரணமாக வாழ்கிறது வாழை -

வெட்ட வெட்ட வாழையும் விரைந்து விரைந்து வளர்ந்து -

தட்டுத் தடைகளை எட்டி உதைத்துவிட்டு முன்னேறத் தூண்டுகிறது.

விழுதுக் கைகள் ஊன்றி வயோதிகத்திலும் பரந்து விரியும் ஆலம் -

தகப்பன்களை முதியோர் இல்லத்திற்கனுப்பும்

குழந்தைகளைப் பார்த்துச் சிரிக்கிறது!

யாரும் உதவி செய்யாமலேயே, நீர் வார்க்காமலேயே வளர்ந்தும் கோடையில் குளிர்ந்த நுங்கு தருகிறது பனைமரம்.

தன் அத்தனை உறுப்பையும் தானம் செய்யக் கற்றுத் தருகிறது பனைமரம் - நிமிர்ந்து நிற்கக் கற்றுத்தரும் மரம் அது.

வேரிலே ஊற்றிய தண்ணீருக்குக் கைமாறாய்

தலையாலே இளநீராய்த் தருகிறது தென்னை.

"நன்றி ஒருவர்க்குச் செய்தக்கால் அந்நன்றி
என்று தருங்கொல் எனவேண்டா - நின்று
தளரா வளர்தெங்கு தானுண்ட நீரைத்
தலையாலே தான்தருத லால்"

மரங்களைப் பார்த்து மனிதர்கள் கற்றுக்கொள்ள வேண்டியது ஏராளம். அவை நம் தொட்டிலிலிருந்து சவப் பெட்டி வரை அமைக்கப் பயன்படுகின்றன -

ஒவ்வொரு மரத்தை நாம் நடும்பொழுதும் பூமியை நாம் இன்னும் அழகாக்குகிறோம் - இயற்கையை இன்னும் குளிர்விக்கிறோம் -

மரம் பூமியின் மேலே பூக்கும்போது காற்றுக்கு வகிடெடுக்கிறது; பூமியினடியில் புதையும்போது கரியாகி வைரமாகிறது -

மரம் கற்றுத்தருகிறது அமைதியை - அன்பை - மௌனத்தை!

பட்டாம்பூச்சிகளுக்குப் புகலிடம் - தட்டான் பூச்சிகளுக்குத் தாலாட்டும் தொட்டில் - மரம் சொல்வதாகக் கவிதை வாலியுடையது.

"இந்த மனிதர்கள் நம்மைக் கொண்டு பல சிலுவைகள் செய்து விடுகிறார்கள்; தங்களைக் கொண்டு ஏன் இன்னொரு இயேசுவை செய்யக்கூடாது?"

மனிதர்கள் இயேசுவையல்ல - தங்களிடமிருந்தே ஒரு சிலுவையைச் செய்தால்கூடப் போதும் -

சிலுவை என்பது ஒரு குறியீடு - தியாகம் - அன்பு - மனித நேயம் அர்ப்பணிப்பு - ஒப்படைத்தல் -

ஆகியவை சிலுவையின் மூலம் வெளிப்படுகிறது.

மனிதன் சுயநலவாதி - எந்த மரத்திடம் கோடரிக்குக் காம்பு பெறு கிறானோ, அந்த மரத்தை, அதே கோடரியால் வெட்டி வீழ்த்துகிறான் -

ஒரு மரம் சுத்தப்படுத்தும் காற்றையும்,

அப்புறப்படுத்தும் அழுக்கினையும்,

உண்டாக்கும் மேகங்களையும்,

தரும் நிழலையும்,

கணக்கிட்டால் - அதன் மதிப்பு பல லட்சம் ரூபாய்!

Bonsai - என்ற பெயரில் அதைக் குட்டிக் குட்டிக் குள்ளமாக்க யாருக்கும் விருப்பமில்லை - உரிமையில்லை.

Progeria என்கிற ஒரு வியாதி உண்டு -

8 வயதிலேயே முகத்தில் முதுமை விழுந்து சுருக்கங்கள் தோன்றி, வயோதிகம் வளர்ந்து, தள்ளாமை நேர்ந்து 13 வயதிலேயே மரணத்தைத் தழுவும் குழந்தைகள் - கிழக் குழந்தைகள் - இயற்கை அசுரவேகத்தில் அதன் காலடிச் சுவடுகளைச் சில இடங்களில் பதிக்கும் அபத்தம்.

நாம் வலுக்கட்டாயமாக மரங்களுக்கு Progeria it Bonsai என்ற பெயரில் கொண்டுவருவது மிகப்பெரிய குற்றம்.

மரங்களை நேசிக்கக் குழந்தைகளுக்குக் கற்றுத்தர வேண்டும். கல்வி என்பது கணினியோடு நின்று விடுவதல்ல -

இயற்கையை நேசிப்பது -

மலர்களைச் சுவாசிப்பது -

ஆற்றில் கால் நனைத்து மகிழ்வது -

குளத்தில் கல் எறிந்து களிப்பது -

எல்லாம்தான் என்பதை உணரவேண்டும்.

*

62. பதற்றம்

நாம் இன்று பலரும், சகலநேரம், பதற்றத்துடன் இருப்பதைப் பார்க்கலாம் -

எதைச் செய்தாலும் ஒரு துடிப்பு, தவிப்பு - அச்சம் இவை கலந்த கலவையைத்தான் பதற்றம் என்கிறோம் -

'ஒரு அவசரம் - அதனால் ஒரு நடுக்கம்'

இவைதான் பதற்றத்தின் அடையாளங்கள்.

இன்று எல்லோருமே இந்தப் பதற்றம் என்கிற சொல்லை அதிகமாக அடிக்கடிப் பயன்படுத்துகிறார்கள்.

"பதற்றம்" ஏன் ஏற்படுகிறது என்று ஆராய்ந்தால், அதற்கு முக்கிய காரணம் 'திட்டமிடாமை' தான்.

நேரத்தைச் சரியாகத் திட்டமிடுபவன் பதற்றப்பட வேண்டிய தில்லை. தேர்வு எழுதும்போது கூட, நேரத்தைச் சரியாகத் திட்ட மிடாதவர்கள்தான் பதற்றமடைவார்கள். சோம்பலும், அஜாக்கிர தையும், அலட்சியமும்தான் திட்டமிடாமைக்கு மூலகாரணம்.

'என்ன ஆகிவிடப் போகிறது. பார்த்துக் கொள்ளலாம்' என்கிற மனப்பான்மை அலட்சியத்திற்கு விதை தூவுகிறது என்றால்.

"அப்புறம் செய்துகொள்ளலாம்" என்ற எண்ணம் சோம்பலுக்குத் தூபம் போடுகிறது.

நேரத்தைத் திட்டமிடாதவன் குறுகிய நேரத்தில் நிறைய வேலைகளைச் செய்யும் கட்டாயத்திற்குள்ளாகிறான். அப்போது பயமும், பதற்றமும் ஏற்படுகிறது.

பதற்றமேற்படுகிறபோது, நடுக்கம் உண்டாகிறது.

கைகள் நடுங்குகின்றன. நரம்புகள் தந்தியடிக்கின்றன.

பற்கள் படபடக்கின்றன - வாய் குழறுகின்றது.

எண்ணங்கள் சறுக்குகின்றன - வார்த்தைகள் நொண்டுகின்றன.

எல்லாவற்றிலும் தெளிவற்ற தன்மை உண்டாகின்றது.

பதற்றம் உண்டாகின்றபோது கையாளும் பொருட்கள் கைகளிலிருந்து நழுவுகின்றன. பதற்றம் மறதியை ஏற்படுத்துகின்றது. அவசரத்தில் கையாளும்போது தற்காலிக மறதி (Recall amnesia) ஏற்படுகிறது. நேரத்தைச் சரிசெய்து கொள்ளாதவன் தேர்வு எழுதும் போது ஏற்படும் பதற்றத்தில் பல விடைகளை மறந்துவிடுகிறான்.

பதற்றத்தில் சமைக்கிறபோது, சமையலில் சரியான விகிதத்தில் உப்புப் போடக்கூட மறந்துவிடுகிறோம்.

பதற்றம் நாம் செய்யும் செயலை நீர்த்துப்போகச் செய்கிறது.

ஒழுங்குமுறையற்ற வாழ்க்கையை வாழ்பவன், எல்லாச் செயல்களிலும் பதற்றமடைகிறான்.

நேரம் கழித்துத் தூங்குகிறான்.

நேரம் கழித்து விழிக்கிறான்.

நேரம் கழித்து உண்ணுகிறான்.

அவன் உண்ணுகிற உணவும் அவனுக்கு ருசிப்பதில்லை.

அவன் அருந்துகிற நீரும் அவனைக் குளிர்விப்பதில்லை.

மகிழ்ச்சியோடு அனுப்பாத எதையும் இரைப்பை ஏற்றுக்கொள்ளத் தயங்குகிறது. இதனால் எல்லாவிதமான நோய்களும் ஏற்படுகின்றன.

கணநேர அற்ப சந்தோஷத்திற்காகக் காலமெல்லாம் கஷ்டப் பட வேண்டியதாகிவிடுகிறது பலருக்கு.

பதற்றத்திற்கு இன்னொரு காரணம் கவனக்குறைவு. எதிலும் முழுமையாக அக்கறை செலுத்தாத தன்மைதான் கவனக்குறைவு. நாம் நிகழ்காலத்தைத் தவற விட்டுவிட்டு எங்கேயோ பயணித்துக் கொண்டிருந்தால் கவனம் சிதறிப் போகும். கையிலிருக்கும் பொருளும் சிதறிப்போகும்.

கயறுமேல் நடப்பவனை நாம் பார்க்கலாம். அவன் வலது பக்கம் சாய்கிறபோதெல்லாம் இடது பக்கம் சாய்ந்து, தன்னை நேர்ப்படுத்திக் கொள்கிறான். அவன் கவனம் சற்றுச் சாய்ந்தாலும் அவன் சாய்ந்து விடுவான்.

கரும்பை இயந்திரத்திற்குள் கொடுப்பவன் கொஞ்சம் கண்ணயர்ந்தால், அவன் கைகளை இழக்க நேரிடும்.

பதற்றம் பேராசையினாலும் ஏற்படுகிறது. தன் சக்திக்கு மீறிய பணம், புகழ் தனக்கு வந்து சேரவேண்டுமென்பதற்காக அளவுக்கு மீறிய

பொறுப்புகளைச் சிலர் சுமப்பதால் அவர்களுக்குப் பதற்றம். அவர்கள் எல்லா இடங்களிலும் தாமதமாகவே இருப்பார்கள். மரணத்திற்கு மட்டும் முந்திக்கொள்ள நேரிடும்.

பதற்றத்தினால் ஏற்படும் இழப்பு, சங்கிலித் தொடர் போன்றது. அது மறுபடி, மறுபடி பதற்றத்தை, பயத்தை, கவலையை ஏற்படுத்தும். அதன் விளைவுகளும் இழப்புகளாகவே இருக்கும்.

பதற்றத்தைப் பற்றிய ஒரு ஜென் கதை.

ஒரு இளந்துறவி பதற்றத்துடன் கோப்பையைக் கையாளும் போது, அது கைதவறி விழுந்து உடைந்துவிட்டது.

மூத்த துறவி கண்டிப்பார் என்பது அவருக்குத் தெரியும்.

குருவிடம் கேட்டார்.

"உலகில் எந்த உயிருக்கும் இறப்பு என்பது வருமல்லவா -

இறப்பு வராத உயிர் ஏதேனும் உண்டா?"

குரு சொன்னார் "இறப்பு வராத உயிர் எதுவுமே இல்லை"

அப்படியாயின் "நமது கோப்பைக்கு இது இறப்பு வந்துவிட்ட நேரம் - அது உடைந்துவிட்டது" என்று சொன்னார்.

இழப்பையும் சகஜமாக எடுத்துக்கொள்பவன் பதற்றமடைவது மில்லை. பதறுவதுமில்லை.

பதறாத காரியம் சிதறாது!

63. சப்தங்கள்

இன்று நாம் சப்தங்களின் நடுவே வாழ்ந்து கொண்டிருக்கிறோம்.

மனிதர்கள் போடும் சப்தத்தை நான் குறிப்பிடவில்லை.

மனிதர்களால் ஏற்படும் சப்தமும் அதிகரித்திருக்கிறது என்பது உண்மைதான்.

குறிப்பிட்ட நிலப்பரப்பில் அடுக்குமாடிக் கட்டடத்தால் அளவுக்கு அதிகமான மக்கள் வாழ்வதால் ஏற்படும் சப்தமும் அதிகம்தான்.

எல்லாச் சப்தங்களும் மனிதனை மையமாக வைத்துத் தான் அதிகரித்திருக்கின்றன.

விஞ்ஞானம் நம்மைச் சுற்றி அதிகரிக்க அதிகரிக்க, அதனால் ஏற்படும் சப்தமும் அதிகரித்துக்கொண்டே இருக்கிறது.

வாகனங்களின் போக்குவரத்தால் ஏற்படும் சப்தமும், புகையும் அதிர்வுகளும் நம்மைச் சுற்றி எப்போதும் நிகழ்ந்து கொண்டிருக்கின்றன.

வாகனத்தின் வேகம் அதிகரிக்க அதிகரிக்க, அதனால் எழும் சப்தமும் அதிகரிக்கின்றது.

கிணற்றிலிருந்து தண்ணீரை வாளி மூலம் எடுத்தபோது சப்தமில்லை.

ஆனால், இன்று மின்மோட்டார் மூலம் தண்ணீரை மேலே ஏற்றும்போது சப்தம் - மின்விசிறிகளால் சப்தம். குளிர்பதனப் பெட்டியில் சப்தம்.

மூக்கின் வழியாகக் குளிர்ந்த காற்றை உள்ளனுப்புகின்ற அளவுக்கு முதுகின் வழியே சூடான காற்றை வெளியே அனுப்பும் வேலையையும் அவை செய்கின்றன.

இன்று மிக்ஸிகளால் சப்தம்.

மாவரைக்கும் கிரைண்டர்களால் சப்தம்.

குப்பையை அகற்றும் vacuum cleanerகளால் சப்தம்.

வாஷிங் மெஷின்களால் சப்தம்.

இந்தச் சப்தங்களிலிருந்தெல்லாம் விடுபட்டு, காதுகளுக்கு ஓய்வு கிடைக்கும்போது, நம்முடைய பொழுதுபோக்குகள் சப்தத்தோடு ஆக்கிரமிக்க ஆரம்பிக்கின்றன.

நம் இசை நம்மைச் சப்தத்தோடு மகிழ்விக்க முனைகிறது.

ஒவ்வொரு வீட்டிலும் இசை - புரிந்தும் புரியாத இசை - அந்த இசையும் ஓசையாகிப் போய்விடுகிறது.

நம் தொலைக்காட்சிகளில் சேனல்களை மாற்றும் வசதி வந்து விட்டது.

நம் குழந்தைகளுக்குப் பொறுமை இல்லை.

அவர்கள் விரும்புகிற நிகழ்ச்சி வரும்வரை, பொத்தான்களை அமுக்கிக்கொண்டேயிருக்கிறார்கள்.

கார்ட்டூன் சேனல் மௌனமாக வன்முறையைக் குழந்தைகள் மனதில் எழுதுகிறது என்று வல்லுநர்கள் கூறுகிறார்கள்.

அடுக்கு மாடிக் கட்டடங்களில் ஏறி இறங்கும் மின் உயர்த்திகள் பொழுதுக்கும் சப்தமிட்டுக் கொண்டிருக்கின்றன.

உயர்ந்த அடுக்குமாடிக் கட்டடங்களின் உள்ளே நுழைந்தவர் களுக்கு, வெளியே வருவதற்கு மனமே இருப்பதில்லை.

ஏனென்றால், மனதில் அவ்வளவு அயற்சி.

ஒருமுறை உள்ளே நுழைந்தால், வெளியே செல்லவே மனம் வருவதில்லை.

அடுக்குமாடிக் கட்டடத்தில் வளர்கிற குழந்தைகளும் வன்முறை யோடு வளர்கிறார்கள் என்று கண்டுபிடித்திருக்கிறார்கள்.

அந்தக் குழந்தைகளும் வெளியே வரத் தயங்கி அறைக் குள்ளேயே இருந்து மற்ற குழந்தைகளுடன் அதிகமாகக் கலந்து விளையாடாத காரணத்தால்தான்.

நமது சாலை போடும் இயந்திரங்கள் - நமது மண் அகற்றும் இயந்திரங்கள் - ஆழ்குழாய் போடும் இயந்திரங்கள் - எல்லாம் போட்டி போட்டுக் கொண்டு சப்தமிடுகின்றன.

நமது மின் சாதனங்கள் - மின்சாரம் போனால் உபயோகப் படுத்தும் ஜெனரேட்டர்கள் - நமது கணினியின் பிரிண்டர்கள் எல்லாமாகக் காற்றில் அதிர்வுகளை அதிகப்படுத்திக்கொண்டிருக்கின்றன.

இவற்றைத் தாண்டி தன் பேச்சு புரியவேண்டுமென்பதற்காக நாம் உரக்கப் பேச வேண்டியதாக இருக்கிறது.

சப்தத்தினால் நம் சுற்றுச்சூழல் நாளுக்கு நாள் மாசுபட்டுக் கொண்டேயிருக்கிறது.

ஒரு சப்தத்திலிருந்து தப்பிக்க மனிதன் இன்னொரு சப்தத்துக்குள் தஞ்சம் புகுகின்றான். ஒரு சிறையிலிருந்து தப்பிக்க இன்னொரு சப்தத்தை அவன் நாடுகிறான்.

வீட்டுக்கு வந்ததும், அறையின் கதவைச் சாத்திக்கொண்டு ஒரு சின்ன உலகத்தை உண்டாக்கிக் கொள்கிறான்.

நகரத்தில் சன்னல்களை யாரும் திறந்து வைப்பதேயில்லை -

ஏனென்றால், சன்னல்கள் திறந்திருந்தால்

காற்று வருவதைவிட

களவு தருவதுதான் அதிகம்!

இந்தச் சப்தங்களைக் காட்டிலும், அதிகமான சப்தம் மனிதனுக்குள் இருக்கின்றது. ஓயாமல் அந்தச் சப்தம் கேட்டுக் கொண்டேயிருக்கிறது.

காதுகளைச் செவிடாக்கும் அளவுக்கு அந்தச் சப்தம் இருக் கின்றது. எல்லா இயந்திரங்களைக் காட்டிலும் அதிகமான அந்த சப்தத்திலிருந்து விடுதலை பெறுவதற்கு மனிதன் செய்யும் பிரார்த்தனை களும் சப்தமாக இருக்கின்றன. மற்றவர்களுக்குத் தெரியவேண்டும் என்று மைக்குகள் மூலம் அவை நடக்கின்றன.

மௌனத்தை நோக்கிப் பயணம் செய்யாதவரை, இந்தச் சப்தங் களால் மனிதன் மேலும்மேலும் வன்மத்தை நோக்கித்தான் பயணம் செய்கிறான் என்பதே உண்மை.

64. பொய்யா விளக்கே விளக்கு

ஹாசிட் (HASSID) என்கின்ற இயக்கம் போலந்தில் 18-ஆம் நூற்றாண்டில் தோன்றியது.

அறிவுக்குட்பட்ட சாத்தியங்களில் கவனம் செலுத்தாமல் இதயத்தோடு தொடர்புடைய விழிப்புணர்வில் அக்கறை செலுத்துவதுதான் சிறந்தது என்று ஒரு சில யூதர்கள் முடிவு செய்து, இந்த ஹாசிட் இயக்கத்தை ஆரம்பித்தார்கள்.

நேரடியான, இயல்பான ஆன்மீக அனுபவங்களை, கோட்பாடுகளாக வைத்துக்கொள்வதுதான் அவர்கள் வகுத்துக்கொண்ட நியதி.

அவர்கள் தங்கள் குருவை 'சேடிக்' (ZADDIC) என்று அழைப்பதுண்டு.

'சேடிக்' என்று சொன்னால், உண்மையான ஞானி என்று பொருள்.

'ஹாசிட்' கதை ஒன்றை நினைவுபடுத்திப் பார்க்கலாம்.

"நான் முழுவதிலுமாக என்னைப் படிப்புக்கு உட்படுத்தும்போது வழியையும் வெளிச்சத்தையும் உணர்கிறேன். ஆனால், நான் படிப்பதை நிறுத்தும்போது, இரண்டும் சென்று விட்டதை உணர்கிறேன். நான் என்ன செய்வது?"

"ராபி" சொன்னார்.

"ஒரு மனிதன் காட்டுக்குள் இரவு நடந்துபோகும்போது சற்று நேரத்தில் விளக்குடன் இன்னொரு மனிதன் அவனுக்குத் துணை போகிறான். அவன் கூட்டுச் சாலையில் பிரிகிறபோது, முதல் மனிதன் இருட்டில் தடுமாறுகிறான். ஆனால், அவன் தன் சொந்த விளக்கை எடுத்துச் சென்றால் இருட்டுக்குப் பயப்படத் தேவையில்லை."

இந்தக் கதை ஒரு சிறந்த வழியில் நடப்பதைக் கற்றுத் தருகிறது.

படிப்பது என்பது இரவல் வெளிச்சத்தைப் போன்றது.

இரவல் வெளிச்சம் தற்காலிகமானது.

அதைப்போலவே, தாங்களாக உணராமல் புத்தகங்களில் வாசித்ததை மட்டும் வைத்து வாழ்க்கையை நடத்த நினைப்பவர்கள்,

இரவல் வெளிச்சத்தில் ஜொலிப்பவர்கள். வெளிச்சம் காணாமல் போகின்றபோது அவர்களும் தொலைந்து போகிறார்கள்.

பலர், புத்தகங்களை வைத்தே வாழ்க்கை தீர்மானிக்கப் படுகிறது என்று நினைக்கிறார்கள்.

அவர்கள் பேசுகின்றபோது, அவர்கள் படித்த புத்தகங்களின் பெயர்கள் எல்லாம் வெளியே வரும். அது எப்போதும் ஒரு அறிவு ஜீவியின் வயிற்றுப் போக்காகவே (Intellectual Diarrhoea) இருக்கும்.

அப்படிப்பட்டவர்கள் தங்கள் வாழ்க்கையில் உண்மையான ஒரு பிரச்சினையை எதிர்கொள்ள நேருகிறபோது தடுமாறிப் போவார்கள். அப்போது விடையைத் தேடிப் புத்தகங்களைப் புரட்டிக்கொண்டிருக்க முடியாது.

இரவல் வெளிச்சத்தில் இதமாய் இருந்தவர்கள், இரவல் வெளிச்சமே சாஸ்வதம் என்று நினைத்துவிடுகிறார்கள்.

சொந்தமாகத் தான் ஒரு வெளிச்சத்தைத் தயார் செய்ய வேண்டு மென்பதை மறந்துவிடுகிறார்கள்.

கூட்டுச் சாலையில் விளக்குடன் பிரிய நேருகிற மனிதனைப் போலவே அந்த இரவல் அறிவும் இருக்கிறது.

மெத்தப் படித்த ஒருவன் தன் காலணிகளைச் சரி செய்வதற்காக, செருப்புத் தைக்கும் ஒரு தொழிலாளியிடம் சென்றான். அதைச் சரி செய்யக் கொஞ்சம் நாள் பிடிக்கும். காரணம், தாறுமாறாக நடந்த அடையாளங்கள் இதில் தெரிகின்றன. எனவே, அதுவரை நீங்கள் இந்தக் காலணிகளைப் பயன்படுத்துங்கள் என்று வேறு காலணிகளை அந்தத் தொழிலாளி மெத்தப் படித்தவனிடம் கொடுத்தான்.

அந்தப் படிப்பாளி வேறொருவர் காலணியை நான் எப்படிப் பயன்படுத்துவது என்று கேட்டான்.

அதற்கு அந்தத் தொழிலாளி, நீங்கள் வேறொருவர் புத்தகங்களை, வேறொருவர் அனுபவத்தை, வேறொருவர் கவிதைகளைப் பயன்படுத்தி வருகிறீர்கள் - அவற்றை உங்கள் தலையில் அணிந்துகொண்டு செல்கிறீர்களே - இதை மட்டும் ஏன் காலில் அணிந்துகொள்ள மறுக்கிறீர்கள் என்று கேட்டான்.

வள்ளுவர்

"எல்லா விளக்கும் விளக்கல்ல சான்றோர்க்குப்
பொய்யா விளக்கே விளக்கு"   (குறள் - 299)

என்று சொன்னார்.

சான்றோர்களைப் பொறுத்தவரையில் அவர்கள் சொந்த விளக்குத்தான் அவர்களுக்கு விளக்கு. அந்த விளக்கு உண்மையை உணருகிற விளக்கு. உண்மையே அவர்களுக்கு விளக்குகிற விளக்காக மாறுகிற போது அதில் தடுமாற்றங்கள் இல்லை. அதிலே பிறழ்வுகள் இல்லை. அதில் பாதை மாறுகின்ற பயமும் இல்லை.

ஒரு விழியற்றவன் இரவிலே பயணம் செய்கின்றபோது, அவனிடம் ஒருவர் ஒரு விளக்கைக் கொடுத்தார். அவன் சொன்னான், 'எனக்கெதற்கு விளக்கு? - இருளும் ஒளியும் என்னைப் பொறுத்தவரையில் ஒன்று தானே' என்று.

அந்த விளக்கைக் கொடுத்தவர். 'வாஸ்தவம் தான். நீ விளக்கை எடுத்துச் சென்றால் எதிரே வருபவர்கள். அந்த வெளிச்சத்தைப் பார்த்து உன்மீது மோதாமல் இருப்பார்களே!' என்று சொன்னார்.

அவன் விளக்கை எடுத்துக்கொண்டு சென்றான். சிறிது தூரம் சென்றவுடன், எதிரே வந்த ஒருவர், 'உன் கையில் எதற்கு விளக்கு' என்றார். அதற்கு அந்த விழியற்றவன். நீங்கள் வந்து என்மேல் மோதாமல் இருப்பதற்காகத் தான் என்று சொன்னான்.

எதிரே வந்தவர் சொன்னார். 'உன் விளக்கு அணைந்து வெகுநேரம்' ஆகிறது என்று.

சரியான பார்வை இல்லாத பலர் அணைந்த விளக்குகளைத் தூக்கிக்கொண்டு அடுத்தவர்களுக்கு வழிசொல்லத் தலைப்பட்டிருக்கிறார்கள் என்பதுதான் இந்தக் கதையின் சாராம்சம்.

தனக்குள்ளேயே எரியும் தீ இருப்பவர்கள்தான் விழிகளையே விளக்குகளாகப் பயன்படுத்துகிறார்கள்.

*

65. மனிதனில் இருக்கும் குரங்கு

"பிரெட்ரிக் நீட்சே" தன்னுடைய "தஸ்போக் சரதுஷ்டரா" நூலில் மனிதனைப் பற்றிக் குறிப்பிடுகின்ற போது 'மனிதனிடம் இன்னமும் குரங்குத் தனம்' இருக்கிறது என்கிறார்.

சொல்லப் போனால் குரங்கிலே இருக்கும் குரங்குத் தனத்தைக் காட்டிலும் மனிதனிடம் இருக்கும் குரங்குத்தனம் அதிகம் என்று குறிப்பிடுகின்றார்.

ஒருவகையில் பார்த்தால் அது உண்மையாகத்தான் படுகிறது.

விலங்குகளுக்கும், சூப்பர் மேனுக்கும் நடுவில் மனிதன் இருப்பதாக 'நீட்சே' குறிப்பிடுகின்றார்.

ஒவ்வொரு மனிதனும் தன்னிடமிருக்கும் சிலவற்றை நீக்கி அன்பு மயமாக மாறினால் அவனால் சூப்பர் மேனாக ஆகமுடியும்.

எல்லா மனிதர்களிடமும் அதற்கான சாத்தியக் கூறுகள் இருக்கின்றன.

ஆனாலும் ஒருசிலர் மட்டும்தான் அப்படி ஆகிறார்கள்.

அப்படிப்பட்டவர்களின் விழிகள் செல்லுகின்ற இடம் எல்லாம், ஆறுகள் கூட ஒதுங்கி வழிவிடுகின்றன.

கடல்கூட அவர்கள் பயணம் செய்யும்போது அவைகளைத் தன் கக்கத்தில் மறைத்து வைத்துக்கொண்டு குளமாக மாறிவிடுகின்றது.

அவர்கள் விழுகின்றபோது தாங்கிப் பிடிப்பதற்குக் கண்ணுக்குத் தெரியாத கைகள் உதவுகின்றன.

மனிதனால் தெய்வீகத் தன்மையை அடையவும் முடியும்.

அல்லது மிருகத்தைவிட மோசமான மிருகமாய் மாறவும் முடியும்.

ஆனால், அப்படி உருமாறுவதற்கான விதைகள், அவன் கைவசமே இருக்கிறது.

இந்தியாவிலுள்ள மிருகக்காட்சிச் சாலைகளில் புலிகளின் எண்ணிக்கை அதிகமானபோது, அவற்றில் சிலவற்றைக் காடுகளில் விட்டுவிடலாமா என்கின்ற சர்ச்சை எழும்பியது.

மேலெழுந்தவாரியாக இன்றைக்குப் பார்த்தால் ஒரு வகையில் அது நல்லதுதானே?

இதனால், புலிகளின் எண்ணிக்கை அதிகரிக்கும் என்கின்ற எண்ணம் நமக்கு ஏற்படும்.

வனவிலங்குகளைப் பேணிக் காக்க, ஒரு மிகப்பெரிய சேவையை நாம் செய்ததாக மனம் நினைத்துக்கொள்ளும்.

நாம் ஒரு புலியைப் பார்க்க நேர்ந்தால், உலகத்தில் உயிரோடு இருக்கிற 5000 புலிகளில் ஒன்றைப் பார்த்துவிட்டதாகப் பொருள்.

இந்தியக் கண்டத்தில்தான் புலிகள் அதிகமாக இருக்கின்றன.

எந்தக் காட்டில் சிங்கங்கள் இருக்கின்றனவோ, அங்கே புலிகள் இருப்பதில்லை.

இரண்டும் வாழுகின்ற சூழல்கள் வேறுவேறானவை.

அதனால்தான், ஆப்பிரிக்கக் காடுகளில் சிங்கங்கள் அதிகமாக இருக்கின்றன.

"வில்லியம் பிளாக்" என்பவர், இந்தியாவைப் பற்றிக் குறிப்பிடுகின்ற போது "டைகர் லேண்ட்" என்று குறிப்பிடுகின்றார்.

மிருகக்காட்சிச் சாலையில் இருக்கின்ற புலிகள் நிஜப் புலிகளே அல்ல.

அவை உருவத்தில் வேண்டுமானால் புலிகளைப் போல இருக்கலாம்.

அவற்றைக் காடுகளில் விட்டால், யாராவது ஒரு துண்டு மாமிசத்தைப் போடுவார்களா என்று காத்திருந்து பட்டினியாலேயே இறந்துவிடும்.

வன வாழ்க்கை வெறும் செடிகொடிகளோடு இருக்கும் வாழ்க்கை மட்டுமல்ல.

போராடுவது, ஆபத்துக்களைச் சந்திப்பது, வெட்ட வெளியில் துள்ளலோடு திரிவது, மகிழ்ச்சியோடு குதிப்பது, பதுங்கக் கற்றுக் கொள்வது, வேட்டையாடக் கற்றுக் கொள்வது என்கின்ற அனைத்தும் தான்.

ஒரு மிருகம் என்பது அதன் உடலையும் சூழலையும் சார்ந்தே இருக்கிறது.

மிருகக் காட்சிச் சாலையில் இருக்கின்ற புலிகளின் 'ஜெர்ம் பிளாசம்' நாளடைவில் நீர்த்துப்போகின்ற காரணத்தால், அதைக் கொண்டுபோய் வனத்தில்விட்டால் வனத்தில் இருக்கின்ற புலிகளோடு கலந்து, அவற்றின் 'ஜெர்ம் பிளாசமும்' நீர்த்துப்போய்விடும்.

"ஜிம் கார்பெட்" தேசியப் பூங்காவில் நடந்த ஒரு சம்பவம்.

ஒரு பெரிய பொறுப்பில் இருப்பவர், ஒரு வனவிலங்குச் சரணாலயத்திற்குச் சென்றார்.

புலிகளை இரவில் மட்டும்தான் பார்க்க முடியும்.

அதிகமாக ஆங்கிலேயர்கள் வேட்டையாடுவதால், புலிகள் இரவில் நடக்கின்ற பழக்கத்தை ஏற்படுத்திக் கொண்டதாக வன விலங்கு ஆராய்ச்சியாளர்கள் கூறுகிறார்கள்.

அந்தப் பெரிய மனிதர் புலிகளைப் பார்க்க வேண்டுமென்ற காரணத்திற்காகத் தேசியப் பூங்காக்களில் செய்யக்கூடாத ஒரு சம்பவம் செய்யப்பட்டது.

ஒரு ஆட்டைப்பிடித்துக் கட்டி வைத்துப் புலியை வரவழைக்க ஏற்பாடு செய்தார்கள்.

தேசியப் பூங்காக்களில் எந்த விலங்கையும் உள்ளே எடுத்துச் செல்லக் கூடாது.

தேசியப் பூங்காக்களில் சமைப்பது, புகைப்பது தடை செய்யப் பட்டிருக்கிறது.

ஆனால், அந்தப் பெரிய மனிதருக்காக ஒரு ஆட்டை இரையாகக் கட்டிவைத்தார்கள்.

அதைப் பிடிக்க வருகின்ற புலியைப் பார்த்து, அவர் மகிழ்ச்சி யோடு ஊருக்குத் திரும்ப வேண்டுமென்ற காரணத்தால்.

ஆனால், போதைமருந்துக்கு அடிமையாவதைப் போல், சுதந்திரமாக வேட்டையாடித் திரிந்த அந்தப் புலி, தனக்கு வைக்கின்ற இரைக்கு அடிமையாகிப் போனது.

தினமும் ஆடு கொடுக்கப்படும் கொடுக்கப்படும் என்று ஏமாந்த புலி, தனக்கு வழக்கமான ஆட்டைக் கொடுக்கும் யானைப்பாகன் வந்த போது, இரை கிடைக்காத ஏமாற்றத்தில் அவனைத் தாக்கிக் கொன்றது.

அது 'மேன் ஈட்டராக' மனிதனைக் கொல்லும் புலியாக மாறிப் போனது.

மனிதர்கள் நினைத்தால், மான்களை வேட்டையாடும் புலிகளைக் கூட மனிதர்களே வேட்டையாடச் செய்யலாம்.

அதே நேரத்தில் பாம்புகளைக்கூட நாய்க்குட்டியைப் போல சுற்றிவரச் செய்யலாம்.

அர்ஜுன் சிங் என்பவர், மத்தியப் பிரதேசத்தில் இரண்டு மூன்று புலிகளை வளர்த்து வருகிறார்.

அவை அவரோடு மிகுந்த அன்போடு விளையாடிக் கொண்டிருக்கின்றன.

வருகிறவர்களை நேசிக்கவும் அவர்களோடு சந்தோஷமாக இருக்கவும் அந்தப் புலிகள் கற்று வைத்திருக்கின்றன.

இந்தச் சமாச்சாரங்கள், மனிதனிடம் இருப்பதற்கான சாத்தியக் கூறுகள் இருக்கின்றனவோ இல்லையோ?

மனிதனிடம் இருக்கும் குரங்குத்தனம், குரங்குகளிடம் இருக்கும் குரங்குத்தனத்தைவிட அதிகம் ஆகாமல் பார்த்துக் கொள்வது கூட ஒருவகை சுயக்கட்டுப்பாடுதான்.

*

66. சிறு தானியங்கள்

இன்று நாம் சிறு தானியங்கள் அதிகமாக உண்பது இல்லை.

சோளம், கேழ்வரகு, கம்பு போன்ற தானியங்கள் வெகுவாகக் குறைந்துவிட்டன.

தினை, சாமை, வரகு, குதிரைவாளி போன்ற சிறு தானியங்களோ மறைந்துகொண்டிருக்கின்றன.

மனிதன் அரிசியைச் சாப்பிடுவதும், கோதுமையைச் சாப்பிடுவதும் மட்டுமே கௌரவமான உணவு என்று நினைக்கிறான்.

அதுமட்டுமல்ல; கிராமத்தில் இருக்கின்ற மக்கள் கூட, மற்ற தானியங்களைச் சாப்பிடுவதைக் கேவலமாக எண்ணுகிறார்கள்.

சிறு தானியங்கள் புரதச்சத்து மிகுந்தவையாகவும், பலவித ஊட்டச்சத்துக்களை உள்ளடக்கியதாகவும் இருக்கின்றன.

வெகுநேரம் பசிக்கு ஈடுகொடுப்பதாகவும் இருந்து வருகிறது.

உடலுக்குத் திடமளிப்பதாகவும், எலும்பு மஞ்ஞைகளில் பசையை உண்டாக்குவதாகவும் அவை இருக்கின்றன.

இன்று கிராமத்திலிருந்து நகரத்திற்குப் பெயர்ந்தவர்கள் கூட, இந்தத் தானியங்களை அறவே மறந்துவிட்டார்கள்.

சிலர் அவற்றைப் பார்த்திருக்கக் கூட முடியாது.

இப்படிப் பல தானியங்களும், பயறு வகைகளும் நம் உணவு வழக்கத்திலிருந்து விடுபட்டுக் கொண்டே இருக்கின்றன.

ஏட்டுச் சுரைக்காய் மட்டுமல்ல; உண்மையான சுரைக் காய்கூட வெளிக்கூரைகள் இல்லாத பிளாட் வீடுகளில் மறைந்து விட்டன.

லியோ டால்ஸ்டாயின் சிறுகதை ஒன்றுண்டு.

கிராமத்தில், சிறுவன் ஒருவன் விளையாடிக் கொண்டிருந்த போது, பாறையிலிருந்து முட்டையைப் போல உருண்டையான பொருளைக் கண்டுபிடித்தான்.

தானிய மணியைப்போல அதில் ஒரு கோடும் இருந்தது.

அதனை ஒருவன் அரசனிடம் சென்று கொடுத்தான்.

அவனுக்குச் சிறிது பணம் கொடுக்கப்பட்டது.

அரசன் அரசாங்க நிபுணர்களை அழைத்து, அந்தப் பொருளைக் காட்டி அது தானியமா? முட்டையா? என்பதை ஆராய்ந்து தெரிவிக்கு மாறு கட்டளையிட்டான்.

நிபுணர்கள் அதை ஆராய்ந்து பார்த்தார்கள்.

அவர்களால் புரிந்துகொள்ள முடியவில்லை.

கோழி ஒன்று அதை வந்து கொத்தியது. அப்போது தான் அது தானியமணி என்று எல்லோருக்கும் தெரிந்தது.

இத்தகைய தானியம் எங்கே எப்போது விளைந்தது என்று கண்டறிந்து தெரிவிக்கும்படி அரசன் நிபுணர்களுக்குக் கட்டளை யிட்டான்.

அவர்களால் அதைக் கண்டுபிடிக்க முடியவில்லை.

வயதான விவசாயி ஒருவனைக் கூட்டி வந்தனர். அவனோ பற்கள் விழுந்து தள்ளாத வயதோடு தடியும் ஊன்றிக்கொண்டு வந்தான்.

அந்தத் தானியம் எங்கே விளைந்தது என்று அவனிடம் கேட்டார்கள்.

- அதற்கு அவன், இதைப் போன்ற தானியத்தை நான் பார்த்ததும் இல்லை. பயிர் செய்ததும் இல்லை.

என் தந்தையைக்கேட்டால் அவருக்குத் தெரிந்திருக்கலாம் என்று சொன்னான்.

அவனது தந்தை கைத்தடியுடன் வந்தார். பார்வை சரியாக இருந்தது.

என்னுடைய காலத்தில் அப்படிப்பட்ட தானியத்தைப் பயன் படுத்தியதும் இல்லை, வாங்கியதும் இல்லை என்று அவர் சொன்னார்.

என் காலத்தில் பணம் புழக்கத்தில் இல்லாததால் தங்களுக்குத் தேவையானதை தாங்களே பயிர் செய்து கொண்டோம் என்று சொல்லி -

இது எங்கே விளைந்தது என்று எனக்குத் தெரியாது என்று சொன்னார்.

என் தந்தை சொல்லக்கேட்டிருக்கிறேன். அவரைக் கேட்டால் தெரியும் என்றார் அவர்.

அவர் தகப்பனோ கைத்தடி இல்லாமல் தள்ளாடாமல் நன்றாக நடந்து வந்தார். பார்வை தெளிவாக இருந்தது. காது நன்றாகக் கேட்டது. குரலில் தடுமாற்றம் இல்லை.

அவரிடத்தில் தானியத்தைக் காட்டிக் கேட்டபோது, இதைப் போன்ற தானியத்தைப் பார்த்து வெகுநாட்கள் ஆகின்றன.

என் காலத்தில் எல்லா இடங்களிலும் விளைந்தது. நானும் பயிர் செய்திருக்கிறேன் என்றான்.

நான் தானியங்களை விற்றதும் இல்லை, வாங்கியதும் இல்லை.

ஒவ்வொருவருக்கும் தேவையான தானியங்கள் இருந்தன.

ஆண்டவன் படைத்த பூமியே எங்களிடம்.

நிலம் எல்லோருக்கும் உரிமையாக இருந்தது.

தன்னுடையது என்று யாருமே சொந்தம் கொண்டாடியது இல்லை.

தன்னுடையது என்று ஒருவன் சொல்லிக்கொள்ளக் கூடியது அவனது உழைப்பு மட்டுமே என்றான்.

அப்படி இருந்ததனால்தான் அவன் மகனும், பேரனும் தள்ளாடிய போது அவன் மட்டும் தெளிவாக இருந்தான்.

எப்போது என்னுடையது என்று மனிதன் சொந்தம் கொண்டாடு கின்றானோ, அப்போது எல்லாம் அவனிடம் நடுக்கமும், தள்ளாமையும், முதுமையும் விரைவில் வந்து விடுகின்றன.

காரணம், இழந்துவிடுவோமோ என்கிற பயம் - இருப்பவற்றை எல்லாம் தொலைக்கச் செய்துவிடுகிறது.

*

67. உண்மையான ஆற்றல்

'THEVOR LEGGETT' கூறும் ஒரு கதை...

ஆமைக்கும் முயலுக்கும் நடந்த ஓட்டப்பந்தயத்தைப் பற்றித் தெரியும்.

முட்டாள் முயல் தூங்காமல் இருந்திருந்தால், அனாயசமாக வெற்றி பெற்றிருக்கலாம். ஆனால், அது நாம் எளிதில் வெற்றி பெறுவோம்; மெதுவாகப் போகலாம் என்று அலட்சியமாகத் தூங்கியதால் தோல்வியைத் தழுவியது.

ஆனால், இது மற்ற விலங்குகளுக்கெல்லாம் தெரிய வாய்ப்பில்லாததால், அவை உண்மையிலேயே ஆமை ஓடித்தான் முயலை வென்றுவிட்டதாகக் கருதின.

பார்க்கும் போதெல்லாம் ஆமையைப் பாராட்டின.

ஆமைக்குப் பூச்செண்டு கொடுத்தன.

பொன்னாடை அணிவித்தன.

மலர்மாலைகள் தந்தன.

ஆரம்பத்திலிருந்து ஆமைக்கு அது வெட்கமாக இருந்தது; முயல் தூங்கியதால்தான் தனக்கு வெற்றி கிடைத்தது என்று சொல்லியது. ஆனால், அதை விலங்குகள் நம்பாமல் "ஏன் இவ்வளவு எளிமையாக இருக்கிறாய்? வேண்டவே வேண்டாம் என்று மாலைகளைத் தவிர்க்கிறாய். உன் ஆற்றல் எவ்வளவு பெரியது. தன்னடக்கம் இருக்க வேண்டியதுதான் அதற்காக இப்படியா?" என்றன.

போகப் போக ஆமைக்கே ஒரு எண்ணம் வர ஆரம்பித்தது. ஒருவேளை நம்முடைய ஆற்றல் நாம் நினைத்திருப்பதைக் காட்டிலும் அதிகமோ? 'முயலைக் காட்டிலும் நாம்தான் அதிக சக்திசாலியோ' என்று எண்ண ஆரம்பித்தது.

மற்ற விலங்குகள் கூறுவதுதான் உண்மையோ என்று எண்ணியது. நாளடைவில் அதற்கு அகந்தையும், ஆணவமும் வர ஆரம்பித்தன. அது பார்க்கிற இடங்களில் எல்லாம் தன்னைப் பெருமையாய் மற்ற விலங்குகள் மதிக்க வேண்டும் என எதிர்பார்த்தது. சில விலங்குகள் அதனிடம் ஓடுவதற்கு tips தரவேண்டுமென வற்புறுத்தின.

தன்னை 'ஆமையார்' என்று எல்லோரும் அழைக்க வேண்டும் என்று எதிர்பார்த்தது.

ஆனால், முயலுக்கும் ஆமைக்கும் நடந்த ஓட்டப் பந்தயத்தை ஒரு கிளி மேலே கிளையிலிருந்து பார்த்தது. அதற்கு மட்டும்தான் என்ன நடந்தது என்பது தெரியும். அது மற்ற விலங்குகளிடம் நடந்த உண்மையைச் சொன்னது. ஆனால் எந்த விலங்கும் அதை ஏற்க மறுத்தது.

பொறாமையினால் அந்தக் கிளி பொய் சொல்வதாகப் பேசிக் கொண்டார்கள். ஆமையின் திமிரும் அதிகமானது.

முயலைப் பார்க்கும் போதெல்லாம் ஆமை கிண்டலடிக்க ஆரம்பித்தது.

முயலுக்குக் கோபம் வந்தாலும், அதனால் எதுவும் செய்ய முடியவில்லை. உலகமே தன்னைக் காட்டிலும் ஆமைதான் ஓடுவதில் வல்லது என்று நினைக்கும்போது அது என்ன செய்ய முடியும்.

ஆகவே அது தலை தொங்கி, கூனிக்குறுகி நடக்க ஆரம்பித்தது. ஆனாலும் ஆமையின் தலைக்கனம் அதைச் சும்மா இருக்கவிடவில்லை. ஆமை சும்மா இருந்திருந்தால் சரித்திரம் வேகமாக ஓடும் விலங்குகளின் வரிசையில் ஆமையையும் சேர்த்து அடையாளப் படுத்தியிருக்கும்.

ஒருநாள், முயலைப் பார்த்து ஏளனமாய்ச் சொன்னது.

"என்ன மறுபடியும் மோதிப்பார்க்கலாமா - தில்லிருக்கிறதா - முன்னைக் காட்டிலும் அதிக தூரத்தில் உன்னைத் தோற்கடித்துக் காட்டட்டுமா?" என்றது.

அதன் நாக்கில் அப்போதுதான் சனி குடியேறியது. இதற்கு மேலும் அவமானத்தைத் தாங்க முடியாமல் முயல் சவாலை ஏற்றுக்கொண்டது.

எல்லா விலங்குகளும் ஆமை வெற்றி பெறுவதைப் பார்க்க ஆவலாய்க் கூடியிருந்தன. அந்தக் கிளி மட்டும் முயலுக்குத்தான் வெற்றி என்று கூறிக் கொண்டிருந்தது. அது முயலிடம் இந்த முறை 'அலட்சியமாகத் தூங்கிவிடாதே' என்று எச்சரிக்கை செய்தது.

வெற்றி நாயகன் ஆமையார் -

காற்று வேக ஓட்டவீரர் ஆமையார் -

அதிவேக ஓட்டக்காரன் ஆமையார் -

என்று நிறையச் சுவரொட்டிகள், பதாதைகள் -

போட்டி ஆரம்பமானது. ஆமை சில அடிதூரமே ஓடுவதற்குள் முயல் முழுதூரத்தையும் ஓடிக் கடந்தது.

அப்போதுதான் எல்லா விலங்குகளுக்கும் உண்மை புரிந்தது.

நம்மிடையேயும் பல ஆமைகள் இருக்கின்றார்கள். அவர்கள் முன்னால் செல்லும் முயல்கள் தூங்குவதாலேயே தங்களை வெற்றி பெற்றவர்களாகக் கருதுகிறார்கள்.

ஏதோ ஒரு கணத்தில் அந்த ஆமைகள் வெற்றி பெற்று விட்டதையே எப்போதும் நிரந்தரமானது என நினைத்து உலகம் பதிவு செய்துவிடுகிறது.

ஆமைகளின் ஆணவமும், அலங்காரமும் கொடிகட்டிப் பறக்கின்றன.

உண்மையைத் தெரிந்துவைத்திருக்கும் கிளிகளுக்கோ இங்கு பைத்தியக்காரப் பட்டம்.

ஆனால், உண்மைக்கு இருக்கிற ஆற்றல், அது அனைத்தையும் எரித்து வெளிப்படுத்தும்.

அது மேகங்களால் மறைக்கமுடியாத சூரியன் -

காகிதத்தால் அழிக்க முடியாத நெருப்பு.

*

68. இரண்டு கண்ணாடிகள்

கண்ணாடியின் உபயோகம் பிரதிபலிப்பதில் இருக்கிறது.

எது பிரதிபலித்தாலும் அது கண்ணாடிதான். அல்லது கண்ணாடியைப் போலத்தான்.

இலக்கியம் காலத்தைப் பிரதிபலிப்பதால், அதைக் காலக் கண்ணாடி என்கிறோம்.

கடல்கூட, வானம் முகம் பார்க்கும் கண்ணாடிதான்!

நம்மைப் பிரதிபலிப்பவர்களை நாம் நேசிக்கிறோம்.

ஆனால், பிரதிபலிப்பே உருவம் ஆகிவிடாது.

கண்ணாடி, இருப்பதைத்தான் பிரதிபலிக்கும்.

நம்மை அழகாகக் காட்டும் கண்ணாடியை நாம் தயாரிக்க முடியாது.

ஒரு இளைஞன் அடிக்கடி கோபப்படும் இயல்பு உடையவனாக இருந்தான். அவன் தன்னை ஆன்மீகப் பயிற்சிக்கு உட்படுத்த நினைத்தான். அதற்காகத் தனக்கு மூத்தவர்களை எல்லாம் ஆலோசித்தான்.

ஒரு சிலர் கோபம் வரும்போது 20 லிருந்து பின்னோக்கி எண்ணச் சொன்னார்கள். அவன் முயற்சி செய்து பார்த்தான். ஆனால் முடிய வில்லை. அவன் எண்ணுவதையே மறந்து போனான்.

ஒருவர், அவன் கைகளை இறுக்கி மூடித் திறக்கச் சொன்னார். கோபம் வெளிவரவில்லையே தவிர, அது உள்ளுக்குள் நீறுபூத்த நெருப்பு மாதிரி இருந்தது. ஒருவர் மீது வராவிட்டாலும், அது வேறொரு சந்தர்ப்பத்தில் வேறு விதமாக வந்தது.

ஒரு குருவைச் சந்திக்க நேர்ந்தது. அவர் ஒரு சின்ன கண்ணாடியைத் தந்தார். இதை வைத்துக்கொள். உனக்குக் கோபம் வரும்போது இந்தக் கண்ணாடியில் உன் முகத்தைப் பார். அப்போதுதான் உன்னால் கோபத்தை வெல்லமுடியும் என்றார்.

அவன் அப்படியே செய்தான். அவனுக்குக் கோபம் வந்த போது, அந்தச் சின்னக் கண்ணாடியில் முகத்தைப் பார்த்தான். அது சிவந்து உதடுகள் தடித்து மூக்குப் பெருத்துக் காணப்பட்டதைப் பார்த்த போது, அவனுக்கு இது நம்முடைய முகம்தானா என்கிற சந்தேகம் வந்தது.

அவன் முகத்தின்மீது அவனுக்கு வெறுப்பு வந்தது.

அழகாக இருக்கும் தன் முகத்தை அசிங்கமாக்க அவனுக்கு விருப்பமில்லை. கொஞ்சம் கொஞ்சமாக அவன் கோபத்தை வென்றான்.

கோபத்தை வெல்வது என்பது, கோபத்தைக் கட்டுப் படுத்துவது அல்ல. மாறாகக் கோபம் வராதவாறு - முதிர்ச்சியுடன் நடந்து கொள்வதுதான் உண்மையான ஞானம்.

கோபம் வருகிறபொழுது, சக்தி வீணாகிறது. கோபம் வருகிற போது, முகம் விகாரமாகிறது. கோபம் வருகிறபோது இன்னும் சில நேரம் மனம் அதே நிலையில் இருக்கிறது. நாம் கோபப்படும் போது, நம்மிடம் இருக்கும் அழகு காணாமல் போகிறது. கோபத்தில் மிருகத் தன்மை வெளிவருகிறது.

கோபத்தைக் காட்டிலும் அருவருப்பாக வேறு எதுவும் இருக்க முடியாது. கோபம்தான் அவலட்சணம் என்பதை மனிதன் உணர வேண்டும்.

அதற்காக மனிதன் கோபப்படாமலேயே மழுங்கலாகவே இருந்து விட முடியாது. ஆனால் எப்போது கோபப்பட வேண்டும் என்பது தான் மிகவும் முக்கியம். எப்போதும் கோபப்படுவதைக் காட்டிலும் எப்போதாவது கோபப்படும் போதுதான்அதற்கு ஒரு மரியாதை இருக்கிறது.

“கோபப்படுவது எளிதான செயல்;

ஆனால்,

சரியான காரியத்திற்காக -

சரியான நேரத்தில் -

சரியான மனிதனிடம் -

சரியான விகிதத்தில் கோபப்படுவது மிகப்பெரிய செயல்" என்று ஓர் அறிஞர் குறிப்பிடுகிறார்.

கோபத்தைப் பொறுத்தவரை 'குழந்தைகள்' மிகவும் அழகாக இருக்கின்றன. குழந்தைகள் கோபப்படும்போது, அது அழகாக இருப்பது, அது இயல்பாகவும் நேர்மையாகவும் இருப்பதனால்.

அதே நேரத்தில், அந்தக் கோபம் வன்மத்துடன் வெளிப்படுகிற கோபம் அல்ல - அது கணநேரமே நீடித்திருக்கும் கோபம். குழந்தை அடுத்த நொடியே சிரித்துக் கொண்டு நம்மிடம் வரும். கோபத்திற்கான காரணத்தையே மறந்துவிடும். அது கோபப்படும் போது கோபமாகவே மாறிவிடும். குதூகலம் வரும்போது குதூகலமாகவே மாறிவிடுகிற இயல்பு குழந்தைகளுடையது.

கண்ணாடியைப் பற்றி இன்னொரு கதை.

ஒரு பெண், சகல நேரமும் மற்றவர்களைப் பற்றிக் குறை கூறிக் கொண்டு புறஞ்சொல்லிக் கொண்டும் இருந்தாள்.

சிலருடைய இயல்பு அது. அவர்கள் இருக்கும் வரை அவர்களிடம் இனிக்க இனிக்கப் பேசிவிட்டு அவர்கள் சென்ற பிறகு அவர்களைப் பற்றிக் குறை கூறுவார்கள்.

அவர்களுடைய பலவீனங்களைப் பட்டியலிடுவார்கள். அவர்கள் தவறுகளைப் பூதக்கண்ணாடி வைத்துப் பார்ப்பார்கள்.

அப்படிப்பட்ட அந்தப் பெண்ணுக்கு, நேரடியாகத் தவறைச் சொன்னால் அவள் திருந்துவது மிகவும் கடினம் என்பது அந்த குருவுக்குத் தெரியும். ஆகையால், அதற்கான ஒரு நேரத்தை எதிர்பார்த்துக் கொண்டிருந்தார்.

அந்தப் பெண்ணுடன் இன்னொரு சீடனும் உணவருந்திக் கொண் டிருந்தபோது, குரு வலுக்கட்டாயமாக எல்லோருக்கும் தெரிந்த ஒருவரைப்பற்றிக் குறை கூற ஆரம்பித்தார்.

அந்தச் சீடன் - 'ஆசானே! நீங்கள் அப்படிச் சொல்லாதீர்கள்!' என்று கத்தினான். அதோடு அந்த விவாதம் நின்றது.

அந்தப் பெண் யோசித்தாள். அவளுக்குத் தன் தவறு புரிந்தது.

அந்த சீடனுக்கும் குரு ஏதோ காரணத்தினால்தான் அப்படிச் செய்திருக்க வேண்டும் என்று புரிந்தது,

இதுவும் ஒரு 'கண்ணாடியை' முகத்துக்கு நேராகக் காட்டுவதைப் போல்தான் - இந்த இரண்டு கண்ணாடிகளுமே இரு மனிதர்களை மாற்றிய செயல்பாடுகள்.

நாமும் நமது முகத்துக்கு நேராகக் கண்ணாடியை நீட்டினால், நம் உண்மையான உருவம் அதில் பிரதிபலிக்கும்.

*

69. நீரும் நெருப்பும்

'கெடுப்பதூஉம் கெட்டார்க்குச் சார்வாய் மற்றாங்கே
எடுப்பதூஉம் எல்லாம் மழை'   (குறள் - 15)

என்று திருக்குறள் சொல்கிறது.

'கெடுப்பதூஉம்' என்றால் பெய்யாமல் கெடுப்பது என்கிற பொருள் மட்டுமல்ல.

'அதிகமாகப் பெய்து கெடுப்பது' என்கிற பொருளும் உண்டு என்பதை, ஒரிசாவில் நடந்த துயரச் சம்பவம் நமக்கு நினைவுறுத்துகிறது.

உணவும், உடையும் கிடைக்காமல் போனால், மனித நாகரிகம் எவ்வளவு கேள்விக்குரியதாக ஆகிறது என்பதை நாம் உணர்கிறோம்.

நமது நீதி, நியாயம், சக மனிதனைப் பார்த்துப் புன்னகை ஆகிய அனைத்துமே நம்முடைய வயிறும் மனமும் நிறைந்தால் மட்டுமே நடக்கக் கூடியவை.

உயிர்களின் நலிந்த வாழ்வுக்கு வளம் சேர்க்கிற மழையே வரம்பு மீறிப் பெய்கிறபோது, அவர்களை வீழ்த்துகிற வன்மம் கொண்டதாகவும் மாறுகிறது.

ஒழுக்கம் என்பது வளமிருப்பதால், செழுமையிருப்பதால், உணவிருப்பதால் ஏற்படுவது.

பஞ்சம், பட்டினி என்று வருகிற போதுதான் ஒழுக்கத்தைப் பேணுவது சிரமம்.

தனக்கு இன்னல் வருகிற போதுகூட, தன்னுடைய நேர்மையை யார் போற்றுகின்றார்களோ அவர்கள்தான் உண்மையானவர்கள்.

தன் வறுமையிலும் அவர்கள் செம்மையாக இருக்கிறார்கள்.

"நீரின் றமையா துலகெனின் யார்யார்க்கும்
வானின் றமையா தொழுக்கு"   (குறள் - 20)

என்று வள்ளுவர் அதனால்தான் இன்னொரு குறளில் குறிப்பிடுகிறார்.

உண்மை என்பது எப்போதும் எதிர்மறையாகவே இருக்கிறது.

மலரவைக்கிற காற்றே, உதிரவைப்பதாகவும் இருக்கிறது.

வாழவைக்கிற நெருப்பே, தீய வைப்பதாகவும் இருக்கிறது.

டாவோ கூறுவதுண்டு.

எதை வளைக்க முடிகிறதோ, அதை உடைக்க முடியாது. எது மென்மையாக இருக்கிறதோ, அது திடமாகவும் இருக்கிறது.

எது தாழ்ந்து இருக்கின்றதோ, அது நிறைந்து இருக்கிறது என்று!

ஒரு ஊருக்கு ஒரு மிகப்பெரிய ஞானி வந்தார். அவரிடம் கேட்டார்கள்.

மனிதனுக்கு இறைமை இரண்டு மிகப் பெரிய வரங்களைத் தந்திருக்கிறது.

ஒன்று 'ஞாபக சக்தி' என்றார்.

மற்றொன்று என்ன என்று கேட்டார்கள்.

'மறதி' என்று சொன்னார்.

'இயற்கை இரண்டு அழகிய பரிமாணங்களைப் பூமிக்குத் தந்திருக்கிறது' ஒன்று ஒளி என்றார்;

மற்றொன்று என்ன என்று சுற்றியிருந்தவர்கள் கேட்டார்கள்.

'இருள்' என்று அவர் சொன்னார்.

பஞ்சபூதங்களிலேயே சிறந்தது இரண்டுதான் என்றார்.

என்ன என்றதற்கு -

ஒன்று 'நீர்' என்றார்;

மற்றொன்று என்ன?

நெருப்பு என்று அவர் சொன்னார்.

மனிதன் பெற்றிருக்கும் இரண்டு ஆற்றல்களில்

ஒன்று 'விழிப்பு' என்றார்.

மற்றொன்று 'தூக்கம்' என்றார்.

இப்படியே சொல்லிக்கொண்டிருந்தவர் 'உண்மை என்பது முரண்பட்ட இரண்டே பரிமாணங்களையும் உள்ளடக்கியது. உண்மை எப்போதும் எதிர்மறையாகவே இருக்கிறது.

'எது அழகாகத் தோன்றுகிறதோ அது அவலட்சணமாகவும் தோன்றுகிறது.

எது மென்மையாக இருக்கிறதோ, அது கனமாகவும் இருக்கிறது' என்று சொன்னார்.

எந்த விகிதத்தில் நாம் அவற்றைப் பயன்படுத்துகிறோம் என்பதைப் பொறுத்தே - நம் வாழ்வின் மகிழ்ச்சியும் எழுச்சியும் அடங்கியிருக்கிறது.

நீருக்கு மட்டுமல்ல -

நெருப்புக்கும் அது பொருந்தும் -

நம் உடம்புக்குள்ளும் நெருப்பு இருக்கிறது.

அது அளவோடு இருந்தால், உடல் இயங்குகிறது.

அளவு குறைந்தால், குளிர்ந்து போகிறது.

அளவு அதிகமானால், காய்ச்சலாகிறது.

நெருப்புக்கும் தூய்மைப்படுத்தும் குணம் உண்டு.

அழிப்பது மட்டுமல்ல நெருப்பு, ஆக்குவதும்தான்.

உணவை - உறையுளை - உடையை ஆக்க நெருப்பு தேவை. நெருப்பை மின்சக்தியாக மாற்றினால், தண்ணீரை இழுக்கலாம். நெருப்பு மூலம் சாணை தீட்டலாம். கூர்மைப் படுத்தலாம்.

ஊசியின் நுனியிலிருந்து உளியின் முனைவரை, மழுங்கியிருக்கும் போது நெருப்பில் காட்டி நேராக்கலாம்.

நம் உள்ளத்திலும் ஒரு தீ கனன்றுகொண்டிருந்தால், அது நம்மை அவ்வப்போது மழுங்கியிருக்கையில் நேராக்கும் - சாணை தீட்டும் - செம்மைப்படுத்தும்.

*

70. ஏழாவது அறிவு

தொல்காப்பியர் பொருள் படலத்தில் உயிர்களை அவற்றின் அறிவிற்கு ஏற்பப் பிரிக்கின்றபோது -

'ஒன்று அறிவதுவே உற்று அறிவதுவே
இரண்டு அறிவதுவே அதனொடு நாவே,
மூன்று அறிவதுவே அவற்றொடு மூக்கே,
நான்கு அறிவதுவே அவற்றொடு' செவியே,
ஐந்து அறிவதுவே அவற்றொடு கண்ணே,
ஆறு அறிவதுவே அவற்றொடு மனனே
நேரிதின் உணர்ந்தோர் நெறிப்படுத்தினரே.'

ஓர் அறிவு உயிர்களால், தொட்டு அறியக்கூடிய தொடு உணர்வை மட்டுமே உணர்ந்து கொள்ள முடியும்.

இரண்டு அறிவு உயிர்களால், தொடு உணர்வையும், சுவை உணர்வையும் உணர்ந்துகொள்ள முடியும்.

மூன்று அறிவு உயிர்களால், மேலே சொன்ன இரண்டு உணர்வு களுடன் மணத்தையும் உணர்ந்து கொள்ள முடியும்.

நான்கு அறிவு உயிர்களால், மேலே சொன்ன மூன்று உணர்வு களுடன் ஒலியையும் உணர்ந்துகொள்ள முடியும்.

ஐந்து அறிவு உயிர்களால், மேலே கூறிய நான்கு உணர்வுகளுடன் ஒளியையும் உணர்ந்துகொள்ள முடியும். இதுதான் நிலம், நீர், தீ, வளி, ஒலி என்று பஞ்சபூத பரிணாம வளர்ச்சி.

ஆறு அறிவு உயிர்களை இந்த ஐந்து உணர்வுகளுடன் அறிவின் தரத்தைப் பகுத்து நிலைபெறச் செய்வதற்கு உரிய அறிவு.

இவற்றை உற்று அறிதல், சுவைத்து அறிதல், நுகர்ந்து அறிதல், கேட்டு அறிதல், கண்டு அறிதல், எண்ணி அறிதல் என்று நுண்அறிவு உடைய சான்றோர்கள் பகுத்துத் தெளிவாகச் சொல்லி இருக்கிறார்கள்.

தொல்காப்பியர் - அறிவைப் பாகுபாடு செய்வதைக் குறித்து நாம் வேறு வகையிலும் அதனை விரிவுபடுத்திப் பார்க்கலாம். எவன் தொடுகின்ற உணர்வால் வருகின்ற இன்பத்திலேயே மூழ்கிக் கிடக் கிறானோ, அவன் முதல் அறிவு நிலையிலேயே இருக்கின்றான் என்பது

தான் பொருள். சிற்றின்பப் பிரியர்களாகவும், போதைப் பொருள்களில் மூழ்கிக் கிடப்பவர்களாகவும் வாழ்கிற மக்கள் இந்த வகையைச் சார்ந்தவர்கள்.

இரண்டு அறிவு உயிர்கள் சுவை உணர்வையும் உணர்ந்து கொள்ளும் என்பது மட்டுமல்ல; நாக்குக்கே பிரதானம் கொடுத்து சாப்பாடே வாழ்க்கை என்று நினைக்கின்ற பலர் இந்த இரண்டாவது அறிவிலேயே தங்கிவிடுகிறார்கள்.

சகல நேரமும் எதைச் சாப்பிடலாம் என்பதிலேயே இவர்கள் அக்கறை செலுத்துவதால், இவர்களுக்கு நாக்குதான் பிரதான உறுப்பாக இருக்கிறது.

இரண்டு அறிவு உயிர்களுக்கும் இவர்களுக்கும் அதிக வேறுபாடு கிடையாது. நாம் சிலரைப் பார்க்கலாம். அவர்களைச் சாப்பாடும், உணவும் எப்பொழுதும் ஆக்கிரமித்துக்கொண்டு இருக்கும். அவர்களின் வாழ்க்கையின் குறிக்கோள், இலட்சியம், சாப்பாட்டோடு முடிந்து விடும்.

நாக்கு என்பது சாப்பிடுவதற்கு மட்டுமல்ல; பேசுவதற்கும் பயன்படுகிறது சிலர் பேசுவதிலேயே குறியாக இருப்பார்கள். வாய்த் தோரணங்களால் வார்த்தை அலங்காரம் செய்பவர்கள் அவர்கள், வாய்ச்சொல்லில் வீரர்களாக இருப்பவர்கள் செயலில் பூஜ்ஜியமாக இருப்பார்கள். குற்றம் மட்டும்தான் தெரியும்; குணம் தெரியாது. பழி மட்டும் தெரியும்; வழி தெரியாது. அவர்களுக்குக் கேள்விகள் மட்டும் தான் தெரியும், பதில் தெரியாது. பேசிப்பேசியே காலம் கழிக்கும் அவர்களும் இரண்டாவது அறிவிலேயே தங்கிவிடுகிறார்கள்.

மூக்கிற்கும் நாக்கிற்கும் ஒரு தொடர்பு இருக்கிறது. உணவிலே நல்ல நறுமணம் இருந்தால், நாக்கு அதை நன்றாகச் சுவைக்கின்றது. எதை வேண்டுமானாலும் சாப்பிடுகிறவர்கள், எப்பொழுது வேண்டு மானாலும் சாப்பிடுகிறவர்கள் இரண்டாவது அறிவிலேயே தங்கி விடுகிறவர்கள் என்றால், நல்ல சுவை உள்ளவையாக, நறுமணம் உள்ளவையாகத் தேர்ந்தெடுத்துத் தேர்ந்தெடுத்து உண்ணுபவர்கள் - அப்படி உண்ணுவதிலேயே குறியாக இருப்பவர்கள் - அப்படிப்பட்ட உணவு எங்கே கிடைத்தாலும், எல்லாவற்றையும் இழந்தாவது அதை உண்ண நினைப்பவர்கள் மூன்று அறிவு பெற்ற உயிர்களைப் போல் வாழ்கின்றார்கள்.

யார் மனத்தைப் பயன்படுத்துகிறார்களோ, யாரிடம் சிந்தனை, மற்ற புலன் அறிவுகளைத் தாண்டிப் பிரதானமாக நிற்கிறதோ அவர்கள் மட்டும்தான் ஆறாவது அறிவில் வாழ்ந்து கொண்டு இருக்கின்ற மனிதர்கள்.

மற்ற எல்லா மனிதர்களையும் ஆறறிவு படைத்த மனிதர்களாகக் கூற முடியாது.

மனம் என்பது சிந்தனைகளின் தொகுப்பு. சிந்தனைகளின் மூலம் சிந்தனைகளைக் கடக்கக் கற்றுக் கொள்வதற்கு ஆறாவது அறிவில்தான் சாத்தியம். ஆறாவது அறிவையும் தாண்ட சிந்தனைகளற்ற நிலைக்குச் செல்ல வேண்டும்.

அது ஏழாவது அறிவாக உதயமாகிறது. ஏழாவது அறிவு என்பது அறிவு அல்ல; அனுபவம் - அப்போது இறைமையோடு இயைகிற அனுபவம் ஏற்படுகிறது.

*

ESSENTIAL BIBLIOGRAPHY
(Acknowledged with Thanks)

1. திருக்குறள்
2. திருவருட்பா
3. THE TIBETAN BOOK OF THE DEAD - **ROBERT A.F.THURMAN**
4. விடுதலைப் போரில் வியப்பூட்டும் நிகழ்ச்சிகள் - **என். ஸ்ரீநிவாசன்**
5. TAO TECHING - **LAOTZU**
6. HUA HU CHING - **LAOTZU**
7. YOGA AND ZEN - **THEVOR LEGGETT**
8. THUS SPOKE ZARATHUSTRA - **NIETZSCHE**
9. 365-ZEN - **JEANSMITH**
10. THE SECOND HEADS & TAILS - **MENAKA GANDHI**
11. ZEN FLESH, ZEN BONES - **PAULREPS**
12. TRUE SAGE - **OSHO**
13. HARI OM TAT SAT - **OSHO**
14. THE PRAYER OF THE FROG - VOL 1 & 2 - **ANTHONY DE MELLO**
15. THE SONG OF THE BIRD - **ANTHONY DE MELLO**
16. ZEN FABLES FOR TODAY - **RICHARD McLEAN**
17. THE SUFIS - **IDRIESH SHAH**
18. LEARNING HOW TO LEARN - **IDRIESH SHAH**
19. உடலியல் கலைக் களஞ்சியம் - அல்லயன்ஸ்
20. காலக்குறி - காலாண்டிதழ்
21. பாரதியார் கவிதைகள்
22. ஜே. கிருஷ்ணமூர்த்தி

பாகம் – 2

1. ஏழாவது அறிவு

நம் எல்லாருக்கும் எதிர்காலம் குறித்த ஓர் உள்ளுணர்வு இருக்கிறது. அது உள்ளே ஒரு குரலாக ஒலித்துக் கொண்டிருக்கிறது. ஆங்கிலத்தில் இன்னர் வாய்ஸ் (Inner voice) என்று அழைக்கப்படுகின்ற மனத்தின் குரலை, உள்ளுணர்வின் ஒலியைத் தெளிவாகக் கேட்டால், அது நம்மை வழி நடத்துவதைக் காணலாம்.

சில நேரங்களில் நம்முடைய ஆழ்ந்த உள்ளுணர்வில் படிந்த படிமங்களையும், பிம்பங்களையும் நாம் உள்ளுணர்வின் குரலாகக் கருதிக் கொள்கிறோம்.

எந்தவிதமான வலிமையான பழைய பதிவுகளும் இல்லாமல், சலனமற்ற அலைகளற்ற கடலாக நாம் காத்திருந்தால், நம் உள்ளுணர்வு கூறும் மெல்லிய ஓசைகள் துல்லியமாக ஒலிக்கும்.

நாம் குழந்தைகளாக இருந்தபோது பெற்றோர்களிடமிருந்தும், மற்றோர்களிடமிருந்தும் நமக்குச் சொல்லப்பட்ட வரிகள் நம் மனத்தில் ஆழமாகப் பதிந்து விடுகின்றன. அவை நம்மைப் பல நேரங்களில் சுய சிந்தனையற்றுச் செய்து விடுகின்றன.

உள்ளே உள்ள குரலைக் கேட்க முடிந்தவர்கள் தூய்மையானவர்களாக இருக்கிறார்கள். சமூகத்தின் ஒழுக்க நெறிகளையும் மீறி அவர்கள் நேர்மை பட்டொளி வீசிப் பறக்கிறது. அவர்கள் யாருக்காகவும் தங்களை மாற்றிக் கொள்ளாமல் தங்களுடைய உள்ளுணர்வுக்காகவே தங்களைப் பட்டை தீட்டிக் கொள்கிறார்கள்.

உள்ளே உள்ள குரல் முன்கூட்டியே சில நிகழ்வுகளை நமக்குத் தெரியப்படுத்தும். நாம் உஷாராகி விடலாம். கடைசி நேரத்தில் சில செயல்களை நாம் மாற்றியமைப்போம். திடீரென்று பயணம் போக வேண்டாம் என்று தோன்றும். பின்னர் வீட்டில் இருந்தது நல்லது என்று தெரியும். கடைசி நிமிடத்தில் ஒரு நிறுவனத்தில் பணம் போட வேண்டாம் என முடிவு செய்வோம். அது மோசடி நிறுவனம் எனத் தெரிய வரும். 'நல்லவேளை! ஏமாறவில்லை' என்று திருப்திப்படுவோம்.

அக்கிலீஸோடு போர் புரிய ஹெக்டேர் புறப்படும் போது அவருடைய மனைவி அவரைப் 'போக வேண்டாம்' என்று தடுக்கிறாள். "இன்று சென்றால் உங்களுக்கு ஏதாவது நேரும் என்று உள்ளுணர்வு சொல்கிறது" என்று எவ்வளவோ அவள் மன்றாடிப் பார்க்கிறாள். அதையும் மீறி ஹெக்டேர் போர் புரியச் சென்று

மடிந்ததாக ஹோமர் தன்னுடைய இலியட் காவியத்தில் குறிப்பிடுகிறார். இதுவே ஜூலியஸ் சீஸருக்கும் முன்கூட்டியே சொல்லப்பட்டது.

சில நேரங்களில் நாம் ஒன்றை யூகித்தது சரியாக இருக்கும். எதிரே இருப்பவர்கள் வியப்படைந்து எப்படி இவ்வளவு கச்சிதமாகச் சொல்கிறீர்கள் என்று வியப்படைவார்கள்.

'பட்சி சொன்னது' என்று சொல்வோம்.

'A Little bird told me' என்ற ஆங்கில வாசகமும் உண்டு. இது எப்படிப் பழக்கத்தில் வந்தது என்பதற்குக் கிரேக்கக் கதை ஒன்று உண்டு.

இபிகஸ் (Ibycus) என்ற கவிஞர் கொரிந்த் நாட்டிற்குச் செல்லும் போது வழியில் திருடர்களால் கொல்லப்படுகிறார். அப்போது மேலே பறந்து சென்ற கொக்குகளிடம் முறையிட்ட வாறே அவர் மடிந்து போனார்.

கொரிந்த் நாட்டு மக்கள் இபிகஸ் மரணத்தினால் அதிர்ச்சியும் பயமும் அடைந்தார்கள். அவர் மரணம் ஏற்படுத்திய தாக்கத்தில் அவரைக் கொன்றவர்கள் நிம்மதி இழந்தனர். சில தினங்களில் நாட்டின் முக்கிய இடத்தில் நடத்தப்பட்ட நாடகத்தில் குற்றங்களை இழைத்தவர் களைப் பழி வாங்கும் ஆவிகள் குறித்த காட்சியும் இடம்பெற்றிருந்தது. அதைப் பார்த்ததும் அந்தத் திருடர்கள் நடுங்கிப் போனார்கள். அப்போது அந்த நொடியில் இபிகஸ் இறந்தபோது பறந்த கொக்குகள் மேலே பறந்து சென்றன. அதைக் கண்டதும் அந்தத் திருடர்கள் "இபிகஸ் கொக்குகள்" என்று கூறியவாறே உயிரை விட்டனர்.

பறவைகள் நிகழ்ந்த குற்றங்களைக் கூறிவிடும் என்ற நம்பிக்கை இதனால்தான் ஏற்பட்டது.

"The pretty wrens of Tharsus will fly hence
And open this to pericles" - Act IV Scene (III)

என்று ஷேக்ஸ்பியர் கூட பெரிகில்ஸ் நாடகத்தில் இதைக் குறிப்பிடு கின்றார். பைபிளிலும் எக்லிஸியஸ்டெஸ் "பறவைகள் கூறியதை எடுத்துச் சென்று மற்றவர்களிடம் கூறிவிடும்" என்று குறிப்பிடுவதாக அமைந்துள்ளது.

உள்ளுக்குள் இருக்கும் குரலைக் கேட்க நாம் முதலில் சாந்த மடைய வேண்டும். நம் மனம் எண்ணங்களற்று அமைதியடைய வேண்டும். பகுத்தறிவையும் தாண்டிய உணர்வு அது. அதை மூளை யினால் திறக்க முடியாது; அங்கு இதயத்தினால் மட்டுமே நுழைய முடியும்.

*

2. இலக்கற்ற இலக்கு

திரேசிய நாட்டைச் சார்ந்த பாடகன் ஓர்ஃபியஸ் பற்றி கிரேக்கப் புராணத்தில் ஒரு குறிப்பு உண்டு. அவன் இசைக்கருவியை மீட்டி இனிமையாகப் பாடினால் காட்டு மிருகங்கள்கூட சாந்தமாகிவிடும். பாறைகளும், மரங்களும்கூட அவன் பாட்டைக் கேட்க இடம் பெயர்ந்து அவனைப் பின்தொடரும்.

அவன் யூரிடைஸ் என்கின்ற அழகிய பெண்ணை மணந்தான். திருமணத்திற்குப் பின்பும் அவளை நேசித்தான். அவளைக் கொடிய நாகம் தீண்டியதால் அவள் மரணம் அடைந்தாள். அவளைத் தேடிப் பாதாள லோகத்திற்கு அவன் சென்றான்.

அவன் இனிய இசையால் ஹேடஸின் இறுகிய இதயத்தைக் கூட உருகச் செய்தான். அவன் இசையில் மயங்கிய பாதாள தேவன் ஹேடஸ், யூரிடைஸை ஓர்ஃபியஸிடமே திரும்ப அனுப்ப முடிவு செய்தான்.

அப்போது அவனிடம், "யூரிடைஸ் பின் தொடரும் போது ஓர்ஃபியஸ் திரும்பிப் பார்க்காமல் செல்ல வேண்டும்" என்று கட்டளை யிட்டான். பாதி தூரம் வந்த ஓர்ஃபியஸ், 'எங்கே தான் போலியான பெண்ணைத் தந்து ஏமாற்றப்படுவோமோ' என்கின்ற பயத்தில் சரிபார்க்கும் பொருட்டுத் திரும்பிப் பார்த்தான். நிபந்தனையை மீறியதால் நிரந்தரமாக அவன் மனைவி அவனிடமிருந்து நழுவிப் போனாள்.

ஆறுதல் அடையாத அவன் இசைத்துக்கொண்டே கால் போன பக்கமெல்லாம் பயணம் செய்தான். சில பெண்கள் பேகஸ் என்கின்ற தெய்வ வழிபாட்டில் ஈடுபட்டிருந்தார்கள். அவ்வழியே சென்ற ஓர்ஃபியஸ் அவர்களைக் கவனிக்காமல் சென்றதைக் கண்டு, அவன் தங்களை லட்சியப்படுத்தாமல் அகந்தையோடு செல்கிறான் என்று கருதி, அவன் உடலின் பாகங்களைக் கிழித்துத் தண்ணீரில் எறிந்தார்கள். அப்போதும் அவன் தலை பாடிக்கொண்டே ஆற்றில் மிதந்து கடலை அடைந்தது.

இலட்சியவாதிகள் மரணத்தைக்கூடத் துச்சமாக நினைத்துத் தங்களுடைய முயற்சியில் தீவிரமாக இருக்கிறார்கள். அவர்கள் தங்களுக்குப் பிறகும் தங்கள் வாழ்க்கையையே ஒரு தகவலாக விட்டுச் செல்கிறார்கள். அவர்கள் வாழ்க்கை ஒரு கவிதையாக இருக்கிறது.

அவர்கள் கடைசி மூச்சும் கவித்துவமாக மலர்கிறது. நம் நாட்டிலும் எத்தனையோ பேர் தங்கள் கருமமே கண்ணாக வாழ்ந்திருக்கிறார்கள்.

நாகேஷ பட்டர் என்கின்ற ஒருவர் எப்போதுமே நூல்களைப் படித்தும், வியாகரணங்களை எழுதியும் காலம் கழித்து வந்தார். அவர் சுவரில் சாய்ந்து எழுதி வந்ததால் அவர் முதுகில் மிகப்பெரிய கட்டி ஏற்பட்டது. அவர் சாய்ந்து கொள்ள அந்தக் கட்டி இடைஞ்சலாக இருந்ததால் சுவரை ஓட்டை போட்டு அந்தக் கட்டியை ஓட்டைப் பகுதிக்குள் சௌகரியமாக வைத்துக் கொண்டு எழுதிக் கொண்டிருந்தார்.

அவருடைய விடாமுயற்சியைக் கேள்விப்பட்டு அந்த ஊர் மன்னர் அவரைப் பார்க்க வந்திருந்தார். "உங்களுக்கு என்ன வேண்டும்?" என்று அவர் கேட்டார். நாகேஷ பட்டர் "வெகு நாட்களாக இந்த வியாகரணத்திற்கு நான் தீர்வு கண்டுபிடிக்க முயற்சி செய்கிறேன். உனக்குத் தெரிந்தால் இதைத் தீர்க்க உதவுவாய்" என்றார். மன்னரிடம் கூடப் பொன்னோ பொருளோ கேட்க அவருக்கு ஆசை ஏற்படவில்லை.

வாச்சஸ்பதி மிஸ்ரா என்பவர் பாமதி என்ற வேதாந்த நூலை எழுதினார். ஒருநாள் அவர் எழுதிக்கொண்டிருக்கும் போது யாரோ ஒரு பெண்மணி விளக்கு அணைகின்ற தருணத்தில் திரியைத்தூண்டி விட்டு எண்ணெய் ஊற்றி விட்டுச் செல்வதைப் பார்த்தார். "யார் நீ?" என்று கேட்டார்.

அதற்கு அந்தப் பெண்மணி, "நான் உங்களைத் திருமணம் செய்து 20 வருடங்களாகிறது. நீங்கள் தொடர்ந்து எழுதிக் கொண்டிருக் கிறீர்கள். நீங்கள் இருக்கின்ற இடத்திற்கு உணவையும் தேவையான பொருட்களையும் நான் கொண்டு வந்து வைக்கிறேன். ஆனால், எழுது வதிலேயே தீவிரமாக இருப்பதால் நீங்கள் என்னைக் கவனிக்கவில்லை. இன்று கூடத் திரி அணைகின்ற தறுவாயில் இருந்து நீங்கள் எழுதுவது தடைபட்டதால்தான் என் முகத்தைப் பார்த்தீர்கள். இத்தனை வருடங் களாக நான் முன்கூட்டியே விளக்கிற்கு எண்ணெய் வார்த்ததால் உங்களுக்கு அது தெரியவில்லை" என்று சொன்னாள்.

இலட்சியவாதிகள்தான் உலகம் விடியும் ஒளியை ஓயாமல் உமிழ்பவர்கள்.

அவர்கள் இலக்கோ இலக்கில்லாமல் இருப்பதே.

*

3. ஒரு புன்னகை போதும்

செல்வம் என்பது பணத்தையும் உள்ளடக்கியது. ஆனால் பணம் மட்டுமே செல்வமாகாது. எவ்வளவு விரைவாக நாம் பணத்தை ஈட்ட முடியும் என்று பலர் தீவிரமாகச் செயல்படுகின்றனர். அதில் ஒன்றும் தவறில்லை. ஆனால், அதற்காக எல்லா சமரசங்களும் செய்து கொள்ளலாம் என்கின்ற மனப்பான்மை மிகவும் தவறானது. அப்படிப் பட்ட சமரசங்கள் உலகத்தை வன்முறை மிகுந்ததாக மாற்றிவிடும்.

நான் படித்திருக்கிறேன்...

ஓர் அறிவாளி தன்னிடம் பிரச்சினைகளைத் தீர்ப்பதற்காக வருபவர்களிடம், "இரண்டு கேள்விகள் கேட்கலாம். 100 ரூபாய் கட்டணமாக வசூலிக்கப்படும்" என்று தகவல் பலகை மாட்டி வைத்திருந்தார்.

பொதுவாகவே இலவசமாகக் கொடுக்கப்படுகின்ற ஆலோசனை களுக்கு நம் நாட்டில் மரியாதை இல்லை. பணம் கொடுத்து அறிவுரை பெற்றால் அதற்கு மரியாதை உண்டு. அவரிடம் நிறையப் பேர் வர ஆரம்பித்தார்கள். அதிலே இரண்டுவிதமான லாபம். இலவசமாக ஆலோசனை கேட்டு வருபவர்களுடைய நச்சரிப்பும் குறைந்தது. நியாயமான பிரச்சினை உள்ளவர்கள் மட்டுமே அவரிடம் வந்ததால், அவருக்குத் திருப்தியும் ஏற்பட்டது.

அப்படி வந்தவர்களில் ஒருவர் அவரிடம் கேட்டார், "இரண்டு கேள்விகளுக்கு 100 ரூபாய் என்பது சற்று அதிகம் இல்லையா?"

"அப்படி ஒன்றும் அதிகம் இல்லை. உங்களுடைய இரண்டாவது கேள்வி என்ன?" என்று அவரிடம் இருந்து பதில் வந்தது.

பணத்தை ஈட்ட வேண்டும் என்று பணத்தாலேயே தங்கள் உலகத்தை நிர்மாணித்துக் கொள்பவர்கள், யாரைப் பார்த்தாலும் அவர்களால் தங்களுக்கு என்ன ஆதாயம் என்று சிந்திக்க ஆரம்பித்து விடுவார்கள். அவர்கள் புருஷர்களையும் பொருட்களாகப் பயன் படுத்துவார்கள்.

அவர்களுக்கு மனைவியும், மகன்களும் கூட வெறும் சாதனங்கள். அவர்கள் புன்னகை மட்டுமல்ல; கண்ணீரும் கூட கணக்கிடப்பட்டே செலவழிக்கப்படும்.

நாம் அவர்களிடமிருந்து ஓர் ஆணியைக் கூட இரவலாகப் பெற முடியாது. ஆனால், அவர்கள் ஒரு பட்டறையையே நம்மிடமிருந்து பறித்து விடுவார்கள்.

ஒரு பணக்காரர் தான் இறந்து போவதாகவும், அதற்குப் பிறகு சொர்க்கத்திற்குச் செல்வதாகவும் கனவு கண்டார்.

அந்தக் கனவில் ஓர் அழகான வீதி வழியாக அவர் நடந்து போய்க் கொண்டிருந்தார். அந்த வீதியிலிருந்த ஒவ்வொரு வீடுமே மாளிகையாக மலர்ந்திருந்தது. அதில் ஒரு வீடு மிகவும் நேர்த்தியாக இருந்தது.

அவர் "அந்த வீடு யாருடையது?" என்று கேட்டார். அது அவருடைய பணியாளர்களில் ஒருவனுடையது என்று அவருக்குச் சொல்லப்பட்டது.

அவர் "என்னுடைய வேலையாளுக்கே இவ்வளவு பெரிய மாளிகை என்றால், என்னுடையது எவ்வளவு பெரியதாக இருக்கும்" என்று இறுமாப்புடன் சென்றார். அடுத்ததாக ஒரு சின்ன வீடு வந்தது. அந்த வீதி முழுவதும் சிறு சிறு வீடுகள் விரவிக்கிடந்தன.

"நீ அந்தக் குடிசையில் வசிக்கப் போகிறாய்" என்று அவரிடம் சொன்னார்கள்.

அவருக்கு மிகுந்த கோபம் ஏற்பட்டது. "நான் இந்த எலிப் பொந்திலா குடியிருக்கப் போகிறேன்?" என்று ஆத்திரப்பட்டார்.

சொர்க்கத்தின் பொறுப்பாளர்கள் அவரிடம் சொன்னார்கள்: "நாங்கள் என்ன செய்ய முடியும்? நீங்கள் பூமியில் வசிக்கும் போது எந்தப் பொருட்களை இங்கே அனுப்புகிறீர்களோ அவற்றைக் கொண்டு தான் நாங்கள் தங்களுக்காக வீடுகளைக் கட்டுகிறோம்."

கனவில் இருந்து அவர் விழித்துக்கொண்டார். அன்றிலிருந்து அவர் பணத்தை பூஜிக்கவில்லை. அது தேவையானது என்பதோடு அதன் எல்லையை நிர்ணயித்துக் கொண்டார். அவர் மகிழ்ச்சியோடு இருந்தார். நிம்மதியாகக் காலத்தைக் கழித்தார்.

அவரிடமிருந்த புன்னகை மற்றவர்களையும் தொற்றிக் கொண்டது.

*

4. சாகா மருந்து

நம்பிக்கையைப் பொறுத்தவரை நாம் இரண்டு விதமான மனிதர்களைப் பார்க்கலாம். யாரையும் நம்பாதவர்கள் முதல் வகை. எல்லாரையுமே நம்புபவர்கள் இரண்டாவது வகை.

ஒருவர் தன் குதிரையில் சவாரி செய்து கொண்டிருந்தார். எதிரே இன்னொரு குதிரையில் வந்து கொண்டிருந்தவர், "நீங்கள் எங்கே செல்ல வேண்டும்?" என்று கேட்டார். அவர், தான் செல்ல வேண்டிய ஊரின் பெயரைக் குறிப்பிட்டார்.

உடனே அவர், "நீங்கள் அடைய வேண்டிய ஊருக்கு எதிர்த் திசையில் அல்லவா சவாரி செய்துகொண்டிருக்கிறீர்கள்" என்று கேட்டார்.

அதற்கு அவர், "நான் மிகுந்த பணக்காரன். அதனால் எனக்கு இதைப் பற்றிக் கவலையில்லை" என்றார்.

"பணம் உங்களிடம் இருந்தாலும் நீங்கள் எதிர்த் திசையில் சென்றால் ஒருபோதும் சேரும் இடத்தை அடைய முடியாதே" என்றார் அவர்.

"என்னிடம் இருக்கும் குதிரை மிகச்சிறந்த குதிரை" என்று அவர் சொன்னார்.

அதற்கு வழிப்போக்கர் "எவ்வளவு சிறந்த குதிரை உம்மிடம் இருந்தாலும் நீர் எதிர்த்திசையில் சென்றால் அது ஓடும் வேகத்தில் இலக்கைவிட்டு அதிகத் தொலைவை அடைவது தான் நிகழும்" என்றார்.

ஆனால் அப்போதும் அவர் சட்டை செய்யாமல் தன் போக்கிலேயே சவாரியை மேற்கொண்டார்.

யார் சொல்வதையும் நம்பாமல் தன் போக்கிலேயே பயணம் செய்பவர்கள் ஒருபோதும் தங்களுடைய இலட்சியத்தை அடைய முடியாது.

எல்லாரையும் நம்புபவர்கள், சொந்த அபிப்பிராயம் இல்லாத வர்கள் நம் வீட்டிற்குச் சிலர் வருவார்கள். 'தேநீர் வேண்டுமா? காபி வேண்டுமா?' என்று கேட்டால், 'எது வேண்டுமானாலும் கொடுங்கள்'

என்பார்கள். கடைக்குச் சாப்பிடச் சென்றால், "சூடாக எது இருந்தாலும் கொண்டு வாருங்கள்" என்பார்கள்.

தங்களுக்காக அடுத்தவர்கள் எதையாவது தேர்வு செய்து தரமாட்டார்களா? என்று காத்திருப்பார்கள்.

நாம் துணிக்கடைகளில் பார்க்கலாம்; ஒருவர் புடவைகளைப் பார்க்கும்போது அவர்கள் வேண்டாம் என்று ஒதுக்கியதிலிருந்து வேறொருவர் ஏதாவது ஒரு புடவையை எடுக்க நேர்ந்தால் உடனே அவர், "இதை நான் தேர்ந்தெடுத்து வைத்திருக்கிறேன்" என்று வேகமாகப் பிடுங்கிக் கொள்வார்கள்.

அடுத்தவர்கள் ஒன்றை விரும்பும் போதுதான் நமக்கு அதன் மீது விருப்பம் வருகிறது.

பல நேரங்களில் நமது பக்கத்து வீட்டுக்காரர்கள்தான் நமக்கு முன்மாதிரியாகத் திகழ்கிறார்கள். அடுத்தவர்களைப் பார்த்து அதைப் போலச் செய்வதுதான் புகழ்ச்சியின் மிகச் சிறந்த வடிவம் என்பார்கள். அடுத்தவர்களை முழுவதுமாக நம்புவதும் நம்மை ஏளனத்திற்கு உண்டாக்கிவிடும்.

ஹன் பரம்பரை சீனத்தை ஆண்டபோது, ஒரு மன்னர் சாகாவரம் தரும் அமிர்தம் ஒன்றைப் பரிசாகப் பெற்றார். அரண்மனையில் இருந்து ஒருவன் அந்த அமிர்தத்தைத் திருடிக் குடித்துவிட்டான். அவனைத் தூக்கிலிடுமாறு மன்னன் கட்டளையிட்டான்.

அவன் மன்னனிடம் சொன்னான், "நான் சாப்பிட்டது அமிர்தம் என்றால் நீங்கள் தூக்கில் போட்டால், நான் சாகக் கூடாது. நான் இறந்து போனால் அது அமிர்தமே அல்ல. அமிர்தமில்லாததைத் திருடியதற்காக என்னை மரணத்திற்கு உட்படுத்தியதற்கு நீங்கள் பாவத்தை அடைவீர்கள்" என்றான்.

அரசர் குழப்பத்தில் ஆழ்ந்து அவனை விடுதலை செய்தார்.

இப்போதுகூட வாழ்வை நீட்டிக்க வைத்தியங்களும், சாகாமல் இருக்கக் காயகல்பமும் கண்டுபிடித்ததாகச் சொல்லுகின்ற மருத்துவர்களும் இருக்கிறார்கள். இப்படித்தான் எனக்குத் தெரிந்த ஒருவர் காயகல்பம் கண்டுபிடித்த வைத்தியரைத் தேடிப் போனார். ஆனால் சோகத்தோடு திரும்பி வந்தார். ஏனென்று கேட்டதற்கு "நான் போவதற்கு முன்பே வைத்தியர் இறந்து விட்டார். சற்று முன்னதாகப் போயிருந்தால் நான் வாங்கி வந்திருக்கலாமே" என்று வருத்தப்பட்டார்.

*

5. காலிக் குடங்களின் கதகளி நடனம்

நம் மனம் எப்போதுமே ஒரு விவாத மேடையாக இருக்கிறது. யார் எதைச் சொன்னாலும் நம்மை அறியாமல் அதை எதிர்த்து ஒரு சிந்தனையை நம் மனம் படர விடுகிறது. தொடர்ந்து எதிர்மறையாகக் கேட்கப்படும் கேள்விகள் நம்மை அமைதியாக இராமல் பார்த்துக் கொள்கின்றன.

கேள்வி கேட்பது என்பது சிறந்த பண்புதான். ஆனால், அடிப்படையான அஸ்திவாரங்களைக்கூட உலுக்குவது போல், நம் பண்பாட்டையே அசைப்பது போல் கேட்கப்படுகின்ற கேள்விகள் பயனளிப்பதில்லை. அவை ஒரு தன்முனைப்பை வெளிப்படுத்தலாமே தவிர விடைகளைப் பெற முடியாது.

யாரை வேண்டுமானாலும் என்ன கேள்வி வேண்டுமானாலும் கேட்டுவிட முடியும் என்கின்ற சுதந்திரம் கட்டுப்பாட்டைக் காட்டிலும் அபாயகரமானது.

சூஃபியில் ஒரு கதை உண்டு.

ஒரு சீடன் மடாலயத்திற்குச் செல்கிறான். அங்கிருந்த தலைமைத் துறவி அவனை சீடனாக அனுமதிப்பதற்கு ஒரு நிபந்தனை விதிக்கிறார். "நான் எதைச் செய்தாலும் நீ கேள்வி கேட்கக்கூடாது" என்பது தான் அந்த நிபந்தனை. இதற்கு அடிப்படையான காரணம் அறிவின் மூலமாக ஒருவன் தேடுபவனாக இருந்தால் அவனால் மெய்ஞானத்தை அடைய முடியாது.

அறிவு தர்க்கத்திலும், தான் என்கின்ற அகந்தையிலும் கொண்டு போய் விட்டுவிடும்.

அறிவு சிதைப்பது, அன்பு சேர்ப்பது. எனவே அறிவையே பிரதான மாகக் கொண்டு வாழ்க்கை நடத்துபவனால், சலனமற்ற ஏரியைப் போல அலைகள் அடங்கிக் குளிர்ச்சியாகத் திகழ முடியாது. அங்கே குவளையும், கமலமும் பூத்துக் குலுங்கவும் முடியாது.

சீடன் நிபந்தனைக்கு ஒப்புக்கொண்டான். குரு அருகிலிருந்த கிணற்றில் நீர் இறைக்கச் சென்றார். அவர் எடுத்துச் சென்ற வாளி இரண்டு பக்கமும் ஓட்டையாக இருந்தது. சிரத்தையுடன் அந்த வாளியை வைத்து அவர் ஒவ்வொரு முறையும் நீரை இறைத்தார்.

ஆனால், தண்ணீர்தான் ஒரு சொட்டுக்கூட வரவில்லை. இதைப் பார்த்துக்கொண்டேயிருந்த சீடனுக்குத் தன்னுடைய சந்தேகத்தை அடக்க முடியவில்லை.

“இரண்டு பக்கமும் ஓட்டையாக இருக்கின்ற வாளியை வைத்துக் கொண்டு எப்போது நீங்கள் தேவையான தண்ணீரை இறைக்க முடியும்” என்று கோபமாகக் குருவைப் பார்த்துக் கேட்டான்.

அந்தக் குரு, “நீ நிபந்தனையை மீறி விட்டாய், எனவே மடத்தை விட்டு வெளியேறு” என்றார்.

அவன் அறிவாளி. எனவே வெறும் வாளியின் தத்துவம் அவனுக்குப் புரியவில்லை. (கவிஞர் வாலி).

தியானம் செய்வதுகூட ஆரம்பத்தில் இரண்டு பக்கமும் ஓட்டை இருக்கின்ற வாளியை வைத்து நீர் இறைப்பது போல அபத்தமாகப் படும். ஆனால், இந்த நிலையைத் தாண்டுவதற்குத் தேடல் தேவைப் படுகின்றது. நம்முடைய விவாதங்களை நாம் கூர்ந்து கவனித்தால் ஒன்று வெளிப்படும். நாம் ஒரு செய்தியைத் தெளிய வைப்பதற்காக விவாதிப்பது இல்லை. நாம் சொன்னதே சரி என்று சாதிப்பதற்காகத் தான் விவாதம் செய்கிறோம். எதிர்ப்பக்கம் இருக்கும் நியாயங்கள் நமக்கு முக்கியமல்ல.

எனக்குத் தெரிந்த ஒரு நண்பர் பட்டிமன்றங்களில் எல்லாம் கலந்து கொள்வார். திடீரென சம்பந்தம் இல்லாமல் குரலை உயர்த்தி உச்சஸ்தாயியில் பேசுவார். அந்த இடத்தில் அவர் அவ்வளவு உரக்கப் பேச வேண்டிய அவசியமில்லை என்று எனக்குத் தோன்றும்.

ஒருநாள் அவரிடம் கேட்டேன்: “ஏன் திடீரென்று நீங்கள் சப்தம் போட்டுப் பேசுகிறீர்கள்” என்று.

அதற்கு அவர் சொன்னார் : “இதில் ஒரு ரகசியம் இருக்கிறது. எப்போது என் பக்கம் நியாயம் இல்லை என்று தோன்றுகிறதோ, அப்போது சரக்கு இல்லாத குறையை சத்தம் போட்டு நிரப்புகிறேன்.”

உண்மைதான். காலிக்குடங்கள் கதகளி ஆடும்போது நிறைந்த குடங்கள் நிஷ்டையில் இருக்கின்றன.

*

6. வாதம் - பிடிவாதம் - அபவாதம்

நம் எல்லாருக்குமே பிடிவாதம் இருக்கிறது. அது அளவில் வேண்டுமானால் வேறுபடலாமே தவிர, பிடிவாதமே இல்லாத மனிதன் என்று யாரையும் சொல்ல முடியாது. சின்ன வயதிலிருந்து அடம்பிடித்து நினைத்ததைச் சாதித்துக் கொள்கின்ற குழந்தைகள், பெரியவர்கள் ஆகும் போது பிடிவாதமும், ஆணவமும் நிறைந்தவர்களாகக் காணப்படுகிறார்கள்.

பிடிவாதம் நம் கண்களை மறைக்கிற கருப்புத் துணியாகப் பல நேரங்களில் இருந்து விடுகிறது.

பிடிவாதம் என்பது வேறு; வைராக்கியம் என்பது வேறு. வைராக்கியம் என்பது உயர்ந்த லட்சியங்களுக்காக வாழ்வது. அது குஞ்சு முட்டையை உடைத்து வெளிவருவது போல ஆக்கபூர்வமானது. பிடிவாதம் என்பது முட்டையை உடைத்து ஆம்லெட் போடுவதைப் போல சாதாரணமானது.

பிடிவாதத்தில் ஒரு மறைமுகமான மகிழ்ச்சி சிலருக்குக் கிடைக்கிறது. ஆனால், அந்த மகிழ்ச்சி அதிக நாட்கள் தாக்குப் பிடிப்பதில்லை.

ஆங்கிலத்தில் 'அடமண்ட்' (Adament) என்கின்ற சொல் 'நாட் டேம்டு' (Not Tamed), அதாவது 'அடக்கப்படாத' என்ற பொருளைக் கொண்டது. குறுகிய பாதையில் எதிர் எதிர் திசையில் வந்த இரண்டு ஆடுகள் அடுத்ததற்கு வழிவிடாமல் வெகுநேரம் காத்திருந்து ஒன்றை யொன்று முட்டிக்கொண்டு தண்ணீரில் விழுந்து மரணமடைந்ததை நாம் கதையாக வாசித் திருக்கிறோம். ஒருவர் சற்று விலகினால் போதும்; அதற்குக் கொஞ்சம் பெருந்தன்மை தேவை. அது இல்லாத போது நமக்கு இழப்பு ஏற்படும் என்கிற எண்ணம் நம்மை விசாலப்படுத்தும்.

ஒரு தந்தையும், மகனும் மிகுந்த பிடிவாதக்காரர்கள். ஒரு நாள் அவர்கள் வீட்டிற்கு இரவு உணவிற்கு விருந்தினர்கள் வந்துவிட்டார்கள். தந்தை மகனை கடை வீதிக்கு அனுப்பி சில பொருட்களை வாங்கி வரச் சொன்னார். திரும்புகையில் ஒருவர் மட்டுமே செல்லக்கூடிய ஆற்றுப் பாலத்தின் வழியாக மகன் வந்தபோது, எதிர்த்திசையில் வேறொருவன் வந்துவிட்டான். இவனும் வழிவிடத் தயாராகவில்லை. அவனும் விலக முயலவில்லை.

வெகுநேரம் மகன் திரும்பி வருவான் எனக் காத்திருந்த தந்தை விருந்தினர்களை இருக்கச் சொல்லிவிட்டுப் பாலத்திற்கு வந்தார்.

அங்கு மகனைப் பார்த்ததும் "நீ தின்பண்டங்களைக் கொண்டு போய் விருந்தினர்களுக்கு அளித்து அவர்களோடு பேசிக்கொண்டிரு. நீ திரும்பி வரும்வரை இவனுக்கு வழி விடாமல் உனக்குப் பதிலாக நான் இங்கு இருப்பேன்" என்று சொன்னார்.

பிடிவாதம் நேரத்தையும் வீணாக்குகிறது. பொறுமையையும் சோதிக்கிறது. நேரம் செல்லச் செல்ல தண்ணீர் ஊற்றினால் இறுகி விடும் கான்கிரீட் போல அது வலுவடைகிறது. 'இவ்வளவு நேரம் இருந்துவிட்டோமே' என்கின்ற காரணத்திற்காகவே அதைக் காப்பாற்ற வேண்டியிருக்கிறது.

இதைப் போலவே இன்னொரு சம்பவம். ஒரு மாட்டு வண்டி மட்டுமே செல்லக்கூடிய பாலத்தின் எதிர் எதிர் திசையில் இரண்டு வண்டிக்காரர்கள் வந்துவிட்டார்கள். இருவருமே அடுத்தவர் பின் வாங்கட்டும் என்று நகராமல் இருந்தார்கள். இரண்டு மணி நேரத்திற்கு மேல் ஆகிவிட்டது. அவர்கள் எதுவும் பேசிக்கொள்ளக்கூட இல்லை. ஒரு வேளை பேசினால் அவர் களுக்கிடையே இருக்கும் பனிக்கட்டி உடைந்து விடுமோ என்கின்ற பயம் மூன்று மணி நேரம் சென்றது.

அப்போது ஒருவன் நேரத்தைப் போக்க தன்னிடம் இருந்த செய்தித்தாளை விரித்துப் படிக்க ஆரம்பித்தான். சிறிது நேரம் கழித்து அந்த இன்னொரு வண்டிக்காரன் "தயவு செய்து இங்கு கொஞ்சம் பாருங்கள்" என்றான். ஒருவேளை வழி விடுவதைத் தான் கேட்கிறானோ என அவன் நினைத்தான்.

அவனோ மிகவும் சாவகாசமாக "நீங்கள் அந்தச் செய்தித் தாளைப் படித்து முடித்ததும் கொஞ்சம் இரவல் தருகிறீர்களா?" என்று கேட்டான்.

7. சுயதுதி

நார்சிஸஸ் என்கின்ற வார்த்தையை நாம் கேள்விப்பட்டிருக் கிறோம்.

கிரேக்கக் கடவுள் ஜூபிடர் தன் மனைவியை ஏமாற்றுவதற்காக அவளோடு அரட்டை அடிக்கும் பொருட்டு ஓர் இளம் தேவதையை ஏற்பாடு செய்கிறான். தன் மனைவி அரட்டை அடிக்கும் நேரத்தில் அவன் மற்ற பெண்களோடு உல்லாசமாக இருக்கிறான். இதையறிந்த ஜூனோ வெகுண்டு தன்னிடம் அரட்டையடிக்கும் தேவதை எக்கோ (Echo)வைத் தண்டித்து விடுகிறாள். அவளுடைய குரலைப் பறித்துக் கொண்டு அடுத்தவர்கள் பேசுவதில் கடைசி வார்த்தையை மட்டுமே அவள் உச்சரிக்கும் படி சாபம் இட்டு விடுகிறாள்.

நாம் பேசும்போது கடைசிச் சொல் மட்டுமே எதிரொலிப்பதால் தான் ஆங்கிலத்தில் எதிரொலியை அந்தத் தேவதையின் பொருட்டு 'எக்கோ' என்று அழைக்கிறோம்.

அந்த எக்கோ நார்சிஸஸ் என்கின்ற அழகான இளைஞன் மீது காதல் கொள்கிறாள். அவனைச் சுற்றிச் சுற்றி வருகிறாள். அவனோ தான் எதைக் கேட்டாலும் தன் கேள்வியின் கடைசி வார்த்தையை மட்டுமே அவள் திரும்பச் சொன்னதால் வெறுப்படைந்து அவளிடமிருந்து தப்பித்து ஓடுகிறான்.

ஒருநாள் அழகிய சுனையில் தன்னுடைய முகம் பிரதிபலிப்பதைக் காண்கிறான். அதுவரை அவன் தன்னுடைய முகத்தைப் பார்த்ததில்லை. தன்னுடைய பிரதிபிம்பத்தையே வேறு யாரோ என்று நினைத்து அதை முத்தமிட முனைந்து நீரில் மூழ்கி மரணம் அடைந்து விடுகிறான்.

தன்னையே அளவுக்கு அதிகமாக நேசிப்பவர்களை 'நார்சிஸம்' என்கின்ற சொல்லால் அழைக்கின்ற பழக்கம் அப்படித்தான் வந்தது. இங்கேயும் பலர் இருக்கிறார்கள். அவர்கள் நார்சிஸஸைக் காட்டிலும் மோசமானவர்கள். ஏனென்றால் நார்சிஸஸ் தன் பிரதிபிம்பத்தை வேறொருவர் என்று நினைத்துத் தான் நேசித்தான். அது தன்னுடைய நிழல்தான் என்று தெரிந்திருந்தால் நிச்சயம் நேசித்திருக்க மாட்டான்.

இவர்களோ தங்களுடைய முகம்தான் என்று தெரிந்தாலும் அதை நேசிப்பவர்கள். இன்னும் சிலரோ தங்கள் முகமூடியைக் கூட நேசிப்

பவர்கள். தாங்கள் நேசிப்பது போலவே அடுத்தவர்களும் தங்களை நேசித்தாக வேண்டும் என்று வற்புறுத்துபவர்கள்.

தன்னை அளவுக்கு மீறி நேசிப்பவன், ஒருவகையில் மரணம் அடைந்து விடுகிறான். அவன் உயிர்த்திருப்பதற்கும், புதுத்தளிர்கள் விடுவதற்கும் சாத்தியம் இல்லை என்பதை உணர்த்துவதற்குத்தான் நார்சிஸக் கதை சொல்லப்பட்டது.

தன்னிடம் இருப்பதை அழகு என்று உணர்த்தும் ஆசையில் பலர் அழிந்து போயிருக்கிறார்கள்.

லிடியாவை ஆண்ட காண்டிலிஸஸ் (Candylyses) என்கின்ற மன்னன் தன் மனைவியின் அழகில் அபாரப் பெருமை கொண்டிருந்தான்.

ஒருமுறை தன் மெய்க்காப்பாளனிடம் அவளுடைய அழகைப் பற்றி விவரித்து அவளைப் போன்ற சிகப்பான பெண் உலகத்திலேயே இல்லை என்று பெருமையடிக்கிறான். ஆடையற்ற அவளுடைய உடலை கைகஸ் (Gyges) என்கின்ற அந்த மெய்க்காப்பாளனைக் காணுமாறு வற்புறுத்துகிறான்.

மன்னனின் கட்டளைக்குக் கீழ்ப்படிந்து கைகஸ் மறைந்திருந்து பார்க்கிறான்.

உண்மை தெரிந்த அரசி அடுத்த நாள் மெய்க்காப்பாளனை அழைத்து, "நீ தர்மத்தை மீறி என் உடலைப் பார்த்துவிட்டாய். ஒன்று நீ மடிய வேண்டும். அல்லது, என் கணவனைக் கொன்று நீ அரசனாக வேண்டும்" என்று ஆணையிடுகிறாள்.

தன் உயிரின் மீது இருந்த ஆசையால் கைகஸ் மன்னனைத் தந்திரமாகக் குத்திக் கொன்றுவிட்டு மன்னன் ஆகிறான்.

வீண் பெருமை பேசியதால் காண்டிலிஸஸ் தன்னை பாதுகாக்க வேண்டிய மெய்க்காப்பாளனிடமே தன் உயிரைப் பறிகொடுக்கிறான்.

அனேகமாக மெய்க்காப்பாளர்களே உயிரைப் பறித்த முதல் சரித்திர சம்பவம் அதுவாகத்தான் இருக்கும்.

*

8. ஊறும் ஊரணி

எனக்குத் தெரிந்த ஒரு மாணவன், மிகவும் தீவிரமாகப் பல மாணவர்கள் படித்துப் போட்டியிடும் நகரப் பள்ளியொன்றில் படித்துக் கொண்டிருந்தான். வீட்டுச் சூழல் அவ்வளவு சிறப்பானதாக இல்லாவிட்டாலும் அவனுடைய உழைப்பும் மற்றவர்களுக்குச் சமமான சரக்கோடு தானும் திகழ வேண்டும் என்கின்ற அவாவும் அவனைப் படிப்பில் முன் நிறுத்தின.

அவன் தந்தைக்குப் பணிமாற்றம் ஏற்பட்டு ஒரு புறநகர்ப் பகுதியில் சாதாரணப் பள்ளியொன்றில் அவன் சேர்க்கப்பட்டான். மிகவும் சாவகாசமாகப் படித்தாலே அவன்தான் முதல் மதிப்பெண் என்கின்ற நிலை.

நாளடைவில் "அதிகம் தெரிந்து கொள்ள வேண்டும். நிறையப் புத்தகங்களை வாசிக்க வேண்டும்" என்கின்ற அவனுடைய ஆர்வம் மழுங்கிப் போனது. நத்தைகளின் மத்தியில் ஆமையாக இருந்தாலே போதும் என்கின்ற திருப்தி அவனுக்கு ஏற்பட்டுவிட்டது.

நமக்குள் இருக்கும் சக்தி வெளிப்பட வேண்டுமென்றால் நம்மைப் போராடச் செய்கின்ற சூழல் நிலவவேண்டும். சில நேரங்களில் நாமே சூழலை உருவாக்கிக் கொள்ள வேண்டும்.

பறவை நேசர்கள் ஒரு செய்தியை நமக்குத் தெளிவுபடுத்து கிறார்கள். கழுகு, அல்பட்ராஸ், புறா போன்ற வேகமாகப் பறக்கும் பல பறவைகள், பலமாக அடிக்கும் காற்றில், இதமாக வீசும் தென்றலில் பறப்பதைக் காட்டிலும் விரைவாகப் பறக்கின்றன என்பதுதான் அது. அதற்குக் காரணம் தங்கள் இறகுகளில் உள்ள தசைநார்களை நன்றாக இயக்குவதற்குப் பலமான காற்று உந்துதலைத் தருகிறது. உசுப்பி விடுகிறது.

அதைப்போலவே நீராவிக் கப்பலில் உள்ள கொதிகலன்கள் கடுமையான காற்றுக்கெதிரே கப்பல் கிழித்துச் செல்லும்போது சிறப்பாகச் செயல்படுகின்றன.

ஒவ்வொரு மனிதனுமே இக்கட்டு வரும்போது சுறுசுறுப்புடன் பணி செய்கிறான். வெள்ளம் வரும்போது, விபத்து ஏற்படும்போது நாமெல்லாருமே மின்னல் வேகத்தில் பணிகளை முடுக்கி விடுகிறோம்.

தேர்வுக்கு கடைசி மணிநேரத்தில் சில மாணவர்கள் காட்டுகின்ற தீவிரத்தை, ஏன் பள்ளி திறந்த நாளிலிருந்து அவர்கள் காட்டவில்லை எனப் பெற்றோர்கள் வருத்தப்படுவது உண்டு.

ஆப்பிரிக்காவில் மிகவும் உயரமாக வளரும் சில மரங்களின் விதைகளை இந்தியாவில் விதைத்தார்கள். ஆனால், அவை குட்டையாகத்தான் வளர்ந்தன. அடர்ந்த ஆப்பிரிக்கக் காடுகளில் உயரமாக வளர்ந்தால்தான் மற்ற மரங்களுடன் சூரிய ஒளிக்காகப் போராட முடியும். வேர்கள் ஆழமாகச் சென்றால்தான் பூமிக்கடியில் இருக்கும் நீரை ஸ்ட்ரா போட்டுக் குடிக்க முடியும். இங்கு அதற்கான அவசியமே இல்லாதபோது ஏன் வளரவேண்டும், எதற்காகப் பாடுபட வேண்டும்.

குழந்தைகளைப் போராடும் மனநிலையோடு நாம் வளர்க்க வேண்டும். மிகவும் பணிவோடு வளர்க்கப்படுகின்ற குழந்தைகளுக்குப் போராடத் தெரியாது. உண்மைக்காகவும் நியாயத்திற்காகவும் துணிச்சலுடன் போராடுகின்ற பக்குவம் அவர்களுக்கு வந்துவிட்டால், அக்கிரமங்களும் அநீதிகளும் அராஜகங்களும் அடியோடு அழியும்.

வசதி வாய்ப்புகள் வேறு; போராடும் பக்குவம் வேறு. வசதி வாய்ப்புகள் வந்துவிட்டால் போராடத் தோன்றாது என்பதல்ல; நாம் ஏன் வெளியேயும் நம் குழந்தைகளுக்கு ஒரு கருப்பையை உண்டாக்க வேண்டும்? அதுதான் மன ரீதியாக ஓர் ஊனத்தை அவர்களுக்கு ஏற்படுத்தி துணிச்சலைத் துண்டித்து விடுகின்றன.

போராட்டம் என்றால் முரசெடுத்து முழக்குவதும் அல்ல; குரலெடுத்துக் கூப்பாடு போடுவதும் அல்ல.

மௌனமாக நிகழும் மலர்ச்சி.

புத்தர், லாவோட்ஸ், நானக், கபீர், தாதோ, மகாவீர், சாரதா துஸ்ட்ரா போன்ற அனைவருமே மிகப்பெரிய போராட்டக் காரர்கள்தான். ஆனால், அவர்கள் வன்முறையினால் அப்பட்டமாகத் தெரியும் விதிமுறைகளால் தங்கள் கிளர்ச்சியைச் செய்யவில்லை. அவர்களுடைய தாக்கம் பல ஆயிரம் ஆண்டுகள் தாக்குப்பிடிக்கும் தன்மை பெற்றதற்குக் காரணம் அவர்கள் மனித மனங்களில் மாற்றங்களைத் தோற்றுவித்தார்கள்.

நம் உடலும் மனமும் வரையறை இல்லாத அளவிற்கு ஆற்றலை அடைத்து வைத்திருக்கின்றன.

இறைப்பவர்களுக்கு அவை தொட்டனைத்தூறும் மணற் கேணி.

மலைப்பவர்களுக்கு மண் மூடிய பாழ் ஊரணி!

*

9. மரமே புனிதம்தான்

ஒன்று உருவாகும்போது ஏற்படும் சுகம் அலாதியானது - கவிதையும் அப்படித்தான்; கண்டுபிடிப்பும் அப்படித்தான். விதை பூமியிலிருந்து கிளர்ந்தெழுந்து துளிர்விடும் அழகிலும் மகிழ்ச்சி யடங்கியுள்ளது. பச்சைப் பசேலென்ற தாவரத்தின் மீது படர்ந்திருக்கும் பனித்துளி அதற்கு வைரத் தோடாய் மின்னுவதைப் பார்ப்பதிலும் ஆனந்தம் அடங்கியிருக்கிறது.

சிறைச்சாலைகளில் இருபது ஆண்டுகளுக்கும் மேலாக இருந்த மண்டேலாவின் மனத்தை அமைதிப்படுத்தியது, அவர் ஈடுபட்டது தோட்ட வேலைதான். ஒவ்வொரு செடியும் பிஞ்சு விடும் போதும், அவருடைய இலட்சியக் கனவும் துளிர்ப்பது போன்ற மகிழ்ச்சி அவருக்கு ஏற்பட்டது. இதயத்தில் இயற்கை யோடு இயைந்து இருப்பது போன்ற இனிமை அவருக்கு உண்டானது. லியோ டால்ஸ்டாய் இறுதிக் காலத்தில் வேளாண்மை செய்து தன்னை முழுமையாக இருத்தலோடு கரைத்துக் கொண்டவர்.

புராணகாலத்தினர் ஒவ்வொரு செடியையும், எல்லா மரத்தையும் மனிதன் நேசிக்க வேண்டுமென்று அவற்றைப் புனிதப்படுத்தினர். அவற்றை உன்னதமாக்கினாலாவது மனிதன் பாதுகாத்துப் பரிமளிப்பான் என எண்ணினார்கள்.

வில்வமரம் என்று தெரியாமல் துரத்தி வந்த புலிக்குப் பயந்து ஒருவன் அதன் மீது ஏறியமர்ந்ததாகவும், புலியோ அவன் இறங்கி வருவான் எனக் காத்திருந்ததாகவும், அவன் இரவு முழுவதும் மரத்தின் இலைகளை ஒவ்வொன்றாகப் பறித்துக் கீழே போட்டதாகவும், மரத்தடியில் இருந்த சிவலிங்கத்தின் மீது அது வீழ்ந்ததால் அதுவே அர்ச்சனைக்கு ஆனதாகவும், அந்த இரவு சிவராத்திரி என்பதால் அவனுக்கு முக்தி கிடைத்ததாகவும் ஒரு கதையுண்டு. கிரேக்கத்திலும் சாம்பிராணி மரம் உண்டானது பற்றிய புராணத் தகவல் உண்டு.

புளியமரம் மிகப்பெரிய இலைகளோடு இருந்தது. ராமரும், லட்சுமணரும், சீதையும் காட்டுக்குப்போனபோது அதன் அடியில் குடிலமைத்தனர். அந்த மரம் அவர்களை இயற்கையின் இடர்ப்பாடு களிலிருந்தெல்லாம் காப்பாற்றியது. அவர்களோ கஷ்டங்களை அனுபவிக்க வேண்டியவர்கள். எனவே, ராமர் இலட்சுமணனை அந்த

இலைகளின் மீது அம்பெறியச் சொன்னார். இலக்குவன் எறிந்த அம்பால் அந்த இலைகள் பிரிந்து சின்ன இலைகளாக மாறி தற்போது இருக்கும் வடிவத்தை அடைந்தது என்ற கதையும் உண்டு.

சிவனின் நெற்றி வியர்வையிலிருந்து தோன்றிய ஜலந்தரன் என்ற அரக்கனுக்கு அருள்புரியும்பொழுது அவன் மனைவி அவனுக்கு உண்மையாக இருக்கும்வரை அவனை வெல்ல யாராலும் முடியாது என விஷ்ணு அருள்புரிந்ததாகவும், அவனுடைய அட்டகாசங்களை அழித்த அவனுடைய மனைவி துளசியை ஜலந்தரன் வடிவத்தில் அணுகி அவனைக் கொன்றதாகவும்,. துளசியின் சுய அர்ப்பணிப்பில் தோன்றிய செடியே துளசிச் செடி என்றும் வீரட்டேஸ்வரர் கோயில் ஸ்தலபுராணம் சொல்கிறது.

மரமே புனிதமானதுதான். அது காற்றையே ஹோமப் புகை யாகவும், மழையையே மங்களதீர்த்தமாகவும் அனுப்பும் மகத்தான மண்ணின் சீதனம்; இயற்கையின் நூதனம்; இருத்தலின் சாதனம். அவற்றின் வேருக்கு நீர் வார்ப்போம்; விழுதுக்கு வழி விடுவோம்.

*

10. ஆடம்பர எளிமை

சாமோஸ் நாட்டை ஆண்டு வந்த மன்னன் பாலி கிரேட்டஸ் (Polycrates) ஒவ்வொரு நாளும் பேரும் புகழும் அடைந்து வந்தான். அவன் வெற்றிமேல் வெற்றி அடைவதைக் கண்ட அவன் நண்பன் அமேஸிஸ் அவனுக்கு ஒரு கடிதம் எழுதினான்.

"தொடர்ந்து பெறுகின்ற வெற்றி இறுதியில் தோல்விக்குக் கொண்டு போய்விடும். எனவே நீ அதிர்ஷ்டத்தைத் துணைக்கு அழைக்க வேண்டும் என நினைத்தால் ஒரு காரியம் செய்வாய். உன்னிடம் இருக்கும் பொக்கிஷத்திலேயே எதை நீ மிகவும் விலை மதிப்பற்றதாகக் கருதுகிறாயோ, எதைப் பிரியமுடியாது எனக் கருது கிறாயோ அதைத் தூக்கி எறிந்துவிடு, அது திரும்பப் பார்க்க முடியாத படியாகும்போது உன்னிடம் துர் அதிர்ஷ்டமும் தீண்டாது."

அமேஸிஸ் கொடுத்த அறிவுரை பாலிகிரேட்டஸ் இதயத்தையும் தொட்டது.

அவன் தன் பொக்கிஷங்களிலேயே, தன் மரகத மோதிரத்தைத்தான் மிகவும் நேசித்தான் கடலில் சென்று அதைத் தூக்கி எறிந்துவிட்டுத் திரும்பினான்.

ஆனால், ஆறு நாட்கள் கழித்து, ஒரு மீனவன் வடிவத்தில் அந்த மோதிரம் திரும்ப அவனிடமே வந்தது. அந்த மீனவன் வலையில் மிகப் பெரிய அழகான மீன் மாட்டியது. அந்த மீனை எடுத்துக்கொண்டு அரண்மனைக்குச் சென்று பாலிகிரேட்டஸை அவன் சந்தித்தான். மன்னனுக்கு அந்த அபூர்வமான மீனைப் பரிசளித்தான்.

சமையலறையில் அந்த மீனைத் துண்டாக்கியபோது, அதன் வயிற்றிலிருந்த மரகத மோதிரம் திரும்பி வந்தது. இது ஏதோ தெய்வீக சக்தியால் திரும்பி வந்ததாக எண்ணி பாலிகிரேட்டஸ் அதைத் திரும்ப அணிந்துகொண்டான்.

இது தெரிந்ததும் அமேஸிஸ் தன் நட்பை முறித்துக் கொண்டான்.

பாலிகிரேட்டஸ் கவனம் சிதறி, நிதானம் தவறி வெகு விரைவில் தன் நிலைகுலைந்து அழிவிடம் அடைக்கலம் அடைகிறான்.

உமிழ்ந்த நீர் எப்படி உதடுகளுக்கு வரக்கூடாதோ, அதைப் போன்று தூக்கி எறிந்த பொருளையும், தூக்கிக் கொடுத்த பொருளையும் திரும்பப் பெறக் கூடாது. அப்படிப் பெற்றால் அது ஒரு பின்னடைவு.

பாலிகிரேட்டஸ் தன் மரகத மோதிரத்தை முழு மனத்துடன் தூக்கியெறியாததால்தான் அது அவனிடமே திரும்பி வந்தது. அதை யாரேனும் ஓர் ஏழைக்கு அன்பளிப்பாகக் கொடுத்திருந்தால் திரும்ப வந்திருக்காது.

ராஜாவின் மோதிரம் கடலில் போனாலும் போகட்டும்; வேறு யாரும் அதை அணியத் தகுதியுடையவர்கள் அல்லர் என அவன் எண்ணியதிலும் அவன் அகந்தையே இருந்தது.

நண்பன் சொன்னதற்காக அவன் மோதிரத்தைத் தூக்கி எறிந்தானே தவிர அவன் மனத்தில் இன்னமும் அணிவித்துக் கொண்டு தானிருந்தான். திரும்ப வராவிட்டாலும் அது அவனிடமிருப்பதற்கே ஒப்பாகும்.

ஒரே ஓர் உபயோகித்த சட்டையை நாம் தானமாகக் கொடுத் தாலும் "அவன் போட்டிருப்பது என் சட்டை" என்று நாம் பெருமைப் படுவோம். இன்னமும் நம் எண்ணத்திலிருந்து அந்தச் சட்டை அகலவில்லை என்று பொருள்.

பாலிகிரேட்டஸ் தன்னிடமிருந்த 'மற்றவர்களை வெல்ல வேண்டும்; அடிமைப்படுத்த வேண்டும்' என்கின்ற ஆசையை ஒரு வேளை தூக்கி எறிந்திருந்தால் அவமானப்பட நேரிட் டிருக்காது.

எண்ணங்களில் ஆடம்பரத்தை வைத்துக்கொண்டு,

தோற்றத்தில் எளிமையைப் பூணுவதால் என்ன பயன்?

*

11. எண்ணமா? எண்ணிக்கையா?

எண்ணிக்கை முக்கியமா? எண்ணம் முக்கியமா? என்கின்ற கேள்வி வெகுநாட்களாக நம்மிடம் இருந்து வருகிறது. 'எண்ணிக்கையே முக்கியம் என்றால் காகம்தான் நம்முடைய தேசியப் பறவையாக இருக்க வேண்டும்' என்று அறிஞர் அண்ணா ஒருமுறை குறிப்பிட்டார்.

"நவீன குருஷேத்திரத்தில் வெற்றி எண்ணிக்கையை மட்டுமே வைத்து தீர்மானிக்கப்படுவதால் கௌரவர்களே ஜெயிக்கிறார்கள்" என்று அப்துல்ரகுமான் நேயர் விருப்பத்தில் எழுதியிருக்கிறார்.

விவேகானந்தர் கூட ஒருமுறை, "நான் உண்மையைச் சொல்லியாக வேண்டும். எனது வாழ்நாள் முழுவதும் ஆண்களும் பெண்களுமாக ஓர் ஆறுபேர் மட்டுமே என்னைப் பின்பற்றக்கூடும். ஆனால் அவர்கள் தூயவர்களாக நேர்மையானவர்களாக இருக்க வேண்டும். எனக்குக் கூட்டம் தேவையில்லை" என்றார்.

கூட்டங்களால் என்ன சாதித்து விட முடியும்? உலக வரலாற்றைப் படைத்தவர்கள் மிகச் சிலரே. அவர்களை விரல்விட்டு எண்ணி விடலாம். மற்றவர்கள் வெறும் சந்தைக் கூட்டமே என்று குறிப்பிட்டார்.

நாம் பார்க்கலாம். ஒரு துளி தயிர் ஒரு பானைப் பாலை தயிராக்கிவிடும். ஒரு சொட்டு நறுமண திரவியம் ஓர் அறையைச் சுகந்தமாக்கிவிடும். ஒரு நல்ல மணமுள்ள மலர் நமது தோட்டத்தை அழகாக்கிவிடும். எனவே நாம் தலைகளை எண்ண வேண்டிய தேவையில்லை. எத்தனை பேர் உண்மையிலேயே முழு ஈடுபாட்டுடன் கலந்து கொள்கிறார்கள் என்பதுதான் முக்கியம்.

பலர் கூடிப் பிரார்த்தனை செய்கிறார்கள். ஆனால், எத்தனைப் பேர் இறைவனோடு இதயத் தொடர்பு வைத்திருக்கிறார்கள்? நிறையப் பேர் பிரசங்கங்களைக் கேட்கிறார்கள். எத்தனைப் பேர் அதைப் புரிந்து கொள்கிறார்கள்?

கோடிக்கணக்கானவர்கள் தினமும் செய்தித்தாள் வாசிக்கிறார்கள். ஆனால் யார் அதை முழுமையாக உள்வாங்கிக் கொள் கிறார்கள் என்பதுதான் முக்கியமான கேள்வியாகும்.

ஒருமுறை குருநானக் பிரார்த்தனை நடந்துகொண்டிருந்த ஓர் இடத்திற்குச் சென்றார். அங்கே பலர் முழங்காலிட்டு ஜெபித்துக் கொண்டிருந்தனர்.

ஒருவர் இறைவனின் திருநாமத்தை உச்சரித்துக் கொண் டிருந்தார். அவரைப் பார்த்த குருநானக் புன்முறுவல் பூக்க ஆரம்பித்தார். பிரார்த்தனை செய்தவருக்குக் கோபம் ஏற்பட்டது. "இந்த வேஷதாரியைப் பாருங்கள்" என்று கத்தினார்.

பின்னர் குருநானக்கிடம் "நீ ஏன் சிரிக்கிறாய்?" என்று கேட்கிறார். அதற்கு நானக் "நீ செய்வது பிரார்த்தனை அல்ல; அதனால்தான் சிரிக்கிறேன்" என்றார்.

நானக் நீதிபதியின் முன் கொண்டு செல்லப்பட்டார். நீதிபதி அவரிடம், அவர் சிரித்ததற்கான காரணத்தைக் கேட்டார்.

"அவர் செய்தது பிரார்த்தனை அல்ல; அதனால்தான் சிரித்தேன்."

"அப்படியானால் அவர் என்ன செய்தார்?"

"அவரை என் முன்னால் கொண்டு வாருங்கள். அவர் என்ன செய்தார் என்பதை அப்போது சொல்லுகிறேன்."

அந்த நபர் கொண்டு வரப்பட்டார். உடனே குருநானக் அவரிடம், "நீர் கடவுள் பேரைக் கூறியபோது வீட்டில் விட்டு வந்த கோழிகளை நினைத்தீரா? இல்லையா? சத்தியம் செய்யுங்கள்" என்றார். அந்த நபர் சற்று நேர்மையானவர். எனவே உண்மையை ஒத்துக் கொண்டார்.

"ஆனந்தமயமான இறைவனது திருநாமத்தைச் சொல்லும் போது கோழிகளை நினைக்காதீர்கள்" என்று நானக் அவருக்கு அறிவுரை வழங்கினார்.

எத்தனை மணி நேரம் பிரார்த்தனை என்பதிலும் எவ்வளவு மணித்துளி தியானம் என்பதே முக்கியம். எண்ணிக்கை அதற்காக எப்போதுமே வீண் என்று சொல்ல முடியாது. இரண்டு காளைகள் உழுது உண்டாக்குவதை எங்கிருந்தோ பறந்து வருகின்ற 'லோகஸ்டு' என்கின்ற பல லட்சக்கணக்கான வெட்டுக் கிளிகள் ஒரே மணி நேரத்தில் அழித்து விடுகின்ற வல்லமை பெற்றவை. ஒரு ஜோடி கரங்கள் தூய்மைப்படுத்துகின்ற தோட்டத்தை ஒரே நாளில் ஓராயிரம் கைகள் அசுத்தப்படுத்தி விட்டுச் செல்கின்றன.

ஒரு துளி தயிர்தான், ஆனால், அதில் எத்தனை இலட்சம் நுண்ணுயிர்கள் இருக்கின்றன. நம் உடலில்கூட நுண்ணுயிர்களின் எண்ணிக்கை அதிகமாகும்போதுதானே நோய்கள் விளைகின்றன. எனவே அளவும் முக்கியம், தீவிரமும் முக்கியம்.

*

12. பலமும் பலவீனமும்

என்னிடம் எந்தப் பலவீனமும் இல்லை என்று பலர் கூற நாம் கேட்கலாம். இந்த மனிதர்களுக்குத்தான் தங்கள் மீது எவ்வளவு அசாத்தியமான நம்பிக்கை.

பணத்தைக் கொண்டு கர்வப்படுவதும், படிப்பைக் கொண்டு கர்வப்படுவதும், அழகைக் கொண்டு கர்வப்படுவதும், குணநலன் களைக் கொண்டு கர்வப்படுவதும் ஒரே மாதிரியான தன்மை உடையவை தான். அவற்றில் உயர்வு தாழ்வு என்பது கிடையாது.

யாராவது தன்னிடம் பலவீனம் இல்லை என்று சொன்னால் அவர்களிடம் பலமும் இல்லை என்பது பொருள். ஏனென்றால் பலம் இருப்பவர்களிடம் தான் பலவீனமும் இருக்கும்.

மனிதர்களை இரண்டு விதமாகப் பிரிக்கலாம். பலவீனங்களை வெளிப்படையாகக் காட்டிக் கொள்பவர்கள் ஒருவகை. அவற்றை மறைத்து அழகுபடுத்துபவர்கள் இரண்டாவது வகை. மூன்றாவது வகையான மனிதர்கள் உண்டு. அவர்கள் அபூர்வமானவர்கள். தங்கள் பலவீனத்தை ஒப்புக் கொண்டு அவற்றைக் கடக்க நினைப்பவர்கள் அவர்கள்.

நம்முடைய பலவீனத்தை பலம் என்று நினைத்துக் கொண்டு பல நேரங்களில் நாம் பிரகடனப்படுத்தி விடுகிறோம்.

எது பலமாக இருக்கிறதோ அதுவே இன்னொரு கட்டத்தில் பலவீனமாக மாற வாய்ப்பு உண்டு. ஏனென்றால் இரண்டிற்கும் ஒரு மயிரிழைதான் எல்லைக்கோடு.

அதிக பலம்கூடப் பலவீனமாகி விடலாம். நாம் நம்முடைய பலவீனங்களைச் சரியாகப் புரிந்துகொண்டாலே அவற்றில் இருந்து விடுபட ஆயத்தப்படுத்திக் கொள்கிறோம் என்று பொருள்.

எல்லா நெறிகளிலும் திரும்பிப் பார்க்கக்கூடாது என்று கூறுவதைக் கேள்விப்பட்டிருக்கிறோம். ஏனென்றால் திரும்பிப் பார்க்கின்றபோது நாம் தவறவிட்டவற்றிற்காக வருத்தப்பட நேரிடும். அங்கேயே நின்று நாம் பின்தங்கி விடுவோம்.

லோத்தினுடைய மனைவி, சோதோம் மற்றும் கொமோரா நகரங்களை இறைவன் எரித்தபோது திரும்பிப் பார்த்த காரணத்தால் உப்புத் தூணாக மாறியதாக பைபிள் கூறுகிறது.

இயற்பகையார் திரும்பிப் பார்க்காமல் வந்ததாகப் பெரிய புராணம் கூறுகிறது.

திரும்பிப் பார்த்தோமேயானால் பல அழிவுகளைக் கண்ணுற நேரிடும். நாம் முன் நோக்கிப் பார்க்க வேண்டுமென்பதற்காகத்தான் கண்கள் முதுகுப் பக்கம் இல்லை.

ஒரு மன்னன் மிக அழகான ஒரு வைரத்தைத் தன்னிடம் வைத்திருந்தான். அதற்கு இணை ஏதும் இல்லை என்கின்ற பெருமை அவனுக்கு இருந்தது. அந்த வைரத்தில் ஒருமுறை ஓர் ஆழமான விரிசல் ஏற்பட்டது.

அவன் தேர்ந்த வைர வியாபாரிகளை எல்லாம் அழைத்து அதிலிருக்கின்ற அந்தக் குறையைப் போக்க முடியுமா? என்று கேட்டான். ஆனால், எல்லாரும் கை விரித்து விட்டார்கள்.

சில நாட்கள் கழித்து வைரவேலை செய்யும் ஒரு விற்பன்னர் அவரிடம் வந்தார். அந்த வைரத்தை வாங்கி அதில் மிகவும் நுணுக்க மாக அவர் செதுக்க ஆரம்பித்தார். அந்த வைரத்தை நிதானமாகச் செதுக்கி ஒரு ரோஜா மொட்டாக அவர் மாற்றினார். அந்த விரிசலைத் தண்டாக்கினார். தண்டின் மீது மலரத் துடிக்கின்ற ரோஜா மொட்டைப் போல அவ்வைரம் காட்சியளித்தது.

முன்னைக் காட்டிலும் இப்போது அது அழகாக இருந்தது. ஆனால், இந்தக் குறையைப் போக்க அந்த வைரம் சற்று கனம் இழக்க நேர்ந்தாக வேண்டியிருந்தது.

தலைக் கனம் இழப்பவர்களே தலை நிமிரவும் முடியும்.

*

13. கசிந்தது கருணை

கருணை என்பது கண்களில் இருந்து ஊறுகின்ற உணர்வு அல்ல. அது இதயத்தில் இருந்து கசிய வேண்டும்.

ராமகிருஷ்ண பரமஹம்சர் ஒருமுறை படகில் சென்று கொண்டிருந்தபோது கரையை நெருங்குகின்ற தருணம், வலியால் துடித்தார். அவர் முதுகை மூடியிருந்த துணியை விலக்கியபோது காயங்கள் காணப்பட்டன. அவர் வலியில் முனகியபடியே கரையைச் சுட்டிக் காட்டினார்.

அந்தக் கரையில் சிலர் ஓர் அப்பாவி மனிதனை அடித்துக்கொண்டிருந்தார்கள். ஒரு சக மனிதனை சில வன்முறையாளர்கள் அடிப்பதைப் பார்க்கின்ற போதே கருணை கசிந்த காரணத்தால்தான் அவர் முதுகு முழுவதும் ரத்தம் கசிந்தது.

இரக்கம் கசிந்தால்தான், இதயம் வலித்தால்தான், ரத்தம் கசிய முடியும். அதைத்தான் ஆங்கிலத்தில் 'எம்பதி' என்று கூறுவார்கள்.

நம் பக்கத்து வீடு தீப்பிடித்தால்கூட அதைப் பற்றி நாம் கவலைப்படுவதில்லை. நம் சுற்றுப்புறத்தை அழுக்காக வைத்துக்கொண்டு நம் வீட்டை மட்டும் சுத்தமாக வைத்துக் கொள்வது சுகாதாரம் அல்ல. வெளியிலிருந்து வருகின்ற விஷப் பூச்சிகளும் கிருமிகளும் நம்மை மூழ்கடித்து விடும்.

நாம் அடுத்தவர்கள் காயம் படும்போது ரத்தம் சிந்த வேண்டிய தில்லை. கண்ணீர் சிந்தினாலே போதும், அவர்கள் வலியில் துடிக்கும் போது அவர்கள் கைகளை ஆறுதலாகப் பிடித்துக்கொண்டிருந்தாலே போதும். இதுவரை நாம் யாருடைய கைகளையாவது அன்போடு நம் கைகளின் மீது வைத்திருக்கிறோமா?

நம் குழந்தையின் கைகளை அல்லது பெற்றோர்களின் கைகளை அமைதியாக மலர்களைப் பற்றுவது போல மௌனமாகப் பற்றிக் கொண்டு கண்களால் மட்டுமே அன்பைப் பரிமாறி ஒரு நிமிடமேனும் அவர்கள் அதிர்வுகளோடு நாம் ஒத்துப் போயிருக்கிறோமா?

இங்கே பழகுவது என்பது பேசுவது மட்டும்தான். அன்பு என்பது வார்த்தைகள் மட்டும்தான். உண்மை என்பது சொற்களின் அலங்காரம் தான். அதைத் தாண்டி நம்மால் சிந்திக்க முடிந்ததில்லை.

பேச்சு நம்மை விலங்குகளிடமிருந்து பிரித்துக் காட்டியதைக் காட்டிலும், நம்மிடமிருந்து பறித்துக்கொண்டவையே அதிகம். அன்பை யாராவது சொல்லித் தர முடியுமா? கருணையை யாராவது வகுப்பெடுக்க முடியுமா? பரிவைப் பாடத்திட்டத்தில் சேர்க்க முடியுமா? செடி பருவத்தை அடைந்ததும், அதில் கனிகள் தோன்றுவதைப் போல நம்முடைய அன்பு பக்குவத்தை அடைகின்றபோது நம்மைச் சுற்றி இருப்பவர்கள் கருணை மயமாகத் திகழ ஆரம்பிக்கிறார்கள். அது நம்மிடம் இருந்துதான் தொடங்க வேண்டியதாக இருக்கிறது.

பெற்றோர்கள் பச்சைக் கிளிகளை நேசித்தால் குழந்தைகள் வெட்டுக்கிளிகளைக் கூட ரசிக்க ஆரம்பிக்கின்றனர்.

நான் கேள்விப்பட்டிருக்கிறேன். ஒரு கல்வியாளர் இயற்கையில் உள்ள எல்லா உயிர்களும் ஒரே தன்மையின் என்றும், அவை ஒருமையில் ஐக்கியமாவன என்றும் விளக்கிக் கொண்டிருந்தார்.

அப்போது விதண்டாவாதம் செய்கின்ற ஒருவர், "அப்படி யென்றால் மெய்ஞானம் பெற்ற ஒருவர் புலிகளைக் கூட தன்வயப் படுத்த முடியுமா? முடியும் என்றால் இயற்கை முழுவதும் ஒன்றுதான் என்று உணர்ந்த அவர் தன் விருப்பம் போல் ஒரு புலியின் மீது சவாரி செய்ய முடியுமா?" என்று குதர்க்கமாகக் கேட்டார்.

அதைப் பார்த்துக்கொண்டிருந்த ஒரு பெரியவர் சிரித்துக் கொண்டே, "புலியின் மீது சவாரி செய்தால் அப்போதும் இரண்டு உருவங்கள் இருந்து, அவை இரண்டிற்கும் இடையே உள்ள பிரிவு புலப்படும். அந்தப் புலி மனிதனைத் தின்றுவிட்டால் அந்த இரண்டு என்கின்ற பிரிவு மாறி அவை ஒன்றாகக் கலந்து விடுகிறது" என்றார்.

வலியவர்கள் எளியவர்களுக்குக் கருணையாக இருப்பது என்பது அவர்களையும் விழுங்கி விடுவதைப் போல பாசாங்காக இல்லாமல் தங்களையும் தருவதுபோல ஒப்புரவாக இருக்க வேண்டும்.

*

14. வாழ்வும் வயதும்

ஒரு சராசரி மனிதனுடைய இதயம் ஒரு நாளுக்கு 1,03,689 தடவை அடித்துக் கொள்கிறது. அவன் ரத்தம் ஒரு நாளில் 168 மில்லியன் மைல் பயணம் செய்கிறது. அவன் 23,000 தடவை சுவாசிக்கிறான். 438 கனஅடி. காற்றை உள்ளே இழுக்கிறான். ஒன்றரைக் கிலோ உணவை உட்கொள் கிறான். 4800 சொற்களைப்பேசுகிறான். 750 தசைகளை அசைக்கிறான். 7 மில்லியன் மூளை செல்களைப் பயிற்றுவிக்கிறான். ஆனால் எந்த மனிதனுக்குமே இவற்றைச் செய்வதில் அயற்சியோ, தளர்ச்சியோ ஏற்படு வதில்லை. ஏனென்றால் இதை அவன் முயற்சி செய்து நிகழ்த்தவில்லை. இவை தன்னிச்சையாக நிகழ்கின்றன.

இயற்கை அவனை அப்படிப் படைத்திருக்கிறது. அவன் இவற்றை ஆழ்ந்து செய்ய ஆரம்பித்தால் - நாம் இதையெல்லாம் செய்கிறோம் என்கின்ற பிரக்ஞையோடு செய்ய ஆரம்பித்தால் - அவனால் இதைத் தளர்ச்சி அடையாமல் செய்ய முடியாது.

நம் உடல் ஒரு பேரதிசயமாகத் திகழ்கிறது. நாம் முயற்சி யில்லாமல் தன்னிச்சையாக நிகழ்த்துகின்ற எல்லா செயல்களுமே நமக்குப் புத்துணர்வையும், மகிழ்ச்சியையும்தான் அளிக்கின்றன. வாசிப்பதையும், உடல் பயிற்சி செய்வதையும், தேர்வு எழுதுவதையும் கூட தன்னிச்சையான செயல்களாக நாம் செய்து பார்ப்போமேயானால் அவை நமக்கு இனிமையைத் தருபவையாக அமையும்.

வாழ்க்கையை பாரமாகக் கருதும்போது நம் முதுகு வளைந்து விடுகிறது. அதைப் பாசத்துடன் அணுகினால் நமக்கு இறக்கை முளைத்து விடுகிறது. எனவே நாம் நம்மைச் சுற்றி நிகழ்பவற்றையெல்லாம் சோதனையாகக் கருதாமல் அனுபவமாக எண்ணிக் கொள்ள வேண்டும்.

எனக்கு ஒரு சின்ன சம்பவம் நினைவுக்கு வருகிறது.

நாங்கள் ஒருமுறை பிரம்மபுத்திரா நதியில் வெகுதூரம் பயணப் பட்டோம். மிகவும் ஆழமான இயற்கை அழகு மிகுந்த நதி அது. இரு பக்கமும் செறிந்து வளர்ந்த காடுகள் கரைகளாக நின்றிருக்க, தென்றல் வீசும் இதமான தட்பவெப்பம்; நதி முழுவதும் நீர்ப் பறவைகள் நிறைந்திருந்தன.

நாங்கள் 20 பேர் படகில் இருந்தோம். அதில் ஒரு சிலர் மட்டுமே போகின்றபோது பயணத்தையும் ரசித்து, நதியின் அழகையும் வர்ணித்து அந்த ஒவ்வொரு நொடியையும் நுகர்ந்து கொண்டே சென்றார்கள். மற்றவர்களோ எப்போது கரை வரும் என்றே காத்திருந்தனர்.

அவர்கள் அந்தப் படகுப் பயணத்தையும் ஒரு பேருந்துப் பயணத்தைப் போலவே கருதிக் கொண்டார்கள். அவர்களுக்குப் பயணம் எப்போது முடியும் என்பதே லட்சியமாக இருந்தது. இதைப் போலவே மரணத்திற்காக எதிர்பார்த்துக் காத்திருந்து வாழ்வைத் தவற விடுபவர்கள் பலபேர் இருக்கிறார்கள். எப்போது நாம் சேருகிற இடத்தை எதிர்பார்ப்பது போலவே, பயணத்தில் ஒவ்வொரு மணித் துளியையும் ஆனந்தமயமாக ஆக்கிக் கொள்கிறோமோ அப்போது நாம் பிரபஞ்சத்தோடு இரண்டறக் கலந்து விடுகிறோம்.

நாம் பார்க்கலாம், அழகான மலைச்சாரலில் பயணம் போகும் போது சிலர் தூங்கி வழிவதை. சிலருக்குப் பேருந்து இருக்கையில் அமர்ந்த கணமே கொட்டாவி வந்துவிடும்.

சிலருக்கோ நகரப் பேருந்தே போதும்; வசதியாகக் கண்ணயர்ந்து தூங்குவதற்கு. சிலர் தூங்கித் தூங்கிப் பக்கத்தில் இருப்பவர்கள் மீது 'பொத்' 'பொத்' என்று விழுவார்கள். யார் தூங்குகின்றபோது அழகாக இருக்கிறார்களோ, யாரிடம் தூக்கத்தில் ஓர் அமைதி தவழுகிறதோ அவர்கள் விழித்திருக்கும் போது அதீத விழிப்புணர்வோடு இருப்பார்கள்.

நம் உடல் ஒருநாளைக்கு யாரும் கட்டளையிடாமலேயே இத்தனை காரியம் ஆற்றுகிறதே. ஒரு நாளில் நாம் என்ன செயல் புரிந்திருக்கிறோம் என்பதை இரவில் கணக்கெடுத்துப் பார்த்திருக் கிறோமா?

இன்று என்ன படித்திருக்கிறோம்? இன்று என்ன பணி புரிந்திருக் கிறோம்? இன்று என்ன கற்றுக்கொண்டிருக்கிறோம்? என்று நாம் சிந்தித்துப் பார்த்திருக்கிறோமா? இவை எதுவுமே செய்யாவிட்டாலும் இந்த நாளில் முழுமையாக வாழ்ந்திருக்கிறோமா?

நாம் வாழாத நாட்களையெல்லாம் நம் ஆயுளிலிருந்து கழிக்க வேண்டும். அப்படிப் பார்த்தால் பலர் மழலைப் பள்ளிகளுக்குத் தான் அனுப்பப்படுகின்ற நிலையில் இருப்பார்கள்.

*

15. சிந்தனை நிந்தனை

ஓர் இளைஞன் புது செருப்பு வாங்குவதற்குக் கடைவீதி செல்பவர்களிடம் கால் அளவைக் கொடுப்பதற்காக ஒரு கயிறை எடுத்துத் தன் காலை அளந்து வைத்திருந்தான்.

தற்செயலாக ஒருநாள் அவனே கடை வீதிக்குச் செல்ல நேர்ந்தது. செருப்புக் கடையைப் பார்த்ததும் செருப்பு வாங்க உள்ளே சென்றான். சட்டைப் பைக்குள் கையை விட்டான். அவன் அளவெடுத்து வைத்திருந்த கயிறு சட்டைப் பையில் இல்லை. அதை வேறு ஒரு சட்டையில் வைத்திருந்தான். கடைக்காரரிடம் "என் கால் அளவைக் கொண்டு வர மறந்துவிட்டேன். அதை எடுத்துக்கொண்டு இன்னொரு நாள் வருகிறேன்" என்று திரும்பிவிட்டான்.

கால்களே இருக்கும்போது கால் அளவைத் தேடுவதைப் போல நம்முடைய அறிவின் தீட்சண்யத்தைக் கொண்டு பிரச்சினைகளைத் தீர்க்காமல் அவற்றிற்குத் தீர்வு தர வேறு யாராவது கிடைப்பார்களா என்று நாம் தேடிக் கொண்டிருக்கின்றோம்.

'செருப்புடன் ஒரு பேட்டி' என்கின்ற கவிதையில் பேட்டி காணும் பிரமுகர் "நீங்கள் உழைத்து முடிந்ததும் உங்களுக்கு நாங்கள் ஓய்வளிக்கிறோமே" என்கிற பொருளில் கேள்வியைத் தொடுக்கும்போது, செருப்பு "அப்போது உங்களில் ஒதுங்கிய வர்கள் எங்களை உபயோகப் படுத்திக் கொள்கிறார்கள்" என்று பதில் சொல்கிறது (மு. மேத்தா - கண்ணீர்ப் பூக்கள்).

சமூகத்தில் உயர்ந்த இடத்தில் இருப்பவர்கள் அடுத்தவர்கள் செருப்புகளைப் பயன்படுத்தத் தயங்கலாம். ஆனால், சிந்தனைகளைக் கபளீகரம் செய்ய வெட்கப்படுவதில்லை. யாருடைய கருத்து என்று சொல்லாமல் கையாளப்படுகின்ற செய்திகள் இங்கே அதிகம். நம்முடைய செருப்புகூட வலது காலுடையதை இடது காலுக்குப் பயன்படுத்த முடியாமல் கச்சிதமாகச் செய்யப் பட்டிருக்கிறது.

மற்றவர்கள் கூறுகின்ற தீர்வுகள் எல்லாம் பெரும்பாலும் அவர்களுடைய அனுபவங்களின் அடிப்படையில்தான். அனுபவம் என்பதே கடந்த காலத்திற்குச் சொந்தமானவை. பிரச்சினைகளோ நிகழ்காலத்திற் குரியவை. அவர்கள் வாழ்ந்த சூழலும், சந்தித்த பிரச்சினைகளும் நம்முடையவற்றிலிருந்து வேறுபட்டவையாக இருக்கும்.

நேற்று அடித்தது போல இன்று காற்று வீசுவதில்லை. சென்ற வருடம்போல் இந்த வருடம் மழை பெய்வதில்லை. யாராவது ஒருவர் நமக்குப் பாதுகாவலாக இருப்பார்கள் என எண்ணி அவர்களுடைய அறிவுரையை முதலீடாகக் கொண்டு தன்னுடைய சுயசிந்தனையாக எதையுமே துணையாகக் கொள்ளாமல் நடத்தப்படுகின்ற வர்த்தகம் நட்டத்தில்தான் முடியும்.

எந்தவொரு துன்பமும் காரணம் இல்லாமல் ஏற்படுவது இல்லை. அது குறித்து ஆழ்ந்த விசாரம் கொண்டால் அதன் அடிப்படைக் காரணங்களை நாம் முழுமையாக உணர முடியும். தூரத்தில் இருக்கின்ற கொடிக் கம்பத்தைக் காட்டி 'கொடி அசைகிறதா? அல்லது காற்று வீசுகிறதா?' என்று கேள்வி கேட்டபோது, 'மனம்தான் அசைகிறது' என்கின்ற பதிலை புத்திசாலி சீடன் கூறியதாக ஜென் கதை உண்டு.

நம்முடைய மனம்தான் நம்முடைய பூதாகரமான பிரச்சினைகள் உருவாகக் காரணமாக இருக்கிறது. நம் எதிர்பார்ப்பு ஆசைக்கும், ஆசை ஏக்கத்திற்கும், ஏக்கம் இயலாமைக்கும், இயலாமை கோபத்திற்கும், கோபம் நிதானமின்மைக்கும், நிதானமின்மை அழிவுக்கும் கொஞ்சம் கொஞ்சமாக ஆடு தாண்டும் காவிரி, அகலக் காவிரியாக மாறுவதைப் போல விரிவடைந்துகொண்டே செல்ல வழிவகுத்து விடுகிறது.

ஒருவன் முதுகில் அரிப்பு ஏற்பட்டது. மகனை அழைத்து சொறியச் சொன்னான். மகன் மூன்று முறை முயன்றும் சரியான இடத்தில் சொறியவில்லை. மனைவியை அழைத்தான். அவள் ஐந்து இடங்களை ஆராய்ந்தாள். அப்போதும் நமைச்சல் இருந்த இடத்தை அவள் அணுகவில்லை.

வெறுத்துப்போன அவன் தானே நமைச்சல் எடுத்த இடத்தைச் சொறிந்து கொண்டான். நம்முடைய பிரச்சினை என்கின்ற நமைச்சலுக்கு அடுத்தவர்கள் சொறிவார்கள் என்று இருந்தால் அவர்கள் தவறான இடத்தையே சொறிவார்கள். தழும்புகள்தான் ஏற்படும்.

மின்னலில் இருக்கும் மின்சாரம் போல, காற்றில் இருக்கும் நறுமணம் போல், ஓடும் நதியில் உள்ள ஆற்றல்போல், நம் சிந்தனையின் உள்ளிருக்கும் வெளிச்சத்தில், மலைபோல பிரச்சினைகளையும் தாண்டிக் குதிப்போம்; கடல் போன்ற கவலைகளையும் நீந்திக் கடப்போம்.

*

16. மகிழ்ச்சி நாடி

லிபியாவை ஆண்ட க்ரோஸியஸ் (Croseus) தான் பெற்றிருக்கும் வெற்றிகளாலும், தனக்கு இருக்கும் செல்வத்தினாலும் தான் மட்டுமே உலகத்தில் மிகவும் மகிழ்ச்சியான மனிதன் என்று நினைத்தான்.

சோலோன் (Solon) என்கிற யாத்திரிகர் ஒருவர் அவனுடைய நாட்டிற்கு வந்தார் (கிரேக்கத்திற்குச் சட்டம் வடிவமைத்தவர்). அவரிடம் க்ரோஸியஸ் மிகுந்த விருந்தோம்பலுடன் நடந்து அவருக்குத் தேவையான எல்லா வசதிகளையும் செய்து கொடுத்தான். அவருக்கு வேண்டிய பணிவிடைகளையெல்லாம் அவன் மிகுந்த மரியாதையுடன் செய்தான். தன் கஜானாக்களையும், அரண்மனைகளையும், பொற் குவியல்களையும் அவருக்குக் காட்டினான்.

பிறகு அவரிடம் "ஏதென்ஸ் நாட்டு அறிஞரே! உங்கள் அறிவு குறித்து நாங்கள் நிறையக் கேள்விப் பட்டிருக்கிறோம். நீங்கள் எத்தனையோ நாடுகளுக்குப் பயணம் செய்து எவ்வளவோ மனிதர்களைச் சந்தித்திருப்பீர்கள். இதுவரை நீங்கள் சந்தித்த மனிதர்களிலேயே யார் மிகவும் மகிழ்ச்சியானவர்?" என்று கேட்டான்.

அவர் தன்னுடைய பெயரைத்தான் சொல்லுவார் என்று எதிர்பார்த்தான்.

அவர் "டெல்லஸ் என்பவர்தான், தான் சந்தித்த மகிழ்ச்சியான மனிதர்" என்றார்.

"அடுத்தது யார்?" என்றான், க்ரோஸியஸ்.

அப்பொழுதாவது தன் பெயரைச் சொல்லமாட்டாரா என்கின்ற நப்பாசை அவனுக்கு ஏற்பட்டது. அவர் வேறொரு பெயரைச் சொன்னார்.

அதற்கு மேலும் அவனால் பொறுக்க முடியவில்லை. "என்னுடைய மகிழ்ச்சியை நீங்கள் எப்படி மதிப்பிடுகிறீர்கள்?" என்று நேரடியாகவே கேட்டுவிட்டான்.

"நீ நிறைய வசதிகள் உடையவன். பல நாடுகளை வென்றவன். ஆனால் நீ கேட்ட கேள்விக்கு உன் வாழ்க்கை முடிந்த பிறகுதான் நான் பதில் சொல்ல முடியும்" என்றார் சோலோன்.

அவனுக்கு அவர்மீது மிகுந்த வருத்தம்.

நாட்கள் சென்றன. அவன் பாரசீகத்தின் மீது படையெடுத்துச் சென்றான். அங்கே ஆண்ட சைரஸ் மன்னனைத் தான் வீழ்த்திவிட முடியும் என்று நம்பினான். ஆனால் அவன் படுதோல்வியைச் சந்தித்தான்.

சைரஸ் அவனைக் கட்டி விறகுக் கட்டைகளை அவனுக்கு நான்கு பக்கமும் அடுக்கித் தீ மூட்டும்படிக் கட்டளையிட்டான். அதுதான் அவனுக்கு அளிக்கப்பட்ட தண்டனை. அப்போது தான் அவனுக்கு சோலோன் சொன்னது நினைவுக்கு வந்தது.

அவர் சொன்ன வரிகளை அவன் முணுமுணுத்தான். அவனிட மிருந்து ஒரு நீண்ட பெருமூச்சும், ஓலமும் வந்தது.

அதைக் கேட்ட சைரஸ் அவன் என்ன பேசுகிறான் என்பதைக் கேட்க ஆர்வமானான். அவனை விடுவித்தான். சோலோன் சொன்ன வரிகள் தனக்கும் பொருந்தும் என்கின்ற எண்ணத்தில் நெருப்பை அணைத்து அவனை விடுவித்து தன் நண்பனாக்கிக் கொண்டான்.

க்ரோஸியஸ் போலத் தற்சமயம் நாம் பளபளப்பாக இருப்ப தாலேயே நாம்தான் மகிழ்ச்சியுடன் இருக்கிறோம் என்று எண்ண வேண்டியதில்லை. வாழ்க்கை நமக்காக என்ன வைப்பு வைத்திருக்கிறது என்பதை இறுதிவரை உற்றுநோக்க வேண்டும்.

நாம் மகிழ்ச்சியாக இருந்தால்கூட அதைப் பிரகடனப்படுத்த வேண்டிய அவசியமில்லை. பல நேரங்களில் தெருக்களில் போகின்ற ஊர்வலங்களில் பங்குகொள்பவர்கள் காட்டுகின்ற ஆரவாரம் அவர்கள் மகிழ்ச்சியைக் காட்டிலும் மற்றவர்கள் வெறுப்பையே அதிகமாக்குகிறது.

மகிழ்ச்சியாக இருந்தால் அது தொடர்வதற்கு இன்னும் பணிவும், முயற்சியும் தேவை. க்ரோஸியஸ் தான் மற்றவர்களை வென்று கஜானாக்களை நிரப்புவதுதான் மகிழ்ச்சிக்கான இலக்கணம் என்று எண்ணினான். ஆனால், அவன் மரணத்தின் கடைவாய்க்குள் மாட்டிக் கொண்டபோதுதான் அவனுக்குப் புரிந்தது, தன்னுடைய மகிழ்ச்சி அகந்தையால் விளைந்ததே தவிர அது நிரந்தரமானது அல்ல என்கின்ற உண்மை.

அல்ஸிபேடஸ் (Alcibades) என்கின்ற கிரேக்கன் எந்தக் குறுக்கு வழியிலும் காரியம் சாதிப்பதில் வல்லவன். தந்திரங்கள் செய்து தன்னுடைய ஆசையை நிறைவேற்றிக் கொள்பவன். அவனை யாரும் நேசிக்கவில்லை. அல்ஸிபேடஸ் பற்றி சாக்ரடீஸிடம் கேட்டார்கள்: "அல்ஸிபேடஸ் எத்தனையோ ஊருக்குச் செல்கிறான். ஆனால், அவன் ஏன் மகிழ்ச்சியோடு இருப்பதில்லை?"

அதற்கு சாக்ரடீஸ், "அவன் எங்குச் சென்றாலும் தன்னையும் தன்னுடன் எடுத்துச் செல்கிறான். அதனால்தான் மகிழ்ச்சியோடு இருப்பது இல்லை."

நாம் ஊட்டிக்குப் போகலாம்; கொடைக்கானலுக்குப் போகலாம்; குடகுக்குச் செல்லலாம்; குலுமனாலிக்குச் செல்லலாம்; ஆனால் நம்மை விட்டுவிட்டுப் போக முடியுமா? நமது அபிப்பிராயங்களை, கவலை களை, ஏற்கெனவே மனத்தில் பதிந்த பதிவுகளைச் சுமந்துகொண்டு செல்வதனால்தான் சொந்த ஊருக்குத் திரும்புவதே சுகம் என்று சுவரில் அடித்த பந்தாய்த் திரும்பி வருகிறோம்.

நாம் தெளிவாகவும், நிகழ்காலத்தில் நிறைத்துக் கொள்பவர் களாகவும், சின்னச் சின்ன நிகழ்வுகளிலும் திருப்தியடைபவர் களாகவும் இருந்தால், ஒரு பூவின் மலர்ச்சிக்கும், ஒரு பறவையின் பாடலுக்கும் சந்தோஷப்படுபவர்களாக இருந்தால் அந்த மகிழ்ச்சி - நாம் இருக்கும் இடத்திலேயே கிடைக்கும். இறுதிநாள் வரை கிடைக்கும்.

*

17. முதல் அழகிப்போட்டி

ஒரே ஓர் அழகிப் போட்டியினால் இரு நாடுகளே போர் புரியும்படி நேர்ந்தது.

அழகை யாசகமாகக் கேட்டுப் பெற்றதனால் ஓர் இளவரசனே அழிந்து போன வரலாறு தெரியுமா?

ஒலிம்பஸ் மலையில் நடந்த ஒரு தேவதையின் திருமணத்திற்கு ஈரிஸ் என்ற தேவதை மட்டும் அழைக்கப்படவில்லை. ஆனால், அவளோ திருமணத்திற்கு வந்தாள். எல்லாரும் ஆடிப்பாடிக் கொண்டிருந்தபோது சற்றும் எதிர்பாராத விதமாக அவர்களுக்கு முன்னால் தங்கநிறமான பழம் ஒன்றைத் தூக்கி எறிந்தாள்.

அதன்மீது “மிகவும் அழகான பெண்ணுக்குரியது” என்று எழுதப்பட்டிருந்தது. மிகவும் அழகான மூன்று தேவதைகள் அந்தப் பழத்திற்காக உரிமை கொண்டாடினர்.

சொர்க்கத்தின் தேவதை ஹீரா,

அழகின் தேவதை அஃப்ரோடயற்றி என்ற வீனஸ்,

ஜுபிடரின் மகள் அதீனி ஆகிய மூவருக்கும் அப்பழத்தின் மீது கடுமையான போட்டி.

இந்த அழகிப்போட்டியின் நடுவராக ‘பாரிஸ்’ என்கின்ற ஆட்டு இடையன் ஒருவனைத் தேர்ந்தெடுத்தார்கள்.

அவன் ட்ராய் நாட்டு மன்னருக்குப் பிறந்தவன். நாட்டுக்கு ஆபத்தை ஏற்படுத்துவான் எனச் சோதிட சாஸ்திரம் சொன்னதால் பிறந்ததும் காட்டில் விடப்பட்டவன்.

ஹீரா அவனைப் பணக்காரனாக்குவதாகவும்,

அதீனி வீரத்தைத் தருவதாகவும்,

வீனஸ் அழகைத் தருவதாகவும் அவனுக்கு ஆசை காட்டினார்கள்.

அவனோ அழகனாக வேண்டும் என்ற ஆசையில் வீனஸுக்குத் தான் தங்க ஆப்பிளைத் தந்தான். அவன் அழகே, கிரேக்க அரசி ஹெலனைக் கவர்ந்துவரச் செய்து, ட்ராய் நாட்டிற்கும் கிரேக்க நாட்டிற்கும் இடைவிடாத போர் நடக்கவும், ட்ராய் அழியவும் வழிவகுத்தது.

இப்படித்தான் அழகு ஆபத்தில் முடிந்ததாக ஹோமர் எழுதிய 'இலியட்' மகாகாவியம் இயம்புகிறது. இங்கும் ஒரு பழத்திற்காகச் சண்டையும், பிணக்கும் ஏற்பட்டதாகப் புராணக் கதை உண்டு.

> 'குஞ்சியழகும் கொடுந்தானைக் கோட்டழகும்
> மஞ்சள் அழகும் அழகல்ல - நெஞ்சத்து
> நல்லம்யாம் என்னும் நடுவுநிலைமையால்
> கல்வியழகே அழகு'

என அழகுக்கு இலக்கணம் நாலடியார் நவில்கிறது.

நம்மை அப்படியே ஏற்றுக்கொள்வதுதான் அழகு.

ஆலிவர் க்ராம்வெல்லை (Oliver Cromwell) ஒருவர் முழுநீள எண்ணெய் வண்ண ஓவியமாகத் தீட்டினார். ஓவியம் முடிந்த போது நேரில் இருப்பதைக் காட்டிலும் ஓவியத்தில் க்ராம்வெல் அழகாக இருந்தார். அவருடைய முகத்தில் இருந்த மருக்களை சாமர்த்தியமாக ஓவியர் தவிர்த்துவிட்டு இருந்ததால் தான் இந்த மாற்றம். ஆனால் தன்னை மருக்களோடு அப்படியே தத்ரூபமாக வரையும்படி கோரினார். 'Warts and All' என்கின்ற 'மருக்களும் மற்றவையும்' வாசகம் அப்படித்தான் உருப்பெற்றது.

நம்மை அழகாக்க முயலும்போதெல்லாம் நாம் அசிங்கப் படுகிறோம். உருவத்தைத் தாண்டிய அழகை உற்று நோக்க சற்றுக் கற்றுக்கொள்ள முடியுமேயானால் உருவம் ஒரு பாலம் மட்டுமே; அது கடக்க வேண்டிய இடம் ஒன்றே எனத் தெரிந்து கொள்ளலாம்.

ஒரு முக்கிய பிரமுகர் நவீன ஓவியக் கூடத்திற்குப் பார்வையிட வந்திருந்தார். அவருக்கு நவீன ஓவியங்கள் பிடிக்காது. ஒவ்வொரு ஓவியமாகப் பார்த்துக் குறை சொல்லிக்கொண்டே வந்தார். ஓர் ஓவியத்தைப் பார்த்து 'ஏன் இவ்வளவு அசிங்கமாக இருக்கிறது' என முகம் சுழித்தார்.

'நீங்கள் கண்ணாடி முன்பு இப்போது நிற்கிறீர்கள்' என அமைப்பாளர் அமைதியாகப் பதில் சொன்னார்.

*

18. கோணலான கோணங்கள்

பூனை கண்ணை மூடிக்கொண்டு பூலோகம் இருண்டதாகக் கற்பனை செய்வதாக நாம்தான் கற்பனை செய்து கொள்கிறோம்.

நம்முடைய உலகம் நம்மோடு முடிந்துவிடுகிறது. எனவே நமக்கு நாமே உலகமாகத் தெரிகிறது. அதில் ஒன்றும் தவறில்லை. நமக்கென்று ஓர் உலகம் இருப்பதைப் போல அடுத்தவர்களுக்கும் ஓர் உலகம் இருக்கும் என்பதை நாம் உணர வேண்டும். எப்போது நம்முடைய உலகத்தை அடுத்தவர்கள் உலகத்தின் மீது திணிக்க முற்படுகிறோமோ அப்போதுதான் நமக்குப் பிரச்சினைகள் ஏற்படுகின்றது. நம்முடைய சுதந்திரம் நாம் சிருஷ்டித்த உலகத்தினால் தீர்மானிக்கப்படுகிறது.

நாம் ஒரு செய்தியைப் பற்றிக்கொண்டிருக்கின்ற கருத்து மட்டுமே சரி என்று நினைத்து அது குறித்துப் பிற கோணங்களில் எப்படிச் சிந்திக்க முடியும் என்ற கேள்வியையே தவிர்த்து மனரீதியான எல்லைகளை உருவாக்கிக்கொள்வது நம்மைப் பாதாளத்தில் தள்ளுமே யொழிய ஆகாயத்திற்கு அழைத்துச் செல்லாது.

எந்தவொரு சிந்தனைக்கும் பல்வேறு விதமான கோணங்கள் உண்டு.

பல கோணங்களில் ஒளி பாய முடிவதால்தான் வைரம் ஜொலிக்கிறது. தகரம் தட்டையாக இருப்பதால் சூரியன் படும்போது கண் கூசுகிறது.

யூகாங் என்பவன் ஒரு குட்டையான ஸ்டூலை வைத்திருந்தான். ஒவ்வொரு முறை அதன்மீது அமரும் போதும் அதன் கால்களுக்கு அடியில் சில கட்டைகளை வைத்து உயரமாக்கினால் தான் கால் தரையில் மோதாமல் அமர முடியும். தினமும் இந்தப் பயிற்சியைச் செய்து செய்து களைத்துப் போன அவன் இந்த ஸ்டூலை முதல் மாடிக்கு எடுத்துச் செல்லப் பணித்தான்.

முதல் மாடியில் சென்று அமர்ந்தபோதும் அது பழைய படியே குள்ளமாக இருந்ததைக் கண்டதும் அவன் சொன்னான்: "எல்லாரும் தரைத்தளத்தைக் காட்டிலும் கட்டடத்தின் முதல் தளம் உயரமாக இருக்கும் என்கிறார்கள். ஆனால், அது உண்மையல்ல." எனவே முதல் தளத்தை இடித்துத் தரைமட்டமாக்கும்படிக் கட்டளையிட்டான்.

நாம் குட்டையான நாற்காலியை வைத்துக்கொண்டு அதை எந்த மாடியில் கொண்டு போய் வைத்தாலும் அதன் உயரம் அதிகரிக்காது.

அதைப் போலவே நம்முடைய உடைகளாலும், படித்தது போல் சில பெயர்களை உச்சரிக்கின்ற போலித் தனத்தாலும் நம்மைப் பற்றி ஒரு மதிப்பை தற்காலிகமாக ஏற்படுத்த முடியுமே தவிர நிரந்தரமாக உண்டாக்க முடியாது.

முட்டுக்கொடுத்து நிறுத்தப்படுகின்ற பந்தலைப்போல சற்றுப் பலமாகக் காற்று அடித்தால் நம்மைப் பற்றிய மதிப்பும் மளமளவென சரிந்துவிடும். ஆனால், பெரும்பாலானவர்கள் நிரந்தரமாகத் தங்களை மேன்மையடையச் செய்வதற்குப் பதிலாகத் தற்காலிகத் தயாரிப்பே போதுமென்று திருப்தி அடைந்து விடுகிறார்கள்.

ஒரு படகில் பயணம் செய்துகொண்டிருந்தபோது ஒருவன் கத்தியைத் தவறி ஆற்றில் போட்டுவிட்டான். உடனே கத்தி எங்கே விழுந்துவிட்டது என்பதைக் குறிப்பதற்காகப் படகில் ஓர் எழுது கோலால் குறியீடு மேற்கொண்டான். அவனுக்குத் தெரியவில்லை, குறியீட்டைப் படகில் செய்து பயனில்லை, ஆற்றில்தான் அடையாளம் ஏற்படுத்த வேண்டுமென்று.

நாம் எப்போதும் நம்மைக் குறித்த நல்ல செய்திகளை மட்டுமே பேசி, பிறரை வசீகரிக்க நினைப்பது படகில் பதிக்கின்ற அடையாளத்தைப் போலவே பயனற்றுப் போய்விடும். இயல்பாக இருப்பவர்கள் நாளடைவில் புரிந்துகொள்ளப்படுகிறார்கள். அவர்களுடைய உண்மைத்தன்மை உணரப்படுகிறது. அவர்களுடைய கோபமும் அன்பும் எதிராளியை சரியான விகிதத்தில் சென்று அடைகிறது.

எப்போதும் புன்னகை புரிந்துகொண்டே இருப்பவர்களையும் அதீதமான பணிவுடன் பேசுபவர்களையும் சமுதாயம் நம்ப மறுக்கிறது. ஒட்ட வைத்த ஒப்பனைகளால் நாம் உயர்ந்து நிற்க முடியாது. நம் மையத்திற்குள் நிகழ்கின்ற மாற்றங்களால் மட்டுமே கம்பீரமாகக் காட்சியளிக்க முடியும்.

*

19. பக்கவாட்டுச் சிந்தனை

அண்ணன் - தம்பி இருவரும் இரட்டையர்கள். தம்பி அண்ணனுக்கு இருநாள் முன்பு பிறந்தநாள் கொண்டாடுகிறான். இது எப்படிச் சாத்தியம்? இந்தக் கேள்விக்கான விடையை நீங்கள் யூகிக்கும் முன்பு ஒரு சின்ன சம்பவத்தை உங்களிடம் பகிர்ந்துகொள்ள விரும்புகிறேன்.

ஓர் ஊரைக் கடக்க உயரமான கழி ஒன்றை எடுத்துக்கொண்டு ஒரு பணியாளன் சென்று கொண்டிருந்தான். அந்த ஊர் வாயிற்கதவு வந்ததும் நெடுக எடுத்துச் செல்லப்பட்ட கழி இடித்தது. ஏனென்றால் கதவைக் காட்டிலும் உயரமாக அந்தக் கழி இருந்தது.

அங்கிருந்தவர்களையெல்லாம் எப்படி எடுத்துச் செல்வது என அவன் கேட்கும்போது அவர்கள் எல்லாரும் அந்த ஊரிலேயே புத்திசாலி ஒருவர் இருப்பதாகவும், அவர் அந்த வழியே வர இருப்பதாகவும் கூறினார்கள்.

அவர் சிறிது நேரத்தில் அங்கு வந்தார். அவரோ குதிரையின் முதுகு மீது உட்கார்ந்து சவாரி செய்யாமல் வாலுக்கருகில் அமர்ந்து பயணம் செய்து வந்தார். ஏன் என்று கேட்டதற்கு "லகான் நீளமாக இருந்தது, அதனால் தான்" என்று பதிலளித்தார்.

அவர் வழிப்போக்கனின் பிரச்சினையைக் கேட்டதும், 'கழியை வெட்டி எடுத்துச் செல்வதைத் தவிர வேறு வழியில்லை' என்றார்.

பக்கவாட்டில் படுக்கவைத்து எடுத்துச் சென்றிருந்தால் எவ்வளவு பெரிய கழியையும் வெகு எளிதில் அவன் எடுத்துச் சென்றிருக்கலாம்.

ஆனால், அவர்கள் எல்லாருடைய சிந்தனையுமே நேர் கோட்டுச் சிந்தனையாக (Vertical Thinking) இருந்தது. லகானை சுருட்டி சவாரி செய்யத் தெரியாதவன்தான், அவர்களுக்குள் அதிசிறந்த புத்திசாலி என்றால் மற்றவர்கள் எவ்வளவு சாமர்த்திய சாலிகளாக இருப்பார்கள் எனத் தெரிந்துகொள்ளலாம்.

நேர்கோட்டுச் சிந்தனை என்பது ஒரு பிரச்சினையைக் குறிப்பிட்ட வரையறைக்குள்ளிருந்து தீர்க்க நினைப்பது. குறுகிய எல்லைக்குள் நாம் செயல்பட்டால் நம்முடைய தீர்வுகள் அற்பமானதாகவும், பல நேரங்களில் தீர்வே இல்லை என முடிவு செய்வதாகவும் ஆகிவிடும்.

ஆனால், சற்று வெளியில் நின்று சகல சாத்தியக் கூறுகளையும் ஆராயும்போது கடிவாளப் பார்வையிலிருந்து விடுபட்டு கழுகுப் பார்வையை நாம் அடைய முடியும்.

தம்பி - அண்ணன் கேள்விக்கு விடை எளிது. தாய் முழுமாதக் கர்ப்பிணியாகப் படகில் பயணம் செய்கிறாள். சர்வதேச நாள் எல்லை (International - Date Line)யைக் கடப்பதற்கு முன்பு அந்த நாட்டில் தேதி மார்ச் 1. அன்று அண்ணன் பிறக்கிறான். கடந்த நிமிடமே தம்பி பிறக்கிறான். அந்த நாட்டில் தேதி பிப்ரவரி 28.

எனவே, தேதிக் கிரமப்படி தம்பி பிப்ரவரி 28 ஆம் தேதியும், அண்ணன் மார்ச் 1 ஆம் நாளிலும் பிறந்ததாகக் கணக்கு.

லீப் வருடம் வருகின்றபோது தம்பி அண்ணனுக்கு இரண்டு நாட்களுக்கு முன்பாகப் பிறந்தநாள் கொண்டாடுவான்.

அடுத்த விடுகதை...

ஒருவன் திடீரென அருங்காட்சியகத்திற்குள் நுழைகின்றான். ஓர் அழகிய ஓவியத்தைப் பாழ்படுத்தி விடுகின்றான். ஆனால் எல்லோரும் அவனைப் பாராட்டுகிறார்கள். ஏன்?

அருங்காட்சியகத்தில் நுழைந்தவர் ஒருவேளை தீயணைப்புத் துறையைச் சார்ந்தவராக இருக்கலாம். அருங்காட்சியகத்தில் தீ ஏற்பட்டிருக்கலாம். வந்த தீயணைப்பு வீரர் தீ பரவாமல் ஓர் ஓவியம் மட்டுமே சேதப்படும்படி தீயை அணைத்திருக்கலாம் - இது ஒரு சாத்தியக்கூறு.

ஓர் ஓவியத்திற்குப் பின்னால் எல்லாராலும் தேடப்படும் பயங்கரக் குற்றவாளி ஒளிந்திருக்கலாம். அவனைச் சுட்டுப் பிடிக்க அந்த ஓர் ஓவியம் மட்டும் சேதப்படும்படி நேரிட்டிருக்கலாம். இது இன்னொரு சாத்தியக்கூறு.

அடுத்தது,

ஒருவன் உணவகத்தில் நுழைந்து தண்ணீர் கேட்கிறான். அவனோ துப்பாக்கியை எடுத்து நீட்டுகிறான். தண்ணீர் கேட்டவன் 'நன்றி' எனச் சொல்லிவிட்டுப்போகிறான். ஏன்?

இதற்கான விடையை நான் சொல்லப்போவதில்லை. நீங்களாகவே சிந்தித்துக் கொள்ளுங்கள் - பக்கவாட்டுச் சிந்தனையில்.

*

20. அறிவுக்குக் கடிவாளம்

நாம் ஒரு நிகழ்வின் நேர்மறையான (Positive) பக்கங்களை மட்டும் பரிசீலனை செய்பவர்களாக இருந்தால் வாழ்க்கை மகிழ்ச்சி கரமானதாக மாறிவிடும். எதிர்மறையான செய்திகளை மட்டுமே கண்களில் விளக்கெண்ணெய் ஊற்றிப் பார்த்துக்கொண்டிருந்தால் நரம்புத் தளர்ச்சியும் இரத்தக் கொதிப்பும்தான் ஏற்படும்.

குற்றம் குறை இல்லாத இடம் ஏது?

குற்றம் மட்டும் பார்த்தால் உடலில் அமிலம் அதிகரித்து எதைக் கேட்டாலும் கோபம் வர ஆரம்பிக்கும். கோபம் பலவீனத்தின் சின்னம்.

சிலர் தங்கள் அறிவைத் தேவையில்லாத இடத்தில் காட்டத் துணிந்தால் நட்டம் நமக்குத்தான்.

ஒரு ரசாயன விஞ்ஞானி, உயிரியல் நிபுணர், மின்சாரப் பொறி யாளர் ஆகியோரை மின் இருக்கையில் அமர்த்தி சாகடிக்கத் தீர்ப்பு வழங்கப்பட்டது.

தண்டனையை நிறைவேற்றுபவன் ரசாயன விஞ்ஞானியிடம் "நீங்கள் ஏதாவது கூற விரும்புகிறீர்களா?" என்றான். அவர் "இல்லை" என்றதும் அவன் சுவிட்சை அழுத்தினான். ஆனால் மின்நாற்காலி வேலை செய்யவில்லை.

அந்த நாட்டின் விதிப்படி ஒருமுறை தண்டனை நிறைவேற்றப் படாவிட்டால் குற்றவாளி விடுவிக்கப்பட வேண்டும். எனவே ரசாயன விஞ்ஞானி விடுதலையானார்.

உயிரியல் நிபுணரும் மின்நாற்காலி வேலை செய்யாததால் விடுவிக்கப்பட்டார்.

அடுத்தது மின்சாரப் பொறியாளர் மின்இருக்கைக்கு அழைத்து வரப்பட்டார். "உங்களுக்குச் சொல்லிக்கொள்ள ஏதாவது இருக்கிறதா?" என்று கேட்டதும், அந்த மின்சாரப் பொறியாளர் "ஆமாம், அந்த சிவப்பு மற்றும் நீல வயர்களை ஒன்றாக இணைத்தால் இந்த நாற்காலி வேலை செய்யும்" என்றார்.

அதனால் கருகிப் போனார்.

எந்த இடத்தில் தவறு கண்டுபிடிக்கக்கூடாதோ, அங்கு கண்டு பிடித்ததால் அவர் உயிர் போனது. சில நேரங்களில் விடை தெரிந்தாலும் மௌனமாக இருப்பதுதான் உத்தமம்.

நிறைய விஷயம் தெரிந்தவர்கள் ஒன்றுமே தெரியாதது போல் சில இடங்களில் அமர்ந்திருப்பதை நான் பார்த்திருக்கிறேன்.

ஓர் இளைஞன் புகைவண்டி லெவல்கிராஸிங் காவலர் வேலைக்கு விண்ணப்பித்து நேர்முகத் தேர்வுக்குச் சென்றிருந்தான்.

அப்போது தேர்வாளர் அவனிடம் கேட்டார்.

"எதிர்த் திசையில் இரண்டு புகைவண்டிகள் அறுபது மைல் வேகத்தில் ஒரே தண்டவாளத்தில் வர நேர்ந்தால் நீ என்ன செய்வாய்?"

"நான் என் விசிலை ஊதுவேன்" என்றான் அவன்.

"ஒருவேளை உன் விசில் உடைந்திருந்தால்?"

"நான் என் சிவப்பு சட்டையைக் கழற்றி ஆட்டுவேன்."

"இரவு நேரமாக இருந்தால்?"

"நான் என் ராந்தல் விளக்கைப் பலமாகத் தூக்கி ஆட்டுவேன்."

"ஒரு வேளை அரிக்கன் விளக்கில் எண்ணெய் இல்லாமல் இருந்தால்?"

"நான் என் சகோதரியைக் கூப்பிடுவேன்."

"உனது சகோதரியையா, எதற்காக?"

"என் தங்கையைக் கூப்பிட்டு, 'சீக்கிரம் வா! நீ இதுவரைப் பார்த்திராத, கேள்விப்பட்டிராத பெரிய ரயில் விபத்தைப் பார்க்கும் வாய்ப்பை இழந்து விடாதே' என்று கூறுவேன்."

சரிக்குச் சரி பேசினால் என்ன சொல்வது?

தவிர்க்க முடியாது என்று தெரிந்த பிறகு வேறென்ன செய்ய முடியும்?

விதண்டாவாதம் செய்யும்போது வேறென்ன சொல்ல முடியும்?

*

21. கருப்புக் கண்ணீர்

கிரேக்கப் புராணத்தில் ஒரு கதை உண்டு.

ஃபீதான் என்பவன், ஹீலியாஸ் என்னும் சூரியக் கடவுளின் மகன். அவன் தன் நண்பர்களிடம் தந்தையைப் பற்றிக் கூறியபோது அதை நம்ப யாரும் தயாராக இல்லை.

அவன் ஹீலியாஸிடம் சென்று முறையிட்டு, சூரியனின் தேர் ஓட்டும் உரிமையையும் குதிரைகளை இயக்கும் பொறுப்பையும் பெற்றுக் கொண்டான்.

ஆனால், அந்தக் குதிரைகளோ வழக்கமாகத் தங்கள் லகானை உறுதியாகப் பிடிக்கும் பிடி தளர்ந்திருப்பதை உணர்ந்தன. அதனால் தறிகெட்டு ஓடி, பூமியின் மீது சூரியனை மோதச் செய்து விட்டன.

அப்படி மோதிய இடமே ஆப்பிரிக்காவானது. அதன் வாசிகள் நிரந்தரமாகக் கருப்பாகிப் போனார்கள்.

பூமியைக் காப்பாற்ற ஜூபிடர் வஜ்ராயுதத்தைச் செலுத்தி ஃபீதானைக் கொன்றார்.

ஆப்பிரிக்கர்கள் கருப்பானதற்குக் கிரேக்கர்கள் கூறிய காரணம் இது.

'கருப்பு மரணம்' என்கின்ற பதம் ஒன்று உண்டு.

1347 - ஆம் ஆண்டு பரவிய தொற்றுநோயால் ஐரோப்பாவில் மாத்திரம் 250 லட்சம் பேர் மூன்று ஆண்டுகால அளவில் மரணம் அடைந்துவிட்டார்கள். அதையே 'கருப்பு மரணம்' என அழைத்தார்கள்.

அந்தக் கருப்பு மரணமும், பிரான்சு நாட்டுடன் போர் புரிந்ததால் விதிக்கப்பட்ட கடுமையான வரியும் இங்கிலாந்து விவசாயிகளைக் கிளர்ச்சி செய்யத் தூண்டியது. வரலாற்றில் பதிவு செய்யப்பட்ட ஒரு சில விவசாயக் கிளர்ச்சிகளில் இதுவும் ஒன்று.

1360 - ஆம் ஆண்டு ஏப்ரல் 14-ஆம் நாள் திங்கட்கிழமை, பிரான்சு நாட்டின் மீது படையெடுத்துச் சென்ற இங்கிலாந்துப் படை முகாமிட்டு இருந்த இடத்தை ஒரு பனிக்கட்டி மழை தாக்கியது. எதிர்பாராத குளிரும் இருட்டும் இங்கிலாந்துப் படையை நிலைகுலைய வைத்து அமைதி ஒப்பந்தத்தைக் கையொப்பம் இடுமாறு தூண்டியது.

அது ஈஸ்டர் நாளாக இருந்ததால், ஒவ்வொரு ஈஸ்டருக்குப் பின்வரும் திங்கட்கிழமையையும் இங்கிலாந்து நாட்டினர் 'கருப்புத் திங்கள்' (Black Monday) என அழைத்தனர்.

Black Prince - கருப்பு இளவரசன் என்பதும், இருட்டு இளவரசன் என்பதும் பிசாசைக் குறிப்பதாகக் கொள்ளப்பட்டது.

கருப்பு என்பது மோசமான நிகழ்வுகளைக் குறிக்கும் அடைமொழியானது. நம் எல்லாருக்கும் கருப்பு என்பது துக்கத்தின் சின்னமாய்த் துலங்க ஆரம்பித்தது.

ஆப்பிரிக்கக் கவிதையொன்றைப் படிக்க நேர்ந்தது.

"இறைவா! என்னை ஒரு கருப்பனாக
இயற்றியதற்கும்
எல்லாத் துயரங்களையும் ஏற்றுச்
சுமப்பவனாய்ச் செய்ததற்கும் எனது நன்றி.
வெள்ளை நிறம் விசேட நாட்களுக்காய்,
கருப்போ எல்லா நாட்களுக்குமாய்
இருக்கப் பணித்திட்டாய்.
இவ்வுலகம் தோன்றிய அந்த
முதற்காலைப் பொழுதினின்று
புருஷா மிருகத் தோலுடுத்தி
பூமியைச் சுமக்கச் சமைத்தாய்."

பெர்னார்ட்டடி என்பவர் எழுதிய பாடல்.

எவ்வளவு உருக்கமான வரிகள்!

இரண்டு குருவிகள் பேசிக் கொண்டன.

"அந்தக் கிளையில் ஒரு காக்கா (House Crow) ஏன் இவ்வளவு கர்வமா உட்காந்திருக்கு?"

"தெரியலையே?"

"பக்கத்துக் கிளையிலே ஒரு அண்டங்காக்கா (Jungle Crow) இருக்காம். அதுகிட்ட தான் எவ்வளவு வெள்ளைன்னு பெருமையடிச்சிக்கிதாம்."

வெள்ளைக்காரர்களுக்கு நாம் எல்லாருமே கறுப்புதான். ஏனென்றால் கருப்பு என்பது நிறமல்ல - அது இனம்.

*

22. டைமன் ஆஃப் ஏதென்ஸ்

அற்றகுளத்தின் அருநீர்ப்பறவை குறித்து ஔவையாரின் பாடலை அனைவரும் வாசித்திருக்கிறோம். சிலவற்றை நாம் அறிந்துகொள் வதற்காக வாசிக்கிறோமே தவிர நம்மை விருத்தி செய்வதற்காகப் படிப்பது இல்லை.

ஏதென்ஸ் நகரத்தைச் சார்ந்த டைமன் குறித்து ஷேக்ஸ்பியர் எழுதியிருக்கும் நாடகம் மிகவும் நுட்பமானது.

டைமன் என்னும் செல்வந்தன் எல்லாருக்கும் வாரி வாரி வழங்கு கிறான். யாரிடமும் எதையும் பெறுகின்ற பழக்கம் அவனுக்கு இல்லை. கை தாழாமல் வாழ்பவன் அவன். வழங்கி வழங்கி அவன் வறுமை யடைகிறான். உதவி செய்தவர்களிடம் கடனாகப் பணம் கேட்டு அனுப்புகிறான். எல்லாரும் கைவிரித்து விடுகிறார்கள். மனித இனம் முழுமையையுமே அவன் வெறுக்க ஆரம்பித்து விடுகின்றான்.

மறுபடியும் அனைவரையும் விருந்துக்கு அழைத்து வெறும் நீரை அவர்கள் முகத்தில் ஊற்றி (திரும்ப) விரட்டுகிறான். அவர்களைச் சபித்தும், திட்டியும், வைதும் துரத்தியடிக்கிறான். ஏதென்ஸ் நகரத்தை விட்டு வெளியேறி ஆளரவமற்ற குகையில் வசிக்க ஆரம்பிக்கின்றான். தோண்டும்போது அவனுக்குத் தங்கம் கிடைக்கிறது என்ற வதந்தி பரவுகிறது.

அவனைப் பார்க்க, கும்பல் கும்பலாக, அந்தக் குகைக்கு மக்கள் வர ஆரம்பிக்கிறார்கள். பணம் வந்ததும் அவனைக் காண மனம் வந்தது. பின்னால் நமக்குத் தருவான் எனச் சிறிதும் வெட்கமில்லாமல் அவனைக் காணச் சென்றவர் பலர்.

"ஏதென்ஸ் நாட்டின் மீது அல்ஸிபேடஸ் படையெடுத்து வரும்போது அதைக் காப்பாற்ற டைமனைத் தலைமை ஏற்கும்படி செனட்டர்கள் எல்லாரும் கெஞ்சுகிறார்கள்."

ஆனால், அவன் மறுத்துவிடுகிறான்.

"என்னால் ஏதென்ஸ் நகர மக்களுக்கு ஒரே ஓர் உதவி மட்டும் செய்ய முடியும். என் வீட்டில் இருக்கும் மரத்தை நான் வெட்டப் போகிறேன். அதற்குள் அதில் தூக்குப்போட்டுக் கொள்ள விரும்பு பவர்கள் தூக்குப் போட்டுக் கொள்ளலாம்."

வெ.இறையன்பு

இறுதிவரை தன் வெறுப்பு மாறாமலேயே டைமன் இறந்து போகிறான்.

டைமனுடைய கதை இன்றும் பொருந்துவதாக இருக்கிறது. மனிதர்கள் காலம் காலமாக ஒரே மாதிரிதான் இருக்கிறார்கள் என்று தோன்றுகிறது.

கஷ்டமும் நஷ்டமும் வரும்போது தூர ஓடும் துஷ்டர்கள் இருக்கவே செய்கிறார்கள்.

சின்னவயதில் அம்புலிமாமாவில் படித்த கதை இன்றும் ஈரமாய் இருக்கிறது.

மிகப்பெரிய செல்வந்தர் ஒருவரிடம் உதவிகேட்டு ஒருவன் போனான். அவர் அவனை இன்முகத்தோடு வரவேற்றார். தன்னுடைய சொத்து விவரத்தையெல்லாம் கூறினார். தன்னுடைய தொழில்கள், நிலபுலன்கள், வசதி வாய்ப்புகள் எல்லாவற்றையும் பட்டியலிட்டார். அவனை ஒவ்வொரு அறையாக அழைத்துச் சென்று காட்டினார்.

பின்வழியாகப் புழக்கடைக்கு அழைத்துச் சென்று, "உங்களிடம் நான் காட்டிய அனைத்தையும் என் சொந்த உழைப்பால், யாரிடமும் ஒரு பைசாகூட வாங்காமல் சுயமாகச் சம்பாதித்துத்தான் வாங்கினேன். எனவே, நீங்களும் எதையும் இலவசமாக வாங்காமல் சுயமாகச் சம்பாதித்து முன்னேறுகின்ற வழியைப் பாருங்கள்" என்று கறாராகப் பேசி வழியனுப்பி வைத்தார்.

*

23. அழகு - அச்சொல்லே அழகு

அழகு என்பது இனிய என்கின்ற எல்லா பொருட்களையும் குறிக்கும். 'அழகு' என்கின்ற சொல்லைக் கேட்ட மாத்திரத்தில் அது ஒவ்வொருவர் இதயத்திலும் ஒவ்வொரு விதமான தாக்கத்தை ஏற்படுத்தும்.

இளைஞனின் உள்ளத்தில் அழகு என்ற சொல் ஒரு யுவதியையும்,

கவிஞனின் உள்ளத்தில் அழகு என்ற சொல் ஒரு சோலையையும்,

கலைஞனிடம் சித்திரத்தையும்,

பறவைநேசர்களிடம் அது ஒரு பறவையையும்,

கட்டடக் கலைஞனிடம் ஒரு நெடிதுயர்ந்த கட்டடத்தையும்,

பிரதிமைகளாக உருவாக்கிக் காட்டும் திறன் பெற்றது.

நம் கற்பனைகளின் எல்லை நம் அனுபவத்திற்கேற்ப விரிய அந்தச் சொல் வாய்ப்பை ஏற்படுத்தித் தருகிறது.

நந்தி என்பவர் அழகுக்கு இணையான இனச் சொற்களைப் பட்டியலிட்டிருக்கிறார்.

அலங்காரம், அணி, அருமை, அமைதி, அமுதம், ஆபரணம்.

இனிமை, இசைவு, இணக்கம்

உயர்ச்சி, ஒளி, ஜோதி

கவர்ச்சி, கம்பீரம், காந்தி, காந்தம், கிருபை, குணம், குளிர்ச்சி

சாந்தகம், சிங்காரம், சீலம், சீர்மை, சுந்தரம், செல்வம், செல்லம்

செம்மை, செல்வி, செழிப்பு, சொக்கு, சொகுசு, சோபனம், சௌந்தரம்

திரள், தூய்மை, நேர்த்தி

பண்பு, பருவம், புனிதம், புதுமை

பூரிப்பு, பூரணம், பெருமை, பொலி (மை)வு

மதிப்பு, மதர்ப்பு, மென்மை, மேன்மை

லட்சணம், லாவண்யம்

வடிவு, வனப்பு, வசீகரம், விசித்திரம்

என அந்தப் பட்டியல் நீளுகிறது.

ஆனாலும் இவை எதுவும் 'அழகு' என்ற சொல்லுக்கு ஈடாக முடியாது. ஏனென்றால் அந்தச் சொல்லே மிகவும் அழகானது. அழகு பரிமாறுபவனுக்கே போதையூட்டும் அதிசயமது.

கிழக்கு இந்தியப் பழங்குடி மக்களில் 'கருப்புப் பற்கள் அழகு' என்று கருதும் ஓர் இனம் உண்டு.

ஹெலன் ஆஃப் ட்ராயைத் தூக்கிலிடும்போது அவள் அழகில் யாரும் மயங்கிவிடக்கூடாது; தங்கள் கடமையைச் செய்யாமல் வாளாவிருந்து விடக்கூடாது என்று தண்டனையை நிறைவேற்றுபவர்கள் கண்கள் கறுப்புத் துணியால் கட்டப்பட்டதாகக் கதை உண்டு.

'அழகு தோல் மட்டும்' என்று நாம் சொன்னாலும், கீட்ஸ் சொன்னதுபோல அழகியவை நாம் நினைக்க நினைக்க இன்புறுமாறு ஏற்படுத்தும் ஆர்ப்பரிப்புகள் அளவற்றவையாக இருக்கின்றன.

நம் ஒவ்வொருவருக்குமே நாம் அழகு என்கிற அபிப்பிராயம் உண்டு.

அதில் தவறு இல்லை; நாம் மட்டுமே அழகு என எண்ணும் போதுதான் பிரச்சினை வருகிறது.

ஒரு பெண்மணி மனநல மருத்துவரிடம் சென்று, "நான் கண்ணாடியில் என் உருவத்தைப் பார்க்கும்போதெல்லாம் கர்வப் படுகிறேன். இதற்கு நான் என்ன செய்ய வேண்டும்?" என்று கேட்டாள்.

"நீங்கள் ஒரு கண் மருத்துவரிடம்தான் சிகிச்சை செய்ய வேண்டும். உங்கள் கண்களில்தான் கோளாறு" என்றார் அவர்.

*

24. வீம்புக்காக

ஒரு பொருளை நாம் வாங்கும்போது, இது நமக்குத் தேவையா? இது இல்லாமல் நாம் வாழவே முடியாதா? என்பதைச் சிந்தித்துப் பார்த்து, பிறகு முடிவு செய்ய வேண்டும். இந்த விதி புத்தகங்களுக்கு மட்டும் பொருந்தாது.

'இன்னார் வாங்கியிருக்கிறார்', 'இன்னார் வீட்டில் இருக்கிறது', 'அவர் வாங்கும்போது நானும் வாங்கினேன்' என்பதெல்லாம் தேவையில்லாத விளக்கங்கள்.

'நம்மைவிட வசதி குறைந்தவர்கள், வருமானமில்லாதவர்கள் வாங்கினால் / வைத்திருந்தால் நாமும் வாங்கித்தானாக வேண்டும்' என்று எந்த எழுதப்படாத விதியும் இல்லை.

வெறும் ஜம்பத்திற்காக நம் வீட்டில் பல பொருட்கள் இருந்து என்ன பயன்? பலர் வீட்டில் பயன்படுத்தப்படாத (என்சைக்ளோ பீடியாக்கள்) கலைக் களஞ்சியங்கள் தூசி படிந்திருப்பதைப் பார்க்கலாம். ஆனால் நான் ஏற்கெனவே சொன்ன விதியின்படி புத்தகங்களை நாம் வாசிக்காவிட்டாலும் சந்ததியினராவது வாசிக்க முடியும்.

சந்தை என்பது புதிய புதிய பொருட்களை வர்த்தகம் செய்கின்ற இடம்தான். அதுமட்டுமல்ல - வர்த்தக நிறுவனங்கள் தங்கள் பொருட் களை, புதிய பொருட்களின் மூலமாகக் காலாவதியாக்கினால்தான் போட்டியில் நிலைத்து நிற்க முடியும். சக்திவாய்ந்த ஊடகங்களில் கவர்ச்சிகரமான விளம்பரங்களால் உள்ளத்தை ஊடுருவுவதும் அந்தப் பொருள் மூலம் நம் வாழ்க்கையே வளமாகிவிடும் என்பது போன்ற மாயையை உருவாக்குவதுமே அவர்கள் கையாளும் வியாபாரத் தந்திரம். அவர்கள் காட்டும் விளம்பரத்திற்கும் கூட மறைமுகமாக நாம் பணம் செலுத்துகிறோம் என்பதே உண்மை.

எல்லா விளம்பரங்களிலும் குழந்தைகள் இருப்பார்கள். குழந்தைகள் தான் இன்று பல வீடுகளில் என்ன பொருள் வாங்குவது என்பதைத் தீர்மானிக்கிறார்கள்.

தன் சக்திக்கு மீறிப் பொருள்களை வாங்குவது.

தன் சக்திக்கு மீறிப் படிக்க வைப்பது.

வீண் பெருமைக்காக ஆடம்பரமாகத் திருமணம் செய்வது என்று நாம் நமக்காக வாழ்வதைக் காட்டிலும், அடுத்தவர்களுக்காக ஒப்பனை செய்கிறோம்.

பெருமைக்காக இரவல் வாங்கிய போலி நெக்லஸ் தொலைய, அதற்கு ஈடாக வைர நெக்லஸை வாங்கித் தந்துவிட்டு வாழ்நாள் எல்லாம் உழைத்துக் களைத்து இளைத்த தம்பதியைப் பற்றி நாம் படித்திருக்கிறோம்.

பொருட்கள் குறைவாக இருக்கும்போது வாழ்க்கைப் பயணமும் சுகமாகிறது. பாரம் கூடக் கூட அது சுமையாகிறது. பொருட்களைப் பாதுகாக்கும் அவசரத்தில் பயணத்தையே நாம் தொலைத்து விடுகிறோம்.

மனத்தில்கூட தன் முனைப்பு, வன்மம், பொறாமை போன்ற பாரங்களை ஏற்றிக்கொள்வதால்தான் நாம் தள்ளாடுகிறோம் - சமயத்தில் அல்லாடுகிறோம்.

இரண்டு சகோதரர்கள் இருந்தார்கள் - இரட்டையர்கள். இருவருமே சம அளவு பணம் போட்டு ஒரு ஜோடிக் காலணிகளை வாங்கினார்கள். அவற்றை எப்படி இருவருமே பயன்படுத்திக் கொள்வது என்ற கேள்வி எழுந்தது.

அண்ணன் ஒரு காலிலும் தம்பி ஒரு காலிலும் அணிவது சரிப்பட்டு வராது. எனவே, அண்ணன் பகலிலும் தம்பி இரவிலும் அணிவது என முடிவானது.

விரைவில் செருப்பு அறுந்து போனது.

'அடுத்த ஜோடியையும் இருவரும் பணம் போட்டு வாங்கலாம்' என்று அண்ணன் சொன்னதை தம்பி அவசரமாக மறுத்தான்.

'இரவு முழுவதும் செருப்பை அணிந்து நடந்து தூக்கம் போனது தான் மிச்சம்.'

வீம்புக்கு வாங்கினால் பணமும் போகும்; தூக்கமும் போகும்.

*

25. ராஜவிருந்து

ராஜவிருந்துகளில் எப்படி நடந்துகொள்வது என்பதற்குச் சில வழிமுறைகள், சில விதிமுறைகள் உண்டு.

நான் ராஜவிருந்து என்று குறிப்பிடுவது ஜனாதிபதி, பிரதமர் ஆகியோருடன் உணவு உண்பதைத்தான். முக்கிய பிரமுகர் உணவைக் கையில் எடுக்கும் வரை நாம் உணவைத் தொடக் கூடாது. அவர் அந்த உணவைச் சாப்பிட்டு முடித்ததும், நாம் எவ்வளவு சாப்பிட்டு இருந்தாலும் பாதியிலேயே நிறுத்திவிட வேண்டும். 'நான் முழுவதும் சாப்பிட்டு விட்டுத்தான் கப்பைக் கீழே வைப்பேன்' என்று அடம்பிடிக்கக் கூடாது.

உதாரணமாக, நாம் சூப் சாப்பிட ஆரம்பித்து, இரண்டு மிடறு தான் குடித்திருப்போம், இருந்தாலும் முக்கிய பிரமுகர் கப்பைக் கீழே வைத்தால் நாம் கீழே வைத்துவிட வேண்டும்.

பல சம்பிரதாயச் சாப்பாடுகளில் (Formal Dinner) இந்த முறை கையாளப்படும். எல்லாருக்கும் தெரியும் படியாக விளக்குகள் எரியும். சிவப்பு விளக்கு எரிந்தால் அந்தக் குறிப்பிட்ட வகை உணவைக் கீழே வைத்துவிட வேண்டும்.

நம் வீட்டில்கூட விருந்தினர்கள் வந்தால் அவர்கள் தேநீரை அருந்தி முடிக்கும்வரை நாமும் தேநீரை மெதுவாகக் குடித்து முடிப்பதுதான் பண்பாடு. அவர்கள் சாப்பிடும்வரை காத்திருந்து, அவர்களை முதலில் கையலம்பச் செய்வது நாகரிகம்.

அதைப் போலவே சில முக்கிய விருந்துகளில் என்ன உடை உடுத்த வேண்டும் என்றுகூட விதிமுறைகள் உண்டு.

நான் கவனித்திருக்கிறேன். நாமே எடுத்துப் பரிமாறும் வகையில் ஏற்பாடு செய்யப்படும் பஃபே (Buffey) விருந்துகளில் சிலர் தட்டு முழுவதுமாக நிரப்பிக்கொண்டு சாப்பிடுவதை. அது அநாகரிகம்.

நாம் எத்தனை முறை வேண்டுமானாலும் உணவை எடுத்துக் கொள்ளலாம். ஆனால் தட்டை நிரப்பாமல் சாப்பிடுவதுதான் பண்பாடு. சிலரோ மாமிச உணவை அதிகப்படியாக உண்டு தட்டில் ஏதோ குருஷேத்திரப் போர் நடந்தது போல் ஆக்கிவிட்டு பிறகு அதை மேசைக்கடியில் சொருகி வேறொரு புதுத் தட்டை எடுத்துக் கொள்வதையும் பார்க்கலாம்.

இதைப் போன்ற இடங்களில்தான் நம் கட்டுப்பாடு, கௌரவம், நடந்துகொள்ளும் பண்பு ஆகியவை வெளிப்படுகின்றது.

சூப்பைக் குடிக்கும்போது குறட்டை விடுவது போல சத்தம் போடக்கூடாது. ஸ்பூனைத் தட்டில் உராய்ந்து சத்தம் எழுப்பக் கூடாது.

டாக்டர் இராதாகிருஷ்ணன் கையால் சாப்பிடுவதைப் பார்த்து ஒருவர் கேட்டார்.

"நீங்கள் ஏன் ஸ்பூனால் சாப்பிடுவதில்லை?"

அதற்கு "என் கையை வேறு யாரும் உபயோகித்திருக்க முடியாதல்லவா?" என்றார் அவர்.

என் சகோதரர் திருப்புகழ் கையால் சாப்பிடுவதைப் பார்த்து ஒருவர் கேட்டார்.

"நீங்கள் ஏன் கையால் சாப்பிடுகிறீர்கள்? ஸ்பூனில் சாப்பிடலாமே?"

"நான் கையால் தொடத் தகுதியில்லாத எதையும் சாப்பிடுவதில்லை" என்றார் அவர்.

என் நண்பர் ஒருவர் இந்தச் சடங்கு விருந்து பற்றிக் கூறிய போது, நான் அவரிடம் "இப்படியெல்லாம் எதற்கு விருந்து?" என்றேன்.

"இவை சாப்பிடுவதற்காக அல்ல - நாம் மற்றவர்களிடம் பழகவும், கருத்துகளைப் பரிமாறிக்கொள்ளவும்தான்" என அவர் விளக்கமளித்தார்.

"அப்புறம் எப்படிப் பசி தீரும்?"

"நீங்கள் இந்த விருந்துகளுக்கெல்லாம் ஏற்கெனவே வயிறார சாப்பிட்டுவிட்டுத்தான் போக வேண்டும்."

*

26. வாழும்போதே

ஒரு தோப்பில் தேக்கு மரமும் மாமரமும் அருகருகில் வளர்ந் திருந்தன. தேக்கு மரம் சொன்னது, "நான் வளர்ந்து வெட்டப்பட்டதும் வலிமை மிகுந்த திடச் சாமான்களாக உருவாகின்றேன். என் விலையோ அதிகம். நிறைய உபயோகம். ஆனாலும் மக்கள் உன்னையே அதிகம் போற்றுகிறார்கள்; ஏன்?"

மாமரம் சொன்னது:

"நான் வாழ்கின்றபோதே வழங்குகிறேன் - நீ வீழ்கின்றபோது மட்டுமே விநியோகிக்கிறாய்."

பசுவும் பன்றியும் சந்தித்தபோதும் இதைப் போன்றே உரையாடல் நடந்தது.

வாழும்போதே மற்றவர்களுக்கு உதவியாக இருந்துவிட்டு, இறக்கும்போதும் தன் உறுப்புகளை, விழிகளை வழங்கியும், உடைமை களைத் தானம் செய்தும் தங்களை மற்றவர்கள் தாண்டிச் செல்லும் பாலமாக இருப்பவர்கள் பலர்.

'இறந்தபின் தருவோம்' என நினைத்தால் அவர்கள் இருப்பதே பலருக்கு உறுத்தலாய் இருக்கும்; இறக்கும் நாளே திருவிழா திறக்கும் திறவுகோலாய் இருக்கும்.

புருடென்சியல் இன்சூரன்சு கம்பெனி (Prudential Insurance Company) என்கின்ற ஆயுள் காப்பீட்டுக் கழகம் ஒரு புதிய முறையைப் புகுத்தியது. 'வாழும்போதே பயன்' (Living Benefits) என்பதே அது. ஆயுள் காப்பீடு என்றாலே செலுத்துபவர் இறந்தபின் என்னும் நிலையை மாற்றி, அவர் கொடூரமான பிணிகளால் பீடிக்கப் பட்டிருந்தால் 75 சதவீத தொகையை மருத்துவச் செலவுக்காகக் கொடுக்கும் முறையை அறிமுகப்படுத்தினார்.

இத்திட்டம் அமோக வரவேற்பைப் பெற்றது.

பலர் அந்தத் தொகையிலேயே குணம் பெற்று தவணையைத் திரும்பச் செலுத்தினர்.

சாகும்வரைக் காத்திருக்காமல் வாழும்போதே பயனளித்த திட்டமாக அது பாராட்டப்பெற்றது.

எனக்குத் தெரிந்த நண்பர் ஒருவர்; பெயர் சுப்பையா. பழைய பாடல்களைத்தான் விரும்பிக் கேட்பார்; பழம் படங்களைத்தான் விரும்பிப் பார்ப்பார்.

ஒருமுறை நானும் அவரும் ஒலிப்பேழை விற்கும் கடைக்குச் சென்றிருந்தோம். நான் சில செவ்விய இசை சார்ந்த ஒலிப் பேழைகளை வாங்கினேன்.

அவரோ பழம் பாடல்கள் நிறைந்த ஒலிப்பேழைகளை வாங்குவார் என எதிர்பார்த்தேன். ஆனால் புத்தம்புது திரைப்பட இசைப் பேழைகளை வாங்கிக்கொண்டிருந்தார்.

"நீங்கள் பழைய பாடல்களையல்லவா விரும்புவீர்கள்?"

"உண்மைதான். ஆனால், இந்தப் பாடல்கள் எல்லாம் இன்னும் 10 வருடத்தில் பழைய பாடல்கள் ஆகிவிடுமில்லையா?"

*

27. ஒவ்வொன்றும் உயிரெழுத்தே

கிப்பன் (Gibbon) தன்னுடைய 'ரோமாபுரி சாம் ராஜ்யத்தின் வீழ்ச்சி' என்கின்ற நூலை எழுத 20 ஆண்டுகள் எடுத்துக்கொண்டார்.

பிளாட்டோ தன்னுடைய 'குடியரசு'நூலின் முதல் வரியை ஒன்பது விதமாக எழுதி திருப்தி வந்த பிறகுதான் வடிவமைத்தார்.

எட்மண்ட் பர்க் (Edmund Burke) பாராளுமன்றத்தில் வாரன் ஹேஸ்டிங்ஸ் குறித்த தீர்மானத்தில் பேச எழுதிய முடிவுரையை 16 முறை எழுதி எழுதிச் செதுக்கினார்.

பட்லர் தன்னுடைய அனாலஜியை (Analogy) 20 தடவைகள் எழுதினார். விர்ஜில் (Virgil) தன்னுடைய எனீட் (Aeneid) நூலை எழுத 12 வருடங்கள் செலவழித்தார். ஆனாலும் அவருக்குத் திருப்தி வராததால் மரணப்படுக்கையிலிருந்து எழுந்து அதைத் தீக்கு இரையாக்க முனைந்தார்.

காஃப்கா தன்னுடைய 'விசாரணை' உட்பட்ட நூல்களைப் பதிப்பிக்க வேண்டாம் என்று எழுதி விட்டுத்தான் இறந்து போனார்.

எர்னஸ்ட் ஹெமிங்வே தன்னுடைய 'வயோதிகரும் கடலும்' (Oldman and the sea) நூலை 202 தடவை திரும்பத் திரும்ப எழுதினார்.

விட்மன் தன்னுடைய 'புல்லின் இதழ்களை' திரும்பத் திரும்ப செம்மை செய்து இறுதியாக இதுவே முடிவான வடிவம் என்று பிரகடனப்படுத்தினார்.

டால்ஸ்டாய் தன்னுடைய 'போரும் சமாதானமும்' நூலை திரும்பத் திரும்ப எழுதினார் எனக் கேள்விப்பட்டிருக்கிறேன்.

தன்னுடைய 'தரிசு நிலம்' எஸ்ரா பவுண்ட் (Ezra Pound) மூலமாக செதுக்கப்பட்டு வெகுவாகக் குறைக்கப்பட்ட போது அவரை மாஸ்டர் கிராப்ட்ஸ்மேன் (Master Craftsman) என்று டி.எஸ்.எலியட் (T.S. Eliot) குறிப்பிடுகிறார்.

சொல்லப்படுகின்ற சொல்லாவது காற்றில் கரைந்து போகலாம். ஆனால், அவைகூட நிலைத்து நிற்கும் என்பதற்கு எடுத்துக்காட்டுதான் மரணத்திற்கு முன்பு சாக்ரடீஸ் ஆற்றிய அரிய உரை இன்னமும் நீடித்திருக்கும் ஆற்றல் - எழுதப்படுகின்ற எழுத்தோ எழுதுபவருக்குப் பின்னும் வாழ வேண்டியவை.

எனவே தான் நுணுக்கமாக அறிந்து கையாளப்பட வேண்டிய கைவாளாகவும், தெரிந்து எடுக்கப்பட வேண்டிய தேனடையாகவும் எழுத்து உற்றுநோக்கப்பட வேண்டியதாக உயர்ந்து நிற்கிறது.

கோடைக் காலத்திற்காகக் கட்டப்பட்டிருந்த தன் நண்பனின் வீட்டில் தங்கியிருக்கும்போது ஒருநாள் ஆஸ்கர் வைல்டு (Oscar Wilde) மதியம் உணவு நேரம்வரை தென்பட வில்லை. அவருடைய நண்பர் கேட்டார் : "காலையிலிருந்து நீ என்ன செய்துகொண்டிருக்கிறாய்?"

"பணியாற்றிக்கொண்டிருந்தேன்."

"ஏதாவது நிறைவேற்ற முடிந்ததா?"

"ஆம். என் கவிதையில் ஒரு காற்புள்ளியைச் சேர்த்தேன்."

பிறகு மறுபடியும் மதியத்திலிருந்து இரவு வரை தென் படவில்லை.

இரவு உணவின்போது சந்தித்த நண்பர் "இன்னுமா அந்தக் கவிதையில் செம்மைப்படுத்த வேண்டியிருந்தது?"

'ஆம்' என்றார் வைல்டு.

"என்ன செய்தாய்? எப்படி மெருகேற்றினாய்?"

"காலையில் சேர்த்த காற்புள்ளியை இப்போது நீக்கினேன்" என்றார் வைல்டு.

எழுதும்போது ஒவ்வொரு காற்புள்ளியும் முக்கியம்; அரைப் புள்ளியும் அவசியம் - முற்றுப்புள்ளியும் முத்தாய்ப்பானது.

ஒவ்வொரு எழுத்திலும் உயிரிருக்கிறது;

ஒவ்வொரு சொல்லிலும் மெய்யிருக்கிறது.

நாம் எழுதும்போது ஏற்படும் சுகம் வாசிப்பவர்களுக்கும் தோன்றினால் அதுவே நல்ல எழுத்து.

*

28. தோஷம் - சந்தோஷம்

'அவன் நன்றாகச் சாப்பிடுகிறான். ஆனால் உடலில் ஒட்டுவது இல்லை', 'எப்போது பார்த்தாலும் சாப்பிடுகிறான். ஆனால் பார்த்தால் பஞ்சத்தில் அடிப்பட்டது போல இருக்கிறான்' என்றெல்லாம் பலர் கூறுவதை நாம் கேட்கலாம்.

ஷேக்ஸ்பியர் கூட ஜுலியஸ் சீஸர் நாடகத்தில் 'Lean and Hungry' என்று கஸியஸ் பற்றி சீஸர் குறிப்பிடுவதாகக் கூறுகிறார்.

எப்பொழுதுமே பசியோடு இருப்பவர்கள் திருப்தியடையாதவர்கள். அவர்கள் பருமனடைய முடியாது. திருப்தியடைபவர்களே செழுமையடைய முடியும். என்ன அடைந்தாலும் திருப்தியடையாமல் பிடுங்கித் தின்னும் ஒருவித மனநிலையில் இருப்பவர்களால் வளமையான தோற்றத்தை அடையமுடியாது என்கின்ற பொருளில் ஷேக்ஸ்பியர் அப்படிச் சொல்கிறார்.

உணவிலிருந்து மூன்று விஷயங்களைத் தவிர்க்க வேண்டும் என்று ஸ்ரீ ராமானுஜர் குறிப்பிடுகிறார்.

முதலில் ஜாதிதோஷம் - உணவுப் பொருட்களின் இயற்கைத் தன்மை - நம்மை மலர்ச்சியோடும் அன்போடும், அமைதியோடும் வைத்துக்கொள்ளக்கூடிய உணவு வகைகளை உட்கொள்ள வேண்டும். உணர்ச்சியைத் தூண்டக்கூடிய உணவுகளைத் தவிர்க்க வேண்டும். பழங்கள், பசுங் காய்கறிகள் ஆகியவற்றைப் பார்க்கும்போது அவை உண்ணத் தூண்டுகின்றன. அவை இயல்பாக நம் உடலில் ஐக்கியமாகின்றன.

உணவில் அடுத்த தோஷம் ஆசார தோஷம். உணவு யாரிடமிருந்து பெறப்படுகிறது என்பதும் முக்கியம்.

ஒவ்வொரு மனிதனையும் சுற்றி ஓர் ஒளிவட்டம் இருக்கிறது. அவன் எந்தத் தொட்டாலும் அவனது இயல்பின் ஒரு கூறு அதில் தெரிகிறது. ஆகவே யார் சமைக்கிறார்கள்? யார் பரிமாறுகிறார்கள்? என்பது கவனிக்கப்பட வேண்டியவை.

சிலர் கைகளில் பரிமாறப்படும் பாத்திரம் அமுதசுரபியாக மாறுகிறது. அவர்கள் வார்த்தால் நீர்கூட இனிப்பாகிறது. அவர்கள் தொட்டால் காய்கூட கனியாகிறது.

மூன்றாவது நிமித்த தோஷம் - உணவில் அழுக்கு, தூசி போன்றவை இருக்கக் கூடாது.

உணவுப் பொருள்களை நன்றாகச் சுத்தம் செய்து உண்ண வேண்டும். அதற்காக உப்பைக் கழுவக்கூடாது. சர்க்கரையை அலச முடியாது. கிருமிகளின்றி தூசி, துகள் இன்றி அவற்றைத் தூய்மைப் படுத்தி உண்ணுவது உடல் ஆரோக்கியத்திற்கும், நோய் நொடியின்றி வாழ்வதற்கும் அவசியமாகிறது.

ஒருவர் கடித்துத் தின்ற ஆப்பிள் பழத்தின் மீதியை இன்னொருவர் தின்னக் கோருவது தோஷமாகும்.

உணவு தூய்மையானால் மனமும் தூய்மையாகிறது. பகிர்கின்ற போது உணவின் சுவை அதிகரிக்கிறது. பதுக்குகின்ற போது உணவு ஊசிப்போகிறது.

மணிவாசகனார் "ஊழின் மலிமனம் போன்றிருண்ட கோகிலமே" என்று குயிலின் கருமைக்கு உணவு மிகுதியாக உண்பவன் மனத்தை உவமை கூறுகின்றார்.

உணவின் சுவை பரிமாறப்படும் பரிவில்தான் அடங்கியிருக்கிறது. ஆஹாகான் அரண்மனையிலிருந்து விடுதலை பெற்று காந்தியடிகள் உடல்நலத்தைப் பார்த்துக் கொள்வதற்காக ஜுஹு சென்றார்.

அங்கு அவரைச் சந்திக்க மிகுந்த ஏழைச் சிறுவன் ஒருவன் வந்தான். மிகுந்த சிரமத்திற்குப் பிறகு உள்ளே செல்ல அனுமதி கிடைத்தது.

அவருக்கு வணக்கம் தெரிவித்தபின் பழங்களைக் கொடுத்தான். சுற்றியிருந்தவர்கள் அவனைப் பிச்சைக்காரன் என்று நினைத்தபோது, "இல்லை, மகாத்மா! நான் பிச்சைக்காரன் இல்லை. கூலி வேலை செய்து வருகிறேன்" என்றான்.

காந்தியடிகள் மனமுருகிவிட்டது. "இது உன்னுடைய உழைப்பின் ஊதியத்தினால் கிடைத்த பழம். இவைகளை நீயே சாப்பிடு."

"இல்லை, மகாத்மா! நான் இவற்றைச் சாப்பிட மாட்டேன். நீங்கள் சாப்பிட்டுவிட்டால் என் வயிறு நிரம்பிவிடும்" என்றான் அந்தச் சிறுவன்.

அடுத்தவர் நிறைவில் நம் உயர்வும் ஒளிந்திருக்கிறது.

*

29. எண்சாண் உடம்புக்கு

'எண்சாண் உடம்புக்குத் தலையே பிரதானம்' என்று சொல்வது தலைதான் ஒருவருக்கு அடையாளம் தருகிறது என்பதால் மட்டுமல்ல - தலையை வெட்டினால் உயிரும் துண்டிக்கப்படும் என்கின்ற காரணத்தால்.

அறிவியல் பூர்வமாக மூளை சமிக்ஞை கொடுத்தால் தான் உடலின் மற்ற அவயவங்கள் எல்லாம் செயல்படும் என்கின்ற அடிப்படைத் தத்துவம் நமக்கெல்லாம் தெரியும்.

எட்டாம் ஹென்றி இங்கிலாந்தை ஆண்டபோது தன்னுடைய அரசவையிலிருந்த ஓர் அலுவலரிடம் பிரெஞ்சு நாட்டு மன்னர் முதலாம் பிரான்சிஸிற்குக் கொண்டுபோய் சேர்க்குமாறு ஒரு தகவலைத் தந்தார். தகவலோ கோபத்தைத் தூண்டக்கூடியது. அந்த அலுவலர் பதற்றமடைந்தார்.

"பிரான்சிஸிற்குக் கோபம் வந்தால் என்னுடைய தலையைக் கொய்துவிடுவான்" என்று பயந்தவாறே தன் அச்சத்தைச் சொன்னார்.

"பயப்படாதே! அப்படி அவன் செய்தால் நான் நம் ராஜ்ஜியத்தி லிருக்கும் 100 பிரெஞ்சுக்காரர்களுடைய தலையை வெட்டித் தள்ளுவேன்" என்றார் மன்னர்.

அதற்கு அந்த அலுவலர் "அரசே, நீங்கள் நிச்சயம் அப்படிச் செய்வீர்கள். ஆனால் அந்த நூறு தலைகளில் எந்தத் தலையும் என் தோள்களுக்கு மேல் பொருந்தாது மன்னரே" என்றார்.

கைகளையோ, கால்களையோ துண்டித்த சிறிது நேரத்திற்குள் பொருத்திவிடலாம். ஆனால், தலை துண்டானால் துண்டானதுதான். வால் துண்டானால் வால் துடிக்கும் - தலை துண்டானால் உடலே துடிக்கும். வால் துண்டானால் வளரும் - தலை துண்டானால் தளரும்.

தலை இருப்பவர்கள் எல்லாரும் தலையுடன் இருப்பதாகப் பொருள் அல்ல. சரியாகச் சிந்தித்துச் செயல்படுபவர்களே தலைக்குத் தலைவணங்குபவர்கள்.

ஷிங் என்கின்ற சீன வாலிபன் மிகவும் குட்டையாக இருந்தான். அவன் தலைநகருக்குச் செல்லும்போது வழியில் ஒரு கொள்ளைக்காரன் இடைமறித்தான். ஷிங்கினுடைய விலையுயர்ந்த பொருட்களை யெல்லாம் எடுத்துக்கொண்டது மட்டுமல்லாமல் அவன் புகார்

செய்யாமலிருக்க ஏதுவாய் அவன் தலையை வெட்டப்போவதாகவும் தெரிவித்தான்.

ஷிங் மிகுந்த வருத்தத்துடன் "ஏற்கெனவே நான் உயரம் குறைவு என்று எல்லாரும் சொல்கிறார்கள். தலையும் இல்லாவிட்டால் இன்னும் குள்ளமாக அல்லவா இருப்பேன்" என்று சொல்ல, சிரித்த அந்தக் கொள்ளைக்காரன் தன் கத்தியைக் கீழே போட்டான்.

ஷிங் தலைகீழாகச் சிந்தித்தான் - தலை தப்பியது.

தலை முக்கியம் என்பதால்தான்,

- தலைமை

- தலைநகர்

- தலைமைச் செயலகம்

- தலைவாசல்

- தலைக்காவிரி

- தலையெழுத்து

- தலைப்பாகை

இப்படி எத்தனையோ வகைகளில்.

ஜென்னிலும் 'தலையை இழத்தல்' என்பது உண்டு.

தலையே அடையாளம் தருகிறது. தான் என்கின்ற ஆணவத்தையும் தருகிறது. தலையை இழப்பது முண்டத்துடன் இருப்பது குறித்தல்ல. தன் பழைய பதிவுகளை அழித்தல் - அகந்தையின்றி சகஜமாகிவிடுதல் - தலையை இழக்கும் போதே மூலத்திற்குத் திரும்ப முடியும்.

போர் வீரர்கள் சிலர் தாங்கள் வெட்டிய தலைகளின் எண்ணிக்கையைக் குறிப்பிட்டுப் பெருமை கொண்டிருந்த வேளையில் முல்லாவும் அதில் கலந்து கொண்டார்.

"நான் போர்க்களத்தில் நுழைந்தேன். எட்டுக் கால்களை வெட்டியெறிந்தேன்" என்று காலரைத் தூக்கிவிட்டுக் கொண்டார்.

"கால்களையா? ஏன் தலையை வெட்டவில்லை?"

"நானும் வெட்ட தலையைத்தான் தேடினேன். ஆனால் ஏற்கெனவே யாரோ வெட்டியிருந்தார்கள். அதனால்தான் கால்களை வெட்டினேன்" என்று நொண்டிச் சமாதானம் சென்னார் முல்லா.

*

30. விருது விஷமானது

எனக்குத் தெரிந்த நண்பர் ஒருவர் ஆங்கிலத்திலேயே ஆரம்பத்தி லிருந்து படித்தவர்.

ஒருமுறை தமிழ் இலக்கியங்கள் பற்றிக் குறிப்பிடும் போது "எனக்குத் தமிழ் மொழியில் எந்தக் கவிதையும் தெரியாது. 'வாடிய பயிரைக் கண்ட போதெல்லாம் வாடினேன்' என்கிற ஒரே ஒரு வரி மட்டும்தான் தெரியும்" என்று சற்று வருத்தத்துடன் சொன்னார்.

நம்மவர்கள் தமிழ் தெரியாது எனப் பெருமையுடன் கூறும்போது அவருடைய வருத்தம் நியாயமானதாகத் தோன்றியது. ஆனாலும் அவரிடம் நான் சொன்னேன்:

"நீங்கள் கற்றிருக்கும் அந்த ஒரு வரி போதும் - அதுவே வாழ்வின் சாரம்."

உண்மைச் சம்பவம் ஒன்று.

கெவின் கார்ட்டர் என்கின்ற ஒரு திறமையான பத்திரிகைப் புகைப்படக் கலைஞர் இருந்தார். அவர் ஒருமுறை ஒரு காட்சியைக் காண நேர்ந்தது. ஒரு பச்சிளங் குழந்தையைக் கழுகு ஒன்று தன்னுடைய கூரிய நகங்களால் குத்திக் கொல்லுவதுதான் அந்தக் காட்சி.

அதைத் தத்ரூபமாகப் பல கோணங்களில் புகைப்படங்களாக எடுத்துத் தள்ளினார். அந்தப் புகைப்படங்களுக்காக அவருக்குப் புலிட்சர் விருது கிடைத்தது. ஆனால், சில நாட்களிலேயே அவர் தற்கொலை செய்து கொண்டார்.

அந்தச் சம்பவம் நடந்த இடத்திற்கு வெகு அருகிலேயே இருந்தும், புகைப்படம் எடுப்பதில் கவனம் செலுத்தினோமே தவிர அந்தக் குழந்தையைக் காப்பாற்ற முயற்சி செய்யவில்லையே; நாம் நினைத் திருந்தால் அந்தக் குழந்தையை எளிதாகக் கழுகிடமிருந்து காப்பாற்றி யிருக்கலாமே என்னும் குற்ற உணர்வு அவர் பெற்ற பரிசைப் பற்றி மற்றவர்கள் எண்ணும் போதெல்லாம் அவருக்கு உறுத்தியது. அதனால் தான் அவர் தற்கொலை செய்து கொள்ள நேரிட்டது.

அவருக்கு நேர்மையும், தூய உள்ளுணர்வும் இயற்கையில் ஈரமான இதயமும் அமையப்பெற்றிருந்ததால்தான் அவருக்குக் குற்ற உணர்வு தோன்றியது.

இங்கு பல வெற்றிக் கோபுரங்கள், மாடமாளிகைகள் பிறரது சடலங்களின் மீதுதான் எழுப்பப்படுகின்றன.

விருது பெறுவதற்கு எந்தக் குறுக்கு வழியையும் கையாளலாம் என்கின்ற சுயநலமும், வறட்டு ஜம்பமும் இருக்கின்ற மனிதர்கள் இருந்தால் அவர் கைகளிலேயே கொள்கை என்னும் பிஞ்சுக் குழந்தையின் கழுத்துகள் நெரிக்கப்படலாம். விருதுகள் மகிழ்ச்சிக்குரியவைதான். எல்லா உயிரையும் நேசிக்கத் தெரியாமல் பெறுகின்ற விருதுகளால் என்ன பயன்?

ராபர்ட்ஃபிராஸ்ட் கூட ஒவ்வொரு வருடமும் தனக்கு விருது கிடைக்கும் என எதிர்பார்த்து, கிடைக்காததால் வருத்தப்பட்டதாக நான் வாசித்திருக்கிறேன். தாகூருக்கு நோபல் பரிசு கிடைத்தபொழுது 'விருது பெறும் தகுதி எம் தமிழுக்கு இல்லையா?' எனப் பாரதி கேட்டதாகப் படித்திருக்கிறேன்.

விருதுகள் நியாயமான முறையில் பெறுகின்றபொழுதும், தருகின்ற தருணத்திலும் அவை கௌரவமானதாயிருக்கின்றன. அன்பைத் தொலைத்துப் பெறப்படுகின்ற விருதும், மனிதாபி மானத்தின் மரணத்தில் அளிக்கப்படுகின்ற விருதும் அசிங்கமானவை.

உண்மையான பங்களிப்புகள் பரிசுகள் இன்றியும், பதக்கங்கள் இன்றியும் காலத்தால் அங்கீகரிக்கப்படுகின்றன. க.நா.சு. சொன்னது போல காலதேவன் தேவையற்றவற்றை நிராகரிப்பான்.

நம் படைப்பும், எழுத்தும், பேச்சும் அன்பினால் நிகழ வேண்டும். மானுடத்தின் மேம்பாட்டிற்காகவும், சக உயிர்களின் மீது உள்ள நேயத்தினாலும் நிகழ வேண்டும். எல்லாவற்றையும் அள்ளி விழுங்கும் பேராசையாலும், ஆத்திரத்தினாலும் நிகழ்கின்ற செயல்கள் எல்லாமே அன்பிற்கு முற்றிலும் விரோதமானவையாகவே வீழ்ந்துவிடும்.

சாப்பிடுவதில் கூட அன்னத்தை மென்மையாகக் கையாளுவது அன்பு - அதைக் கடிப்பதில்கூட வன்முறை காட்டுபவர்களும் உண்டு.

ஒருவர் சர்க்கஸ் மேலாளரைக் காண வந்தார். ஒரே சமயத்தில் 40 இட்லி சாப்பிடுவதாகச் சொன்னார்.

உடனே மேலாளர் அவருக்கு வேலை தந்தார்.

அவரோ "ஆனா ஞாயிறன்று இரண்டு ஷோ இருக்குமே. இரண்டு ஷோவிற்கும் நடுவில் ஒருமணி நேரம் அவகாசம் வேண்டும்" என்றார்.

மேலாளர் "எதற்கு?" என்றார்.

வந்தவர், "வீட்டுக்குப் போய் சாப்பிட்டு விட்டு வர்றதுக்குத் தான்" என்றார்.

*

31. சீசரின் மனைவி

"சீசரின் மனைவி சந்தேகத்திற்கப்பாற்பட்டு இருக்க வேண்டும்" என்று ஜுலியஸ் சீசர் உதித்த வரிகள் உதயமான சூழல் சுவையானது.

கி.மு. 62-ஆம் ஆண்டு 'வசீகரமானவன்' என்கின்ற பெயருடைய ப்யூப்ளியஸ் கிளாடியஸ் (Publius Clodius) என்கின்ற இளைஞன் ஒரு விஷமமான செயலை விளையாட்டாகச் செய்தான்.

அவன் ஒரு பெண்ணைப்போல உடையணிந்து கொண்டு ஜுலியஸ் சீஸருடைய வீட்டிற்குள் நுழைந்தான்.

அச்சமயம் சீஸருடைய வீட்டில் ஒரு மதச் சடங்கு நிகழ்ந்து கொண்டிருந்தது. பெண்கள் மட்டுமே அந்தச் சடங்கில் கலந்து கொள்ள முடிந்த சடங்கு அது. அவன் எவ்வளவு சாதுரியமாக உடை உடுத்திச் சென்றிருந்தாலும் பிடிபட்டு விட்டான்.

அவன் பிடிபட்ட செய்தி கசிந்ததும், பலர் சீஸருடைய மனைவி பாம்பியாவினுடைய ஒத்தாசையில்லாமல் அவன் அப்படிச் செய்திருக்க முடியாது என்றும், ஒரு வேளை அவன் பாம்பியாவினுடைய காதலனாகக் கூட இருக்கலாம் என்றும் சந்தேகப்பட ஆரம்பித்தார்கள்.

ஆனால், பாவம் பாம்பியா வெகுளியாகவும் களங்கமற்றும் இருந்தாள். ஆனால் சீஸரோ, "சீஸரின் மனைவி சந்தேகத்திற்கு அப்பாற்பட்டு இருக்க வேண்டும்" என்ற வரலாற்றுச் சிறப்புமிக்க வரிகளை உதிர்த்துவிட்டு அவளை மணவிலக்கு செய்துவிட்டான். இத்தனைக்கும் பாம்பியா அவனுடைய இரண்டாவது மனைவிதான்.

2000-ஆம் ஆண்டுகளுக்கு முன்பே பொதுவாழ்க்கையில் ஈடுபடு பவர்கள் வாழ்க்கை எவ்வளவு தூய்மையாகவும், சந்தேகங்களுக்கு அப்பாலும் இருக்க வேண்டும் என்கின்ற நியதியும் இருந்தது என்பதை நாம் உணர முடியும்.

ரோமாபுரிப் பேரரசு, மன்னன் டார்க்வின் என்ற ரோம் சிம்மாசனத்தில் ஏழாவதாக வீற்றிருந்த வாரிசு ஒருவன், காலடைன் என்கின்ற ரோமாபுரி மேல்குடிமகனின் மனைவியான லூக்ரெசியா என்கின்ற பெண்ணை பலாத்காரப் படுத்தியதற்காகத்தான் வீழ்ச்சி யடைய நேரிட்டது என்பது வரலாறு; அது சீசருக்கும் தெரியும்.

ரத்தம் கசியும் லூக்ரெசியாவின் உடல் ரோம் நகரம் முழுவதும் எடுத்துச் செல்லப்பட்டபோது ஏற்பட்ட புரட்சியே குடியரசுக்கு வழிவிட்டது; முடியரசுக்கு முடிவு ஏற்படுத்தியது.

சந்தேகம் ஏற்படாமல் நடந்துகொள்வது எவ்வளவு முக்கியமோ, அவ்வளவு தூரம் வீண் சந்தேகப்படாமல் இருப்பதும் முக்கியமாகிறது.

எளிமையான வாழ்க்கை சந்தேகங்களற்றது. எளிதில் அணுகும் தன்மை வெளிப்படையானது;

யார் எல்லாருக்கும் தங்கள் கதவுகளை எப்போதும் திறந்து வைத்திருக்கிறார்களோ அப்போது பாதி தவறுகள் தானாகவே மறைந்துவிடுகின்றன; சந்தடியில்லாமல் - அரண்மனை வாழ்க்கை சந்தேகங்களுக்குட்பட்டதாக இருப்பதே அது பூடகமாக இருப்பதால் தான்.

நாம் கடக்க வேண்டிய கதவுகள் அதிகமாக இருந்தால் நம்முடைய பயமும் அதிகமாகும்; நம்மை ஏமாற்றும் வாய்ப்புகளும் ஏற்பட்டே தீரும்.

புறநானூற்றில் 400-ஆம் பாடலில் வருவது போல,

“பலர்துஞ்சவும் தான் துஞ்சான்
உலககாக்கும் உயர்கொள்கைக் கேட்டோன்”

என்று கோவூர்கிழார் புகழும் நலங்கிள்ளி போல இருந்தால் ஐயமும் தேவையில்லை; சந்தேகமும் வேண்டாம்; இடைத் தரகரும் இரார்.

*

32. பேசப் பேச

நாம் பேசுகின்ற ஒவ்வொரு வாசகமும் நீரில் எழுதியது போல் அழிந்து போகாமல் கல்லில் எழுதியது போல நிலைத்து நிற்க வேண்டு மென்றால் அதில் தீவிரத் தன்மையைக் கொண்டு வரவேண்டும். பேச்சும் குரலும் கருத்துக்களும் இயையும்போது அந்த நினைவு மனதைச் சுற்றி ரீங்காரம் இடுகிற தேனீயின் பாடலைப் போல தெவிட்டாமல் இருக்கிறது.

சகல நேரமும் பேசுபவர்கள் மழைக்கால இரவில் தொடர்ந்து சப்தமிட்டு நம்மை சப்தத்தால் நச்சரிக்கும் தவளையை நினைவு படுத்துகிறார்கள்.

தமிழகத்தில் எண்ணற்றோர் திறம்படப் பேசியிருக்கிறார்கள். சமூகத்தைத் தூக்கி நிறுத்த அவர்கள் பேச்சு ஏர்முனையாக இருந் திருக்கிறது. அவர்களையே 'சொல்லேர் உழவர்' என்று சுகமாக அழைக்கிறார் வள்ளுவர்.

திரு.வி.க., பெரியார், அண்ணா, மறைமலையடிகள் போன்றவர் களெல்லாம் தமிழகத்தின் மூலைமுடுக்குகளில் எல்லாம் சென்று அடுக்குமொழிச் சொற்களால் அடக்குமுறைகளுக்கு எதிராகக் குரல் கொடுத்து சமூகத்தை மேம்படுத்தியவர்கள்.

அவர்கள் பேச்சும், மூச்சும் ஒன்றாக இருந்ததால் அவர்கள் ஏச்சில்கூட எதுகை மோனை இருந்தது. மக்கள் கவனிக்கிறார்கள். அவர்கள் அலங்கார வார்த்தைகளில் தங்களை அடகுவைத்து விடுவதில்லை. யாருடைய எழுத்தும், பேச்சும், சொல்லும், செயலும் ஒன்றாக இருக்கிறதோ அவர்களையே அவர்கள் போற்றுகிறார்கள்.

ஒவ்வொரு காலகட்டத்திலும் பேச்சில் வல்லவர் ஒருவர் வாழ்ந்திருக்கிறார். அவர் நாவின் சுழலிற்கு நாடே சுழன்றிருக்கிறது. சிசரோ, டெமஸ்தனிஸ் என்று மேற்கிலும் நாவன்மையால் மக்களை எழுச்சி கொள்ளச் செய்தவர்கள் இருந்திருக்கிறார்கள். கிழக்கில் ஆன்மீக முடிவுகளுக்குக்கூட வாதமே மையமான ஊடகமாக இருந்திருக்கிறது.

புத்தர் போகின்ற வழியெல்லாம் எதிர்க் கொள்கையினர் வாதம் புரிந்து அவரிடம் தோற்று அவரது சீடர்களாகவே சீர்திருத்தம் பெற்றிருக்கிறார்கள்.

ஆதிசங்கரர் மந்தன்மிஸ்ராவிடம் நடத்திய வாதம் சுவாரசிய மானது.

'விளக்கு' என்னும் நூலில் வாரியார் உண்மை, நன்மை, அன்பு, நிதானம், இனிமை, ஆழம், சமயம், சபை ஆகிய எட்டு கூறுகளும் சிறந்த பேச்சுக்கு அவசியமான அங்கங்கள் என்று கூறுகிறார்.

உண்மை என்பது இருப்பதைக் கூறுவதல்ல. தீங்கில்லாததைக் கூறுவது. எல்லாருக்கும் நன்மையானதைக் கூறமுடியாது. ஆனால், பெரும்பாலானவர்களுக்கு எது நன்மை விளைவிக்குமோ அதைக் கூறவேண்டும். அப்படிக் கூறும் போது ஒரு சிலர் தீமை அடைந்தாலும் அதைப் பொருட்படுத்தக் கூடாது. பலரைத் தென்றலாகக் குளிர்விக்கும் சொல்லே சிலருக்குத் தீயாய் சுடவும் செய்யலாம்.

அன்போடு பேசுவது என்பது அக்கறையோடு பேசுவது. செவியையும், சிந்தையையும், உள்ளத்தையும், உணர்வையும் குளிர்விக்கும். நிதான மாகப் பேசுவது நம் பேச்சின் சாரம் அடுத்தவர்களை அடைவதற்காகப் பேசுவது. மற்றவர்களை ஸ்தம்பிக்க வைப்பதற்காகவும், நம் திறமையைக் காட்டுவதற்காகவும் பேசுவது அல்ல. பேச்சின் இனிமை என்பது, ரசனையும் மகிழும்படி, கேட்கும்படி, கிரகிக்கும்படி, மலரை அர்ச்சிப்பது போல் மென்மையாகப் பேசுவது. பேச்சில் ஆழம் என்பது கருத்துச் செறிவுடன் கலைநயத்துடன் பேசுவது. சொல்ல வேண்டிய நேரத்தில் சொல்லவும் வேண்டும். சில நேரங்களில் சொல்லாமல் இருக்கவும் பழக வேண்டும். யாருக்குப் பேசுகிறோம். எதற்காகப் பேசுகிறோம் என்பன அறிந்து அவைக்குத் தகுந்தபடி பேசும்போதே பேச்சு முற்றுப் பெறுகிறது. அதன் பலனும் கைகூடுகிறது.

சர்ச்சில் இளமையாக இருந்தபோது முறுக்கு மீசை வைத் திருந்தார். அவர் அரசியலும் தீவிரமாகவே இருந்தது. ஒரு விருந்தில் வயதான ஒரு மூதாட்டி அவரைச் சந்தித்தார். அவரோ பழமைக் கருத்துக்களில் பழம் தின்று கொட்டை போட்டவர். சர்ச்சிலோ புதிய கருத்துக்களுக்கு முலாம் பூசுபவர்.

அந்தப் பெண்மணி வெகுநேரம் அவரோடு வாதம் செய்து விட்டு, "எனக்கு உங்கள் அரசியலும் பிடிக்கவில்லை. மீசையும் பிடிக்கவில்லை" என்று கோபமாகக் கூறினார்.

சர்ச்சிலோ நிதானமாகச் சிரித்துக் கொண்டே "நீங்கள் அவை இரண்டின் அருகிலும் வருவதற்கு வாய்ப்பே இல்லை" என்று ஒரு போடு போட்டார்.

பேச்சு என்பது அனல் தெறிப்பில் இல்லை. புனல் தெளிப்பதிலும் அடங்கியிருக்கிறது.

*

33. பேச்சுக் கலை

இன்று மேற்கத்திய நூல்கள் மேடையில் பேசுவது பற்றி சுருக்கு வழிகளையும், குறுக்கு வழிகளையும் தாங்கிய வண்ணம் நம் புத்தகக் கடைகளில் நிரம்பி வழிகின்றன. நம்மவர்களும் அவற்றின் அடியொற்றி நிறைய உதாரணங்களுடன் எழுதித் தள்ளுகிறார்கள்.

விரும்பாதவர்களும் பகைவர்களும்கூட மயங்கிக் கேட்கும்படி இருப்பதே சிறந்த சொற்பொழிவு என்று வள்ளுவர் பகன்றார்.

சுருங்கச் சொல்லல்
விளங்க வைத்தல்
நவின்றோர்க்கு இனிமை
நல்லசொற்களை உபயோகித்தல்
ஓசைநயம்
ஆழமான கருத்துகள்
காரணகாரியம் முறைப்படி வைத்தல்
உயர்ந்தோர் வழக்கத்தோடு ஒழுகுதல்
சிறந்த பொருளைத் தருதல்
விளங்கிய உதாரணம் தருதல்

- என நன்னூலில் பவணந்தி முனிவர் கூறிய பத்து இலக்கணங்கள் - நூல்களுக்கு மட்டுமல்ல; நல்ல பேச்சுக்கும் பொருந்தும்.

குன்றக்கூறல், மிகைபடக்கூறல்
கூறியதுகூறல் மாறுகொளக் கூறல்
வழூஉச்சொற் புணர்த்தல் மயங்கவைத்தல்
வெற்றெனத் தொடுத்தல் மற்றொன்று விரித்தல்
சென்று தேய்ந்திறுதல்நின்று பயன் இன்மை

ஆகிய பத்துக் குற்றங்களும் இல்லாமல் பேசுவதே சிறந்த பேச்சு.

இந்த இலக்கணங்கள் தெரியாமலும் சிறப்பாகப் பேசுபவர்கள் உண்டு. தாங்கள் சிறப்பாகப் பேசுகிறோம் என்கின்ற மமதையே இல்லாமல் நயம்படப் பேசுபவர்கள் அவர்கள். எதிரேயிருப்பவர்கள் தலையாட்டுவதிலும், கண்களை வியப்பால் விரிப்பதிலும், மகிழ்ச்சியுடன் நோக்குவதிலும், ஆர்வத்துடன் கவனிப்பதிலும் இருந்தே நம் பேச்சு போய்ச் சேருகிறதா என்பது தெரிந்துவிடும்.

மேடையில்தான் என்று இல்லை - சாதாரணமாக நண்பர்களிடம் பேசும்போது கூட தேவையில்லாதவற்றைத் தவிர்த்து சுருங்கச் சொல்லி

எளிமையான இனிமையான சொற்களால் உரையாடலை அமைப்பது நம்மை நண்பர்கள் நாடிவரச் செய்யும்.

சாதாரண சம்பாஷணைகளில் இனிமையாகப் பேசுபவர்கள், மேடையிலும் நன்றாகப் பேசுவார்கள்.

ஹிட்லர் தன்னுடைய 'எனது போராட்டம்' நூலில் பிரசங்கங்களைப் பற்றிக் குறிப்பிடும்போது, 'சிலர் பாமரர்களுக்கு மட்டுமே பேசுவார்கள், சிலர் பண்டிதர்களுக்கு மட்டுமே பேசுவார்கள். இருசாராரும் ஏற்றுக்கொள்ளும்படி அற்புதமாகப் பேசுபவர்கள் ஒரு சிலரே. அவர்களுடைய சொற்களே மந்திரச் சொற்களாக மக்கள் மனத்தில் எழுதப்படுகின்றன' என்று குறிப்பிடுகிறார்.

சர்ச்சில் ஒருமுறை குளியல்தொட்டியில் ஏதோ பேசும் போது 'என்ன வேண்டும்' என்று அவருடைய பணியாள் கேட்டான்.

"நான் மக்கள் மன்றத்தில் பேசிக்கொண்டிருக்கிறேன். உன்னிடமல்ல" என்றார்.

ஐம்பது வருடங்களுக்குப் பிறகும் அவர் ஒத்திகை பார்த்தார். ஏனென்றால் நாம் பேசும்போது அடுத்தவர்கள் நேரத்தை ஆக்கிரமிக்கக் கூடாது.

நான் படித்திருக்கிறேன்...

ஒரு பேச்சாளரை ஆயுதக் கிடங்கில் பணிபுரியும் அலுவலர்களிடையே பேசும்பொருட்டு அழைத்திருந்தார்கள். அந்தப் பேச்சு எடுபடவில்லை. பார்வையாளர்களுடைய பொறுமையோ எல்லை மீறியது. நிறைய அலுவலர்கள் தங்கள் கைத்துப்பாக்கியை எடுத்து அதில் குண்டுகள் சரியாக இருக்கின்றனவா என்று பார்க்கத் தொடங்கினர்.

பேச்சாளருக்கு ஒரே நடுக்கம். அவர் குரல் குழறியது. மூச்சு முட்டியது.

"நீங்கள் என் மீது அதைப் பிரயோகிக்க மாட்டீர்கள் என நினைக்கிறேன்" என்றார் பயத்துடன்.

"நிச்சயம் இல்லை. உங்களை இங்கே அழைத்து வந்தவர்கள் மீது இதைப் பிரயோகிக்கப்போகிறோம்" என்று பதில் வந்தது.

*

33. தலைமீது வேலை

தினமும் சிக்குப்பிடித்த, எண்ணெய் காணாத, அழுக்கடைந்த, குப்பென்று நாற்றமடிக்கின்ற, குளித்தறியாத, குளவி கூடுகட்டும் நிலையிலிருக்கின்ற பல தலைகளை சீர்திருத்தம் செய்து செம்மைப் படுத்தி அவர்களை அழுக்குத் தலையிலிருந்து விடுதலை செய்யும் சிகை அலங்காரம் செய்கின்ற நண்பர்களுக்கு இக்கட்டுரையை அர்ப்பணம் செய்கிறேன்.

நாம் முடிவெட்டிக் கொள்ளும்போதுதான் குளிக்காமல் செல்கிறோம் - சிலர் பல்லைக் கூட துலக்குவதில்லை.

விதவிதமான அளவுகளில் - வடிவங்களில் வரும் தலைகளை ஒழுங்குக்குக் கொண்டு வருவது அவ்வளவு எளிதல்ல - சில தலைகளைப் பார்த்தால் இதற்குள் என்ன இருக்குமோ என்று பயப்படவும் தோன்றலாம்.

சில கோரைமுடிகளை வெட்டிச் சீர்செய்வது களர் நிலத்தை உழுது சமமாக்குகின்ற அளவிற்குக் கடினம். வெட்ட ஆரம்பித்ததுமே தூங்கிவிட்டு விழித்தெழுந்ததும் ஏன் இவ்வளவு குறைத்துவிட்டீர்கள் எனச் சண்டை போடுபவர்களும் உண்டு.

கத்தரி எடுக்கும் முன் போர்த்தப்படும் துணியையே பொன்னாடை யாய்க் கருதிக் கொள்பவர்களும் உண்டு. அந்தப் பெருமிதம் வழிய சாயும் நாற்காலியையே சிம்மாசனமாகக் கருதிக் கொள்வதும் உண்டு.

ஆனால் தலைக்கனம் உள்ளவர்களும் கூட தலை வணங்குவது இங்குதான். குனியச் சொன்னால் குனிந்தும், சாயச் சொன்னால் சாய்ந்தும் இவர்கள் கட்டுப்படுவதுகூட கையில் கத்தி இருப்பதால் தான்.

கம்பர்கூட,

"ஆரார் தலை வணங்கார் ஆரார்தாம் கையெடார்
ஆரார்தாம் சத்திரத்தில் ஆறாதார் - சீராரும்
தென்புலியூர் மேவும் சிவனருள்சேர் அம்பட்டத்
தம்பிகான் வாசலிலேதான்"

என்று சிகைதிருத்தம் பற்றிச் செப்புகிறார். சீப்பின் பெரிய பல்லால் முதலில் சீவி, பிறகு சின்னப்பற்களால் செப்பனிட்டால் முடி உதிர்வது

குறையும் என்கிறார் இத்தொழிலில் அனுபவம் உள்ளவர். அவருக்கு எப்போதும் தலைக்கு மேல் வேலை.

நம்முடைய பிரச்சினைகளைப் பற்றியே சிந்தித்திருக்கிறோமே, எப்போதாவது அடுத்தவர்கள் தரப்பிலிருந்து யோசித்திருக்கிறோமா?

பழங்காலத்தில் ஒரு முரட்டு ஆசாமி சிகை திருத்தும் நிலையத்திற்குத் தன் கத்தியுடன் சென்றான்.

"எனக்கு மிகக் கச்சிதமாக சவரம் செய்ய வேண்டும். காயம் ஏதும் ஏற்பட்டுவிடக் கூடாது. ஒரு சின்ன வெட்டு ஏற்பட்டால்கூட இந்தக் கத்தியால் ஒரு போடு போட்டு விடுவேன்" என்று சொல்லி கத்தியை மேஜை மீது வைத்தான்.

முதல் சிகை திருத்துபவர் "எனக்குக் கையில் பிடிப்பு இருக்கிறது. என்னால் முடியாது" என்று பின் வாங்கினார்.

அவருடைய உதவியாளரும் வெளிறிப் போனார். "எனக்கு ஜலதோஷம் இருக்கின்றது. அது உங்களுக்கும் தொற்றிக் கொள்ளும். எனவே இரண்டாவது உதவியாளர் உங்களுக்கு முகச்சவரம் செய்வார்" என்றார்.

அந்த உதவியாளரோ "நான் உங்களுக்குச் செய்கிறேன்" என்று உற்சாகமாய்ப் பங்கு கொண்டார்.

"என் மீது வெட்டுப்படாமல் பார்த்துக் கொள்" என்றார் அந்த முரட்டு ஆசாமி."

மிகவும் பொறுமையாக நேர்த்தியாக நுரைததும்ப மளமளவென வழித்து அவருக்கு முகச்சவரம் முடிந்தது.

வந்தவர் தன்னுடைய தாடைகளைத் தடவி திருப்தியடைந்தவராக 100 ரூபாய் நோட்டைப் பரிசாகக் கொடுத்துவிட்டு "எப்படி இவ்வளவு தைரியமாக என் கத்திக்குச் சிறிதும் அஞ்சாமல் முன்வந்தாய்" என்று கேட்டார்.

"இதில் எனக்கு ஒன்றும் ஆபத்தில்லை சார். நீங்கள்தான் ஆபத்தில் இருந்தீர்கள். நான் உங்களை எப்பொழுதாவது வெட்டியிருந்தால் என் கத்தி உங்கள் குரல்வளைக்கு இரண்டு ஜாண் தொலைவில்தான் இருந்திருக்கும். உங்கள் கத்தியோ இரண்டு அடிக்கும் அதிகத் தொலைவில் இருந்ததே" என்று பதில் சொன்னார்.

எல்லாப் பணிகளிலும் சுகம் உண்டு; பொறுப்பும் உண்டு.

மதித்து நடந்தால் மதிப்புக் கிடைக்கும்.

மிதிக்க நினைத்தால் மிதப்பு அழியும்.

35. காளையும் கன்றாகும்

மிலோ (Milo) என்கின்ற ஒரு விளையாட்டு வீரன், குரோட்டன் நகரத்தில் இருந்தான், அவன் மிகப் பெரிய காளைகளையெல்லாம் தன்னுடைய தோள்களில் தூக்கிவிடுகின்ற அளவுக்கு வலிமை பெற்றவனாக இருந்தான். அவனுடைய வலிமை எல்லாராலும் பாராட்டப் பட்டது. அவனால் எப்படித் தூக்க முடிந்தது என்று எல்லாரும் அதிசயப்பட்டார்கள்.

அவன் சிறுவனாய் இருந்தபோது அவன் வீட்டுப் பசு ஒன்று கன்றுக்குட்டியை ஈன்றது. அவன் தினமும் அந்தக் கன்றுக்குட்டியைத் தூக்கித் தன் தோள்களில் வைத்துக்கொள்வான். அந்தக் கன்றுக்குட்டி வளர்ந்தது. ஆனால், மிலோவும் வளர்ந்தான். தினமும் தூக்கியதால் ஒரு நாளில் அதிகரிக்கின்ற கன்றின் எடை அவனுக்கு அதிகமாகத் தெரியவில்லை. எனவே கொஞ்சம் கொஞ்சமாக அதிகரிக்கின்ற எடை அவனுக்குப் பாரமாக இல்லாமல் இருந்ததால் அவனால் அது காளை யானதும் கூடத் தூக்க முடிந்தது.

ஒன்றை நாம் கவனிக்கலாம், ஒன்றைச் சாதிக்க முடியும் என்பதற்கு உடல் துணையாக இருப்பதைவிட மனம்தான் துணையாக இருக்கிறது.

தூங்கிக்கொண்டிருந்த ஒரு காவலாளி நெப்போலியன் காவல் சுற்றுப்பணிக்கு வந்தபோது சட்டென்று விழித்ததும் அவசரத்தில் துப்பாக்கிக்குப் பதிலாகப் பீரங்கியைத் தூக்கித் தோள்களில் வைத்துக் கொண்டான். அவ்வளவு எடை நிறைந்த பீரங்கியை அவனால் எப்படித் தூக்க முடிந்தது? அவன் அதைத் துப்பாக்கி எனக் கருதியதுதான் காரணம்.

மிலோ காளையைத் தூக்கியதைப் போல நம் வாழ்க்கையிலும் நாம் அன்றைய பணிகளை அன்றே முடித்தால் உயர்ந்த சாதனைகளைச் செய்ய முடியும். பெரிய இலக்கை அடைய முடியும். மிலோவின் தத்துவம் பணியாளர்களுக்கும் பொருந்தும். பள்ளிச் சிறுவர்களுக்கும் பொருந்தும். அன்று நடக்கின்ற பாடத்தை அன்றே படித்து முடித்தால் தேர்வு என்னும் காளையைத் தூக்கச் சிரமப்பட வேண்டியதில்லை.

ஒரு தாய் மூன்று கிலோ எடையுள்ள குழந்தையைத் தன் கருவறையில் எப்படிச் சுமக்க முடிகிறது? அது சின்னத் துளியாக இருக்கின்றபோதே அவள் சுமக்க ஆரம்பிப்பதால்தான். தனக்குள்

ளேயே ஐக்கியமாக இருக்கும்வரை தன் குழந்தையிடம் தாய் அன்பை வெளிப்படுத்த முடிவதில்லை. அந்தக் குழந்தை வெளியே வந்த பிறகு தான் தன் பாசத்தைப் பொழிய முடியும்.

நாம் எறும்புகளைப்போல நம் எடைக்கு அதிகமாகச் சுமக்கலாம். நம் சக்திக்கு மீறிய காரியங்களையும் செய்யலாம். ஆனால், அதற்குப் பயிற்சி தேவைப்படுகிறது; சிரத்தை அவசியமாகிறது.

பாக்குத் தோப்பு வைத்திருப்பவர்களிடம் சென்று "இந்தப் பாக்குத் தோப்பு எத்தனை வருடங்கள் உயிரோடு இருக்கும்?" என்று கேட்டால், "அவை காலம் காலமாக இருக்கும்" என்று அவர்கள் பதில் சொல்வதைக் கேட்கலாம். ஏனென்றால் அந்தப் பாக்குத் தோப்பில் ஒரு மரம் இறந்ததுமே அங்கு ஒரு கன்றை நட்டுவிடுவார்கள். அதனால் பாக்கடிபாக்காக அந்தப் பரம்பரை தொடர்ந்து கொண்டிருக்கும்.

உடனுக்குடன் செய்பவர்களுடைய சக்திக்கும் அழிவில்லை; அவர்தம் ஆற்றலுக்கும் அளவில்லை.

*

36. கூட்டுத்தத்துவம்

ஒரே மனநிலையில் இருப்பவர்கள் ஒரு செயலில் ஈடுபட்டால் அந்தச் செயல் எளிதில் முடியும். பங்குதாரர் - பார்ட்னர்ஷிப் என்கின்ற கூட்டுத் தத்துவம் சிறப்பாகச் செயல்பட வேண்டுமென்றால், கூட்டுச் சேர்ப்பவர்களிடம் பெருந்தன்மையும், ஒருவருக்கொருவர் விட்டுக் கொடுக்கின்ற மனோ பாவமும் அனுசரித்து, அரவணைத்துச் செல்கின்ற போக்கும் அவசியம்.

அப்படி இருந்தால்தான், அவர்களுள் பிணக்குகள் இல்லாமல், கணக்குகள் தகராறு செய்யாமல், இணக்கமாக அவர்கள் செயல்பட முடியும்.

சொந்தச் சகோதரர்களுக்குள்கூடப் பேராசையும் அபகரிக்க வேண்டும் என்கின்ற எண்ணமும் இருந்தால், அவர்கள் கூட்டாக ஒரு செயலைச் செய்ய முடியாது.

இரண்டு சகோதரர்கள் கூட்டாகச் சேர்ந்து விவசாயம் செய்தார்கள். இருவரும் பாடுபட்டார்கள். நல்ல மகசூல் கிடைத்தது.

ஆனால், அறுவடைக்கு முன்பு, மூத்த சகோதரர் சொன்னார்:

"நான் மேல் பகுதியை எடுத்துக் கொள்கிறேன். நீ கீழ்ப் பகுதியை எடுத்துக்கொள். அடுத்த முறை பயிர் செய்யும் போது, நான் கீழ்ப் பகுதியை எடுத்துக் கொள்கிறேன். நீ மேல் பகுதியை எடுத்துக் கொள்."

இளைய சகோதரன் கேட்டான்:

"இந்த முறை நெல் பயிரிட்டோம். அடுத்த முறை என்ன பயிரிடப் போகிறோம்?"

'முள்ளங்கி' என்று பதில் வந்தது, மூத்த சகோதரனிடமிருந்து.

அதனால்தான் கூட்டுச் சேருபவர்கள் சேர்ந்த வேகத்திலேயே பிரிந்து விடுகின்ற அவலம் நிகழ்ந்து விடுகிறது.

இதேபோல, இருவர் ஒன்றாகச் சேர்ந்து மது தயாரிப்பது குறித்து முடிவு செய்தார்கள். ஒருவர் சொன்னார்: "நீ அரிசி கொண்டு வா, நான் தண்ணீர் கொண்டு வருகிறேன்."

இரண்டாமவர் கேட்டார்: "எல்லா அரிசியும் நானே கொண்டு வந்தால், உருவாகின்ற இறுதிப் பொருளை எப்படிப் பகிர்ந்து கொள்வோம்."

முதலாமவர் சொன்னார்: "நான் எப்போதுமே ஒப்பந்தங்களை நேர்மையாகக் கடைப்பிடிப்பவன். பொருள் தயாரானதும், யார் எதைக் கொண்டு வந்தோமோ அதைத் திரும்ப எடுத்துக் கொள்ளலாம். நான் நீர் கொண்டு வந்ததனால் திரவத்தை எடுத்துக் கொள்கிறேன். நீ, மீதம் இருப்பவற்றை எடுத்துக் கொள்ளலாம்."

எல்லாக் கூட்டு ஒப்பந்தங்களும் நேர்மையானவற்றைப் போலவே ஆரம்பத்தில் தோன்றும். முழுக்க, முழுக்க அவை சுயநலமாக இருப்பதால் சுயரூபம் தெரிந்து விரைவிலேயே அவர்கள் முகமூடிகள் கிழியும்.

அன்போடு கூட்டுச் சேருகின்றவர்கள் பற்றிய சங்கதியும் உண்டு.

அண்ணன் தம்பி இருவர் தந்தை இறந்ததற்குப் பிறகு பாகம் பிரித்துக் கொள்ளாமல் விவசாயம் செய்கிறார்கள். இருவரும் கழனியில் கடின உழைப்பைச் சிந்துகிறார்கள்.

அண்ணனோ குடும்பஸ்தன். தம்பியோ மணமாகாதவர். இருந்தாலும் அறுவடையைச் சரிசமமாகப் பிரித்துக் கொள்கிறார்கள். மூட்டைகள் அவர்களுடைய வீட்டுக்குப் போகின்றன.

இரவு முழுவதும் யோசித்து, 'அண்ணன் குழந்தைகளோடு கஷ்டப்படுகிறார். நானோ, தனி ஆள். எனக்கு எதற்கு இவ்வளவு மூட்டைகள்' என்று எண்ணி, விடிவதற்கு முன்பு தன்னுடைய மூட்டைகளில் பாதியை தம்பி கொண்டு போய் அண்ணன் வீட்டில் யாருக்கும் தெரியாமல் இறக்கி வைத்துவிடுகிறான்.

அண்ணனுக்கு இரவு முழுவதும் தூக்கம் வரவில்லை. 'தம்பிக்கு இன்னும் திருமணம்கூட ஆகவில்லையே! அவன் நிறையச் சம்பாதித்தால் தானே நல்ல இடத்தில் பெண் கிடைக்கும்' என்று எண்ணித் தன் மூட்டைகளில் பாதியை அவன் வீட்டில் கொண்டு போய் யாருக்கும் தெரியாமல் இறக்கி விட்டான்.

விடிந்ததும் ஏற்கெனவே இருந்த மூட்டைகள் எப்படி இன்னும் அப்படியே இருக்கின்றன என்று இருவருக்கும் குழப்பம்.

பெருந்தன்மை சமப்படுத்துகிறது. அது பள்ளங்களை ஒருபோதும் உண்டாக்குவது இல்லை.

*

37. நான்கு கால் மனிதன்

எது

சில நேரங்களில் இரண்டு கால்களாலும்,

சில நேரங்களில் மூன்று கால்களாலும்

சில நேரங்களில் நான்கு கால்களாலும் நடக்கிறது?

எது அதிகக் கால்களில் நடக்கும்போது தான் மிகவும் பலவீன மாகத் திகழ்கிறது?

இந்தக் கேள்வியை ஸ்பின்க்ஸ் என்கின்ற அரக்கி எல்லாரையும் கேட்டது. அதன் தலை பெண்ணைப் போலவும், உடல் சிங்கத்தைப் போலவும் தோற்றமளிக்கும், இந்தக் கேள்விக்குப் பதிலளிக்காதவர் களையெல்லாம் அது கொன்றுவிட்டது.

ஓடிபஸ், தீபஸ் நாட்டிற்குச் செல்லும்போது இந்தக் கேள்வி அவனிடமும் கேட்கப்பட்டது.

அவனது பதில் : "மனிதன்."

"மனிதன் குழந்தையாக நான்கு கால்களில் தவழ்கிறான். இளை ஞனாக இரண்டு கால்களில் உறுதியாக இருக்கிறான். முதுமையில் கைத்தடி அவனுக்குத் தேவைப்படுகிறது" என்கிற சரியான பதிலை விடுகதைக்குச் சொன்னதும் ஸ்பின்க்ஸ் தற்கொலை செய்துகொண்டது.

யார் யார் கைத்தடிகளோடு காணப்படுகிறார்களோ, அவர்கள் அனைவருமே முதுமை அடைந்துவிட்டார்கள் என்று பொருள். நான் சொல்வது கண்ணுக்குத் தெரியாத கைத்தடிகளை - மனிதத் தடிகளை மணிக்கணக்கில் ஊன்றி மற்றவர்கள் முன் வலம் வருபவர்களை.

ஸ்பின்க்ஸ் கேட்ட விடுகதை ஆழமானது. எந்த விலங்கினங்கள் எல்லாம் அதிகக் கால்களுடன் இருக்கின்றதோ அவையெல்லாம் வலிமை குறைந்தவை, மரவட்டையிலிருந்து பூரான் வரை. மண் புழுவிற்குக்கூட கண்ணுக்குத் தெரியாத கால்கள் உண்டு.

மனிதனின் முன்னேற்றமே அவன் பரிணாம வளர்ச்சியில் நான்கு கால்களில் நடந்ததிலிருந்து இரண்டு கால்களுக்கு நிமிர்ந்து நிற்கும் போதுதான் தொடங்கியது. அவன் நிமிர்ந்த போதுதான் அவனுடைய அறிவின் முனை கூர்மையாக ஆரம்பித்தது.

யார் அதிகம் பேரைச் சார்ந்திருக்கிறார்களோ அவர்களெல்லாம் நான்கு கால்களால் நடப்பவர்கள்தான் தன்னையும், தன் உள்ளொளியையும் மட்டுமே நம்புகிறவன்தான் உயர்வின் மடியில் உட்கார முடியும்.

பிடித்துக் கொள்ள எதுவும் இன்றி நடப்பவன்தான் திடகாத்திரமானவன். யார் பெயரையோ சொல்லி, யாருக்கோ வேண்டியவர் என்று அறிமுகப்படுத்தி, இன்னார் சிபாரிசு செய்திருக்கிறார் என்று நெருங்கி வருபவர்கள் எல்லாரும் சொந்தக் காலில் நிற்கமுடியாத பலவீனர்கள்.

சிலர் தங்களை அறிமுகப்படுத்தும்பொழுது தங்கள் அறிமுக அட்டையைக் (விசிட்டிங் கார்டை) கொடுப்பார்கள். அதன் பின் பக்கம் அவர்கள் வகிக்கிற பதவிகளும், அவர்கள் உறுப்பினர்களாக இருக்கும் மன்றங்களின் பெயர்களும் வரிசையாக இருக்கும். படித்த படிப்புகளும், பார்க்கும் பணியும் முன்பக்கம் இருக்கும். பாவம் இவர்கள் எத்தனை கக்கதண்டங்களுடன் நடக்க வேண்டி இருக்கிறது!

சுயமாக இருப்பவன் பெயரை மட்டுமே சொல்லி கை கூப்புவான் - கைகுலுக்குவான். அவன் இவையெல்லாம் சொல்லி அடுத்தவர்களை வசீகரிக்கவோ, மதிப்புப் பெறவோ முனைவதில்லை.

இன்னும் சிலர் எல்லோருக்கும் அறிமுக அட்டையைத் தாராளமாகக் கொடுப்பார்கள். ஆனால், அவர்கள் தருகின்ற தொலைபேசி எண்ணில் அவர்களை ஒருபோதும் தொடர்பு கொள்ள முடியாது. தொலைபேசி எடுப்பவர்கள் அவர்கள் குளிப்பதாகவும், தூங்குவதாகவும், வெளியே போயிருப்பதாகவும் அவர்கள் இல்லாததைச் சொல்லவே சம்பளம் தரப்படுபவர்கள்.

இல்லாமல் இருப்பதற்கு எதற்குத் தொலைபேசி?

அந்த எண்ணை ஏன் எல்லாருக்கும் குடும்ப அடையாள அட்டை (ரேஷன் கார்டு) விநியோகிப்பதைப் போல விநியோகிக்க வேண்டும்? ஓர் ஆங்கில எழுத்தாளர் கூறியது போல இங்கே எல்லா எண்களுமே தவறான எண்களாக மாறி விடுகின்றன.

'நான் தருகின்ற பரிந்துரைக் கடிதத்தைப் பொருட்படுத்த வேண்டாம்' என முன்கூட்டியே சொல்லிவிட்டு ஒரு பணிக்கு ஆறு பேருக்குப் பரிந்துரைக் கடிதம் தருவது தப்பித்தல்தானே தவிர நேர்மையல்லவே.

இன்னொன்றும் ஸ்பின்க்ஸ் கேள்வியில் உண்டு.

சிலர் பலவீனமாக இருக்கும்போது பிறர் காலில் விழுந்து நான்கு கால்களில் நடப்பார்கள். சரக்கு காலியான போது பழம்பெருமை என்னும் கோலை ஊன்றி மூன்று கால்களில் நடப்பார்கள். தங்களுக்குச் செல்வாக்கு வரும்போது இரண்டு கால்களில், அல்ல, ஒரு காலில் நின்று மற்றொரு காலில் பிறரை எட்டியும் உதைப்பார்கள்.

*

38. உணவே மருந்து

ஹிப்போகிரேட்டஸ் என்கின்ற கிரேக்க மருத்துவர் 'மருத்துவ உலகின் தந்தை' என்று மதிக்கப்படுபவர். தன்னுடைய வாழ்வையே மருத்துவ வளர்ச்சிக்காக அர்ப்பணித்தவர்.

மருத்துவம் என்பது உயர்ந்த தனிமனிதத் தரத்தைக் கொண் டிருப்பது அவசியம் என்பதை அவர் உணர்ந்திருந்தார். அதனால் மருத்துவர்கள் எல்லாரும் ஒரு சபதமேற்ற பிறகுதான் பணியைத் தொடங்க வேண்டும் என்கின்ற நியதியை அவர் ஏற்படுத்தினார். அவர் எழுதிய மருத்துவக் குறிப்புகளில் 'Hyppocratic Oath' என்பதுதான் இறுதியாக இடம்பெற்று இருக்கிறது.

ஒவ்வொரு பணிக்கும் ஒரு தொழில் தர்மம் இருக்கிறது. அவர் எழுதிய அந்தச் சபதம் மற்ற எல்லாத் தொழில்களுக்குமே பொருந்து வதாகத் தானிருக்கிறது. தமிழகத்திலும் மருத்துவமுறைகள் நிறைய இருந்திருக்கின்றன. இங்குப் பல துறவிகள்தான் மருத்துவக் கலையை வளர்த்திருக்கிறார்கள்.

உடலின் மீது பிடிப்பு இல்லாமல் அதை ஒரு சாட்சியாக நின்று பார்க்க யாரால் முடிகிறதோ அவர்கள்தான் விருப்பு வெறுப்பில்லாமல் உடலைத் தெளிவாகப் புரிந்துகொள்ள முடியும் என்பது கிழக்கத்திய மரபு.

நாடி ஒன்றை வைத்துக்கொண்டே உடல்நலக் கோளாறுகளை அறியமுடியும்.

'நோய்நாடி நோய்முதல் நாடி அதுதணிக்கும்
வாய்நாடி வாய்ப்பச் செயல்' -(குறள் - 948)

என்று கூறியதாகப் பொருள் கொள்வோரும் உண்டு.

பெருவிரலில் பூதநாடியும், ஆள்காட்டி விரலில் வாத நாடியும், நடுவிரலில் பித்தநாடியும், புவத்திர விரலில் கபநாடியும், சுண்டுவிரலில் பூதநாடியும் ஐந்துள்ளும் சேர்ந்து குருநாடியும் இருப்பதாகப் பஞ்சபூத நாடிகள் இருக்கும் விவரம் பழம் சித்த நூல்களில் குறிப்பிடப் பட்டிருக்கின்றது.

நம் உடம்பு உணவுடம்பு எனவும், வளியுடம்பு என்றும், மன உடம்பு, அறிவுடம்பு, இன்ப உடம்பு என்றும் ஐந்தாக ஆக்கப் பட்டிருக்கின்றது என்றும், மூலாதாரம், சுவாதிட்டாணம், மணிபூரகம்,

அனாகதம், விசுத்தி, ஆக்கினை என்றும் ஆறு ஆதாரங்கள் அடங்கி யிருக்கின்றன என்றும், அக்கினி, சூரிய சந்திர மண்டலங்கள் உண்டென்றும் அவர்கள் கண்டறிந்தார்கள்.

ஒவ்வொரு மனிதனுமே சின்னப் பிரபஞ்சம் என்பது தான் இன்றும் அறிவியல் கூறும் தத்துவம். அதை அந்த நாளிலேயே கண்டு அறிந்திருக் கிறார்கள் சித்தர்கள்.

உடல் உபாதைகளையெல்லாம் பஞ்சபூதங்களின் அடிப்படை யிலேயே தீர்த்துவிட முடியும் என்பதும், இவற்றின் சமத்தன்மை குறையும்போதுதான் நோய் நொடிகள் ஏற்படுகின்றன என்பதும் அவர்கள் எளிமையாகக் கண்டறியும் தத்துவம்.

இயற்கையோடு இயைந்து வாழ்பவர்கள் வலிமையோடு வாழ முடியும் - உழைப்புக்குப் பின் ஏற்படும் ஓய்வில்தான் சுகம் இருக்க முடியும்.

இன்று மருத்துவர்கள் குறிப்புச்சீட்டு எழுதும்போது பெரிய எழுத்தில் 'சு' என்று ஆங்கில எழுத்தை நீளமான வாலுடன் எழுது கிறார்கள். அது ஆயிரமாண்டு பின்னணியைக் கொண்டது.

'சு' என்பது லேட்டின் ரிசீப்பியைக் குறிக்கும்.

நீள வால் - கடவுள் ஜோவைக் குறிக்கும்.

"உங்களுக்குத் தெரிந்து எல்லா வியாதியையும் போக்கும் மருந்து ஏதாவது இருக்கிறதா?" என்று அனுபவம் வாய்ந்த ஒரு மருத்துவ நிபுணரைக் கேட்டார்கள்.

"தெரியும்! அது வியாதியைப் போக்காது. ஆனால் வியாதியே வராமல் பாதுகாக்கும். அதன் பேர் உழைப்பு!" என்றார்.

தகுந்த உணவு - சிறந்த உழைப்பு - தேவையான ஓய்வு - இனிய நினைவுகள் - எளிய வாழ்க்கை ஆகியவை, மனிதனின் உடல்நலம் சீராக இருக்க உதவுபவை.

ஒரு நோயாளியை வாயைத் திறக்கும்படி சொன்னார் மருத்துவர்.

அகில உலகமே உள்ளே போகுமளவு பெரிதாகத் திறந்தார் அவர்.

"ஏன் இவ்வளவு பெரியதாகத் திறக்கிறீர்கள்" என்றார் மருத்துவர்.

"அதை ஏன் இத்தனை முறை திரும்பத் திரும்பச் சொல்கிறீர்கள்?" என்று கேட்டார் அவர்.

"ஒருமுறைதான் சொன்னேன் - மற்றவையெல்லாம் எதிரொலி" என்றார் மருத்துவர்.

*

39. நிராகரிப்பவர்களை நிராகரிப்போம்

நம்மை யாராவது நிராகரித்துவிட்டால் நாம் வருத்தப்படு கிறோம். சோர்ந்து விடுகிறோம். வாழ்க்கை என்பதே நிராகரிப்புகளின் தொகுப்பு தான். புறக்கணிப்புகள் எல்லாம் மகத்தான மனிதர்களின் வாழ்விலும் நடந்திருக்கிறது. முதலில் அங்கீகரிக்கப்பட வேண்டும் என்கிற ஆசையை நாம் அறவே களைந்தெறிய வேண்டும்.

எப்போது நம்முடைய பணியை நம் மகிழ்ச்சிக்காகச் செய் கிறோமோ அப்போது அங்கீகாரங்கள் அவசியமல்ல. நம்மிடமிருந்து கிடைக்கின்ற அங்கீகாரம் அடுத்தவர்களுடைய ஒப்புதலைக் காட்டிலும் முதன்மையானது, மேன்மையானது.

பைபிளில் 'லேபர் ஆஃப் லவ்' அன்பின் வயப்பட்ட உழைப்பு என்கின்ற வாசகம் இடம்பெற்றிருக்கிறது. அதற்குத் தியாகத்துடனும், அர்ப்பணிப்புடனும் பலன் எதிர்பார்க்காமல் செய்கின்ற பணி என்னும் பொருள் தான் உண்டு. ஆரம்பத்தில் அர்ப்பணிப்பைக் குறித்த அந்த வாசகம் நாளடைவில் மகிழ்ச்சியுடன் பணியைச் செய்வதைக் குறிப்பிடும் அளவு மருவிப் போனது. அர்ப்பணிப்பிலும் மகிழ்ச்சி இருக்க வேண்டும். ஆனால், அது பிரதிபலன் இல்லாத மனப்பான் மையைக் குறிப்பது.

தான் செய்கின்ற பணி தன்னைக் காட்டிலும் முக்கியத்துவம் வாய்ந்தது என்று கருதுகின்றபோதே அது அர்ப்பணிப்பாக அரும்புகிறது. அன்போடு பணி செய்வது போய் இன்று அன்பைக் காட்டுவதற்கே நிறையப் பணி செய்ய வேண்டிய அவசியம் ஏற்பட்டுவிட்டது. இன்று ஓவர் டைம் செய்துதான் மனைவியின் தேவைகளைப் பலர் தீர்க்க முடிகிறது. பொருளால் தான் அன்பு வெளிப்படும் என்கின்ற எண்ணத்தால் இங்கு கடைப்பால் கூட கடைச் சரக்காக ஆகிவிட்டது.

நாம் அன்பின் வயப்பட்டுப் பணியாற்றும்போது யாருடைய நிராகரிப்பும் நம்மைப் பாதிப்பது இல்லை. இன்னும் சொல்லப் போனால் அவையே நமக்குக் கச்சாப் பொருள்களாக உந்துதல் தீயை உற்பத்தி செய்கின்றன.

பலமுறை தன்னை நிராகரித்தவர் தன் புத்தகத்தைப் பதிப்பிக்க நெருங்கி வந்தபோது ஷா 'பெட்டர் நெவர் தன் லேட்' (Better Never than late) என்று அவரை மறுதலித்தார். மிகப் பிரமாதமான யோசனைகள் எல்லாம் ஆரம்பக் கட்டங்களில் நிராகரிக்கப்பட்டிருக் கின்றன.

நம்மை அடுத்தவர்களுக்காகத் தேவையில்லாமல் மாற்றிக் கொள்ளாமல் கொண்ட கொள்கையில் உறுதியாக இருந்தால் காலம் நம்மைக் கைகழுவி விடாது. பல நாட்கள் மண்புழுக்களாக இருப்பதைக் காட்டிலும் சில நாட்கள் மலர்க் கொத்துகளாகச் சிரிப்பதே மேன்மை யானது.

டயோஜினஸ் என்கின்ற கிரேக்க ஞானியை இன்னொரு தத்துவவாதி அரிஸ்டிபஸ் சந்தித்தபோது அவர் பருப்புகளைத் தன்னுடைய மதிய உணவுக்காக வேக வைத்துக் கொண்டிருப்பதைப் பார்த்தார். அரிஸ்டிபஸ் உல்லாசமாக வாழ்வதற்காக வாழ்க்கையில் சமரசங்கள் செய்துகொண்டவர். நீர்த்துப் போனால் எந்தப் பாத்திரத் தையும் நிரப்பிக்கொள்ளலாம். எனவே கொடுங்கோலன் டயோஜினயஸ் அரண்மனையில் அவருக்கு இடம் கிடைத்தது.

அவர் டயோஜினஸைப் பார்த்து "நீங்கள் ஒரு வார்த்தை நம் மன்னரைப் புகழ்ந்து பேசினால் போதும், இப்படிப் பருப்பை மட்டுமே சாப்பிட்டு வாழ நேராது" என்று எதார்த்தமாகப் பேசினார். அதற்கு டயோஜினஸ் "நீ மட்டும் வெறும் பருப்பில் வாழக் கற்றுக்கொண்டால் மன்னரை முகஸ்துதி செய்ய வேண்டிய அவசியம் இருக்காது" என்று பதிலடி கொடுத்தார்.

டயோஜினஸ் பாறையைப் போல் திடமாக இருப்பவர். அலெக்சாண்டரே அவரைக் காண வந்தபோது "உங்களுக்கு என்ன வேண்டும்?" என்று பரிவோடு கேட்டபோது "கொஞ்சம் சூரியனை மறைக்காமல் ஒதுங்கி நிற்க முடியுமா?" என்று பளிச்சென்று கேட்டவர்.

அலெக்சாண்டர் "நான் மட்டும் அலெக்சாண்டராக இல்லா விட்டால் டயோஜினஸாக இருக்க ஆசைப்படுகிறேன்" என்று பகிரங்கமாகத் தெரிவித்தார்.

அலெக்சாண்டருடைய வெற்றிகளெல்லாம் மறைந்து விட்டன. மாசிடோனியாவிற்கு அவர் சேர்த்த புகழ் காணாமல் போய்விட்டது. அந்நாடு இன்று உலக வரைபடத்தில் ஓர் ஓரமாய் ஒருக்களித்துப் படுத்திருக்கிறது. ஆனால், தன் துணிச்சலுக்காக டயோஜினஸ் இன்னும் வாழ்கிறார்.

ஒருமுறை சிலர் அவர் ஒரு சிலைக்கு முன்னால் பிச்சை கேட்பதைப் பார்த்து அதிர்ந்து போனார்கள். "ஏன் இப்படி அர்த்த மில்லாமல் காரியம் செய்கிறீர்கள்" என்று காரணம் கேட்டபோது, "நான் நிராகரிக்கப்படும் கலையைப் பயின்று கொண்டிருக்கிறேன்." என்று பதில் சொன்னார்.

நிராகரிக்கப்படுபவர்கள் எல்லாம் நிராயுதபாணிகள் அல்லர். அவர்களே நிற்கக்கூடியவர்கள், நிமிரக்கூடியவர்கள், நிலைக்கக் கூடியவர்கள்.

*

40. வழிபாடு

நம்முடைய சாஸ்திரங்கள் ஐந்து விதமான வழிபாடுகளை முன்மொழிகின்றன. முதலாவது ரிஷியஜ்ஞும், தேவ யஜ்ஞும், மூன்றாவது பித்ரு யஜ்ஞும், நான்காவது ந்ரு யஜ்ஞும், ஐந்தாவது பூத யஜ்ஞும்.

முதலாவது வழிபாடு படிப்பு குறித்தது. புனிதமானவற்றைப் படிக்க வேண்டும்; கேட்க வேண்டும்; சிந்திக்க வேண்டும்; பேச வேண்டும். எப்பொழுது நாம் சிறந்தவற்றை மட்டுமே பேசவும், படிக்கவும் செய்கிறோமோ அப்போது நமது மனமும் அதையே சிந்திக்க ஆரம்பித்து விடுகிறது. தீயவற்றைப் பார்க்காமலோ, கேட்காமலோ, பேசாமலோ இருப்பது எதிர்மறையான உதாரணம். நல்லவற்றையே நாடுவது ஓர் ஆக்கபூர்வமான (பாசிடிவ்வான) அணுகுமுறை.

இரண்டாவது வழிபாடு கடவுளையோ, மகான்களையோ வழிபடுவது என்றால் காலில் விழுவது அல்ல; அவர்களுடைய சொற்களுக்கும், சிந்தனைகளுக்கும் மதிப்புத் தந்து அவர்கள் காட்டிய நெறிகளில் செல்வது. புனித நூல்கள் கூறுகின்ற கருத்துகளை வாழ்க்கையில் அடியொற்றிச் செல்வது.

மூன்றாவது வழிபாடு நம் மூதாதையர்களுக்குக் கடமையைச் செய்ய வேண்டியது. பெற்றோர்களுக்குப் பணிவிடை செய்யாமல் நாம் செய்கின்ற எந்தப் பிரார்த்தனையும் நமக்குப் பலன் தராது. அதனால் தான் 'கொக்கென்று நினைத்தாயா கொங்கணவா' என்று ஒரு சாதாரணப் பெண்மணி தவம் செய்த துறவியைத் தவிடு பொடியாக்க முடிந்தது. அவள் ஒரு கசாப்புக் கடைக்காரனிடம் துறவியை அனுப்பி துறவியினும் மேம்பட்டது தாய் தந்தையருக்குச் செய்யும் பணிவிடை என்று உணர வைத்தாள்.

நான்காவது வழிபாடு மனிதர்களுக்கு நாம் செய்ய வேண்டிய கடமை. முழுவதும் சுயநலமாக வாழாமல் மற்ற மனிதர்களெல்லாம் நாம் பயன்படுவதற்குப் படைக்கப்பட்ட பொருட்கள் என்று கருதாமல் அவர்களிடம் அன்பாகவும், ஆறுதலாகவும் நடந்துகொள்ளுதல். செய்கின்ற பணியையே மற்றவர்களுக்குப் பலன் விளையும்படி செய்தல்.

சக மனிதர்களை வெறுத்து மெய்ஞானத்தை அடைய முடியாது. அவர்களை தசைப்பிண்டங்களாகப் பார்த்து அன்பு செய்ய முடியாது. ஒவ்வொரு மனிதனிடமும் இறைமை பிரதிபலிப்பதாக எண்ணும் போதுதான் அவர்களிடம் நமக்குக் கருணையும் அன்பும் தோன்றும்.

ஐந்தாவது வழிபாடு மிருகங்களுக்கு நாம் செய்ய வேண்டிய கடமை.

நம்மைச் சுற்றி வாழ்ந்துகொண்டிருக்கின்ற விலங்குகளை எல்லாம் காட்டிலிருந்து தூக்கி வந்து தடவிக்கொடுத்து நாம்தான் நம்முடைய உபயோகத்திற்காக வீட்டு விலங்குகளாக மாற்றினோம். அவை வயிறார உண்ணவும், நிம்மதியாக ஓய்வு கொள்ளவும் தேவையான வசதிகளைச் செய்வது நம்முடைய பொறுப்பு. அவற்றை 'வாயில்லாத ஜீவன்கள்' என்று கூறுவது அவற்றால் புகார் செய்ய முடியாது என்கின்ற காரணத்தால்தான்.

நாமோ எவ்வளவு வந்தாலும் திருப்தி அடையாமல் புகார் செய்து கொண்டே இருக்கிறோம். நம்முடைய பிரார்த்தனை என்பதே புகார்ப் பட்டியல்தான். விலங்குகள் மீது அன்பு செய்கின்றபோது அவை அந்த அதிர்வுகளைப் புரிந்து கொள்கின்றன. அவற்றிற்கும் தெரியும், 'யாரை நம்புவது' என்ற இரகசியம்.

இந்திய ஆட்சிப் பணிப் பயிற்சி நிலையத்தில் எங்களுக்குக் குதிரைப் பயிற்சி தந்தவர் ஆஜானுபாகுவாக நிறைந்த ஆளுமை கொண்டவர். அவருடைய குரலைக் கேட்டாலே முரண்டு பிடிக்கும் முரட்டுக் குதிரைகளெல்லாம் கால்களைத் தரையில் தேய்த்து விரைந்த ஓட்டத்திலிருந்து நிலைப்பாட்டிற்கு வரும். யாருக்கு அடிபணிய வேண்டும் என்பது குதிரைகளுக்குத் தெரியும்.

வள்ளலார் வாழ்வில் நடந்த ஒரு சம்பவம். வள்ளலாரின் உபநியாசத்தைக் கேட்கும் ஆசையில் வட்டாட்சியர் ஒருவர் எருது களை விரட்டச் சொல்லி அவர் பேசும் இடத்திற்கு வந்தார். வண்டிக் காரர் எவ்வளவோ எடுத்துச் சொல்லியும் பேச்சைக் கேட்கும் ஆர்வத்தில் எருதுகளுக்கு நீர் தரவோ, இளைப்பாறவோ அவர் அனுமதி தரவில்லை.

பிரசங்கம் நடத்தும் இடத்திற்கு அவர் வந்ததும் வள்ளலார் அந்த எருதுகளை நோக்கிச் சென்று அவற்றின் முதுகைத் தடவி, "குழந்தைகளே உங்களுக்கு வலிக்கிறதா" என்று பரிவாகக் கேட்டு கண்ணீர் மல்கினார்.

காளைகளை எருதுகளாக்குவதே கொடூரம் என்கின்ற போது அந்த எருதுகளைக் கொடுமைப்படுத்துவதை, வாடிய பயிருக்காக வாடியவரால் எப்படித் தாங்க முடியும்?

*

41. கடமையும் உரிமையும்

ஒரு வசதி படைத்த இளைஞன் பச்சை குத்துபவனிடம் சென்று தனக்குப் பச்சை குத்த வேண்டும் என்று கேட்டுக்கொண்டான். "உங்களுக்கு எந்த உருவம் வேண்டும்" என்று அவன் கேட்டான். "என்னுடைய இடது தோளில் நீல நிறத்தில் சிங்கத்தைப் பச்சை குத்த வேண்டும்" என்று அந்த இளைஞன் கம்பீரமாகச் சொன்னான்.

பச்சை குத்துபவர் தன்னுடைய ஊசிகளை எடுத்து வைத்துக் கொண்டு பணியை ஆரம்பித்தார். பணி ஆரம்பித்த சிறிது நேரத்திலேயே, "நீங்கள் என்னைக் கொல்லுகிறீர்கள். இப்போது சிங்கத்தின் எந்தப் பகுதியை நீங்கள் பச்சை குத்துகிறீர்கள்?" என்று கேட்டான். 'வால்' என்று பதில் வந்தது.

உடனே அந்த இளைஞன் "வாலை விட்டுவிட்டு மற்ற பகுதிகளை பச்சை குத்து. வலியால் என் இதயம் துடிக்கிறது" என்றான். பச்சை குத்துபவர் தோளின் இன்னொரு பகுதியில் தன்னுடைய வேலையை ஆரம்பித்தார். அவன் மறுபடியும் வலியால் கத்திக்கொண்டு, "இப்போது எந்தப் பகுதியைச் செய்கிறாய்?" என்று முகத்தைச் சுளுக்கிக் கொண்டு கேட்டான்.

"நான் சிங்கத்தின் காதுகளை வரைய முற்படுகிறேன்" என்றான் அந்த வினைஞன்.

"காதுகளை விட்டுவிடு" என்று அடுத்த கட்டளை பிறந்தது.

பச்சை குத்துபவன் தோளின் இன்னொரு பகுதியில் பணியை ஆரம்பித்தான். மறுபடியும் வலி; மறுபடியும் முனகல்.

"இப்போது எந்தப் பகுதியை வரைகிறாய்?" என்று கேட்டான்.

"நான் சிங்கத்தின் வயிற்றுப்பகுதியை ஆரம்பித்திருக்கிறேன்" என்றான் அந்தப் பச்சை குத்துபவன். "வயிற்றுப் பகுதியை விட்டுவிடு" என்றான் அந்த இளைஞன்.

உடனே பச்சை குத்துபவன் தன்னுடைய ஊசியை தரையில் தூக்கி எறிந்துவிட்டு, "நான் என்ன கனவா காணுகிறேன். வாலோ, தலையோ, வயிறோ இல்லாமல் எந்த ஊரிலாவது சிங்கம் இருக்கிறதா? கடவுள் அந்த மாதிரி ஒரு சிங்கத்தைப் படைக்கவே இல்லையே" என்று வியந்தான்.

நாமும்கூட தலையும், வாலும் இல்லாத சிங்கத்தைத் தான் நம்முடைய தோள்களில் வலிக்குப் பயந்து பச்சைக் குத்திக் கொள்ள விரும்புகிறோம்.

சீறாத போது அது எப்படிச் சிங்கமாக முடியும்? சிங்கம் செல்லப் பிராணியாக மாறினால் அது தன்னுடைய சிங்கத் தனத்தை இழந்து விடுகிறது. முழங்குவதும் கம்பீரமாக நடப்பதும், சீறிச் சிலிர்த்து எழுவதும்தான் சிங்கத்தை உருவாக்குகின்றன.

'வலிக்குமே' என்று வாலையும், வயிற்றையும் விட்டுவிட்டு எப்படிச் சிங்கத்தைப் பச்சை குத்திக்கொள்ள முடியாதோ அதைப் போலவே நம்முடைய கடமைகளைச் செய்யாமல் உரிமைகளை எதிர்பார்க்க முடியாது. தெரு விளக்கு எரிய வேண்டும் என்று எதிர் பார்ப்பதற்கு முன்பு வீட்டுவரி செலுத்தியிருக்கிறோமா என்று சிந்திக்க வேண்டும். பாதை செப்பனிடாமல் இருக்கிறதே என்று யோசிப்பதற்கு முன் தொழில்வரி தந்திருக்கிறோமா என்று சரிபார்க்க வேண்டும். பெரும்பாலும் இங்கு புகார்தாரர்கள் தங்கள் கடமைகளைச் சரிவரச் செய்யாதவர்களாகவே இருக்கிறார்கள்.

இயேசு கிறிஸ்துவின் காலத்திலேயே வரி செலுத்துவது மக்களுக்குப் பிடித்தமில்லாத கடமையாக இருந்திருக்கிறது. அவரை இக்கட்டில் ஆழ்த்தும் பொருட்டு ரோமாபுரி சக்கரவர்த்திக்கு வரி செலுத்துவது குறித்து அவரிடம் சுற்றி இருப்பவர்கள் கேள்விகளைக் கேட்கிறார்கள்.

அந்தக் கேள்வி தந்திரமானது என்பதை அவர் உணர்ந்து, "நீங்கள் என்னை சிக்கலில் ஆழ்த்த நினைக்கிறீர்களா? ஒரு வெள்ளி நாணயம் கொண்டு வாருங்கள், நான் பார்க்கிறேன்" என்கிறார். அந்த நாணயத்தைக் காட்டி 'யாருடைய முகமும், பெயரும் இருக்கிறது' என்று அவர் கேட்கிறார். அவர்கள் 'சக்கரவர்த்தியுடையது' என்று சொல்லு கிறார்கள்.

உடனே இயேசு, "சக்கரவர்த்திக்குச் சொந்தமானதை சக்கர வர்த்திக்குச் செலுத்துங்கள், கடவுளுக்குச் சொந்தமானதைக் கடவுளுக்குச் செலுத்துங்கள்" என்று குறிப்பிடுகின்றார்.

அப்போதே வரி வசூலிப்பவர்கள் மீது மக்களுக்கு மிகுந்த கோபம் இருந்திருக்கிறது. நாம் இன்னமும் அதே மனநிலையில் தான் இருக்கிறோம். பூனையைப் போன்ற புலியை, வளர்ப்பு நாயைப் போன்ற சிங்கத்தை நேசிக்கக் காத்திருக்கிறோம். உரிமைகளை மட்டும் தருகின்ற நாடு வேண்டும் என்று நினைக்கின்றோம். சலுகைகள் மட்டும் பெறப்பட வேண்டும் என்று எண்ணுகிறோம். அதனால்தான் நாம் நம் வசதிப்படி நம் இதயத்தில் பச்சைக் குத்திக் கொள்கின்ற தேசியம் முழுமையற்ற தேசியமாகச் சிதைந்து நிற்கிறது.

*

42. மதவெறி

இந்தியாவில் புராணக் கதை ஒன்று உண்டு. தீவிர சிவபக்தன் ஒருவன் இருந்தான். அவன் வேறு தெய்வங்களிடமெல்லாம் வெறுப்பை வளர்த்தான். பிற பக்தர்களையும் அவன் வெறுத்தான். யாரேனும் 'நாராயணா' என்று சொல்வதைக்கூட அவனால் சகிக்க முடியாது.

இந்தியாவில் வைணவர்களும் ஏராளம் இருப்பதால் நாராயண நாமத்தைக் கேட்பதைத் தவிர்ப்பதற்காக இரண்டு காதுகளிலும் துளையிட்டு இரண்டு மணிகளைக் கட்டித் தொங்கவிட்டுக் கொண்டான். யாராவது 'நாராயணா' என்று சொன்னால் உடனே தலையை அசைப்பான். மணி ஓசையில் மற்ற ஒலிகளை மறைப்பான்.

அவன் வெறியைக் கண்ட சிவன் ஒருநாள் கனவில் தோன்றி "முட்டாளே! நானே ஹரி, நானே ஹரன். வேறுபாடு பெயரில் மட்டுமே; தன்மையில் அல்ல" என்று கூறினார். ஆனால் அதற்குப் பிறகும் அவன் "எனக்கும் விஷ்ணுவிற்கும் எந்தச் சம்பந்தமும் இல்லை" என்று கூறிவிட்டான்.

அவனிடம் சிவபெருமானின் சிலை ஒன்று இருந்தது. ஒருநாள் சாம்பிராணித் தூபம் இட்டு வணங்கியபோது அந்த அதிசயம் நடந்தது. சிலை இரண்டாகப்பிளந்து ஒன்று சிவனாகவும் மற்றொன்று விஷ்ணு வாகவும் மாறியது.

அவ்வளவுதான். அந்தப் பக்தன் துள்ளிக் குதித்து ஒரே ஓட்டமாக ஓடி விஷ்ணுவின் மூக்கைப் பொத்திக் கொண்டான். சாம்பிராணி நறுமணத்தைக்கூட விஷ்ணு முகர்ந்துவிடக்கூடாது என்கின்ற அளவுக்கு அவனது வெறி இருந்தது. சிவ பெருமானால் அவனது வெறியைத் தாங்க முடியவில்லை. எனவே கோபத்துடன் அவனை அசுரனாகப் பிறக்கும்படி சாபம் இட்டார். கொள்கை வெறிகளுக்கு எல்லாம் தந்தையான அவனே 'கண்டாகர்ணன்.'

இந்தியாவில் அவனை வழிபடும் விதம் வினோதமாக இருக்கும். ஒரு களிமண் உருவைச் செய்து துர்நாற்றம் மிக்க பூக்களால் வழிபடு வார்கள். பிறகு பெரிய கொம்புகளால் அந்தக் களிமண் சிலையை நையப்புடைப்பார்கள். தங்கள் தெய்வத்தைத் தவிர பிற தெய்வங்களை வெறுக்கிற அனைவருக்கும் தந்தையாக இருக்கிறான் கண்டாகர்ணன்.

இன்றும் தங்கள் மதத்தைத் தவிர வேறு மதமே இல்லை என்று நினைப்பவர்கள் அனைவருமே அசுரர்கள்தான். கண்டா கர்ணனின் வழித்தோன்றல்கள்தான்.

இராமகிருஷ்ணருடைய வாழ்வில் நடந்த அற்புத சம்பவம் நம் அறிவுக் கண்களை அகலத் திறந்து வைக்கின்றது. பரம் பொருளை பராசக்தி வடிவமாகக் காணுகின்ற தாந்திரீக மார்க்கத்திற்கு பைரவி பிராம்மணி என்ற ஓர் அம்மையாரிடம் மூன்று வருடம் பயின்று பல தாந்திரீக சாதனங்களை அவர் கண்டு தெளிந்தார். பிறகு பக்தி மார்க்கத்தில் ஈடுபட ஜடதாரி என்கின்ற வைணவப் பெரியார் இவருக்கு வாய்த்தார்.

கடவுளை - பெற்ற குழந்தையாக, உற்ற தோழனாக, மணந்த நாயகனாக வழிபடுகின்ற பக்தி மார்க்கத்தையும் அவர் கண்டு கொண்டார். பிறகு அத்வைத மார்க்கத்தில் தோத்தாபுரி என்கின்ற பெரியாரிடம் அத்வைத சாதனங்கள் பயின்றார். தேகத்மவாத புத்தியை ஒழித்தார். நிர்விகற்ப சமாதியை அனுபவித்தார். பச்சைக் குழந்தையைப் போலப் பரிமளித்தார். பின்பு வேற்று மதத்தினர் கடவுளைக் காணச் செல்லும் வழிகளில் ஆசை கொண்டார். இஸ்லாமிய மதத்தைத் தழுவினார்.

ஒரு முஸ்லீமைப் போலவே உடைஉடுத்தி நமாஸ் சொல்லி வந்தார். அந்த மார்க்கத்திலும் பேரானந்தத்தை அடைந்தார். எட்டு வருடம் கழித்துத் தன்னுடைய முப்பத்து எட்டாவது வயதில் கிறிஸ்துவ மதத்தில் ஈடுபட்டு ஓர் உண்மை கிறிஸ்துவராக வாழ்ந்து இறை அனுபவம் கண்டார். புத்தமத அனுபவங்களையும், அத்வைத மார்க்கத்தில் சென்றுகொண்டிருந்த காலத்தில் பெற்றார்.

அவருடைய வாழ்க்கை 'மதம் ஒரு பாதையே' என்பதை எல்லோருக்கும் உணர்த்தும் வண்ணம் இருந்தது. பிரம்ப சாட்சாத் காரம் பெற்ற பிறகும் உலகத்திற்கு நல்வழி காட்டுவதற்காக உடல் நினைவோடு இன்னும் சில ஆண்டுகள் வாழ வேண்டிய கட்டாயத்தில் தான் இருப்பதை உணர்ந்து பிரபஞ்ச உணர்ச்சியை மீளப் பெற்றார்.

நமக்கு எதிர் எதிர் துருவங்களாக ராமகிருஷ்ணரும், கண்டா கர்ணரும் தென்படுகிறார்கள். ஒருவர் வாசனையுள்ள பூக்களாலும் மற்றவர் துர்நாற்றம் உள்ள மலர்களாலும் அர்ச்சிக்கப்படுகிறவர்கள். ஒருவரைப் பார்த்து நாம் கன்னத்தில் போட்டுக் கொள்கிறோம். இன்னொருவரையோ கைக்கம்பால் போட்டுத் தள்ளுகிறோம்.

சரி, ராமகிருஷ்ணரைப் பார்த்ததும் கன்னத்தில் போட்டுக் கொள்கிறோமே, அவர் சொன்னதை எப்போது காதில் போட்டுக் கொள்ளப் போகிறோம்?

*

43. விருந்தும் மருந்தும்

விருந்தோம்பல் குறித்து திருக்குறள் முதற்கொண்டு திருத்தொண்டர் புராணம் வரை எண்ணற்ற கருத்துகள் - வரலாறுகள் - கதைகள் இருக்கின்றன.

விருந்து என்றால் மாமா, அத்தை, சித்தப்பா ஆகியோர் அல்லர் - முகம் தெரியாத மனிதர்கள். நமக்கு முற்றிலும் புதியவர்கள் - இது வரை நாம் பார்த்தறியாதவர்கள்தான் விருந்தினர் என்று விளக்கம் அளிக்கிறார் திரு.வி.க.

இப்போது மாமா, சித்தப்பா ஆகியோரே முகம் தெரியாதவர் களாக ஆகுமளவு நம்முடைய உறவு முறைகள் திரிந்து கொண்டிருக் கின்றன. விருந்தினர்களும் எப்படி நடந்து கொள்ள வேண்டும் என்பது முக்கியமாகப் படுகிறது.

'விருந்தும் மருந்தும் மூன்று நாள்' என்பார் முன்னோர். இப்போதெல்லாம் மூன்று மணி நேரத்திற்கு மேல் விருந்தினர்கள் தங்கினால் மரியாதையில்லை என்னும் நிலை உருவாகிவிட்டது.

நாம் யாருக்கும் தொந்தரவு இல்லாதவாறு நடந்து கொள்வது தான் சிறந்த பண்பாடு. இன்று இளையான்குடி மாறனார் போல யாரேனும் நடந்துகொள்வார்கள் என்று எதிர்பார்க்க முடியாது.

"நான் உனக்கு ஏதாவது செய்தால் நீ ஏதாவது திரும்பச் செய்து தான் தீர வேண்டும்" என்கின்ற பேரத்தைப் போலத் தான் எல்லாப் பரிவர்த்தனைகளுமே.

வந்தவர்களும் உடனே தொலைபேசியை எடுத்து எல்லா ஊருக்கும் சுற்றுவது, வீட்டுக்காரர்கள் எப்படிச் சொல்லுவது என்று புரியாமல் திண்டாடுவது ஆகியவற்றைக் காணலாம்.

'சாம்பாரில் உப்பு கொஞ்சம் கூடுதல்; பாயாசத்தில் பால் போதவில்லை; பாகற்காய்ப் பொரியல் செய்தால் நன்றாக இருக்கும். நீங்கள் சாம்பாரைப் போய் வைத்துவிட்டீர்கள்' என்றெல்லாம் விமர்சனம் செய்யாமல் இருப்பது நல்லது.

ஒவ்வொரு வீட்டிலும் ஆயிரம் பிரச்சினைகள் இருக்கும். அதைப் புரிந்துகொள்ளாமல் தர்மசங்கடமான கேள்விகளைக் கேட்காமல் இருப்பது நல்லது.

'வாஷிங் மெஷின் ஏன் வாங்கவில்லை?'

'இன்வெர்ட்டர் மிகவும் உதவியாக இருக்குமே' என்றெல்லாம் யோசனைகளை அள்ளி வழங்குபவர்கள் சற்று அமைதி காப்பீராக.

அதைப்போல வேறு யாரையாவது ஒப்பிட்டுப் பேசாமல் இருப்பது உத்தமம் - 'அவரும் உங்க வேலையில் தான் இருக்கிறார். அவர் வீடு பங்களா மாதிரியிருக்கும்' என்றெல்லாம் சிண்டு முடியாமல் இருப்பது சிறந்தது.

'என் குழந்தைகளை நான் கண்டிப்பதே இல்லை. மிகவும் சுதந்தரமாக வளர்க்கிறேன்.' இதுதான் டாக்டர் ஸ்பாக் சொல்லி யிருக்கிறார் என்று தன் செல்லக் குழந்தைகள் எல்லாவற்றையும் இழுத்துப்போட்டு உடைப்பதை ரசிக்காமல் இருக்கலாம்.

'உங்கள் வீட்டில் எல்லா வேலைகளையும் என்ன நீங்களே செய்கிறீர்கள்? நாங்கள் எல்லாத்துக்கும் ஆள் போட்டிருக்கிறோம்' என்று குழப்பாமலிருக்கலாம்.

தன் வீட்டுப் பெருமை, தன் பாரம்பரியம், தன்னுடைய சாதனைகள் ஆகியவற்றைச் சொல்லி அடுத்தவர்களை வெறுப் பாக்காமல் எல்லாருக்கும் பொதுவான செய்திகளைப் பேசலாம்.

கணவர்கள் அலுவலகம் பற்றியே பேச - தனியாக மாட்டிக் கொண்டு ஓர் அலுவலரின் மனைவி நெளிவதை நான் பார்த்திருக் கிறேன்.

விருந்தினராக வந்துவிட்டு மற்றவர்களுக்குப் புரியாத தங்கள் தாய்மொழியில் தாங்கள் மட்டுமே பேசிக்கொள்வது அநாகரிகம்.

நம் இருத்தல் மற்றவர்களுக்கு இளைப்பாறுதலாக இருக்க வேண்டுமே தவிர, உறுத்தலாக ஒருபோதும் இருக்கக்கூடாது.

நான் படித்திருக்கிறேன்.

வீட்டிற்கு வந்த நபருக்கு தேநீருக்காகத் தண்ணீரைக் கொதிக்க வைத்துவிட்டுப் பார்த்தால் தேயிலை இல்லை. அண்டை வீடுகளில் இரவல் வாங்க மகனை அனுப்பினாள். வீடுவீடாகக் கேட்டுக் கொண்டே அவன் சென்றான். தண்ணீர் மிகவும் கொதிக்காமல் இருக்க இன்னும் கொஞ்சம் நீரை ஊற்றிக் கொண்டே இருந்தாள் அவள்.

வெகுநேரம் ஆனதால் கணவனைக் கேட்டாள் :

"பேசாமல் அவரைக் குளிக்கச் சொல்லுங்களேன் - வெந்நீர் தயார்" என்று.

44. பதவி உயர்வு - பணி உயர்வு அல்ல

பணிபுரியும்போது 'நாம் பதவி உயர்வு பெற வேண்டும்' என்கின்ற எண்ணமே நாம் செயல்படுவதற்குக் கிரியா ஊக்கியாக இருக்கிறது.

ஒரு நிறுவனத்தில் தகுதி வாய்ந்தவர்கள் வெளியே செல்லாமல் இருப்பதற்கும், வேறு நிறுவனங்களை நாடாமல் இருப்பதற்கும் பதவி உயர்வே அடித் தளமாக இருக்கிறது. ஒதெல்லோ நாடகத்தில் இயகோ "பதவி உயர்வு செல்வாக்கை வைத்துத் தீர்மானிக்கப்படுகிறது. பணி முதிர்வை வைத்துத் தீர்மானிக்கப்படவில்லை" என்று வருத்தப் படுவதாக ஷேக்ஸ்பியர் எழுதியுள்ளார்.

பதவி உயர்வு என்பது வாலாயமாக நடக்க வேண்டுமா? அல்லது தகுதியின் அடிப்படையில் நிகழ வேண்டுமா? என்பது வெகுநாள் இருந்து வருகின்ற சர்ச்சை. யாரையாவது பிடித்து மேலே போவது; தான் யாரைப் பிடிக்கிறாரோ அவர் மேலே போகும்போதெல்லாம் தானும் மேலே போவது; ஒருவரை மட்டுமே நம்பாமல் பலரைக் கைக்குள் போட்டுக் கொண்டு முன்னேறுவது என்பதெல்லாம் போட்டிகள் அதிகம் உள்ள அதிகார உலகில் அன்றாட நிகழ்வு.

நாம் எல்லாருமே, "நாம் செய்கின்ற பணியைக் காட்டிலும் இன்னும் அதிகமான பணிக்கு நாம் தகுதி படைத்தவர்கள்" என்று நினைத்துக்கொண்டிருக்கின்றோம். ஏற்கெனவே இருக்கின்ற பணியை சிறப்பாகச் செய்பவர்கள் எல்லாம் அடுத்த பணியையும் சிறப்பாகத் தான் செய்வார்கள் என்று எதிர்பார்க்க முடியாது என்பதுதான் 'பீட்டர் தத்துவம்' என்கின்ற யோக்கியதையற்ற செயல்பாடுகளுக்குக் கொடுக்கப்படும் விளக்கம்.

லாரன்ஸ் பீட்டர் என்பவரும், ரேமன்ட் ஹல் என்பவரும் சேர்ந்து எழுதிய அந்தப் புத்தகம் மிகவும் சுவாரசியமானது. ஒவ்வொருவரும் தன்னுடைய தகுதியின்மை என்கின்ற அளவை அடைகின்றவரை பணி உயர்வு பெறுகிறார்கள். தகுதியின்மையை அடைந்ததும் ஓய்வு பெறும் வரை அதே நிலையில் தங்கி விடுகிறார்கள் என்பதே பீட்டர் தத்துவம்.

அவர்கள் கூற்றுப்படி மிகச் சிறந்த ஆசிரியர் பதவி உயர்வில் சிறந்த தலைமையாசிரியராக ஜொலிப்பார் என்று சொல்ல முடியாது. சிறந்த மெக்கானிக் பணி உயர்வு பெற்றால் சிறந்த ஃபோர்மேனாக ஆவார் என்று கூற முடியாது. 'கிரீம் புளிக்கும் வரை மேலே உயர்கிறது.' இதுதான் எதார்த்தமான சாத்தியம்.

எப்படியிருந்தாலும், பணியாளர்களைத் திருப்திப்படுத்த பதவி உயர்வு தந்தே தீர வேண்டியிருக்கிறது. இதற்குப் பல குறுக்கு வழிகளை நிறுவனங்கள் கையாளுகின்றன. ஊதியத்தை உயர்த்தாமல் பெயரை மட்டும் மாற்றுவது ஒரு வழி. கூலியைப் போர்ட்டர் என்று கூறுவதைப் போல. விற்பனை அலுவலரை ஏரியா மேனேஜராக்குவதைப் போல.

அடுத்த வழிமுறை எல்லாரையுமே பணி உயர்வு செய்து விடுவது. எல்லாரையுமே பணி உயர்வு செய்வதும், யாரையுமே பணி உயர்வு செய்யாமல் இருப்பதும் கிட்டத்தட்ட ஒரே மாதிரிதான். அடுத்தது இடத்தை மாற்றுவது. இரண்டு பேரை இடம் மாற்றிப் பணியமர்த்தி விட்டு அவர்கள் இருவரிடமும் தனித்தனியாக அவர்கள் முக்கியத் துவம் கருதியே இந்தப் பணிமாற்றம் செய்திருப்பதாகக் கூறுவது. அடுத்த வழிமுறை யாருக்கும் இரண்டாமவர் அல்ல என்ற அறிவிப்பு. அமெரிக்க ஜனாதிபதி கென்னடி இந்த வழிமுறையைக் கண்டு பிடித்தார்.

இன்னொரு வழிமுறை பணியின் பொறுப்புகளையும், அதிகாரத் தையும் உருவிக்கொண்டு ஒருவரைப் பதவி உயர்வு செய்வது. உண்மையில் சொல்லப்போனால் அதைப் 'பணி யிறக்கம்' என்றுதான் சொல்ல வேண்டும். இந்தச் சூழலிலும் தாங்கள் எந்தப் பணியை ஆற்றினாலும் அதில் லயித்துச் செய்பவர்கள் இருக்கவே செய்கிறார்கள்.

ஒன்பதாம் நூற்றாண்டில் சீனத்தில் நடந்த சம்பவம் இது. யாங்சன் என்கின்ற மன்னர் தன்னுடைய இரண்டு அலுவலர் களில் ஒருவரைப் பதவி உயர்வு செய்ய வேண்டியதாயிருந்தது. இருவரும் ஒரே தகுதியிலும் (ரேங்க்கிலும்) ஒரே அனுபவத்திலும் இருந்ததனால் யாரைப் பணி உயர்வு செய்வது என்பதில் அவருக்குக் குழப்பம். எனவே அவர்களுக்கு ஒரு கணக்கைக் கொடுத்தார்.

வனத்தின் வழியே நடந்து போய்க்கொண்டிருந்த ஒரு மனிதன், தாங்கள் திருடிய துணிச் சுருள்களைப் பங்கிடுவது குறித்துச் சில திருடர்கள் விவாதித்துக்கொண்டிருந்ததைக் கேட்க நேர்ந்தது.

அவர்கள் சொன்னார்கள்: "ஒவ்வொருவரும் ஆறு சுருள்களை எடுத்துக்கொண்டால் ஐந்து மீதம் இருக்கும். ஏழு சுருள்களை எடுத்துக்கொள்வதற்கு இன்னும் எட்டு சுருள்கள் தேவைப்படுகின்றன."

'அப்படியென்றால் எத்தனைத் திருடர்கள் இருந்தார்கள்? எவ்வளவு துணிச்சுருள் இருந்தது?' என்பதே அந்தக் கணக்கு. அவர்களில் ஒருவர் விரைவாகக் கணக்கிட்டு வெற்றி பெற்றார். இன்று இது சாத்தியமா?

*

45. வண்ணக் காவியம்

ஓவியம் என்பது சேர்க்கச் சேர்க்க வருவது. எண்ணங்களையும், வண்ணங்களையும் சரியான விகிதத்தில் சேர்க்கின்றபோது அழகான ஓவியம் அகப்படுகிறது. மனிதன் ஆரம்பத்தில் ஓவிய எழுத்துக்களால் தான் உணர்த்தி வந்தான். அவன் வாழ்ந்த குகைகளில்கூட ஓவியங்கள் இருந்தது தெரிய வந்தது.

அழகான ஓவியம் என்பது நம்மை வசீகரிப்பதில் மட்டும் இல்லை. அது நம் இதயத்தைப் பிழிந்து மனத்தில் ஏற்படுத்தும் மாற்றங்களின் மூலமே சிறந்ததாக உருவாகிறது. தொடர்ந்து நம் சிந்தனைகளில் அது ஏற்படுத்துகின்ற அதிர்வுகள் மிகவும் முக்கியம்.

ஓவியன் ஒரு தீர்க்கதரிசியாக இருக்க முடியும் என்பதற்கு டாவின்சி அடையாளமாகத் திகழ்ந்தார். அவர் காலமான போது 10000-க்கும் அதிகமான சித்திரங்கள், வரைபடங்கள், நுணுக்கமான குறிப்புகள் அடங்கிய தாள்களை விட்டுச் சென்றார். குறிப்புகளை வலப்புறம் இருந்து இடப்புறமாகக் கண்ணாடி மூலமே படிக்கும்படி எழுதி யிருந்தார். அவர் வரைந்திருந்த சில சித்திரங்கள் பின் நாளில் கண்டு பிடிக்கப்பட்ட அறிவியல் சாதனங்களின் வடிவத்தை உள்ளடக்கியதாக இருந்தது. டாவின்சி வரைந்த 'மோனோலிசா' இன்று உலகத்திலேயே மிக உன்னதமான ஓவியமாகக் கருதப்படுகிறது. அதை ஆஸ்கர் வைல்டு கூட பலவிதமான அடைமொழிகளில் அழைத்திருக்கிறார்.

அந்த ஓவியத்தை எந்தக் கண்ணோட்டத்தில் பார்க்கிறோமோ அந்தக் கண்ணோட்டத்தில் அது புன்னகை புரிவது போலத் தென்படும். 1962-ஆம் ஆண்டு அதனுடைய மதிப்பை ஆயுள் காப்பீட்டுக்காக 100 மில்லியன் டாலர் என்று மதிப்பீடு செய்திருந்தார்கள்.

'மடோனா லிசா கெரார்டினி' என்கின்ற மிலன் டெச்சஸ் உருவத்தைத்தான் அவர் கணவர் கேட்டுக்கொண்டதற்கிணங்க ஓவியமாகத் தீட்டினார். ஆனால், பிரான்சிஸ்கோ பெல்கியோ கோண்டோ என்கிற அந்த நபர் அவ்வோவியத்தைத் தனக்குப் பிடிக்க வில்லை என்று சொல்லி அதற்கான கட்டணத்தைத் தர மறுத்து விட்டார். டாவின்சியிடமே தங்கிவிட்ட அந்த ஓவியத்தைப் பத்து வருடங்கள் கழித்து 492 தங்க அவுன்சுகள் கொடுத்து பிரெஞ்சு மன்னர் முதலாம் பிரான்சிஸ் வாங்கிக் கொண்டார். எது நிராகரிக்கப்பட்டதோ அதுவே இன்று உலக ஓவியமாக அங்கீகரிக்கப்பட்டது.

ஆனாலும் அவருக்குள் இருந்த படைக்கும் திறனுக்கு நடுவே கெடுக்கும் குயுக்தியும் குடியிருந்தது. அவருடைய நண்பரும் ராஜ தந்திரியும் ஆன மாக்கியவெல்லி ஏற்றுக்கொண்ட திட்டத்தின்படி பைசா நகரத்து ஆர்னோ நதியின் போக்கை கால்வாய் வெட்டித் திருப்பிவிட்டு அந்நகரைத் தண்ணீருக்குத் திண்டாடத் திட்டம் வகுத்தார் டாவின்சி. ஆனால், இரவில் மீண்டும் கால்வாயை மண்ணிட்டு நிரப்பி, திட்டத்தைத் தோல்வியுறச் செய்தனர் பைசா நகரவாசிகள்.

இயற்கையை நேசிப்பவர்களே ஓவியங்களையும், காவியங் களையும் படைக்க முடியும். புல்லின் நுனியிலும், பூவின் மடியிலும் ஒரு குழந்தையைப் போல துயிலத் தெரிந்தவர்கள் தான் இயற்கையை அதன் அழகு கெடாமல் மெருகேற்ற முடியும். கிளாட் மோனே சிறந்த ஓவியராக மட்டும் இல்லாமல் தனக்கென தாமரைத் தடாகத்துடன் கூடிய பெரிய தோட்டத்தை வைத்திருந்தார். அந்தத் தாமரைகள் மொட்டு விடும்போது அவருடைய உருவாக்கும் திறனும் துளிர்த்திருந்தது.

டீகாஸ் தன்னுடைய ஐம்பதாவது வயதில் கண்பார்வை கெட்டு வந்த சமயத்திலும் வண்ணங்களையும், கோடுகளையும், வடிவங் களையும் ஓவிய ரூபமாய், புதுப்புது யுக்திகளை அகக்கண் கொண்டு படைத்து வந்தார்.

வான்கா வாழ்ந்த காலத்தில் ஒரே ஓர் ஓவியத்தைத்தான் விற்க முடிந்தது. அதுவும் ஏற்பாடு செய்யப்பட்ட ஒருவர் அவர் ஏமாந்து போகக்கூடாதே என்பதற்காக வாங்கிய ஓவியம்தான்.

ஆரம்ப காலத்தில் பிகாசோ குளிர் காய்வதற்காக, தான் வரைந்த சில ஓவியங்களையே எரியூட்டியதுண்டு. ஆனால் அதே பிகாசோ புகழும் பெயரும் அடைந்த பிறகு அவர் வீட்டிற்கு வந்த ஒருவர், "நீங்கள் உங்கள் ஓவியம் எதையும் வீட்டில் தொங்க விடவில்லையே ஏன்? உங்கள் ஓவியம் உங்களுக்குப் பிடிக்காதா?" என்றுகேட்டார். அதற்கு பிகாசோ, "பிடிக்கும். ஆனால் அதை வாங்குகின்ற சக்தி எனக்கு இல்லை" என்று நகைச்சுவையாகக் குறிப்பிட்டார்.

பிறக்கும்போது அசைவுகளற்றுப் பிறந்தார். அவருடைய மாமன் அவருடைய நுரையீரலுக்குள் தன்னுடைய சிகரெட் புகையைச் செலுத்தி அவருக்கு அசைவுகளைக் கொடுத்தார். ஆனால், அப்படிப் பட்ட பிகாசோ தன்னுடைய பதினைந்தாம் வயதிலேயே ஓவியப் பள்ளியில் கற்க வேண்டிய அனைத்தையும் கற்றுவிட்டார். அவர் ஆல்டர் பையன் என்று தீட்டிய ஓவியத்தின் தத்ரூபத்தைக் கண்டு மிரண்டுபோன அவரது ஓவிய ஆசிரியரான தந்தை தனது தூரிகையையும், வண்ணத்தையும் மூடி வைத்துவிட்டார். இதுவே முயற்சியும் பயிற்சியும் நமக்குத் தரும் முன் உதாரணம்.

*

46. இடையரும் இடைத்தரகரும்

ஜலாலுதீன் ரூமி கூறிய உருவகக்கதை ஒன்று உண்டு.

ஓர் ஆடு மேய்க்கும் சிறுவன் பிரார்த்தனை செய்வதை மோசஸ் கேட்க நேர்ந்தது.

அவன் "கடவுளே! நான் உன்னுடைய சேவகனாக விரும்புகிறேன். கிழிந்த உன் காலணிகளைத் தைக்கவும், உன் தலைமுடியை சீப்பால் வாரி விடவும் நான் செய்வேன். உன்னுடைய துணிகளைத் துவைக்கவும், உன்னுடைய பேன்களைக் கொல்லவும் விரும்புகிறேன். உனக்குத் தினமும் பால் கறந்து தருவேன். உன் சின்னக் கைகளை முத்தமிடுவேன். உன் பாதங்களைத் தேய்த்து விடுவேன். நீ தூங்கும்போது உன் சின்ன அறையைப் பெருக்கி மெழுகுவேன்."

இதைக் கேட்டதும் மோசஸுக்குக் கோபம் வந்தது. "நீ யாரிடம் பேசுவதாக நினைத்துக்கொண்டிருக்கிறாய்?" என்று கத்தினார்.

அதற்கு அந்த இளைஞன், "நம்மைப் படைத்து வானமும், பூமியும் தெரியும்படி செய்தவரிடம் பேசிக் கொண்டிருக்கிறேன்" என்றான்.

அதற்கு மோசஸ் "நீ பேசுவது நாத்திகம். நீ இப்படிப் பேசினால் வானத்தில் இருந்து ஒரு நெருப்புத்துண்டம் விழுந்து நம்மையெல்லாம் எரித்துவிடும். நீ சொல்லுகின்ற மாதிரி சேவைப்பணிகள் மிகப் பெரிய அருளாளனான ஆண்டவனுக்குத் தேவையில்லை. நீ ஏதோ உன்னுடைய தாய்மாமனிடம் பேசுவது போலல்லவா பேசுகிறாய்? கடவுளுக்கு உடல் சம்பந்தப்பட்ட தேவைகள் இருப்பதைப் போலவும் நீ பேசுகிறாயே" என்று கடிந்து அவனுடைய உடைகளைக் கிழித்து பாலைவனத்துக்குள் துரத்தினார்.

சிறிது நேரம் கழித்து வானத்திலிருந்து ஓர் அசரீரி கேட்டது. அது மோசஸைப் பார்த்து, "என்னுடைய சேவகனை ஏன் என்னிடம் இருந்து பிரிக்கின்றாய்? நீ இணைக்க வந்தாயா? பிரிக்க வந்தாயா? நான் ஒவ்வொருவருக்கும் அவர்களுக்குரிய வெளிப்படுத்துதலைத் தந்திருக் கின்றேன். அவர்கள் தங்களுக்குள்ள முறையில் வழிபடும் போது நான் மகிழ்கிறேன். வேறொருவரைப் போல பாவனை செய்யும் போது அவர்களுக்குப் பழி வந்து சேருகிறது. இந்த இடையனுக்குத் தேனாக இருந்த வார்த்தைகளே உனக்கு விஷமாக இருக்கிறது. நான் தூய்மைக்கும்,

தூய்மையற்ற தன்மைக்கும் அப்பாற்பட்டவன். இதயத்தின் சாரமே முக்கியம். வார்த்தைகள் வெறும் விபத்துதான். நான் எத்தனை சொற்களையும், கருத்துகளையும், அடைமொழிகளையும் தாங்கிக் கொள்வேன்? உண்மையான கசிந்துருகுதலே எனக்குத் தேவை. ஓர் உண்மையான நேசன் என்னைப் பற்றிப் பேசும்போது தவறு இழைத்தால் அவனைத்திருத்தாதே. அவன் வார்த்தைகளை என்னால் புரிந்து கொள்ள முடியும்."

ரூமியின் கதை எவ்வளவு அழகானது. வழிபடுவதற்கு வரை முறைகள் இல்லை. நெறிமுறைகளும் தேவையில்லை. அன்பு ஒன்று ஐக்கியமானால், இறைமை மாணிக்கவாசகர் கூறுவது போல அரும் பெரும் ஜோதியாகவும் மாறும். வள்ளலார் கூறுவதைப் போல அருட் பெரும் ஜோதியாகவும் மாறும். அதனால்தான் இறைமை அன்பெனும் பிடிக்குள் அடங்குகின்ற கடலாக இருக்கிறது. டால்ஸ்டாய் கூறுவதைப் போல சாஸ்திரங்கள் சொன்னபடி வழிபட்ட போதகர் கப்பலிலே பயணம் செய்தார். ஆனால் தங்களுக்குத் தோன்றியபடி வழிபட்ட மூன்று தீவுவாசிகள் தண்ணீரின் மீது ஓடி அவரைச் சந்தித்தார்கள்.

திபெத்தியக் கதை ஒன்று உண்டு. ஒரு வயதான பெண்மணி இந்தியாவிற்கு வியாபாரம் செய்யச் சென்ற ஒருவனிடம் ஒரு துறவியின் ஞாபகார்த்தமாக எதையாவது கொண்டு வர வேண்டுகோள் விடுத்தாள். அவளது மூட நம்பிக்கையை நினைத்து மனத்தில் சிரித்துக்கொண்டு வருகின்ற வழியில் இறந்துகிடந்த ஒரு நாயின் தாடை எலும்பை பட்டுத் துணியால் மூடி அவளிடம் கொடுத்தான். அவளோ அதை முழு நம்பிக்கையோடு வணங்கினாள்.

சில நாட்கள் கழித்து அந்த வியாபாரி அந்தப் பெட்டியில் இருந்து வெளிச்சக் கதிர்கள் வெளிவருவதைக் கண்டான்.

நம்பிக்கை இருந்தால் எல்லா மொழிகளுமே அர்ச்சனை மொழிகள்தான். எல்லா உச்சரிப்புகளுமே மந்திர உச்சாடனம் தான்.

*

47. முதல் வணக்கம்

பொதுவாக நம் நடைமுறையில் மெலியார் வலியாரைப் பார்த்து வணக்கம் வைப்பதே வழக்கம். இங்கே யார் முதலில் வணக்கம் செலுத்துகிறார்கள் என்பதுதான் முக்கியம். எதிரே வருபவர்கள் கை உயர்த்தினால் அதற்குப் பிறகுதான் நாம் வணக்கம் செய்வோம். 'என்னைப் பார்த்து ஏன் வணங்கவில்லை?' எனக் கேட்பவர்களும் உண்டு.

வால்மீகி இராமாயணத்தில் இராமனுடைய குண நலன்களைப் பற்றிக் குறிப்பிடும்போது அவன் 'பூர்வபாஷி' என்று வால்மீகி கூறுகிறார். அவன் ஓர் இளவரசன். எதிரே வருபவர்கள் தனக்கு வணக்கம் தெரிவிக்க வேண்டும் என்று எதிர்பார்க்காமல் அவனாகத் தன் எதிரிலே வரும் எளியவர்களைத் தானே அழைத்து அகமும், முகமும் மலர்ந்து "ஐயா! உனக்கு என்ன தொழில்? உன் குமாரர்கள் நலமா? உனக்கு துன்பம் இல்லையே? உன் குடும்பம் சுகமாக நடைபெறுகிறதா?" என்று அன்பாக வினவி கருணை புரிவான்.

இராமனைப் பற்றிக் குறிப்பிடும்போது கம்பரும் அவன் மற்றவர் களுக்காகக் காத்திராமல் தானே முன் மொழிந்து வணங்கி அவர்தம் வருத்தத்தைப் போக்குபவன் என்று கூறுகிறார்.

'எதிர் வரும் அவர்களை, எமையுடை இறைவன்
முதிர்தரு கருணையின் முகமலர் ஒளிரா,
எதுவினை? இடர் இலை? இனிது நும் மனையும்?
மதி தரு குமரரும் வலியர்கொல்?' எனவே,

ஓர் இளவரசனும் எளிமையாக நடக்க முடியும். ஒரு யாசகனும் திமிராக இருக்க முடியும். ஏனென்றால் எளிமை என்பது உணவில் இல்லை. உணர்வில் இருக்கிறது.

சில நேரங்களில் ஒரு சாதாரண எலிகூட எளிமையில்லாமல் இருப்பதுண்டு. ஹிதோபதேசத்தில் ஒரு கதை உண்டு. சம்பகா என்கின்ற நகரத்தில் சுத்திரகர்ணா என்கின்ற முனிவர் வசித்தார். அவருடைய பிச்சைப் பாத்திரத்தில் மீதம் வைத்த உணவை அவருடைய வீட்டில் இருந்த எலி துள்ளித் துள்ளிக் குதித்துவிட்டு உண்ணும். அவர் மற்றவர்களோடு பேசிக்கொண்டிருக்கும் போது அந்த எலி தன் கட்டிலுக்கு அருகில் வந்து குதிக்காமல் இருப்பதற்காக அடிக்கடி ஒரு பிரம்பால் தரையைத் தட்டிக் கொண்டேயிருப்பார்.

ஒருநாள் அவருடைய நண்பர் வினகர்ணா "என்னோடு பேசாமல் ஏன் நீங்கள் தரையைத் தட்டிக்கொண்டே இருக்கிறீர்கள்?" என்று கேட்டார்.

சுத்திரகர்ணா அதற்கு "தவறாக எடுத்துக் கொள்ளாதீர்கள். இந்த எலி நான் மீதம் வைத்ததைத் தின்றுவிட்டு என் முன்னேயே துள்ளித் துள்ளிக் குதிக்கிறது. நாம் பேசுவதைத் தடை செய்கிறது" என்று சொன்னார்.

வினகர்ணா அந்த எலி குதித்த இடத்தை உற்று நோக்கினார். பிறகு அது குதிப்பதையும் பார்த்துவிட்டு அந்த இடத்தைத் தோண்டச் செய்தார். தோண்டியபோது அந்த இடத்தில் ஒரு புதையல் புதைக்கப் பட்டிருப்பதைக் கண்டார். தரைக்கு அடியில் புதையல் இருந்ததாலும், அந்த இடத்திற்குப் பக்கத்தில் பொந்து செய்து வசித்ததாலும்தான் அந்த எலி, அந்த இடத்திற்கு வந்ததும் துள்ளித் துள்ளிக் குதித்தது என்று வினகர்ணா விளக்கம் அளித்தார். எலிகள் கூடப் பணத்திற்கு மேல் படுத்திருந்தால் தங்கள் நிலையை மறந்து துள்ளிக் குதிக்க ஆரம்பித்து விடுகின்றன.

நாம் மற்றவர்களுக்கு வணக்கம் சொல்லுவதனால் தாழ்ந்து போய் விடமாட்டோம். வணக்கம் என்பது விருப்பத்தின் பேரால் விளைய வேண்டுமே தவிர, அது கட்டாயத்தின் பேரால் கனிய முடியாது. சேக்கிழார் பெரிய புராணத்தில் கூறுவதுபோல முதிர்ந்த கதிர்களாய் இருப்பவர்கள் தலையைத் தாழ்த்துகிறார்கள்.

"தேவர் ஒதுங்க திருத்தொண்டர்
மிடையும் செல்வ திருவாரூர்"

தேவர்களும், அடியார்களும் சிவபெருமானை வணங்க திருவாரூருக்கு வருகின்றார்கள். அப்போது அடியார்களுக்கு முதலிடம் கொடுத்து தேவர்கள் ஒதுங்கிச் செல்கிறார்கள் என்று சேக்கிழார் திருத்தொண்டர் புராணத்தில் கூறுகின்றார். ஏனென்றால் தேவர் களோ தனித்தே இருக்கப் போகிறவர்கள். ஆனால், திருத்தொண்டர் களோ இன்னும் சில நாட்களில் இறைமையோடு அடைக்கலமாகப் போகிறவர்கள். அடைக்கலமாகப் போகிறவர்களிடம் விலகி இருப்ப வர்கள் அடிபணிந்து தானே தீர வேண்டும்.

நம் பண்பாட்டில் வணங்குவது கையில் ஆயுதம் இல்லை என்று காட்டுவதற்காக மட்டுமல்ல; ஒரு கோடி பேரையும் ஒரே நேரத்தில் மரியாதை செலுத்த முடியும் என்பதற்காகத்தான்.

48. சிக்கல் தீர

'மொட்டைத்தலைக்கும் முழங்காலுக்கும் முடிச்சுப் போடா தீர்கள்' என்று சொல்கிறோம் - முடிச்சு சாதாரண யுக்தியா?

16-ஆம் நூற்றாண்டில் தென் அமெரிக்கக் கடற்கரையில் 'இன்கா' நாகரிகம் உச்சத்தில் இருப்பதை அங்கு தரையிறங்கிய சிலர் கண்டனர். அவர்களுடைய செல்வச் செழிப்பும், நாகரிக வளமும் அனைவரையும் அதிசயத்தில் ஆழ்த்துவதாக இருந்தது. அவர்களுக்குச் சக்கரத்தின் உபயோகமோ, உழவு மாடுகளின் பயனோகூடத் தெரிந்திருக்கவில்லை.

ஆனால், அவர்களுடைய வெற்றிக்கு முக்கிய காரணம், அவர் களுக்கு ஆவணங்களை முடிச்சுகளின் மூலமாகப் பேணிக்காக்கும் வழக்கம் இருந்தது. அதை 'க்விப்பூ' (quipu) என்று அவர்கள் அழைத் தார்கள். அந்த முடிச்சுகளின் மூலம் பல புள்ளி விவரங்களை அவர்கள் பதிவு செய்யப் பழகியிருந்தார்கள்.

வெள்ளை முடிச்சு - வெள்ளியையும் - மஞ்சள் தங்கத்தையும், சிவப்பு ரத்தத்தையும் - குறிப்பதாக இருந்தது.

ஒவ்வொரு ஊரிலும் நியமிக்கப்பட்ட அலுவலர்கள் அந்த முடிச்சு ஆவணங்களைப் பராமரித்து வந்தார்கள். பெரு, பொலிவியா போன்ற நாடுகளில் பல நூற்றாண்டுகள் முடிச்சுகள் மூலம் தங்கள் ஆடு, மாடு போன்றவற்றின் கணக்கைக் கொள்ளும் பழக்கம் இருந்திருக்கிறது.

இன்னும் அங்கேயிருக்கும் அமெரிக்கப் பழங்குடி மக்களிடம் இந்தப் பழக்கம் இருந்து வருகிறது.

ஹிரோடோடஸ், பாரசீக மன்னன் டேரியஸ் ஒரு தோல் பட்டையில் ஆறு முடிச்சுகளை முடிந்து கொடுத்து 'ஒவ்வொரு நாள் ஒரு முடிச்சு அவிழ்க்கப்பட வேண்டும்' என்றும், கடைசி முடிச்சு அவிழும்போதும் தான் போர்க்களத்திலிருந்து திரும்பி வராவிட்டால் அவர்களைச் சொந்த நாட்டிற்கே திரும்பிப் போய் விடுமாறு கூறிய தாகவும் தன்னுடைய சரித்திரங்கள் நூலில் குறிப்பிட்டுள்ளார்.

சீனர்கள் எழுத்துகளைக் கண்டுபிடிப்பதற்கு முன் முடிச்சுகளைப் புழக்கத்தில் வைத்திருந்ததாகச் சான்றுகள் தெரிவிக்கின்றன.

லாவோட்ஸு எழுதிய 'டாவோ - டீச்சிங்' நூலில் இதைப் பற்றிய குறிப்புகள் காணப்படுகின்றன. அராபியர்கள் ஒப்பந்தங்கள் செய்து

கொள்ளவும், ரசீதுகள் தரவும் முடிச்சுகளை உபயோகித்திருக்கிறார்கள். 'அக்த்' என்கின்ற அராபியச் சொல்லுக்கு 'முடிச்சு' என்ற பெயரும், ஒப்பந்தம் என்ற பொருளும் ஒரு சேர உண்டு.

'கார்டியன் முடிச்சு' - சரித்திரப் புகழ் வாய்ந்தது. பைர்ஜியா நாட்டில் கி.மு. 9-ஆம் நூற்றாண்டுவாக்கில் 'அடுத்த மன்னன் ஒரு வேகனில் வருவான்' என அசரீரி ஒன்று அறிவித்தது. அந்த நேரத்தில் கார்டியஸ் என்கின்ற விவசாயி வாகனத்தில் அசரீரி கூறிய லட்சணங்களுடன் அங்கு வர அவனே மன்னனாக மகுடம் சூட்டப் பெற்றான்.

கார்டியன் தன்னுடைய வாகனத்தை ஜுபிடர் தேவனுக்கு அர்ப்பணிக்கும் பொருட்டு ஒரு கம்பத்தில் மிகவும் நுண்ணிய, சிக்கலான, எளிதில் அவிழ்க்க முடியாத முடிச்சுகளுடன் கட்டி வைத்தான். அந்த முடிச்சின் நுனிகள் உள்பக்கமாக மறைந்திருந்தன.

'யார் அந்தக் கார்டியன் முடிச்சை அவிழ்க்கிறார்களோ, அவர்கள் கிழக்குப் பகுதி முழுவதையும் வெற்றி கொள்ள முடியும்' என்று ஐதீகம். பல நூற்றாண்டுகள் யாராலும் அவிழ்க்க முடியாமல் இருந்த அதை 333-ஆம் ஆண்டு அலெக்சாண்டர் அவிழ்த்து எறிந்ததோடு, கிழக்குப்பகுதி முழுவதையும் வெற்றியும் பெற்றதாக வரலாறு.

இங்கும் மூன்று முடிச்சுகள் முக்கியமானவை. முக்கியமான செய்தியோ, காரணமோ மறந்து போகாமல் இருக்க சிலர் முந்தானை யிலோ, வேட்டியிலோ முடிச்சுப் போட்டு வைத்துக் கொள்வதும் உண்டு.

எனக்குத் தெரிந்த ஒருவர் இப்படித்தான். அடிக்கடி கைக் குட்டையில் முடிச்சுப் போடுவார்.

ஒருநாள் குறிப்பு எடுத்துக்கொண்டிருந்தார். 'என்ன குறிப்பெடுக் கிறீர்கள்?' என்றேன்.

'எந்த முடிச்சு எதற்காக எனக் குறிப்பெடுக்கிறேன்' என்றார்.

ஞாபகம் வைக்க மூளையிலல்லவா முடிச்சுப் போட வேண்டும்?

*

49. ஆறு தொப்பிகள்

மேலை நாடுகளில் ஒரு புதிய திட்டத்தைச் செயல்படுத்த ஆறு வண்ணத் தொப்பிகளைப் பயன்படுத்துகிறார்கள்.

முதலாவது வெள்ளைத் தொப்பி. வெள்ளைத் தொப்பி அணிந்து கொள்வது என்பது நமக்குக் கொடுத்திருக்கும் தகவல்களின் அடிப்படையில் சிந்திப்பது. உதாரணமாக ஒரு திட்டத்தில் எவ்வளவு முதலீடு தேவை, என்ன லாபம் வரும்? என்பதைப் பற்றி மட்டுமே கொடுத்த தகவல்களின் அடிப்படையில் பரிசீலனை செய்வது வெண் தொப்பியின் சாராம்சம்.

அடுத்தது சிவப்புத் தொப்பி. அந்தத் திட்டம் குறித்த உணர்வுகள், உணர்ச்சிகள், உள்ளுணர்வு போன்ற வற்றை ஆதாரமாகக் கொண்டது. 'இந்தத் திட்டம் சரியாகச் செயல்படுமா?', 'இந்தப் பொருளுக்கு எவ்வளவு நாள் கிராக்கி இருக்கும்?', 'எனக்கென்ன வோ இது சரியாகச் செயல்படாது என்று தோன்றுகிறது' என்றெல்லாம் நம்முடைய அனுபவங்களின் அடிப்படையில் அத்திட்டத்தை நாம் பரிசீலித்தால் நாம் சிவப்புத் தொப்பியில் சிக்கியிருக்கிறோம்.

மூன்றாவது கருப்புத் தொப்பி. அது எச்சரிக்கையைக் குறிப்பது. ஒரு திட்டத்தைப் பல கோணங்களிலிருந்து கடுமையான விமர்சனத்திற்கு உட்படுத்துவது. உதாரணமாக 'சட்டதிட்டங்கள் இதை அனுமதிக்காது', 'ஆர்டரை ஈடு செய்ய நம்மிடம் உற்பத்தித் திறன் இல்லை', 'விலையை உயர்த்தினால் விற்பனை சரியும்', 'நமக்கு ஏற்றுமதியில் அனுபவம் இல்லை' என்றெல்லாம் அகலக்கால் வைக்காமல் நம்மை உஷார்ப் படுத்துகின்ற எண்ணங்கள் உதிக்கும்போது நாம் கருப்புத் தொப்பியை அணிந்திருக்கிறோம்.

நான்காவது மஞ்சள் தொப்பி. அது நம்பிக்கையைத் தருவது. ஒரு திட்டத்தில் இருக்கின்ற ஒளிமயமான சாத்தியக் கூறுகளையெல்லாம் ஆராயும்போது நாம் மஞ்சள் தொப்பியை தரித்திருக்கிறோம். 'நாம் உற்பத்தியை வாடிக்கையாளர்களுக்கு அருகில் கொண்டு போனால் இத்திட்டம் வெற்றியடையும்', 'திரும்பத் திரும்ப வாடிக்கையாளர்கள் வாங்கும்போது பலன் விளையும்', 'மின்சார செலவை மிச்சப்படுத்த மக்கள் விழையும்போது இத்திட்டம் வெற்றி பெறும்' என்றெல்லாம் திட்டத்தை எப்படியெல்லாம் சாத்தியமாக்க முடியும் என்று நாம் சிந்திக்க வேண்டும்.

அடுத்தது பச்சைத் தொப்பி. பச்சை செழுமையையும், வளமையையும் குறிக்கும். திட்டத்தைச் செயல்படுத்தப் புதிய கருத்துகள், கூடுதல் மாற்றுவழிகள் ஆகியவற்றைப் பற்றி விவாதிக்கும்போது பச்சைத் தொப்பி நம் தலை மேல் ஏறுகிறது. அப்போது நம்முடைய படைப்புத் திறன் வெளிப்படுகிறது.

இறுதியாக நீலத்தொப்பி. அது வானத்தையும், ஒட்டு மொத்தப் பார்வையையும் குறிக்கின்றது. நீலத் தொப்பி அணியும் போது சிந்திப்பதற்கு நிகழ்ச்சிநிரலை வகுக்கிறோம். அடுத்த கட்டத்தை ஆராயத் தொடங்குகிறோம். செயல்திட்ட சுருக்கத்தையும், முடிவுகளையும், தீர்வுகளையும் முன்வைக்கச் சொல்லுகிறோம். அதன் மூலம் செழுமைப் படுத்தி ஒரு புதிய திட்டத்தைக் கச்சிதமாக வடிவமைக்கிறோம்.

தொப்பி போடுவது வேறு. குல்லா போடுவது வேறு. எந்தத் தொப்பியும் அணிந்துகொள்ளாமல் அடுத்தவர்களை குல்லா போட்டே காரியத்தைச் சாதித்துக் கொள்பவர்களும் இருக்கிறார்கள்.

ஒருவர் புதிய அலுவலகத்திற்கு மாற்றலாகிப் போனார்.

அங்கிருந்த மேலதிகாரி கேட்டார்: "இந்த இடம் உங்களுக்குப் புதிதாயிற்றே, எப்படிச் சமாளிக்கப் போகிறீர்கள்?"

பணியாளர் சொன்னார்: "பலரையும் கவருவதற்கான நிறைய குல்லாய்களைத் தயாரித்து வைத்திருக்கிறேன். அவரவர்கள் தலைக்குத் தகுந்தவாறு குல்லாய்களை அணிவித்து சரிக்கட்டி விடுவேன்" என்றார்.

அதற்கு அதிகாரி "எல்லாருமேவா புகழுக்கு மயங்கி விடுவார்கள்?" என்றார்.

பணியாளர் "உங்களை மாதிரி ஒரு சிலர் வேண்டுமானால் அபூர்வமாக இருக்கலாம். மற்றவர்கள் எல்லாம் புகழுக்கு அடிமை தான்" என்றார்.

அதிகாரி மகிழ்ச்சியில் "ஆமாம், ஆமாம்" என்றார்.

பணியாளரோ 'ஒரு குல்லாய் செலவாகிவிட்டது' என்று நினைத்துக்கொண்டார்.

*

50. தண்டனை

கிராமப்புறங்களில் கல்விக் கூடங்களில் சேருகின்ற பல மாண வர்கள் இரண்டாவது வருடமே பள்ளியிலிருந்து நின்று விடுவது நிகழ்ந்தது. இந்த உதிர்ந்து விழும் விகிதம் அதிகமாக இருப்பதற்குக் காரணம் 'பள்ளி தண்டனைக் கூடமாக' அவர்கள் மனத்தில் சித்திரிக்கப்படுவதுதான் என்பதை ஆய்ந்தவர்கள் அறிந்தார்கள்.

இன்று கற்பதில் இனிமை 'Joyful learning' என்கின்ற தத்துவத்தின் அடிப்படையில் கற்பது கொண்டாட்டமாக மாற பல முயற்சிகள் இருக்கின்றன. அவற்றின் மூலமே சின்னப் பிஞ்சு உள்ளங்கள் கல்வியில் அதிக நாட்டத்தைக் காட்டி வருகின்றன. முதலில் 'தண்டனை' என்பது எதற்காக என்று நாம் யோசிக்க வேண்டும்.

கண்ணுக்குக் கண் - மூக்குக்கு மூக்கு (Eye for an eye) என்று வழங்கப்படுகின்ற தண்டனையால் என்ன பயன்? அப்படியென்றால் விழியற்ற ஒருவன் இன்னொருவருடைய விழியை சேதப்படுத்தினால் என்ன தண்டனை தர முடியும்? கற்பழிப்புக்கு என்ன தண்டனை வழங்க முடியும்?

'தண்டனை' என்பது வருந்தச் செய்வதற்கும் - திருந்தச் செய்வதற்கும் தான். திருந்தாமல் ஒரு மனிதனை உக்கிரமாக்குவதற்குத் தண்டனை தேவையில்லை.

விக்டர் ஹியூகோ எழுதிய 'ஏழைபடும் பாடு' என்கின்ற புதினத்தில் நாற்பத்தாறு வயதுவரை சிறையில் கழித்த ஜீன் வால்ஜின் என்கின்ற மனிதன் சிறையில் தன் கள்ளங் கபடமற்ற தன்மையை எல்லாம் இழந்து கடுமையாகவும், கொடூரமாகவும் மாறி விடுதலையாகிறான். அவன் மீது குத்தப்பட்ட முத்திரை அழியாததால் அவன் செல்கிற இடமெல்லாம் அவனுக்குப் படுக்கக்கூட இடம் மறுக்கப்படுகிறது.

அவனுக்கு 'மாண் சிஞ்சூர் மிரியன்' என்கின்ற பாதிரியார் தைரியமாகப் படுக்க இடம் கொடுக்கிறார். அவருடைய வீட்டிலேயே வெள்ளி சாமான்களைத் திருடிக்கொண்டு வெளியேறுகிறான். ஆனால், போலீஸ்காரர்களிடம் மாட்டிக் கொள்கிறான். அவர்கள் அந்தப் பொருட்களோடு அவனை அந்தப் பாதிரியாரிடமே அழைத்து வருகிறார்கள்.

அவர் அவனிடம் சிரித்துக்கொண்டே, "ஆகா! நீங்கள் திரும்பவும் வந்து விட்டீர்களா? மிகவும் மகிழ்ச்சி - நான் உங்களிடம் கொடுத்த இரண்டு மெழுகுவர்த்திப் பீடங்களை எடுத்துக் கொள்ளவில்லையே" என்று அவனைத் தப்புவிக்கிறார்.

போலீஸ்காரர்கள் சென்ற பிறகு அவனிடம் "நல்லவனாக வாழ் வதற்காக மட்டுமே இந்த வெள்ளியைப் பயன்படுத்த வேண்டும்" என்று சத்தியம் செய்து உறுதிமொழி வாங்கிக் கொள்கிறார்.

பல ஆண்டுகள் சிறை வாழ்க்கை செய்யாததை ஒரு பாதிரியாரின் பரிவான சொற்கள் செய்து விடுகின்றன. அவன் நினைத்துப் பார்க் கிறான். தனக்கு அடைக்கலம் தந்தவர் வீட்டிலேயே திருடியது குறித்து நினைத்து வெட்கப்படுகிறான். வேதனையடைகிறான். அவனுடைய இரு சொட்டுக் கண்ணீர்த் துளிகள் மூலம் அவன் கடந்த காலத்தைக் கழுவுகிறான். அவனுடைய வியர்வைத் துளிகளால் எதிர்காலத்தைப் பூஞ்சோலையாக ஆக்கிக் கொள்கிறான்.

தண்டனை என்பது வருத்துவதற்காக அல்ல - வருந்துவதற்காக. திரிப்பதற்காக அல்ல - திருந்துவதற்காக. கொடுப்பவர்களும் வருந்த வேண்டும் - கனத்த இதயத்தோடு தான் அதை அவர்கள் மொழிய வேண்டும். பெறுபவர்களும் நமக்கு வழங்கப்பட்டது சரி என உணர வேண்டும்.

'இனி இந்தத் தவறு நிகழாது' என்று உறுதி அவர்கள் உள்ளத்தில் உதிக்க வேண்டும். சின்னக் குழந்தைகள் தவறு செய்தால் முதல் முறையில் அவர்கள் முதுகில் தட்டாதீர்கள். இரண்டாவது முறை அவர் களுக்கு நயமாக எடுத்துச் சொல்லுங்கள். அவர்கள் அந்தத் தவறை ஒருபோதும் செய்யமாட்டார்கள் என்று டாக்டர் ஸ்பாக் சொல்கிறார்.

நாம் எல்லாருக்கும் ஒரு வாய்ப்புத் தரவேண்டும். உணர்தல் நிகழ்கின்ற உள்ளங்கள் பண்பட வாய்ப்பிருக்கிறது.

மாணவர்கள் பெஞ்சைத் தூக்கிக்கொண்டு வெளியே போனார்கள். ஆசிரியர் 'ஏன் பெஞ்சைத் தூக்கிக்கொண்டு வெளியே போகிறீர்கள்?' என்று கேட்டார்.

நீங்கள் தானே 'லாஸ்ட் பெஞ்ச் கெட் அவுட்' என்றீர்கள் என்றனர் அவர்கள்.

*

51. திருப்திப்படுத்துவது

சில நேரங்களில் நாம் தேவையில்லாமல் அடுத்தவர்களைத் திருப்திப்படுத்த முனைகிறோம். நம் முதுகைச் சொறிவதைக் காட்டிலும், அடுத்தவர்கள் முதுகைச் சொறிவதுதான் அதிகம். எப்படியாவது அவர்களை மகிழ வைத்து விடுவது என்று கங்கணம் கட்டிக்கொண்டு செயல்படுகிறோம். காரணம் அவர்களிடமிருந்து நமக்கு ஏதேனும் ஆதாயம் உண்டு. அது பணிமாற்றமாக இருக்கலாம். பதவி உயர்வாக இருக்கலாம். பணவிடையாக இருக்கலாம். நமக்கும் தெரியும்; அவர்களுக்கும் தெரியும். தெரிந்தாலும் தெரியாததுபோல் காட்டிக் கொள்வதில் தான் அவர்களுடைய பெருமை அடங்கியிருக்கிறது. இந்தப் போலித்தனங்கள் தொடர்வதால் உண்மையை சில நேரங்களில் அவை அமுக்கிவிடுகின்றன.

ஒருவர் வீட்டில் சாப்பிட்டுவிட்டு "வெகு நாட் களுக்குப் பிறகு ஒரு நல்ல உணவைச் சாப்பிட்டேன்" என்று சொல்லுவோம். வெளியே வந்து 'சாப்பாடு சுமாராகத்தான் இருந்தது' என்று எண்ணிக் கொள்ளு வோம்.

எனக்குத் தெரிந்து மாவட்ட ஆட்சியருக்கு நடத்தப்படுகின்ற பிரிவு உபசார விழாக்களில் "இதுவரை வந்த மாவட்ட ஆட்சித் தலைவர்களிலேயே நீங்கள்தான் தலைசிறந்த ஆட்சியர்" என்று பல மாவட்டங்களில் மக்கள் பாராட்டுவது உண்டு. இப்படித்தான் ஒரு மாவட்டத்தில் பணிமாற்றம் செய்யப்படுகின்ற மாவட்ட ஆட்சியரை "இதுவரை வந்ததிலேயே சிறந்த ஆட்சியர்" என்று மக்கள் வானளாவப் புகழ்ந்தார்கள். இத்தனைக்கும் அந்த மாவட்டம் அந்த வருடம்தான் ஏற்படுத்தப்பட்ட மாவட்டம்; அவர்தான் முதல் ஆட்சியர்.

சில அதிகாரிகளும் "நான் அதைச் செய்தேன், இதைச் செய்தேன்" என்று பணியில் சேர்ந்த இரண்டாவது நாளிலேயே தங்கள் பெருமை களைப் பேச ஆரம்பித்து விடுகிறார்கள். மழை பெய்ததற்கும், மகசூல் அதிகமானதற்கும்கூட தாங்களே காரணம் என்று ஓர் ஒளிவட்டத்தை உண்டாக்கிக் கொள்கிறார்கள்.

"என்னைப் பற்றி என்ன பேசிக்கொள்கிறார்கள்?" என்று பக்கத்தில் இருப்பவர்களிடம் தங்களைச் சரிபார்த்துக் கொள்கிறார்கள். அவர்களும் 'புகழை விரும்புபவர்களுக்குப் புகழைக் கொடுத்துவிடு' என்கின்ற தாரக மந்திரத்தைத் தலைமையேற்று "ஐயா மாதிரி இது

வரைக்கும் யாருமே இல்லைன்னு பேசிக்கிறாங்க" என்று சந்தடி சாக்கில் சிந்து பாடிவிடுவார்கள்.

முதலில் "நான் ஏன் தேவையில்லாமல் ஒருவரை திருப்திப்படுத்த வேண்டும்" என்பதைப் பற்றிச் சிந்தித்துப் பார்க்க வேண்டும். தனக்குத் தேவையானதை நேரடியாகக் கேட்டுப் பெறுபவர்கள் இப்படி முகஸ்துதி செய்து கையேந்துபவர்களைக் காட்டிலும் மேன்மையான வர்கள். அவர்கள் தங்கள் இதயத்தையாவது அடகு வைக்காமல் இருக்கிறார்கள்.

சில நேரங்களில் நாம் இப்படிப்பட்டவர்களிடம் எச்சரிக்கையாக இருக்க வேண்டும். நம்மை அவர்கள் ஒரு மயக்கத்தில் தள்ள முற்படு கிறார்கள். எல்லா போதைகளிலும் மோசமானது புகழ் என்னும் போதை. அது மட்டும் தெளிவு அடைவதே இல்லை. அந்தக் காலத்தில் அரசர்களை மகிழ்விப்பதற்காகவே விதூஷகர்கள் இருந்ததைப்போல இந்தக் காலத்தில் நாம் கைத்தடி இல்லாமல் செயல்பட முடியும். நம்முடைய செயல்பாடு எத்தன்மையது என்பதை நாமே தரம் பிரித்துப் பார்க்க முடியும். அதற்கான அடிப்படை அறிவை இயற்கையே நமக்கு வழங்கி இருக்கிறது.

நம் படைப்பை எதார்த்தத்துக்கு மீறிப் பாராட்டுபவர்களிடம் நாம் கவனமாக இருக்க வேண்டும். இப்படித்தான் பிகாசோவினுடைய ஸ்டுடியோவிற்கு வந்த ஒருவர் அவர் ஓர் ஓவியத்தை உற்று நோக்கு வதைப் பார்த்துவிட்டு "இது உங்கள் மாஸ்டர் பீஸ்" என்று தேவை யில்லாமல் புகழ்ந்தார்.

பிகாசோ "மூக்கு மோசமாக வந்து விட்டது. அதனால் மொத்த ஓவியமும் சிதைந்து போய்விட்டது" என்று சொன்னார். உடனே வந்தவர் "அப்படியானால் ஏன் நீங்கள் மூக்கைச் சரி செய்யக் கூடாது?" என்று கேட்டார்.

"சாத்தியம் இல்லை" என்றார் பிகாசோ. ஏனென்றதற்கு "மூக்கு எங்கேயிருக்கிறது என்பதை என்னால் கண்டுபிடிக்க முடியவில்லை" என்றார் அந்த ஓவியர்.

தேவையில்லாமல் மூக்கை நுழைப்பவர்களுக்கு மூக்குடைப்பு நடத்துவதுதானே வழி.

*

52. கலங்கரை விளக்கம்

கடலிலே பயணம் செய்யும் கலங்களுக்குக் கரை இருக்கின்ற இடத்தையோ, துறைமுகம் உள்ள பகுதியையோ ஒளி மூலமாக உணர்த்தும் ஏற்பாடு தான் கலங்கரை விளக்கம்.

இரும்புச் சட்டிகளில் தீ மூட்டி கோபுர உச்சியில் கட்டித் தொங்க விட்டு மத்தியதரைக் கடலில் பயணம் சென்ற கப்பல்களுக்கு உதவி யிருக்கிறார்கள் லிபியர்கள்.

உலகத்தில் முதன் முறையாக அமையப் பெற்ற கலங்கரை விளக்கு அலெக்சாண்டிரியாவில் அமைக்கப்பட்ட ஒன்றாகும். டோலோமி என் கின்ற அலெக்சாண்டருடைய தளபதி எகிப்து நாட்டைத் தன்னுடைய ஆளுகையில் எடுத்துக் கொண்டார். அவருடைய மகன் டோலோமி பிலடெல்பஸ் என்பவன் 100 மீட்டர் உயரத்திற்கு பாரோஸ் தீவின் நுனியில் ஓர் அழகிய கலங்கரை விளக்கத்தை எழுப்பினான். உச்சியிலே நெருப்புக் கனன்று வருவோர் போவோருக்கெல்லாம் வழி காட்டியாக அமைந்தது.

சிலப்பதிகாரத்திலும், பெரும்பாணாற்றுப்படையிலும் காவிரிப் பூம்பட்டிணத்திலும் கவின்மிகு கலங்கரை விளக்கங்கள் இருந்ததற்குக் குறிப்புகள் இருக்கின்றன. கி.பி. 8-ஆம் நூற்றாண்டில் சோழ மன்னன் எழுப்பிய கலங்கரை விளக்கம் இன்னமும் மாமல்லபுரத்தில் மல்லாந்து இருக்கிறது.

உலகத்திலேயே உயரமான கலங்கரை விளக்கம் ஹாலந்து நாட்டில் உள்ள ஹெல்டருக்கு அருகே இருக்கிறது. நடுக்கடலில் கூட அவை அமைக்கப்படுவது உண்டு. இங்கிலீஷ் கால்வாயில் உள்ள எடிஸ்டன் கலங்கரை விளக்கம் அப்படிப்பட்டதே.

இந்தியாவில் 180 கலங்கரை விளக்கங்கள் இருக்கின்றன. சென்னை உயர்நீதிமன்றக் கட்டடத்தின் மேல் இருக்கும் 166 அடி உயர கலங்கரை விளக்கமே பிரசித்தியானது. 1894 ஜூன் மாதத்தில் செயல்பட ஆரம் பித்தது; 1952-இல்தான் மின்சார விளக்குப் பொருத்தப்பட்டு மிளிர ஆரம்பித்தது.

மிதக்கும் கலங்கரை விளக்கங்களாக கலங்கரை விளக்குக் கப்பல்கள் இப்போது பயன்படுத்தப்படுகின்றன. அவை 80-லிருந்து 114 அடி நீளமுள்ளவையாகக் கட்டப்படுகின்றன.

சிகாகோ நகரத்தில் சென்ற நூற்றாண்டின் ஆரம்பத்தில் சில பெண்கள் விழியற்றவர்களுக்காகக் கலங்கரை விளக்கத்தை ஆரம் பித்தார்கள். அதற்கு ரோஸ் ரெஸ்னிக் என்று பெயர். அந்த இடத்தில் 1917-ஆம் ஆண்டு விழியற்றோர் கைவினைப் பொருட்கள் விற்பனை செய்ய வசதிகளும் உருவாக்கித் தரப்பட்டன.

1886-ஆம் ஆண்டு லிபர்டி சிலையை ஒளியூட்டுவதற்கு ஒரு புதிய தொழில்நுட்பம் அறிமுகப்படுத்தப்பட்டது. அதோடு கலங்கரை விளக்கங்களை ஒளிரச் செய்வதற்கான புதிய யுகமும் ஆரம்பமானது. பல கலங்கரை விளக்கங்கள் சரித்திரப் புகழ் வாய்ந்த இடங்களாகப் பதிவு செய்து பாதுகாக்கப்பட்டு வருகின்றன. அவற்றைக் கட்டிய சூழலும் பராமரித்த பின்னணியும் வரலாற்று நிகழ்வுகளாக அவற்றை வாழவைக்கின்றன.

கலங்கரை விளக்கங்களைப் பராமரிப்பவருடைய பணி முக்கிய மானது. அவர்கள் முன்ஜாக்கிரதையோடும், பொறுப்புணர்வோடும் நடந்துகொள்ள வேண்டும். கப்பல் தரையைத் தட்டுவது என்பது அளவில்லாத பொருட் சேதத்தையும், உயிர்ச் சேதத்தையும் ஏற்படுத்தி விடுகின்ற ஒன்று. பாயிண்ட் சர் லைட் ஸ்டேசன் என்பது அந்தப் பகுதியின் பல கப்பல்கள் தரைதட்டிய காரணத்தினாலேயே ஏற்படுத்தப் பட்டது.

கடல் கரையிலிருந்து பார்க்கும்போது மிகவும் நேர்த்தியாக இருக்கிறது. வானத்தின் நீல நிறம் அதில் பிரதிபலிப்பதைக் காணும் போது அலைகள் கரையைத் தழுவ புரண்டு வருவதைக் கண்ணுறுகின்ற போது மகிழ்ச்சி ஏற்படுகிறது. முழு நிலவு நாளில் கடற்கரையில் அமர்ந்து நேரம் போவதே தெரியாமல் வானையும், நீரையும் ரசிக்கின்ற காட்சி அற்புதமானது. ஆனாலும் பல நாட்கள் கடலிலேயே பயணம் செய்பவர்களுக்குக் கரை எப் போது வரும், எப்போது தரை மீது கால் வைப்போம் என்கின்ற எதிர்பார்ப்பே அதிகமாக இருக்கும்.

பென்சமின் பிராங்க்ளின் பிலடெல்பியா நாட்டு மக்களுக்குத் தெருவிளக்கின் அவசியத்தைத் தெரிவிக்க விரும்பினார். அதைப் பிரசங்கங்களால் எடுத்துச் சொல்லி அவர்களை வற்புறுத்த அவர் நினைக்கவில்லை. மாறாகத் தன்னுடைய வீட்டிற்கு முன்னால் கதவில் ஓர் அழகான லாந்தர் விளக்கை ஏற்றி வைத்தார். தினமும் அதன் கண்ணாடியைச் சுத்தப்படுத்தி திரியைக் கொளுத்தி மாலைதோறும் அதை மாட்டி வந்தார். இருட்டின் நடுவே திரிந்த மக்கள் அவருடைய வீட்டைக் கடக்கும்போது தெரிந்த வெளிச்சத்தில் நன்றியால் கனத்த இதயத்தோடு அவரை நோக்குவார்கள்.

பிராங்க்ளின் அவர்களிடம் "வாருங்கள் நண்பர்களே! இது நடப்பதற்குப் பாதுகாப்பான இடம். உங்கள் கால்களில் ஏதேனும் கல் ஒட்டிக்கொண்டிருக்கிறதா? என்பதைப் பார்த்து அவற்றை நீக்கிவிட்டு மேலே செல்லுங்கள்" என்று கூறுவார். "நாளை நீங்கள் இங்கே வரும்போது நான் இங்கே காத்திருக்கிறேன்" என்று சொல்லுவார்.

சில நாட்களில் அவருடைய பக்கத்து வீட்டுக்காரர்களும் அவரைப் பின்பற்றினார்கள். நாளடைவில் பிலடெல்பியாவின் இருண்ட தெருக்களும் வெளிச்சத்தைப் பூசிக் கொண்டன.

சிலர் கலங்கரை விளக்கங்களைப் பராமரிக்கிறார்கள். இன்னும் சிலரோ அவர்களே கலங்கரை விளக்கங்களாக ஆகி விடுகிறார்கள்.

*

53. கஞ்சமகா பிரபுக்கள்

கஞ்சத்தனத்தைப் பற்றி எல்லா நாட்டிலும் கதைகள் உண்டு. அவர்கள் எத்தனைக் கதைகள் சொன்னாலும் திருந்துவதாகத் தெரியவில்லை. சொற்களில் கஞ்சத்தனம், கொடுப்பதில் கஞ்சத் தனம், உபசரிப்பதில் கஞ்சத்தனம், உண்பதில் கஞ்சத்தனம், உடுத்துவதில் கஞ்சத்தனம், அனுபவிப்பதில் கஞ்சத்தனம் என்று கஞ்சத்தனத்திலும் பல வகை உண்டு.

சொந்தக் குடும்பத்தினருக்கே செலவு செய்வதற்குத் தயக்கப்படும் கஞ்சர்களும் உண்டு. அவர்கள் எத்தனைக் கதைகள் சொன்னாலும் திருந்தாமல் இருப்பதற்குக் காரணம் அந்தக் கதைகளெல்லாம் மற்றவர்களுக்குத்தான் என்று திடமாக நம்புவதால்தான். அவர்கள் சிந்தனைகளில் கூட கஞ்சத்தனம் உண்டு. மின்சாரச் செலவை மிச்சப்படுத்த சீக்கிரமே தூங்குபவர்களும் உண்டு.

கஞ்சர்களிலும் இரு வகை உண்டு. தன்னுடைய பணத்தை அடுத்தவர்களுக்குச் செலவழிக்காமல் இருப்பவர்கள் முதல் வகை. தங்கள் பாக்கெட்டை மட்டுமே பத்திரப்படுத்துபவர்கள் அவர்கள். தங்களுடையதை யாருக்கும் செலவழிக்காமல் அடுத்தவர்கள் செலவில் குளிர் காய்பவர்கள் இரண்டாவது வகை. இவர்கள் காரியக் கஞ்சர்கள்.

உலகம் ஒப்புரவால் இயங்குகிறது. மனிதன் ஒருவரையொருவர் சார்ந்தும் வாழவேண்டியவன். கொடுப்பதால் புவனமெங்கும் புன்னகைகள் பரிமாறப்படுகின்றன. இதயமும் நிம்மதியால் நிரம்புகிறது. இருத்தலே கொடுக்கல் வாங்கலில் தான் நிம்மதியடைகிறது.

கடல் தண்ணீரை ஆவியாக்காமல் தக்க வைத்துக்கொண்டால் மேகம் ஏது? மழை ஏது? ஆற்று நீரைப் பதுக்கிக்கொண்டால் நதிகள் எல்லாம் சாக்கடைதானே, கால்வாய் எல்லாம் கழிவுநீர்தானே. மலர்களெல்லாம் மணத்தைத் தங்களுக்குள்ளே வைத்துக்கொண்டால் கனிகள் ஏது? விதைகள் ஏது? மேலோட்டமாகப் பார்த்தால் கிளைகளிலிருந்து கனிகள் வருவதுபோலத் தோன்றும்; ஆனால், உண்மையில் கனிகளிலிருந்துதானே கிளைகள் வருகின்றன. கனிகளை நோக்கித் தான் கிளைகள் செல்கின்றன. இங்கு முடிவுதானே முதல் ஆகிறது.

அதனால்தான் உலக இயற்கைக்கு மாறுபட்டு இருப்பவர்கள் கஞ்சர்களாகவே கருதப்படுகிறார்கள். சில நேரங்களில் படுத்து உறங்கும் தாய்ப் பன்றிகளிடம் தாயை இழந்த நாய்க்குட்டிகள் பாலை அருந்துவதைப் பார்க்கலாம். பன்றிகள்கூட நன்றிகளை எதிர்பார்க்காமல் தாய்ப்பாலையே தருகின்றன. தனக்குள்ளேயே வைத்துக்

கொண்டால் காற்றுகூட நாற்றம் அடிக்க ஆரம்பித்து விடும். தேங்கு வதால் தான் நீர் கொசுக்களுக்குக் குதூகலத்தைத் தருகிறது. வீசுவதால் தான் வளி தென்றலாய் தித்திப்பாகிறது.

ஒரு தந்தை கஞ்சத்தனத்தில் கரைபுரண்டவன். காட்டிற்கு விறகு வெட்டச் சென்றபோது அவனைக் காட்டுப் புலி ஒன்று கவ்விப் பிடித்தது. சட்டை மட்டுமே அதன் வாயிலிருக்கும்போது அவன் அலறலைக் கேட்ட மகன்களெல்லாம் ஓடி வந்தார்கள். அவர்களில் ஒருவன் அதைக் கத்தியால் குத்தக் கை ஓங்கியபோது கஞ்சத்தந்தை கதறினான் : "மடையா! புலியின் தோல் சேதப்படாமல் குத்து; நல்ல விலைக்கு விற்கலாம்" என்று. அவன் பதமான இடத்தைப் பார்த்துக் கத்தியைப் பாய்ச்சுவதற்கு முன்பே புலி அவன் உடலை இழுத்துக் கொண்டு வெகுதூரம் ஓடியது. அவன் உயிரை இழந்தான்.

"செத்துப் போனாலும் பரவாயில்லை. சேமித்து வைக்கலாம்" என்று நினைக்கிறார்கள். சிலர் வீட்டிற்குச் சென்றால் ஒரு குவளை நீர் கிடைப்பது கூட அரிது. நான் கேள்விப்பட்டிருக்கிறேன்.

கஞ்சத்தனத்தில் விடாக்கண்டனான ஒருவன் இன்னொரு கருமியின் வீட்டிற்குச் சென்றான். சாப்பாட்டு வேளை. "நீங்கள் எல்லாம் பெரியவங்க. எங்கள் வீட்டில் சாப்பிடுவீர்களா என்ன?" எனக் கருமி நைச்சியமாகக் கேட்டு அவனைச் சாப்பிடாமல் அனுப்பப் பார்த்தான். "அப்படியே நான் சாப்பிடாமல் போனாலும் நீங்கள் விடவா போகிறீர்கள்" என்று சாப்பிட அமர்ந்தான்.

கருமியோ, "நீங்க சாப்பிடுங்க; போகும்போது எங்க பிள்ளைங்க கையில ஐந்தோ, பத்தோ கொடுக்காமலா போவீங்க" என்று சாப்பாட்டுச் செலவைச் சரிக்கட்டப் பார்த்தான். விடாக் கண்டனும் சளைக்காமல் "அப்படிக் கொடுத்தால் அவர்கள் வாங்கவா போகிறார்கள்" என்று சொன்னான். இந்த ரீதியிலேயே அவர்கள் உரையாடல் தொடர்ந்தது.

சீனத்தில் ஒரு கதை உண்டு. நீச்சல் தெரியாத ஒருவன் ஆற்றில் விழுந்துவிட்டான். காப்பாற்றுவதற்கு ஓடி வந்தவர்களிடமும் பேரம் பேசி செத்தே போனான். இறந்த பிறகு மேலோகம் சென்றதும் கொதிக்கும் எண்ணெயில் அவனைப் போடச் சென்ற போது, "எதற்காக இவ்வளவு எண்ணெயை வீணடிக்கிறீர்கள்? அதற்காகும் காசைக் கையில் கொடுத்து விடுங்கள். என்னை வெறுமனே தீயில் வறுத்து எடுங்கள், பணம் கையில் இருந்தால் வலி தெரியாமல் நான் பொறுத்துக் கொள்வேன்" என்றானாம்.

கஞ்சர்கள் பணம் கிடைக்கிறது என்றால் நரகத்திலும் பேரம் பேசுவார்கள். ஏனென்றால் நரகம் அவர்களுக்குப் புதிதல்ல!

*

54. எது எப்படிப் போனால் என்ன?

எது எப்படிப் போனால் நமக்கென்ன என்று பலர் நினைத் திருந்தால் இன்று நாம் வாழ்கின்ற வாழ்வே நமக்குக் கிடைத்திருக்காது. 'இதை ஏன் நான் மாற்றக் கூடாது' என்று நினைத்தவர்களே இந்த உலகை நாம் இருக்கும் நிலையில் வசதிகளோடு உருவாக்கித் தந்திருக் கிறார்கள்.

'ஓர்லேண்டோ மசோட்டா' என்கின்ற புனைப் பெயர் யாருக்கு இருந்தது தெரியுமா? அதை நான் சொல்லுவதற்கு முன் ஒரு சம்பவம்.

ஏங்கெல்ஸ் ஒரு செல்வாக்கு மிகுந்த ஜவுளி தயாரிப்பாளருடைய மகன். அப்போது அவருக்கு ஆறு வயது. அவருடைய தந்தை, தன்னுடைய பாரம்பரியச் சொத்தை மகனுக்கு உணர்த்துவதற்காகத் தன்னுடைய தொழிற்சாலையைச் சுற்றிக் காண்பித்தார்.

அதைப் பார்த்ததும் 'இவ்வளவு பெரிய தொழிற்சாலை நமக்கு வரப்போகிறதா?' என்று மகன் மகிழ்வான் என்று அவர் எதிர்பார்த்தார்.

ஆனால், அவரோ அதிர்ச்சியடைந்தார். தன் வயது ஒத்த பல குழந்தைகள் அங்கே பரிதாபமாகப் பணிபுரிவதைப் பார்த்தார். தன்னுடைய உணர்வுகளை இறுகிய முகத்தால் மறைத்துக் கொண்டு வீட்டிற்கு வந்தார்.

தன்னுடைய அம்மாவிடம், "நானும் சீக்கிரம் தொழிற் சாலைக்கு வேலை செய்யச் செல்ல வேண்டுமா?" என்று கேட்டார். அதற்கு அவருடைய தாய் "வேண்டாம் கண்ணே! அந்தத் தொழிற்சாலை நம்முடையதுதான்" என்றார்.

அதற்கு ஏங்கெல்ஸ் "அந்தக் குழந்தைகள் மகிழ்ச்சியோடு இருக்கிறார்களா?" என்று கேட்டார்.

"இல்லை பிரடெரிக், உன்னைப்போல் அவர்கள் மகிழ்ச்சியாக இல்லை. ஆனால், அது குறித்து உன் சின்ன மண்டையைப் போட்டுக் குழப்பிக்கொள்ளாதே. யாராலும் அதை மாற்ற முடியாது."

அன்று இரவு முழுவதும் ஏங்கெல்ஸ் தூங்கவே இல்லை. அடுத்த நாள் காலையில் தாய் வந்து எழுப்பியபோது, "அம்மா! ஒருவேளை நான் மாற்ற நினைத்தால் என்ன ஆகும்?" என்று அவர் கேட்டார்.

அன்று வேரூன்றிய எண்ணம்தான் அவரை பொதுவுடமைக் கொள்கைகளை நோக்கி ஈர்த்தது. உலகத் தொழிலாளர்களை ஒன்று சேர்க்க முனைப்பை ஏற்படுத்தியது. இப்படித்தான் ஒவ்வொரு சித்தாந்தமும் ஒவ்வொரு கண்டுபிடிப்பும் 'ஏன் முடியாது?' என்று கேட்டவர்களால் உருவானது.

உலகத்தை அப்படியே ஏற்றுக்கொண்டவர்கள் வாழ்ந்து விட்டுப் போய்விட்டார்கள். 'எனக்கு என்ன?' என்று இருப்பதை அப்படியே ஒத்துக்கொண்டு சிறிதும் சிரமப்படாமல் வாழ்ந்த வர்கள் மண்ணோடு மண்ணாக மக்கிவிட்டார்கள். மனத்திற்குள் மாற்றிக்காட்டுவேன் என்கின்ற தீ ஜ்வாலை எரிந்தவர்கள்தான் நிலையான பங்களிப்பைத் தந்து வரலாறு கடந்தும் வாழ்கிறார்கள்.

இந்தியா தன்னுடைய மறுகன்னத்தைக் காட்டிச் சுதந்திரம் பெற்றது என்ற சொல் வந்துவிடக் கூடாதே என்றும், இந்திய சுதந்திரப் போராட்டமும் வீரர்களின் செறிந்த வரலாற்றால் எழுதப்பட வேண்டும் என்றும் முனைந்தவர் நேதாஜி சுபாஷ் சந்திரபோஸ். அவர், வீட்டுச் சிறையில் வைக்கப்பட்டிருந்தபோது 1941-ஆம் ஆண்டு தப்பித்த விதமே மிகவும் தீரமானது.

பாதசாரியாகவே கடந்து சென்று ஆப்கான் எல்லையை அடைந்து அங்கே இத்தாலியர்களுடைய உதவியோடு ஒரு புனைப்பெயரில் பாஸ்போர்ட் எடுத்துக்கொண்டு காபூலில் இருந்து கார் மூலமாக ரஷ்ய எல்லையை நோக்கிச் சென்றார். பிறகு அங்கிருந்து சாமர்கண்ட்க்குப் பயணித்து பின்னர் ரயில் மூலம் மாஸ்கோ சென்றார்.

பிறகு அங்கிருந்து ஜெர்மன் தூதரகத்து உதவியோடு பெர்லினை அடைந்தார். கிட்டத்தட்ட இரண்டு மாதங்கள் இந்த நெடும் பயணம் நிகழ்ந்தது.

அபாயகரமான சூழலில் அவர் மேற்கொண்ட இந்தப் பயணம் ஒரு சாதாரணப் பயணம் அல்ல. அவருடைய திடமான தீர்மானம் இந்திய தேசியப்படை (INA) உருவாகக் காரணமாக இருந்தது. இந்தியர் களாலும் ஆயுதமேந்த முடியும் என்பதை நிரூபிப்பதாக இருந்தது.

அத்துடன் நிற்கவில்லை. அவர் வட ஆப்பிரிக்காவில் சிறை பிடிக்கப்பட்ட இந்திய சிப்பாய்களைக் கொண்டு ஜெர்மனியில் இந்தியன் லீஜன் (Indian Legion) என்கின்ற போர்ப்படையை உருவாக்கினார். அதற்குச் சீறும் புலியே சின்னமாய் இருந்தது. 'விடுதலை இந்தியா' என்பதே வாசகங்களாய் மிளிர்ந்தன.

ஜெர்மனியிலிருந்து அவர் ஜப்பானுக்கு நீர்மூழ்கிக் கப்பல் மூலம் பயணம் செய்தார். இரண்டாம் உலகப் போர் நேரத்தில் ஜெர்மனியின்

நீர்மூழ்கிக் கப்பலில் பயணம் செய்து, பிறகு அதிலிருந்து ஜப்பானிய நீர்மூழ்கிக் கப்பலுக்குத் தாவி, பின்பு அங்கிருந்து ஜப்பானை அடைந்தார்.

நீர்மூழ்கிக் கப்பலில் பயணம் செய்வது சாதாரண விஷயமல்ல. அவரது பயணம் ஒன்றுதான் இரண்டாம் உலகப் போரின் போது ஒரு நீர்மூழ்கிக் கப்பலில் இருந்து இன்னொரு நீர்மூழ்கிக் கப்பலுக்கு மாற்றப்பட்ட ஒரே நிகழ்வு.

அவருடைய தலைக்குப் பிரிட்டிஷ் அரசாங்கம் 1000 பவுண்டு களைப் பரிசாக அறிவித்திருந்தது.

அவர் பாஸ்போர்ட் பெற்ற புனைப்பெயர்தான் ஓர்லோண்டோ மசோட்டா என்பது. மகத்தான சாதனைகளெல்லாம் உலகத்தை அப்படியே ஏற்றுக்கொண்டவர்களால் அல்ல. அதை மறுதலித்தவர் களால்தான் அடைய முடிந்தது.

*

55. மூச்சில் உத்தியே முக்தி

மூச்சுவிடுதல் மூலமாக எப்படி விழிப்புணர்வை அதிகரித்துக் கொள்வது என்பதற்கு ஒரு பயிற்சி இருக்கிறது. முதல் மூச்சில் நீளமாகக் காற்றை உள்ளே இழுத்துக்கொள்ள வேண்டும். அதே போன்று வெளியே விடும்போதும் காற்றை வெகு நேரம் எடுத்துக்கொண்டு காற்றை வெளியே விட வேண்டும். "நான் நீளமாக சுவாசிக்கிறேன்" என்கின்ற உணர்வுடன் இந்த முதல் சுவாசம் நடக்க வேண்டும்.

இரண்டாவது சுவாசம் சின்ன சுவாசமாகக் குறைவான நேரத்தில் குறைவாக சுவாசிக்கிறேன் என்கின்ற உணர்வோடு நடக்க வேண்டும். இந்த முதல் இரண்டு சுவாசங்களும் நம்மை மறதியிலிருந்தும், தேவை யில்லாத சிந்தனைகளிலிருந்தும் விடுவிப்பதோடு ஈடுபாட்டையும் நிகழ்காலத்தில் மூழ்கியிருப்பதையும் ஏற்படுத்தும்.

மூன்றாவது முறை சுவாசிக்கும்போது, அந்த சுவாசத்தில் நம்முடைய முழுமையான உடலை உணர்வதாக இருக்க வேண்டும். நம் உடல் முழுமையையும் அந்த சுவாசத்தோடு தொடர்புபடுத்திப் பார்க்கின்றபோது நம் உடலில் அற்புத சக்தியையும், பிறப்பும், இறப்பும் நம் உடலுக்குள் மடல் விரிப்பதையும் காணலாம்.

நான்காவது சுவாசத்தில் நான் என் உடலை அமைதியாக சலனமற்று வைத்துக்கொள்கிறேன் என்னும் சிந்தனையோடு செயல்பட வேண்டும். அது நம்முடைய மனம், உடல், சுவாசம் ஆகியவற்றை ஒரே சுருதியில் கொண்டு வந்து இணைக்கும்.

ஐந்தாவது மற்றும் ஆறாவது சுவாசம் நிகழும்போது 'நான் ஆனந்தமாக இருக்கிறேன்' என்கின்ற எண்ணத்தோடு சுவாசிக்க வேண்டும். அப்போது நம் உடல் முழுவதும் ஓர் ஆனந்தம் படர்வதைக் காணலாம். நாம் உணர்வுகளின் மண்டலத்திற்குப் பயணம் செய்வதைப் பார்க்கலாம். இதுவரை ஏற்படாத இனிய அதிர்வுகள் நம் உடல் முழுவதும் வியாபிக்கத் தொடங்குகிறது.

ஏழாவது சுவாசத்தில் 'நான் என்னுடைய மனத்தின் செயல் பாடுகளை அறிகிறேன்' என்ற முயற்சியுடன் சுவாசிக்க வேண்டும். எட்டாவது சுவாசத்தை 'நான் என்னுடைய மனத்தின் செயல்பாடுகள் மூலம் அமைதியை உண்டாக்குகிறேன்' என்னும் ஆர்வத்துடன் நிகழ்த்த வேண்டும். இந்த இரண்டு சுவாசங்களும் நம்முடைய உணர்வுகளை

ஆழமாக உள்நோக்கிப் பார்ப்பதற்கு ஏதுவாக இருக்கும். அவற்றை உணரும்போது அவற்றிலிருந்து நாம் விடுபடவும் தேவையில்லாத கசப்பான நினைவுகள், ஆசை, கோபம், பொறாமை ஆகியவற்றின் மூலம் உண்டாகும்போது அவற்றைக் கடக்கவும் உதவியாக இருக்கும்.

ஒன்பதாவது சுவாசம் 'நான் என் மனத்தில் அறிவேன்' என்கின்ற உணர்வோடு நிகழவேண்டும். பத்தாவது சுவாசம் 'என் மனத்தைச் சாந்தப்படுத்துவேன்' என்கின்ற எண்ணத்தோடு நிகழ வேண்டும். பதினோராவது சுவாசம் மனத்தில் நம்முடைய சிந்தனைகளைச் செலுத்துவதாகவும், பன்னிரண்டாவது சுவாசம் மனத்தை விடுவிப்பதாகவும் நிகழ வேண்டும். இந்த நான்கு சுவாசங்களின் மூலமாக நாம் மனம் என்கின்ற மண்டலத்தையும் கடக்க இயலும்.

பதிமூன்றாவது சுவாசத்தில் எல்லா தருமங்களின் நிலையற்ற தன்மையையும், பதினான்காவது சுவாசத்தில் அவை தேய்ந்து போவதையும், பதினைந்தாவது சுவாசத்தில் விடுதலையையும், பதினாறாவது சுவாசத்தில் எல்லாச் சிந்தனைகளையும் துறப்பதையும் நிகழ்த்துவதன் மூலம் நாம் விழிப்புணர்வை நோக்கி அடியெடுத்து வைக்க முடியும்.

புத்தர் சுவாசங்களின் மூலமாக விழிப்புணர்வை போதித்தார். அதனடிப்படையில்தான் ஜென்னில் மூச்சுக் காற்று தியானம் உருவானது. மனம் திருந்திய அங்குலிமால் யாசகத்திற்குச் சென்றபோது அவன் மீது இருந்த பழைய வன்மத்தால் மக்கள் அவனை அடித்து, உதைத்து அனுப்பினார்கள்.

அவனுடைய பெயரை 'அஹிம்சகா' என்று புத்தர் மாற்றினார். பிரசவ வலியால் துடித்துக்கொண்டிருந்த பெண்ணிடம் ஓடி அஹிம்சகா "நான் வேண்டுமென்றே இதுவரை எந்த உயிரையும் வதைக்கவில்லை. அந்த நியாயத்தில் நீயும் உன் குழந்தையும் பத்திரமாக இருப்பீர்கள்" என்று சொன்னான். சில நொடிகளிலேயே அவள் குறையில்லாமல் அழகிய மகவைப் பெற்றெடுத்தாள்.

எப்போது விழிப்புணர்வு முழுமையாகிறதோ அப்போது சக உயிர்களும் அன்பு மழையில் நனையும்.

*

56. பெயரில் என்ன இருக்கிறது?

பெயரில் என்ன இருக்கிறது?

“நாம் எதை ரோஜா என்று அழைக்கிறோமோ அதை வேறு பெயரில் அழைத்தாலும் மணக்கவே செய்யும்” என்றார் ஷேக்ஸ்பியர்.

உலகத்தி ் மிகவும் அதிகம் பேர் வைத்துள்ள பெயர் சிங் (Ching) என்பதோ, ஜான் என்பதோ அல்ல. முகமது என்கின்ற பெயர்தான் அது.

அங்கிள் சாம் வில்சன் என்கின்ற மாமிச ஆய்வாளர் மாமிச புட்டிகளில் யு.எஸ். என்று தன்னுடைய முத்திரையை 1812 போரின் போது பதித்ததைச் சில பணியாளர்கள் அவ்வாறு அழைக்கத் தொடங்க அதுவே அமெரிக்க ஐக்கிய நாடுகளுக்குச் செல்லப் பெயரானது.

லெனின் என்பது அவருடைய இயற்பெயரல்ல. ‘விளாடிமிர் இல்லிச் உள்ளனாம்’ என்பதே பெயரே அவர் பெயர். 151 புனைப் பெயர்களில் அவர் எழுதினார். ‘லெனின்’ என்பதே நிரந்தரமாகிப் போனது.

‘அட்லஸ்’ என்கின்ற வரைபடப் புத்தகத்திற்கு அந்தப் பெயர் வந்ததற்குக் காரணம் புவியியல் வல்லுநர் மெர்க்காட்டன் தன்னுடைய வரைபடப் புத்தகத்திற்குக் கிரேக்க ஜாம்பவான் அட்லஸ் உலகத்தைத் தூக்கிக் கொண்டிருக்கும் படத்தை அட்டையாகப் போட்டதுதான் ஆகும்.

ஹிட்லர் அதிகாரத்தில் இருக்கும்போது காவலர்களும், விவசாயிகளும் தங்கள் குதிரைகளை ‘அடால்ப்’ என்று அழைக்கத் தடை விதிக்கப்பட்டது.

நாட்டின் பெயர்களும் மருவி வந்திருக்கின்றன. அன்றைய பாரசீகமே இன்றைய ஈரான். அன்றைய பாடலிபுத்திரமே இன்றைய பாட்னா. அன்றைய கலிங்கமே இன்றைய ஒரிசா.

ரோமாபுரியில் மக்கள் அமர்ந்து கண்டுகளித்த பிரமாண்டமான அரங்கத்திற்கு ‘கொலோசியம்’ என்று பெயர் வந்தது அவற்றினுடைய அளவினால் அல்ல. அதற்கு முன்வைக்கப்பட்டிருந்த நீரோவினுடைய மிகப்பெரிய சிலையால்தான். அவனுடைய அரண்மனை அழிக்கப் பட்ட பிறகு சில ல மட்டும் அங்கே சிதையாமல் நகர்த்தப்பட்டது.

தனக்கு 'நைட் கூட்' வழங்கப்பட்டபோது அதை மறுத்த பாரடே, தான் வெறும் பேரடேயாகவே இருக்க விரும்பினார்.

கங்காருவுக்கு அந்தப் பெயர் எப்படி வந்தது என்பது சுவாரசிய மானது. ஆஸ்திரேலியாவிற்குப் புதியதாகச் சென்ற ஓர் ஐரோப்பியர் அங்கு தத்தித் தத்தி ஓடும் மிருகங்களைக் கண்டு அதிசயித்தார்.

'அதற்கு என்ன பெயர்?' என்று அருகில் சென்று கொண்டிருந்த அவ்வூர்ப் பழங்குடியினரை வினவினார்.

அவர் கேட்ட மொழி புரியாமல் அவன் தன்னுடைய தாய் மொழியில் 'நீ பேசுவது புரியவில்லை' என்கின்ற பொருளில் 'கங்காரு' என்று சொன்னான். அதுவே அந்த விலங்கின் பெயராய் ஆகிப்போனது.

மனிதன் புரியாதவற்றைப் போலச் செய்வதால் அழைப்பது உண்டு.

'காக்கா' என்று கரைவதால் அது காகமானது. 'கூக்கூ' என்று கூவுவதனால் அது குயிலானது. இப்படி உண்டாகின்ற ஓசைகளே ஒலி வடிவமாகி சிலவற்றின் பெயராயின. இங்கு காரணப்பெயரே இடு குறிப்பெயரானது. ஆக்குகின்ற சப்தமே ஆகுபெயரானது.

பெயர் என்பது வெறும் குறியீடுதான். ஆனால், உயர்ந்த கனவை மனத்தில் தேக்கித்தான் பெரும்பாலானவர்கள் பெயர் சூட்டுகிறார்கள்.

தமிழகத்தில் ஒவ்வொரு ஊருக்கும் ஒரு பெயர் உண்டு. அதற்குப் பின்னால் ஒரு சரித்திரச் சம்பவமும் உண்டு.

பூக்கின்ற மலரையோ, காய்க்கின்ற கனியையோ, செழிக்கின்ற மரத்தையோ, கட்டிய கோவிலையோ அடைமொழியாக்கி அழகழகாய் நாம் பெயர் சூட்டி மகிழ்ந்தோம். மருத மரம் தழைத்த குன்றே மருதமலையானது. மசூரி மரம் செழித்த மலையே மசூரியானது. நாகத்திற்குக் கோவில் இருக்கும் ஊரே நாகர் கோவிலானது. மலைகள் சூழ்ந்த இடமே சேலம் ஆனது.

ஆரம்பத்தில் பெயர் முக்கியமாக இருக்கிறது. ஆனால் போகப் போகப் பெயரையும் உதிர்க்கும் பக்குவம் வந்துவிடுகிறது. நாம் விட்டுச் செல்கின்ற நினைவுகளும், அவற்றின் மூலம் நமக்குக் கிடைக்கின்ற திருப்தியுமே நமக்குப் போதுமானதாக இருக்கிறது. பெயர் இருப்பவர் களெல்லாம் அவர்கள் பெயருக்குத் தகுந்த மாதிரி வாழ நினைத்தால் உலகம் எவ்வளவு அழகானதாக ஆகிவிடும்.

ஐன்ஸ்டீனுடைய சார்பியல் தத்துவத்தைக் கண்டித்து நூறு நாஜிப் பேராசிரியர்கள் எழுதிய ஒரு புத்தகம் ஜெர்மனியில் வெளியிடப் பட்டது. அதைக் குறித்து ஐன்ஸ்டீனிடம் கேட்ட போது "நான் தவறாகச்

சொல்லியிருந்தால் எனக்குப் பதில் சொல்ல ஒருவர் போதுமே. நூறு பேர் எதற்கு?" என்றார்.

எத்தனை பேர் கொட்டி முழக்கினாலும் உண்மையான பங்களிப்பை மறைக்க முடியாது; நம் பெயர் மறையவே மறையாது.

டென்சிங்கும், ஹிலாரியும் எவரெஸ்டை அடைந்தபோது வெளிவந்த செய்திகளில் டென்சிங்கினுடைய புகைப்படம் மட்டுமே இடம் பெற்றிருந்தது.

இதுகுறித்து ஹிலாரியிடம் கேட்டபோது "அந்த உயரம் டென்சிங்கிற்குப் புகைப்படம் எடுக்கக் கற்றுத் தரக்கூடிய தல்ல" என்று பதில் சொன்னார். அவருக்குத் தன் பெயரினும் புகைப்படத்தினும் முக்கியமாக அவருடைய இலட்சியமே இருந்தது.

உயரத்தில் கற்றுத் தர முடியாது. ஆனால், கற்றுத் தருவது உயரத்திற்கு அழைத்துச் செல்லும்.

*

57. மனத் தயாரிப்பு

நாம் சில நேரங்களில் தேவையற்ற பணிகளுக்கு அதிகமான நாட்களைச் செலவழித்து விடுகிறோம். எலிவேட்டைக்குச் செல்லும் போது புலி வேட்டைக்குப் போவதைப்போல உபகரணங்களைச் சுமந்து செல்கிறோம். கொசுக்களை அழிப்பதற்குத் துப்பாக்கிகளைத் தூக்கிச் செல்லுகிறோம்.

எப்போது நாம் அற்ப விஷயங்களுக்காகவும், சொற்ப நிகழ்வு களுக்காகவும் அபரிமிதமான சக்தியைச் செலவழிக்கிறோமோ அப்போது நாம் நம்முடைய நேரத்தை மட்டுமல்ல, அடுத்தவர் களுடைய ஆற்றலையும் வீணடித்து விடுகிறோம்.

பாதையில் எல்லாம் சரிப்படுத்தி வைப்போம். ஆனால், பயணம் ரத்தாகும். விருந்தையெல்லாம் ஏற்பாடு செய்வோம், உறவினர்கள் வரமாட்டார்கள். அடுத்தமுறை அவர்கள் வரும்போது அது குளிர் சாதனப் பெட்டிக்குள் வைத்த உணவைச் சூடாக்கியது போல சுவை யிழந்து விடும்.

நேரத்தைத் திட்டமிடுவது என்பது சரியான விகிதத்தில் நம்முடைய நேரத்தைப் பங்கிடுவது குறித்ததாகும். முக்கியமானவை யெல்லாம் உடனடியாகச் செய்ய வேண்டியவையல்ல. ரகசியமானவை எல்லாம் சமீபத்தில் நிகழ்த்த வேண்டியவையல்ல. உப்புசப்புப் பெறாத விஷயத்திற்கு ஒப்பனைகள் செய்தால் ஒரு நாளைக்கு 48 மணிநேரம் இருந்தால்கூட நமக்குப் போதாது.

சிலர் தாங்கள் சாப்பிட்ட சம்பவத்தையே சாதனை போல சொல்லுவார்கள். மல்லிகைப்பூக்களைப் பறித்ததே அவர்களுக்கு மகத்தான சம்பவம். வெற்றிலைக் காம்பைக் கிள்ளியதே அவர்களுக்குக் கின்னஸ் சாதனை. அலங்காரங்களோடு ஏற்ற இறக்கம் கொடுத்து ஒன்றும் இல்லாததை ஊதி ஊதி உப்ப வைத்துப் பெரிதாக்கினால் அது ஒருநாள் உடைந்துவிடும் என்பதை உணர வேண்டும். தற்காலிக மாக, பொய் பூச்சு வேலைகளால் பூரிப்படையலாம். ஆழமாகவும், விரிவாகவும், செறிவுபடச் செய்யப்படுகின்ற செயல்கள் நாளடைவில் மக்களால் அடையாளம் காணப்படுகின்றன.

தமிழில் வீணான முயற்சிகளைக் குறிப்பதற்குத்தான் 'விழலுக்கு இறைத்த நீர்' என்றும் 'விலக்குமாருக்கு எதற்குப் பட்டுக்குஞ்சம்' என்றும் சூத்திரங்களாகச் சுவைபடத் தேவையற்ற உழைப்பைச் சாடி யிருக்கிறார்கள். நாம் அழகுபடுத்துவதிலும்கூட ஓர் இலக்கணத்தைக்

கடைப்பிடிக்க வேண்டும். பாராட்டுவதிலும் நன்றி சொல்லுவதிலும் கூட சொற் சிக்கனம் தேவைப்படுகிறது. எல்லாவற்றையும் ஒரே மாதிரி கருதுவது என்பது நம்முடைய தேர்ந்தெடுக்கும் தலைமைப் பண்பை நீர்த்துப் போகச் செய்துவிடும்.

எனக்குத் தெரிந்த ஓர் ஓவியர் இருக்கிறார். கைவிரலை வரையச் சொன்னால்கூட இருபது பேர்களுடைய கைகளை உற்றுப் பார்த்து விட்டுத்தான் வரைய உட்காருவார். எண்ணெ வண்ண ஓவியத்திற்குச் செலவழிக்கும் நேரத்தைக் கேலிச் சித்திரத்திற்கும் செலவு செய்வார். இதனால் படம் போடக் கொடுத்தவர்கள் படமெடுக்கும் அளவிற்குக் கோபப்பட நேரிடும்!

தன்னுடைய செயல்களுக்கு அடுத்தவர்களைச் சாட்சியாக்குவது நம் நேரத்தை விரயமாக்கவே உதவியாக இருக்கும். ஒரு பணியாளர் மதியம் சாப்பிடும்போது சாப்பாட்டு மேஜையில் தன்னுடைய உணவுப் பாத்திரத்தைத் திறந்து "ஓ இன்றைக்கும் தயிர் சாதம்தானா" என்று தினமும் சொல்வார். அருகிலிருந்த சக ஊழியர் ஒருநாள் பொறுக்க முடியாமல், "தினமும் இப்படி அலுத்துக்கொள்கிறாயே? உன் மனைவி யிடம் வேறு ஏதாவது செய்து தரச்சொல்லி எடுத்து வரலாமே?" என்று ஆலோசனை வழங்கினார். இவரோ சிரித்துக்கொண்டே, "எனக்கு இன்னும் திருமணமே ஆகவில்லை. நான்தான் தினமும் சமைத்து வருகிறேன்" என்று பதில் சொன்னார்.

அதைப்போலவே இன்னொரு சம்பவம். ஒருவர் ரொட்டிக் கடைக்குச் சென்று 'ஆ' என்று எழுத்துப்போட்டு ஓர் அழகான பிறந்த நாள் கேக் செய்ய வேண்டும் என்று ஆர்டர் கொடுத்தார். மறுநாள் வந்து அந்த கேக்கின் வடிவத்தைச் சற்று மாற்றிச் சொன்னார். இன்னும் சில பூக்கள், இன்னும் சில அலங்காரங்கள் கேக்கின் மேல் பகுதியில் வேண்டும் என்று சொன்னார்.

ரொட்டி தயாரிப்பவரோ "ஏற்கெனவே நான் செய்த கேக்கை யாரிடமும் விற்க முடியாது. அதை என்ன செய்வது?" என்று கேட்டார். "அதையும் நானே வாங்கிக் கொள்கிறேன்" என்று வாடிக்கையாளர் சொன்னார்.

அடுத்த நாள் கடைக்கு வந்தார். கடைக்காரர் புதிதாகத் தயாரித்த கேக்கை அவருக்குக் காண்பித்தார். வாடிக்கையாளர் முகத்தில் திருப்தி தெரிந்தது. உடனே கடைக்காரர், "பேக் செய்து விடலாமா?" என்று ஆர்வம் பொங்கக் கேட்டார்.

வந்தவரோ "தேவையில்லை; எனக்குத்தான் பிறந்த நாள். இங்கேயே கொடுங்கள் சாப்பிட்டு விடுகிறேன்" என்று பதில் சொன்னார்.

*

58. கல்வி கரையில

கல்வி என்பது கரையில்லாத ஒன்று. தினம் தினம் புதிய புதிய கருத்துகள், புதிய புதிய கண்டுபிடிப்புகள் வந்து கொண்டேயிருக் கின்றன. ஆனால், நம்முடைய ஆயுட்காலமோ குறைவானது.

அந்தக் காலத்திலும் நம்முடைய சில அத்தியாவசியப் பணி களுக்காக நேரம் ஒதுக்க வேண்டியதாகிறது. குளிப்பதற்கும், காலைக் கடன்களைக் கழிப்பதற்கும், தூங்குவதற்கும், பணி செய்வதற்கும், சாப்பிடுவதற்கும் செலவாகின்ற நேரத்தைக் கழித்து விட்டால் நமக்குக் கிடைக்கின்ற நேரம் கொஞ்சம் தான். அதிலும் விருந்தோம்பல், பொழுதாக்கம், அடுத்தவர்களுக்குச் செய்ய வேண்டிய பணி என்று நேரம் செலவாகிறது. இதையும் தாண்டி நாம் படிக்க வேண்டி யிருக்கிறது.

அதனால்தான் நமக்குக் கிடைத்திருக்கின்ற நேரத்தை எதை எதையோ படித்து வீணடிக்காமல் மிகவும் பயனளிக்கக் கூடிய நூல்களை மாத்திரம் தேர்ந்தெடுத்து ஆராய்ச்சி செய்து படிப்பது அவசியம்.

நாலடியாரில் பாடல் ஒன்று உண்டு:

'கல்வி கரையில கற்பவர் நாள்சில
மெல்ல நினைக்கின் பிணிபல - தெள்ளிதின்
ஆராய்ந்து அமைவுடைய கற்பவே நீரொழியப்
பாலுண் குருகின் தெரிந்து.'

ஓர் ஓவியன் ஓவியம் தீட்டுவதற்கும், புகைப்படக் கலைஞன் புகைப்படம் எடுப்பதற்கும் வேறுபாடு இருக்கிறது. ஓவியன் முழு நேரமும் தூரிகையோடு நின்று ஒரே இடத்தில் கேன்வாஸ் மீது வரைய வேண்டியிருக்கிறது. புகைப்படக் கலைஞனோ தான் எதிர்பார்க்கின்ற காட்சி கிடைக்கின்ற வரை புகைப்படக் கருவியோடு சுற்றிச் சுற்றி வரவேண்டியதாயிருக்கிறது. சரியான கோணத்தைத் தேர்ந்தெடுத்து அதனுடைய கூறுகள், ஒளி ஆகியவற்றின் அடிப்படையில் ஒரு சக்திமிக்க காட்சியை அவன் புகைப்படமாக மாற்றுகிறான். புகைப் படம் எடுப்பது என்பது 'மாற்றியமைக்கப்பட்ட தீர்ப்பாக' (Tuned Judgement) இருக்கிறது.

சில நேரங்களில் நாம் திட்டத்தைச் செயல்படுத்தும் போது நாமே ஒரு யோசனையை முன்மொழிபவர்களாக இருக்க வேண்டியதில்லை. யாரோ ஒருவர் கொடுக்கின்ற யோசனையில் இருக்கின்ற சத்தான விஷயங்களை மனத்தில் கொண்டு அதைக் கெட்டியாகப் பிடித்துக் கொண்டு அந்த யோசனையின் அடிப்படையில் அதை விருத்தி செய்து மேம்படுத்த நினைப்பதுதான் சிறந்த வழிமுறையாக இருக்க வேண்டும். எல்லா யோசனையையும் நாம்தான் படைக்க வேண்டும் என்று எதிர்பார்க்க வேண்டியதில்லை.

கவிஞர் இக்பாலுடைய அழகிய கவிதை ஒன்று உண்டு.

"இறைவா, இருள் ஆட்சி செலுத்தும் இரவைப் படைத்தவன் நீ
இருள் அகற்றி ஒளிபரப்பும் விளக்கைப் படைத்தவன் நான்
களிமண்ணைப் படைத்தவன் நீ
அழகு சிந்தும் வண்ணக் கிண்ணம் படைத்தவன் நான்
பாலை நிலத்தையும் மலைகளையும் காடுகளையும் படைத்தவன் நீ
பூங்காக்களையும் தோட்டங்களையும் பழமுதிர்ச்
சோலைகளையும் படைத்தவன் நான்

நீ கல்லைப் படைத்தாய்
நல்லழகு உணர்த்தும் கண்ணாடியை நான் படைத்தேன்
நஞ்சைப் படைத்தவன் நீ என்றிடில்
அதை நல்மூலிகையாக மாற்றியவன் நான்"
கல்வி நஞ்சை மூலிகையாக்க; பஞ்சைப் பாலாடையாக்க.

நாலடியார் கூறுகின்ற கல்வி, இறைமை ஓவியமாகச் செயல்படும் போது நம்மை நிச்சயம் புகைப்படக் கலைஞராக மாற்றிச் செயல்பட உதவுகிறது என்பதே உண்மை. அதனால்தான் நாம் அன்னம்போல் செயல்பட்டு இனியவற்றைத் தேர்ந்தெடுக்க வேண்டும்.

ஆர்தர் கேனன்டாயில் மேதைமையைப் பற்றிக் கூறும் போது அது சிரத்தை எடுப்பதற்கான அளவற்ற சக்தியைக் குறிக்கிறது என்பார்.

சார்த்தர் எது இலக்கியம் என்ற நூலில் மிகுந்த பொறுமையே மேதைமைக்கான திறவுகோல் என்பார். கல்வியில் பொறுமையும் நிறைய வலியைத் தாங்கிக் கொள்வதும் அவசியமாகிறது.

*

59. சிகிச்சை வலிக்காமலா?

ஒரு புத்திசாலி குதிரையின் மீது சவாரி செய்துகொண்டிருந்தான். வழியில் ஒரு மரத்தடியில் படுத்துத் தூங்கிக்கொண்டிருந்த மனிதன் ஒருவனின் வாய்க்குள் பாம்பு நுழைவதைக் கண்டான். உடனே அவன் அருகில் சென்று அந்தப் பாம்பைப் பயமுறுத்தி வெளியே செல்ல வைக்க நினைத்தான். ஆனால், அதற்குள் அந்தப் பாம்பு தூங்கும் மனிதனின் வாய்க்குள் நுழைந்துவிட்டது.

புத்திசாலியின் நுண்ணறிவு அவன் என்ன செய்ய வேண்டும் என்பதை உணர்த்தியது. அவன் அந்தத் தூங்குபவனுக்குக் கடுமையான அடிகளையும், குத்துகளையும் கொடுத்தான். அவன் எழுந்து வேகமாக ஓடி ஒரு மரத்துக்கடியில் ஒளிந்து கொண்டான். அந்தக் குதிரை வீரன் தரையில் கிடந்த சில அழுகிய பழங்களை எடுத்து உடனே தின்னுமாறு அவனை வற்புறுத்தினான்.

அந்த வழிப்போக்கன் அலறியவாறே "நீ ஏன் என்னை இப்படித் தாக்குகிறாய்? நான் என்ன தவறு செய்தேன்? என் மேல் உனக்கு என்ன கோபம்? உன்னுடைய வாளால் என்னைக் கொன்றுவிடு. உன் முகத்தைப் பார்க்காதவனே மிகச்சிறந்த பாக்கியசாலி" என்று பரிதாபமாகக் கூறினான்.

அவன் ஒவ்வொரு முறை ஒவ்வொரு சாபம் இட்ட போதும் அவனை அடித்து ஓடும்படி விரட்டிக்கொண்டே இருந்தான் குதிரை வீரன். கொஞ்ச நேரம் கழித்து அந்தக் குதிரைவீரன் துரத்திய துரத்தலில் அந்த வழிப்போக்கன் சாப்பிட்ட அழுகிய ஆப்பிள்கள் அவனுக்கு வாந்தியை வரவழைத்தன. அவன் சாப்பிட்டவைகள் எல்லாம் வெளியே வந்து விழுந்தபோது அதில் ஒரு பாம்பும் கிடப்பதை அவன் பார்த்தான். அதைப் பார்த்தவுடன் அவன் குதிரைவீரன் முன்பு மண்டியிட்டு அவனை நன்றியோடு நோக்கினான்.

இதுவரை எண்ணற்ற சொற்களால் சபித்தவன் அவனை வாயார வாழ்த்தினான். "நீ என்னிடம் சொல்லியிருந்தால் உன்னை நான் வைத்திருக்க மாட்டேன்" என்று வருந்தினான்.

அதற்கு அந்தக் குதிரைவீரன் "நான் என்ன செய்வது? நான் உண்மையைச் சொல்லியிருந்தால் அந்த நேரமே மாரடைப்பால் நீ மரித்திருப்பாய். பாம்பின் தன்மைகளைச் சொல்லியிருந்தால் நீ

மயங்கியிருப்பாய். எவ்வளவு தைரியமானவனும் இக்கட்டு நேருகின்ற போது ஓநாய் முன் நிற்கின்ற ஆடாகவும், பூனையின் முன் அஞ்சுகின்ற எலியாகவும் ஆகிவிடுகிறான். நான் உன் வாய்க்குள் பாம்பு நுழைந்ததைப் பகன்றிருந்தால் நீ அந்த அழுகிய ஆப்பிள்களைச் சாப்பிட்டிருக்க மாட்டாய். உனக்கு வாந்தியும் வந்திருக்காது. நீ என்னைச் சபிக்கும் போதெல்லாம் இந்த மனிதன் உயிர் பிழைக்க வேண்டுமென்றுதான் நான் கடவுளிடம் வேண்டினேன்."

இதைக் கேட்டதும் அந்த வழிப்போக்கன் வார்த்தைகளில்லாமல் சிலையாக மகிழ்ச்சியில் நின்றான். அவனுக்கு நன்றி சொல்லச் சொற்கள் கிடைக்காமல் தடுமாறினான்.

சில நேரங்களில் நமக்குத் துன்பங்கள் வரும்போது நாம் நொடிந்து போகிறோம். எனக்கு மட்டும் ஏன் இந்தத் துன்பம் என்று பதைபதைக் கிறோம். நம்மைச் சுற்றி இருப்பவர்கள் எல்லாம் எவ்வளவு மகிழ்ச்சி யாக இருக்கிறார்கள் என்று நினைத்துக் கொள்கிறோம். நாம் மட்டுமே துயரப்படுகிறோம் என்று வருந்துகிறோம்.

ஆனால், நம்முடைய துன்பம் வேறு ஒரு பெரிய துன்பத்திலிருந்து நம்மைக் காப்பாற்றுவதற்காக என்பதை உணர்வதில்லை. காலம் கழிகிறது. அதற்குப்பின் நடந்து போனவற்றை நினைத்து அவை நம்மை மேம்படுத்தியிருக்கின்றன என்பதை உணருகின்றோம்.

நமக்கு ஏற்பட்ட தடை இன்னொரு வகையில் உதவியிருக்கிறது என்று நிறைவு கொள்ளுகிறோம். நாம் பாரமாகக் கருதினோமோ அது நம்மை சமப்படுத்தும் துலாபாரமாகச் செயல்பட்டிருக்கிறது என்பதை உணருகிறோம். ஆனாலும் அடுத்த முறை ஏதேனும் துன்பம் வந்தால் மறுபடியும் பழைய மாதிரியே நாம் சிந்திக்கின்றோம்.

நமக்கு வாழ்க்கை சமதளத்தில் நடக்கின்ற பயணமாக இருக்க வேண்டும் என்பதே விருப்பம். சின்ன கல் தென்பட்டாலும் அதைப் பெரிய மலையாக நாம் நினைத்துக் கொள்கிறோம். ஆனால், இந்த ஒவ்வொரு துன்பமும் நம்மைத் தொடர்ந்து பக்குவப்படுத்திக்கொண்டே இருக்கிறது என்பதை நாம் அறிவதில்லை. ஆற அமர்ந்து இந்தத் துன்பம் ஏன் வந்தது என்று யோசித்தால்கூட அதற்கும் காரணம் நாமே என்று தெளிவாகத் தெரியும். ஏனென்றால் சாலையோரமாய் அயர்ந்து தூங்கியதனால்தான் வழிப்போக்கன் வாயில் பாம்பு நுழைந்தது.

நாம் துயரத்தைத் திசைதிருப்ப நினைக்கும் போதெல்லாம் அது அதிகரிக்கவே செய்கிறது. துன்பத்தைத் தாண்டி மேலே செல்ல முற்படும்போது நமக்கான வழிகள் தென்படுகின்றன.

*

60. உடல் வெறும் உபாயம்

சித்தார்த்தர் என்னும் இளைஞர் மலைப்பகுதியில் தனியாகக் குடிலமைத்துத் தியானப் பயிற்சிகள் செய்து வந்தார். ஒருநாள் அவர் பாத்திரத்தை எடுத்துக்கொண்டு யாசகத்திற்காகச் சென்று கொண்டிருந்தார். அவருடைய நடையிலிருந்த அழகும் அமைதியும் தீர்மானமும் வழிநெடுகச் சென்றுகொண்டிருந்த மக்களின் கவனத்தை அவர் பக்கம் திருப்பியது.

அந்த வழியாக வந்த பிம்பிசாரரும் அவருடைய ஒளி மிகுந்த ஜொலிப்பைக் கண்டு தன்னுடைய தேரை நிறுத்தச் சொன்னார். சித்தார்த்தரைப் பின் தொடர்ந்து அவருடைய குடிலுக்கு வந்தார். தன்னுடைய தேரை மலையடியிலேயே நிறுத்தி விட்டுத் தன் பணியாள் ஒருவரோடு மேலே ஏறிச் சித்தார்த்தரை அடைந்தார்.

பிம்பிசாரரின் தோரணையைக் கண்டதும் 'அவர் மகதத்தின் மன்னர்' என்பது சித்தார்த்தருக்குத் தெரிந்துவிட்டது. அவர் எழுந்து வணங்கினார்.

பிம்பிசாரர் தன்னை அறிமுகப்படுத்திக்கொண்டு, "நீங்கள் தலைநகருக்கு வர வேண்டும். என் அருகில் நீங்கள் இருந்தால் மகதம் முழுமையும் அமைதியும், வளமும் அடையும்" என்றார்.

சித்தார்த்தர் சிரித்துக்கொண்டே "நான் காட்டுக்கு நடுவே வாழப் பழக்கப்பட்டு விட்டேன்" என்றார்.

"இது மிகவும் கடுமையான வாழ்க்கை. படுக்கை இல்லை; பணியாள் இல்லை; நீங்கள் வந்தால் நான் அவற்றை ஏற்பாடு செய்வேன்" என்று பிம்பிசாரர் சொன்னார்.

அவருக்குச் சித்தார்த்தரின் பூர்வீகம் பற்றித் தெரியாது.

சித்தார்த்தர், "மன்னரே! அரண்மனை வாழ்க்கை எனக்கு ஆகவில்லை. நான் துன்பத்திலிருந்து விடுதலை பெற வழியைத் தேடிக்கொண்டிருக்கிறேன். துறவியின் தேடலுக்கு அரண்மனை ஏற்புடையதன்று" என்றார்.

பிம்பிசாரரோ "நீங்கள் இன்னும் இளமையாக இருக்கிறீர்கள். வாருங்கள்" என்று வற்புறுத்தினார்.

சித்தார்த்தர், "இளமையாக இருக்கும்போதே என்னுடைய சக்தியைத் தேடலுக்காக நான் செலவழித்தாக வேண்டும். நான்

சாக்கிய நாட்டு மன்னன் சுத்தோதனுடைய மகன். என் தாய்தான் மகாமாயா. நான் துறவறத்தை நாடியதால் மூன்று ஆண்டுகளுக்கு முன்பு அங்கிருந்து ராஜபோகங்களையெல்லாம் விட்டுவிட்டுக் கிளம்பினேன்" என விளக்கம் கொடுத்தார்.

பிம்பிசாரர் அதிர்ச்சி அடைந்தார். 'தன் வசதிகளைச் சொல்லி அந்தத் துறவியை வலியுறுத்தியது எவ்வளவு பெரிய முட்டாள்தனம்' என்பதை உணர்ந்தார். அவரிடம் மன்னிப்புக் கேட்டுக் கொண்டார்.

ஆனால், சித்தார்த்தரோ பிம்பிசாரர் ஏதேனும் ஒரு சாக்கு சொல்லிக்கொண்டு பொருள்களைக் கொண்டு வர எத்தனிக்கலாம் என்கின்ற யூகத்தில் அந்த இடத்தைக் காலி செய்துவிட்டு உத்தகா என்கின்ற 75 வயதான துறவியிடம் தியான முறைகளைக் கற்கப் புறப்பட்டார்.

15 நாட்களில் அவர் சமாதியை உணர்ந்தார். உத்தகா அவரைச் சிறந்த மாணவராக அங்கீகரித்து அவருடன் இருக்க வற்புறுத்தினார். ஆனால் துறவிக்குப் பிடிப்பு இருக்கக் கூடாது என்பதால் அந்த அழைப்பையும் மறுதலித்து அவர் பிரிந்து சென்றார்.

ஒன்றை ஏற்கெனவே அனுபவித்து உதறி எறிந்தவர்களுக்கு அதன் மீது பிடிப்பு வருவதேயில்லை. மெய்ஞானம் அடைந்து சித்தார்த்தர் புத்தர் ஆனார். தன்னுடைய உருவத்தை யாரும் வரையக்கூடாது. செய்யக்கூடாது என்று அவர் வேண்டுகோள் விடுத்தார்.

பெயர் தெரியாத ஓர் ஓவியர் அவர் கங்கைக்கரையில் நிஷ்டையில் அமந்திருப்பதைக் கண்டார். அந்தத் தோற்றம் அவ்வளவு அழகாக இருந்தது. அந்தத் தோற்றத்தை ஓவியமாகத் தீட்டாமல் இருக்க முடியாத அளவு அதன்அழகு இருந்தது. ஆனால், புத்தரோ தன்னுடைய உருவத்தைத் தீட்டக்கூடாது என்று கண்டிப்பாகக் கூறியிருக்கிறார்.

எனவே, அந்த ஓவியர் அதையும் மீறாமல் தண்ணீரில் தெரிந்த அவருடைய பிரதிபலிப்பை மட்டும் எதிர்காலப் பாதுகாப்பிற்காக ஓவியமாகத் தீட்டினார். அதனால்தான் புத்தருடைய ஓவியங்கள் அவர் ஆடைகளில் பல மடிப்புகள் இருப்பதைப்போல நமக்குக் காட்சியளிக்கின்றன.

ஞானிகள் ஞானம் அடைந்ததும் உடலை வெறும் உபாயமாகவே கருதுகிறார்கள். அவர்கள் மரணத்தின் போது கூட உடலை விட்டு நீங்குகிறார்களேயொழிய உயிரை விடுவதில்லை. அதனால்தான் யாரும் தங்கள் உடலுக்கு மரியாதை செய்வதை அவர்கள் ஒருபோதும் அங்கீகரிப்பதில்லை.

*

61. தாயைப் பிரசவித்தவள்

டோக்குசான் என்கின்ற துறவி மலைகளில் மூலிகை பறிப்பதற்காகச் சென்றார். அப்போது குன்று ஒன்றின் மீது ஒரே ஒரு குடிசை ஏகாந்தத்தில் இருப்பதைக் கண்டார். உணவு வேண்டி அந்தக் குடிசையின் கதவைத் தட்டினார்.

ஒரு மூதாட்டி கதவைத் திறந்தாள். துறவியை தலை தாழ்த்தி வணங்கினாள். "கொஞ்சம் அமருங்கள், உங்கள் பாத்திரத்தை நிரப்பித் தருகிறேன்" என்று சொன்னவள் அப்படியே செய்தாள். "நீங்கள் இங்கு என்ன செய்கிறீர்கள்!" என்று டோக்குசான் அவளை ஆச்சரியத்துடன் கேட்டார்.

"நான் இங்கு தனியாக வாழ்கிறேன். என்னிடம் யாரும் வருவதில்லை. நான் காய்கறிகளை வளர்த்து அருகிலுள்ள கிராமங்களில் விற்கிறேன்" என்று அவள் சொன்னாள்.

"நீங்கள் வேலை ஏதும் இல்லாதபோது எப்படிப் பொழுதைக் கழிக்கிறீர்கள்?" என்று டோக்குசான் கேட்டதற்கு, "நான் சுவர்க் கோழிகள் ஓசையையும், மழையின் இசையையும் கேட்கிறேன். சில நேரங்களில் நிலவு அழகாகத் தோன்றுகிறது" என்று சொல்லிவிட்டு, "எனக்கு நீங்கள் புத்தரைப் பற்றி போதிப்பீர்களா?" என்று கேட்டாள். டோக்குசான் மௌனமாக இருந்தார்.

அவர் பதிலுக்காக அவள் காத்திருந்தாள். அவர் "ஒரு மனிதன் தனக்கு சமமானவர்களுக்குப் போதிப்பதில்லை. நீ வேண்டுமானால் எனக்குச் சொல்லித்தா" என்றார். தன் முகத்தில் சுருக்கங்கள் தோன்ற சிரித்தவாறு "நான் சொல்ல என்ன இருக்கிறது. எப்படிச் சொல்ல வேண்டும் என்று நீங்களே கூறுங்கள்" என்றாள். "மேலே செல்" என்று டோக்குசான் கூறியதற்கு அவள் தன் பணிவைத் தெரிவித்தாள். அவளிடம் வார்த்தைகள் வரவில்லை.

சிறிது நேரம் கழித்து டோக்குசான் "என்னுடைய மடாலயத்தில் 500 இளம் துறவிகள் இருக்கிறார்கள். இருந்தாலும் எனக்கு ஒன்றும் தெரியாது. அவர்களுக்கு நான் ஒன்றும் சொல்லுவதுமில்லை. உங்களைப் போல் தனிமையில் சுவர்க் கோழிகளையும், மழையையும் கவனித்துக் கொண்டு வாழ்வது எவ்வளவோ சிறந்தது இல்லையா?"

அந்த மூதாட்டி சிலிர்த்துப் போனாள். "நான் காய்கறிகளை வளர்க்கிறேன். ஆனால், அவற்றோடு பேசுவது இல்லை. நான் இல்லாவிட்டால் கிராமத்தினருக்குச் சத்தான காய்கறிகள் போய்ச்சேராது. அவை களைகளாக ஆகிவிடும்.

அந்தப் பெண்மணியை வணங்கி "நான் என்னுடைய முட்டை கோசுகளிடம் சென்று வருகிறேன்" என்று டோக்குசான் விடை பெற்றார். பிரியும்போது, "தன்னுடைய தாயையே ஒருவன் பிரசவிப்பது எளிது. ஆனால், ஒவ்வொரு நிமிடமும் ஜென்னில் வாழ்வது சிரமம்" என்று சொன்னார்.

யார் ஒருவர் தன்னுடைய பணிகளைச் சிரத்தையாகச் செய்கிறார்களோ அவர்கள் ஜென்னிலேயே வாழ்பவர்கள். அது களையெடுக்கின்ற பணியாகவும் இருக்கலாம். கலையுலகத்தை மேம்படுத்துகின்ற பணியாகவும் இருக்கலாம். செய்கின்றபோது நேர்த்தியும், சிரத்தையும், அக்கறையும் இருந்தால் பணியே தியானம், பணியே வழிபாடு, பணியே பிரார்த்தனை. சிலர் காய்கறிகளை அக்கறையோடு வளர்ப்பதால் தான் ஒரு சிலர் தியானம் செய்ய முடிகிறது. யார் எந்தப் பணியைச் செய்தாலும் அதில் பிறருடைய நல்வாழ்வு அடங்கியிருக்கிறது என்பதனை அறிந்துகொள்ள வேண்டும்.

ஒருவன் இறந்ததும் மிகவும் வசதியான ஓர் இடத்தில் தான் இருப்பதை உணர்ந்தான். அங்கு எல்லாத் தேவைகளும் பூர்த்தி செய்யப்படுவது கண்டு அவனுக்கு அதிசயமாய் இருந்தது. இத்தனைக்கும் அவன் எல்லாப் பாவங்களையும் செய்தவன். இவ்வளவு மகிழ்ச்சியான இடத்திற்குத்தான் தகுதி படைத்தவனா? என்கின்ற சந்தேகம் அவனுக்கு ஏற்பட்டு வந்தது. அவன் இசையைக் கேட்டும், இனிய உணவை உண்டும் உல்லாசமாக, உற்சாகமாகப் பல நாட்கள் வாழ்ந்தான்.

ஆனாலும் திரும்பத் திரும்பக் கிடைத்த தித்திப்பில் திகட்டி ஒருநாள் பணியாளரை அழைத்து, "நான் ஏதாவது செய்யும்படி பணி இங்கு உள்ளதா?" என்று கேட்டான். அதற்கு அந்தப் பணியாள் "இங்கு மக்கள் பணிபுரிவதில்லை. அனுபவிக்க மட்டுமே செய்வார்கள்" என்று சொன்னான்.

உடனே அவன், "உண்மையைச் சொல்ல வேண்டுமென்றால் நான் போதுமான அளவு வாழ்க்கையை அனுபவித்துவிட்டேன். ஏதாவது பணி செய்யவும், வியர்வையைச் சிந்தவும் களைத்து விழவும் விரும்புகிறேன். அவ்வப்போது கொஞ்சம் உடம்பில் வலியும் தோன்ற வேண்டும் என்று ஆசைப்படுகிறேன்" என்றான்.

தலையை ஆட்டிய பணியாள் "நிச்சயமாக சாத்தியமில்லை. நீங்கள் கேட்பதெல்லாம் அந்த இன்னொரு இடத்தில்தான் நடக்க முடியும்." கோபம் கொண்ட மனிதன் "அப்படியென்றால் அந்த நரகத்திற்கே போக விரும்புகிறேன்" என்று குரலை உயர்த்திக் கத்தினான்.

அந்தப் பணியாளோ, அமைதியாக "நீங்கள் நரகத்தில்தான் இருக்கிறீர்கள்" என்று சொன்னான். பணி செய்ய முடியாமல் வெறும் உல்லாசத்தை மட்டும் அனுபவிக்கின்ற எல்லா வாழ்க்கையுமே நரக வாழ்க்கை தானே.

*

62. அசோகர் நரகம்

அசோகர் ஏன் புத்தமதத்தைத் தழுவினார் என்பதற்கு வழக்கமாகச் சொல்லப்படுகின்ற சம்பவம் கலிங்கத்துப் போர்.

வெற்றி மட்டுமே மகிழ்ச்சியை விளைவித்துவிட முடியாது என்பதை போர் நடந்த மைதானத்தில் துண்டிக்கப்பட்டுக் கிடந்த தலைகளும், முண்டங்களும், வழிந்தோடிய ரத்தங்களும், அந்தப் பிணங்களைத் தின்னப் போட்டி போட்ட விலங்குகளும் அவருக்கு உணர்த்தியதாக நாம் சரித்திரத்தில் படித்திருக்கிறோம்.

போரின் நிகழ்வுகள் அவரைப் புனிதராக்கி இருக்கலாம். துறவியாக்கியிருக்கலாம். வாழ்விலிருந்து தலைதெறிக்க ஓட வைத்திருக்கலாம். ஆனால், அவரை ஏன் புத்தமதத்தைத் தழுவத் தூண்டியது என்பதற்கு அதற்கு முன்பே நடந்த சம்பவமே ஆதாரமாக இருந்தது.

ஆட்சி செய்கின்ற போது தன் மூதாதையரைப் போல மகதத்தை மிகுந்த கடுமையுடன் அசோகர் ஆட்சி செலுத்தினார். அவருடைய தலைநகர் பாடலிபுத்திரத்தில் எல்லாரும் அச்சப்படும்படி ஒரு சிறை இருந்தது.

அதற்குப் பெயர் 'அசோகர் நரகம்'.

அதில் அடைக்கப்படுபவர்கள் யாரும் உயிருடன் திரும்ப முடியாது. திரும்பியதாகச் சரித்திரமும் இல்லை. திரும்பக் கூடாது என்பது ஐதீகமாகவும் இருந்தது. தவறே இழைக்காத புத்த பிக்கு ஒருவர் தவறுதலாக அந்தச் சிறையில் அடைக்கப்பட்டுவிட்டார். அவரைக் கொதிக்கும் உலைக் கலனில் தூக்கி எறிந்து கொடுமைப் படுத்தினார்கள். ஆனால், அவர் கொஞ்சம்கூட அசராமல் திடமாக நடந்துகொண்டார். அவரிடமிருந்து அழுகையும் வரவில்லை. ஓலமும் எழவில்லை.

அதைப் பார்த்ததும் நடுங்கிப் போன சிறை அதிகாரி அந்த அதிசயத்தைக் காண வருமாறு அசோகருக்கு அழைப்பு விடுத்தார்.

அசோகர் வந்தார்; அதிசயப்பட்டார். வெகுநேரம் சிந்தனையில் ஆழ்ந்த அவர் அங்கிருந்து திரும்பிச் செல்லும் போது, அந்தச் சிறை அதிகாரி அசோகரிடம் அந்தச் சிறைக்குள் வந்தவர்கள் யாரும்

உயிருடன் திரும்பக்கூடாது என்கின்ற எழுதப்படாத விதி இருப்பதை அவருக்கு நினைவுறுத்தினார். அசோகர் அந்தச் சிறை அதிகாரியைக் கொதிக்கும் கலனில் போட உத்தரவிட்டார்!

அந்த அனுபவம் அசோகருடைய மனத்தில் ஆழமான பதிவுகளை ஏற்படுத்தியது. அவரால் அந்த புத்தபிக்குவின் முகத்தை மறக்க முடியவில்லை. தான் எவ்வளவு ராஜ்ஜியங்களை வென்றாலும் உடலை வெல்லமுடியாமல் இருக்கின்ற தன்னுடைய வீரத்தின் வறுமையை அவர் உணர்ந்தார். தவறு செய்யாத ஒரு மனிதனைத் தான் தண்டிக்க நினைத்ததை எண்ணி வருந்தினார்.

தன்னை அரித்த அந்த நினைவுகளிலிருந்து விடுபட முடியாமல் அச்சிறைச்சாலையையே இடித்து விடும்படிக் கட்டளையிட்டார். அசோகர் நரகம் தரைமட்டமானது.

இடிந்தது - கற்களால் கட்டப்பட்ட அசோக நரகம் மட்டுமல்ல; அவருடைய மனத்திற்குள்ளேயே வன்முறை என்னும் செங்கற்களைக் கொண்டு செழிப்பாக எழுப்பப்பட்ட நரகம் தான் இடிபாடுகளுக்குள் இடிந்து விழுந்தது. அந்தச் சம்பவம் ஏற்படுத்திய தழும்புகள்தான் மறுபடியும் கலிங்கத்துப் போரில் கிளறப்பட்டு காயங்களாக மாறி அவருடைய இதயத்தில் இரக்க ரத்தம் வழிய ஏற்பாடு செய்தது. புத்தரின் போதனைகளில் அவர் லயித்தார்.

எப்போது ஒருவன் வன்முறையின் முனைக்குச் செல்கிறானோ அப்போது அவன் அன்பிற்கே திரும்பி வரவேண்டியதாய் இருக்கிறது. நாம் பெறுகின்ற மகிழ்ச்சி நிலைக்க வேண்டுமென்றால் அது அடுத்தவர் களைத் துன்புறுத்துகின்ற காரணத்தால் நிகழமுடியாது என்பதை நாம் உணர முடியும்.

தீய வழிகளில் சத்தியத்தை நிலைநாட்ட முடியாது. குறுக்கு வழிகளால் இலட்சியத்தை அடையலாம் என்று நினைப்பது மதுவை அருந்தி உடல் வலியைப் போக்கிக் கொள்ளலாம் என்பதைப் போன்ற அறிவற்ற செயல்.

ஹிதோபதேசத்தில் ஓர் அழகான கதை உண்டு.

மரத்தின் மீது சில காகங்கள் கூடுகட்டி இருந்தன. மரத்தடியில் இருந்த பொந்திலிருந்த நாகம் ஒன்று அவை இரை தேடச் சென்றதும் மரத்தில் ஏறி அந்தக் காகங்களின் முட்டைகளையெல்லாம் உடைத்துத் தின்றுவிடும்.

காகங்களுக்கோ பாம்பைக் கண்டு பயம். அதே நேரத்தில் கூட்டை மாற்றவும் அவை விரும்பவில்லை. பாம்பை எப்படித் தண்டிப்பது

என்று யோசித்தன. கொஞ்சம் அருகிலேயே ஒரு கீரி வாழ்ந்து வந்தது. அந்தக் கீரியை எப்படியாவது வரவழைத்துப் பாம்பைக் கொன்றுவிடச் செய்தால் தங்கள் பிரச்சினை தீர்ந்து விடும் என்று அவை எண்ணின. சில கருவாட்டுத் துண்டுகளைப் பொறுக்கிக் கொண்டு வந்து கீரி குடியிருக்கும் இடத்திலிருந்து பாம்புப் பொந்து வரை நெடுகப் போட்டன. இரவு வேட்டைக்குப் புறப்பட்ட கீரி மீன் துண்டுகளைத் தின்றுகொண்டே பாம்புப் புற்றுக்கு வந்து சேர்ந்தது. வெளியே வந்த பாம்பைக் கடித்துத் துண்டாக்கிக் கொன்றது.

அப்போது மரத்தின் மீது காகங்களின் கூடு இருப்பதைக் கண்டது. மரத்தின் மீது ஏறிக் காகங்களையும் கொன்று தின்றது. இரவு நேரமாயிருந்ததால் பார்வை தெரியாமல் காகங்களும் பலியாயின.

நாம் வன்முறையைத் தேர்ந்தெடுக்கும்போது அது இரண்டு பக்கமும் கூர்மையாக இருக்கும் கத்தியைப் போல செயலாற்றி நம்முடைய கைகளையே சேதப்படுத்தி விடுகிறது. அன்போ இரு பக்கமும் பூக்கின்ற அதிசயப் பூஞ்சாடியாக ஆகிவிடுகின்றது.

*

63. டயானா

கிரேக்கத்தில் பழங்காலத்தில் ஈஃபியஸ் என்கின்ற இடத்தில் டயானா என்கின்ற தேவதைக்கு ஒரு கோயில் கட்டப்பட்டிருந்தது. டயானா என்பது லத்தீன் மொழியிலும் ஆர்டெமிஸ் என்கின்ற பெயரில் கிரேக்க மொழியிலும் நிலவு மற்றும் வேட்டைக்கான தேவதையைக் குறிப்பது (Goddess for moon and hunting). அந்த அழகிய கோயில் கி.மு. 420-ஆம் ஆண்டுதான் முழுமையாகக் கட்டி முடிக்கப் பட்டது. அந்தக் கோயிலின் அழகு உலக அதிசயங்களில் ஒன்றாகக் கருதுமளவு உன்னதமாக இருந்தது.

கி.மு. 356-ஆம் ஆண்டு அக்டோபர் மாதம் தீயினால் அந்தக் கோயில் அழிக்கப்பட்டது. அது திட்டமிட்ட சதி என்பது தெரிந்ததும், விசாரணையில் அதைக் கொளுத்தியவன் அடையாளம் காணப் பட்டான். "ஏன் கொளுத்தினாய்?" என்று துருவித் துருவி புலன் விசாரித்தபோது "என் பெயர் சரித்திரத்தில் அழிக்கப்படாமல் நிரந்தர மாக இருக்க வேண்டும் என்று விரும்பினேன். இந்தக் கோயிலை எரித்தால் இதை எரித்தவன் என என் பெயர் மறக்காமல் நினைக்கப் படும் என்று எண்ணினேன்" என்று பதில் சொன்னான்.

அவனைத் தூக்கிலிடப்பட்டு அவன் ஆசை நிறைவேறாதபடி அவன் பெயரை எல்லா ஆவணங்களிலிருந்தும் அழிக்கும்படியும், அவனைப் பற்றிப் பேசவே கூடாதென்றும் உத்தரவிடப்பட்டது. ஆனாலும் அவன் பெயர் இன்னமும் புழக்கத்தில் இருக்கிறது. அவன் தான் ஹீரோஸ்டேட்டஸ்.

நல்லது செய்தவர்களைக்கூட சரித்திரம் மறந்து விடுகிறது. தீயவை செய்தவர்களைத்தான் தன் முந்தானையில் காலம் முடிந்து வைத்துக் கொள்கிறது. ஒன்றைக் காட்டிலும் மேன்மையான செயலை எதிர் கொள்ளும்போது பழைய செயலின் பெயரை நகம் வெட்டுவது போல வெட்டி விடுகிறோம். நாம்கூட நமக்கு நல்லது செய்தவர்கள் பெயரை எல்லாம் மறந்துவிடுகிறோம் - கெட்டது செய்தவர்கள் பெயைரத் தானே எப்போதும் மனத்தில் கறுவிக் கொண்டிருக்கிறோம். ஆயிரம் நல்ல செயல்கள் செய்தாலும் அவர்கள் செய்யாத செயல் மட்டும் தானே விழிகளில் விழுந்த தூசியாய் நம்மை எப்போதும் உறுத்திக் கொண்டிருக்கிறது.

வாழ்த்தப் பெற்று பெயர் மறந்து போவதைக் காட்டிலும், வசவு பெற்றாவது நிலைத்து நிற்க வேண்டும் என்று நினைக்கின்ற மனங்களும் இருக்கவே செய்கின்றன.

மணம் பரப்பும் மெல்லிய ரோஜா இதழ்களை உதிர்த்து உடனே ஒப்படைத்துவிடுகிறது; எருக்கு வாட நாட்களாகின்றன. கட்டிக் கரும்பாய் இருந்தால் நசுக்கப்படுவோம் என்பதால் எட்டிக்காயாய் எப்போதும் யாரும் தீண்டாமலிருப்போம் என்று முடிவு செய்யும் மனிதர்களும் இருக்கிறார்கள்.

சரித்திரத்தையும் தாண்டியதல்லவா சம்பவங்கள்! வரலாற்றையும் மீறியதல்லவா வாழ்க்கை!

டயானா கோயில் கட்ட முதல் செங்கல் வைத்தவனை நாம் நினைவில் வைத்திருந்தால் அதை எரித்து ஞாபகமூட்ட ஹீரோ ஸ்டேட்டஸ் முயற்சி செய்திருக்கமாட்டான்.

நல்லவை போற்றப் போற்ற வளரும் - செடி வளர்ப்போம்; களை தானாக அழியும் - களை மீதே கவனம் செலுத்தினால் செடிகளு மல்லவா சேதப்படும்?

*

64. கோபமே கருணை

படகில் ஒருமுறை பயணம் சென்றபோது கரையிலிருந்த படகோட்டி பட்ட அடிகளுக்காகத் தன் முதுகில் காயம் காணும் அளவு கருணை வடிவமானவர் ராமகிருஷ்ண பரமஹம்சர். இதை இப் புத்தகத்திலேயே ஏற்கெனவே நான் குறிப்பிட்டிருக்கிறேன்.

ஆனால், அதே ராமகிருஷ்ணர் வாழ்வில் நடந்த மற்றொரு சம்பவம்.

அவருடைய நன்றிக்குரியவராகிய ராணி ராசாமணி அம்மையார் ஒரு சமயம் தட்சிணேசுவரம் சென்று காளி தேவியை வழிபட்டுக் கொண்டிருந்தார்.

அப்போது பரமஹம்சர் அம்பாளைப் போற்றி உருக்கமாகச் சில பாடல்களைப் பாடிக்கொண்டிருந்தார். இந்தப் பாடல்களைக் கேட்டுக்கொண்டிருந்த ராசாமணி அம்மையார் நடுவில் கொஞ்சம் கவனக்குறைவாயிருந்தார். தமது ஜமீன் தொடர்பான ஒரு வழக்கில் அவர் மனம் சென்றது.

இதை அறிந்ததும் ராமகிருஷ்ணர் அவருடைய கன்னத்தில் ஓங்கி ஓர் அறை கொடுத்தார். அக்கம் பக்கத்திலிருந்தவர்கள் அதிர்ச்சி யடைந்து போனார்கள்.

அம்மையாரோ தன் தவறை உணர்ந்து வெட்கினார். முன்னைக் காட்டிலும் பரமஹம்சர் மீது அதிகமான மரியாதை காட்டத் தொடங்கினார்.

முன்பின் தெரியாத படகோட்டியின் வருத்தத்திற்கு இரத்தம் கசிந்தவர் ஏன் நன்றாகத் தெரிந்த ராசாமணி மீது கோபம் கொள்ள வேண்டும்? இந்த இரு சம்பவங்களும் ஒன்றுக்கு ஒன்று முரணாகத் தோன்றவில்லையா?

நிச்சயம் இல்லை. ஞானிகள் தேர்ந்தெடுப்பதில்லை. சுயத்தை அறிந்து அதை உதிர்த்தவர்கள் மூளையிலிருந்து செயல்படுவதில்லை.

சரத்சந்திரர், "நான் தேவதாஸை இதயத்திலிருந்து எழுதினேன்" என்கிறார். அதனால்தான் அன்பைச் சொல்ல அதுவே உருவகமானது.

அறிவிலிருந்து செயல்படுபவர்கள் நிறையச் சிந்தித்துத் தன்னைப் பற்றிய நடவடிக்கைகளை வடிவமைத்துக் கொள்வார்கள். ஒரே மாதிரியாகச் செயல்பட வேண்டும் என்று திட்டமிடுவார்கள். தன்னைக் குறித்த பிரதிமையை உருவாக்க அவர்கள் வாழ்வின் முன்பகுதியும், உருவாக்கிய பிரதிமையைக் காப்பாற்ற வாழ்வின் பின்பகுதியும் அவர்களால் செலவிடப்படும்.

அவர்கள்

இரக்கப்படுவதும் எதையாவது எதிர்பார்த்து -

கோபப்படுவதும் யாரையாவது திருப்திப்படுத்த.

கருணையோ, கோபமோ இயல்பாக வராவிட்டால் அது அழகாக இருப்பதில்லை. விழிகள் நமக்கு அவற்றைக் காட்டிக் கொடுத்து விடுகின்றன. இயல்பாக இருப்பதால்தான் இயற்கை அருள்மயமாக இருக்கிறது.

இராமகிருஷ்ணரின் கருணையும் அழகு;

அவருடைய கோபமும் அழகு;

ஏனென்றால் அவர் கருணைமயமாக இருக்கும்போது கருணை யாகவும், கோபமாக உள்ள போது கோபமாகவும் மாறி இரு நிலையற்ற தன்மையை அடைந்தவர். தான் என்ன செய்கிறோம் என்பதைக்கூட கடந்த நிலையில் அது நடப்பது.

மகான்கள் கோபம் கொண்டால் அந்தக் கோபமும் கருணை யினால். அன்பினால்; பெற்றோர்கள் கோபம் நொடியில் மறைவது போல் பாதச்சுவடுகள் ஏதுமின்றி அவை மறைந்துவிடும்.

ராசாமணி அம்மையாரை மீண்டும் ஆன்மீகத் தடத்தில் பயணம் செய்யத் தூண்டவே பரமஹம்சர் பரமகோபம் அடைந்தார். உண்மை இதயத்தில் கோபமும் வடிகட்டப்படும்; உணர்வுகளும் புரிந்துகொள்ளப்படும்.

*

65. சுவடுகள்

வால்ட் விட்மன் தன்னுடைய "கதவுகளை மூடாதீர்கள்" என்ற கவிதையில்

"கர்வம் மிகுந்த நூலகங்களே!
உங்கள் கதவுகளை எனக்காக மூடிக்கொள்ளாதீர்கள்.
மிகவும் நிரம்பப்பட்ட
உங்கள் புத்தக அறைகளில் இல்லாத
ஆனால் தேவையான ஒன்றை
நான் கொண்டு வருகிறேன்;
போரில் இருந்து எழுந்த தாக்கத்தால்
நான் ஒரு புத்தகத்தைச் சமைத்திருக்கிறேன்
என் நூல் மற்றவற்றிலிருந்து விலகியும்
எவற்றோடும் தொடர்பற்றும்
அறிவினால் அறியப்பட முடியாததாகவும் இருக்கும்.
ஆனாலும் புதைந்திருக்கும்
உங்கள் ஆற்றல் ஒளிரும்படியும்
ஒவ்வொரு பக்கமும் உங்களைத் துளிர்க்கச் செய்யும்"

என்று எழுதியிருக்கிறார்.

நாம் நூலகத்திற்குச் செல்லும்போது எந்த நூலை எடுக்கலாம்; எவற்றை வாசிக்கலாம் என்று நூலகத்திலிருந்து நாம் பெறுகின்ற பயனைப் பற்றி மட்டுமே கணக்கிடக் கூடாது. நாம் எந்தப் புத்தகத்தை அதன் அடுக்குகளில் சேர்க்கப் போகிறோம்; நம்முடைய புத்தகங்கள் ஆனாலும் சரி - நாம் வாங்கி அன்பளிப்பாகத் தருகின்ற புத்தக மானாலும் சரி. அந்த நினைப்பு இருந்தால், நூலக வாடிக்கையாளர் அனைவரும் தன்னால் முடிந்த புத்தகத்தை அன்பளிப்பாகத் தந்தால் எவ்வளவு வளம் பெறும்.

வாசகர் வட்டம் வாசிக்க வசதியாக ஒரு விளக்கு, காற்று வர ஏற்றதாக ஒரு காத்தாடி இப்படி எதையாவது நாம் வழங்க முடியுமே!

நூலகம் என்று இல்லை. ஓர் அழகிய பூங்காவிற்குச் செல்கிறோம் - பூங்காற்றை நுகர்கிறோம்.

நம் பங்கிற்கு நாம் என்ன செய்யப் போகிறோம் - ஏதேனும் ஓர் அழகிய செடியை அளித்துவிட்டு வருவோமா? ஏதேனும் ஒரு களையை யாவது களைந்தெடுத்துவிட்டுப் போவோமா?

கோயிலுக்குச் செல்கிறோம். ஆயிரமாயிரம் ஆண்டுகளாக கம்பீரமாக நிற்கும் சிற்பங்கள் தொடர்ந்து பொலிவுடன் நிற்க நாமென்ன உதவிபுரியப் போகிறோம்?

வாழ்க்கை எடுப்பது மட்டுமல்ல; கொடுப்பதும்தான்; பெறுவது மட்டுமல்ல; தடுப்பதும்தான்; அனுபவிப்பது மட்டுமல்ல அளிப்பதும் தான்.

நாம் வாழ்ந்ததற்கு அடையாளமாக எதை பாதச் சுவடுகளாக விட்டுவிட்டுப் போகவிருக்கிறோம்?

நம் புன்னகைகளையா? அல்லது புலம்பல்களையா?

களிப்பையா இல்லை கண்ணீரையா?

சாதனைகளையா இல்லை வேதனைகளையா?

ஒரு முக்கியமான பார்வையாளர் ஒரு கல்லூரியைப் பார்வையிடச் சென்றார். கல்லூரி முதல்வர் கல்லூரியைச் சுற்றிக் காட்டும்போது 'பாரதி நூலகம்' இதுதான் என்று நூலகத்தைச் சுற்றிக் காட்டினார்.

"இவ்வளவு அழகான நூலகத்தை மகாகவி பெயரில் நீங்கள் அர்ப்பணித்திருப்பது மகிழ்ச்சிக்குரியது" என்றார் வந்த பார்வையாளர்.

"இது பாரதியார் பெயரில் அமைந்ததல்ல - சண்முக பாரதி என்பவர் பெயரில் அமைந்த நூலகம்" என்று சற்று நெளிந்தவாறே சொன்னார் முதல்வர்.

பார்வையாளர் ஆச்சரியத்துடன் "சண்முக பாரதியும் எழுத்தாளரா?"

"ஆம். அவர் ஒரு காசோலையை எழுதியுள்ளார். அதனால் தான் இந்தப் பெயர்."

பெயரைத் தாண்டியும் பேருதவி புரிவதே மனிதப் பிறவியின் பயன் - இல்லையா?

*

66. இருக்கையும் இறுக்கமும்

ஒருமுறை காந்தியடிகள் காஷ்மீரத்திலிருந்து திரும்பிக் கொண்டிருந்தார். வழியில் மழை பெய்யத் தொடங்கியது. அவரோ வழக்கம் போல் மூன்றாம் வகுப்புப் பெட்டியில் பயணம் செய்து கொண்டிருந்தார். அவரிடம் ஒருவர் "நீங்கள் ஏன் மூன்றாம் வகுப்பில் பயணம் செய்கிறீர்கள்" என்று கேட்டதற்கு "ரயிலில் நான்காம் வகுப்பு என்று ஒன்று இருந்தால், நான் அதில்தான் நிச்சயம் பயணம் செய்வேன்" என்றார்.

அவ்வளவு எளிமையானவர். அவருடைய பெட்டியில் தண்ணீர் சொட்டலாயிற்று. பெட்டி முழுவதும் தண்ணீர் பரவியது. ஒரு புகைவண்டி நிலையத்தில் கார்டு (Guard) அவரிடம் வந்து "தாங்கள் பெட்டி மாறி இருங்கள்" என்று கூறினார்.

காந்தியடிகள் "இந்தப் பெட்டியை என்ன செய்வீர்கள்" என்று கேட்டார்.

அவர் "தங்களுக்காக ஒரு பெட்டியைக் காலி செய்ய வைத்திருக்கிறேன். அதிலுள்ள பிரயாணிகளை இங்கே உட்காரச் செய்வேன்" என்றார்.

காந்தியடிகளோ "இந்தப் பெட்டியில் வேறு ஆட்கள் உட்கார முடியுமானால் நானே ஏன் உட்கார்ந்திருக்கக் கூடாது! என் சுகத்திற்காகப் பிறருக்குக் கஷ்டம் கொடுப்பானேன்?" என்றார்.

நாம் சுகப்பட்டால் போதும்; மற்றவர்கள் எக்கேடு கெட்டால் நமக்கென்ன என்கின்ற எண்ணம் நமக்கு உண்டு. இப்படி சுயநலத்துடன் இருப்பதால்தான் நாம் சாதாரண ஆத்மாக்களுடன் இருக்கிறோம்.

"மனிதன் ஆத்மாவுடன் கூடப் பிறப்பதில்லை. அவன் அதை அடைய வேண்டியவனாக இருக்கிறான்" என்றார் ஜார்ஜ் குல்ஜீப்.

நமக்காக மற்றவர்கள் வருத்திக் கொள்ளுகின்றபோது அது உண்மையான மகிழ்ச்சியாக இருக்க முடியாது என்கின்ற அடிப்படையில் எழுந்ததுதான் ஜீவகாருண்யம்.

'நாம் முக்கியமானவர்கள்; நமக்கு முன்னுரிமை வேண்டும்' என்று எண்ணுவதே தவறு. ஏனென்றால் எல்லாருக்கும் அவரவர்கள்தான் முக்கியமானவர்கள். பல வரிசைகளில் 'கவுண்ட்டர்' (Counter) வந்ததும் நமக்குப் பின்னே இருக்கும் கை முன்னே நீளுவதை நாம் பார்க்கலாம்.

அந்த ஒரு நிமிடத்தில் ஏன் இந்த அவசரம்? எதையும் அபகரித்துக் கொள்ள வேண்டும் என்கின்ற பேராசை; நேரத்தை வியர்த்தமாக்குபவர்களுக்குத்தான் காத்திருப்பது கடினமாக இருக்கிறது.

ரயில் பயணங்களில் இருக்கையைப் பிடிப்பதில், பேருந்தில் இருக்கையை ஆக்கிரமிப்பதில், உணவுச் சாலைகளில் ஓடி அமர்வதில், திரையரங்கில் நுழைவுச்சீட்டு வாங்குவதில், ரேஷன் வரிசையை முந்துவதில்தான் ஒரு மனிதனுடைய உண்மையான வடிவத்தை நாம் காணலாம். எது எப்படிப் போனால் என்ன, நம்முடைய காரியம் நிறைவேற வேண்டும் - அவ்வளவுதான்.

சுதந்திரப் போராட்டம் இந்தியா முழுமைக்கும் பரவியதற்குக் காரணம் காந்தியடிகளுடைய அணுகுமுறைதான். அவருடைய எளிமை, மக்களோடு மக்களாகப் பழகும் சுபாவம் ஆகியவை தான் விடுதலைப் போராட்டத்தை மக்கள் இயக்கமாக மாற்றியது. சொல்லுக்கும், செயலுக்கும் வேறுபாடு இல்லாமல் இடைவெளி நேராமல் வாழ்பவர்கள், தான்கண்களின் வழியாக இதயத்திற்குள்ளும் ஊடுருவ முடியும்.

சில நேரங்களில் சாதாரண அதிகாரத்தைக்கூட சிலர் துஷ்பிரயோகம் செய்வதைப் பார்க்கலாம். எனக்குத் தெரிந்த ஒருவர் அரசுப்பதவியில் இருக்கிறார். அவருடைய உறவினர்கள் திருச்சியிலிருந்து சேலம் செல்ல வேண்டியதாக இருந்தது. முதலிலேயே சென்று முன் இருக்கையில் அமர்ந்திருந்தால் பரவாயில்லை. பேருந்து புறப்படுகின்ற நேரத்திற்குப் பேருந்து நிலையத்திற்கு வந்தார்கள். முன் இருக்கைக்காக நடத்துனரிடம் தங்களுடைய செல்வாக்கைப் பயன்படுத்தினார்கள். ஏற்கெனவே முன் இருக்கையில் அமர்ந்திருந்தவர்கள் முரண்டு பிடித்தார்கள்.

கெடுபிடி அதிகமாகவே முணுமுணுத்துக்கொண்டே பின் இருக்கைக்கு எழுந்து சென்றார்கள். பேருந்துப் பயணம் தொடங்கியது. முப்பது கிலோ மீட்டர் தொலைவில் எதிரே வந்த சரக்குந்துடன் பேருந்து கிறக்கத்துடன் மோதியது. பயங்கர சத்தம். பேருந்தில் அந்த முன் இருக்கையில் அமர்ந்தவர்களுக்கு மட்டும் முழங்காலில் பலத்த அடி. மற்ற யாருக்கும் அடியே விழவில்லை. பின் இருக்கைக்கு அனுப்பப் பட்டவர்களுக்கோ சின்னக் கீறல்கூட ஏற்படவில்லை.

மூன்று நிமிடங்கள் முன்னே போக சிரமப்பட்டு வம்பு செய்தவர்கள், மூன்று மாதங்கள் படுக்கையில் கிடக்க வேண்டியிருந்தது. ஆனாலும் முன்பு மாதிரி நடக்க முடியவில்லை.

சுயநலம் முந்தவைக்கும்; ஆனால், சமயத்தில் முழங்கால்களையே முறித்துவிடும்.

67. தட்டச்சும் கிறுக்கலும்

ஸ்காட்லாந்தினுடைய புகழ்பெற்ற கவிஞர் ராபர்ட் பர்ன்ஸ் வாழும் வரை வறுமையின் வயிற்றுக்குள் வசித்து வந்தார். அவர் சாகும்வரை அவருடைய கவிதைகள் கறையான்களின் காலை உணவுக்குத் தான் பயன்பட்டன.

அவர் இறந்த பிறகு அவரைப் பாராட்டத் தொடங்கினார்கள். அவர் திறமைகளைப் போற்றினார்கள். அவரது கவிதைகள் தேடித் தேடி வாசிக்கப்பட்டன. அவருடைய பாடல்கள் பலராலும் பத்திரப் படுத்தப்பட்டன. அவருக்குச் சிலை வைக்க முயற்சிகள்.

அவருடைய தாய் அதைப் பார்த்துவிட்டு அழுதாள்.

"மகனே நீ ரொட்டி கேட்டாய் -
இப்போது இவர்கள் கல் தருகிறார்கள்."

கல் மனம் படைத்தவர்கள் - வேறென்ன தர முடியும்?

கல்லுக்குள்ளும் ஈரம் உண்டு - ஆனால், அதை உடைத்தால்தானே தெரியும்.

நாம் இருக்கும் வரை உணராத பொருட்களின் பட்டியல் நீளுகின்றது. இல்லாததற்கு ஏங்கியும், இருப்பதை எட்டி உதைத்தும் பழக்கப்பட்டவர்கள் நாம்.

இலட்சியப் புருஷர்களோ வாழ்க்கையின் இனிமையைக் காட்டிலும் தாங்கள் கொண்ட கொள்கையின் உறுதிப்பாட்டில் நிலையாக இருக்கிறார்கள்.

பாரதியின் இறுதி ஊர்வலத்தில் கலந்துகொண்டவர்கள் சொற்பம். வால்டரின் இறுதி யாத்திரையோ ரகசியமாகவே நடத்தப் பட்டது.

மரணத்தின்போது ஊர்வலமாக வருபவர்களின் எண்ணிக் கையை வைத்து மட்டுமே மனிதர்களின் மகத்துவத்தைக் கணக்கிட்டு விடமுடியாது.

சாகின்ற ஒவ்வொரு பூச்சியையும் சுமந்துகொண்டு ஆயிரக் கணக்கில் எறும்புகள் ஊர்வலம் நடத்துகின்றன என்பதால் கரப்பான் களுக்கு நீத்தார்தினம் நிகழ்த்த முடியாது.

பின்னாலாவது புரிந்து கொள்ளப்படுவோம் என்னும் அபார நம்பிக்கையில்தான் திடமான உறுதியுடன் அந்த மாபுருஷர்கள் எழுது கிறார்கள். அவர்கள் தங்கள் நகங்களையே இயற்கை அணிவித்த மோதிரமாகக் கருதிக் கொள்கிறார்கள்.

ஐசக் அஸிமோவ் மாபெரும் எழுத்தாளர். அறிவியல் புனைவு களுக்கு மட்டுமல்ல; பல தகவல் களஞ்சியங்களுக்கும் சொந்தக்காரர். அவர் கிட்டத்தட்ட 500 புத்தகங்களை எழுதியிருக்கிறார்; இல்லை இல்லை தட்டச்சு செய்திருக்கிறார்.

ஷேக்ஸ்பியருடைய நாடகங்களாகட்டும்;
பைபிளுடைய பதங்களாகட்டும்;
அறிவியல் கண்டுபிடிப்புகளாகட்டும்;
தொழில்நுணுக்கக் கலைக் களஞ்சியமாகட்டும் -

அவருடைய அறிவின் எல்லைகள் தொடாத துறைகள் இல்லை என்னும்படி தன் திறமைகளை விரித்தவர். அவர் எப்பொழுதும் தன் நூல்களைத் தட்டச்சு செய்துகொண்டேயிருப்பார். அதுவே அவருக்குப் பொழுதாக்கம்; பொழுது போக்கு, உல்லாசம் எல்லாம். ஒரு தொலைக் காட்சி நேர்காணலின் போது ஒரு பெண்மணி, "நீங்கள் இதுவரை வேட்டை, விளையாட்டு, சுற்றுலா என்று போனதே இல்லையா?" என்று கேட்டார்.

"இல்லை; இல்லை; இல்லை" என்று அஸிமோவிடம் இருந்து பதில் வந்தது.

"இன்னும் ஆறுமாதத்தில் நீங்கள் இறந்துவிடப் போகிறீர்கள் என்றால் என்ன செய்வீர்கள்?" என்று அந்தப் பெண் மடக்கினாள்.

"இன்னும் வேகமாகத் தட்டச்சு செய்வேன்" என்று அவர் சிரித்துக்கொண்டே சொன்னார்.

வாழ்க்கையைச் சிலர் தட்டச்சு செய்கிறார்கள்; பலர் கிறுக்கிக் குப்பைத் தொட்டியில் எறிந்து விடுகிறார்கள்.

*

68. குடிக்கக் குனியும் நீர்

டான்டலஸ் என்கின்ற மன்னன், ஜுபிடர் மற்றும் இதரத் தேவர்களுக்கு மிகவும் நெருக்கமாக இருந்தான். அவர்கள் விருந்து நடக்கும் போதெல்லாம் அவனை அனுமதித்தார்கள்.

அவனும் ஒருமுறை அவர்களைத் தன் வீட்டிற்கு விருந்துண்ண அழைத்தான்.

அவர்களுடைய தெய்வீக சக்தியை அறியும் பொருட்டு அதைப் பரிசோதிக்கும் ஆசையில் தன்னுடைய மகனின் மாமிசத்தையே விருந்தில் மிருக மாமிசம் போல் பரிமாறினான். தேவர்கள் வெகுண்டார்கள். அவன் மகனை உயிர்ப்பித்தார்கள். டான்டலஸ் கொல்லப்பட்டான்.

பாதாள உலகிற்கு மரணத்திற்குப் பிறகு அனுப்பப்பட்ட அவனை 'டார்ட்டரஸ்' வசம் அனுப்பினார்கள். அதீதமாகத் தண்டிக்கப்பட வேண்டியவர்கள் டார்ட்டரஸ் வசமே அனுப்பப்படுவார்கள்.

டான்டலஸ் நிரந்தர விரக்தியுடன் கழுத்துவரை நிற்கும் தண்ணீரில் நிறுத்தப்பட்டான். அவனுக்குத் தாகம் எடுக்கும். குடிக்கக் குனிந்தால் நீர் மட்டம் கீழே செல்லும். பக்கத்திலேயே காய்த்துக் குலுங்கும் மரங்கள் இருக்கும். பறிக்கக் கைகளை நீட்டினால் அவை விலகிச் செல்லும்.

எனவே அருகில் ஆசையைத் தூண்டும் கனியும், நீரும் கனிந்திருந் தாலும் பசி தணியாமலிருக்க அவனுக்குத் தண்டனை.

இந்தச் சம்பவத்தினால்தான் "Tantalize" என்கின்ற ஆங்கிலச் சொல் உருவானது.

கிட்டத்தட்ட நாம் எல்லாருமே டான்டலஸ் போலத்தான். நம் பக்தி சந்தேகத்தின்பால் ஏற்பட்டதே தவிர நம்பிக்கையினால் அல்ல. நம்மைப் பற்றியே நமக்கு நல்ல அபிப்பிராயம் கிடையாது. தன் மீது நம்பிக்கை நிரம்பி வழியும் போதுதான் அடுத்தவர்கள் மீதும் அதைப் பன்னீரைப் போலத் தெளித்துப் பயன் பெற முடியும்.

நமது கேள்விகளும் நமக்கு விடை தெரிய வேண்டும் என்பதற்காகக் கேட்கப்படுபவையல்ல. அடுத்தவர்க்கு விடை தெரியுமா என்று ஆராய்வதற்காகக் கேட்கப்படுபவை.

முழுமையான நம்பிக்கையில்தான் பக்தி ஆனந்த மயமாக மாறும்.

அது கண்ணப்பருக்கு நடந்தது; ஆண்டாள் அடைந்தாள்; மீரா மீண்டாள்.

மனிதர்களையே நம்ப முடியாதவன் இயற்கை தன் காதுகளில் கிசுகிசுக்கும் சங்கீத வரிகளைக் கேட்க முடியாமல் இருந்து விடுகிறான். அவன் செவிகள் இசையை விட்டு விட்டு வசையை மட்டும் தரம் பிரித்துக் கொள்கிறது. அன்பு மொழிகளைத் தூர எறிந்துவிட்டுத் துன்பத்தை மட்டும் வடிகட்டிக் கொள்கிறது.

சில ஒற்றர்களைக்கூட வேறு ஒற்றர்களை வைத்துச் சரி பார்ப்பது வள்ளுவர் கூறுவது போல ஆட்சி நிர்வாகத்திற்குப் பொருந்துமே தவிர, ஆன்மிகத் தேடலுக்குப் பொருந்தாது.

நம்முடைய பணியையும், சுயம் அறிதலையும் சரியான கோணத்தில் பிரித்தறிய முடியாவிட்டால் நாம் குழப்பிக் கொள்வோம். அது ராமகிருஷ்ணர் கூறியது போல பூஜைக்குச் சென்றும் புண்ணிய மேற்படாத கதையைப் போல முடிந்துவிடும்.

நம்பிக்கை இல்லாதவர்கள் அருகில் தண்ணீர் பிரவாகமெடுத்து ஓடினாலும், எங்கு உற்பத்தியாகிறதோ என்னும் சந்தேகத்தில் அதைப் பருக அவர்களால் முடியாது. கைக்கு அருகிலேயே கனிகள் காய்த்துக் குலுங்கினாலும் அவற்றில் விஷம் தடவப்பட்டிருக்கிறதோ என்று பயம் தோன்றி அவற்றை உண்ணவிடாமல் செய்துவிடும்.

'பொய் சொல்லுபவர்கள் இறைவனைக் காட்டிலும் மனிதர்களுக்கு அதிகம் பயப்படுகிறார்கள்' என்று பொருள் என அறிஞர் ஒருவர் கூறினார்.

நாமும் நம் சந்தேகங்களின் சுமையால் கங்கைக் கருகிலிருந்தும் தாகத்தில் தவிக்கிறோம் - கற்பகத்தின் கீழிருந்தும் பசியால் பரிதவிக்கிறோம்.

*

69. இரும்பும் கரும்பும்

கிரேக்கக் கவி ஹெசியாத் மனித இனம் தொடர்ந்து தேய்மானம் அடைவதாகவும் அடுத்து வருகின்ற யுகத்தில் முன்பு இருந்ததைக் காட்டிலும் மோசமான நிலையை அடைந்ததாகவும் குறிப்பிடுகிறார்.

ஐந்து யுகங்களாக அவர் பிரிக்கிறார்.

முதலாம் யுகம் - பொற்காலம் - வனப்பழங்களையும் மரத்திலிருந்து விழுந்த பழங்களையும் தின்றும், ஆடு செம்மறிகளின் பாலைக் குடித்தும், வயோதிகம் ஏறாமல் ஆடிப்பாடிக் களித்தும் வாழ்ந்தனர். மரணம் அவர்களுக்குத் தூக்கத்தைப் போல இருந்தது. 'உறங்குவது போலுஞ் சாக்காடு'.

அவர்கள் மறைந்தாலும் அவர்கள் உள்ளுணர்வு இனிய இசை நிகழ்ச்சிகளிலும், நீதியை நிலை நாட்டும் இடங்களிலும் நீடித்து நிற்கிறது.

அடுத்தது வெள்ளியுகம் - ரொட்டி தின்றவர்கள் - தாய்க்குக் கட்டுப்பட்டவர்கள் - 100 ஆண்டுகள் வரை வாழ்ந்தவர்கள் - அறியாமையுடனும், சண்டை போடும் மனப்பான்மையுடனும் அவர்கள் இருந்ததால் அழிந்து போயினர்.

அடுத்து இரு யுகங்கள் வெண்கல யுகங்கள் - இறைமையால் உருவாக்கப்படாமல். முதல் யுகத்தைச் சார்ந்தவர்கள் சாம்பல் மரத்திலிருந்து உதிர்ந்து, தங்களுக்குள் யுத்தமிட்டு மடிந்து மறைந்தவர்கள்.

இரண்டாவது யுகம் - இறைமையால் ஆசீர்வதிக்கப்பட்ட வர்கள். மனிதத் தாய்மார்களுக்குப் பிறந்தவர்கள் பற்றியது. அவர்களே ட்ராய் நாட்டுடன் போரில் வென்று நாயகர்களானவர்கள்.

ஐந்தாவது யுகம் - இரும்பு யுகம் - அவர்கள் குரூரம், தந்திரம், குழிபறிக்கும் தன்மை என அனைத்தும் கொண்டவர்கள் என ஹெசியாத் (HESIOD) கூறுகிறார்.

நம் எல்லாருக்கும் உலகம் மோசமாக ஆகிக் கொண்டிருக்கிறது என்று ஹெசியாத்தைப் போல் எண்ணம் உண்டு.

பொற்காலம் என்ற ஒன்று உண்டு. ஆனால், அது இனி மேல்தான் வரவேண்டும். உலகம் மோசமாகிக் கொண்டிருக்கிறது என்று சொன்னால் நாமும் மோசமாகிக் கொண்டிருக்கிறோம் என்றுதான்

பொருள் - அதற்காக நம்முடைய பொறுப்பை நாம் தட்டிக் கழித்து விட முடியாது.

நாம் ஹெசியாத் சொன்னதைப் போல எப்பொழுது ஆடியும், பாடியும் வாழ்வை ஒரு பண்டிகையாக்குகிறோமோ அப்போதுதான் தங்கயுகம் தங்கும்.

நேர்மையும், உண்மையும், பரஸ்பரம் காட்டும் அன்பும் இல்லாமல் இருந்தால் ஆயிரம் வசதிகள் இருந்தாலும் அவை நரகத்தைவிட மோசமானதாக இருக்கும்.

மகிழ்ச்சியான வாழ்க்கை என்பது அன்புடன் வாழும் வாழ்க்கை - நம்பிக்கையுடன் செல்லும் நிமிடங்கள் - ஆரோக்கியத்துடன் சிந்திக்கும் நொடிகள்.

எப்பொழுது வேண்டுமானாலும் நம் கழுத்தின் மீது கத்தி விழலாம் என்கின்ற நிலை இருந்தால் நாம் முன்னேறியதாக முழக்கடித்து முழங்க முடியாது.

பயமற்ற மனமே சுதந்தரமானது.

சீனப்பெருஞ்சுவர் குறித்து நமக்கெல்லாம் தெரியும் - உலக அதிசயமாக அது இல்லாவிட்டாலும் அது அதிசயமாக அங்கீகரிக்கப் படாத செய்தியே அதிசயமாகக் கருதப்படுகிறது. அந்நியர்கள் அடிக்கடிப் படையெடுத்து வருவதைத் தடுக்கத் தான் அது எழுப்பப் பட்டது. அதிசயமாக ஆக வேண்டும் என்ற ஆசையில் அல்ல.

1500 வருடங்கள் அதை யாரும் வெல்லமுடியாதபடி அது சீனர் களுக்கு அரணாக இருந்தது. ஒருநாள் ஒரு கேட் வழியாக, வாயிற் காவலன் குடிபோதையில் இருந்தபோது, ஓர் ஏழை போன்ற ஆடு மேய்க்கும் ஒருவன் அந்த வாயிற் காவலன் அருகில் வந்து அவனிடம் பேச்சுக் கொடுத்தான். அவனுக்குக் கையூட்டுக் கொடுத்தான். உடனே அந்தப் பாதுகாவலன் வாயிலைவிட்டு அகன்றான். 1500 வருடங்களாக வெல்லமுடியாத சீனத்தை அந்த வாயில் வழியாக உள்ளே வந்த எதிரி நாட்டினர் கைப்பற்றினர்.

சமத்தன்மையுடன் இருப்பவர்களே அதிக உயரம் அடை கிறார்கள் என்றார் ஓர் அறிஞர்.

நம் பணியின் தன்மையில் செழுமை ஏற்படும் போதெல்லாம் நாம் தங்கயுகத்தை நோக்கிப் பயணம் செய்கிறோம். நாம் சக மனிதர்களின் சந்தோஷத்தில் மகிழ்ச்சியடையும் போதெல்லாம் தங்கயுகத்தை நோக்கி முன்னேறுகிறோம். நம் உள்ளம் தந்திரத்திலும், குயுக்தியிலும் நிரம்பி வழியும் போதெல்லாம் நாம் இரும்பு யுகத்தை எட்டுகிறோம்.

இதயம் இரும்பானால் இரும்பு யுகம் - உள்ளம் கரும்பானால் தங்க யுகம்; அவ்வளவுதான்.

*

70. சன்னலில் ஒரு சிறுமி

'டோட்டோ சான் ஜன்னலில் ஒரு சிறுமி' என்கின்ற நூலை அண்மையில் வாசிக்க நேர்ந்தது. அது டோமோயி என்கின்ற பள்ளியைப் பற்றிய நிகழ்வுகளைப் பதிவு செய்த நூல் - வழக்கமான ஒரு பள்ளியில் தூக்கியடிக்கப்பட்ட டோட்டோ சான் என்கின்ற சிறுமி அந்தப் பள்ளியில் எப்படி மிகச் சிறந்த பெண்ணாக வளர்ந்தாள் என்பதுதான் அந் நூலின் மூலக் கருத்து.

குழந்தைகளைப் பாடத்திட்டத்திற்குள் முக்கி எடுக்காத பள்ளி அது. அந்தப் பள்ளி குழந்தைகளுக்கு மிருகக்காட்சிச் சாலையாக இல்லாமல் சரணாலயமாக இருந்தது; கூண்டாக இல்லாமல் கூடாக இருந்தது. அந்தப் பள்ளியில் பள்ளி நேரம் முடிந்தபின் கூட குழந்தைகள் வீட்டிற்குப் போக விரும்பியதில்லை. பள்ளி முடிவதற்குக் காத்திருக்கும் மாணவர்கள் மத்தியில் அந்தப் பள்ளி தொடங்குகின்ற நேரத்திற்காக அவர்கள் எதிர்பார்ப்பை இதயத்தில் ஏற்றுக்கொண்டு காத்திருந்தார்கள்.

அங்கே சகமாணவர்கள் முதல் இடத்திற்கு முந்துகின்ற பந்தயக் குதிரைகள் அல்ல. அவர்கள் ஒரே இலக்கு நோக்கிப் பயணம் செல்லும் ஒரே தேரின் சக குதிரைகள்.

அங்கு கனத்த மழையிலும் இயற்கை கை குவித்துப் பாதுகாக்கும் தளிர்களைப் போல பள்ளி சுயமரியாதையையும், குழந்தைகளின் தனித்தன்மையையும் வளர்க்க ஆதரவுக் கரங்களாய் ஆனது.

காலை நேரம் கற்பதற்கு - மாலை நேரம் உலவவும், உரையாற்றவும், பாடவும், படம் வரையவும் பயன்பட்டது.

பயிர்களைப் பாதுகாக்கவும், மிருகங்களை சிநேகிக்கவும் அங்கு சொல்லித் தரப்பட்டது.

இரண்டாம் உலகப் போரில் டோமாயி மீதும் குண்டு வீசப் பட்டன. பள்ளி அறைகளாகப் பயன்பட்ட ரயில்பெட்டி வகுப்புகளின் மீது விமானங்கள் ஏராளமான குண்டுகளை வீசின.

குழந்தைகளின் சிரிப்பு, குழந்தைகளின் பாடல் சத்தம் ஆகியவை அந்த ராட்சதக் குண்டுகள் வெடிக்கும் ஓசையில் கரைந்து போயின.

வீழ்ந்தது ஒரு பள்ளி மட்டுமல்ல - ஒரு பாடமும் கூட.

வெ.இறையன்பு

எரிந்தது கட்டடங்கள் மட்டுமல்ல - ஒரு கனவும் கூட.

இடிந்தது ஓர் இடம் மட்டுமல்ல - ஓர் இலக்கும் கூட.

அது எரியும்போதுகூட அந்தப் பள்ளியின் தலைமையாசிரியர் கோபயாஷி தன் கால்சட்டைக்குள் கைகளை நுழைத்த வண்ணம் அமைதியாகப் பார்த்துக்கொண்டிருந்தாராம்.

அவலம் அதிகமாகும் போது அழுகை வியர்த்தமாகும் -

புழுக்கம் புகும்போது புலம்பல் வீணாகப்படும்.

'நீங்கள் உங்கள் சக்தியைக் காட்ட பிஞ்சுகள் கனிகளாகும் இந்தப் பூந்தோட்டம்தானா உங்களுக்குக் கிடைத்தது' என அவர் நினைத்திருக்கக் கூடும்.

இந்தக் குழந்தைகளின் முகத்தில் நீங்கள் ஏன் முத்திரைகளைக் குத்துகிறீர்கள்? அந்தப் பள்ளியில் ஆங்கில மாணவர்களும் இருந்தார்கள். அந்நியர்களாக இல்லாமல் தோழர்களாக.

உங்கள் வெடிமருந்தின் கனத்தில் சில பென்சில் டப்பாக்கள் நசுக்கப்பட வேண்டுமா? உங்கள் ஏவுகணைகளின் எடை தாங்காமல் சில பிஞ்சுகளின் விரல்களின் நடுவில் இருக்கும் பேனா முனைகள் முறிந்து போக வேண்டுமா?

வெளியீட்டில் இந்தப் புத்தகம் 45 இலட்சம் பிரதிகள் விற்பனையாகிச் சாதனை படைத்துள்ளதாம்.

புத்தகங்கள் விற்கலாம் - எத்தனை லட்சம் வேண்டுமானால்.

ஆனால், நம்மிடமிருந்து ஒரு கோபயாஷியும், ஒரு டோமோயியும் எப்போது உருவாகப் போகிறார்கள்?

*

71. போரிடாமலே வெல்லுவோம்

புறநானூற்றில் மதுரை இளங்கண்ணிக் கௌசிகனார் பாடிய அழகிய பாடல் ஒன்று உண்டு. இவர் ஒரு தலைவனைப் பற்றிப் பாடும்போது.

"படைக் கருவிகளின் முனை மழுங்கப் பகைவரைக் கொன்று குவித்துப் போரிட்டுப் போரில் வெல்லுதல் ஏனையோர்க்கும் எளிதேயாம். ஆனால் நல்ல பாம்பு வாழும் புற்றைப் போலவும் கொல்லேறு திரிகின்ற மன்றம் போலவும் வலியுடைய மாற்றாரும், 'இவன் பாசறையின் கண் உள்ளான்' என எண்ணி எண்ணி வெருவி நடுங்கின்றனரே - அத்தகைய புகழானது வெற்றி வேலினை உயர்த்தி விளங்கும் எம் தலைவன் ஒருவனிடமே உள்ளது" என்று பாடுகிறார்.

பாடல் இதோ:

'இரும்பு முகம் சிதைய நூறி, ஒன்னார்
இருஞ்சமம் கடத்தல் ஏனோர்க்கும் எளிதே
நல்லரா உறையும் புற்றம் போலவும்
கொல் ஏறு திருதிரு மன்றம் போலவும்
மாற்றருந் துப்பின் மாற்றோர் பாசறை
உளன்என வெரூஉம் ஓர் ஒளி
வலன் உயர் நெடுவேல் என்னை கண் ணதுவே'

போரிட்டுப் பெறுகின்ற வெற்றியினும் மிகப்பெரிய வெற்றி போரிடாமலேயே பெறுவது. போரிடும்போது நாம் நம் கை ஓங்கியது என நிரூபிக்கிறோம். ஆற்றல் விரயம் ஆகாமலேயே பெறுகின்றபோது தான் அது சிறப்பாக இருக்க முடியும்.

போரிடுகிறபோது வெறுப்பும், கோபமும் சேர்ந்து கொள்கிறது. எதிர்த்திசையிலிருந்து வெளிப்படும் வன்ம அதிர்வுகள் அதிகரிக் கின்றன.

நாம் முஷ்டியை முறுக்காமலேயே எதிரேயிருப்பவர்களை வெல்வதுதான் சிறந்த வீரம். நம்மைப் பார்த்தவுடன் வணங்கத் தோன்றுமளவுக்குக் கம்பீரம் இருக்க வேண்டும். தன்னம்பிக்கையும், துணிவும் நேர்மையும் இருக்கும்போது வெளிப்படும் எண்ணங்களே நம்மை உயர்த்திக் காட்டும்.

ஆணையிடாமலே அடிபணிய வைப்பதே சிறந்த நிர்வாகம் -

ஆளாமலே நடத்துவதுதான் சிறந்த ஆளுமை.

யார் ஆசிரியர் என்பது பெற்றோர்களுக்குத் தெரியாமலிருப்பது தான் நல்ல பள்ளி.

ஏனென்றால் அங்கு பிரயத்தனங்களின்றிக் கல்வி நடக்கிறது என்று பொருள். நாம் அணிந்திருக்கும்போது அணிந்திருக்கிறோம் என்ற எண்ணம் துளியும் எழாமல் இருக்கும்படியான உடைகளே ஒப்பற்ற உடைகள்.

ஒரு குங்ஃபூ மாஸ்டர் சண்டைக் கலையைக் கற்றுத் தருவதில் வல்லவர். மல்யுத்தமோ வர்மக் கலையோ அடுத்தவர்களை அடித்து வீழ்த்தும் பொருட்டு ஏற்பட்டவை அல்ல - அவை நம்மைத் தற்காத்துக் கொள்ளத்தான்.

அவரிடம் ஆரம்பக் காலத்தில் அந்த உறுதிமொழியோடுதான் எல்லோரும் சேர்க்கப்பட்டார்கள்.

அவரிடம் பயின்று முடிந்த ஒரு மாணவன் திமிர் எடுத்துத் திரிந்தான். தன்னுடைய மாஸ்டரையே வெல்ல முடியும் எனக் கொக்கரித்தான். அவரையே அரசர் முன்பு வம்புச் சண்டைக்கு இழுத்தான்.

அவர் அவனுக்கு 99 யுத்திகளைத்தான் சொல்லித் தந்திருக்கிறார். சொல்லித் தராத 100-ஆவது யுத்தியைப் பயன்படுத்தி அவனை வீழ்த்திக் காட்டினார்.

முஷ்டியால் பெறுகின்ற வெற்றிக்கு எப்போதும் எல்லையுண்டு ;

அன்பினால் அரவணைத்துக்கொள்ளும் ஆற்றலுக்கு ஏது அளவு?

*

72. கிளியோபாட்ரா

நெல்சன் மண்டேலாவின் உணர்ச்சிப் பூர்வமான 'விடுதலைக் கான நெடுநடை' (A long walk to freedom) மிக நேர்த்தியாக எழுதப் பட்டிருக்கிறது. சுயசரிதம் எழுதுவது மிகுந்த விழிப்புணர்வுடனும், பொறுப்புணர்வுடனும் எழுதப்பட வேண்டிய ஒன்று. அது கத்தி முனையில் கரகமாடுவதைப் போல - கொஞ்சம் பிசகினாலும் சுயசரிதம் - சுயபுராணமாகிவிடும் அவலம் நேர்ந்துவிடும்.

அந்தப் பயணத்தில் 'கிளியோபாட்ரா' என்கின்ற கறுப்பினப் பெண் குறித்து நினைத்துத் தான் அடைந்த பூரிப்பையும் பகிர்ந்து கொண்டிருக்கிறார்.

'கிளியோபாட்ரா' கறுப்பின அழகியா? என்கின்ற உண்மையை உணர்ச்சிப்பூர்வமாக அணுகாமல் சரித்திரப் பூர்வமாக அணுகுவது நல்லது.

ஷேக்ஸ்பியர் கூட 'கருப்புமுகம்' என்னும் பொருளில் 'TAWNY FRONT' என்று கிளியோபாட்ராவைப் பற்றி அவருடைய 'Antony and Cleopatra' நாடகத்தில் குறிப்பிடுகிறார்.

மாவீரன் அலெக்சாந்தர் பாரசீக நாட்டின் ஒரு பகுதியாக இருந்த எகிப்து தேசத்தையும் தன் ஓங்கிய வாளால் வீழ்த்தினான். அவன் கி.மு.323-ஆம் ஆண்டு மரணமடைந்தான். அவன் மறைந்ததும் அவன் தளபதிகளில் ஒருவனான டோலோ மெயஸ் அதைக் கைப்பற்றித் தன் ஆளுகைக்குக் கொண்டு வந்தான். கி.மு. 305-ஆம் ஆண்டு அவன் மன்னனாகத் தன்னை அறிவித்துக்கொண்டு, இரண்டரை நூற்றாண்டுகள் அவன் வாரிசுகள் எகிப்தை ஆட்சி செலுத்தினார்கள்.

டோலோமி, மாசிடோனியாவைச் சார்ந்தவன். கிரேக்கத்துக் குடிமகன். கிளியோபாட்ராவின் தந்தை பதினோறாம் டோலோ மியாவார். இதற்கு முன்பும் பல ராணிகள் கிளியோபாட்ரா என்கின்ற பெயரைத் தாங்கியிருக்கிறார்கள். அந்தப் பெயருக்குத் 'தந்தையின் புகழையுடையவள்' என்பதே பொருள்.

நாம் குறிப்பிடும் கிளியோபாட்ரா ஏழாம் கிளியோபாட்ரா ஆவார். கிளியோபாட்ரா எங்கள் இனம் என்று சொல்லிக் கொள்வதில் மண்டேலாவிற்கு இருந்த பெருமையும், 'இல்லை' என மறுப்பதில் மேற்கிற்கு இருக்கும் கர்வமும் ஒரே மாதிரித் தென்படுகின்றன.

கருப்பு நிறத்தின் மீது நமக்கு அப்படியொரு வெறுப்பு இருக்கிறது. தென்னாப்பிரிக்க நிறவெறியை எதிர்த்துக் கவிதை எழுதுவோம்; ஆனால், யார் ஒருவர் குறித்தும் நிறமே முதல் அடையாளமாய் இருக்கும். குழந்தை பிறந்ததும் முதலில் கேட்கப்படும் கேள்வியே 'அது கருப்பா சிவப்பா' என்பதுதான். இங்கு பெண் என்றால் நிறமே வாழ்க்கையைத் தீர்மானிக்கும். சிவப்பு நிறத்தின் மீதொரு மயக்கம் எல்லா நிலையிலும் இருக்கிறது.

நெப்போலியன் கூட இறுதிக்காலத்தில் மனிதர்களை அவர்கள் மூக்கின் அளவை வைத்து மதிப்பீடு செய்ததாகவும், பெரிய மூக்கு உடையவர்களை நம்பியதாகப் படித்திருக்கிறேன். உருவமே பிரதானம் உலகத்திற்கு!

நான் ரயிலில் பயணம் செய்துகொண்டிருந்தேன். சென்னையை அடையும்போது என் எதிரே அமர்ந்திருந்த வேற்று மாநிலக் குழந்தை சென்னைவாசி ஒருவரைக் காட்டி அம்மாவிடம் மகிழ்ந்தது. அந்தப் பெண்மணியோ "இனி நீ கருப்பு மனிதர்களைத்தான் பார்க்கப் போகிறாய்" என மாற்று மொழியில் சொன்னது என் நெஞ்சைச் சுட்டது.

கருப்பு என்பது செழுமையான நிறம். எல்லா நிறக் கதிர்களையும் உள்ளிழுத்துக் கொண்ட பொருளே கருப்பாக இருக்கிறது. சிவப்பாக இருக்கும் பொருள் சிவப்பைத் தவிர மற்ற வண்ணங்களையெல்லாம் உள்ளிழுத்துக் கொள்கிறது.

இருட்டின் மீது நமக்கு இருக்கும் வெறுப்பே கருப்பின் மீதும் பரவுகிறது. 'பஞ்சு மெல்லடி பாவையர் உள்ளமும் போல் வான் இருண்டது' என சேக்கிழாரும் குறிப்பிடுகிறார். இருளில் இருக்கும் பயம் நமக்குக் கறுப்பு நிறத்தின் மீது தொற்றிக் கொண்டிருப்பது வேடிக்கையானது. இங்கு சிவப்பே அழகு - முகத்தை சிவப்பாக்கவே முயற்சிகள்.

கைகள் சிவந்தால் வயல் செழிக்கும்.

களம் சிவந்தால் வன்மமே விளையும்.

நிறத்தைத் தாண்டி நேயம் வளர்ப்போம். உள்ளம் ஊடுருவி அழகை அறிவோம்.

73. இந்தியா 2020

இந்தியா 2020 என்று ஒரு நூல் - எழுதியவர் யார் என்று எல்லோருக்கும் தெரியும் - தனித்திருந்தவர், பசித்திருந்தால் விழித் திருந்து கண்ட கனவு அது.

அவரே நம் நாட்டின் முதல் குடிமகன்.

அந்நூலில் ஒரு விருந்தில் துப்பாக்கி வெடி மருந்தைப் பற்றியெல்லாம் பேச்சு எழுந்தபோது பேச்சுவாக்கில் ஸ்ரீரங்கப்பட்டிணத்தில் நடைபெற்ற இரண்டு யுத்தங்களில் திப்புசுல்தான் பயன்படுத்திய ஏவுகணைகள் குறித்து அவர் பேசியதையும், இலண்டன் அருகே வால்ரிச் என்ற இடத்தில் ரோதுண்டா அருங்காட்சியகத்தில் அவை வைக்கப்பட்டுள்ள விவரம் குறித்து விளக்கமளித்ததையும் பற்றி எழுதியுள்ளார்.

அப்போது அவரிடம் மூத்த இந்தியர் ஒருவர் குறுக்கிட்டு "திப்புவுக்கு அந்தத் தொழில் நுட்பத்தை அறிமுகப்படுத்தியதே பிரெஞ்சு நாட்டினர்தாம்" என்று முடிவுரைத்தார்.

அது தவறான கருத்து என்பதையும், அதற்கான ஆதார நூல் ஒன்றினைப் பின்னர் அவரிடம் எடுத்துக் காட்டியதையும் பற்றி நூலாசிரியர் நம் இந்திய ஜனாதிபதி குறிப்பிட்டுள்ளார்.

The origins and International Economics of space explorations என்கின்ற நூலே அந்த நூல்.

இந்தியாவின் படைப்பாற்றல் மிக்க வீரர்களை நாம் மறந்தே விட்டோம் என்பதே உண்மை என்று மேதகு டாக்டர் அப்துல்கலாம் அவர்கள் அதில் வருத்தப்பட்டிருப்பார். அவருடைய 'அக்கினிச் சிறகுகள்' நூலிலும் அது குறித்த குறிப்புகள், திப்புவைப் பற்றிய மகிழ்ச்சி தெறிக்கும் தகவல் இடம் பெற்றிருக்கிறது.

'இந்தியர்கள் எதையும் சாதித்திருக்க முடியாது' என்று திடமாக நம்புபவர்கள் வேறு யாருமல்லர் - நம் நாட்டினர்தான்! கணிதம், விஞ்ஞானம், மருத்துவம், வானசாஸ்திரம் போன்றவற்றில் நம் பங்கு மகத்தானது.

பல நூற்றாண்டுகளுக்கு முன்பே கண்புரை அறுவைச் சிகிச்சை நம் நாட்டில்தான் நடந்தது.

பூஜ்ஜியத்தைக் கணிதத்திற்கு அளித்தவர்கள் நாம்தான்.

உள்ளுணர்வின் மூலம் உலகம் உருண்டை என நாம் அறிந்தோம். நம் நவக்கிரகங்களில் சூரியனைச் சுற்றியே மற்ற கிரகங்கள்.

'நம்மால் முடியாது' 'நாம் எதையும் சாதிக்கவில்லை' என்கின்ற எண்ணமும் தவறானது. 'நாங்கள் எல்லாவற்றையும் ஏற்கெனவே சொல்லிவிட்டோம் - நாங்கள் முன்கூட்டியே சொல்லாத உண்மைகளே இல்லை' என எண்ணுவதும் தவறு. இவை இரண்டுமே நம்மை முன்னேற விடாமல் கால்களை இறுக்கமாகக் கட்டிப்போட்டு விடுபவை.

நம்மைப் பற்றி நாமே சொல்லிக் கொள்கின்ற நகைச்சுவைத் துணுக்குகள்தான் அதிகம். தனிப்பட்ட முறையில் தன்னைப் பற்றி யாரேனும் நகைச்சுவையாகச் சொன்னால் விளையாட்டிற்குக் கூட அவற்றை ஏற்றுக்கொள்ளாத நம் நண்பர்கள், இந்தியர்களைப் பற்றிப் பொதுவாக நிறைய நகைச் சுவைகளை அவிழ்த்துவிட்டு அவர்கள் குலுங்கக் குலுங்கச் சிரிப்பார்கள்.

வேறொரு மாநிலத்திற்குச் சென்றால் அங்கிருக்கும் உணவு முறையைப் பழிப்பது. 'எங்கள் ஊரில் இப்படியில்லை' என்று வீராப்பாய்ப் பேசுவது - இவற்றையெல்லாம் நாம் காணலாம்.

அடுத்த மாவட்டத்திற்குப் போனதும் நம் மாவட்டத்தின் மீதும் -

அடுத்த மாநிலம் சென்றதும் நம் மாநிலம் மீதும்

அடுத்த நாடு பயணித்ததும் நம் நாட்டின் மீதும்

பற்று வருமென்றால் இந்தியர்களுக்கு நாட்டுப்பற்று வளர அவர்கள் அனைவரையும் ஒட்டுமொத்தமாக வெளிநாடு அனுப்புவது ஒன்றுதான் வழியா?

ஆந்திரம் ஆந்திரர்களுக்கு, தமிழ்நாடு தமிழர்களுக்கு என்றால் இந்தியா யாருக்கு என ஒருவர் எழுதிய கவிதையைப் போல நாம் எப்போது சொல்லில், செயலில் ஒருங்கிணைய முடியும்? 'எதையும் நம்மால் படைக்கவே முடியாது' என்ற திடமான ஒட்டு மொத்தத் தாழ்வு மனப்பான்மையிலிருந்து எப்போது விடுபடப்போகிறோம்?

அப்படியோர் மலர்ச்சி நிகழும்போது, நம் நறுமணம் உலகமெங்கும் வீசும் - நம்கொடி உலகமெங்கும் பறக்கும் - நம் தேசிய கீதம் வானமெங்கும் எதிரொலிக்கும்.

*

74. விவேக சிந்தாமணி

பெற்றோர் ஆபத்திலே இருக்கும்போது உதவாத பிள்ளையும், மிகவும் கொடிய பசிக்கு உதவாத அன்னமும், தாகத்தினால் வாடிக் களைத்திருக்கும் போது அந்தத் தாகத்தைத் தீர்க்க உதவாத தண்ணீரும், கணவனின் வரவறிந்து சிக்கனமாகச் செலவிடாமல் பொருள்களை விரயம் ஆக்கும் மனைவியும், கோபத்தைத் தணிக்காத அரசரும், ஆசிரியர் செய்யக்கூடிய உபதேச வார்த்தைகளை ஏற்றுக்கொள்ளாத மாணவனும், செய்த பாவங்களைத் தீர்த்து வைக்காத புண்ணிய தீர்த்தங்களாகிய இந்த ஏழினாலும் பயனில்லை என்று விவேக சிந்தாமணியில் பாடல் ஒன்று இருக்கின்றது.

"ஆபத்துக்குதவா பிள்ளை யரும்பசிக்குதவா வன்னந்
தாபத்தைத் தீராத்தண்ணீர் தரித்திரமறியாப் பெண்டீர்
கோபத்தை யடக்கா வேந்தன் குருமொழி கொள்ளாச்சீடன்
பாபத்தை தீராத் தீர்த்தம் பயனிலையேழுந்தானே"

என்பது அந்தப்பாடல். ஆலமரத்தைப் பொறுத்தவரை அதன் மூல வேர் இறந்தாலும் விழுதுகளாகிய அதன் பிள்ளைகள் வேரூன்றுவதால்தான் அது பல ஆண்டுகள் வாழ்ந்து போவோர் வருபவர்களுக்கெல்லாம் நிழற்கூடமாய் நிற்கின்றது. ஆனால், வாழைமரம் வளருகின்ற போதே அதன் இடைக் கன்றுகள் வந்து குரல்வளையை நெரிப்பதால் அவை குறைவான காலத்திலே குலை தள்ளி மடிகின்றன.

வாழ்க்கை என்பது ஒரு சுழற்சி. நம் மனநிலையைப் பொறுத்த வரை வயோதிகம் நெருங்க நெருங்க நாம் மறுபடியும் குழந்தையாக மாறுகிறோம். தன்னுடைய பிள்ளைகள் தங்களுக்கு உணர்வுப் பூர்வமான துணையாக இருப்பார்கள் என்கின்ற எதிர்பார்ப்புகளில் தான் குடும்பம் என்கின்ற அமைப்பே ஏற்படுகிறது. அப்படிக் குழந்தைகள் இருந்து உதவாவிட்டால் அவர்களால் என்ன பயன்? அதைப் போலவே பாத்திரம் நிறைய அன்னம் இருக்கிறது. பசியும் இருக்கிறது. ஆனால், சாப்பிட முடியவில்லை என்றால் அந்த அன்னத்தால் என்ன பயன்?

அருகிலேயே இருக்கின்ற தண்ணீரை அள்ளிப்பருக முடிய வில்லையென்றால் அந்தத் தண்ணீரினால் என்ன மகிழ்ச்சி கிடைக்கும்?

வியர்வை சிந்தி உடல் வலி ஏற்பட உழைக்கின்ற மனிதனின் பணத்தைப் பொறுப்பில்லாமல் ஆடம்பரமாகச் செலவழித்தால்

தரித்திரத்தின் சரித்திரத்திற்கே முன்னுரை எழுதுபவளாக இருப்பாள். அரசன் தன்னுடைய கோபத்தை நெறிப்படுத்த வேண்டும். வருகின்ற கோபத்தைக்கூட கண நேரத்தில் கடக்கக் கற்றுக்கொள்ள வேண்டும். இல்லாவிட்டால் அவன் கொடுங்கோலனாக மாறி விடுவான். தேசத்திற்குத் தகப்பனாக இருக்க வேண்டியவன்தான் அவன். கோபம் தணியாவிட்டால் அவன் எடுக்கின்ற முடிவுகளும் சிதறிப்போகும். அவன் சின்ன விஷயங்களுக்கெல்லாம் சிரச்சேதம் விதிப்பான். அற்பக் காரணங்களுக்காக அண்டை நாட்டின் மீது படை யெடுப்பான். அவன் குடிமக்களுக்கு அரணாகவும், வானமாகவும் விளங்க வேண்டியவன்.

குருமொழி என்பது ஆசிரியரை மட்டும் குறிக்கவில்லை. யாரெல்லாம் அனுபவம் பெற்றிருக்கிறார்களோ தங்களுடைய அனுபவத்தைப் பகிர்ந்துகொள்ளுகிறார்களோ அவர்கள் எல்லாருமே ஆசிரியர்கள்தான். அடுத்தவர்கள் அனுபவத்திலிருந்து கற்றுக் கொள்ளாதவன் தன்னுடைய வாழ்க்கையை விரயமாக்கிக் கொள் கிறான். அனுபவம் நம் ஆயுட்காலத்தை விரிவுபடுத்துகிறது, நாம் தவறுகளைச் செய்து நேரத்தை வீணடிக்காமல் இருப்பதால்.

விவேக சிந்தாமணியின் இந்தப் பாடல் ஓர் ஆணின் பார்வை யிலேயே எழுதப்பட்டிருக்கிறது. பெண்ணின் பார்வையில் தன்னிடம் விசுவாசமாக நடந்து கொள்ளாத கணவனால் பயனில்லை என்கின்ற வரியைச் சேர்க்கலாம்.

ரஷ்யக் கதை ஒன்று உண்டு.

ஒருவன் ரகசியமாக முதல் மனைவிக்குத் தெரியாமல் இன்னும் இரண்டு பெண்களைத் திருமணம் செய்து கொண்டான். வழக்கு அரச சபைக்குச் சென்றது. அவனுக்குக் கடுமையான தண்டனை வழங்கக் குழு ஒன்றை அரசன் அமைத்தான். தண்டனை கடுமையாக இல்லா விட்டால் அந்தக் குழுவினரே தண்டிக்கப்படுவார்கள் என்று எச்சரித்தான்.

ஆனால், அவர்களோ அந்த 3 மனைவிகளோடு ஒரே வீட்டில் இருக்க வேண்டும் என்று தீர்ப்பு வழங்கினார்கள்.

மக்கள் அந்தக் குழுவினர் மன்னரால் தண்டிக்கப்படுவார்கள் என்று எதிர்பார்த்தார்கள். ஆனால், மூவரோடும் சேர்ந்து வாழ்ந்த ஐந்தாவது நாளே அந்தக் குற்றவாளி தூக்குப் போட்டுக்கொண்டு இறந்துவிட்டான்.

*

75. புத்தகங்கள்

புரட்டும்போது நம்மையே புரட்டிப் போடுகின்ற வல்லமை புத்தகங்களுக்கு உண்டு. அவை நம்மைப் புதிய அனுபவத்திற்கு அழைத்துச் செல்கின்றன.

உலகத்திலேயே சராசரியாக தலை ஒன்றுக்கு அதிகப் புத்தகங்களை வாசிப்பவர்கள் அமெரிக்கர்களோ, ஐரோப்பியர்களோ அல்லர். இஸ்லாந்தைச் சார்ந்தவர்கள்தான் அதிகம் படிக்கிறார்கள். உலகத்திலேயே முதல்முதலாக அச்சடிக்கப்பட்ட புத்தகம் கட்டன்பர்க்கினுடைய பைபிள்தான். ஆனால், அவர் கடனில் மூழ்கியதால் அதைப் பதிப்பிக்க முடியாமல் இறந்துபோனார். இன்னமும் உலகத்தி லேயே மிக அழகான புத்தகமாக அது கருதப்படுகிறது.

அதை 1898-ஆம் ஆண்டு ஒருவர் 15000 டாலர்களுக்கு வாங்கி ஒரு மத நிறுவனத்திற்கு அன்பளிப்பாகத் தந்தார். அதே பிரதி 1978-ஆம் ஆண்டு 2 மில்லியன் டாலர்களுக்கு ஏலத்தில் விற்பனை செய்யப் பட்டது.

சார்லஸ் டார்வின் தன்னுடைய பரிணாம வளர்ச்சிப் புத்தகத்தை அதிகமாக வாங்க மாட்டார்கள் என நினைத்து 1250 பிரதிகள் மட்டும் பதிப்பித்தார். ஆனால், அவை அனைத்தும் முதல்நாளே விற்றுத் தீர்ந்தன.

உலகத்தில் அதிகமான நாடகங்களை எழுதியவர் லோப் டிவெகா என்கின்ற எழுத்தாளர். அவர் 2200 நாடகங்கள் எழுதினார். ஜார்ஜ் பைரன் எழுதிய 'கோர்ஸைர்' என்கின்ற கவிதைப் புத்தகம் ஒரே நாளில் 30000 பிரதிகள் விற்றன.

உமர்கய்யாம் ஒரு உல்லாசக் கவிஞர் மட்டுமல்ல; யூக்ளினுடைய ஐந்தாவது சூத்திரத்தில் அதிக உழைப்பைச் சிந்தி நாற்கரத்தின் வலது கோணத்தை மிகுதியாக ஆராய்ச்சி செய்தவர் அவர். ஆர்தர் கேனன் டாயில் பொதுமக்களுடைய வற்புறுத்தலுக்காக 'ஷெர்லாக் ஹோம்ஸ்' என்கின்ற கதாபாத்திரத்தைத் திரும்ப உயிர்ப்பிக்க நேர்ந்தது. இருப்பதிலேயே மிகவும் போரடிக்கக்கூடிய புத்தகம் பையினுடைய மதிப்பைக் கணக்கிட்டு கில்லட் மற்றும் போயர் கொண்டு வந்த 400 பக்கங்கள் அடங்கிய புத்தகம்தான். வெப்ஸ்டருடைய நீள உரை

வெ.இறையன்பு

கொண்ட உச்சரிப்புப் புத்தகம்தான் இதுவரை அதிகமாக விற்றுச் சாதனை படைத்திருக்கின்ற புத்தகம். அது 10 கோடிக்கும் அதிகமாக விற்பனையாகிச் சரித்திரம் படைத்திருக்கிறது. புத்தருடைய வைர சூத்திரம்தான் பிளாக் பிரிண்டிங் மூலம் அச்சிடப்பட்ட மிகப் பழைமையான புத்தகம். அது கி.பி 868-ஆம் ஆண்டு சீனத்தில் தயாரானது.

ஓலைச்சுவடிகளில் எழுதப்பட்டபோது வாக்கியங்களைச் சுருக்கி சூத்திரங்களாக எழுத வேண்டிய கட்டாயம் ஏற்பட்டது. மூவர் பாடிய தேவாரத்தில் கூட வேண்டியவற்றை நிறுத்திவிட்டு மற்றவற்றை செல்லரிக்கச் செய்ததாகத் தகவல் உண்டு.

ஒவ்வொரு வீட்டிலும் சமையலறையைப் போலப் புத்தக அறையும் அவசியம். புத்தகங்களைப் பராமரிப்பது இன்னொரு கலை. இரவல் தந்தவற்றை விடாமல் துரத்தி திரும்பப் பெறுவது சிலருக்கே சாத்தியமான வைராக்கியப் பண்பு. ஆஸ்லிட் என்கின்ற விமர்ச கருடைய நண்பர்கள் அவரிடமிருந்து புத்தகங்களை இரவல் வாங்கு வார்கள். ஆனால் திரும்ப வராது. அவர்கள் வீட்டிற்கு அடிக்கடி விஜயம் செய்யும்போது 'நான் என் நூல்நிலையத்தைப் பார்வையிடத் தான் வந்தேன்' என்று அவர் கூறுவதுண்டு.

நாம் புத்தகத்திற்குக் கொடுக்கும் விலை அதன் அச்சுக் கூலியே தானே தவிர அதன் அனுபவத்திற்கு அல்ல. திருக்குறளை 10 ரூபாய்க்கு வாங்குகிறோம் என்றால் அது திருவள்ளுவருக்கான விலை அல்ல. அதிலிருக்கும் ஒவ்வொரு குறளுமே விலைமதிப்பற்ற அனுபவமாகும். புத்தகத்தை நிறுத்துப் பார்த்து வாங்க முடியாது.

மிக உயர்ந்த வாழ்க்கை நெறிகளை வழங்குகின்ற உன்னத நூல்கள் உள்ளங்கையிலேயே அடக்கிவிடுகின்ற அளவிற்கு அடக்கமாய் இருக் கின்றன. விஸ்தீரணமாக எழுதப்பட்ட சிறந்த நூல்களும் உண்டு. வில்டியூரண்ட் எழுதிய நாகரிகத்தின் சரித்திரம் அப்படிப்பட்டதுதான். எடுத்துப் பாதுகாப்பதற்கு முன்பே இயற்கை அழிவுகளால் நாம் வாசிப்பதைத் தடுத்து நிறுத்தியவை ஏராளம். கடல் கொண்டதினும் கறையான் கொண்டவை அதிகம். வாசிப்பது ஒரு மனிதனைக் கூர்மை யாக்கும். அவன் முனை மழுங்காமல் பாதுகாக்கும்.

கொலம்பஸ் தன் பயணத்தின்போது ஜமைக்காவில் கப்பலை நங்கூரமிட்டு நிறுத்தியபோது ஒரு சம்பவம் நடந்தது. அவருடைய கப்பலிலோ உணவுப் பொருட்கள் தீர்ந்து விட்டன. ஆனால் அவர்களோ கொலம்பஸுக்கு உணவுப் பொருட்களை விற்கத்

தயாராகவில்லை. நிலைமை அபாயகட்டத்தை நெருங்கியது. கொலம்பஸ் சில நாட்களில் சந்திரகிரகணம் வருவதை அறிந்தார். ஜமைக்காவினுடைய தலைவர்கள் சிலரை அழைத்து நீங்கள் எனக்கு உணவுப் பொருட்களை விற்காவிட்டால் நான் இன்னும் சில நாட்களில் நிலவை மறையச் செய்துவிடுவேன் என்று பயமுறுத்தினார். அவர்களோ சிரித்துக் கொண்டே சென்றனர்.

அன்று இரவே சந்திரகிரகணத்தால் நிலவு மறைந்ததைக் கண்டு நடுநடுங்கிப் போன ஜமைக்காவினர் உணவுப் பொருட்களை உடனே விற்க ஆரம்பித்தனர். கொலம்பஸின் பயணம் தொடர்ந்தது. ஒரு புதிய கண்டம் இந்தக் கண்டத்தில் இருந்து அவர் தப்பியதால் கண்டுபிடிக்கப் பட்டது.

பாகம் – 3

1. வியர்வையே பன்னீர்

நிறைய பேர் வருத்தப்படுகிறார்கள் - “நான் நிறைய உழைக்கிறேன். ஆனால் பயன் கிடைக்கவில்லையே!” என்று.

உழைப்பினால் மட்டுமே உயர்ந்துவிட முடியுமா?

நம் உழைப்பைச் சரியான திசையில், சரியான பலத்துடன், இலக்கை நோக்கிய தீவிரத்துடன் செலுத்தும் போதுதான் வெற்றி பெறமுடியும்.

ஆங்கிலத்தில் “100% Efficient 0% Effective” - நூறு சதம் திறன், பூஜ்ஜியம் சதம் பயன் - என்கிற வாசகம் உண்டு.

ஒருவனை அழைத்து, “முகத்தைக் கழுவிக் கொண்டு, பவுடர் போட்டுக் கொண்டு வா” என்று அவனுடைய தந்தை கூறினார்.

போனவன், போனபோது இருந்த மாதிரியே திரும்ப வந்தான்.

“ஏன் நான் சொன்னதைச் செய்யாமல் வருகிறாய்?” என்று தந்தை கோபப்பட்டார்.

“நீங்கள் சொன்னமாதிரியே பவுடர் போட்டுவிட்டு முகத்தைக் கழுவி வந்தேன்” என்றான் மகன் பெருமையாக. இதுதான் 100% திறன்.

நாம் உழைப்பது விழிப்புணர்வுடனும், திட்டமிட்டும் இருக்கும் போதுதான் அதற்கான பயன் இருக்கும்.

‘விழலுக்கு இறைத்த நீர்’ என்ற வாசகம் தமிழிலுண்டு. விழல் என்பது ஏரிப்பகுதிகளில் பாசனம் முடிந்தபின் வளரும் நீளமான புல். அதைக்கூடக் கூரையில் ஓலைக்கு மேல் வேய்ந்து வெயில் தாக்காமலும், சூடு தகிக்காமலும், மழை ஒழுகாமலும் பயன்படுத்துகிற பழக்கம் உண்டு.

இயற்கையில் எதுவுமே வீண் இல்லை. மண்ணில் முளைக்கும் புல்கூட மண்ணரிப்பைத் தடுக்கிற காரணத்தால் தான் பூமிக்குக் கூடப் புல்லரிக்கிறது, புல்லைப் பற்றி நினைத்தால்.

கோழி ஒன்று பார்வையை இழந்தது. அதற்கு மண்ணைக் கிளறும் பழக்கம் போய்விடவில்லை. எனவே கடமையுணர்வுடன் மண்ணைக் கிளறிவிடும். ஆனால் என்ன பயன்? இன்னொரு கூர்மையான கோழி

தான் மண்ணைக் கிளறாமல், இது கிளறியவுடன், கொஞ்சம்கூட அலட்டிக் கொள்ளாமல், அந்தக் கோழி கிளறிய இடத்தில் இருக்கும் புழுக்களையும், தானியங்களையும் கொத்தித் தின்றுவிடும். இப்படி விவரமில்லாமல் உழைப்பவர்களின் ஊழியத்தைச் சுரண்டுபவர்கள் அதிகம்.

வியர்வை சிந்த உழைப்பவர்களின் அர்ப்பணிப்புகள் தியாகமாகக் கருதப்படுவது இல்லை என்கிற வருத்தம் ஒருபுறம் இருந்தாலும்; சமயத்தில் அவர்கள் தண்டிக்கப்படுவது இன்னொரு அநீதி.

இரண்டு எருதுகள் சந்தித்தபோது ஒன்று சொன்னது, "நான் நம்மை வெட்டுபவர்களை முட்டித்தள்ள முடிவு செய்து விட்டேன். என் கொம்புகளைத் தீட்டி அவர்கள் கதையை முடிக்கத் தீர்மானித்து விட்டேன்."

இன்னோர் எருது சொன்னது, "இவர்களாவது அனுபவம் மிகுந்தவர்கள். நம்மை விரைவாக வலி இல்லாமல் கொல்லுகிறார்கள். இவர்களை நீ கொன்றுவிட்டால் பிறகு புதிய நபர்கள் வந்தால் அவர்கள் நம்மை வெட்டும்போது வலியும், வேதனையும்தான் அதிகமாகும்!"

இந்த எருதைப் போல வலியில்லாமல் வெட்டினால் போதும் என்று தங்களை அடிமைப்படுத்திக் கொள்கிறவர்கள் எவ்வளவு உழைத்தாலும், அவர்கள் வியர்வைத் துளிகளின் அடர்த்தியைக் கண்டு பன்னீர் தெளிப்பவர்கள் யாருமிருக்க மாட்டார்கள்.

சில நேரங்களில் அது உழைக்க எண்ணும் பலரை பலவீனப் படுத்திவிடும்.

*

2. தப்புத் தப்பாக

சிலவற்றை வழிவழியாக நாம் தவறாகவே புரிந்துகொண்டு வருகிறோம். உண்மை வேறொன்றாயிருக்க, "பொய்யான தகவலையே மெய்யானது" என்று முரசுகொட்டி முழங்கி வருகிறோம்.

ஜேம்ஸ் வாட், நீராவி எஞ்ஜினைக் கண்டுபிடித்ததாக எண்ணு கிறோம். ஆனால் உண்மையில் அதைக் கண்டுபிடித்தவர் தாமஸ் நியூகாமென் (Thomas Newcomen) என்பவர்தான். வாட்வசம் Newcomen எஞ்ஜினைப் பழுதுபார்க்கச் சொன்னபோது, அவர் தயாரித்த முன்னேற்றமடைந்த எஞ்ஜின் அதிகத் திறன் உடையதாகவும் சக்கரங் களைச் சுழலவைப்பதாகவும் இருந்தது.

அந்த விருத்தியடைந்த நீராவி எஞ்ஜினின் வரவால் Newcomen - Oldcomen ஆகி எல்லோராலும் மறக்கப்பட்டார்.

ஃபில்டர் சிகரெட்டுகள் குறைவாக ஆரோக்கியக் கேடு விளை விக்கும் என்பதும் தவறான கருத்துதான்.

பென்சில்வேனியா (Pennsylvania)வில் உள்ள எடின்பரோ கல்லூரியில் டாக்டர் மில்லர் (Dr. G.H. Miller) கண்டுபிடித்த விவரம் இதற்கு நேர்மாறாக இருந்தது.

ஆல்பர்ட் ஐன்ஸ்டின் நோபல் பரிசு பெற்றது அவருடைய சார்பியல் தத்துவத்திற்காக அன்று - அதிகம் வெளியே தெரியாத 'போட்டோ - எலக்ட்ரிக் விளைவு' என்கிற அவருடைய கண்டு பிடிப்பிற்காகத்தான்.

பரிணாம வளர்ச்சி 'Evolution' என்கிற பதத்தை டார்வின் பயன்படுத்தவே இல்லை. ஹெர்பர்ட் ஸ்பென்ஸர் என்பவர்தான் அந்தப் பதத்தையும், தகுதியுடையோர் தாக்குப் பிடித்தல் (Survival of the fittest) என்பதையும் பிரபலப்படுத்தினார். முதலில் பரிணாம வளர்ச்சியைக் கண்டுபிடித்தவர் ஜார்ஜ் டீ பஃபன் (George de Buffon) என்கிற இயற்கை வாதி. ஆனால், அவர் எதிர்த்திசையில் சிந்தித்தார். அதாவது மனிதன் குரங்காகக் குறுகிப் போனதாக அவர் நம்பினார். குதிரை கழுதையான தாகவும், அன்னம் வாத்தானதாகவும் அவர் வாதிட்டார்.

இடைக்காலம் வரை, பல நாடுகளில் "பைபிளில் உள்ள தோற்றம்" (Genesis) காரணமாக ஆண்களுக்குப் பெண்களைக் காட்டிலும் விலா எலும்புகளில் ஒன்று குறைவாக இருப்பதாக நம்பினர்.

சாதாரண டி.என்.டி (TNT) குண்டுகூட ஓர் அணுகுண்டுதான். ஏனென்றால் அது செயல்பட்டால் அணு விளைவு ஏற்படுகிறது. நாம் அணுகுண்டு என அழைப்பது நியூக்ளியர் குண்டைத்தான்.

மேலிருந்து போட்டால் பெரிதாக இருக்கும் கல், சின்னக் கல்லைக் காட்டிலும் விரைவாகப் பூமியை வந்தடையும் என்கிற அரிஸ்டாட்டிலுடைய கூற்றை மறுதலித்த காரணத்தால்தான் கலீலியோ, பிஸா பல்கலைக்கழகத்திலிருந்து ராஜினாமா செய்ய வைக்கப்பட்டார்.

பெஞ்ஜமின் ஃபிராங்க்ளின் 1753-ஆம் ஆண்டில் கண்டுபிடித்த இடிதாங்கிக் கம்பி (Lightning rod) தான் இயற்கையை விஞ்ஞானம் வெற்றி கொண்ட முதல் நிகழ்வு. அது கண்டுபிடிக்கப்பட்ட இரண்டு வருடங்களுக்குப் பிறகு லிஸ்பன் ஒரு பயங்கரமான பூகம்பத்தால் தாக்கப்பட்டபோது, அங்கிருந்த சில மதப் பிரசாரகர்கள் மின்னல் எதிர்ப்புக் கம்பிகளைப் பயன்படுத்தியமை, கடவுளின் கோபத்தை ஏற்படுத்தியதால் தான் இந்த இயற்கைச் சீற்றம் என நம்பினார்கள்.

பழுக்காத ஆப்பிளைச் சாப்பிட்டால் வயிற்று வலி வரும் என்று நம்புகிறோம். நாம் நன்றாக மென்று சாப்பிட்டால் பழுத்த பழத்திற்கும் காய்க்கும் வித்தியாசம் கண்டுபிடிக்க வயிற்றுக்குத் தெரியாது.

சிகாகோவிற்கு வடதிசையில் 40 மைல்களுக்கு அப்பால் இருக்கும் இல்லினாய்ஸ் தீவில் இன்னமும் ஆயிரக்கணக்கான மக்கள் 'உலகம் உருண்டையல்ல, தட்டை' என்று நம்பிக் கொண்டிருக்கிறார்கள்.

என் நண்பர் ஒருவர் சொன்னார்.

"உலகம் உருண்டையல்ல, தட்டைதான்."

"எப்படி?"

"உருண்டைன்னா புறப்பட்ட இடத்துக்கே திரும்ப வரணும் தானே!"

"ஆமா."

"ஆனா குடுத்த கடன் ஒன்றுகூட திரும்ப வர மாட்டேங்குதே!"

*

3. புத்தரும் குதிரையும்

ஒரு தத்துவவாதி புத்தரிடம் "வார்த்தைகளால் வெளிப்படுத்துவதாலும் வார்த்தைகளற்று வெளிப்படுத்தாமல் உங்களால் உண்மையை எனக்குச் சொல்ல முடியுமா?" என்று கேட்டார். அதற்குப் புத்தர் மௌனமாக இருந்தார்.

அந்தத் தத்துவவாதி புத்தரை வணங்கி "உங்களுடைய அன்பு மற்றும் கருணையால் நான் என்னுடைய சந்தேகத்தைப் போக்கிவிட்டு உண்மையான வழியில் நுழைந்துவிட்டேன்" என்று கூறினார். அந்தத் தத்துவவாதி சென்றபிறகு ஆனந்தர் புத்தரிடம் "அவர் என்ன அடைந்தார்?" என்று கேட்டார்.

மௌனம்தான் அதன் உண்மையான பதில்.

அதற்குப் புத்தர். "குதிரை, சாட்டையின் நிழலைக் கண்டாலே ஓட ஆரம்பித்துவிடும்" என்றார்.

குதிரைகளை நான்கு விதமாகப் பிரிக்கலாம்.

முதல் வகை - மிக உயர்ந்த ரகத்தைச் சார்ந்தவை. விழிப்புணர்வின் விளிம்பில் வாழ்பவை - அவை சாட்டையின் நிழலைக் கண்டாலே ஓட ஆரம்பித்து விடுபவை.

இரண்டாவது வகை - அடுத்த தரம் - சாட்டை முதுகில் படுவதற்கு முன்பே ஓட்டத்தில் ஈடுபடுபவை.

மூன்றாவது ரகம் - முதுகில் சாட்டை பட்ட மாத்திரத்திலேயே ஓட ஆரம்பித்துவிடுபவை. வயிற்றைக் கால்களுக்குக் கொண்டு வந்து முனைப்புடன் முன்னேறுபவை.

நான்காவது - சாட்டை எலும்பு மஜ்ஜைகளைக் கடினமாகத் தாக்கிய பின்புதான் ஓட ஆரம்பிக்கின்றன.

மனிதர்களும் குதிரைகளைப் போல பகுக்கப்படலாம் - மற்றவர்கள் முகம் சுளிப்பதற்கு முன்பே குறிப்பறிந்து நடந்து கொள்ளும் மென்மையானவர்களே மேன்மையானவர்கள்.

கழுத்தைப் பிடித்துத் தள்ள முயன்றாலும் வெகுளிச் சிரிப்புச் சிரித்துக்கொண்டு கழுவுகிற மீன்களில் நழுவுகிறவர்களாக இருப்பவர்கள் - நான்காவது ரகம்.

ஒரு தொழிற்சாலையில்கூட எல்லாரையுமே ஒரே மாதிரி ஊக்குவித்துவிட முடியாது.

ஒரு சின்ன சிராய்ப்புக்கூடத் தன் பெயருக்கு ஏற்பட்டு விடக் கூடாது என எச்சரிக்கையுடன் இருப்பவர்கள் மத்தியில் தன் பெயருக்குப் பெரிய பிளவு ஏற்பட்டாலும் கூட பொருட் படுத்தாதவர்களும் இருக்கத்தான் செய்கிறார்கள்.

எனவே யாரை ஊக்குவிக்கப்போகிறோம் என்பதை முழுவது மாகப் பரிசீலித்த பிறகே ஊக்குவிக்கும் நெறி முறைகளை நாம் வகுக்க வேண்டும்.

குதிரை முதல் வகையா மூன்றாவது வகையா என முடிவு செய்த பிறகே சாட்டையைச் சரிகையால் செய்வதா, சவுக்கால் செய்வதா என முன்மொழிய வேண்டும்.

ஓட்டமே முக்கியம் என்று கருதினால் நட்புக்கு அங்கே இடமில்லாமல் போகிறது.

இரு நண்பர்கள் அடர்ந்த காடு வழியாகப் போய்க் கொண்டிருந் தார்கள்.

அப்போது ஒரு கரடி அந்த வழியாக வந்தது. முதல் இளைஞன் அதைப் பார்த்ததும் "யேய்! தூரத்திலே ஒரு கரடி வருது. அது நம்பளைப் பாத்திருச்சி" என்றான்.

உடனே அடுத்தவன் சாவகாசமாக அமர்ந்து தன்னுடைய (உடற் பயிற்சி) ஓடும் காலணிகளை அணிய ஆரம்பித்தான்.

உடனே முதலாமவன் "நீ கரடியைவிட வேகமாக ஓட முடியும் என நினைக்கிறாயா?"

"இப்பொழுது பிரச்சினை நான் கரடியைவிட வேகமாக ஓட முடியுமா என்பதல்ல - உன்னைவிட வேகமாக ஓட முடியுமா என்பது தான்" என்றான் நிதானமாக.

4. திருடர்கள் மூவர்

பணக்காரன் ஒருவன் காட்டு வழியாகச் சென்றுகொண் டிருந்தான். திடீரென்று மூன்று திருடர்கள் வந்து அவனைச் சுற்றி வளைத்து அவனிடம் இருந்தவற்றையெல்லாம் பறித்துக் கொண்டனர். அதற்குப் பிறகு அவர்களில் ஒருவன் "இவனை விட்டு வைப்பதால் என்ன லாபம்? கொன்று விடுவோம்" என்று கூறி அவனை வெட்டு வதற்காக அருகில் சென்றான்.

இரண்டாவது திருடன் "இவனை வெட்டுவதால் எந்தப் பயனும் இல்லை. கயிற்றினால் கட்டி இங்கேயே விட்டுவிடலாம். அப்போது இவனால் காவல்துறைக்குத் தகவல் தர முடியாது" என்றான்.

அப்படியே அந்தத் திருடர்கள் அவனை நன்றாகக் கட்டிப் போட்டுவிட்டு அந்த இடத்திலிருந்து சென்றார்கள். சிறிது நேரத்திற்குப் பிறகு மூன்றாவது திருடன் தனியாக அந்த இடத்திற்குத் திரும்பி வந்தான். பணக்காரனின் அருகில் சென்று "உனக்கு மிகவும் துன்பம் ஏற்பட்டுவிட்டது அல்லவா? நான் உன் கட்டை அவிழ்த்து விடுகிறேன்" என்று கூறிக் கட்டை அவிழ்த்து விட்டான். பிறகு பணக்காரனைத் தன்னுடன் அழைத்துக்கொண்டு, அவனுக்கு வழிகாட்டியவாறே சென்றான். நெடுஞ்சாலை வந்ததும் "நீ இந்த வழியாகச் சென்றால் சுலபமாக உன் வீட்டை அடைந்து விடலாம்" என்றான்.

"அது எப்படி ஐயா, நீங்களும் என்னுடன் வாருங்கள். எனக்கு எவ்வளவு பெரிய உதவி செய்திருக்கிறீர்கள்" என்றான் பணக்காரன். அதற்கு அவன் "நான் அங்கு வர முடியாது. வந்தால் காவல்துறை யினரிடம் பிடிபட்டு விடுவேன்" என்று கூறிச் சென்றுவிட்டான்.

"இவனை விட்டு வைப்பதால் என்ன லாபம்? இவனைக் கொன்று விடு" என்ற முதல் திருடன்தான் தமோ குணம் - தமோ குணத்தால் அழிவு உண்டாகிறது.

ரஜோகுணம் - இரண்டாவது திருடனைப்போல - மனிதனை உலக வாழ்க்கையில் கட்டி வைக்கிறது.

சத்வகுணம் மூன்றாவது குணம் - அதுவே இறை நெறியைக் காட்டுகிறது. கருணை, தர்மம், பக்தி முதலானவை சத்வ குணத்திலிருந்து தான் வருகின்றன. - என்று திருடர்கள் கதையைக் கூறி ராமகிருஷ்ண பரமஹம்சர் தாமச - ராஜச - சத்வ குணங்களைப் பற்றி விளக்குகிறார்.

"குணம் ஒரு மூன்றும் திருந்து சாத்வீகமாக" என சேக்கிழார் பெரியபுராணத்தில் தடுத்தாட்கொண்ட புராணத்தில் குறிப்பிடுகிறார். முக்குணங்களையும் கடப்பதால் பிரம்ம ஞானம் கிடைக்கிறது. வழியைக் காட்டத்தான் மூன்றாவது திருடனுக்கு அதிகாரமே தவிர வீடுவரை வர அனுமதி இல்லை.

முல்லா நசிருதீன் வீட்டிற்கு ஒரு திருடன் வந்தான். அவன் எல்லாப் பொருட்களையும் ஒன்றுகூட விடாமல் ஒரு கோணிப்பையில் கட்டினான். முல்லா நடப்பதையெல்லாம் பார்த்துக் கொண்டேயிருந்தார். அவன் முல்லா தூங்குகிறார் என நினைத்தான். அவன் கோணியைத் தூக்கிக் கிளம்பும்போது முல்லா குரல் கொடுத்தார். "கொஞ்சம் இரு நானும் வருகிறேன். நீ எல்லாவற்றையும் எடுத்துக்கொண்டு போனால் நான் எப்படி இங்குத் தனியாக உயிர்வாழ முடியும்? எனவே நானும் உன்னுடன் வந்துவிடுகிறேன்."

*

5. அனுபவமே வாழ்வு

ஜே.கிருஷ்ணமூர்த்தி ஓர் அழகான சம்பவத்தைக் குறிப்பிடுகிறார்.

ஒருசமயம் ஒரு மனிதன் நிலவின் அழகையும், அதன் மெல்லிய கிரணங்களையும் புரிந்துகொள்ள ஆசைப்பட்டான். எனவே வெளியே சென்று வானத்தைத் தரிசித்து நின்றிருந்தான். அப்போது வானத்திற்கும், அவனுக்கும் இடையே ஓர் அழகிய மரம் மெல்லிய கிளைகளுடன் நறுமணம் வீசும் மலர்களுடன் நின்றது. அவன் நிலவை மறந்துவிட்டு அந்த மரத்தின் கிளைகளையும், இலைகளையும், பூக்களையும் ஆராய ஆரம்பித்தான். அவன் இது வரை எந்த மரத்தையும் இவ்வளவு கூர்மை யாகப் பார்த்ததில்லை. அவன் அவற்றை ரசித்துக் கொண்டிருக்கும் போதே நிலவு மறைந்து பொழுது புலர ஆரம்பித்துவிட்டது.

நம்மில் பெரும்பாலானோர் ஏறத்தாழ அந்த மன நிலையில் தான் இருக்கிறோம். நம் இலக்கைத் தொலைத்து விட்டுப் பாதி வழியிலேயே வேறு ஒன்றில் கவனம் செலுத்த ஆரம்பித்து விடுகிறோம்.

அதற்குள் நாம் தேடி வந்த நிலவு மறைந்துவிடுகிறது;

நாம் பார்க்க வந்த பறவை பறந்து விடுகின்றது.

'நாய் வாய் வைத்தது போல' என்று பழமொழியுண்டு. அதைப் போலத்தான் பலர் மனநிலையும். நாம் பலவற்றைச் சொற்களால் சோபிக்க வைக்க முடியாது. வாழ்கிறோமே அந்த வாழ்க்கையைப் பற்றிக் கூற முடியுமா? சிரிப்பை விளக்க முடியுமா? ஒளியைப் புரிய வைக்க முடியுமா?

நம் பார்வை விழிப்புணர்வுடன் இல்லாவிட்டால் நாம் எதையுமே உணரமுடியாது. விளக்கத்திற்கு அப்பாற்பட்டதாக வாழ்க்கை விரிகிறது. அதை ஒரே வரியில் சொல்ல வேண்டுமானால் 'அனுபவம்' என்றுதான் சொல்ல வேண்டும். அது சிலருக்குப் பேரனுபவம். சிலருக்கு வெற்றனுபவம்.

யாரேனும் நமக்கு இலக்கை உருவாக்கித் தரமுடியுமா?

அதற்கான ரகசிய சுரங்கப் பாதையைத் திறந்துவிட முடியுமா?

நாமாகவே நம் நடைபயணத்தால் உருவாக்கிக்கொள்ளும் - நாம் மட்டுமே பயணிக்கின்ற - பாதையல்லவா அது!

லிஸிடஸ் (Lycidas) என்கிற கவிதையில் 'மில்டன்' கடின உழைப்பாளியான தன் நண்பனுக்கு இப்படி இளவயதில் மரணமா என கவித்துவ நியாயத்திற்காகக் (Poetic justice) கவலைப்பட்டிருப்பார்.

புல்வெளியில் இருந்த இரண்டு குதிரைகளில் ஒன்று - பந்தயக் குதிரை (Race horse).

மற்றொரு குதிரை கேட்டது: "நீ தினமும் பந்தயத்தில் ஓடுவதில் மகிழ்ச்சியாக இருக்கிறாயா? நீ உயிரைப் பிடித்துக் கொண்டு ஓடுகிறாய். ஆனால், வேறு யாரோ அல்லவா பயன் அடைகிறார்கள்."

பந்தயக் குதிரை கனைத்துக் கொண்டே சொன்னது :

"இதில் இருக்கும் சுகம் உனக்குத் தெரியாது. நான் ஓடும் போது என்மீது ஒருவன்தான் சவாரி செய்கிறான். ஆனால், நான் எத்தனை பேர் மீது ஒரே நேரத்தில் சவாரி செய்கிறேன் தெரியுமா?"

6. இரண்டு மனம் உண்டு

நாம் எல்லோருமே இரண்டு மனங்களை வைத்திருக்கிறோம்.

ஒரு மனம் - நாமே உருவாக்கிக் கொண்ட சிறிய மனம் - அகங்காரம், ஆசை, கோபம், அச்சம் ஆகிய உணர்வுகளைப் பல்வேறு விகிதங்களில் பதிவு செய்து நாம் உருவாக்கிக் கொண்டிருக்கும் சிறிய மனத்தையே நாம் உண்மையான மனம் என்று கருதிக்கொண்டிருக்கிறோம்.

இரண்டாவது மனம் - நம்மோடு வந்த பிரபஞ்ச மனம்.

நாம் வெறும் சாட்சியாக நின்று, எண்ணங்களற்று, பற்றற்று ஒன்றைக் கவனிக்கும்போது அது செயல்படுகிறது.

இன்னும் சொல்லப்போனால் நம் வீட்டிற்குள் எரியும் விளக்கை அணைத்தால்தான் வெளியே பரவிக்கொண்டிருக்கும் பூரண நிலவொளி அறைக்குள் ஊடுருவ முடியும்.

அதைப்போலச் சிறிய மனம் செயல்படாதபோதுதான் பிரபஞ்ச மனத்தை நாம் தரிசிக்க முடியும். பயிற்சி இல்லாமலேயே சில நேரம் நம் சிறிய மனம் செயல்படாமல் இருக்கின்றது. அப்போது தான் நம்மை யறியாமல் பிரபஞ்ச மனத்திற்குள் பிரவேசித்து நம் எண்ணத்தைக் கூட அடுத்தவர்களுக்குச் சொற்களில்லாமலேயே நாம் உணர்த்தி விடுகின்றோம்.

நாம் 'தண்ணீர் வேண்டும்' என எண்ணும்போதே ஒருவர் தண்ணீர்க் குவளையுடன் நம்மிடம் வருவார். இது எதேச்சையாக நிகழ்ந்தது இல்லை. நம் பிரபஞ்ச மனம் செயல்பட்டிருக்கிறது எனப் பொருள்.

பிரபஞ்சமனம் செயல்படும்போது காலம், இடம் ஆகியவை மறைந்துவிடுகின்றன. பிரபஞ்சமனம் செயல்படும் போது நாம் உச்சக்கட்ட விழிப்புணர்வில் வீற்றிருக்கிறோம்.

நாம் சிறிய மனத்தை அமைதிப்படுத்தினால் அது உதிர்ந்து போகிறது. அப்போது பிரபஞ்சமனம் தன்னறிவாய், தன்னுணர்வாய் செயல்படுகிறது. இந்தப் பெரிய மனம் தனக்குத் தானே அடையும் அனுபவங்கள் மூலம் தன்னையே விரிவுபடுத்திக் கொள்கிறது. இந்தப் பெரிய மனத்தின் விரிவாக்கத்தால் ஏற்படும் இன்பம்தான் பேரின்பம்.

நம் மனம் பெரிதாக விரியும் பொழுதுதான் நம்முடைய உலகமும் விரிவடைகிறது. அப்பொழுது உலகில் உள்ள எல்லாப் பொருட்களும் நமக்குள் ஒரு பகுதியாக ஆகிவிடுகின்றன.

திருவாசகம் கூறும் "புல்லாகிப் பூவாகி..." அப்போது தான் உணரப்படும்.

வள்ளலார் ஒரு சம்பவத்தைக் குறிப்பிடுகிறார்.

இரண்டு துறவிகள் ஒரு கிராமத்தின் வழியாகச் சென்று கொண்டிருப்பார்கள். அதில் ஒரு துறவி "அய்யோ!" என்று திடீரென வருத்தப்படுவார்.

உடனே மற்றவர் "என்னாயிற்று?" என்பார்.

"உங்கள் கால்பட்டு ஒரு மண்கட்டி உடைந்துவிட்டதே என வருந்துகிறேன்" என்றாராம்.

எவ்வளவு பெரிய மனம்!

பிரபஞ்சமனத்தின் விளிம்புகளைக்கூட அனுபவிக்க முடியாத ஆத்மாக்களும் இருக்கிறார்கள். அவர்களுக்குத்தான்

பாரதிதாசன் குறிப்பிடும் 'கடுகு உள்ளம்' - கடுகுக்கு நேர்மூத்த துவரை உள்ளம்.

நம்மிடம் கருணையையும், அன்பையும் உருவாக்கிக் கொண்டால் நாம் பிரபஞ்சமனத்தை நோக்கி அடியெடுத்து வைக்கிறோம் என்று பொருள்.

ஒருவன் இன்னொருவரிடம் அதிசயத்துடன் கேட்டார் :

"நேத்து உங்க வீட்டுத் தோட்டத்தில் ஒரு பாம்பு இருந்ததாமே! ஆனால், நீங்க அதை அடிக்காம கருணை உள்ளத்தோட நடந்து கிட்டீங்களாமே!"

"ஆமாமாம்! அதுக்குள்ள விஷயம் அவ்வளவு தூரம் பரவிடுச்சா."

"அதெப்படி உங்களுக்கு அவ்வளவு கருணை!"

"வேறொன்றுமில்லை. அது நல்ல விஷமுள்ள பாம்பா இருந்தது."

"விஷமுள்ள பாம்பைக்கூட நீங்க அடிக்கலையா! பெரிய மனசுதான்."

"எதுக்கு வீணா ஓர் உயிரைக் கொல்லணும். அதனால நான் அதை நைசா பக்கத்து வீட்டுக்கு விரட்டி விட்டுட்டேன்."

7. சேரோதியல்வது நாடு

எப்போது பார்த்தாலும் தங்களுக்குள் தொடர்ந்து சண்டை போட்டுக்கொண்டிருந்த மூன்று நாடுகள் குறித்து கடவுள் மிகவும் வருத்தப்பட்டார். இதனால் நிறைய உயிர்ச்சேதமும், பொருட்சேதமும் ஏற்பட்டது.

ஒவ்வொரு நாடும் மற்ற இருநாடுகளையும் முற்றிலுமாக அழிக்க வேண்டும் என ஆசைப்பட்டது. தலைவர்கள் மட்டுமல்ல; குடி மக்களும்கூட மற்ற இருநாடுகளையும் வெறுத்தனர். காழ்ப்புணர்வுடன் இருந்தனர்.

கடவுள் அந்த மூன்று நாடுகளிலும் அமைதியை விளைவிக்க விரும்பினார்.

அ, ஆ, இ என்ற அந்த மூன்று நாடுகளுடைய பிரதிநிதிகளையும் வரவழைத்துப் பேசுவது என்று முடிவெடுத்தார்.

"உங்கள் சிக்கல் என்ன? ஏன் நீங்கள் அடித்துக்கொள்கிறீர்கள்? உங்கள் ஆசையை நான் பூர்த்தி செய்கிறேன். இனிமேல் அழிவே இல்லாத நிலை ஏற்படட்டும்" என்றார்.

முதல் நாட்டைப் பார்த்து "உனக்கு என்ன வேண்டும்?" என்றார்.

அந்தப் பிரதிநிதி சொன்னார்: "எங்களுக்கு முதலில் கடவுள் இருப்பதாக நம்பிக்கையே இல்லை. எங்களுக்கு நம்பிக்கை வரவேண்டு மென்றால், நீங்கள் உங்கள் ஆற்றலை முதலில் நிரூபிக்க வேண்டும்."

"எந்த மாதிரியான நிரூபணம் அத்தாட்சி?" என்றார் கடவுள்.

இரண்டாவது நாட்டின் பிரதிநிதியைக் காட்டி "இவரையும், இவருடைய நாட்டையும் முழுமையாக அழித்துக் காண்பியுங்கள். அப்போதுதான் நாங்கள் நம்புவோம். அதற்குப் பிறகு உங்களுக்குத் தேவையான கோயில்களையெல்லாம் கட்டுவோம்" என்றார் அவர்.

கடவுள் அதிர்ந்து போனார்.

இரண்டாவது நாட்டுப் பிரதிநிதியோ "நாங்கள் உங்களை நம்பு கிறோம். உங்கள் வழிபாடு எங்கள் நாட்டில் உள்ளது. என்னுடைய விருப்பம் மிகவும் சிறியது. இந்த முதல் நாடு உலக வரைபடத்தில் இருக்கக்கூடாது அவ்வளவுதான். அதை உலக வரைபடத்தில் முற்றிலுமாக நீக்கி ஒரு வெற்றிடத்தை ஏற்படுத்த வேண்டும்."

கடவுள் நடுங்கிவிட்டார். "இப்படியெல்லாம் ஆசையா?"

மூன்றாவது பிரதிநிதியிடம் கேட்டதும், அவர் மிகவும் பணிவுடன் "எனக்கென்று தனியாக எந்த ஆசையும் கிடையாது. நீங்கள் இந்த இருவரின் ஆசையையும் நிறைவேற்றினால் போதும். எங்கள் ஆசை தானாக நிறைவேறிவிடும்" என்றார்.

தேசங்களுக்கு இடையே ஏன் இந்தக் காழ்ப்புணர்வு? ஏன் இந்தப் பொறாமை? பழிவாங்கும் எண்ணம்?

வரைபடத்தில் உள்ள கோடுகளை விரிவாக்கும் தகராறுதானே உலக வரலாறு?

தேசம் என்பது நிர்வாக வசதிக்காகத்தானே. ஒரு மாவட்டத்தின் இரண்டு தாலுகாக்களைப் போலத்தானே உலகத்தில் நாடுகளின் பங்கு.

பிறகு ஏன் போர்? வன்மம்? குண்டுவீச்சு? ஆயுதம் இவை எல்லாம்.

வியர்வையால் நாம் குளிர்வித்தபோது பூமி மகிழ்ந்தது. ரத்தத்தால் நனைத்தபோது அதற்கும் வியர்க்க ஆரம்பித்தது. நிலத்திற்குக்கூட ரத்தக் கொதிப்பு வந்ததால்தான் இயற்கையின் சீற்றங்கள், இருத்தலில் மாற்றங்கள் வரும்.

பக்கத்து நாடுகள் என்றால் பகைநாடுகளாகத்தான் இருக்க வேண்டுமா? எல்லைக்கோடுகளின் ஓரம் எப்போதும் ஆயுதம் தாங்கி, சடுகுடு விளையாட்டு விளையாடித்தான் பாதுகாப்புப் பணியைச் செய்ய வேண்டுமா?

புன்னகைக்குக் கொடுக்கப்பட்ட உதடுகளைப் புகைச் சுருட்டுக்கு ஏன் பயன்படுத்த வேண்டும்? தோட்டங்களைப் பயிரிட வேண்டிய விரல்கள் ஏன் தோட்டாக்களைத் துப்பாக்கிகளில் திணிக்க வேண்டும்?

அன்பால், நேயத்தால், பரஸ்பர சிநேகத்தால், ஒருவருக்கு ஒருவர் செலுத்தும் மதிப்பினால் அண்டை நாடுகள் நேசக்கரம் நீட்டினால் கோடுகள் தாண்டியும் நாடுகள் செழிக்கும். மனம் ஒன்றே மதிற் சுவராகும், நாகரிகமே அங்கு நட்புப்பூக்களாய் உதிர்க்கும்.

சில இடங்களில் பிரிந்த நாடுகள்கூட, சேருகின்றன.

சில இடங்களிலோ குடும்பங்கள்கூடப் பிரிகின்றன.

அன்பை விதைத்து அறுவடை செய்தால் கதிர்களில் எல்லாம் கவித்துவம் இருக்கும். மனித வாழ்வே மகத்துவமாகும்.

*

8. அதிவீரராமபாண்டியன்

அதிவீரராமபாண்டியன் பாடிய பைந்தமிழ்ப் பாடல் ஒன்று உண்டு.

"தேம்படு பனையின் திரள்பழத்து ஒரு விதை
வானுற ஓங்கி வளம்பெற வளரினும்
ஒருவர்க் கிருக்க நிழலா காதே."

பனைமரத்தின் சுவையான ஒரு விதையானது வானளாவி ஓங்கி உயர்ந்து வளர்ந்து செழிப்பாக இருந்தாலும் ஒருவருக்குத் தங்கி இருக்க நிழல் தராது.

தெள்ளிய ஆலின் சிறுபழத்து ஒருவிதை
தெண்ணீர்க் கயத்துச் சிறுமீன் சினையினும்
நுண்ணிதே ஆயினும் அண்ணல் யானை
அணிதேர்ப் புரவி ஆட்பெரும் படையொடு
மன்னர்க்கு இருக்க நிழலா கும்மே.

ஆலமரத்து விதையோ சிறிய மீன் முட்டையைக் காட்டிலும் சிறியதாக இருந்தாலும் அது முளைத்துப் பெரிய மரமானதும் அரசன் தன் நால்வகைப் படையுடன் தங்குவதற்கு நிழல் தரும்.

பனைமரம் போல தான் மட்டும் உயர்ந்து யாருக்கும் நிழல் தாராமல் நீண்டிருப்பவர்களே பலர். தன்னுடைய வளர்ச்சிக்கும், புகழுக்கும் யாரைப் பயன்படுத்திக் கொள்ளலாம் என்று கணக்குப் போட்டு வாழ்பவர்கள் அவர்கள். அவர்களால் யாரும் வளரவும் முடியாது. அவர்கள் யாருக்கும் நிழற்குடையாகவும் இருப்பது இல்லை; அடைக்கலமாகவும் ஆவது இல்லை. பல் குத்தப் பயன்படுவதால் அவர்களுக்கு எல்லோருமே சிறு துரும்புதான்.

கொடுப்பது ஆன்மிக வளர்ச்சிக்கான முதல்படி. ஏனென்றால் கொடுக்கும்போது மறைமுகமாக நமக்குப் பொருள்களின் மீதுள்ள பற்று குறைகிறது. நமக்கு வேண்டியவர்களுக்குக் கொடுப்பதோ, சிலரை வேண்டியவர்களாக்கிக் கொள்ளக் கொடுப்பதோ, வேண்டியதைச் சாதித்துக் கொள்ளக் கொடுப்பதோ, இந்த ரகத்தில் சேரா! உண்மை யான அளித்தல் என்பது முகம் தெரியாதவர்களுக்குப் பலனை எதிர் பாராமல் கொடுப்பது மட்டும்தான்.

சிரிப்பில் கூடச் சிக்கனத்தையும், பழகுவதில்கூட பட்ஜெட் போட்டும் வாழ்பவர்களால் 'தான் பிறருக்கு உபயோகமாயிருக்கிறோம்' என்கிற நினைப்புகூட வருத்தத்தைத் தருமே தவிர மகிழ்ச்சியை மலர்விக்காது.

நான் படித்திருக்கிறேன்.

இரண்டு வழிப்போக்கர்கள் வழியில் சந்தித்தார்கள். ஒருவர் உடல் களைப்பில் கிறங்கியிருந்தது - முகத்தில் சோர்வு - நரம்பில் தளர்ச்சி - மற்றவர் கேட்டார்: "என்ன சேதி?"

கூழுக்கு உப்பில்லை - அடுப்புக்கு நெருப்பில்லை என, "நான் மன்னரிடம் சென்று என் வறுமையைக் கூறினேன். பரிசு தர மறுத்துவிட்டார்."

"அப்படியா! அதிசயமாக இருக்கிறதே!"

"அதிசயமா?"

"ஆம்! நான் போய் ஒரு கவிதை பாடினேன் - கைநிறையப் பரிசுகள் தந்தாரே."

"அப்படி என்ன பாடினீர்கள்?"

"நீ படும் வறுமையைத்தான் கவிதையாகப் பாடினேன்."

*

9. நொடிக்கு நொடி வாழ்தல்

கற்பனை உலகிலேயே சிலர் இருக்கிறார்கள் - அவர்கள் அறுபது வயதில் எப்படித் தாங்கள் இருக்க வேண்டும் எனத் திட்டம் போடுவார்கள். ஆனால் இருபது வயதுதான் இருக்கும் - இருபத்து ஒன்றாவது வயதில் எப்படி நடக்க வேண்டும் என்று திட்டம் எதுவும் அவர்கள் கைகளில் இருக்காது. அதுபோலத் தான் கல்லூரிப் படிப்பை எப்படிச் செம்மையாக முடிப்பது என்பது பற்றி எதுவும் சிந்திக்காமல் வேலைக்குப் போகும்போது எப்படி உடையணிவது என்ற கற்பனையில் மூழ்குவார்கள்.

கையில் பணம் சேர்வதற்கு முன்பே எப்படிச் செலவழிக்கலாம் என வரைபடம் வைத்திருப்பார்கள். இன்னும் நிலமே வாங்கியிருக்க மாட்டார்கள். ஆனால், வீடு எவ்வளவு பெரியதாக இருக்க வேண்டும் என முடிவு செய்திருப்பார்கள். இவர்கள் கனவு உலகத்திலிருந்து மீண்டு நனவு உலகத்திற்கு வரும் பொழுதெல்லாம் அதிர்ச்சி அடைந்து விடுவார்கள். உண்மை இவர்களுக்கு உச்சி வெயில், கனவுகளே இவர்களுக்கு நிலா வெளிச்சம்.

நாளைக்கு என்ன செய்வது என்றுகூட அல்ல - இன்று என்ன செய்ய வேண்டும் என்பதையும் யோசிப்பதுதான் சரியான திட்டமிடல். மாடி ஏறுகிறவன் எந்த மாடிக்குச் செல்ல வேண்டும் என்பதை மட்டும் கருத்தில் வைத்திருந்தால் போதாது. அடுத்த படியின் மீது கவனத்தை வைக்க வேண்டும். அடுத்த படியின் மீது கண்வைக்காமல் மூன்றாவது மாடிக்குப் போக நினைப்பவர்கள் முதல் படியைக் கூட கடக்க முடியாது. உயர்ந்த எல்லையையும் தியானிக்க வேண்டும். அடுத்த அடியையும் யோசிக்க வேண்டும்.

சூரியன் மறையும் நேரத்தில் ஓர் அடர்ந்த காட்டுக்கு ஒருவன் வந்தான். அவன் இரவுக்குள் அந்தக் காட்டைக் கடக்க வேண்டும். அவனிடம் ஓர் அரிக்கன் விளக்கு மட்டுமே இருந்தது. அந்த விளக்கின் வெளிச்சம் மூன்றடி தூரம் வரை தான் எட்டும். அவன் இந்தச் சின்ன விளக்கைக் கொண்டு பெரிய காட்டை எப்படிக் கடப்பது என மலைத்து ஓர் ஓரமாக அமர்ந்து அழ ஆரம்பித்தான். அப்போது அவ்வழியாக வந்த பாதயாத்திரிகர்கள் அவன் துக்கத்திற்கான காரணத்தைக் கேட்டதும் சிரித்துக்கொண்டே சொன்னார்கள்:
"இரண்டடி தூரம் வெளிச்சத்தை உமிழும் அரிக்கன் விளக்குக் கூட

போதுமே. நீ முன்னால் செல்லச் செல்ல ஒளியும் உன்னோடு முன்னேறுமே!"

அவனும் அப்படியே விடிவதற்குள் இலக்கை அடைந்தான்.

உயர்ந்த இலக்கை அடைவது என்பது ஒரேயடியாக நிகழ்வது இல்லை. ஒவ்வோர் அடியையும், ஒவ்வொரு நொடியையும், ஒவ்வொரு படியையும் உன்னிப்பாக உற்றுநோக்குவதில் அது அடங்கியிருக்கிறது. இந்த நொடியைச் சரியாகப் பயன்படுத்தாமல் அடுத்த மணியை முழுமையாகப் பயன்படுத்த முயலக் கூடாது. விழிப்புணர்வு இல்லாதவர்கள் பிடிபட்டு விடுவார்கள்.

ஒரு பணியாள் தன்னுடைய செல்வந்தர் எஜமானிடம், "நீங்கள் என்னை முழுசா நம்பலை. அதனால் பணியை விட்டு நின்னுக்கிறேன்" என்றான்.

அவர், "நீ எப்படி அப்படிச் சொல்லலாம்? நான் சாவிக் கொத்தை மேசையிலேயே வைச்சிட்டுத்தான் தினமும் வெளியே போறேன்."

"உண்மைதான். ஆனா ஒரு சாவிகூட பீரோவுக்குப் பொருந்த மாட்டேங்குதே."

10. மரணம் ஒரு முறையல்ல

ஒருவர் பெயரைக் குறிப்பிட்டு 'அவர் இறந்து விட்டார்' என்கிறோம்.

'மறைந்துவிட்டார்' என்கிறோம்.

'இயற்கை எய்திவிட்டார்' என்கிறோம்.

'சிவபதம் அடைந்து விட்டார், என வருத்தத்துடன் தெரிவித்துக் கொள்கிறோம்' என்று அஞ்சலட்டை அடிக்கிறோம். சிவபதம் அடைந்தால் மகிழ்ச்சியல்லவா அடைய வேண்டும்!

ஒருவர் ஒரேயடியாகவா மரணம் அடைகிறார். ரோஷி ஃபிலிப் (Roshi Philip Kapaleu) சொல்கிறார்: 'நாம் ஒரேயடியாக மரணம் அடைவதில்லை. ஒவ்வொரு நாளுமே மரணமடைகிறோம்' என்று.

நம் காதலை ஒருவர் புறக்கணிக்கும்போது நாம் கொஞ்சம் செத்துப்போவதில்லையா?

நம்மை ஒருவர் அலட்சியப்படுத்தும்போது நாம் சிறிது சிதைந்து விடுவதில்லையா?

நமக்கு நெருங்கிய ஒருவர் இறக்கும்போது நமக்குள் ஒரு பகுதி அவரோடு இறந்து போகவில்லையா?

ஓர் இடத்தைவிட்டுப் பிரிகிற போதும்,

நட்பைவிட்டு நகர்கிற போதும்,

விவாகரத்து நிகழ்கிற போதும்,

நெருங்கியவர்கள் தளர்கிற போதும்,

ஏற்படுகிற இழப்பு என்னும் வெற்றிடம் 'இறப்பு' என்னும் வகையைச் சார்ந்ததுதானே?

ரோஷி சொல்வது இன்னொன்று - கண்ணுக்குத் தெரியாமல் ஒவ்வொரு புருவம் முடிகிறபோதும் நாம் மரணம் அடைகிறோம்.

அவர் சொல்வது ஒன்றும் புதிதல்ல, நம் தமிழர்கள், குண்டல கேசியில்,

"பாளையாம் பருவம் செத்தும்
பாலனாம் தன்மை செத்தும்
காளையாம் பருவம் செத்தும்
காமுறும் இளமை செத்தும்
மீளுமிவ் வயதும் இன்னே
மேல்வரு மூப்புமாகி
நாளும் நாம் சாகின்றோமால்
நமக்கு நாம் அழாததென்னே"

என்று ஏற்கெனவே சொல்லி வைத்த விஷயம்தான்.

ஆனால், நாம் உரக்கச் சொல்லத் தவறிவிட்டோம். தமிழர்கள் மேன்மையடையாததால், தமிழர்கள் பராக்கிரமத்தைப் பரப்பத் தவறியதால் தமிழ் மொழியின் பலத்தையும் உணர்த்தத் தவறிவிட்டோம்.

ஒரு சாரார் உயரும்போது, ஓர் இனம் வளரும்போது அந்த மக்களின் கலையும், நம்பிக்கையும் கூடப் பரவி வலுவானது போன்ற மாயத் தோற்றத்தை ஏற்படுத்தி விடுகிறது என்பதுதான் உண்மை.

கலாசார மரணங்களும் கூட ஒரே நாளில் நிகழ்வது இல்லை - அவை ஒவ்வொரு நொடியிலுமே நிகழ்கின்றன.

நம் அன்பை, அடிப்படையான பகிர்தலை, அனுசரணையை நாம் இழந்துவிடுகிறபோது முழுவதுமான ஒட்டுமொத்த மரணத்திற்கு நாம் தயாராகிறோம் என்பதே உண்மை.

ஆன்மா இறந்த பிறகு உடல் மட்டும் உயிருடனிருந்து என்ன பயன்?

நான் கேள்விப்பட்டிருக்கிறேன்.

காலையில் எழுந்ததும் கணவன் மனைவியிடம், "நான் இன்று அதிகாலையில் ஒரு கனவு கண்டேன். அதில் நான் மனைவியை இழந்துவிடுவதுபோல (Widower) வந்தது."

மனைவி அழுதுகொண்டே சொன்னாள்: "கடவுளே! என் கணவன் நன்றாக நீடுழி வாழட்டும். ஆனால், அவரை மனைவியை இழந்தவராக ஆக்காதே! அதற்குப் பதிலாக என்னை வேண்டுமானால் கைம் பெண்ணாக்கி விடுவாயாக."

*

11. எதிர்மறை எண்ணம்

வாழ்க்கையில் நாம் எதைத் தேடுகிறோமோ அதுதான் தென் படுகிறது. நம் ஆழ் உள்மனத்திற்குள்ளே எதைப் பதித்து வைத்திருக் கிறோமோ அதுதான் வெளிப்படுகிறது. நாம் மலர்களைத் தேடினால் மலர்களே தென்படும். முட்களை நாடினால் முட்களே தட்டுப்படும்.

நாம் நல்லவற்றைப் பார்க்கப் பார்க்க நம்மைச் சுற்றி மிகவும் நல்ல விஷயங்கள் நடக்கின்றன. நாம் பரபரப்பை நாடக்கூடாது. நமது குடியரசுத் தலைவர் ஒருமுறை எழுதியிருந்தார். "அவர் இஸ்ரேலில் டெல் அவிவ் (Tel Aviv) நகரத்தில் தங்கியிருக்க நேர்ந்தது. காலைச் செய்தித்தாள்களில் அன்று நாட்டில் குண்டுவெடிப்புகள் நடந்ததற்கு முக்கியத்துவம் தராமல் ஒரு விவசாயி வேளாண் தொழில்நுட்பத்தில் சாதித்த சாதனை முதல் பக்கத்தில் தலைப்புச் செய்தியாகப் பத்திரிகை களில் வெளியிடப்பட்டிருந்தன", என்று.

ஒவ்வொரு மனிதனிடமும் இருக்கும் நல்ல குணங்களை நாம் பார்க்க ஆரம்பித்தால் அவன் நம்பிக்கையானவனாகத் தோன்றுவான். நம் எண்ண அலைகள் அவனுடைய உள்மனத்திற்குள் சலன வட்டங் களைத் தோற்றுவித்து அவனை இன்னும் பண்புடன் நடந்து கொள்ளப் பணிக்கும். இன்று ஒருநாள் மட்டும் நாம் தீர்மானம் ஒன்று செய்து கொள்வோம். இன்று முழுவதும் நல்ல செய்திகளைப் பற்றி மட்டுமே பேசுவது என்று. தவறியும் யாரைப் பற்றியும் குறை சொல்லக் கூடாது. நாம் சந்திக்கின்ற மனிதர்களைப் பற்றியெல்லாம் அவர்களைக் குறித்த நல்ல குணங்களை மட்டுமே நினைத்துக் கொள்வது.

நல்ல மென்மையான இசை, விழிமூடி இன்று உலகத்தில் உள்ள ஒவ்வொரு பொருளும் நம்முடைய ஒரு பகுதி என்ற சிந்தனை என்று நாம் ஒருநாள் ஒரே ஒருநாள் மட்டும் எதிர்மறை எண்ண அலை களின்றிக் கழிப்போம். அன்று இரவு படுக்கும் போது நாம் எவ்வளவு புத்துணர்ச்சியுடன் இருப்போம் என்பதை உணரமுடியும். இன்று பெரும்பாலானோருக்கும் வரும் நீரிழிவு, ரத்தக் கொதிப்பு, மார்புவலி போன்றவை உடல் கோளாறுகளால் வருவதில்லை - அவை மனத்தின் சமத்தன்மை சாய்வதால், சரிவதால், மாய்வதால், மடிவதால் வருகின்றன.

நான்கு பேருக்கு முன்னால் நல்லபடியாக நடக்க நமக்குச் சிறுவயதிலேயே சொல்லிக் கொடுக்கப்படுகிறது. "உனக்குள் நீ

எப்படியிருந்தாலும் பரவாயில்லை. மற்றவர்கள் முன்னிலையில் நீ மிகவும் நாகரிகத்துடன் நடந்து கொள்ள வேண்டும்" என்பதுதான் நமக்குள் திணிக்கப்படும் எண்ணங்கள்.

நாம் இயல்பாக நடந்திருந்தால்கூட இத்தனை எதிர்மறை எண்ணங்கள் நமக்குத் தோன்றாது, அவிழ்த்துவிடப்பட்ட கன்றுக் குட்டி போல நம் மனம் மேய ஆரம்பித்துவிடுகிறது.

நம்மையே நாம் ஒரு நிமிடம் உற்றுப் பார்க்க வேண்டும். நாம் தொடர்புபடுத்துகிற ஒவ்வொரு மனிதரிடமும் நாம் எப்படி நடந்து கொண்டிருக்கிறோம் என்பது முக்கியம். அதன் மூலம் நம்மையே நாம் கழுவிக்கொள்கிற அனுபவம் நிகழும்.

சாமுவேல் ஜான்சன்தான் ஆங்கிலத்தில் முதல் சிறந்த அகராதியைத் தொகுத்தவர். அவரைச் சந்தித்த இரண்டு பெண்மணிகள் அவரிடம் "டாக்டர் ஜான்சன், நீங்கள் கெட்ட வார்த்தைகள் எதையும் உங்கள் அகராதியில் சேர்க்காதது குறித்து மகிழ்ச்சி" என்றனர். உடனே ஜான்சன் "ஏன் நீங்கள் அவற்றைத் தேடினீர்களா?" என்று கேட்டார்.

12. தமிழ்

தண்டியலங்காரத்தில் மேற்கோள் செய்யுள் ஒன்று உண்டு.

'ஓங்க லிடைவந் துயர்ந்தோர் தொழவிளங்கி
எங்கொலி நீர் ஞாலத் திருளகற்றும் - ஆங்கவற்றுள்
மின்னோர் தனியாழி வெங்கதிரொன்று - ஏனையது
தன்னே ரிலாத தமிழ்'

என்பது அந்தப் பாடல்.

உலகத்தில் புற இருளை ஞாயிறும், அக இருளைத் தமிழும் அகற்றுகின்றன என்பதே அந்தப் பாடலின் பொருள்.

தமிழ் உலக வழக்கில் உழன்று வருவதால் மிகச் செறிந்த சொற்தொகையைக் கொண்டுள்ள மொழி. 'பிஞ்சு, காய், கனி, பழம்' எனப் பல்வேறு நிலைகளில் பழத்தையும்,

அரும்பு, மொக்கு, மொட்டு, மலர், பூ என புஷ்பத்தையும்,

வெளிச்சம், ஒளி, கதிர், ஜோதி எனப் பல சொற்களையும்,

ஏரி, குளம், வாவி, தாங்கல், கண்மாய், நதி, ஆறு, கடல், முந்நீர் என்ற நீர்நிலைகளையும்,

விரிகடல், திரைகடல், அலைகடல், ஆழ்கடல் எனக் கடலையும்,

மலை, குன்று, மடு, கரடு, முகடு என்று சிகரங்களையும்,

கண், விழி, நயனம், நேத்திர என விழிகளையும்,

பாதை, வழி, தடம் என்றும்,

நாகம், பாம்பு, அரவம், சர்ப்பம் என்றும்,

தென்றல், வாடை, கொண்டல், கோடை என்று காற்றையும்,

குஞ்சு, குட்டி, கன்று, பிள்ளை என்று விலங்குகளின் குழந்தை களையும்

அழைக்கும் செறிவு கொண்ட மொழி தமிழ்.

ஒரு பொருளுக்குப் பல சொற்கள் மட்டுமல்ல - ஒரு சொல்லுக்கே பல பொருட்களுண்டு.

"இம்பர்வான் எல்லைஇரா மனையே பாடி
என்கொணர்ந்தாய் பாணா நீ என்றாள் பாணி
வம்பதாம் களபம் என்றேன் பூசு மென்றாள்
மாதங்க மென்றேன் யாம் வாழ்ந்தே மென்றாள்
பகடென்றேன் உழுவோமென்றாள் பழனந்தன்னைக்
கம்பமா வென்றேன் நல் களியா மென்றாள்
கைம்மா என்றேன் சும்மா கலங்கினாளே"

என்பது விழியற்ற புலவர் அந்தகக் கவி வீரராகவர் எழுதிய பாடல்.

களபம்	-	என்றால் யானை என்றும் பொருள் உண்டு. சந்தனம் என்றும் கூறலாம்
வேழம்	-	என்றால் கரும்பென்றும் கொள்ளலாம். யானை என்றும் கொள்ளலாம்.
பகடு	-	என்றால் எருதென்றும் கொள்ளலாம். யானை என்றும் கொள்ளலாம்.

கம்பமா - என்றால் கம்பு மாவு என்றும், கம்பத்தில் கட்டப்படும் யானை என்றும் பொருள் கொள்ளலாம்.

கைம்மா என்பதில் 'யானை' எனத் தெரிந்து மனைவி கலங்கியதாகப் பொருள்.

இருவர் பேசிக்கொண்டார்கள்.

"சார்! இவர் எதைப் பேசினாலும் இரண்டு பொருள் இருக்கும் சார்."

"சிலேடையாப் பேசுவார்?"

"இரட்டை அர்த்தமா இருக்கும் சார்"

இதற்கு என்ன செய்வது?

*

13. சோயென் சாக்கு

சோயென் சாக்கு என்ற ஜென்குரு "என்னுடைய இதயம் நெருப்புப் போல எரிகிறது. ஆனால், என்னுடைய கண்கள் உயிரற்ற சாம்பலைப் போல அவ்வளவு குளிர்ந்து இருக்கின்றன" என்றார்.

ஒவ்வொரு நாளும் ஒருவர் கடைபிடிக்க வேண்டிய கொள்கை களாக அவர் வகுத்துக்கொண்டவை ருசிகரமானவை.

1. காலையில் உடை உடுத்துவதற்கு முன்பு, ஊதுவத்தியை ஏற்றி வைத்து, தியானம் செய்தல்,
2. இரவில் ஒரு குறிப்பிட்ட நேரத்தில் தூங்கச் செல்லுதல்.

    ஒரு குறிப்பிட்ட இடைவெளிக்குப் பிறகு உணவு உட்கொள்ளுதல்.

    வயிறு திருப்தி தருவதற்கு முன்பே உண்பதை நிறுத்திக் கொள்ளல்.

3. தனியாக ஓய்வாக இருக்கும்போது நமக்கு உள்ள மனநிலை யிலேயே விருந்தாளிகளையும் வரவேற்றல்.
4. கூறுவதை நன்றாகக் கவனித்துக் கூறுதல் - கூறியபடி நடத்தல்.
5. சந்தர்ப்பங்களை நழுவவிடாமல் இருத்தல். காரியத்தில் இறங்கும் முன் நன்றாகச் சிந்தித்து இறங்குதல்.
6. இறந்த காலச் செய்கையை நினைத்து வருத்தப்படாமல் வருங்காலத்தில் கவனம் செலுத்துதல்.
7. பயமற்ற வீரனைப் போலவும், பாசாங்கற்ற குழந்தையைப் போலவும் இருத்தல்.
8. படுக்கையில் படுக்கும்போது "இதுதான் என்னுடைய கடைசித் தூக்கம்" என்று கருதி ஆழ்ந்த நித்திரை கொள்ளுதல்.
9. படுக்கையை விட்டு எழுந்திருக்கும்போது, அறுந்த பழைய செருப்பை விட்டுவிட்டு அகலுவது போல உடனே படுக்கையி லிருந்து எழுந்திருத்தல்.

சாக்கு கூறுபவற்றைக் கேட்கும்போது "இவையென்ன கடினமா?" என்பது போல நமக்குத் தோன்றும். ஆனால் அவற்றைக் கூர்மையாக

நோக்கினால் ஒன்றைக் கூட, கடை பிடிக்காமல் இருக்கிறோம் என்பது புலப்படும்.

வயிறு திருப்தி அடைவதற்கு முன்பே உண்பதை நிறுத்திக் கொள்வது மிகவும் உறுதுணையாக ஆரோக்கியக் கோட்பாடாகும்.

மிகப்பெரிய மனிதர்களையெல்லாம்கூட அவர்கள் உணவு உண்ணும்போது அடையாளம் கண்டுகொள்ளலாம். இதுதான் அவர்களுடைய இறுதிச் சாப்பாடு போல அவர்கள் நடந்து கொள்வதைப் பார்க்கலாம்.

உணவு ஒருவருடைய ஒட்டுமொத்தப் பண்பை அறிய உதவும் உபாயம் - ஒருவர் குணாதிசயத்தைப் (வெளிப்படுத்தும்) பிரதிபலிக்கும் கண்ணாடி.

'ஒருபானை சோற்றுக்கு ஒருசோறு பதம்' என்பது மனிதனுக்காகச் சொல்லப்பட்ட பழமொழி. அரிசிக்காகக் கூறப்பட்ட முதுமொழி யல்ல!

ஓர் ஊருக்குப் பிரசாரகர் ஒருவர் வந்திருந்தார். அவர் அந்த ஊர் மக்களைப் பார்த்து "இந்த ஊரிலே, நான் சொன்னபடி நடக்காமல் இல்லாதவங்க யாராவது இருக்கிறீங்களா" என்று கேட்டார்.

எல்லோரும் ஒருவர் முகத்தை ஒருவர் பார்த்துக் கொண்டார்கள். ஏதேனும் ஒரு சந்தர்ப்பத்தில் அவர்கள் சொன்ன சொல்லை மீறியிருக் கிறார்கள்.

வெகு நேரத்திற்குப் பிறகு, ஒருவர் மட்டும் கை தூக்கினார்.

அவரை வெகுவாகப் பாராட்டினார் பிரசாரகர்.

பின்புதான் தெரிந்தது அவர் பேசும் சக்தியே இல்லாதவர் என்பது.

*

14. பாட்டி செத்துடுச்சி

அலுவலகத்திற்குத் தாமதமாக வருகிற ஊழியரையோ, பள்ளிக்கு மணியடித்ததும் வருகிற மாணவனையோ, "ஏன் தாமதம்?" என்று கேட்டால் "லேட்டாயிடுச்சி சார்" என்பார்கள்.

"அதுதான் எனக்குத் தெரியுதே! ஏன் தாமதம்" என்று நாம் திருப்பிக் கேட்போம். பிறக்கும்போதே தாமதமாவதால்தான் சில குழந்தைகளை 'சிசரியன்' சிகிச்சை மூலம் வெளியே கொண்டுவர வேண்டியதாக இருக்கிறது. ஜூலியர் சீசர் அப்படிப் பிறந்ததால்தான் அந்தச் சிகிச்சைக்கே அந்தப் பெயர் வந்தது. சிலர் 'சிஸர்ஸ்' என்பதிலிருந்து அந்தப் பெயர் வந்ததாக நினைத்துக்கொண்டிருக் கிறார்கள்.

பல நேரங்களில் நம் உரையாடல்கள் எவ்வளவு அர்த்தமற்றதாக இருக்கிறது என்பதை 'லேட்டா யிடுச்சி' மூலம் தெரிந்து கொள்ளலாம்.

தினமும் தாமதமாக வருவதற்குப் புதிய புதிய காரணத்தைக் கண்டுபிடிக்கலாம்.

அதைப் போலவே திடீரென விடுப்பு எடுப்பதற்கும் பலருக்கும் கிடைக்கிற பொதுவான காரணம் "பாட்டிக்குச் சுகமில்லை" என்பது. "அப்பாவிற்கு உடல்நலமில்லை - அம்மாவிற்குச் சுகமில்லை" என்று சொல்ல, குற்ற உணர்வு தடுக்கிறது. நாம் சொல்லி உண்மையிலேயே அவர்களுக்கு உடல்நலமில்லாமல் போய்விட்டால் என்ன செய்வது என்கிற பயம் வேறு.

"பாட்டிதானே! ஏற்கெனவே வயதானவர்கள்தானே" என அதிக சுதந்திரத்தைப் பாட்டியிடத்தில் எடுத்துக்கொள்பவர்கள் இருக் கிறார்கள்.

பொதுவாகப் பெற்றவர்களைக் காட்டிலும், தாத்தா பாட்டி களிடம் நமக்கு உரிமை அதிகம். அதைப் போலத்தான் அவர்களுக்கும் தங்கள் குழந்தைகளிடம் இருப்பதைக் காட்டிலும் பேரக்குழந்தை களிடம் பிரியம் அதிகம். தான் பெற்ற குழந்தைகளிடம் தாங்கள் நடந்துகொண்டதில் ஏற்பட்ட தவறுகளைப் பேரக்குழந்தைகளிடத்தில் அவர்கள் திருத்திக்கொள்கிறார்கள்.

பாட்டியிடம் சென்று "நீ செத்துப்போனதாய்ச் சொல்லி விடுமுறை போட்டுவிட்டேன்" எனச் சொன்னால்கூட அவர்கள் வருத்தப்படப் போவதில்லை.

ஒருவர் எப்போதுமே "பாட்டிக்கு உடல்நலமில்லை" என்றுதான் எழுதுவார்.

"பாட்டி இறந்ததாக எழுதக் குற்ற உணர்வு தடுக்கிறதா?" என்று இன்னொருவர் கேட்டார்.

"அதெல்லாம் ஒன்றுமில்லை. செத்துப் போனதாச் சொன்னா ஒருநாள்தான் விடுப்புப் போட முடியும். சுக மில்லைன்னு சொன்னா எப்ப வேணுமின்னாலும் போட்டுக்கலாம்" என்றார்.

உயிரோடு இருப்பவர்களைச் சாகடிப்பது ஒரு பக்கம். செத்துப் போனவர்களை உயிரோடு இருப்பதாகச் சொல்வது இன்னொரு வகை. ஏற்கெனவே செத்துப் போன உறவினர்கள் தீராத வியாதியில் துன்புறுவதாக போலிச் சான்றிதழ் வாங்கி வருமான வரிக் கழிவு வாங்கி மாட்டிக்கொண்டவர்களும் இருக்கிறார்கள்.

சிறு விடுப்பு எடுக்கும்போது பலர் அது தங்கள் உரிமை என எண்ணுகிறார்கள். விடுப்பு ஒருபோதும் உரிமையாகாது. எப்போது வேண்டுமானாலும் அது மறுக்கப்படலாம்.

விடுப்பு விண்ணப்பத்தில் 'எதற்காக விடுப்பு எடுக்கிறோம்' என்பதைத் தெளிவாகக் குறிப்பிட வேண்டும் என விதியும் உண்டு.

பலர் "என் சொந்த வேலையின் காரணமாக எனக்கு விடுப்பு வேண்டும்" என எழுதுவார்கள். ஏதோ நாமெல்லாம் மட்டும் சமூகசேவை செய்வதற்காக விடுப்பு எடுப்பதைப் போல.

விடுப்பு எடுக்கும்போது தொடர்பு முகவரியையும், தொலைபேசி எண்ணையும் தருவது அவசியம்.

(லீவ்) - விடுப்பு என்பது வேறு -

(ஹாலிடே) - விடுமுறை என்பது வேறு.

இவை இரண்டையும் போட்டுக் குழப்பிக் கொள்பவர்கள் அதிகம்.

விடுப்பு - (லீவ்) - நாம் எடுப்பது

விடுமுறை (ஹாலிடே) - அவர்களாக அனுமதிப்பது.

நான் சமீபத்தில் படித்தேன். ஒருவர் ஓய்வுபெறும் வரை ஒருநாள் கூட விடுப்பு எடுக்கவில்லை என்று. இப்படிப்பட்ட கடமைவீரர்களும் இருக்கவே செய்கிறார்கள்.

ஒருவர் பாட்டி செத்ததாக விடுப்பு விண்ணப்பம் கொடுத்தார்.

மேல் அலுவலர் கேட்டார் : "பாட்டி எப்ப செத்தாங்க?"

அலுவலர் சொன்னார் : "மூணு வருஷத்துக்கு முன்னாடி"

"அதுக்கு இப்ப ஏன் விடுப்பு எடுக்கிறீங்க?"

"அப்ப நான் விடுப்பு எடுக்கலே ஐயா!"

*

15. உடம்பை வளர்ப்போம்

'மணிமேகலை' என்னும் இரட்டைக் காப்பியத்தில் உடல் பற்றிக் குறிப்பிடும்போது

"பற்றின் பற்றிடம் குற்றக்கொள்கலம்
புற்று அடங்கு அரவின் செற்றச் சேர்க்கை
அவலக் கவலை கையாறு அழுங்கல்
தவலா உள்ளம் தன் பால் உடையது
மக்கள் யாக்கை இது என உணர்ந்து
மிக்கோய்! இதனைப் புறமறிப்பாராய்"

என்று கூறுகிறது.

புனையப்படும் மணப்பொருள்களை நீக்கிவிட்டால் புறத்தே வீசியெறியத்தக்க முடைநாற்றம் உடையது. பற்றின் இருப்பிடம் - சினத்தின் உறைவிடம் - வருத்தம், கவலை, செயலற்ற தன்மை, வாய் விட்டு அழக்கூடிய பெருந்துன்பம் ஆகிய நான்கும் அகத்தே கொண்டது என உடலைப் பற்றிய கருத்து இதில் விமரிசனமாக வைக்கப் பட்டுள்ளது.

திருமூலரோ உடலைப் பற்றிக் குறிப்பிடும்போது

"பார்ப்பா னகத்திலே பால்பசு ஐந்துண்டு
மேய்ப்பாரு மின்றி வெறித்துத் திரிவன
மேய்ப்பாரு முண்டாய் வெறியு மடங்கினால்
பார்ப்பான் பசுவைந்தும் பாலாய்ச் சொரியுமே"

என்று குறிப்பிடுகிறார்.

உடம்பைக் காளையாக வரித்துக்கொண்டவர்கள் அதை அடக்க நினைத்துத் தோற்றுப் போனார்கள். சல்லிக்கட்டு கூட மறைமுகமாக நரபலி தர ஏற்பட்ட சடங்குதான் என அதைப் பற்றி விரிவாக ஆய்வு செய்த மரிக்கொழுந்து தெரிவிக்கிறார்.

உடல் என்னும் காளையை அடக்க முனைந்தவர்கள் - தங்களையே பலியாகத் தந்துகொண்டார்கள்.

பழங்காலத்தில் சில முனிவர்கள் உடல் புழுத்து புழுக்கள் தங்கும் படி உடலை உதாசீனம் செய்வார்களாம். அவர்கள் நடக்கும் போது ஒன்றிரண்டுப் புழுக்கள் அந்தப் புண்களில் வழியும் ரத்தத்தில், தற்சமயம்

பல வீடுகளில் பதித்த டைல்ஸ்களில் வழுக்கி விழுகிற அஜாக்கிரதை யாளர்கள் போல வழுக்கி மண்ணில் விழுந்தால் அவற்றை மறுபடியும் எடுத்துப் புண்களிலேயே விட்டுக்கொள்வார்களாம்.

புழுக்களுக்காக அவர்களுக்கு மனப்புழுக்கம்.

உடல் நேசிப்புக்குரியது - உடலை நாம் பசுவாகக் கருதினால் - ஞானப்பால் கறக்க அது சகாயமாக இருக்கும்.

திருமூலர் சொன்ன நேசிப்பை, மணிமேகலை சொன்ன கருத்தின் விழிப்புணர்வுடன் செய்தால் உடல் மடலாக விரியும்; மடையாகத் திறக்கும்.

உடலையே கடிவாளமாக்கிக் கொண்டால், அதில் மனம் மட்டுமே சவாரி புரியும்.

'கால்நடைகளுக்கு மருத்துவம் பார்ப்பது கடினமா? மனிதர் களுக்குப் பார்ப்பது கடினமா?' என்று ஒரு பட்டிமன்றம்.

மனிதர்களுக்குத்தான் கடினம் - என்ற அணியில் பேசியவர் சொன்னார்: "இப்பொழுது மனிதர்களுக்குத்தான் புதிய புதிய நோய்கள் வருகின்றன. பல நோய்களுக்கு இன்னும் மருந்துகளே கண்டுபிடிக்கப் படவில்லை. எனவே அவர்களுக்கு வைத்தியம் பார்ப்பதுதான் கடினம்."

கால்நடை அணியைச் சார்ந்தவர் சொன்னார்: "மனிதர்கள் தங்களுக்கு என்ன பிரச்சினை என்று வாய் திறந்து கூறிவிடுவார்கள். எனவே கால்நடைகளுக்குத்தான் கடினம்."

நடுவர் தீர்ப்புக் கூறும்போது சொன்னார்:

"மனிதர்களுக்குச் சர்க்கரை நோய் வந்தால் நைஸாக நழுவி ஐஸ்கிரீம் சாப்பிடுவதைப் போல மாடுகள் செய்வதில்லை. கண்வலி வந்தாலும் கட்டாயம் தொலைக்காட்சியைப் பார்ப்பேன் என அவை அடம் பிடிப்பதில்லை. விலங்குகளில் கற்பழிப்பு இல்லை. கருக்கலைப்பு இல்லை. பெண் சிசுக்கொலை இல்லை. ஆடுமாடுகள் புகை பிடிப்ப தில்லை. மது குடிப்பதில்லை. தகாத உறவு தப்பியும் அங்கு இல்லை. பேச முடியாததால் மன அழுத்தம் (Pressure) இல்லை. எனவே கால்நடை வைத்தியம் கடினமே இல்லை."

*

16. எமிலி டிக்கன்சன்

எமிலி டிக்கன்சன் என்று ஒரு பெண்மணி அமெரிக்காவில் இருந்தார். இளம் வயதிலேயே பல துயரங்களைச் சந்தித்தவர். அற்ப ஆயுளிலேயே மறைந்து போனார்.

தந்தையின் அகால மரணம், தாயின் பக்கவாதம், காதல் தோல்வி, நண்பர்கள் பிரிவு என்று வேதனையின் சுமை முதுகில் விழுந்து அமுக்கும்போதும் அதைக் கண்டு நொடிந்து போகாமல், இடிந்து விடாமல், ஒடிந்து சாயாமல் நிமிர்ந்து நிற்கும் திறன் அவருக்கு இருந்தது.

பெண்கள் துணிவு கொண்டால் அது ஆண்களைக் காட்டிலும் பல மடங்கு தீவிரமாக இருக்கும்.

எமிலி இறந்தபோது அவருடைய அலமாரியில் ஆயிரத்திற்கும் மேற்பட்ட கவிதைகள் இருந்தன. அவற்றையெல்லாம் எரித்துவிடுமாறு தன் சகோதரிக்கு ஒரு குறிப்பு எழுதி வைத்து விட்டுத்தான் அவர் விடை பெற்றிருந்தார்.

அவற்றை எடுத்து எரிக்கும்போது, எதேச்சையாக ஒன்றிரண்டை வாசித்தபோது அதிலிருந்த கவித்துவம் கவர்ந்திழுக்க அவருடைய சகோதரி அவற்றைப் பதிப்பித்தார்.

அவை அமெரிக்கக் கவிதையுலகத்தில் இன்றும் பேசப் படுமளவு பெருமையுடன் இருக்கின்றன.

"நான் புளிக்காத மதுவை ருசித்திருக்கிறேன்" என்று அவர் ஒரு கவிதையில் குறிப்பிட்டிருக்கிறார்.

புளிக்காத மது என்பது வாழ்க்கையின் நொடிகளைத் தான். மது அருந்தாமலேயே வாழ்வின் மகிழ்ச்சி மயக்கத்தில் திளைத்திருக்க முடியும்.

அதற்கு வாழ்க்கையை நுகரத் தெரிய வேண்டும். ஒவ்வொரு நொடியையும் மனச்சிக்கல் வராமல் அனுபவிக்கத் தெரிந்தால் அது சாவை நோக்கி அழைத்துச் செல்லும் சுரங்கப் பாதையாக இல்லாமல் புத்துலகத்திற்கு எடுத்துச் செல்லும் மேம்பாலமாக அமையும்.

'எதற்காக வாழ்கிறோம்?' என்று என்றாவது நாம் யோசித்திருக் கிறோமா?

வெ.இறையன்பு

இந்தக் கேள்வி எழாததாலேயே பலர் மகிழ்ச்சியுடன் இருக்கிறார்கள்.

"திராட்சையின் வயிற்றில் தோன்றாத மது எனக்குப் பரிச்சயம்" என எமர்சன் எழுதியிருப்பார்.

நாம் என்ன வேண்டுமானாலும் செய்யலாம்; தவறு இல்லை. ஆனால், அதனால் ஏற்படும் பின்விளைவுகளை நாம் ஏற்றுக்கொள்ளத் தயாராக வேண்டும்.

'தவறு செய்வேன்; ஆனால் பிரச்சினை வரக்கூடாது' என எண்ணினால் அது எப்படிச் சாத்தியம்?

'பரீட்சையில் பார்த்து எழுதுவேன்; ஆனால் பிடிபட்டால் தற்கொலை செய்து கொள்வேன்' என்றால் அது எப்படி?

நம் ஒவ்வொரு செயலுக்கும் பொறுப்புணர்வை நாம் ஏற்றுக் கொள்ளத் தயாராக இருந்தால் மேற்கொண்டு செயலைச் செய்யலாம்.

விழிப்புணர்வுடன் செயல்களைச் செய்பவர்களுக்குச் சுயமாகவே உற்சாகமாக இருக்க முடியும். அவர்களுக்கு ஊன்று கோல்கள் தேவையில்லை.

வாழ்க்கையைப் புளிக்க வைத்துவிட்டவர்கள்தான் புளித்த மதுவின் புறமுதுகில் ஏறிச் சவாரி செய்கிறார்கள். சமாளிப்பதால் எதையுமே சரி செய்ய முடியாது. ஒரு தவறை நியாயப்படுத்த ஒன்பது தவறுகளைச் செய்ய வேண்டியிருக்கும்.

ஒரு விருந்தில் ஒரு கனவான் அருகிலிருந்த நபரிடம் "அங்கு மூலையில் மிகவும் உரக்கப் பேசிக்கொண்டிருக்கும் அசிங்கமான பெண்மணி யார்?" எனக் கேட்டார்.

"அவள் என் மனைவி."

"நான் அவரைச் சொல்லவில்லை; அவர் அருகிலிருக்கும் பெண்ணைக் குறிப்பிடுகிறேன்."

"அவள் என் சகோதரி."

*

17. வளர்ப்பு மிருகங்கள்

இன்று நாம் வளர்ப்பு மிருகங்களாக வைத்திருப்பவையெல்லாம் - நாய், பூனை, பசு, குதிரை, கழுதை போன்றவையெல்லாம் - 4000 ஆண்டுகளுக்கு முன்பு வளர்ப்பு மிருகங்களாக்கப்பட்டவைதான். நாலாயிரம் ஆண்டுகளாக மனிதனால் கொசுவைத் தவிர வேறெதையும் வளர்ப்பு மிருகமாக்க முடியவில்லை. அவற்றையும் வளர்ப்பு Domesticate மிருகங்களாகச் செய்தவர்கள் ஆண்களல்ல = பெண்கள் தான்.

மனிதன் வேட்டையாடும் பருவத்தில் அவனுக்கு உணவு கிடைப்பது அரிதாக இருந்த காரணத்தால் பேராசை மிகுந்த வனாகவும், நிறைய அபகரிப்பவனாகவும் இருந்தான். ஆணுக்கு வேட்டையாடுவது தான் வேலை.

பெண்கள்தான் வேளாண்மையைக் கண்டுபிடித்திருக்க வேண்டும். மரத்திலிருந்து விழுகிற விதைகள் முளைப்பதை அவர்கள் பார்த்திருக்க வேண்டும். அவர்கள் தங்கியிருக்கிற குகைக்கு அருகில் அவர்கள் பொறுமையாக விதைகளை விதைத்திருக்க வேண்டும்.

அவர்கள் அதில் வெற்றியடைந்தபோது, ஆண்கள் தங்கள் உயிரைப் பணயம் வைத்து வெளியே சென்று வேட்டையாடுவதைக் காட்டிலும் விவசாயத்தில் ஈடுபடுவது நல்லது என நினைத்தார்கள்.

இன்று, இப்படிப் பெண்ணால் கடைசியாக வளர்ப்புக்கு உட்பட்ட வீட்டு விலங்குகள் ஆண்கள். (Man is woman's last domestic animal, only partially and reluctantly civilized - Will Durant) அவளிடமிருந்துதான் அவன் அன்பு, நேயம், கனிவு, கூட்டுறவு, சமூக வாழ்வு ஆகியவற்றைக் கற்றுக் கொண்டான்.

ஆணின் இரத்தத்தில் இன்றும்கூட வேட்டையாடும் மன நிலை இருக்கிறது. அதனால்தான் அன்று ஆடு பிடிக்கச் சென்றவன், பின்பு நாடு பிடிக்க ஆரம்பித்தான்.

வேட்டையாடும் அவன் மனோபாவத்தை மட்டுப்படுத்தவே காவல்துறை, சட்டம் - ஒழுங்கு ஆகியவை.

சமூக ஒழுக்கம் என்கிற அங்கீகரிக்கப்பட்ட வாழ்வியல் நடை முறை.

பெண்ணால் விதையாக இருக்க முடிந்தால் மட்டுமே ஆணால் மலராக இருக்க முடியும். பெண் தன்னை அதிகம் வெளிப்படுத்திக்

கொள்ளாமல் பூமிக்குள் ஆழமாகப் புதைந்து புதைந்து வேர்களைப் பரப்பியதால் ஆண் உயரமான உச்சாணிக் கொம்புகளில் மொக்குவிட்டு மலர முடிந்தது.

ஆனால், இன்று நாம் விதையே வேண்டாமென்கிற நிலைக்கு வந்துவிட்டோம்.

மனிதனையே நாகரிகப்படுத்தி அவன் முரட்டு நகங்களும், கூரிய பற்களும் உதிரும்படி காட்டுமிருகமாக இருந்து வேட்டையாடித் திரிந்த அவனை வீட்டு மிருகமாக்கியது பெண்தான். ஆனால் பெண் கருச்சிதைப்பு, பெண் சிசுக்கொலை என வேர்களையே நாம் வெட்ட ஆரம்பித்திருக்கிறோம்.

இன்றுகூட நாம் வயல்களைப் பார்த்தால் நாற்று நடுவதும், களையெடுப்பதும், அறுவடை செய்வதும் பெண்கள்தான் என்பதை உணர முடியும். ஆனாலும் நிலம் அவர்கள் பெயரில் உரிமை உடையதாக இருப்பதில்லை.

ஒரு புள்ளி விவரம் சொல்கிறது: உலகத்தில் ஆண்கள், பெண்கள் சரிபாதி. பெண்களே 60% பணிகளைச் செய்கிறார்கள். ஆனால், அவர்களுக்கு 10% ஊதியமே கிடைக்கிறது. 1% சொத்து மட்டுமே உள்ளது. அந்த 1% சொத்துகூட வருமான வரியிலிருந்து விலக்குப் பெறுவதற்காக இருக்கும்.

ஒரு பெண்மணி எழுதினார்.

"பெண்களைக் கருவிலேயே சிதைப்பது, கருச்சிதைவு அல்ல கருணைக் கொலை" என்று நாம் சதியைக் கூட நியாயப்படுத்தலாம்.

பிரச்சினைகளை எதிர்கொள்வதன் மூலம்தான் தீர்வு காண முடியுமே தவிர அவற்றிலிருந்து ஓடி ஒதுங்குவதால் தப்பிக்க முடியாது.

பெண் சிசுக்கொலைகள் இன்றும் தொடர்கின்றன.

பெண்களின் ஆற்றலை, ஆக்கபூர்வமான அவர்கள் பங்களிப்பை நேர்முகமாக (பாஸிட்டிவாக) நாம் சுட்டிக்காட்டத் தவறியதால் ஏற்படுகின்ற விளைவு இது. பாரதி பாடிய 'பெண்மை வெல்கவென்று கூத்திடுவோம்' என்பது என்று சாத்தியம்?

என்ன செய்வது?

வேட்டையாடும் சுபாவம் இன்னும் மனிதனுக்கு இருக்கிறது.

காட்டுமிருகங்களை வேட்டையாட முடியாததால் வீட்டு மனிதர்களையே அவன் வேட்டையாட ஆரம்பித்து விட்டான்.

18. விருந்தோம்பல்

கிரேக்கத்தில் 5-ஆம் நூற்றாண்டில் அப்பெல்லஸ் (Apellus of Cos) என்கிற மிகச் சிறந்த ஓவியர் இருந்தார். விரல்களின் அசைவில் வித்தகம் விளைவிக்கும் மகத்துவம் அவருடைய கலைத்தேர்ச்சியில் முத்திரை களாக மோதிரம் போட்டுக் கொண்டன.

ப்ளைனி (Pliny) அவரைப் பற்றிக் குறிப்பிடும்போது "அவரை மிஞ்சும் கலைஞன் முன்பு இருந்ததில்லை; பின்பு இருக்கப் போவது மில்லை" என்றார்.

ப்ளைனி அப்படி யாரையும் சுலபமாகப் பாராட்டுபவர் அல்ல!

'ரோட்ஸ்' என்கிற இடத்தில் மூத்த கலைஞன் ப்ரோடோஜீன்ஸ் (Protogenes) வறுமையில் உழல்வதாகக் கேள்விப்பட்டு அவரைச் சந்திக்கும் பொருட்டு அப்பெல்லஸ் அங்கு பயணித்தார். 'ப்ரோடோ ஜீன்ஸ்'க்கு அவர் வருவது முன்கூட்டியே தெரியாது. எனவே, அவர் வரும் நேரத்தில் ப்ரோடோஜீன்ஸ் கலைக்கூடத்தில் இல்லை.

அப்பெல்லஸ்ஸை, அங்கு தரையைப் பெருக்கிக் கொண்டிருந்த பெண்மணி "உங்கள் பெயர் என்ன?" என்று கேட்டாள். அதற்குப் பதில் ஏதும் சொல்லாமல் அப்பெல்லஸ் தூரிகையை எடுத்து பேனலில் ஒரே ஒரு கோடு - மிகவும் லாகவமாக, நேர்த்தியாக, அபரிமிதமான கலையுணர்வுடன் இழுத்துவிட்டுப் போனார்.

புரோடோஜீன்ஸ் தன் கலைக்கூடத்திற்குத் திரும்பி வந்ததும் அந்தக் கோட்டைப் பார்த்ததுமே "வந்தவர் அப்பெல்லஸ் ஆகத்தான் இருக்க வேண்டும்" என்றார். உடனே தன்னுடைய தூரிகையை எடுத்து இன்னும் நேர்த்தியாக அந்தக் கோட்டுக்குள் இன்னொரு கோட்டை தீட்டினார். அப்பெல்லஸ் வந்ததும் அதை அவரிடம் காட்டுமாறு அந்தப் பணிப் பெண்ணிடம் கூறிவிட்டுச் சென்றார்.

அப்பெல்லஸ் வந்தார்; பார்த்தார். அந்த இருகோடுகளுக்கு இடையே இணையில்லாத நேர்த்தியுடன் இன்னொரு கோட்டை வரைந்தார். அதைக் கண்ட புரோடோஜீன்ஸ் "அப்பெல்லஸ்ஸை யாராலும் விஞ்ச முடியாது" என்று கூறிக்கொண்டே அவரை வரவேற்கத் துறைமுகத்திற்குச் சென்றார்.

அந்தப் பேனலைத் தலைமுறை தலைமுறையாகப் பாதுகாத்து வந்தனர். ஜுலியஸ் சீசர் அதை விலை கொடுத்து வாங்கினார். ஆனால், பேளடின் (Palatine) மலையில் உள்ள அவருடைய அரண்மனை எரிந்த போது அந்தக் கோட்டோவியமும் அழிந்து போனது. கலையையும், கலைஞர்களையும் போற்றுகிற தன்மையைப் பொறுத்துத் தான் ஒரு சமுதாயம் மதிக்கப்படும். ஒரு நாடு எப்படிப்பட்ட கலைஞர்களைப் போற்றுகிறது என்பதை வைத்தே அவர்களுடைய தராதரத்தைக் கண்டுபிடித்து விடலாம்.

கம்பர் கொங்கு நாட்டிற்குப் போனபோது அந்நாட்டில் உள்ளோர் அவரைப் போற்றாமையால், அந்நாட்டையும், நாட்டவரையும் இழித்துப் பாடினார்.

“நீரெலாம் சேற்று நாற்றம் - நிலமெலாம் கல்லும் முள்ளும்
ஊரெலாம் பட்டிதொட்டி உண்பதோ கம்பஞ்சோறு
பேரெலாம் பொம்மன் திம்மன் பெண்களோ நாயும் பேயும்
காருலாங் கொங்கு நாட்டைக் கனவிலும் நினைக் கொணாதே”

என்பது அந்தப் பாடல்.

இருபதாம் நூற்றாண்டில் வாழ்ந்த கவிஞர் கண்ணதாசனோ,
“அப்பப்பா! கோவையிலே விருந்து உண்டால்
ஆறுநாள் பசியும் வயிறும் வேண்டும் -
தப்பப்பா! சாப்பாட்டாலேயே சாகடிப்பார்
ஒப்பப்பா! இவர் உள்ளம்
உயர்வப்பா இவர் உள்ளம் உயர்விலை...”

என்று கொங்குமண்டலத்தைப் பாடினார்.

கண்ணதாசன் காட்டும் கொங்கு மண்டலமே இன்று நாம் காணும் யதார்த்தம்.

*

19. உடலும் மனமும்

வாழ்க்கையின் முரண் உடலுக்கும், மனத்திற்கும் இடையே உள்ள முரணால் ஏற்படுகின்றது.

மனத்தின் எல்லையோ அளவிட முடியாதது -

உடலின் எல்லையோ மிகவும் சிறியது.

மனத்தின் அளவற்ற ஆசைகளை அடைய முயற்சி செய்து உடல் தளர்ந்துவிடுவதே நம்முடைய உள்ளச் சோர்வுக்கு முக்கிய காரணம்.

பார்த்த பதார்த்தத்தையெல்லாம் சாப்பிட வேண்டும் என மனம் நினைக்கிறது.

உடலோ ஓரளவுக்கு மேல் சுவைக்க முடியாமல் தடுமாறுகிறது.

நாக்கு தித்திப்பால், வயிறு நிறைவால், கல்லீரல் சுரக்க முடியாத அயர்வால், குடல் செரிக்க முடியாத சோர்வால் ஒரு கட்டத்திற்கு மேல் உணவை நிராகரிக்கிறது.

நமக்குக்கூட பார்க்கிற புத்தகத்தையெல்லாம் படித்து முடித்து விட வேண்டும் என்கிற எண்ணம் ஏற்படுகிறது. ஆனால் ஒருசில பக்கங்களிலேயே கண்கள் மங்கி, தூக்கம் வந்துவிடுகின்றது.

யாரும் தன்னுடைய உடலின் சக்தியை ஓரளவிற்கு மேல் விரிவாக்க முடியாது. ஆனால், மனத்தின் ஆசைக் கோடுகளைக் கொஞ்சம் குறுக்கிக் கொள்ளலாம்.

அப்படிக் குறுக்கிக் கொள்பவர்களுக்குத் திருப்தி எல்லாச் செயல் களிலும் ஏற்படுகிறது.

மனம்தான் உடலை இயக்குகிறது என்பது ஒரு புள்ளிவரை சாத்தியமாகிறது. ஆனால், அதற்குப் பிறகு மனமே உடலுக்கு எதிரான தாகவும் ஆகிவிடுகிறது.

நாம் மனத்தோடு ஏதாவது செய்ய முடியுமே தவிர; உடலை மிகப் பெரிதாக ஏதும் செய்துவிட முடியாது. உடலை ஆரோக்கியமாக வைத்துக் கொள்ளலாம் - 'தம்' பிடிக்கலாம் - இன்னும் கொஞ்சம் நம்முடைய தாங்கும் சக்தியை அதிகப் படுத்திக் கொள்ளலாம். ஆனால், அவையெல்லாம் மனத்தினுடைய ஆற்றலுக்கு முன்னால் ஒன்றுமே இல்லை என்பது தான் உண்மை.

மூலத்தையே களைவதுதான் முக்கியம். முளையிலேயே கிள்ளுவது தான் சாத்தியம். ஆனால் இதில் உள்ள பிரச்சினை நாம் நம் எண்ணங் களைக் கட்டுப்படுத்த நினைக்கும் போதுதான் அவை அதிகரிக்க ஆரம்பிக்கின்றன. அதனால் தான் அவற்றைப் புரிந்துகொண்டு கடந்து செல்ல வேண்டும்.

ஆரம்பத்தில் அடுத்தவர்களைக் கடந்து செல்வதுதான் வெற்றியைப் போலத் தோன்றினாலும், நம்மையே நாம் கடந்து செல்வதுதான் உண்மையான வெற்றி என்பதை நாம் உணர முடியும்.

பாம்பு எத்தனை தோல்களைக் கழற்றியது என்பதை வைத்து அதன் வயதைக் கணக்கிடுவதைப் போலத்தான் இதுவும்.

நம்மிடையே இரண்டு விதமான மனிதர்கள் இருக்கிறார்கள்.

ஒரு சாராருக்கு உடலே தடை.

ஒரு சாராருக்கு உடலே சுமை.

உடலைத் தடையாகவும் கருதாமல், சுமையாகவும் கருதாமல் பாலமாகக் கருதும்போதுதான் நாம் நம்முடைய முழுமையான ஆற்றலை உணரமுடியும்.

உடலைப் பேணுபவர்கள் ஒன்றைத் துல்லியமாகக் கவனிக்கலாம். எது சுகமாகத் தோன்றுகிறதோ அதுவே ஒரு கட்டத்தில் துக்கமாகவும் ஆகிவிடுகிறது.

எனவே, எந்த எல்லைக்கோட்டில் அது இயல்பை மாற்றிக் கொள்கிறது என்பதை உன்னிப்பாகக் கவனிக்க வேண்டும்.

அதற்குத்தான், ஆமை தண்ணீரைக் கொதிக்க வைக்கும் கொப்பரையில் ஆரம்பத்தில் 'இளஞ்சூட்டில்' இனிமையாக இருப்பதாக நினைத்த உருவகக் கதையைச் சொன்னார்கள்.

மனத்தை முறையாகப் பயன்படுத்துவது ஒரு கலை.

பணி முடிந்து வீட்டுக்குத் திரும்பிய கணவனிடம் மனைவி விசாரித்தாள்.

"ஏன் இன்று இவ்வளவு களைப்பாக இருக்கிறீர்கள்?"

"இன்று எங்கள் அலுவலகத்தில் கணினி எதுவும் வேலை செய்யவில்லை. நாள் முழுக்க நாங்களாகச் சிந்திக்க வேண்டி யிருந்தது."

இதற்கு என்ன செய்வது?

*

20. இளநீர்

இயற்கை தரும் இனிய பருகுநீர் இளநீர். இயற்கை வித்தியாசமான சமன்செய்யும் அதிசயம். வெயிலில் தகிக்கிற இடங்களில்தான் இளநீரை அது அருட் கொடையாக அளித்திருக்கிறது.

இளநீர், இன்று விளையாட்டின்போது புத்துணர்ச்சி தருகிற பானங்களையெல்லாம்விட அதிக தாதுப் பொருட்களும், நுண் சத்துகளும் அடங்கியது என்று அறியப்பட்டிருக்கிறது.

அது கலப்படம் இல்லா பானம் -

ஒவ்வோர் இளநீரும் பல கை மாறியதால் அதிக விலைக்கு விற்க வேண்டிய அவசியமில்லாத குளிர் பானம்.

இளநீருக்கு எதற்கு விளம்பரம்?

ஒவ்வொரு தென்னை மரமுமே இளநீருக்கு ஏதுவாக வைக்கப் பட்டிருக்கும் இலவச விளம்பரத் தட்டி தானே!

'இளநீரால் வாதபித்த மேகு மனதுந்
தெளிவாய்த் துலங்குமிரு திஷ்டிக் - கொளிவுங்
குளிர்ச்சியு முண்டாகுங் கொடியவன னீங்குந்
தளிர்த்தகன நொய்தாகுஞ் சாற்று'

என்கிற பதார்த்த குணப் பாடல் இளநீரினால் வாதபித்த நோய்கள் குணமாகி மனத்தைத் தெளிவாக்குவதுடன் சரீரத்திற்குக் குளிர்ச்சியைத் தந்து கொடிய அனலையும் போக்கும்; பித்தவாந்தி, நீர்பேதி, மூத்திரப் பெருக்கம் ஆகியவற்றைக் குணப்படுத்தி மலப்போக்கு உண்டாக்கும் எனக் கூறுகிறது.

நாமோ வெளிநாட்டு பானங்களில் மனம் வைக்கிறோம். ஆனால் தமிழ்நாட்டுக்கு வருகிற வெளிநாட்டவர்கள் எல்லோரும் இளநீரைப் பருகி அதிசயித்துப் போகிறார்கள்.

செவ்விளநீர் பித்தம், நீர்வேட்கை, வழி நடையால் வரும் இளைப்பு, அயர்வு, கபநோய்கள் முதலியவற்றைப் போக்கும்.

பச்சை இளநீர் நீர்மேகம், நாள்பட்ட சுரம், கப ஆதிக்கம், கண்நோய் ஆகியவற்றைக் குணப்படுத்தும்.

அடுக்கிளநீர் கபதோஷம், மலப்பை ஆகியவற்றைக் குணப்படுத்தும்.

கருவிளநீர் உடல் ஒளியையும், மகிழ்ச்சியையும் உண்டாக்கும்.

குண்டற்கச்சி இளநீர் பசியை உண்டாக்கி வயிற்றில் உள்ள தீயை அதிகப்படுத்தும்.

இயற்கைக்கு இணையாக நாம் எதையுமே உண்டாக்க முடியாது. இயற்கை தூய்மையையும், சுகாதாரத்தையும் உள்ளடக்கியதாக இருக்கிறது. நாம் இளநீருக்காகச் செலவழிக்கும் ஒவ்வொரு ரூபாயும் எந்த இடைத்தரகரையும் அணுகாமல் ஏழை விவசாயியைச் சென்றடைகிறது என உணர வேண்டும்.

இளநீர் வாழ்க்கையையும் கற்றுத் தருகிறது.

இளநீராக இருக்கும்போது ஓட்டோடு ஒட்டியிருக்கிற பருப்பு கொப்பரையானதும் தன் முழு வடிவம் சிதையாமல் தேங்காய் உடைந்த பின்பும் திகழ்கிறது.

முதிர்ச்சி அடைந்தவர்கள் எத்தனைக் கஷ்டங்கள் அவர்கள் மீது முட்டி மோதினாலும் தங்கள் ஆன்மா சிதையாமல் வாழ்பவர்கள் உடலையும், உள்ளத்தையும் கொப்பரைத் தேங்காயைப் போல தனித்தனியாகப் பிரித்துப் பாதுகாக்கும் ஆற்றல் அவர்களுக்கு உண்டு.

ஒரே உயரத்தில் இருந்தாலும் உதிரும்போது நெற்றுக்கும் குரும்பைக்குமுள்ள வேறுபாடு தெரிந்துவிடும் எனத் தெரிவிக்கிறது தென்னை.

தன் நன்றியைத் தலையாலே தான் தருவதால் உயர்ந்து நிற்கிறது தெங்கு.

இப்பொழுதெல்லாம் நாம் மிகவும் சாமர்த்தியமாகி விட்டோம்.

நன்றி சொல்வதிலும் உண்மையில்லை;

நம் நேயத்திலும் நியாயமில்லை.

ஓர் இளைஞன் ஒரு பெண்ணை நேசிப்பதாகக் கூறினான்.

அவன் நண்பன் கேட்டான் : "என்ன, முதல் பார்வையிலேயே காதலா - Love at first sight ஆ?"

"இல்லை - இது இரண்டாவது பார்வையில் நிகழ்ந்தது - Love at second sight."

"ஏன்?"

"முதல்முறை பார்த்தபோது அவள் பணக்காரப் பெண் எனத் தெரியாது."

*

21. இராக்கன்

கற்பனை வேறு, பித்தலாட்டம் வேறு.

கற்பனையிலும் அளவான கற்பனை வேறு, அதீத கற்பனை வேறு.

கற்பனையே மனிதனுடைய சிந்தனைக்குச் சிறகுகளைத் தந்தது. எதிர்காலம் குறித்த அவனுடைய எண்ணங்களுக்கு வடிவத்தைத் தந்தது.

கற்பனை கவிதைக்கு வளம் தந்தது -

இயற்கையின் இழைகளிலும் தங்க சரிகைகளைத் தைத்துத் தந்தது.

விஞ்ஞானத்திற்கு வித்திட்டது.

மெய்ஞானத்திற்குத் தேடுதலை மேவியது.

இருப்பதை மெருகேற்றும்போதுதான் கற்பனை பிறக்கிறது.

கற்பனை அந்தரத்தில் தொங்குவதல்ல - அவை நிஜத்தின் கிளைகளில் மலரும் மொட்டுக்கள் - அப்படி இருந்தால்தான் அவை காகித மலர்களாக இல்லாமல் கமழும் மலர்களாக மணம் பரப்ப முடியும்.

இராக்கன் என்னும் ஒரு செல்வனை ஒரு புலவர் புகழ்ந்து பாடினார். அவன் "கற்பனைப் பாக்களை ஒப்புக் கொள்ள மாட்டேன். உண்மையான செய்திகளை அமைத்துப் பாடினால் நன்கொடை வழங்குவேன்" என்றான்.

உடனே அந்தப் புலவர்,

"பாக்காவது கமுகம் பழம் பருப்பாவது துவரை
மேற்காவது கிழக்கேநின்று பார்த்தால் அதுதெரியும்
நாற்காதமும் முக்காதமும் நடந்தால் எழுகாதம்
ராக்கா வன்மையைச் சொன்னேன் ரட்சிப்பாயே"

என்று ஒரு பாடலும்,

"அண்ணன் என்பவன் தம்பிக்கு மூத்தவன்
வெண்ணெய் என்பது பாலில் விளைவது
திண்ணை என்பது தெருவில் உயர்ந்தது
கண்ணன் என்பவன் கண்ணிரண்டுள்ளவன்"

என்று இன்னொரு பாடலும் பாடினார்.

பரிசு கிடைத்ததா என்பது தெரியவில்லை.

பல நேரங்களில் நான் ‘உள்ளதைப் பேசுகிறேன்’ என்ற போர்வையில் நாம் கடினமான சொற்களையும், தடித்த வார்த்தைகளையும் பயன்படுத்திவிடுகிறோம்.

சொல்ல வேண்டிய செய்தியையே மென்மையாகச் சொன்னால், அது கேட்பவர்களின் ஆழ்மனத்தைத் தாக்கி அதிர்வுகளைத் தோற்றுவித்து அவர்களை மறுமலர்ச்சியடையச் செய்யும்.

பறப்பது ஒரு கற்பனையாகத்தான் இருந்தது -

மிதப்பது ஒரு கற்பனையாகத்தான் இருந்தது.

“பட்டனைத் தட்டிவிட்டால் ரெண்டு தட்டுல இட்லியும் கூட சட்டினியும் வந்திடணும்.”

என்கிற பழைய படப்பாடல் கூட கற்பனைதான்.

பூனைகளுக்குக் கற்பனையிருந்திருந்தால், அவை எலிகளைப் பிடிக்கப் பொறிகளைச் செய்திருக்கும். தங்கள் நகங்களுக்கு நகப்பூச்சு (நெயில் பாலீஷ்) போட்டுக்கொண்டு வலம் வந்திருக்கும்.

சொர்க்கம், நரகம் கூட நம் கற்பனைதானே!

இரண்டு எழுத்தாளர்கள் ஒரு பத்திரிகை ஆசிரியரைத் தங்கள் கதையுடன் சென்று சந்தித்தனர்.

இருவரும் தங்கள் கதைகளைக் கொடுத்தனர்.

வாங்கிப் பார்த்தவுடன், அவர் கேட்டார் : “இது கற்பனைக் கதையா? உண்மைக் கதையா? கதைக்கரு எப்படிக் கிடைச்சது?”

முதல் எழுத்தாளர்: “நான் அங்க இங்க பார்க்கிறதை வச்சித்தான் கதையை எழுதறேன்.”

இரண்டாமவர். “நான் அங்க இங்க படிக்கறதை வச்சித்தான் சார் கதையை உருவாக்குகிறேன்.”

*

22. தேநீர்

தேநீர் எப்படி அறிமுகமானது என சீனத்தில் ஒரு கதை உண்டு.

மக்கள் எல்லோரும் நீரைக் காய்ச்சித்தான் குடிக்க வேண்டும் என்று சீன மன்னர் ஒருவர் கட்டளையிட்டார்.

அப்படிக் காய்ச்சிக் குடிக்கும்போது ஒரு செடியினருகில் தீ மூட்டி, காய்ச்சிக் குடித்த நீரில் செடியிலிருந்த இலைகள் விழுந்து விட்டதாகவும், அதைக் குடித்தவர்கள் அது சுவையாக இருப்பதைக் குறித்து உணர்ந்து அந்த இலைகளைப் பறித்து உபயோகப்படுத்த ஆரம்பித்ததாகவும் அப்படித்தான் 'தேநீர்' புழக்கத்துக்கு வந்ததாகவும் கூறினார்கள்.

வெகு ஆண்டுகளுக்குத் தேநீரைப் பற்றிய தகவல்களைச் சீனர்கள் இரகசியமாகவே வைத்திருந்தார்கள். பேப்பரைக் கண்டுபிடித்த பிறகும் சீனத்தில் ஏழு நூற்றாண்டுகளுக்கு அது இரகசியமாகவே வைக்கப் பட்டிருந்தது.

இன்று விஞ்ஞானம், தேநீர், விழிப்புணர்வுக்கும் இதயச் செயல் பாட்டுக்கும் மிகவும் ஏற்றது என நற்சான்றிதழ் நவில்கிறது.

'ஜென்'னில் ஒரு கதையுண்டு. போதிதர்மர் தியானம் செய்யும் போது தூக்கம் வந்து இடையூறு செய்யாமல் இருப்பதற்காகத் தன்னுடைய கண்ணிமைகளைப் பறித்து எறிந்ததாகவும், அந்த இமை களிலிருந்து வளர்ந்த செடியே தேயிலையானதாகவும், அதனால்தான் தேநீர் அருந்தினால் சுறுசுறுப்புடன் தூங்கிவழியாமல் பணியாற்ற முடிகிறது என்றும் ஐதீகம்.

'ஜென்'னில் தேநீர் ஒரு முக்கியமான அங்கம். தேநீர் விருந்துகள் ஆன்மிகத் தேடலில் ஒரு பகுதி.

எல்லோரும் கைகால் அலம்பி, இனிமையான இசைப் பின்னணியில், மௌனமாக இருகைகளிலும் தேநீர்க் கோப்பையை ஏந்தி, ஒவ்வொரு துளியாக ரசித்து, ருசித்துப் பருகுவது அங்கு தியானமாகவும் இருக்கும்; திருவிழாவாகவும் நடைபெறும்.

வாழ்க்கை என்னும் தேநீர்க் கோப்பையிலிருந்து ஒவ்வொரு துளியாக நிதானமாகப் பருகி, அதை முழுவதுமாகச் சுவைப்பவர்களே நிறைவான அனுபவத்தைப் பெறமுடியும்.

ஒரு கோப்பைத் தேநீரை முறையாகப் பருகுபவர்கள் ஒவ்வொரு செயலையுமே விழிப்புணர்வு மேலிடச் செய்ய முடியும் என்பது தாத்பர்யம். ரசித்துச் செய்கிற செயலால் தளர்ச்சியும் வராது; அயற்சியும் ஏற்படாது. வேலையே அங்கு ஓய்வாக மாறிப்போகும்; பணியே புத்துணர்ச்சியைப் புகுத்தி விடும்.

பால், தண்ணீர், தேயிலை எல்லாவற்றையும் ஒன்றாகக் கலந்து கொதிக்க வைத்துப் பருகும்போது தேநீரின் சுவையும், மணமும் இல்லாமல் போய்விடுகிறது. பால் தூக்கலாக இருக்கும் போது தேநீர் தன்னுடைய மெலிதான துவர்ப்புச் சுவையை இழந்து பானகம் போல ஆகிவிடுகிறது.

தேயிலையை மட்டும் கொதிக்க வைத்துக் குறைவான பாலை அதனுடன் தனியாகக் கலந்து பருகுவதுதான் வயிற்றை நிறைக்காமல், அதிகக் கலோரிகள் சேர்க்காமல் நாம் சுறு சுறுப்பாக இயங்க உதவும்.

எனக்குத் தெரிந்த ஒருவருடைய அலுவலகத்துக்குச் சிலர் சென்றால், அவர் தன் உதவியாளரைக் கூப்பிட்டு, "ஐயாவுக்கு வீட்டில இருந்து கொண்டு வந்த தேநீரைக் கொடுங்க" என்று சொல்லுவார்.

மிகவும் சுவையான தேநீர் பரிமாறப்படும்.

சிலர் போனால் "ஐயாவுக்கு நல்ல தேநீர் வாங்கிட்டு வாங்க" என்பார்.

சுமாரான தேநீர் கிடைக்கும்.

சிலர் போனால் "ஐயாவுக்குக் குடிக்க ஏதாவது வாங்கிட்டு வந்து தாங்கப்பா" என்பார்.

அதைக் குடித்த பிறகு அவர்கள் அந்த அலுவலகப் பக்கமே போகமாட்டார்கள்.

*

23. வீட்டிற்குள் உலகப் போர்

சில வீடுகளில் திடீரென வானொலியையோ, தொலைக் காட்சியையோ சத்தமாக வைப்பார்கள். என் எதிர் வீட்டில் இப்படித் தான் திடீரென அதன் ஓசை அதிகரிக்கும்.

அந்த வீட்டுக் குழந்தையைக் கேட்டேன்: "ஏன் திடீர் திடீரென உங்கள் வீட்டில் வானொலியை அதிகரிக்கிறீர்கள்? அதுவும் குறிப்பாக 'இறையன்பு - நேரம்' வரும்போது சத்தமாக்குகிறீர்கள். அவ்வளவு பிடிக்குமா?"

குழந்தை சாவகாசமாகப் பதில் சொன்னது:

"அதெல்லாம் ஒன்றுமில்லை. என் அப்பாவிற்கும் அம்மாவிற்கும் சண்டை வரும்போது அவர்களுக்குள் நடக்கும் வாக்குவாதம் வெளியே தெரியக்கூடாது என்பதற்காக ரேடியோவைச் சத்தமாக வைப்போம். உங்க நேரம் வரும்போதுதான் அப்பா ஆபீசுக்குக் கிளம்புவார். அப்பதான் சண்டை க்ளைமாக்ஸை நெருங்கும். அதனால்தான் அப்போது நாங்கள் வால்யூமை பீக்கில் வைப்போம்."

வானொலியைக்கூட வாணலியைப் போல மற்றவர்களை வறுத்தெடுக்கப் பயன்படுத்துபவர்கள் இருக்கிறார்கள் பார்த்தீர்களா?

கணவன் மனைவிக்குள் வருகிற சண்டை, குழந்தைகளைப் பலவகையில் பாதிக்கின்றது. குழந்தைகள் பள்ளிக்குப் போகும் போது பெற்றோர் ஏற்படுத்தும் பாதிப்புகளையும் பள்ளிப் பையில் சுமந்து கொண்டுதான் செல்கின்றன.

ஒரு குழந்தை சண்டை போட்டுக் கொண்டிருந்த பெற்றோர் களிடம் கேட்டது: "நீங்கள் எப்போது சண்டையை நிறுத்தப் போகிறீர்கள்? நேரத்தைத் தெரிந்துகொண்டால் நான் அந்நேரத்திற்கு வீட்டுக்கு வருகிறேன். அதற்குப் பிறகாவது என்னைத் தேர்வுக்குப் படிக்க அனுமதியுங்கள்."

குழந்தைகள் எதிரில் பெற்றோர்கள் போடும் சண்டை அவர் களைப் பற்றிய மோசமான எண்ணத்தைக் குழந்தைகள் மனத்தில் ஏற்படுத்திவிடும்.

ஒரு குழந்தை கேட்டது: "நீங்கள் இருவரும் தினமும் சண்டை போட்டுக்கொள்வதற்காகத் தனி நேரம் ஒதுக்கிக் கொள்ளக் கூடாதா?"

எல்லாத் தம்பதியினரும் தங்களைத் தவிர மற்ற தம்பதிகள் அனைவரும் மகிழ்ச்சியில் இருப்பதாக நினைத்துக்கொள்கிறார்கள். இங்கு வீட்டுக்கு வீடு வாசல்படி மட்டுமல்ல; குளறுபடியும் இருக்கிறது.

ஒரு பெண்மணி மருத்துவரிடம் சென்று "என் கணவர் தூக்கத்தில் ஏதேதோ பேசுகிறார்" என்று சொன்னார்.

"இந்த மாத்திரையைத் தாருங்கள். அவர் ஆழ்ந்து தூங்கினால் எல்லாம் சரியாகிவிடும்" என்றார் டாக்டர்.

"அவருக்குத் தூக்கமாத்திரை வேண்டாம் டாக்டர். நான் தூங்காம இருக்க ஏதாவது மாத்திரை குடுங்க! ஏன்னா அவர் தூக்கத்தில் பேசறது, முழிச்சிக்கிட்டு இருக்கும்போது பேசறதை விட சுவாரசியமா இருக்கு."

அதே போல ஒருவர் தன் நண்பரிடம் சொன்னார்: "நேற்று எனக்கும் என் மனைவிக்கும் வாக்குவாதம்."

"எது சம்பந்தமாக?"

"நான் இசைக் கச்சேரிக்குப் போகணும்னு சொன்னேன். அவ திரைப்படத்துக்குப் போகணும்னா?"

"சரி எந்தத் திரைப்படத்துக்குப் போனீங்க?"

ஒருவர் சொன்னார்: "எங்க வீட்டில எந்தச் சண்டை வந்தாலும் நான் கடைசியா பேசுவேன். சண்டை நின்னுடும்."

"அப்படி என்ன சொல்லுவீங்க?"

"நான் பேசினது தப்பு மன்னிச்சிடும்பேன்"னார் அவர்.

*

24. அமைதியின் ஓசை

“நாம் பேசுவதற்கு நம் வாழ்க்கையில் இரண்டு மணி நேரத்திற்கு மேல் விஷயமில்லை. சிலருக்கு இரண்டு மணி நேரம்கூடச் சற்று அதிகம்தான்” என்றார் என் நண்பர் ஒருவர்.

நான் அதிர்ந்து போனேன்.

“நீங்கள் சொல்வதில் எனக்கு உடன்பாடு இல்லை. நாம்தான் எப்போதுமே பேசிக்கொண்டேயிருக்கிறோமே” என்றேன்.

“உண்மைதான். நாம் பேசியதையே பேசிக் கொண்டிருக்கிறோம். அரைத்த மாவையே புதுப்புது கிரைண்டர்களில் அரைக்கிறோம். வியர்த்த மாகப் பேசுகிறோம் - அடுத்தவர்களைப் பற்றியே பேசுகிறோம். நம்மைப் பற்றிப் பேச நமக்கு ஒன்றும் இல்லை” என்றார்.

“புரியும்படி சொல்லுங்கள்” என்றேன்.

“உதாரணமாகத் திரையரங்கில் பார்க்கும் நண்பரிடம் ‘திரைப் படத்திற்கா?’ என்று கேட்கிறோம்.

‘கடற்கரையில் காற்று வாங்கவா?

மளிகைக்கடையில் பல சரக்குக்கா?

கோயிலில் சாமி கும்பிடவா’ என்றெல்லாம் தேவையற்றுப் பேசுகிறோம். நாம் ஒரே நகைச்சுவையை எல்லோரிடமும் சொல் கிறோம். ஒரே சம்பவத்தை எல்லோரிடமும் பேசுகிறோம். நம்முடைய வெறுப்புக்குரியவர்களின் வீழ்ச்சியையும், விருப்பமானவர்களின் எழுச்சியையும் எத்தனையோ முறை நாம் பேசியிருக்கிறோம்.

நாம் - சௌக்கியமா? என்பதில் அக்கறையுமிருப்பதில்லை.

உடல் சரியாகிவிட்டதா எனக் கேட்பதில் அனுசரணையுமில்லை -

வெறுமனே வியர்த்தமானதாக நம் உரையாடலின் பெரும்பகுதி இருக்கிறது.”

நண்பர் சொன்னது உண்மைதானே! ஏதோ பேச வேண்டும் என்று நம் உதட்டிலிருந்து உதிர்க்கின்ற வார்த்தைகள்தானே அதிகம்.

உள்ளத்திலிருந்து குதிக்கின்றவை குறைவுதானே. ரமண மகரிஷி கூறிய கதையொன்று உண்டு.

ஒரு சீடர் தன்னுடைய குருவைக் கௌரவப்படுத்தும் பொருட்டு 'பரணி' என்ற பாட்டு வகையை எழுதி அறிவாளிகள் மத்தியில் அதைப் படிக்க முனைந்தார்.

அப்போது அந்தக் கல்வியாளர்கள், பரணி என்பது போரில் ஆயிரக்கணக்கான யானைகளைக் கொன்ற நாயகனைப் புகழ்ந்து பாடும் கவிதைப்பாங்கு என்றும், அது துறவிகளைப் பாட ஏற்றது அல்ல என்றும் மறுப்பும், எதிர்ப்பும் தெரிவித்தார்கள்.

சீடன், "நாம் எல்லோரும் என் குருவிடமே சென்று இது குறித்துத் தீர்வு காண்போம்" என்று கூறினான்.

எல்லோரும் குருவிடம் சென்றார்கள்.

தாங்கள் வந்த விஷயத்தைக் கூறினார்கள்.

குரு மௌனமாக இருந்தார். சில நாள்கள் கழிந்தன. குரு மட்டுமல்லர், அந்தப் பண்டிதர்கள் அனைவரும் அங்கேயே மௌனமாக இருந்தார்கள்.

சில நாட்களில் 'தாங்கள் ஏன் இங்கே வந்தோம்' என்கிற கேள்வியே அவர்கள் மனத்திலிருந்து மறைந்து போகுமளவு அந்த மௌனம் அடர்த்தியாக இருந்தது.

நான்கு நாட்களுக்குப் பிறகு அவர் சற்று அசைந்தார். அவர்களுக்கும் சுற்றுப்புற பிரக்ஞை வந்தது. அவர்கள் அனைவரும் "ஆயிரம் யானைகளை வெல்வது ஒன்றும் பெரிய செயல் அல்ல. நம் தன் முனைப்பு என்னும் காட்டு யானைகளை வென்று காட்டுவதே உண்மையான ஆற்றல். எனவே இவர் மீது பரணி பாடுவது பொருத்தமே" என்று முடிவு செய்தார்கள்.

நம் மௌனத்தைத் தீவிரப்படுத்தும்போதுதான் பேச்சின் ஆற்றலும் கூர்மையும் வெளிப்படும். ஒவ்வொரு சொல்லும் சூத்திரமானால் வாழ்க்கை மொத்தமுமே கவிதையாகும்.

பேசவேண்டிய நேரத்தில் பேசாமலிருப்பது மௌன மாகாது. அது அமுக்கம் - அழுத்தம் - கமுக்கம்.

ஓர் அலுவலகத்திற்கு வந்த பார்வையாளர் உயர் அதிகாரியின் அறைக்குச் சென்று அவருடைய செயலரிடம், "நான் உங்கள் அதிகாரியைப் (Boss) பார்க்கணும்" என்றார்.

"மன்னிக்கணும் - அவர் வெளியே போயிருக்கிறார்."

"நான் இப்பதான் அவரை சன்னல் வழியாகப் பார்த்தேன்."

"அவரும் உங்களைப் பார்த்தாரு. பார்த்ததனாலதான் வெளியே போனதா தகவல் சொல்லியிருக்காரு."

*

25. உருவகம்

ஆங்கில இலக்கியத்தில் 'Allegory' என்கிற ஒரு பதம் உண்டு. மேலோட்டமான ஒரு கருத்தும், ஆழமான ஒரு கருத்தும் அடங்கிக் கிடக்குமாறு படைக்கிற இலக்கியங்களை 'உருவகம்' (Allegory) என அழைக்கிறோம்.

Bunyan எழுதிய ரட்சண்ய யாத்திரிகம் (Pilgrim's Progress) ஓர் ஆன்மிக உருவகம் (Allegory).

அதில் பாவம், பேராசை, வாயாடுதல் என தீய குணங்களும் நம்பிக்கை, விசுவாசம் போன்ற நல்ல குணங்களும் உருவங்களாகப் படைக்கப்பட்டிருக்கும். இப்படிப்பட்ட புதுமையாகச் சிந்தித்த காரணத்தினாலேயே இன்றுவரை ஒரு சிறந்த புதினமாக அது கருதப் படுகிறது.

மில்டன் எழுதிய இழந்த சுவர்க்கத்திலும் பாவமும், மரணமும் உருவகங்களாக மட்டும் இல்லாமல் உருவங்களாகப் (Personification) படைக்கப்பட்டிருக்கின்றன.

இவற்றைப் புதுமைகளாக ஆங்கில இலக்கியம் வியந்து பாராட்டுகிறது; மகிழ்ந்து போற்றுகிறது.

ஆனால், இப்படிப்பட்ட உருவகப் பெயர்களை இரண்டாயிரம் ஆண்டுகளுக்கு முன்பே நம் திருவள்ளுவர் செய்துவிட்டார் என்பதைத் தமிழறிந்த நல்லுலகம் அறியும்.

'குணமென்னும் குன்று' என 29வது குறளிலும்

'அழுக்காறு எனஒரு பாவி' என 168வது குறளிலும்

'பசி என்னும் தீப்பிணி' என 227வது குறளிலும்

'கண்ணோட்டம் என்னும் கழிபெருங்காரிகை' என 571வது குறளிலும்

'நாணென்னும் நல்லாள்' என 924வது குறளிலும்

'சூதென்னும் முகடி' என 936வது குறளிலும்

'நிலமென்னும் நல்லாள்' என 1040வது குறளிலும்

'இன்மை எனஒரு பாவி' என 1042வது குறளிலும்

அவர் எப்படி உருவகங்களை உருவப்படுத்தியுள்ளார் என்பது நமக்குத் தெரியும்.

சில உயர்ந்த பொருட்கள் நம்மிடம் இருக்கிற காரணத்தினாலேயே நமக்கு அவற்றின் அருமை தெரிவதில்லை.

George Guldjieff என்ற ஞானி மகாபாரதத்தை Objective Art குறிக்கோள் கலை என்று குறிப்பிடுகிறார்.

மகாபாரதம் 'Allegory'ஐத் தலைகீழாகக் கையாண்ட நூல். இலியட், ஒடிஸி ஆகிய இரண்டு மகாகாவியங்களின் ஒட்டுமொத்த நீளத்தைக் காட்டிலும் அதிகமானது மகாபாரதம். 1,00,000 பாடல்கள் கொண்டது. எண்ணற்ற கிளைக் கதைகள், வாழ்க்கைத் தத்துவங்கள் என அவை விரிகின்றன.

மகாபாரதத்தில் மனிதர்கள் குணங்களைச் சுட்டுகிறார்கள். அதாவது மனிதர்கள் குணங்களாக்கப்பட்டிருக்கிறார்கள்.

சகுனி - சூழ்ச்சியையும்

துரியோதனன் - பேராசையையும்

யுதிஷ்டிரர் - தருமத்தையும்

கர்ணன் - வள்ளல் தன்மையையும்

பீமன் - வலிமையையும்

அர்ஜுனன் - விடாமுயற்சியையும்

திரௌபதி - வைராக்கியத்தையும்

விதுரர் - நேர்மையையும்

பீஷ்மர் - பெருந்தன்மையையும் குறிக்கப் பெயர்களாகப் பயன் படுத்தியிருக்கிறார் வியாசர்.

ஒவ்வொரு பாத்திரமும் ஒரே ஒரு பிரதானத் தன்மையை மட்டுமே குறிப்பதற்காக அடையாளப்படுத்தப்பட்டிருக்கின்றன.

நம்முடைய நாட்டு இலக்கியங்களைச் சரியாகத் திறனாய்வு செய்தால் பல நுட்பங்கள் கிடைக்கும்.

ஓர் இளைஞர் சொன்னார்:

"நேத்துத்தான்பா திருக்குறளைப் படிச்சேன். எவ்வளவு பிரமாத மான நூல். உரை அருமை."

"யார் எழுதினதைப் படிச்சீங்க - பரிமேலழகர் உரையா?"

"இல்லை. ஜி.யு.போப் எழுதினது."

பாவம் அவர் திருக்குறளை ஆங்கிலத்தில் படித்திருக்கிறார்.

*

26. அழகு வெளியே இல்லை

புந்தரி என்கிற பெண்மணி ஒருத்தி இருந்தாள். அவள் ஒப்பற்ற அழகும், வசியம் செய்யும் வசீகரமும் ஒருங்கே அமையப் பெற்றவள். (புந்தரி என்றால் தாமரை எனப் பொருள்)

ஒரு நாள் தன் கடந்த காலத்தை அசை போட்ட போது அவளுக்குக் குற்ற உணர்வு தோன்றியது. புத்தரிடம் தீட்சை பெற்று பிக்குணியாக ஆக வேண்டும் என முடிவு செய்தாள். தான் வசித்து வந்த மலையிலிருந்து பாதித் தொலைவு இறங்கி வந்திருப்பாள். ஒரு தடாகத்தின் அருகே இளைப்பாற அமர்ந்தாள். தாகத்தைத் தணிக்க, தடாகத்தில் நீர் அருந்த அவள் குனிந்தபோது அவளுடைய உருவம் அந்தச் சுனையில் பிரதிபலிப்பதைக் கண்டாள்.

அவள் நிறமும், கூந்தலும் அவளையே ஒரு நிமிடம் ஸ்தம்பிக்கச் செய்தன (நார்சிஸஸ் போல). "இவ்வளவு அழகுடன் பிறந்துவிட்டுப் பிக்குணியாவதா? நான் என் அழகின் பயன் முழுவதுமாக அனுபவிப்பேன்" என்று முடிவு செய்து திரும்பிவிட நினைத்தாள்.

அவளுடைய மனநிலையை உள்ளுணர்வின் மூலமும், ஆழ்மனத் தூண்டுதல் வாயிலாகவும் அறிந்துகொண்ட புத்தர் அவளைப் பாப காரியங்களிலிருந்து காப்பாற்ற நினைத்தார். தன்னைப் புந்தரியைக் காட்டிலும் அழகான பெண்ணாக உருமாற்றிக்கொண்டு அவளை வழியில் சந்தித்தார். அவளைப் பார்த்ததும் புந்தரி அசந்து போனாள். தன் பள்ளியில் தன்னை கிளியோபாட்ரா என நினைத்த பெண் கல்லூரிக்குச் சென்றதும் மற்ற அழகிய பெண்கள் முன் காணாமல் போவதுபோல புந்தரி அந்த அழகின் முன் காணாமல் போனாள்.

"நீ எங்கிருந்து வருகிறாய்? எங்கு செல்கிறாய்?" என்று அந்த இணையற்ற அழகியிடம் கேட்டாள்.

அந்தப் புதிய பெண் "நாம் இருவரும் ஒன்றாகப் பயணம் செய்யலாம்" என்று சொன்னாள். சிறிது தொலைவு சென்றதும் அந்தப் பெண்மணி புந்தரியின் மடியில் படுத்துக் கண் அயர்ந்தாள்.

சிறிது நேரத்தில் அவள் உருவம் வெறுப்பூட்டும் அளவு சவத்தைப் போல, முகம் சுருங்கி, பல் விழுந்து, முடி மறைந்து, ஈக்கள் மொய்க்க மாறியிருப்பதைப் புந்தரி பார்த்தாள்.

அவள் "மனித அழகு எவ்வளவு நிலையற்றது" என்று உணர்ந்து, திடுக்கிட்டு எழுந்து புத்தரின் ஆசிரமம் நோக்கி ஓடி அவர் முன் மண்டியிட்டுச் சரணடைந்தாள்.

அழகுக்கும், அழுகுவதற்கும் மயிரிழையில்தான் வேறுபாடு.

முத்தொள்ளாயிரத்தில் ஒரு பாடல்:

"கொடிமதில் பாய்ந்திற்ற கோடும் அரசர்
முடியிடறித் தேய்ந்த நகமும் - பிடிமுன்பு
பொல்லாமை நாணிப் புறங்கடை நின்றதே
கல்லார்தோட் கிள்ளி களிறு."

மலை போன்ற தோள்களை உடைய சோழனின் களிறு பகைவர்களின் கொடிகளையுடைய மதில் சுவர்களின் மீது பாய்ந்து முட்டி மோதியதால் ஒடிந்த கொம்பும் பகை அரசர்களின் மணிமகுடங்களைக் கால்களால் இடறியதால் தேய்ந்த நகமும் உடையதாய் இருந்தமையால் தனக்கு ஏற்பட்ட இக்குறைபாட்டை எண்ணி வெட்கமடைந்து பெண் யானை முன் செல்லாது வாயிலின் புறத்தே நின்றது என்பது பாடலின் பொருள்.

யானைகளில் ஆண் அழகர்களோ, (பெண்) அழகிகளோ கிடையாது. அவை இனவிருத்தியின் அடிப்படையில்தான் இயங்குகின்றன.

அவை இயல்பாக இருப்பதே அழகு.

வனத்தில் திரிந்து நடந்துசெல்லும்போது நிமிர்ந்து இருப்பதே அவற்றுக்கு அழகு.

மனிதனின் கைகளில் பிடிபடும்போது அவற்றின் அழகும் சிதைந்துவிடுகிறது.

என்னுடைய சந்தேகமெல்லாம் இப்படிப் போரில் ஈடுபட்ட களிறு, போரில் ஈடுபட்ட இன்னொரு பிடியைத் தேடிப்போக வேண்டியதுதானே? அப்போது பொருத்தம் சரியாகத்தானே இருக்கும்?

*

27. மொழியொரு தடையல்ல

மொழிகளில் உயர்வு தாழ்வு எதுவுமில்லை. அது நம் எண்ணத்தை அப்படியே பரிமாற உதவுகின்ற ஒரு சாதனம். நாம் பேசுகிற மொழியைக் காட்டிலும் நாம் யாரிடம் காரியமாற்ற நினைக்கிறோமோ அவர்தம் மொழி முக்கியமானதாக இருக்கிறது.

ஒவ்வொரு மொழியும் அது உருவான சூழலுக்கேற்ப செறிவையும், வளமையையும் தேவையான வகையில் உட்கொண்டு வளம் பெறுகிறது.

எந்த மொழி உயிர்த்துடிப்புடன் செயல்படுகிறதோ அதில் புதிது புதிதாக தினமும் பல சொற்கள் கலைச் சொற்களாகச் சேர்ந்து கொண்டேயிருக்கின்றன.

மறைமலையடிகள் தனித்தமிழ் இயக்கம் நடத்தி வந்தபொழுது வேறொரு மொழியைச் சார்ந்தவருக்கும் அவருக்கும் கடுமையான வாக்குவாதம் ஏற்பட்டது.

தமிழில் 'முகம்' என்பது தனித்தமிழ் அல்ல. அது வடமொழி. வதனம் என்பதும் தமிழ்ச்சொல் அல்ல. எனவே அவர் "உங்கள் மொழி உயர்ந்தது எனச் சொல்ல உங்களுக்கு முகமே இல்லை" என்றார். உடனே மறைமலையடிகள் "அதைச்சொல்ல உங்களுக்கு வாயே இல்லை" என்றார். ஏனென்றால் அந்த மொழியில் வாய் என்பதற்குச் சொல்லே இல்லை.

தட்பவெப்பநிலை, உணவுமுறை, மண்வளம் ஆகியவற்றிற்கு ஏற்ப உண்டான தாடையமைப்பு, நாக்கசைவு, உதடு மற்றும் பற்களின் உறுதி ஆகியவை மொழியின் ஒலி மற்றும் ஓசைநயம் ஆகியவற்றைத் தீர்மானிப்பவையாக இருந்தன.

ஆங்கிலத்தைப் பேசுபவர்கள் எல்லாம் அறிவாளிகள் என நினைத்தால் இங்கிலாந்தில் இருக்கும் தெருச்சுத்தம் செய்பவர் கூட நம்மைவிடப் புத்திசாலி என்று ஏற்றுக் கொள்ள வேண்டும் என்று கோமல் சுவாமிநாதன் குறிப்பிட்டார்.

நாம் பலமொழிகளைக் கற்றுக்கொள்ள வேண்டியது தான். அதில் தவறு ஏதுமில்லை. 'நான் தமிழைக் கற்றுக் கொள்ளாமல் போய் விட்டேனே!' என்று காந்திஜி வருத்தப்பட்டார். அவர் பாரதிக்காக எட்டயபுரத்தில் கட்டப்பட்ட மணிமண்டபத் திறப்பு விழாவிற்குத் தம்

கைப்பட, தமிழில் "பாரதி ஞாபகார்த்தப் பிரயத்தனங்களுக்கு என் ஆசீர்வாதம்" என்று வாழ்த்துச் செய்தியை எழுதி அனுப்பினார்.

தனித்தமிழின்பால் ஈர்க்கப்பட்டுத் தன் பெயரை 'உயிர் இன்பன்' என்று மாற்றிக்கொண்ட ப.ஜீவானந்தம் பொது மேடைகளில் தனித் தமிழில் முழங்கிய ஒரு முன்னோடி. வீட்டில் ஆங்கிலம் கலந்த வடமொழி இணைந்த சொற்களையே பயன்படுத்துவதைக் கண்டு அதிர்ந்து தன் பெயரை மீண்டும் 'ஜீவா' வாக்கிக் கொண்டார்.

"தமிழை ஆட்சிமொழியாகக் கையாள்வது 'தனித்தமிழ்' கொண்டு தமிழை வளர்க்க அல்ல! எம்மக்கள் கழனியிலும், கடைத் தெருவிலும் உழல்கிறார்களே! வியர்வையிலும், கண்ணீரிலும் நனை கிறார்களே அவர்கள் புரிந்துகொண்டு பயன் பெறுவதற்காக. தமிழ் ஆட்சிமொழி ஆங்கிலத்திற்கு எதிரானது அல்ல - தமிழருக்குச் சார்பானது"

நம் தமிழ் இளைஞர்கள் தமிழைச் சரியாகப் பயிலாமல் ஒரு போதும் ஆங்கிலம் கற்கப்போவதில்லை. அவர்கள் ஆங்கிலத்தையும் சரிவரக் கற்றுப் பயன்பெறுவாராக!

இப்படியெல்லாம் யார் சொன்னார்கள் என்று கேட்கிறீர்களா?

நான்தான் சொல்கிறேன்.

ஒரு தாய் எலி மூன்று குட்டிகளுடன் சமையலறையில் புகுந்து உணவுப் பொருட்களைத் தின்றுகொண்டிருந்தது. அப்பொழுது ஒரு சந்து வழியாகப் பூனையொன்று அவற்றை எட்டிப் பார்த்து முன்னேறி வந்துகொண்டிருந்தது.

உடனே தாய் எலி, 'உஃப், உஃப்' என்று நுரையீரலை இழுத்துக் கொண்டு துவாரத்தைப் பார்த்து உரக்கக் கத்தியது. பூனை பயந்து ஓடியது.

தாய் எலி குட்டிகளுக்குச் சொன்னது : "இன்னொரு மொழியைத் தெரிந்துகொள்வது எவ்வளவு நல்லது பார்த்தீர்களா?"

*

28. பலிகடா

நமக்குப் பொதுவாக வெற்றியின் மீது ஒரு மயக்கம் உண்டு. வெற்றி கிடைத்தால் அது நமக்கு மட்டுமே சொந்தம் என்று நாம் மாலைகளுக்காகவும், மகுடங்களுக்காகவும் தலைகுனிவோம். மகுடத்திற்காகக் குனிவதும் தலைகுனிவு தானே!

எதிர்பாராத வகையில் தோல்வி ஏற்பட்டுவிட்டால் அதற்கு யாரைப் பொறுப்பாளியாக்கிவிடலாம் என நாம் ஏற்கெனவே தீர்மானித்திருப்போம்.

'என்னால்தான் தோல்வி ஏற்பட்டது' என ஒத்துக்கொள்ளும் மனப்பான்மை உடையவர்கள் வெற்றிப் பாதையைச் செப்பனிடும் வீரர்கள்.

'பலிகடா' என்பது யூதர்கள் நடைமுறையிலிருந்து வந்தது. ஒரு சடங்கில் இரண்டு செம்மறி, ஓர் எருது, ஓர் ஆடு ஆகியவை பலியிடப்படும். அவற்றில் மக்களுடைய பாவங்களையெல்லாம் ஏற்ற மட்டுமே அந்த ஆடு பலியிடப்படும். கொண்டு வரப்படும் இரண்டு ஆடுகளில் ஒன்று மட்டுமே பலியிடப்படுவதால் 50 சதவீதம் பிழைக்க வாய்ப்பு உண்டு. ஆனால் மற்றவை கட்டாயம் உயிரிழந்துதான் தீர வேண்டும்.

ஒரு நிறுவனத்தில் புதிதாகச் சேர்ந்தவர் ஏற்கெனவே பணியாற்றியவரைக் குறை கூறுவது வாடிக்கை. தனக்கு முன் பொறுப்பை நிர்வகித்தவர்களைப் புகழ்ந்து சொல்பவர்கள் சொற்பம். ஒரு கம்பெனிக்குப் புதிய மேலாண் இயக்குநர் வந்தார். விடைபெறுகின்ற அதிகாரி அவரிடம் 1, 2, 3 எண்ணிட்ட மூன்று முத்திரையிடப்பட்ட உறைகளைத் தந்து "உனக்குப் பிரச்சினை ஏற்படும் போதெல்லாம் வரிசையாக உறைகளைத் திறந்து பார். அதில் உனக்குத் தீர்வு கிடைக்கும்" என்று கூறினார்.

ஒரு வருடம் சுமுகமாக ஓடியது. திடீரென கம்பெனியில் பல பிரச்சினைகள். விற்பனை மந்தமானது. வியாபாரம் குறைந்தது. லாபம் வரவில்லை. மேலாண் இயக்குநர் முதல் எண்ணிட்ட உறையைத் திறந்து பார்த்தார். அதில் "உன்னுடைய முந்தைய அதிகாரியைக் குறைசொல்" (Blame the predecessor) என்று எழுதியிருந்தது.

அவரும், அவ்வாறே குறைகளுக்கெல்லாம் முந்தைய அதிகாரியைக் குறை சொன்னார். நிர்வாகம் அவருக்குக் கூடுதலாகப் பணம் தந்தது.

ஒரு வருடம் அதை வைத்துச் சமாளித்தார். மறுபடியும் தொய்வு. இரண்டாவது எண்ணிட்ட முத்திரை உறையை உடைத்துப் பார்த்தார்.

"ஆட்களை மாற்று. இயந்திரங்களைப் பழுதுநீக்கம் செய். நிர்வாகத்தில் புதிய ரத்தம் பாய்ச்சு." அப்படியே செய்தார். வியாபாரம் மிகவும் நன்றாக நடந்தது. எல்லோரும் பாராட்டினார்கள்.

இரண்டு வருடங்கள் கழித்து மறுபடியும் சிக்கல். ஆவலுடன் மூன்றாவது எண்ணிட்ட உறையைத் திறந்து பார்த்தார்.

அதில் "நீ மூன்று முத்திரையிட்ட உறைகளைத் தயாரிக்கும் நேரம் வந்துவிட்டது" என்று எழுதியிருந்தது.

நான் பல இடங்களில் பார்த்திருக்கிறேன். புதிதாகப் பதவி ஏற்றதும், மேஜையிருக்கும் திசையை மாற்றிப் போடுவது, நாற்காலி களை மாற்றுவது, உள் அலங்காரங்களை மாற்றுவது... இவையெல்லாம் சகஜம்.

"நான் என் முந்தைய நபரைவிட மாறுபட்டவன்" என்பதை இப்படிப்பட்ட குறியீடுகளின் மூலமாக நாம் உணர்த்த முயல்வதன் வெளிப்பாடுதான் இது.

முந்தைய அதிகாரி செய்த பணியைத் தொடர்ந்து செய்யாமல் கைவிடுபவர்களும் உண்டு. இதை Predecessor - Successor - Syndrome 'சென்றவர் - வந்தவர் அறிகுறி' என்று அழைப்பார்கள்.

எனக்குத் தெரிந்த ஒருவர் ஒரு நிறுவனத்தில் சேர்ந்தார். அதிகத் தகுதி இல்லாதவர். முதல் இரண்டு வருடம் தன்னுடைய முந்தைய அலுவலரைக் குறை சொல்லியும், எல்லாவற்றையும் அவர் மீது பழிபோட்டும் காலம் தள்ளினார்.

அவரிடம் நான்கேட்டேன். "இனிமேல் உன் முன்னவர் மீது பழிபோட முடியாது. ஏனென்றால் இரண்டு வருடம் போய் விட்டது. இப்போது நீ ஏதாவது உபயோகமாகச் செய்தாக வேண்டுமே."

"அதனால் என்ன? இனி எனக்குப் பின்னால் வருபவர்கள் தான் காரணம் என அவர்கள் மீது பழி போடுவேன்" என்றார்.

*

29. போரின்றி வெற்றி

சண்டையிடாமல் வெற்றிபெறுவதுதான் சிறந்த போர் முறை;

ஆதிக்கம் செலுத்தாமல் நடத்திக்காட்டுவதே சிறந்த நிர்வாகம்.

கோபப்படாமலேயே பலருக்குள் பாதிப்பை ஏற்படுத்துவதே சிறந்த தலைமை;

பேசாமலேயே புரியவைப்பதே சிறந்த மொழியாளுமை.

அண்மையில் ஒருவர் பல மணிநேரம் பேசி சாதனை புரிந்ததாகப் படித்தேன். பேசுவது சாதனையா, பேசாமலிருப்பது சாதனையா? எப்பொழுதும் கத்திக் கொண்டிருக்கும் நுணல்கள் தன் வாயால் கெடுகின்றன. எப்பொழுதாவது முழங்கும் சிங்கங்கள் காடு முழுவதும் எதிரொலிக்க, கம்பீரமாய் வலம் வருகின்றன.

ஆயுதத்தைப் பயன்படுத்தாமல் பெறுகிற வெற்றி தானே உயர்ந்தது.

போகுடென் Bokuden என்கிற ஜென் துறவி இருந்தார். ஒருமுறை அவர் இன்னொரு சாமுராயுடன் இருவர் மட்டுமே செல்லும் படகில் பயணம் செய்து கொண்டிருந்தபோது அந்த சாமுராய் கேட்டார்: "நீங்கள் எந்த ஜென் பள்ளியைச் சார்ந்தவர்?"

"நான் வாள் இல்லா சண்டைப் பள்ளியைச் சார்ந்தவன்" என்றார் அந்தத் துறவி.

"வாளைப் பயன்படுத்தாமல் வெற்றிபெற முடியும் எனக் கருதுகிறீர்களா?" என அந்தச் சாமுராய் கேட்டார்.

"ஏன் முடியாது?"

"அப்படியெல்லாம் நாமிருவரும் மோதலாமா? கரைக்குப் படகை விடுங்கள்" என்றார் சாமுராய். அவர் கைகளில் பலவித அளவுகளில் வாள்கள் இருந்தன.

போகுடென் சொன்னார்: "சற்று தூரமாக ஆள் அரவமற்ற இடத்துக்குச் செல்வோம். நம் சண்டையை மற்றவர்கள் வேடிக்கை பார்ப்பதை நான் விரும்பவில்லை."

தூரமான ஒரு தீவுப் பகுதிக்குச் சென்றனர். சாமுராய் இறங்கி வெகுதூரம் சென்று போருக்குத் தயாரானார். போகுடென் அவர்

பின்னே வருவது போல் பாவனை செய்து படகில் மறுபடியும் ஏறி பலமாகத் துடுப்புப் போட்டு தண்ணீரில் வெகுதூரம் ஆழமான இடத்துக்கு, அந்தச் சாமுராய் திரும்பிப் பார்ப்பதற்குள் சென்று கையசைத்து முன்னேறினார். அந்தத் தீவிலிருந்து எப்படித் திரும்புவது என்ற ஆழமான சிந்தனையில் கவலையில் மூழ்கினார் சாமுராய்.

அவர் தன்னுடைய வாளையெல்லாம் கடலில் தூக்கி யெறிந்தார். அவர்முன் வந்துநின்ற படகில் போகுடென் அவரை மறுபடியும் ஏற்றிக்கொண்டார். அப்பொழுதுதான் வாளற்ற பள்ளியின் போர் முறை அவருக்குப் புரிந்தது.

சாதனையென்பது காயங்களை ஏற்படுத்துவதில் இல்லை, தாக்கங்களை ஏற்படுத்துவதில் இருக்கிறது.

வயிறு வரை தாடி வளர்த்தும், முழம் நீள நகம் வளர்த்தும் கூட சாதனை புரியலாம். அப்படி வளர்ப்பவர்கள் அருகில் வாழ்பவர்களே உண்மையான சாதனையாளர்கள். வெகு நேரம் பேசுபவர்களைக் காட்டிலும் அதைக் கேட்பவர்கள்தான் மகத்தான சாதனை புரிந்தவர்கள்.

வள்ளலார் மீது வழக்குத் தொடர்ந்த ஆறுமுக நாவலரே, அவர் நீதிமன்றத்திற்கு வந்தபோது எழுந்து நின்று மரியாதை செய்தார்.

உண்மையான சாதனையாளர்கள் உடலை முறுக்கி, சதையைத் திரட்டி எல்லா நேரமும் தங்கள் பலத்தை வெளிப்படுத்திக் கொண்டே யிருப்பதில்லை. தேவைப்படும் போது மட்டுமே புயலாகவும், சூழல் வரும்போது சூறாவளியாகவும், குளிர்ச்சியைத் தருவதில் தென்றலாகவும், பரிணமிக்கும் முதிர்ச்சி அவர்கள் செயல்களில் உண்டு.

சாதனையென்பது புகழில் இல்லை -

பொருளில் இல்லை -

பெயரில் இல்லை -

பெருமையில் இல்லை.

நம்மால் முடிந்தவரை மற்றோர் முகத்தில் வற்றாத மகிழ்ச்சியை, குன்றாத வளர்ச்சியைப் பொருத்திப் பார்க்கும் கருணைதானே காலம் கடந்தும் வாழும் வளமான சாதனை! நிறைவான போதனை.

*

30. கொடுப்பது

சிலரைப் பார்க்கலாம். தேனொழுகும்படி பேசுவார்கள். ஆனால், ஒருவருக்கு ஒன்று கொடுக்க மாட்டார்கள்.

'நம் வீட்டுப்பொருள் அழுகினாலும் பரவாயில்லை. அது இன்னொருவருக்குப் பயன்பட்டு விடக் கூடாது' எனச் சிலர் கவனமாக இருப்பார்கள்.

நசிகேதா என்கிற சிறுவன் தன் தந்தை யாகம் நடத்துவதையும், யாகத்தின் முடிவில் பலருக்குத் தானம் கொடுப்பதையும் பார்க்கிறான். ஒன்றுக்கும் உதவாத வத்தல், தொத்தல், வயதாகிப் போன பசுக்களை அவர் தானம் கொடுக்கிறார். பாலுக்கு உதவாத தோலுக்குமட்டுமே பயன்படும் நிலையில் இருக்கும் பசுக்களை அவர் சிறிதும் வெட்கமின்றி தருவதைப் பார்த்ததும் அவரிடம் நசிகேதா கேட்கிறான்.

"இப்படி ஒன்றுக்கும் உதவாதவற்றை தானமாகத் தருகிறீர்களே? என்னை யாருக்குத் தரப் போகிறீர்கள்?"

கோபத்தில் ஸ்வேதகேது "உன்னை மரணத்திற்குத் தரப் போகிறேன்" (I will give you unto death) என்று கூறுகிறேன். அப்படியே நசிகேதா மரணமடைந்து எமனிடம் சென்று சேர்கிறான்.

இது உபநிடதக் கதை.

பொருட்களைத் தருவதைக் காட்டிலும் தன்னையே தர சம்மதிப்பது உயர்ந்த அர்ப்பணிப்பு. அதைத்தான் நசிகேதா செய்தான்.

16 வயதுப் பெண் விடுதலைப் போராட்டத்திற்காகத் தன்னையே தன் இன்னுயிரையே தருவதற்கு முற்படுவது எவ்வளவு பெரிய தியாகம் - எவ்வளவு பெரிய தானம்.

தென்னாப்பிரிக்காவில் வசிக்கும் இந்தியப் பெண்கள், கணவன்மார்களுக்கு வைப்பாட்டிகளாகவே கருதப்படும் நிலையை உருவாக்கிய சட்டத்தை எதிர்த்து, தன் தாய் தந்தையுடன் போராடிய சிறுமியின் தன்னலமற்ற தன்மை யாருக்கு வரும்? கடுங்காவல் தண்டனையை ஏற்றுச் சிறை செல்லும் திண்மை யாருக்கு வரும்? சிறையிலிருந்ததன் விளைவாக உடல்நலம் குன்றியபோதும் "தாய் நாட்டிற்காக உயிரைக் கொடுக்க விரும்பாதவர்கள் யார் இருப்பார்கள்?" என எழுதும் வைராக்கியம் எத்தனை பேருக்குச் சாத்தியம்?

அப்படிப்பட்ட தில்லையாடி வள்ளியம்மையைக் காந்தி அடிகளே கரம்கூப்பி வணங்கினார்.

பொருள்களைத் தருவதும், செல்வத்தைத் தருவதும், உடல் உழைப்பைத் தருவதும் நம்மை நாமே சுத்திகரித்துக் கொள்கிற பயிற்சி.

விரலில் அழுக்குப் படியாமல் வியர்வை ஒரு துளியும் சிந்தாமல் வாழவேண்டும் என எண்ணும் சுகவாசிகள் பூமிக்கும் பாரம்; சாமிக்கும் தூரம்.

தான் பெற்ற அறிவை, தான் வெற்றியடையப் பயன்படுத்திய பாதையை, தான் கடைபிடித்த எச்சரிக்கையான அணுகு முறைகளை மற்றவர்களிடம் பகிர்ந்து கொள்வதே மிகப்பெரிய தானம்.

அமெரிக்காவில் நடந்த சம்பவம் இது.

திருமணம் புரிந்துகொள்ளும்பொழுது நிறைய பரோபகார உணர்வு கொண்ட தம்பதியினர் தங்கள் திருமணப் பத்திரிகையில் "எங்களுக்குப் பரிசுகள் அளிப்பதற்குப் பதிலாக அமெரிக்க நண்பர்கள் சேவா சங்கத்திற்கு நன்கொடை அனுப்பி வையுங்கள்" என்று அச்சடித்தனர்.

அந்த சேவா சங்கத்திற்கு நன்கொடைகள் குவிந்தன.

அந்தச் சங்கத்திலிருந்து தம்பதியினருக்கு ஒரு கடிதம் வந்தது.

"எங்களுக்கு உங்கள் செய்கையால் நிறையப் பண உதவி கிடைத்தது. அதற்காக நன்றி. இன்னும் கொஞ்சம் பணம் எங்கள் திட்டத்திற்காகத் (Project) தேவைப்படுகிறது. நீங்கள் ஏன் விவாகரத்து செய்துவிட்டு உடனே மறுமணம் செய்து கொள்ளக் கூடாது?"

*

31. புரையோடிய புரிதல்கள்

நெல்சன் மண்டேலா தன்னுடைய சுயசரிதத்தில் எழுதியிருக்கிறார்.

ஒருமுறை அவர் விமானத்தில் பயணம் செய்யும் போது அதை ஓட்டிச் சென்ற மாலுமி ஒரு கறுப்பர் என்பது தெரிந்ததும், அவர் சற்றுப் பயந்துவிட்டார். விமானத்தை அவர் சரியாக ஓட்டுவாரா? விமானம் விபத்துக்குள்ளாகுமோ என்றெல்லாம் கூட அவர் நினைக்க ஆரம்பித்துவிட்டார்.

சிறிது நேரம் கழித்து, "அடச்சே! என்ன காரியம் செய்து விட்டோம். நாம் எந்த இலக்குக்காகப் போராடி வருகிறோமோ அதற்கு எதிராக நாமே இப்படிச் சிந்திக்கலாமா?" என்ற எண்ணம் அவருக்கு ஏற்பட்டது.

இன்னொரு முறை ஓரிடத்தில் வெள்ளைக்காரப் பெண்மணி பிச்சையெடுப்பதைப் பார்க்கிறார். அவளுக்கு அதிகப் பிச்சையிடுகிறார். பல கறுப்பின மக்கள் பிச்சையெடுப்பதைப் பார்த்து ஒன்றும் தோன்றாத அவருக்கு ஒரு வெள்ளைக்காரப் பெண்மணியை அப்படிப் பார்த்ததும் அந்தப் பரிதாப உணர்வு ஏற்பட்டதாகக் குறிப்பிடுகிறார்.

அவரையும் அறியாமல் அவர் ஆழ்மனத்தில் வெள்ளை நிறத்தின் மேன்மையைப் பற்றிய எண்ணம் ஊடுருவிப் பாய்ச்சப்பட்டிருந்தது தான் இந்த நிகழ்வுக்குக் காரணம்.

சில நேரங்களில் நாம் யாரை எதிர்த்துப் போட்டியிடுகிறோமோ, அவர்கள் நம்மைவிட உயர்ந்தவர்கள் என்கிற எண்ணம் நமக்கு ஆழ்மனத்தில் பதிந்துவிடுவதுண்டு.

வெள்ளை நிறத்திலிருப்பவர்களே அழகு என்றும்,

ஆங்கிலம் பேசுபவர்கள் அறிவு ஜீவிகள் என்றும்,

நம் ஆழ்மனத்தில் பதிந்த பதிவுகளை நாம் உதிர்க்க முடியால் தவிக்கிறோம்.

வெளிநாட்டு முத்திரை குத்தப்பட்ட பொருட்கள் அனைத்தும் உயர்தரமானவை. நம் நாட்டுப் பொருட்கள் மலிவானவை என்ற எண்ணங்கள் நம்மிடம் புரையோடிப் போய்விட்டன.

நம்முடைய பொருட்கள் உயர்ந்தவை என்று நாமே நம்பாத போது மற்றவர்களை எப்படி நம்பவைக்கப் போகிறோம்?

மேல்மனத்தைக் காட்டிலும் உள்மனம் வலிமை வாய்ந்தது. சரியாகச் சமைக்கப்படாத புதுவகை உணவை முதல் முறை உட்கொள்ளும்போது ஜீரணமாகாவிட்டால் நம் ஆழ்மனம் அது குறித்த எதிர்மறைக் கருத்தைப் பதிவுசெய்து கொள்கிறது. அடுத்த முறை சரியாகச் சமைத்திருந்தாலும் ஆழ்மனத்தின் பதிவு நமக்கு அஜீரணக் கோளாறை ஏற்படுத்திவிடுகிறது.

அதனால்தான் நாம் நல்ல சிந்தனைகளையே நினைவில் நிறுத்திக் கொள்ள வேண்டும். நல்லவற்றையே தொடர்ந்து எண்ணும்போது ஆழ்மனத்தைத் தூண்டி அவை நமக்கு ஆற்றலையும், உந்து சக்தியையும் தருகின்றன.

ஒரு தேர்வை எழுதுவதற்கு முன்பே அது கடினம் என்றும்,

ஒரு தொழிலைத் தொடங்குவதற்கு முன்பே அது சிரமம் என்றும் பயப்பட ஆரம்பித்தால் அது எதிர்மறையான பதிவுகளை ஏற்படுத்தி விடும்.

இந்திய எல்லைப் பகுதிகளுக்குச் சென்றபோது, அங்கு கிடைத்த, கொட்டிக் கிடந்த வெளிநாட்டுப் பொருட்களை வாங்க முனைந்தனர். தெரிந்த நபர் ஒருவர் தென்பட்டார்.

அவரிடம் அவர்கள் "எங்களுக்கு வெளிநாட்டுப் பொருட்கள் வேண்டும்" என்றார்கள்.

"எந்த நாட்டுப் பொருள் வேண்டும்?" என்றார்.

"எந்த நாட்டுப் பொருளும் கிடைக்குமா?"

"எல்லா நாட்டுப் பொருட்களையும் நாங்கள் செய்துதரத் தயார்" என்றார் அவர்.

*

32. கணக்குப் பார்ப்பது

எல்லாவற்றையும் கணக்குப் பார்த்துக்கொண்டு வாழ நேர்ந்தால் நம் வாழ்க்கை சுவையற்றுப் போய்விடும்; சப்பிப் போட்ட மாங் கொட்டையைப் போல.

'இதனால் என்ன பயன்?' என்று கேட்டால் பல இனிய நிகழ்வுகள் நம்மை விட்டு விலகிப் போய் விடும்.

'இசையால் என்ன பயன்?'

'இலக்கியத்தால் என்ன பயன்?'

'தென்றலால் என்ன பயன்?'

'நடனத்தால் என்ன பயன்?'

என்றெல்லாம் நாம் கையில் உணரும்படியான பயன்களை மட்டுமே கருத்தில் கொண்டு கேள்விகள் கேட்டால் எலும்புக் கூடாகச் சதைப்பிடிப்பற்று நாம் ஜீவித்திருப்போம்.

இசையோ, இலக்கியமோ நேரடியாகப் பயன் தராவிட்டாலும், மறைமுகமாக நம்மை மென்மையாக்கி நம் வாழ்வின் ஆழத்தை அதிகரிக்கின்றன. அழகியலற்ற வாழ்வு முடிவற்ற பாதாளம்போல நாளடைவில் நம்மைப் பயமுறுத்தி விடும்.

உணவு மட்டுமே மனிதனுக்குப் போதுமானதல்ல - மனிதன் ரொட்டித் துண்டுகளால் மட்டுமே ஜீவித்திருப்பதில்லை - என்று பைபிள் கூறுவது அவனுக்கு ஆத்மார்த்தமானவை அநேகம் என்பதால்தான்.

இசையிலும் விஞ்ஞானம் இருக்கிறது; விஞ்ஞானத்திலும் இசை இருக்கிறது.

கலைப்படங்களையே எடுத்த சத்யஜித்ரே 'ஷோலே' திரைப் படத்தை ஐந்து முறை பார்த்து ரசித்ததாகப் படித்திருக்கிறேன். எப்போதும் கலைப்படங்களையே பார்த்துக்கொண்டிருக்க முடியாது. நம்மைத் தளர்த்திக் கொள்ள, சில நேரங்களில் பொழுதுபோக்குகளும் அவசியம். ஆனால், அவை மனத்தை நஞ்சாக்காத வகையிலும், நம் நேரத்தின்மீது எச்சில் துப்பாமலும் இருக்க வேண்டும்.

இந்திரன் ஒருமுறை எழுதினார் - இருபத்துநான்கு மணி நேரமும் புகைவண்டி ஓடிக்கொண்டிருக்கும் தண்டவாளத்தில் பூத்திருந்த செடியைப் பற்றி. அல்லும் பகலும் ஓடிக்கொண்டிருக்கும் ரயிலின் ஓசையையும், புகையையும் மீறி வெளிச்சத்திற்காகத் தலை நீட்டி, எப்படியோ தண்ணீரைத் தன் இலைக்கைகளால் ஏந்தி, பூமிக்குத் தாரைவார்த்து வேர்களைக் குளிப்பாட்டி, பூக்கிற செடியைக் காட்டிலுமா மனிதர்களுக்கு நம்பிக்கை யூட்டுகிற செயல் வேறொன்று இருக்க முடியும்?

நமக்கு ஏற்பட்டிருக்கும் நெரிசல்களுக்கு நடுவே நாம்தான் அப்படி அபூர்வமாகப் பூக்கிற பூவையும் கவனிக்கத் தவறிவிடுகிறோம். நாம் யாருக்காவது எப்போதாவது ஒரு தேநீர் வாங்கிக் கொடுத்தால் அவரிடம் எப்போதாவது தேநீர் வாங்கிக் குடித்து, சரி செய்துதான் தீர வேண்டுமென்பதல்ல!

வாழ்க்கை, கணக்கு வழக்கு அல்ல; கொடுக்கல் வாங்கலும் அல்ல;

ராயல் ஃபிலார்மனிக் ஆர்கெஸ்ட்ரா (Royal Philharmonic Orchestra) என்கிற இசைக்குழுவின் கலைநிகழ்ச்சி ஒன்றுக்குச் சென்றிருந்த திறன் நிபுணர் (Efficiency Expert) அதன் செயல்திறன் குறித்து ஓர் அறிக்கை தயாரித்தார்.

"வெகுநேரமாகப் புல்லாங்குழல் வாசிக்கும் நால்வரும் வாசிக் காமலே இருக்கின்றனர். அவர்கள் எண்ணிக்கையைக் குறைக்கலாம். சிலநேரங்களில் எல்லாக் கலைஞர்களுமே இசைக்கிறார்கள். சில நேரங்களில் சிலர் மட்டுமே இசைக்கிறார்கள். அந்த உச்சபட்ச (Peak activity) செயல்பாட்டை முழுநேரத்திற்கும் பரப்பினால் எல்லோருடைய செயல்திறனும் கூடும்."

12 வயலின்களும் இரண்டு தடவை ஒரே மாதிரி டியூனையும், இசைக்குறிப்பையும் வாசிக்கிறார்கள். அது தவிர்க்கப்படலாம்.

தேவையில்லாத Duplication - மறுவாசிப்பைத் தவிர்த்தால் கச்சேரியை இரண்டு மணிநேரத்திற்குப் பதில் இருபது நிமிடத்தில் முடித்துவிடலாம்.

எப்படியிருக்கிறது அறிக்கை.

எதில் எதில் ஆள்குறைப்பு என்கிற விவஸ்தையில்லையா?

எதற்குத் தணிக்கை என்ற வரைமுறையில்லையா?

*

33. தீர்வும் முடிவும்

மூன்று பேருக்கு 25 ஆண்டுகள் சிறைத்தண்டனை வழங்கப் பட்டது. அவர்களின் சிறைச்சாலை வித்தியாசமானது.

ஒரே ஒரு துவாரம் வழியாகக் கதவுக்கடியில் வேண்டிய சாப்பாடு மட்டும் அனுப்பப்படும். மற்றபடி அவர்கள் வெளியே வரவோ, மற்றவர்கள் உள்ளே செல்லவோ, பார்வையாளர்கள் பார்க்கவோ அனுமதிக்கப்பட மாட்டார்கள்.

இதற்கெல்லாம் சேர்த்து அவர்களுக்கு ஒரு சலுகை வழங்கப் பட்டிருந்தது. அவர்கள் சிறைக்குச் செல்வதற்கு முன்பு என்ன கேட்கிறார்களோ அது வழங்கப்படும்.

முதல் மனிதன் "எனக்குப் பத்தாயிரம் புத்தகங்கள் வேண்டும்" என்றான். அவன் கேட்ட புத்தகங்களுடன் அவன் அந்தச் சிறையில் அடைக்கப்பட்டான். கதவு சாத்தப்பட்டது.

இரண்டாவது மனிதன் "நான் திருமணம் செய்து கொள்ள வேண்டும்" என்றான். மனைவியுடன் சிறைக்குள் தள்ளப்பட்டான். கதவு மூடியது.

மூன்றாவது மனிதன் "எனக்குப் பத்தாயிரம் சிகரெட் பாக்கெட்டுகள் வேண்டும்" என்றான். சிகரெட் பாக்கெட்டுகளுடன் சிறைக்குள் செலுத்தப்பட்டான்.

இருபத்தைந்து வருடங்கள் உருண்டோடின.

முதலாமவன் இருந்த சிறையின் கதவு திறக்கப்பட்டது. வெளியே வந்தவன் முகத்தில் அப்படி தேஜஸ் - ஒளி.

"நான் இந்தப் பத்தாயிரம் புத்தகங்களையும் படித்து முடித்து சிந்தித்துத் தெளிவு பெற்றுவிட்டேன். எந்தக் கேள்வி வேண்டு மானாலும் கேளுங்கள். நான் பதில் சொல்லத் தயாராக இருக்கிறேன்" என்றான். அவன் முகப் பொலிவு, அவன் கூறியதை எல்லோரும் ஏற்றுக் கொள்ளும்படி இருந்தது.

இரண்டாமவன் இருந்த சிறை திறந்தது. அவன் மனைவியுடனும், இரண்டு குழந்தைகளுடனும் மகிழ்ச்சியுடன் வெளியே வந்தான்.

மூன்றாவது மனிதன் இருந்த சிறைக் கதவைத் திறந்தபோது, "தீப்பெட்டி எங்கே? தீப்பெட்டி எங்கே?" என்று அவன் சுவரில் முட்டி மோதிக்கொண்டிருப்பதைப் பார்த்தனர்.

இதுதான் சரியாக முடிவெடுக்க முடியாததற்கு ஓர் உதாரணம்.

இயற்கை நமக்கு மிகப்பெரிய வரத்தை அளிக்கிறது. நாம் அந்த வரத்தைச் சரியாகப் பயன்படுத்திக்கொள்ள வேண்டும்.

கற்பகத் தருவாய் நம்முடைய வாழ்க்கை அமைந்தாலும், நாமும் அதை அதனிடமிருந்து பெறுகிறோம் என்பதுதான் முக்கியமானது.

எல்லாச் செயல்களுக்கும் ஒரு மனத்தயாரிப்பு தேவைப்படுகிறது.

முடிவெடுக்கும்போது நாம் தெளிவாகவும், அமைதியாகச் சிந்தித்தும் எடுத்தால் அந்த முடிவின் சகல சாத்தியக் கூறுகளையும் பரிசீலனை செய்யமுடியும்.

30 வருடம் சிறையிலிருந்த ஒருவருக்கு விடுதலையாகும் நாள் வந்தது. அவருடைய இனிய சுபாவம் அங்கிருந்த அனைவரையும் அவருக்கு நெருக்கமாக்கியது. அவர் பிரியும் நாள் எல்லோருக்கும் வருத்தத்தைத் தந்தது.

அவரிடம் ஜெயிலர் விடுதலையை அறிவித்ததும் அவர் முகம் வெளிறியது.

ஜெயிலர் கேட்டார்: "என்னாச்சு?"

"வீட்டுக்குப் போகறத நினைச்சாதான் பயமாயிருக்கு."

சிலருக்குத் தங்கள் இல்லமே பெரிய சிறைச்சாலை.

சிலருக்கு உலகமே திறந்தவெளிச் சிறை.

யாருக்கும் எந்த வசதியும் செய்து தாராத கொடுங்கோலன் ஒருவன் சிறைக்கு மட்டும் எந்தக் கோரிக்கை வந்தாலும் உடனே செய்து தருவான்.

அவன் தளபதி கேட்டான்: "மக்கள் எது கேட்டாலும் செய்து தராத நீங்கள் கைதிகளுக்கு மட்டும் ஏன் இவ்வளவு வசதிகளைத் தருகிறீர்கள்?"

கொடுங்கோலன் சொன்னான்: "எப்போது வேண்டுமானாலும் நாம் அங்குப் போக நேரிடலாம் என்பதை மறந்து விடாதே."

*

34. புகழ்ச்சி - தற்புகழ்ச்சி

பெருந்தலைவர் காமராஜர் வாழ்க்கையில் நடந்த ஒரு சம்பவம்.

1931ஆம் ஆண்டு காந்தியடிகள் வட்டமேஜை மாநாட்டிற்குச் சென்று தாயகம் திரும்புவதற்கு முன்பாகவே பல விடுதலை வீரர்களை ஆங்கில அரசு வேட்டையாடியது. காமராஜரும் கைது செய்யப்பட்டு, திருச்சி, வேலூர் சிறைகளில் அடைக்கப்பட்டார். விடுதலை பெற்று விருதுநகருக்குத் திரும்பியபோது, ரயில் நிலையத்தில் அவரை வரவேற்கத் தொண்டர்களும் பொதுமக்களும் வெள்ளமெனத் திரண்டனர். அவரைப் புகழ்ந்து கோஷமிட்டனர். அவர் இல்லம்வரை ஊர்வலமாக வந்தனர்.

அவர் தன் வீட்டின் அருகிலிருந்த காளியம்மன் பீடத்தில் சிறிய உரையாற்ற விரும்பினார். காமராஜர், "உங்கள் அபிமான நண்பனான எனக்கு மகத்தான வரவேற்புக் கொடுத்தீர்கள். நன்றி! நீங்கள் அனைவரும் எனக்காக ஒன்று செய்யவேண்டும். நீங்கள் கொடுத்த இந்த மகத்தான அன்பினால் எனக்குத் தலைக்கனம் ஏற்பட்டுவிடக் கூடாது என்று அனைவரும் கடவுளைப் பிரார்த்திக்க வேண்டும்" என்று முடித்தார். இதுதான் எளிமைக்கு எடுத்துக்காட்டு.

மற்றவர்கள் புகழ்ச்சி ஒருவிதமான போதையை ஏற்படுத்தி விடும். அதிலிருந்து மீள்வதும் சிரமம். கொஞ்ச நாள் கழித்து நாம் அவ்வாறு மற்றவர்கள் புகழவேண்டும் என எதிர்பார்க்க ஆரம்பித்துவிடுவோம். சில சொற்களை அளவுக்கு அதிகமாகப் பயன்படுத்தினால் அவை விரைவில் உண்மையான பொருளை இழந்துவிடுகின்றன. தன்னைப் பற்றியே எல்லோரும் பேச வேண்டும் என்கிற எண்ணம் ஒருவிதமான மனப்பிறழ்வு.

ஒரு மேடையில் சிறப்பு விருந்தினரை வானளாவப் புகழ்ந்து கொண்டேயிருந்தார் ஒரு பேச்சாளர். ஐந்து நிமிடம் கழித்து அந்தச் சிறப்பு விருந்தினர் எழுந்து, "தயவு செய்து என்னைப் புகழாதீர்கள்" என்றார். அருகிலிருந்தவர் "ஏன் ஐந்து நிமிடமாக ஒன்றும் சொல்ல வில்லை" என்றார். அதற்குச் சிறப்பு விருந்தினர் "நானே அதில் மயங்கிப் போய் மெய்மறந்து விட்டேன், அதனால் தான்" என்றார்.

அல்லாதவர்களைப் புகழும்போது சொற்கள் வலுவடைவதால் வலுஇழப்பதால் நல்லவர்களைப் புகழும்போதும் அவை மிகவும்

சாதாரணமாகப் போய்விடுகின்றன. தன்னைப் பற்றி யாரும் பேசா விட்டால் தானே பேசிக்கொள்பவர்கள் அடுத்த வகை. "நான் அதைச் செய்தேன் - இவர் பாராட்டினார்" என சதா தன்னைப் பற்றியே முரசறைந்து முன்மொழிபவர்கள்.

இரண்டு எழுத்தாளர்கள் வெகுநாட்களுக்குப் பிறகு சந்தித்தார்கள். முதல் எழுத்தாளர் தற்புகழ்ச்சிக்காரர். தான் எழுதியவற்றைப் பற்றியும், தன்னைப் பற்றியும் ஒருமணி நேரம் மூச்சுவிடாமல் அடுத்தவரிடம் பேசித் தீர்த்தார்.

அவரும் இதையெல்லாம் கேட்டுத் தொலைக்க வேண்டியிருக் கிறதே என நினைத்து வேறெதையோ நினைத்துக் கொண்டு தலை யாட்டினார்.

பேசி முடித்த தற்புகழ்ச்சிக்காரர் "எவ்வளவு நேரம் நானே என்னைப் பத்திப்பேசிக்கிட்டிருக்கிறது. இனிமே நீங்க என்னைப் பத்திப் பேசுங்க" என்றார் நிதானமாக.

*

35. சொல்

அண்மையில் ஒரு நூலில் வாசிக்க நேர்ந்தது.

பொறுப்பற்ற ஒரு சொல் சச்சரவை ஏற்படுத்தும்.

குரூரமான ஒரு சொல் ஒரு வாழ்வை சிதைக்கக்கூடும்.

ஒரு கசப்பான சொல் காழ்ப்புணர்வை ஏற்படுத்தலாம்.

ஒரு முரட்டுச்சொல் மரணத்தை உண்டாக்கலாம்.

ஒரு கருணையான சொல் பாதையைச் செப்பனிடலாம்.

ஒரு மகிழ்ச்சியான சொல் நாளையே வெளிச்சமாக்கலாம்.

ஒரு நேரத்திற்குகந்த சொல் இறுக்கத்தைத் தளர்த்தலாம்.

ஒரு அன்பான சொல் காயத்தை ஆற்றி ஆசீர்வதிக்கலாம்.

ஒரே ஒரு சொல்லால் மற்றவர்கள் வாழ்வு மாறுகின்ற அளவுக்குச் சொற்களில் சூத்திரம் அடங்கியிருக்கின்றது. அதனால் தான் மொழியைக் கையாளுவதில் லாகவமும், பக்குவமும் தேவைப்படுகிறது. ஒரே ஒரு காற்புள்ளியை மாற்றிப்போட்டால் பொருளே மாறிப் போய்விடும்.

பெண், அவளுடைய ஆண்துணையின்றி ஒன்றும் செய்ய இயலாது என்கிற வாக்கியத்தை ஆங்கிலத்தில் பயன்படுத்தும் போது காற்புள்ளியை மாற்றுவதன் மூலம் பொருளை மாற்றிக் காட்ட முடியும்.

காற்புள்ளியை மாற்றி ஒருவரின் உயிரையே காப்பாற்றிய வரலாறு கூட உண்டு. ஸாரினா மரியா (Czarina Maria) என்கிற பெண்மணி தன் கணவர் அலெக்ஸாண்டர் ஒரு குற்றவாளியைச் சிறைக்கு அனுப்ப "மன்னிக்க முடியாது, சைபீரியாவுக்கு அனுப்புக!" (Pardon impossible, to be sent to Siberia) என்பதை மாற்றி "சைபீரியாவுக்கு அனுப்ப முடியாது, மன்னிக்க" எனத் திருத்தி விடுவித்த கதை வரலாறு ஆனது.

ஒரு சொல்லைச் சொல்லும்போது எச்சரிக்கையாக இருக்க வேண்டும். எழுதும்பொழுது இன்னமும் உன்னிப்பாக இருக்க வேண்டும். நாம் எழுதிய கடிதம் சிலரது கல்லாப்பெட்டிகளில் 'கரன்சி' நோட்டுகளைப் போலப் பாதுகாக்கப்பட நேரிடலாம்.

நம் வார்த்தைகள் சொல்வெட்டுகளாக இருந்தால் அவை கல்வெட்டுகளைப் போலப் பாதுகாக்கப்படும். புத்தர், சாக்ரடீஸ்,

காந்தி போன்ற புனிதர்கள் உதிர்த்த ஒவ்வொரு சொல்லுமே இன்று ஆவணமாக்கப்பட்டு ஆயிரமாயிரம் இளைஞர்களுக்கு வழிகாட்டியாக இருப்பதற்குக் காரணம்? அவர்கள் அந்தச் சொற்களை இதயத்தின் ஆழத்திலிருந்து பிரசவித்ததால்தான்.

நாம் ஒன்றைப் பிறருக்குச் சொல்லும்போது தெளிவுபடுத்திக் கொள்ள வேண்டும். நாம் சொன்னதை அப்படியே அவர்கள் புரிந்து கொண்டிருக்கிறார்களா, இல்லையா?

மற்றவர்களை மிரட்டிப் பயப்படுத்துகிற சூழலில் நாம் எந்த உத்தரவுகளைப் போட்டாலும், அதைக் கீழ்நிலையிலுள்ளவர்கள் பதற்றத்துடன்தான் புரிந்துகொள்வார்கள். பதற்றம் இருந்தாலே மூளையின் செயல்பாடு பாதியாகக் குறைந்துவிடும்.

நம்முடைய சொற்கள் பிறருடைய இதயத்தில் விதையாக விழ வேண்டும் - விஷமாக இறங்கக்கூடாது. பூவாக உதிர வேண்டும்; முள்ளாகக் கிழிக்கக்கூடாது.

அடுத்தவர்கள் சொல்வதை ஒன்றுக்கு இரண்டு முறை திரும்பக் கேட்டு உறுதி செய்துகொள்வது நல்லது.

ஒரு சிறுவன் வீதியில் நின்றுகொண்டிருந்தான்.

அவனருகில் மிக அழகான உயர்ந்த ரக நாய் உட்கார்ந்திருந்தது.

அந்த வழியாக வந்த அவன் பள்ளித் தோழன், அந்த நாயைப் பார்த்ததும் அதைத் தடவித் தர ஆசைப்பட்டான். அந்தச் சிறுவனிடம் "உன் நாய் கடிக்குமா?" என்றான்.

"கடிக்காது" என்று பதில் வந்தது.

அவன் அந்த நாயின் நெற்றியில் கைவைத்ததும், அது அவனைக் கடிக்காத குறையாக உறுமி அவன் மீது பாய்ந்தது.

வெலவெலத்துப் போன அவன் "உன் நாய் கடிக்குமா என்று நான்கேட்டேன், நீ ஏன் அது கோபக்கார நாய் (Ferocious dog) எனச் சொல்லவில்லை?" என்று கேட்டான்.

"என் நாய் சாதுவானது - அது வீட்டிலிருக்கிறது. இது என் நாயல்ல வேறு யாருடையதோ" என அவன் அமைதியாகச் சொன்னான்.

*

36. முரட்டு வைத்தியம்

ஓர் ஊரில் வசதியான ஒருவர் இருந்தார். அவர் மகனுக்கு இனிப்புகள் என்றால் அப்படியொரு விருப்பம். அதிகப்படியான இனிப்பு உடலுக்குத் தீங்கு, பற்களுக்குக் கேடு என்றெல்லாம் எடுத்துச் சொன்னார். நம் உணவில் நாம் ஆறு சுவைகளையும் தக்க விகிதத்தில் சேர்த்துக்கொள்ள வேண்டும் என்று கூறினார். அவன் மசியவில்லை.

அந்த ஊரில் ஒரு துறவி, ஆசிரமம் ஒன்றை நடத்தி வந்தார். தன் மகனை அவர் மூலம் திருந்தச் செய்ய வேண்டும் என்று அந்தத் தந்தை நினைத்தார்.

அவரும் ஒருமாதத்தில் அவன் இனிப்பு அதிகம் உண்பதைக் குறைப்பதாக வாக்குக் கொடுத்து அவன் ஆசிரமத்தில் தங்க அனுமதியளித்தார்.

அவனுக்கு மூன்று வேளையும் விதவிதமான இனிப்புகளே உணவில் பரிமாறப்பட்டன. அவனுக்கோ மகிழ்ச்சி. நிறைய உண்டான். ஒருவாரம் - தான் வாழ்நாள் முழுவதும் அந்த ஆசிரமத்திலேயே தங்கி விட வேண்டும் என அவனுக்குத் தோன்றியது.

பத்து நாட்கள் சென்றிருக்கும். முதல்நாள் உண்ட அளவிற்கு அவனுக்கு உண்ண முடியவில்லை. பதினைந்து நாட்கள் கழித்து ஏதேனும் காரமாகவும், புளிப்பாகவும் சாப்பிட்டால் நன்றாக இருக்குமே என நினைத்தான். ஆனால், அவனுக்கு அனுமதி மறுக்கப்பட்டு இனிப்புப் பண்டங்களே தரப்பட்டன.

முப்பது நாட்கள் அந்த ஆசிரமத்தில் இருக்க முடியும் என்று அவனுக்குத் தோன்றவில்லை. இனிப்பைத் தவிர எந்தப் பதார்த்தத்தைப் பார்த்தாலும் சாப்பிட வேண்டும் போல தோன்றியது. சக ஆஸ்ரமவாசி களிடம் கெஞ்சிப் பார்த்தான். அவர்கள் தர மறுத்துவிட்டார்கள்.

இருபத்தைந்தாவது நாளில் சொல்லாமல் கொள்ளாமல் ஆசிரமத்தை விட்டுத் தப்பி, தன் வீட்டுக்கு ஓடினான். அவன் தந்தைக்கும் மிக்க மகிழ்ச்சி. இவ்வளவு நாள் மகனைப் பிரிந்திருந்த ஏக்கம் அவருக்கும் இருந்தது. அவர் கண்கள் பனித்தன. மகனை வெளியே அமரச் செய்துவிட்டு உள்ளே போய்ச்சூடான இனிப்புப் பதார்த்தங்களை எடுத்துக் கொண்டு வந்தார்.

அதைப் பார்த்ததும் அவனுக்குப் பயங்கர எரிச்சல் ஏற்பட்டது. அதைத் தட்டோடு தூக்கி வெளியே எறிந்தான்.

எல்லோருக்கும் அதிர்ச்சி.

"இனி என் முன்னால் இனிப்பைக் கொண்டு வந்தீர்கள் என்றால், இந்த வீட்டை விட்டும் நான் தப்பிக்க வேண்டியதாகி விடும்."

நம் மனம் எப்போதுமே நிராகரிக்கப்படுவதன் மீது நிலைத்து நிற்பது. வேண்டாம் என்று யாராவது சொன்னால் அதன் மீதே நம் எண்ணம் கூடாரம் வேய ஆரம்பிக்கின்றது. மறைக்கிற பொருள் மீதே சுவாரசியம் உண்டாகிறது.

சற்று எதிர்மறையான அணுகுமுறையின் மூலம் சில நேரங்களில் எதிர்பார்த்த பலனை அடையமுடியும்.

ஒன்றைத் தடை செய்யும்போது, புரிந்துகொள்ளும் பக்குவத்தில் இருப்பவர்கள் கட்டுப்படுவார்கள். மற்றவர்களோ அதை அடிமைத் தனம் என எண்ணி உடைப்பதிலேயே குறியாக இருப்பார்கள்.

உணவு என்பது ஆழ்மனத்தின் பதிவு. அதனால்தான் சின்ன வயதில் தாயாரிடம் சாப்பிட்ட சாப்பாடே இன்னமும் நம் நினைவில் நிழலாடுகிறது.

ஒருவர் வீட்டிற்குச் சென்றவுடன் ஓர் இனிப்பைச் சுடச்சுடக் கொண்டுவந்து வைத்தார்கள். வீட்டினரை "நீங்கள் சாப்பிட வில்லையா?" என்றேன்.

"நீங்கள் சாப்பிட்ட அரைமணி நேரம் கழித்துதான் சாப்பிடு வோம்" என்றார்கள்.

"இவ்வளவு பண்பாடா!" என வியந்தேன்.

"இல்லை; அரைமணிநேரம் கழிச்சி உங்களுக்கு ஒண்ணும் ஆகலேன்னாதான் சாப்பிடுவோம். ஏன்னா இது புதுசா நாங்க ட்ரை பண்ணின ஸ்வீட்."

*

37. உயர்ந்தது

சிலருக்குத் தான் வாங்கிய பொருளே உயர்ந்தது என்கிற எண்ணம் உண்டு. அப்படிப்பட்ட எண்ணம் அவர்களுக்குள்ளேயே (வெளிப் படையாகச் சொல்லாமல்) இருக்கும் வரை சரி. ஆனால், மற்றவர் களுடைய பொருள்களையெல்லாம் அவர்கள் குறைவாகப் பேசும் பொழுது அவர்கள் மனம் சுருங்கிவிடும்.

ஒவ்வொருவருக்கும் அவர்கள் பொருள் பெரிது. அவரவர் வசதிக்கேற்பப் பொருட்களை நாம் வாங்கிப் பயன்படுத்துகிறோம். மற்றவர்கள் தூண்டுதலால் சக்திக்கு மீறி செலவழித்து ஆடம்பரமாகக் காட்டிக் கொள்பவர்கள், நிம்மதியை இழந்து வீண்பெருமையைத் தேடிக் கொள்கிறார்கள்.

இன்னும் சிலரோ தான் வாங்கி, வேலை சரியாகச் செய்யாத பொருளை எல்லோருக்கும் சிபாரிசு செய்வார்கள். தான் பட்ட அவஸ்தையை மற்றவர்களும் படட்டுமே! தான் அடைந்த நஷ்டத்தைப் பிறரும் அடையட்டுமே என்கிற பரந்த மனப்பான்மைதான் காரணம்.

ஓர் இளைஞனை நாய் கடித்துவிட்டது. அவன் அதைச் சரியாகக் கவனிக்காமல் தானாகவே சுயவைத்தியம் செய்து கொண்டான். பயனளிக்கவில்லை. மருத்துவமனைக்குச் சென்றான். அவனைப் பரிசோதித்த மருத்துவர், "உங்களை வெறிநாய் கடித்துவிட்டது" என்றார்.

அவன் சிறிதுநேரம் துக்ககரமாக இருந்துவிட்டுப் பேனாவும், பேப்பரும் கேட்டான்.

மருத்துவர் தந்தவுடன், அவசர அவசரமாக ஏதோ எழுத ஆரம்பித்தான்.

உடனே அவர் "நீ நிச்சயம் உயிரோடு இருக்கப் போகிறாய். சிகிச்சையை ஆரம்பித்துவிடலாம். அதற்குள் ஏன் உயில் எழுதுகிறாய்?"

அவன் சொன்னான்: "நான் ஒன்றும் உயில் எழுதவில்லை. நீங்கள் சிகிச்சை அளிப்பதற்கு முன் நான் யார் யாரைக் கடிக்கலாம் என்கிற பட்டியலைத் தயாரிக்கிறேன்."

தனக்கு வந்த வியாதி எல்லோருக்கும் வந்தால் நாம் சமமாகி விடுவோம் அல்லவா?

புதிதாகத் தியானம் செய்ய ஆரம்பித்தவர்கள் எல்லோரையும் தியானம் செய்ய வற்புறுத்துவதும், புதிதாக நடைபயில ஆரம்பித்தவர்கள் மற்றவர்களையும் நடக்கத் தூண்டுவதும் ஒரு நல்லெண்ணத்தின் பாற்பட்டது. அவை இந்த ரகத்தில் சேர்ந்தவையல்ல!

நான் பார்த்திருக்கிறேன்:

சிலர் தான் படித்த ஒரு புத்தகத்தின் பெயரைக் கூறி எதிரே இருப்பவர்களிடம் "இதைப் படித்திருக்கிறீர்களா?" என்று கேட்பார்கள்.

"இல்லை" என்று அவர்கள் சொன்னதும்,

"அய்யய்யோ! தவற விட்டுட்டீங்களே! கட்டாயம் நீங்கள் அதைப் படிக்க வேண்டும்" என்பார்கள்.

"அந்தப் புத்தகத்தைப் பற்றிக் கொஞ்சம் சுருக்கமாகச் சொல்கிறீர்களா?"

"அதெல்லாம் படிச்சாதான் சார் தெரியும். சொன்னாப் புரியாது" என்பார்கள்.

நம்மிடம் இப்படி அறிவுரை வழங்குகிற பலரும் புதிதாக இந்தப் பழக்கத்தை ஆரம்பித்திருக்கிறார்கள் என்பதைச் சட்டென்று நாம் புரிந்துகொள்ளலாம். ஏனென்றால் வெகுகாலமாக இவற்றைச் செய்துகொண்டிருப்பவர்கள் ஆழமான ஏரியைப் போல அமைதியாக இருக்கிறார்கள்.

புதிதாக ஒரு பொருளைச் சொல்லி "அதை வாங்கவில்லையா?" என்று கேட்டார் நண்பர்.

"இல்லை" என்றார் அவர்.

"என்ன சோகமா இருக்கீங்க?" என்று கேட்டார்.

"நேற்று ஒரு புத்தகம் படித்தேன். அதுதான் கண் கலங் கிட்டேன்."

"என்ன புத்தகம் அது?"

"என் பேங்க் பாஸ் புக்!"

*

38. எதிரிகள் யாருமில்லை

புத்தர் மனிதர்களை மூன்று வகையினராகப் பிரித்தார்.

முதல் வகையினர் பாறையில் செதுக்கிய எழுத்துக்களைப் போல - அவர்கள் தங்கள் கோபத்தை வெகுநேரம் தக்கவைத்துக் கொண்டிருப்பவர்கள்.

இரண்டாம் வகையினர் மணலில் எழுதிய எழுத்துகள் போல் - அவர்களுக்கு விரைவில் கோபம் வரும்; சிறிது நேரத்தில் மறைந்து போகும்.

மூன்றாம் வகையினர் நீரில் எழுதிய எழுத்துகள் போல்; அவர்கள் யாருடைய வசவையும் வதந்தியையும் கண்ணுறாமல் தங்கள் மனத்தையும் இதயத்தையும் எப்போதும் தூய்மையாக வைத்திருப்பார்கள்.

கோபம் எதிரிகளை ஏற்படுத்துவதுடன் நின்று விடுவதில்லை; அது நமக்கே வேறு வடிவத்தில் திரும்பி வருகின்றது. நமக்கு யாரை எதிரியாக நிர்ணயித்தாலும் நம் பலத்தில் பாதியை அவர்களுக்குத் தாரையாகத் தந்து விடுகிறோம். கோபமும், வன்மமும், நம் உடலைப் பலவீனப்படுத்தி நம்மைக் கருவச் செய்து வீழ்த்திவிடுகின்றன.

நாமெல்லோருமே யாரையாவது எதிரியாகப் பாவித்துக் கொள்கிறோம். என் பள்ளிப் பருவத்தில் நான் யாரை எதிரியாக நினைத்தேனோ இப்போது அவர்களைப் பற்றிச் சிந்திப்பதுகூட இல்லை. அப்படி நினைத்த, என்னுடன் பேசாமல் இருந்த ஒருவர் புகைவண்டி நிலையத்தில் என்னை எதேச்சையாகச் சந்திக்க நேர்ந்தபோது ஓடிவந்து கட்டித் தழுவிக்கொண்டு பெருமிதப்பட்டார். எனக்கு வெட்கமாகி விட்டது.

இன்று எதிரிகளாகத் தோன்றுபவர்கள் நாளை நமக்கு அன்னியோன்னியமாகிவிடுவார்கள் - அல்லது அவர்கள் நம் எல்லைப் பகுதியை விட்டே வெளியேறிவிடுவார்கள்.

நமக்கு நாம்தான் உண்மையான எதிரி - நம் கோபம், அவசரம், பதற்றம், பேராசை ஆகியவைதான் நமக்கு எதிரிகளாக இருந்து செயல்படுபவை.

ஒரு பள்ளியில் ஆசிரியை ஒரு மாணவனை அழைத்துக் கடிந்து கொண்டார்.

"சென்ற ஞாயிற்றுக்கிழமை நான் உனக்குப் புத்திமதி சொன்னேனே! பிறகு ஏன் உன் பக்கத்து மாணவனை அடித்தாய்? நான் போதித்தது நினைவில் இல்லையா?"

"நன்றாக நினைவிலிருக்கிறது டீச்சர். அவன்தான் என்னை முதலில் அடித்தான்."

"என்ன போதித்தேன்?"

"ஒரு கன்னத்தில் அடித்தால் மறுகன்னத்தைக் காட்டச் சொன்னீர்கள்?"

"பிறகு ஏன் அப்படிச் செய்யவில்லை?"

"அவன் என் கன்னத்தில் அடிக்கவில்லை. மூக்கில் அல்லவா குத்தினான். எனக்குக் காட்ட இன்னொரு மூக்கா இருக்கிறது?"

சகிப்புத்தன்மையால் விரோதம் வளராது. சகிப்புத் தன்மை என்றாலே விரோதத்தையோ, அதிருப்தியையோ நாம் வெளியே காட்டிக்கொள்ளாமல் இருப்பதுதான்.

ஒரு மடாலயத்தில் அன்பைப் பற்றிப் பிரசாரம் செய்து கொண்டிருந்த மதபோதகர் "இங்கு எதிரியே இல்லாத யாராவது இருக்கிறீர்களா? உண்மையில் அப்படி யாராவது இருந்தால் தயவுசெய்து எழுந்து நில்லுங்கள்" என்றார்.

வெகுநேர அமைதிக்குப் பின் ஒரு வயோதிகர் எழுந்து நின்றார்.

அவரைப் பார்த்து அவையே கைதட்டி ஆரவாரம் செய்தது.

அவரிடம் அந்தப் போதகர் "உங்கள் இரகசியம் என்ன?" என்றார்.

"என் வயதொத்தவர்கள் (சம வயதினர்) எல்லோரும் இறந்து போய் விட்டார்கள். நான் மட்டும் உயிர்வாழ்கிறேன். அதுதான் ரகசியம்" என்றார்.

*

39. மகாபாரதத்தில் மைதாஸ்

பாதிக்கதையைக் கூறுவது, பாதிக் கதையை மட்டுமே கூறுவது, பல நேரங்களில் கதை கூறாமல் இருப்பதைக் காட்டிலும் நல்லது. என்னுடைய கல்லூரி நாட்களில் சில திகில் படங்களைப் பார்த்த மாணவர்கள், பார்க்காதவர்களிடம் முடிவை மாத்திரம் அதாவது "இன்னார்தான் கொலையாளி, இன்னாரல்ல" என்று சொல்லி அந்தப் படத்தைப் பார்க்கும் ஆசையையே போக்கடித்து விடுவார்கள்.

மைதாஸ் கதை பாதி கூறப்பட்ட கதை. தொட்டதெல்லாம் தங்கமாகத் துலங்கவேண்டும் என டயோனிஸஸ் (Dionysus) கடவுளிடம் வரம் வாங்கி, பின்னால் உணவும், நீரும் கூடத் தங்கமாக, தன்னுடைய தவறுக்கு வருந்தியது மட்டுமே நமக்குத் தெரியும். இதுதான் வரமே சாபமான கதை. பிறகு, அவர் தன் வரத்தைத் திரும்பப் பெற்றுக் கொள்ளுமாறு டயோனிஸஸ் வசம் மன்றாடியதும், அவர் லிடியாவில் உள்ள பேக்டோலஸ் நதியில் குளித்தெழச் சொன்னதும், பிறகு சாபம் நீங்கியதும் மைதாஸை அப்பல்லோ மற்றும் பான் தேவர்களுக் கிடையே நடந்த இசைப் போட்டிக்கு நடுவர் ஆக்கியதும் மைதாஸ் பான்தேவன் வெற்றி பெற்றதாக அறிவித்ததும், அதனால் அப்பல்லோ சபிக்க மைதாஸ் காதுகள் கழுதையின் காதுகளைப் போல மாறியதும் சுவையான சங்கதி.

மைதாஸ் தன்னுடைய கழுதைக் காதுகளை மூடியே வைத் திருந்தார். அவருடைய சிகை திருத்துபவனுக்கு மட்டுமே அந்தக் காதுகள் தெரியும். ஆனால், அவன் அந்த ரகசியத்தை வெளியே சொல்லக் கூடாது எனப் பயமுறுத்தினார் மைதாஸ். ஆனால், அவனுக்கோ ரகசியத்தை வெளியில் சொல்லாமல் இருக்க முடியவில்லை. அவன் ஓர் ஆளரவமற்ற இடத்திற்குச் சென்று குழிதோண்டி 'மைதாஸுக்குக் கழுதையின் காதுகள்' என்று அந்தக் குழியில் கிசுகிசுத்தான். ஆனால், அங்கு வளர்ந்திருந்த உயர்ந்த களை எல்லோரிடமும் அந்த ரகசியத்தைக் கூறிவிட்டது.

'பேராசை பெருநஷ்டம்' என்பதைக் கூற உதயமானது மைதாஸ் கதை.

மகாபாரதத்திலும் இப்படி ஒரு கதையுண்டு. சிரிஞ்ஜயா என்கிற மன்னன் இருந்தான். அவன் தனக்கு ஒரு புத்திசாலிக் குழந்தை பிறக்க வேண்டும், அதன் விழிகளில் இருந்தும், வாயில் இருந்தும் முத்துகள்

உதிரவேண்டும் என்று வரம்பெற்றான். அப்படியே ஓர் அழகிய குழந்தை பிறந்தது. அரண்மனை வாயில், சுவர், தரை எல்லா இடங்களும் முத்துகளால் அலங்கரிக்கப்பட்டன.

இந்தச் செய்தி பரவியது. கொள்ளைக்காரர்கள் அந்தக் குழந்தையை அபகரித்துச் சென்றார்கள். அரசன் குழந்தையைத் தேட ஆட்களை முடுக்கினான். அந்தக் குழந்தையை இனிமேலும் மறைத்து வைக்க முடியாது. ஒருவேளை அதை வெட்டினால் ஒவ்வொரு துளி ரத்தமும் முத்தாக மாறும் என எண்ணிக் குழந்தையைச் சாகடித்தார்கள் கொடியவர்கள்.

பற்களை முத்துகளாக்கி, சொற்களை அணிகளாக்கிப் பேசும் சுந்தரமொழியினரும் இருக்கிறார்கள். அவர்கள் ஆசையை விநியோகம் செய்பவர்களல்லர்; ஊக்கத்தை வழங்குபவர்கள்.

சரி, எதைத் தொட்டாலும் தங்கமாகும் என்றால் முதலில் மைதாஸ்தானே தங்கச் சிலையாகியிருக்க வேண்டும். அவன் தன்னைத் தொட்டுக்கொள்ளவேயில்லையா என்ன?

*

40. தொலைபேசித் தொல்லைகள்

தொலைபேசி இப்பொழுது பரவலாகிவிட்டது. மைய அரசு 1986 ஆம் ஆண்டு கொண்டு வந்த தொழில்நுட்ப முனைப்பு நடவடிக்கை (Technology mission)களால் குக்கிராமத்திலும் வெளி நாட்டுக்கு நேரடியாகப் பேசும் வசதி கிடைத்துள்ளது.

தொலைபேசி இப்பொழுது ஓர் அந்தஸ்து அடையாளமன்று - தொழில்நுட்பமும் விஞ்ஞானமும் வளரும்போது சகலருக்கும் வாய்ப்புகள் சென்று சேருகிற பொதுவுடைமை தன்னால் நிகழ்ந்து விடுகிறது.

தொலைபேசி இணைப்பு கிடைப்பது ஒரு காலத்தில் பிரச்சினை யாக இருந்தது. இப்பொழுது தொலைபேசி இருப்பதே பெரிய பிரச்சினையாகுமளவு சிலர் அதைக் கையாள்கிறார்கள்.

தொலைபேசியைப் பயன்படுத்துவதில் சில வழி முறைகள் இருக்கின்றன.

யார் தொலைபேசி எண்ணைச் சுழற்றுகிறார்களோ, அவர்கள் தங்களை அறிமுகப்படுத்திக்கொள்ள வேண்டும். அதை விட்டுவிட்டு எதிர்த்திசையில் இருப்பவர்களிடம் "யார் பேசறது?" என்று கேட்டு முகம் சுளிக்க வைக்கக் கூடாது.

தொலைபேசியை அவசியத்திற்காகப் பயன்படுத்த வேண்டும். அதை வெகுநேரம் ஒரே நபருடன் அரட்டையடிக்கப் பயன்படுத்தக் கூடாது. எதிர்த்திசையில் இருப்பவருக்குப் போதிய நேரம் இருக்கிறதா என்பதை அறிந்து கொண்டும், இரகசியமானவற்றைப் பேசும்போது அவர் எதிரில் யாராவது இருக்கிறார்களா என்பதை ஊர்ஜிதம் செய்து கொண்டும் பேசுவது சிறப்பு.

தொலைபேசியை எடுத்துக்கொண்டு "யார் பேசுறாங்கன்னு கண்டுபிடிங்க பார்க்கலாம்" என்று கண்ணாமூச்சி விளையாடக் கூடாது. எதிராளி எந்தப் பதற்றத்திலிருக்கிறாரோ, யார் கண்டது? அடுப்பைப் பற்ற வைத்துவிட்டு, சமையல் குறிப்புகளை எல்லாம் தொலைபேசியில் பெறுகிறவர்கள் உண்டு.

நாம் பேசியதும் தொலைபேசியைத் துடைத்துச் சுத்தப் படுத்துவது நல்லது. சிலர் பயன்படுத்தியதும் அதில் பீடி நாற்றமடிப்பதைக்

காணலாம். பொதுத் தொலைபேசியில் காத்திருப்பவர்களைப் பற்றிக் கவலைப்படாமல் ஊர்க் கதையையெல்லாம் பேசி, பலரது நேரத்தை வீணடிப்பவர்கள் உண்டு. எனக்குத் தெரிந்த சிலர் தொலைபேசியில் ராகங்களையெல்லாம் பாடிக்காட்டுவது உண்டு. தொலைபேசி முக்கியமான செய்திகளைப் பரிமாறுகிற தகவல் தொடர்புச் சாதனம் மட்டுமே என்பதை நாம் உணர வேண்டும்.

ஓர் இளம்பெண் தொலைபேசியில் அரைமணி நேரம் பேசிக் கொண்டிருந்துவிட்டு வெளியே வந்தாள்.

அவள் தோழி கேட்டாள்: "எப்போதுமே நீ இரண்டு மணி நேரத்திற்கு முன்பு வெளிவரமாட்டாய். இன்று எப்படி அரை மணி நேரத்திலேயே முடித்துக்கொண்டாய். ஆச்சரியமாயிருக்கே!"

"ராங் நம்பராப் போச்சு அதனாலதான்" என்றாள் அவள்.

ராங் நம்பர்கள் மட்டும் ஏனோ எங்கேஜ்டாகவே இருப்பதில்லையே அது ஏன் என்று ஒரு நண்பர் கேட்டார். ரைட் நம்பர் பிஸியாக இருப்பதனால்தானே ராங் நம்பருக்குப் போகிறது என்று இன்னொருவர் விளக்கம் கொடுத்தார்.

சில நேரங்களில் எண்ணைச் சரிபார்க்காமல் தகவல் தருவது எவ்வளவு சிக்கலில் முடிந்துவிடுகிறது பாருங்கள்.

ஒருவருக்குத் தொலைபேசி அழைப்பு வந்தது.

எதிரேயிருந்தவர் 'பீரோவுக்கு எந்த நிறம் அடிக்கணும்னு அண்ணன் கேட்கச் சொன்னார்' என்று கேட்பதற்குப் பதிலாக, 'எந்த நிறத்திலே அடிக்கணும்' என மொட்டையாகக் கேட்டார்.

"பச்சை நிறத்தில் அடிங்கள்" என்று இவர் டமால் என அடித்தார்.

"சரி" என அவர் தொலைபேசியை வைத்துவிட்டார்.

பாவம்! பீரோவுக்கு முன்பணம் தந்தவர் எவ்வளவு கோபப்பட்டாரோ தெரியவில்லை.

*

41. பிரசாரம்

ஒரு நகரத்தில் நாய் ஒன்று இருந்தது. அது திடீரென மெய்ஞ்ஞான மடைந்தது.

மற்ற நாய்களிடம் "குரைப்பதை நிறுத்துங்கள். தேவையில்லாமல் குரைப்பதாலேயே நம் ஆற்றலில் பெரும்பகுதி வீணாகி விடுகிறது" என்று போதனை செய்தது.

குரைப்பதை நிறுத்துவது நாய்களுக்குக் கடினம்.

எப்படி நம்மால் பேசுவதை நிறுத்த முடிவதில்லையோ, அதைப் போலவே நாய்களுக்கும் குரைக்காமல் இருக்க முடிவதில்லை. நாம் பேசுவது நாய்களுக்குக் குரைப்பதைப் போலத் தோன்றினாலும் தோன்றுமோ?

அவை அந்த அறிவுரை வழங்கும் விரிவுரை நாயிடம் விளக்க மளித்தன.

"நீங்கள் ஒரு மாபெரும் நாய். நீங்கள் சொல்வது எல்லாமே மெய்தான். ஆனால், நாங்கள் சாமானிய நாய்கள். எங்களால் மௌன மாகத் தியானம் செய்ய முடிவதில்லை."

அவை அந்த அறிவுஜீவி நாயை அவதாரமாகக் கருதின. ஆனால், அவற்றின் புகழுரைக்கேற்பவே அந்த அறிவுஜீவி நாயும் தன் வார்த்தையைக் காப்பாற்றி, குரைக்காமலே இருந்து வந்தது. தன்னுடைய பிரசாரம் பலனளிக்காமல் போனாலும் அதைப் பற்றிக் கவலைப்படாமல் தொடர்ந்து தன் பணியைச் செய்து வந்தது.

தன்னைப் போலச் சாதாரண நாய்களால் இருக்க முடியவில்லை என்கிற குற்றவுணர்வை ஏற்படுத்தி அது மகிழ்ந்து வந்தது.

ஓர் அமாவாசை இரவு. நாய்களெல்லாம் முடிவு எடுத்தன.

"நம்முடைய அவதார புருஷர் கூறுவதை இந்த ஓர் இரவாவது நாம் கடைபிடிப்போம். அவர் சொல்லுக்கு மதிப்புக் கொடுக்க வில்லையே என்கிற வருத்தம் அவருக்கு ஏற்பட வேண்டாம்."

தாங்கள் செய்துகொண்ட சங்கல்பத்திற்கிணங்க அன்று இரவு ஒரு நாய்கூடக் குரைக்கவில்லை.

அறிவுஜீவி நாய்க்கோ ஆச்சரியம். அது தெருத் தெருவாய் ஓடி ஓடிக் கவனித்தது. நாய்கள் குரைக்கிற இடமெல்லாம் ஓடிப் போதிக்கிற அதற்கு எந்த நாயும் குரைக்காதது முதலில் ஏமாற்றமாயிருந்தது.

நேரமாக நேரமாகத் தன் பணியைச் செய்ய முடியவில்லையே என்கிற வேதனையும் ஏற்பட்டது. அதற்கு மேலும் அதனால் தாங்க முடியவில்லை. ஓர் இருண்ட மூலைக்குச் சென்று குரைத்தது.

ஒரு நாய் குரைத்துவிட்டதைக் கேட்டதும் அக்கணமே மற்ற நாய்கள் 'இனி பிரச்சினையில்லை' என்று நினைத்தன. யார் குரைத்தது என்கிற உண்மை அவற்றிற்குத் தெரியாது. அவை ஒவ்வொன்றாகக் கட்டுப்பாட்டை உடைத்து, குரைக்க ஆரம்பித்தன. இப்பொழுது அவை குரைப்பது முன்பைக் காட்டிலும் தீவிரமாக இருந்தது. அறிவுஜீவி நாயும் தன்னுடைய போதனையை ஆரம்பித்தது.

கலீல்கிப்ரானுடைய இந்தக் கதை ஆழமானது.

போதிக்கிற பலரும் நாம் போதிக்கிற சுகத்திற்காகப் போதிக் கிறார்களே தவிர திருந்தவேண்டும் என்பதற்காக அல்ல; - திருந்தி விட்டால் நமக்கு வேலையில்லாமல் போய்விடும் என்கிற பயமும் அவர்களுக்கு உண்டு.

ஓர் ஊரில் குடிப்பதை நிறுத்துபவர்களுக்குப் பரிசு வழங்க ஆரம்பித்தார்கள். நாளடைவில் அங்கு மது அருந்துபவர் எண்ணிக்கை அதிகமானது.

விசாரித்தபோது விவரம் தெரிந்தது. இதுவரை குடிக்காதவர்கள், குடிக்க ஆரம்பித்தனர். சில நாட்களில் நிறுத்தி, பரிசு பெறலாம் என்பதற்காக!

*

42. இயல்பாக இருப்பது

மார்க் ட்வெய்ன் (Mark Twain) எழுதிய 'டாம் ஸாயரின் சாகசங்கள்' (Adventures of Tam Sawyer) ஒரு சுவையான நெடுங்கதை.

அதை 'நாவல்' என்று சொல்லாமல் நெடுங்கதை என்று நான் சொல்வதற்குக் காரணம் 'நாவல்' என்பதற்கான இலக்கணங்கள் வேறுபட்டவை என்பதுதான்.

டாம் என்கிற சிறுவன் தன்னுடைய குறும்புத் தனங்களுக்காக ஒரு விடுமுறை நாளில் நீளமான சுவரை வெள்ளையடிக்கப் பணிக்கப் படுகிறான். நொந்துகொண்டே அந்தப் பணியைச் செய்ய ஆரம்பிக்கின்ற அவனை அழைக்க அவன் நண்பர்கள் அங்கு வருகிறார்கள்.

அவர்கள் முன்பு அந்தப் பணியை மிகவும் ரசித்துச் செய்வதைப் போலவும், அதைப் போல மகிழ்ச்சியளிக்கக் கூடிய செயல் உலகத்தி லேயே எதுவும் இல்லை என்பது போலவும் அவன் நடித்து அவர்கள் முன் ஒரு மாயத் தோற்றத்தை ஏற்படுத்துகிறான். அவர்களுக்கும் வெள்ளையடிக்கும் ஆர்வம் ஏற்படுகிறது.

அவனோ அதைத் தர மறுக்கிறான்.

அவர்கள் தங்கள் கைகளிலிருந்த பொருட்களையெல்லாம் தந்து அந்த வாய்ப்பைப் பெறுகிறார்கள். ஏதோ மிகவும் துயரத்தில் அந்தப் பணியை அவர்களுக்கு விட்டுக் கொடுப்பதைப் போல அவன் அவர்களுக்கு வாய்ப்புத் தருகிறான்.

அவர்கள் போட்டி போட்டுக்கொண்டு வெள்ளையடிக்கிறார்கள். அவனுக்கு விடுமுறையும் கிடைக்கிறது. கை நிறைய, வேண்டிய பொருட்களும் கிடைக்கின்றன.

எந்த ஒரு செயலையுமே நாம் மகிழ்ச்சியாக இருப்பது போலக் காட்டிக்கொண்டால் அது மற்றவர்கள் கவனத்தை ஈர்க்கிறது. சிலர் தாங்கள் புதிதாகப் பணியாற்றும் துறையை எப்போதும் குறை சொல்வார்கள். அப்போதுதானே வேறு யாரும் அந்த இடத்திற்குப் போட்டியிடமாட்டார்கள்.

நாம் இன்று 'மகிழ்ச்சியாக இருப்பவர்கள்' எனப் பட்டிய லிட்டவர்களில் பலர் உண்மையிலேயே மகிழ்ச்சியாக இல்லை

என்பதும், வருத்தமாய் இருப்பார்கள் என அனுமானிப்பவர்கள் சோகத்தில் இல்லை என்பதும் நிதரிசனமான உண்மை.

ஆனால், எதையுமே 'இயலாதது' போல 'முடியாதது' போல, தோற்றத்தை உருவாக்குமேயானால் பலருக்கும் அதன் மீது ஆர்வம் கிளர்ந்தெழும்.

சிலர் தாங்கள் ஒரு நூலை எழுதிவிட்டால் தாங்கள் பட்ட இன்னல்களையும், சிந்திய வியர்வைத் துளிகளையும் முன்னுரையில் பட்டியலிடுவார்கள். அது கிட்டத்தட்ட ஒரு மன்னிப்புக் கோரும் மறைமுக அணுகுமுறைதான்.

ஆனால், இது தவறான அணுகுமுறை. சில நேரங்களில் 'இவ்வளவு கஷ்டப்பட்டுத்தான் இவர் இப்படி ஒரு சாதாரண நூலை எழுதினாரா' என்கிற எண்ணத்தை அது ஏற்படுத்திவிடும்.

"இவருக்கு எழுத்து இயல்பாக வருவதில்லை" என்றும்,

"இவர் ஓர் இயல்பான கலைஞர் அல்லர்" என்றும்

"இவர் தம்பட்டத்தோடு பயணம் போகிறவர்" என்றும் எண்ணச் செய்துவிடும்.

மிகக் கடினமான உழைப்பைக் கூட வெளியே காட்டிக் கொள்ளாமல் போகிற போக்கில் செய்வதைப் போல... 'இது நமக்கு ஒன்றும் பெரிதல்ல' என்பது போன்ற எண்ணத்தை ஏற்படுத்து பவர்களே கெட்டிக்காரர்கள்.

ஒருவர் சொன்னார்: "அவருக்கு ஒவ்வொரு புத்தகமும் பிரசவம் மாதிரிங்க."

"அப்படியா?"

"ஆமாங்க. ஆனா ஒரு பிரச்சினை."

"என்ன பிரச்சினை?"

"எல்லாப் பிரசவத்திலேயும் தாய் மட்டும் நலம். சேய் செத்தே பிறக்குதுங்க."

*

43. துக்கம் விசாரிப்பது

ஒருவர் வீட்டில் மரணம் நிகழ்ந்துவிடுகிறது என்றால் எப்படித் துக்கம் விசாரிப்பது என்பதற்குச் சில வழிமுறைகள் இருக்கின்றன.

ஏற்கெனவே துயரத்தின் பிடியில் சிக்கிக்கொண்டிருப்பவர்கள் மேலும் தொய்வுறுமளவு நாம் சொற்களால் அவர்களைச் சுருட்டி யடிக்கக் கூடாது.

'இதுதான் இறைவன் விருப்பம் போல'

'உங்கள் உணர்வு எனக்குப் புரிகிறது'

'காலம் காயத்தை ஆற்றும்'

என்றெல்லாம் தத்துவம் தத்தகா, பித்தகா எனப் பேசி அவர்களைத் தளர்த்தக் கூடாது.

'கடவுள் உங்கள் நம்பிக்கையைப் பரிசோதனை செய்கிறார்' என அவர்களை வெறுப்பேற்றக் கூடாது.

'நீங்கள் உறுதியாக இருந்தால்தான் உங்களைச் சார்ந்திருப் பவர்கள் சலனமடையாமலிருப்பார்கள்' எனக் கூறி 'எங்கே நாமும் போய்விடுவோமோ' என எண்ணும்படி அவர்களில் யாரையும் பயமுறுத்தக்கூடாது.

விபத்தில் மரணமுற்ற ஒருவர் வீட்டிற்குச் சென்று 'நல்ல வேளை மற்றவர்கள் அவரோடு பயணம் செய்யவில்லையே என ஆறுதல் கொள்ளுங்கள்' என அபத்தமாகப் பேசக் கூடாது.

'எல்லாவற்றிற்கும் ஒரு காரணமிருக்கும்' என இருத்தல் தத்துவத்தை இயம்பக்கூடாது.

அழுகை வந்தால் 'நாம் உடைந்து போகக்கூடாது' என அழுகையைக் கட்டுப்படுத்தக்கூடாது.

இறந்தவர் பெயரைச் சொல்வதைத் தவிர்க்க வேண்டியதில்லை. அவ்வாறு செய்வது அவர்கள் வலியை அதிகப்படுத்தவே செய்யும்.

நம் உண்மையான வருத்தத்தை அவர்களுக்கு உணர்த்த வேண்டும்.

அவர்களுக்கு நெருக்கமானவர்களிடம் சென்று அவர்கள் வலியைப் பகிர்ந்துகொள்ள ஏதுவாகத் தோள் தரவேண்டும்.

அவர்கள் இறந்தவர்களைப் பற்றி நிறையப் பேசவும், நினைவு கொள்ளவும் வாய்ப்பை ஏற்படுத்தித் தருவதன் மூலம் அவர்கள் வருத்தத்தின் கனம் குறையும்.

இறந்து போனவருடைய மேன்மையான பண்புகளை எடுத்துச் சொல்ல வேண்டும்.

அவர்களுக்குக் கைப்பட, துக்கக் குறிப்பை எழுதி அனுப்ப வேண்டும்.

அவர்கள் நம் வலியைப் பகிர்ந்துகொள்ள உதவியதற்காக நன்றி சொல்ல வேண்டும்.

அவர்கள் அன்புக்குரியவர்களாக இருந்தால், மௌனமாகக் கைகளைப் பற்றி, சிலநேரம் அமர்ந்திருப்பது நம் சொற்களைக் காட்டிலும் பலமடங்கு மேன்மையானது.

இங்கிலாந்தில் வயோதிகர் ஒருவரை அவர் நண்பர் கேட்டார்: "இப்போது நீங்கள் எண்பது வயதைக் கடந்துவிட்டீர்கள். என்ன செய்கிறீர்கள்?"

அதற்கு அவர் "எனக்குத் தினமும் வழக்கமான நடைமுறை உள்ளது. என் பணியாளர் காலையில் ஒருகோப்பைத் தேநீரும், டைம்ஸ் பத்திரிகையையும் கொண்டு வருவார். நான் தேநீரைக் குடித்துவிட்டு 'இறந்தவர்கள் விவர'ப் பட்டியலைப் பத்திரிகை யில் பார்ப்பேன். என் பெயர் அதில் இல்லாமல் இருந்தால் நான் படுக்கையை விட்டு எழுந்திருப்பேன்."

உயிருடன் இருக்கும்போதே சிலர் பெயர் Obituary 'இறந்த வர்கள்' பட்டியலில் இடம் பெறுவதுண்டு.

ரூட்யாட் கிப்ளிங் Rudyard Kipling பெயர் அப்படி ஒரு பத்திரிகையில் வெளிவந்தது.

உடனே கிப்ளிங் "உங்கள் பத்திரிகையைப் பொறுத்தவரை நான் இறந்துவிட்டதால் சந்தாதாரர்கள் பட்டியலிலிருந்து என்னுடைய பெயரை நீக்கிவிடுமாறு கேட்டுக் கொள்கிறேன்" என்று கடிதம் எழுதினார்.

*

44. சரியான தவறுகள்

1914-ஆம் ஆண்டு டிசம்பர் மாதம் திடீரென எடிசன் ஆய்வகத்தில் தீவிபத்து ஒன்று ஏற்பட்டது. யாரும் எதிர்பார்க்கவில்லை. திடீரென ஏற்படுவது தான் விபத்து. முன்கூட்டியே திட்டமிட்டால் அது சதி.

'எடிசன்' அவ்வாறு நிகழாதவாறு உறுதியாகத்தான் அதை அமைத்திருந்தார். அதை மிகவும் குறைவான தொகைக்குத்தான் காப்பீடு செய்திருந்தார்.

இரண்டு மில்லியன் டாலர் அளவுக்கு அவருடைய சொத்துக்களும், அவருடைய பல ஆய்வுக்குறிப்புகளும், பல்வேறு நிலையிலிருந்த ஆராய்ச்சிப் பொருட்களும் தீக்கு இரையாயின.

ஆனால், எடிசன் மிகவும் அமைதியாக அதைக் கவனித்துக் கொண்டிருப்பதை அவருடைய மகன் சார்லஸ் பார்த்துக் கொண்டிருந்தான்.

எடிசன், "சார்லஸ்! உன் அம்மா எங்கே? அவளையும் அழைத்து வா. அவள் இதுபோன்ற ஒரு காட்சியை வாழ்நாளில் இன்னொரு முறை பார்க்க முடியாது."

அடுத்த நாள் அந்த அழிவுகளையெல்லாம் முழுமையாகப் பார்வையிட்ட எடிசன் "இந்த விபத்தினால் ஒரு பெரிய நன்மை உண்டு. நம்முடைய தவறுகளையும் அது அழித்து விடுகிறது. நாம் புதிதாக மறுபடியும் ஆரம்பிக்க வாய்ப்புக் கிடைத்ததற்காக இறைவனுக்கு நன்றி சொல்ல வேண்டும்."

இந்த விபத்து நடந்த மூன்றே வாரங்களில் அவர் ஃபோனோ கிராஃப் (Phonograph)ஐக் கண்டுபிடித்தார்.

நாம் ஒரு சின்னப் பேனா தொலைந்ததற்கே நாள் முழுவதும் விசனப்படுகிறோம்.

ஒரு கண்ணாடி உடைந்தால் எவ்வளவோ வருத்தப்படுகிறோம்.

நம் கோபம் எல்லோர் மீதும் திரும்புகிறது. முகத்தைக் கடுகடு என வைத்துக்கொள்கிறோம். அதனால்தான் நம்மால் எந்தச் சாதனையையும் செய்ய முடிவதில்லை.

எடிசனுக்கும் வருத்தம் இருந்திருக்கும். அதைச் சட்டையைக் கழற்றி எறிவதைப் போல அவருக்குக் கழற்றித் தூர வீசத் தெரிந் திருந்தது. இல்லாவிட்டால் அந்த வருத்தம் அவரை மனநோயாளி யாகவே மாற்றியிருக்கும். இந்தச் சம்பவம் நடந்தது அவருடைய 67ஆவது வயதில்.

ஒரு சம்பவம் நடந்தால் அதைப் பற்றியே தொடர்ந்து துயரப்பட்டுக் கொண்டிருந்தால் நாம் நிகழ்காலத்தையும் வீணடிக்கிறோம். மேற்கொண்டு ஆற்ற வேண்டிய பணிகளை மறந்து அவற்றாலும் நஷ்டப்படுகிறோம்.

இனிமேல் எவ்வளவு எச்சரிக்கையுடன் செயலாற்றுவது என்பதை மட்டும் நாம் திட்டமிடுவதற்குத்தான் இதுபோன்ற நிகழ்வுகளே உதவுகின்றன என்பதை நாம் உணரவேண்டும்.

ஒவ்வொரு தோல்வியும் ஓர் அனுபவம்.

ஒவ்வோர் இழப்பும் ஒரு லாபம்.

ஒவ்வோர் ஏமாற்றமும் ஓர் எச்சரிக்கை.

ஒவ்வொரு நட்டமும் ஒரு பட்டறிவு.

ஒவ்வொரு காணாமல்போதலும் ஒரு தேடல்.

குண்டூசி தொலைந்ததற்குக் கடப்பாரை விசனம் தேவையா?

கடுகு போனதற்குப் பூசணிக்காய் அளவு பூசல் அவசியமா?

ஒரு குரு சீடனிடம் ஓர் உயரிய கோப்பையைக் கொடுத்து அனுப்பினார்.

"கீழே போட்டுவிடக் கூடாது; சரியா? ஜாக்கிரதை" என்று அவன் தலையில் ஒரு குட்டு வைத்தார்.

"நான் கீழே போடவேயில்லையே இன்னும். அதற்குள் ஏன் குட்டு வைக்கிறீர்கள்?"

"நீ கீழே போட்ட பிறகு குட்டு வைத்தால் கோப்பை திரும்ப ஒட்டிக்கொள்ளவா போகிறது?" என்றார் அவர் சாவகாசமாக.

*

45. டோகுசான்

டோகுசான் என்னும் துறவியின் மடாலயத்திற்கு வெகு தூரத்தில் ஊருக்கு ஒதுக்குப்புறத்தில் புத்தி சுவாதீனம் இல்லாதவன் ஒருவன் வசித்தான்.

அவன் பைன் மரத்திற்கும், பன்றிக்கும் கூட வித்தியாசம் தெரியாத அளவுக்குப் பைத்தியமாக இருந்ததாக எல்லோரும் சொன்னார்கள்.

டோகுசான் அவனை அழைத்துப் பேச ஆரம்பித்த போது மக்கள் நினைப்பதுபோல அவன் ஒன்றும் முட்டாள் இல்லை என்பதைப் புரிந்துகொண்டார்.

அவனிடம் "பன்றிக்கும் பைன் மரத்துக்கும் இடையே வேற்றுமை என்ன?" என்று கேட்டபோது "எனக்குச் சொல்லத் தெரியாது" என்றான் அவன்.

"சரி, அவற்றுக்கு இடையே ஒற்றுமைதான் என்ன?" என்ற போது அதுவும் அவனுக்குச் சொல்ல வரவில்லை.

அவன் சொன்னான்:

"என் மனைவி பெண் குழந்தையொன்றைப் பெற்றதும் இறந்து போனாள். எங்களுக்குத் திருமணமாகி ஒரு வருடத்திற்குள் இம்மரணம் நிகழ்ந்தமையால் என் துயரத்தை என்னால் கட்டுப்படுத்த முடிய வில்லை. இக்குழந்தையை நெஞ்சோடு அணைத்து வளர்த்தேன். அதுவும் இறந்துவிடுமோ என்று அஞ்சினேன். அது கொஞ்சம் கொஞ்சமாக உடல் தேறியது. இருந்தாலும் என் வருத்தம் குறையவில்லை."

"ஒருமுறை ஒரு குளத்திற்கு அருகில் நான் நின்றிருந்தேன். வாழவும் பயம். சாகவும் பயம். அப்போது அந்தக் குளத்தில் மிதந்துகொண் டிருந்த நாயின் பிரேதமொன்று தென்பட்டது. வெகுநாட்களுக்கு முன்பு அது மரணமடைந்திருக்க வேண்டும். நான் வெறுப்படைந்து முகம் திருப்பிக்கொண்டேன். பிறகு ஒருவாறாக மனத்தைத் திடப்படுத்திக் கொண்டு அதைத் தண்ணீரிலிருந்து வெளியே எடுத்தேன். அப்போது எனக்கு எல்லாமே புது அனுபவமாக இருந்தது. அந்த நாயின் உடலில் ஒரு கல்லைக் கட்டி மறுபடியும் குளத்தில் தூக்கி எறிந்தேன். அது மறைந்து போனது. என் கவலைகளும், பயமும் காணாமல் போயின."

"அந்தக் கணத்திலிருந்து பைன் மரத்திற்கும், பன்றிக்குமான வேறுபாட்டை என்னால் உணரமுடியவில்லை. அவற்றிற்கான பயன்கள் வெவ்வேறு என்பது எனக்குத் தெரியும். ஆனால் உள்ளடக்கத்தைப் பொறுத்தவரை அவை ஒன்றுதான். திருமணமான என் மகளும் என்னை முட்டாள் என்றே கருதுகிறாள். நீங்களுமா அப்படிக் கருதுகிறீர்கள்?"

டோகுசான் சொன்னார் :

"தன்னுடைய புத்தி சுவாதீனத்தை யார் சந்தேகிக்கிறானோ அவன் நிச்சயம் பைத்தியமல்ல."

இதுதான் உண்மை;

தன்னை யார் புத்திசாலி இல்லை என நினைக்கிறானோ அவனே புத்திசாலியாக முடியும்.

தான் இன்னும் பயிலவேண்டியுள்ளது எனத் தன் வெறுமையை உணர்பவனே பண்டிதனாக முடியும்.

தான் அழகு என்று நினைக்காதபோதுதான் அழகு அரும்ப ஆரம்பிக்கிறது.

மிகச் சிறந்த அறிவாளிகளை உலகம் முட்டாள்களாகவே வாழும் வரை நினைத்துக்கொள்கிறது.

ஓர் ஊருக்குப் புதிதாக வந்த ஒரு விருந்தினர், ஒரு மனிதர் மட்டும் எப்போதும் தனியாகவே தன் முற்றத்தில் அமர்ந்திருப்பதைப் பார்த்தார்.

அந்த ஊர் மக்களிடம் கேட்டார்:

"ஏன் அந்த மனிதர் மட்டும் இந்த ஊரில் யாருடனும் பேசாமல் எப்போதும் தனியாகவே இருக்கிறார்?"

"இந்த ஊரிலேயே அவர்தான் அதிக புத்திசாலி. அவருடன் பேசுவதற்கு எல்லோருக்கும் பயம்."

"இதுவரை யாருடனும் பேசியதே இல்லையா?"

"இந்த ஊரில் ஒருவன் இருந்தான். செத்துப் போய் விட்டான். அவனிடம் மட்டும் பேசுவார்."

"ஏன் அவன் அவ்வளவு புத்திசாலியா?"

"இல்லை - படுமுட்டாள் அதனால்தான்."

*

46. தெனாலிராமன்

"தமிழில் குட்டிக் கதைகள்" குறித்து அண்மையில் ஒருவர் முனைவர் பட்டம் பெற்ற ஆய்வேட்டை நான் வாசிக்க நேர்ந்தது.

குட்டிக்கதைகள் மிகப்பெரிய வாழ்க்கை வெளிச்சத்தை மிக அனாயாசமாக வெளிப்படுத்திவிடும் திறன் பெற்றவை.

அந்த வரிசையில் முல்லாவின் கதைகள் - பார்க்க நகைச்சுவை போல இருந்தாலும் அவை ஆழ்ந்த நுட்பத்தைக் கொண்டவை. இந்தக் கதைகள் பலவும் ஒரு குறிப்பிட்ட நாட்டுக்கே சொந்தம் என்று சொல்ல முடியாத அளவு கண்டம் விட்டுக் கண்டம் பரவின.

ஈசாப்புக் கதைகளும், பஞ்சதந்திரக் கதைகளும், ஹிதோபதேசக் கதைகளும் வாழ்வியல் குறித்த அனுபவங்களை முன்வைத்துப் படிப்பினையூட்டும் வகையில் எழுதப்பட்டவை. அவரவர் புரிதலுக்கு ஏற்ப அவற்றை நாம் உணரமுடிகிற திரவத் தன்மையை அவற்றில் நாம் பார்க்க முடிகிறது. இந்த ஒப்பற்ற கதைகளின் வரிசையில் என்னால் தெனாலிராமன் கதைகளைச் சேர்க்க முடியவில்லை. அது நகைச் சுவைக்குப் பதிலாக, தூய்மைத்தனத்துக்கு மாறாகத் தந்திரமும் குரூரத் தன்மையும் நிறைந்த மலினச்சுவை நிறைந்ததாகக் காணப்படுகின்றது.

வாசிப்பவர்களையும் உயர்த்துகிற சுவையே ஒப்பற்ற நகைச்சுவை.

ராஜகுருவைத் துணியின்றி அலையவைத்ததும், அவரைத் தன்னைத் தோளில் சுமக்கும்படி செய்ததும் பலவீனமான நகைச்சுவை.

ரோஜாச்செடிகளை மலக்குழியின் மேல்நட்டு மன்னரையே அதில் விழவைத்தது எந்த வகையில் சிரிப்புச் சம்பவம் எனத் தெரியவில்லை. அரசருடைய உடல் கழுத்து வரை உள்ளே பதிந்துவிட்டதும், எழுந் திருக்க அவர் முயற்சி செய்து முடியாமல் போனதும் எப்படி நகைச் சுவையாக இருக்க முடியும்.

அடுத்தவர் துயரத்தில் சிரிப்பதா சிரிப்பு - அது கொடூரம் இல்லையா?

பால் ஊற்றாமல் பூனையைப் பட்டினி போட்டதும், கொதிக்கும் பால் மூலம் பூனையின் மெல்லிய நாக்கைத் தீய்த்ததும் 'விலங்கு களுக்கான - மனிதர்களுக்கான' போராட்ட விஷயமல்லவா?

போலி சன்னியாசியின் தலையை அறைச் சுவரில் மோதச் செய்ததும்,

கூனன் ஒருவரைக் கூன்நிமிர்ந்துவிடும் என ஏமாற்றி யானையால் சிரச்சேதம் செய்ய வைத்ததும்,

நிற்கக்கூட ஜீவனின்றி எலும்பும் தோலுமாய் இருந்த குதிரை, பார்க்க வந்த அதிகாரியின் தாடையைப் புல் என்று நினைத்து இழுத்த கொடுமையும்,

தன் வீட்டு எலிகளைப் பக்கத்து வீட்டுக்கு அனுப்பி வைத்த செயலும் நகைச்சுவையான நிகழ்ச்சிகள் என்று என்னால் கருத முடியவில்லை.

பீர்பாலின் கதைகளில் இருக்கும் யதார்த்த வடிவமைப்பும்,

அப்பாஜி கதைகளில் உள்ள புத்திக்கூர்மையும்,

மரியாதை ராமன் கதைகளில் உள்ள நீதியும்

இவற்றில் எங்கேயாவது தெரிகின்றனவா?

தன்னைச் சிரச்சேதம் செய்யப் பணிக்கப்பட்ட இருவரையும் தண்ணீரில் மூழ்கிப் பரஸ்பரம் தங்களைத் தாங்களே வெட்டிக் கொள்ளும்படி செய்ததும் எந்த மாதிரியான நீதிபோதனை?

இன்றும்கூட, தெனாலிராமன் பாணியில் திரைப்படங்களில், தொடர்களில் நகைச்சுவை என்ற பெயரில் நையாண்டியும், குரூரமும், அடிதடியும் இடம்பெறுகின்றன. இவை உயர்த்துகிற நகைச்சுவையல்ல - தாழ்த்துபவை.

ஆசிரியர் ஒரு நகைச்சுவையைச் சொன்னார்.

எல்லா மாணவர்களும் சிரிக்க ஒரு மாணவன் மட்டும் அமைதியாக இருந்தான்.

"ஏன் நீ சிரிக்கவில்லை? சிரிப்பு வரலையா?" என ஆசிரியர் கேட்டார்.

"சார் நான் போன வருடம் ஃபெயில் சார்" என்றான்.

வருடாவருடம் ஒரே நகைச்சுவையைச் சொன்னால், தேர்ச்சி பெறாத மாணவன் எப்படிச் சிரிக்க முடியும்?

*

47. சித்திரக் கவி

தண்டியலங்காரத்தில் எழுத்துக்களைச் சித்திர வடிவமாக்கிக் கவிதையாக்கும் வகைகளைப் பற்றிக் குறிப்பிடப்பட்டுள்ளது.

"கோமூத் திரியே கூட சதுக்கம்
மாலை மாற்றே எழுத்து வருத்தனம்
நாக பந்தம் வினாவுத் தரமே
காதை கரப்பே கரந்துறைச் செய்யுள்
சக்கரம் சுழிகுளம் சருப்பதோ பத்திரம்
அக்கரச் சுதகமும் அவற்றின் பால"

என்பது அந்தப் பாடல்.

பசு நடந்துகொண்டே நீர்விடும்போது அந்நீர் ஒழுகிய தாரையானது இவ்வாறு நெளிந்த வடிவமாய் இருக்கும். அவ்வண்ணம் எழுதும் செய்யுள் கோமூத்திரி.

ஈற்றடி எழுத்துகள் ஏனைய மூன்றடியுள்ளும் மறைந்து நிற்கப் பாடுவது கூட சதுக்கம்.

செய்யுள் கடைசியிலிருந்து படித்தாலும் அச் செய்யுள் வருதல் மாலை மாற்று - ஆங்கிலத்தில் பாலிண்ட் ரோம் (Palindrome)

உதாரணமாக,

"நீ வாத மாதவா தாமோக ராகமோ
தாவாத மாதவா நீ."

இரண்டு பாம்புகள் இணைவனவாகப் பாடுவது நாக பந்தம்.

சக்கர வடிவத்தில் பாடுவது சக்கரம். அது நான்காரைச் சக்கரம், ஆறாரைச் சக்கரம், எட்டாரைச் சக்கரம் எனப் பல வகைப்படும்.

இப்படியெல்லாம் கருத்தையும், கண்ணையும் ஈர்க்கும்படி எழுதப்பட்ட பாடல்கள் ஏனோ மிகப்பெரிய கவிஞர்களால் எழுதப் படவுமில்லை; இந்தச் சித்திரக் கவிகள் பெருமளவு மக்களால் வரவேற்கப்படவுமில்லை.

மக்கள் கண்காட்சிக் கவிதைகளைக் காட்டிலும், அவற்றில் உள்ள கருத்தையும், அதில் மென்மையாக ஊடுருவிக் கிடக்கும் உள்ளார்ந்த பொருளையும்தான் நேசிக்கிறார்கள். வெற்று அலங்காரங்களை அல்ல.

நாம் கூட முதலில் ஒருவருடைய தோற்றத்தைத்தான் பார்க்கிறோம். ஆனால், நாளடைவில் நமக்கு அவருடைய தோற்றம் மறைந்து அவருடைய உள்ளமும், பண்புகளும்தான் தெரிய ஆரம்பிக்கின்றன. அவற்றைக் கொண்டே அவர்மீது பிரியம் வைக்கிறோம்.

கிரேக்கப் புராணத்தில் ப்ரோடியஸ் என்கிற கடற்கடவுள் உண்டு. வயோதிகரான அவருக்கு மனிதர்களின் எதிர்காலத்தைத் துல்லியமாகச் சொல்லும் அபூர்வ ஆற்றல் இருந்தது. அதே நேரத்தில் தன் விருப்பத்திற் கேற்ப உருவத்தை மாற்றிக் கொள்ளும் விசித்திர ஆற்றலும் இருந்தது.

யாராவது தன்னைப் பற்றிய தகவல் வேண்டுமென்றால் ப்ரோடியஸ்ஸைப் பிடிக்க வேண்டும். அவர் சிங்கமாகவும், கொடூரப் பாம்பாகவும், நடனமாடும் தீயாகவும் மாறுவார். பிடிப்பவர் துணிவுடன் ப்ரோடியஸ்ஸைப் பதற்றமடையாமல் தொடர்ந்து பிடிக்கும் திராணி யுடையவராக இருந்தால், அவர் தன்னுடைய பழைய இயல்பான உருவத்திற்குத் திரும்பி அவர்கள் எதிர்பார்க்கும் தகவலைச் சொல்வார்.

கவிதை என்பது ப்ரோடியஸ் போலப் படிப்பவர்களுக்குப் பல்வேறு தோற்றங்களைக் காட்டி இறுதியில் அதன் உண்மையான நோக்கத்தை உள்ளடக்கத்தின் மூலம் புரிய வைக்க வேண்டும். அதன் உள்ளடக்கமே வடிவமாக மாறும். அற்புதம் நடக்கும்போது அது வாசிப்பவர்கள் இதயத்தில் வசந்த மண்டபம் கட்டுகிறது.

நான் மாமரங்கள் நிறைந்த ஊருக்குச் சென்றிருந்தேன். ஒருவரைக் காட்டி "இவர்தான் இந்த ஊர்ச் சித்திரக் கவி" என்றார்கள்.

"சித்திரக் கவிதையெல்லாம் எழுதுவாரா?" என்றேன்.

"சித்திரை மாதம் மாமரங்களின் மேல்தான் காணப்படுவார். மாம்பழங்களைத் திருடுவதற்காக" என்றனர்.

அப்போதுதான் கவி என்றால் குரங்கு என்ற பொருளும் இருப்பதும் காளமேகப் புலவர் 'கவியரசர்' குறித்துப் பாடிய 'முன்னிரண்டு காலெங்கே' பாடல் நினைவுக்கு வந்தது.

*

48. கடன் அன்பை முறிக்கும்

நான் வளர்ச்சிப் பணிகளில் பணியாற்றியபோது கடன் பெற்ற பயனாளிகளைச் சந்தித்து அவர்கள் அந்தக் கடனை முழுமையாகப் பயன்படுத்திப் பலனடைந்திருக்கிறார்களா எனப் பரிசோதிக்க நேர்ந்தது. அப்படி ஒரு பயனாளியிடம் "நீங்கள் என்ன, கடன் வாங்கி யிருக்கிறீர்களா?" என்று கேட்டபோது, "நான் கடன் வாங்கல சார்! லோன் தான் வாங்கியிருக்கிறேன்" என்றார். எனக்குப் பிடிபடவில்லை.

"கடனுக்கும் லோனுக்கும் என்ன வித்தியாசம்?" என்று கேட்டேன். "கடன் என்றால் திருப்பித் தர வேண்டும். லோன் என்றால் திருப்பிச் செலுத்த வேண்டியதில்லை" என்ற அவரது பதிலில் நான் அதிர்ந்து போனேன்.

கடன் பற்றி பெஞ்சமின் பிராங்க்ளின் கூறியுள்ள பொன் மொழிகள் இன்றும் கறுத்துப் போகாதவை!

* கடன் வாங்கியவர்களை விடக் கடன் கொடுத்தவர்களுக்கு நல்ல ஞாபகசக்தி உண்டு.
* புளுகுவது இரண்டாவது தீமைதான்; கடன் வாங்குவது முதலாவது தீமை.
* கடனின் முதுகு மீது புளுகு சவாரி செய்கிறது.
* கடன் வாங்கப் போகிறவன் துயர்படப் போகிறவன்; அத்தகையவர்களுக்குக் கடன் கொடுப்பவன் நிலையும் அப்படியே
* கடனில் கண் விழித்து எழுவதைவிட இராப் பட்டினியுடன் படுக்கப் போவது நல்லது.

ஒருவகையில் பார்த்தால் இன்று எல்லோருமே கடன் வாங்கியவர்கள்தான். அரசாங்கத்திடம் கடன் வாங்கி வீடு கட்டும் ஊழியர்கள் உண்டு. தவணை தவறாமல் கட்டும் வரை அவர்கள் தங்களைக் கடனாளிகளாகக் கருதுவதில்லை. 'இன்று சுகப்பட வேண்டும்' என்பதற்காகக் கந்து வட்டி, மீட்டர் வட்டி, கிலோ மீட்டர் வட்டி என்று கடன்பட்டு தங்களுடைய வளமான எதிர்காலத்தைப் பலர் தொலைக்க நேர்கிறது.

'கடன்' என்பது தூரத்திலிருக்கும் துன்பம். நம் வருமானத்திற்கு அதிகமாக நம்மைச் சிரமத்திற்குள்ளாக்கிக் கொள்கிற போதெல்லாம் கடன் சுமை நம் முதுகை அழுத்திக் கொள்கிறது. உபயோகமற்ற ஊதாரித்தனங்களுக்காகத்தான் பலர் கடனில் மூழ்க நேரிடுகிறது. பெஞ்சமின் கூறுவதைப் போல வீண் கௌரவமானது காலைப் பலகாரத்தை ஏளனத்துடன் சாப்பிட்டது; மத்தியான விருந்தை வறுமையுடன் சாப்பிட்டது; இரவு உணவை இழிவுடன் விழுங்கியது.

வாங்கிய கடன் வீடாக, நிலமாக, வர்த்தமாக, தொழிற்சாலையாக மாறினால் பரவாயில்லை; காது குத்துவதற்காகக் கடன் வாங்கியவர்கள் கொடுத்தவர்களுக்கும் சேர்த்துக் காது குத்திவிடுகிறார்கள். 'ஹேம்லெட்'டில் கடன் பணத்தையும், நட்பையும் சேர்ந்து தொலைக்கிறது என்று ஷேக்ஸ்பியர் கூடக் குறிப்பிட்டிருக்கிறார்.

ஒரு கடையில் வாட்டசாட்டமான முதலாளி, 'கடன் அன்பை முறிக்கும்' என்று எழுதி வைத்திருந்தார். "நீங்கள் கடன் கொடுக்கிறீங்க; அப்புறம் எப்படி அன்பை அது முறிக்கும்?" என்று புது வாடிக்கையாளர் கேட்டார்.

"அது வேற ஒண்ணும் இல்ல - சொன்ன தேதியில திருப்பிக் கொடுக்கலேன்னா நாங்க கையை காலை முறிச்சிடுவோம். அவ்வளவு தான்."

*

49. புரியும்படி

நல்ல உரையாடல் என்பது புரியும்படி இருக்க வேண்டும். மற்றவர்களைச் சென்று சேர வேண்டும் என்றெல்லாம் நாம் எதிர்பார்க்கிறோம்.

அதற்கு உதாரணமாக நண்பர் ஒரு சம்பவத்தைக் குறிப்பிட்டார்.

மூவர் செல்லும் இருக்கையொன்றில் இரண்டு கல்லூரி மாணவர்கள் ஒய்யாரமாக அமர்ந்து அவர்களே மூவருடைய இடத்தையும் ஆக்கிரமித்துக் கொண்டிருந்தனர். அப்போது ஒரு முதியவர் அங்கு வந்தார். இவர்கள் தனக்கு இடம் கொடுப்பார்கள் என எதிர்பார்த்து ஏமாந்த அவர் பொறுமையை இழந்து "தம்பி கொஞ்சம் நகருங்க" என்று சொல்லி அமர்ந்தார்.

சிறிது நேரம் கழித்து அவர்கள் இருவருடைய பேச்சைக் கேட்டு விட்டு "தம்பி! என்ன படிக்கிறீங்க?" என்றார்.

"நாங்க மெக்கானிக்கல் இஞ்ஜினியரிங் படிக்கிறோம்" என்றனர் அவர்கள்.

"அப்படீன்னா?"

"அதெல்லாம் உங்களுக்குப் புரியாது பெரிசு."

"புரியிற மாதிரி சொல்லத் தெரியலேன்னா, அது என்னா படிப்பு?" என்றார் அந்த முதியவர்.

நம் நாகரிக முன்னேற்றம் என்பதே வாழ்வை எளிமைப்படுத்துவது தான். சிக்கல் இல்லாத வாழ்வை நோக்கிய பயணமாகத் தான் ஆன்மிகமும் மலர்கிறது; அறிவியலும் வளர்கிறது.

எழுதப்படுகிற எழுத்துக்கும், பேசப்படுகிற மொழிக்கும் சற்று வேறுபாடு உண்டு. எழுதப்படுவதைத் திரும்பத் திரும்பப் படித்துப் புரிந்துகொள்ளும் வாய்ப்பு உண்டு.

எனவே வாசகனாகப் புரிந்துகொள்ள அவனுக்கு அவகாசத்தைத் தரவேண்டும். எல்லாவற்றையும் நாமாகவே பொழிப்புரையைப் போலச் சொல்லித் தந்தால் அந்த எழுத்தில் நுட்பங்கள் சுவாரசியமாக இருக்காது.

திருக்குறளுக்கு வள்ளுவரே உரை எழுதியிருந்தால் எவ்வளவு சுவையின்றிப் போயிருக்கும்.

தாமாக இதைச் சொல்லியிருப்பார், அதைக் கூறியிருப்பார் என்று ஆர்வம் கொண்டு தேடும்போதுதானே அதன் அழகும், மெருகும் அதிகரிக்கிறது.

பழங்காலத்தில் மருத்துவக் குறிப்புகள் கூட ஒரு பாடல் வடிவத்தில் அமைக்கப்பட்டதற்குக் காரணம், அந்தப் பாடலைக் கூடப் புரிந்துகொள்ள முடியாதவர்கள், மருந்து தெரியாமல் துயரப் படட்டும் என்பதற்காகத்தான்.

எனக்குத் தெரிந்த மருத்துவர் ஒரு செய்தியைக் கூறினார். மூலநோயினால் அவதிப்பட்ட மீனவர் ஒருவர் சித்த மருத்துவர் ஒருவரிடம் சிகிச்சைக்காகச் சென்றார். அந்தச் சித்தர் 'கொன்று தின்னாமை நன்று' என்று அறிவுரை கூறி அனுப்பினார்.

மூன்று வருடங்கள் கழித்து, கடற்கரைப் பக்கம் அந்தச் சித்த மருத்துவர் உலவச் சென்றபோது அந்த மீனவர் அவரை வணங்கி, தன்நோய் குணமானதற்கு நன்றி தெரிவித்துத் தன்னுடைய வீட்டிற்கு அழைத்துச் சென்றார்.

அந்த மீனவர் வீடு முழுவதும் ஆமை ஓடுகளாக இருந்தன.

'கொன்றுதின் ஆமை' அதாவது "ஆமையைக் கொன்று தின்" என்று சித்தர் சொன்னதை அந்த மீனவர் சரியாகப் புரிந்து கொண்டார் என்றார் என் நண்பர்.

'ஆமை'யைப் பற்றிய இந்தத் தகவல் உண்மையா என்று "பதார்த்த குணபாடம்" என்ற சித்த மருத்துவ நூலில் சரி பார்த்தேன்.

"ஆமைக்கறி யருசியையும் பித்துண் மூலங்
கேமக்கனல் சூதிதா மேக - நாமரத்துப்
பேதி கிராணி மலப் பேதியகற்றும் பசியுந்
தாதுவுமே ருங் கொடுக்குந் தான்"

என்ற பாடல் இதை ஊர்ஜிதம் செய்கிறது.

ஓட்டப் பந்தயத்தில் கலந்து கொள்ளும் ஒருவர் ஆமைக் கறி ஆர்டர் செய்துவிட்டு உட்கார்ந்திருந்தார். "நாளைக்கு ஓட்டப் பந்தயமாச்சே. ஏன் ஆமைக்கறி சாப்பிடுகிறாய்?" என்றார் நண்பர்.

"மத்தவங்களெல்லாம் முயல்கறி சாப்பிடுறாங்க. அவங்க தூங்கினா நாம்ப மெதுவாய்ப் போய் ஜெயிச்சுடலாம் பாருங்க, அதனாலதான்."

*

50. நினைவாற்றல்

இப்பொழுதெல்லாம் நினைவாற்றலை எப்படி மேம்படுத்திக் கொள்வது என்பது குறித்து நிறையக் கட்டுரைகள்.

'நான் படித்ததெல்லாம் உடனுக்குடன் மறந்து போகிறது' என்று மாணவர்கள் மனத்தில் நெருடல்கள்.

படித்ததை ஓர் எழுத்துப் பிறழாமல், ஒருவரி பிசகாமல் எப்படி எழுதுவது என்பது குறித்துப் பல சந்தேகங்கள்.

ஏதாவது குறுக்குவழியின் மூலம் நினைவாற்றலை விருத்தி செய்ய முடியுமா? என்கிற யுக்திகளைத் தேடிப் பலர் அலைகிறார்கள்.

நம் மூளை மட்டும் அயற்சியடைவதேயில்லை. அது தொடர்ந்து பணியாற்றிக்கொண்டே இருக்கின்றது. நாம் தூங்கும் போதும் அது பணியாற்றுகிறது. புத்திசுவாதீனமற்றவர்களுடைய மூளை கூடப் பணியாற்றிக்கொண்டு தான் இருக்கிறது.

எங்கள் கல்லூரி விடுதியில் வெண்டைக்காய் பொரியல் அடிக்கடி செய்வார்கள். நான் என் தட்டில் நிறைய வெண்டைக் காயை எடுத்துப் போட்டுக்கொண்டேன். என் அருகிலிருந்த மாணவன், நான் நிறைய வெண்டைக்காய் சாப்பிடுவதைப் பார்த்ததும், "ஏன் சாப்பிடுகிறாய் இவ்வளவு வளவளப்பு நிறைந்த காயை?" என்று கேட்டார்.

நான் சொன்னேன்: "மூளை வளர்ச்சிக்கு வெண்டைக் காய் நல்லது என்று நான் படித்திருக்கிறேன்."

உடனே அவரும் நிறைய எடுத்துப் போட்டுக் கொண்டார். இதைப் பார்த்ததும் "ஆனால், கொஞ்சமாவது மூளை ஏற்கெனவே இருந்தால்தான் வளர வாய்ப்பு உண்டு" என்று வேறொருவர் விமரிசனம் செய்தார்.

வெண்டைக்காய் மூளை வளர்ச்சிக்கு உதவுமென்றால் வெண்டை வியாபாரிகளே வெளுத்துக்கட்டுவார்கள் என்று இதுகுறித்த பார்வை ஆங்கில மருத்துவருக்கு உண்டு.

'டாக்டர் சொல்கிறார்' என்கிற நூலில் டாக்டர் ஜெகதீசன் "வெண்டைக்காய் சாப்பிடுவதால் மூளை வளர்ச்சியடையும், ஞாபக சக்தி அதிகரிக்கும் என்றால் வெண்டைக்காயின் விலை தங்கத்தின்

விலையைவிட அதிகரித்துவிடும். ஏன், வெண்டைக் காய்ப் பற்றாக் குறையே கூட ஏற்படலாம்" என்று குறிப்பிடுகிறார்.

தமிழ் மருத்துவம் வெண்டைக்காயை 'வெண்கடுக்காய்' என்று குறிப்பிடுகின்றது. வெண்டைக்காயில் கந்தகச் சத்து இருப்பதால் மூளையை விருத்தி செய்ய உதவுகிறது என்று கூறப்பட்டுள்ளது.

எல்லோரிடமும் மூளை இருக்கிறது; ஆனால், அதைச் சரியான முறையில் பயன்படுத்துபவர் ஒரு சிலர் தான்.

நியூட்டன் இரவு முழுவதும் தூங்குவதைக்கூட மறந்து விட்டுப் பணியாற்றுவாராம். எடிசனின் இரண்டாவது மனைவி அவருடனேயே ஆய்வுக்கூடத்தில் அமர்ந்து அவரைச் சாப்பிட வைக்காவிட்டால் சாப்பிடாமலேயே சாப்பாடு திரும்பி வருமாம்.

இவர்கள் மூளை ஏன் அயற்சியடையவே இல்லை? அவர்கள் தொடர்ந்து பயன்படுத்தியதால் அது துருப்பிடிக்காமல் இருந்தது. நாம் பயன்படுத்திக்கொண்டே இருக்கும்போது நம் உடலும், மூளையும் வளைந்து கொடுத்து வாய்ப்பை உருவாக்குகின்றன.

'வெள்ளத்தனைய மலர் நீட்டம்' என்று அதை இலக்கியவாதி களும், 'காலுக்குத் தகுந்தவாறு பொருந்தும் சாக்ஸ்' என்று மற்றவர் களும் அதைப் புரிந்துகொள்ள முடியும்.

நினைவில் வைத்துக் கொள்ளவேண்டுமே என்கிற பதற்றத்துடன் ஒரு செய்தியை உள்வாங்கிக் கொள்ளும்போது அது மறந்துபோகின்றது. ஒரு காட்சியாக மட்டுமே நின்று ரசித்து அணுகும்போது அது கலந்து விடுகின்றது.

ஓர் எழுத்தாளருக்குத் தொலைபேசி அழைப்பு வந்தது.

"நினைவாற்றல் பற்றி இன்னைக்கு ஒரு கட்டுரை வேண்டும் என்று சொல்லியிருந்தோமே, என்ன ஆனது?"

"அய்யய்யோ! மறந்து போச்சே! மன்னிச்சிக்கிடுங்க; நாளைக்கு அனுப்பறேன்."

*

51. அதிர்ஷ்டம்

நாம் சிலரைப் பார்க்கலாம். எனக்கு அதிர்ஷ்டமே இல்லை யென்று அலுத்துக்கொள்வார்கள். உலகில் முன்னேறியவர்கள் எல்லோருமே அதிர்ஷ்டத்தினால் மட்டுமே முன்னேறினார்கள் என்று சப்பைக்கட்டு கட்டுவார்கள்.

அதிர்ஷ்டம் என்பது ஒருவருடைய கடின உழைப்பையும், முயற்சியையும், ஆற்றலையும் எளிதில் மறுதலித்துவிடும் ஒரு மாயச் சொல்.

இன்னும் சிலரோ அதிர்ஷ்டத்தையே நம்பிப் பிழைப்பவர்கள். கடைசி நேரத்தில் ஏதாவது அதிசயம் நிகழ்ந்து தன் வாழ்க்கை வளமாகி விடாதா என்று எண்ணுபவர்கள் அவர்கள். எது நடந்தாலும் "எனக்கு இப்போது நேரம் சரியில்லை" என்று சமாதானப்படுத்திக் கொள் பவர்கள்.

எப்பொழுதாவது நடந்த ஒன்றை வாழ்க்கை முழுவதற்கும் விரித்துப் பரப்புவதில் பயனில்லை என்பதை அவர்கள் எண்ணிப் பார்ப்பதில்லை.

இன்னும் ஒரு சிலரோ தங்களால்தான் மற்றவர்களுக்கு அதிர்ஷ்டம் என்று நினைப்பவர்கள். 'நான் பிறந்த பிறகுதான் என் குடும்பம் முன்னேறியது', 'நான் உங்களைத் திருமணம் செய்த பிறகுதான் உங்களுக்குச் செல்வாக்கு வந்தது' என்று அலட்டிக் கொள்பவர்கள் எத்தனை பேர்.

அதிர்ஷ்டம் கடைசிநேரத்தில் கதவைத் திறந்துவிடுமே தவிர; அதுவே கட்டடத்தையும் கட்டி முடித்துவிடாது. இங்கு காக்கைகள் உட்காரப் பனம்பழம் விழுந்த காரணத்தினாலேயே, ஏறிப் பறிக்க ஆள் தேவையில்லை என்று முடிவு செய்துவிடுபவர்களே ஏராளம்.

சாங் என்கிற ஒரு நாட்டில் ஒரு மனிதன் தன் நிலத்தை உழுது கொண்டிருந்தபோது அவன் வயலின் நடுவில் இருந்த காய்ந்த மரமொன்றில் வேகமாக ஓடிவந்த முயல் ஒன்று மோதி கழுத்துத் திருகி இறந்து விழுந்தது. உடனே அவன் கலப்பையைத் தூக்கி எறிந்துவிட்டு, மறுபடியும் அதுபோல ஏதாவது முயல் வந்து மோதி இறந்துபோகும் என எதிர்பார்த்துக் காத்திருந்து பட்டினியால் இறந்து போனான்.

ஒருநாள் எதேச்சையாக நடந்தது தினமும் நடக்கும் என எதிர்பார்த்தால் இப்படித்தான் இறக்க நேரிடும்.

பரிசுச் சீட்டை நம்பியே பணத்தைத் தொலைத்தவர்களும், சூதாட்டத்தின் மூலம் சம்பளத்தையே இழப்பவர்களையும் நாம் பார்க்கிறோம்.

அவர்கள் விட்ட பணத்தை விட்ட இடத்திலேயே தேடும் முயற்சியில் அனைத்தையுமே பறிகொடுத்துப் பரிதவிப்பவர்கள்.

'நான் படித்த நான்கு கேள்விகளே தேர்வுக்கு வந்தால் நான் தேர்ச்சியடைந்துவிடுவேன்' என்று அதிர்ஷ்டத்தையே எண்ணி பரீட்சைக்குப் போகிறவர்கள் ஏதேனும் ஒரு கட்டத்தில் இடறி விழுவார்கள்.

அதிர்ஷ்டத்தினால் மட்டுமே முன்னேறியதாக நாம் நினைப்பவர் களிடமும் ஏதேனும் ஒரு நல்ல குணம் இருக்கும். அந்தப் பண்புதான் அவர்களை உயர்த்தியிருக்குமே தவிர; அதுவே முக்கிய காரணியாக இருக்குமே தவிர அதிர்ஷ்டம் மட்டுமே காரணமல்ல!

இரண்டு பிச்சைக்காரர்கள் பேசிக்கொண்டிருந்தார்கள்.

முதல் பிச்சைக்காரர் சொன்னார்: "நான் மட்டும் ஒரு நிமிடம் முன்னால் பிறந்திருந்தால் ராஜாவாகி இருப்பேன்."

இரண்டாமவர் கேட்டார்: "நீ எப்ப பிறந்தாய்?"

முதலாமவர் சொன்னார்: "நான் 1960ஆம் வருடம் ஜனவரி மாசம் 10ஆம் தேதி 8.00 மணிக்குப் பிறந்தேன். நீ எப்ப பிறந்தாய்?"

இரண்டாமவர் சொன்னார்: "1960 ஆம் வருடம் ஜனவரி மாசம் 10 ஆம் தேதி 7.59க்கு!"

*

52. சுவர்களை இடிப்போம்

இரண்டு தோட்டங்களுக்கு இடையே மதிற்சுவர் அமைப்பது குறித்து ராபர்ட் ஃப்ராஸ்ட் (Robert Frost) 'சுவர் சீர் அமைப்பது' (Mending the wall) என்று ஒரு கவிதையை எழுதியிருப்பார்.

பக்கத்துத் தோப்புக்காரர் சுவரை நிர்மாணம் செய்வதிலேயே குறியாக இருப்பார். ஆனால், இன்னொரு தோப்புக்காரரோ "நமக்கு இடையில் எதற்குச் சுவர்? சுவர் இல்லாமலேயே நாம் நம்முடைய எல்லையை அடையாளம் காணமுடியும்."

"நீங்கள் வளர்க்கும் மரமும், நான் வளர்க்கும் மரமும் வேறு வேறாக இருக்கும்போது யாருடைய மரம் எது என்கிற கேள்வியே எழவில்லையே?"

இந்தச் சுவர் இல்லாமலேயே நாம் இனிமையானவர்களாகவும், பிரச்சினைகள் இல்லாமலும் வாழ முடியும் என்று வாதிடுகிறார்.

ஆனால், அவரோ "நல்ல வேலி நல்ல அண்டை வீட்டுக்காரர்களை உருவாக்குகிறது" என்று வாதிடுகிறார். சுவர் அமைக்கும் போதெல்லாம் வேட்டையாடுபவர்கள் சில கற்களை அகற்றி முயல்கள் ஒளிந்துகொள்ள வசதி ஏற்படுத்தி, தங்கள் நாய்களின் மூலம் பிடித்து விடுகிறார்கள்.

ஃப்ராஸ்ட் சொல்வதுபோல நாம் எல்லோருமே ஒரு வேலி இருந்தால் நட்பு நீடிக்கும் என நினைக்கிறோம். நமக்குள் கருத்து வேறுபாடு வர வாய்ப்பே இல்லாமல் போனாலும் வந்துவிடுமோ என்கிற பயம். நம் மதிற்சுவர்கள் எல்லாமே பாதுகாப்பின்மையை மட்டுமல்ல; நம்பிக்கையின்மையையும் வெளிப்படுத்துகின்றன.

மேய, பசுக்கள் இல்லாதபோதும், வளர்க்கச் செடிகள் இல்லாத போதும் நாம் சுவர்கள் எழுப்புகின்றோம்.

ஃப்ராஸ்ட் கூறுகிற சுவர் கற்களாலான சுவர் அன்று; மனரீதியாக எழுப்பப்படுகின்ற சுவரைத்தான் அவர் சுட்டுகிறார்.

'கிட்டப்போனால் முட்டப்பகை' என்கிறோம். அது நாம் சரியாக அருகில் சென்று மையத்துக்குள் ஊடுருவத் தெரியாத காரணத்தால் தான்.

அண்டை வீட்டுக்காரர்கள்தான் நமக்கு ஆரம்பத்தில் மிகவும் வேண்டியவர்களாக இருந்து வெகு சீக்கிரத்தில் விரோதிகளாகி விடுபவர்கள். இப்போதெல்லாம் பழகாமலே இருப்பது ஒரு தற்காப்பு - 'யார் முதலில் பேசுவது?' என்கிற தயக்கத்திலேயே அண்டை வீட்டினர் அந்நியர்களாகவே இருந்து வருகிறார்கள். வீடுகளே விடுதிகளாகி விடுகின்றன; அறைகளே சிறைகளாகி விடுகின்றன. எழுப்பப்படுகின்ற எல்லாச் சுவர்களும் மற்றவர்கள் உள்ளே வருவதை மட்டுமல்ல; நாம் வெளியே செல்வதையும் தடுக்கின்றன என்பதை நாம் உணரவேண்டும்.

வீடே பிரமிட் ஆனால் உள்ளே மம்மிகள்தான் கும்மிருட்டில் கும்மாளமிடும். இன்று பக்கத்து வீட்டுக்காரர் யார் என்பதே பலருக்குத் தெரியாது; தெரிந்தால் வீண் பிரச்சினைதான் என்று எண்ணுபவர்களும் உண்டு.

எனக்குத் தெரிந்த ஒருவருக்கு வாடகைக்குப் போகிற இடமெல்லாம் வம்புச்சண்டை போட்டு விரைவிலேயே வீட்டைக் காலிசெய்யும் நிர்ப்பந்தம் ஏற்படும்.

மூன்று மாதத்திற்கொரு முறை புது வீடு பார்ப்போர், ஒரு வீட்டில் கொண்டுபோய் சாமானை இறக்கியவுடனேயே அடுத்து வீடு தேட ஆரம்பித்துவிடுவார்.

இப்பொழுது ஒரே வீட்டில் ஒரு வருடத்திற்கு மேல் இருக்கிறார். இது எப்படி என்று ஆச்சரியம்!

விசாரித்தபோது விவரம் கிடைத்தது.

"அவரு சொந்த வீடு கட்டிக்கிட்டுக் குடிவந்துட்டாரு."

"அப்படியா! இப்ப ஒண்ணும் பிரச்சினையில்லையே?"

"இப்ப அவரு பக்கத்து வீட்டுக்குக் குடிவர்றவங்க எல்லாம் மூணு மாசத்தில் சட்டிப்பானையைத் தூக்கிக்கிட்டு ஓடறாங்க!"

*

53. மாணவர்கள்

இன்றைய மாணவர்கள் துடிப்பானவர்கள் - அவர்களிடம் துணிவும், கிளர்ந்தெழும் மனப்பான்மையும் நிறைந்து கிடக்கின்றன. சொன்னதை அப்படியே ஏற்றுக்கொண்டு தீரவேண்டும் என்கிற திணிப்பு அவர்களிடம் செல்லுபடியாகாது.

அவர்கள் சுயமாகச் சிந்தித்துக் கேள்வி கேட்க ஆரம்பித்து விட்டார்கள். அவர்களுக்குத் திருப்தியான பதில் வரும் வரை அவர்கள் விடுவதாக இல்லை.

பள்ளியில் பாடம் நடத்துவதற்கு முதல் நாளே அந்தத் தலைப்பில் இணையத்தில் உள்ள செய்திகளைப் படித்து விட்டுக் குறுக்குக் கேள்வி கேட்கிறார்கள் சில மாணவர்கள். ஆசிரியர்களும் தங்களைப் புதுப்பித்துக் கொள்ள வேண்டிய கட்டாயத்தை அவர்கள் உருவாக்கு கிறார்கள்.

ஓர் ஆசிரியர் கல்வியே மேம்பட்டது என்று ஒரு கதை சொன்னார்.

ஓர் ஊரில் ராமன், சோமன் என்ற இருவர் இருந்தனர். ராமன் கல்வியை விரும்பினான். சோமன் செல்வத்தை விரும்பினான். இருவரும் நண்பர்கள். ஒன்றாக வெளிநாடு சென்றார்கள். ராமன் கல்வி கற்றான்; சோமன் செல்வம் ஈட்டினான். இருவரும் திரும்பி வந்தனர். வழியில் திருடர்கள் வந்து சோமனின் செல்வத்தை வழிப்பறி செய்து விட்டார்கள். இருவரும் சொந்த ஊருக்குப் போனார்கள். ராமனின் அறிவை வியந்து அவனை அரசர் அமைச்சராக்கினார். வயிற்றுப் பிழைப்புக்காக சோமன் அவனிடம் பணியாளாகச் சேர்ந்தான்.

ஆசிரியர் கூறவந்த கருத்து - 'கல்வியை யாரும் களவாட முடியாது' என்பதுதான்.

"வெள்ளத்தால் போகாது - வெந்தணலால் வேகாது
வேந்தராலும் கொள்ளத்தான் முடியாது - கொடுத்தாலும்
                            நிறைவொழியக் குறைபடாது
கள்ளர்க்கோ மிகவரிது - காவலுக்கோ மிக எளிது
கல்வியென்னும் உள்ளத்தே பொருளிருக்க உலகெலாம்
                            பொருள் தேடி உழல்வதேனோ?"

என்கிற தமிழ்ப்பாடலை நாம் நினைவுகூரலாம்.

இந்தக் கதையைத் தேர்விலும் ஆசிரியர் கேட்டிருந்தார்.

மாணவன் ஒருவன் எழுதினான்: "ராமு கல்வியைக் கற்றான். சோமு செல்வம் சேர்த்தான். சேர்த்த செல்வத்தைக் கேட்பு வரை வோலையாக (Account payee draft) மாற்றித் தன்னிடம் வைத்துக் கொண்டான். வந்த கள்வர்கள் பணம் ஏதுமில்லாததால் ஏமாற்றத்துடன் திரும்பிவிட்டார்கள். ஊருக்கு வந்த சோமு சொந்த ஊரிலேயே பெரிய வியாபாரம் செய்து பணக்காரனானான். ராமுவைத் தன்னிடம் குமாஸ்தாவாக வைத்துக் கொண்டான்" என்று.

இன்றைய மாணவர்கள் கட்டுச்சோறு கட்டித் தந்தால் அதைச் சுமந்து செல்லத் தயாராக இல்லை. அவர்கள் அந்த நொடியில் வாழவே விரும்புகிறார்கள். எல்லாவற்றையும் விமரிசனத்திற்குட்படுத்துவதற்கு அவர்கள் ஆயத்தமாக இருக்கிறார்கள்.

அவர்களுக்கு யானைப் பசிக்கு நாம் காகிதச் சோளங்களைப் போட்டால் அது கட்டுபடியாகாது. அவர்தம் ஆற்றலுக்குத் தேவை யான தீனியைத் தர நாம் முன்வர வேண்டும். அவர்கள் படைப்புத் திறனைக் குறை கூறி அவர்களைக் குட்டாமல், வேறுபட்ட சிந்தனை களை நாம் ஊக்குவிக்க வேண்டும். வழக்கமான விடைகளை எழுதி நகலெடுக்கும் இயந்திரமாக மாறும் மாணவர்களைக் காட்டிலும், தானே சிந்தித்துப் புதிதாக உருவாக்க முயற்சிக்கின்ற மாணவர்கள் மேம்பட்டவர்கள்.

வெளியில் நிறைய வாசித்தும், உள்ளே நிறைய யோசித்தும் தனித்தன்மையுடன் பதிலளிக்கும் மாணவர்களே பின்னால் புதிய அறிவியல் சிந்தனைகளும், தத்துவத் தாக்கங்களும், கணித நுட்பங் களும், இலக்கிய வீச்சுகளும் தோன்றக் காரணமாக இருக்கிறார்கள்.

இன்றைய மாணவர்கள் நடைமுறை வாழ்க்கையையும் புரிந்து கொண்டவர்கள்.

பேருந்தில் பயணம் செய்தபோது "பஸ் பத்து நிமிடம் நிற்கும்" என்ற அறிவிப்புடன் ஓரிடத்தில் நின்றது. என் அருகில் இருந்த மாணவன் "சார் தாராளமா போய் டீக் குடிச்சிட்டு ரிலாக்ஸ் பண்ணிக்கிட்டு வாங்க. 20 நிமிஷம் வரைக்கும் பிரச்சினையில்லை. நான் வந்த பிறகு தான் பஸ்ஸை எடுப்பாங்க" என்றார்.

"அதெப்படித் தம்பி! பத்து நிமிடத்துல பஸ் கிளம்பும்னு சொல்றாங்களே?"

"நானு, பேருந்து ஓட்டுனரை டீ குடிக்கக் கூட்டிட்டுப் போகப் போறேன். அவரு வராம எப்படிப் பஸ்ஸை எடுக்க முடியும்?" என்று சொன்னார்.

"ஓட்டுநர் டீ ஓசியா தர்ற இடத்திலதான் வண்டியையே நிறுத்துவாரு."

*

54. பெக்கெட்

சாமுவேல் பெக்கெட் எழுதிய அற்புதமான நூல் 'கோடாட்டுக்காகக் காத்திருத்தல்' (Waiting for Godot).

'யார் அந்த கோடாட்?' என்று தெரியாமலேயே எல்லோரும் காத்திருப்பார்கள். நாமும்கூட முகம் தெரியாத ஒரு நபருக்காகத்தான் காத்திருக்கிறோம். அவர் வந்தால் நம் பிரச்சினைகள் எல்லாம் தீர்ந்து விடும். முத்தும், பவளமும் கிடைக்கும், பாலும் தேனும் ஓடும் என்று நினைக்கிறோம்.

சாமுவேல் பெக்கெட் சூசன் (Suzanne) என்கிற பெண்ணை மணந்துகொண்டார். அவருடைய பரவும் புகழும், அவர் எழுத்து ஏற்படுத்திய தாக்கமும் அவளுக்கு மகிழ்ச்சியை ஏற்படுத்தாமல் பொறாமையைத்தான் ஏற்படுத்தின.

ஒருநாள் தொலைபேசி ஒலித்தது. சூசன் அதை எடுத்தாள். பேசிவிட்டுத் தன் கணவனை அழைத்து, "எவ்வளவு பெரிய விபத்து?" என்று கூறி அவரிடம் தொலைபேசியைக் கொடுத்தாள். அவள் அப்படிச் சொன்னதற்குக் காரணம் அவள் கணவனுக்கு நோபல் பரிசு கிடைத்திருப்பதாகத் தொலைபேசியில் வந்த தகவல்தான்.

எவ்வளவு பெரிய மகிழ்ச்சியான செய்தி, அவளுக்குக் கசப்பாக இருந்திருக்கிறது பார்த்தீர்களா?

நிறையப் புத்தகங்கள் எழுதியும் வாசித்தும் கொண்டிருக்கும் ஒரு மனிதரைப் பற்றி அவருடைய மனைவியிடம் கேட்டார்கள்.

"உன் கணவர் என்ன, புத்தகப் புழுவா?"

"இல்லை. வெறும் புழுதான்."

சில நேரங்களில் உன்னதமான மனிதர்களுடைய மகத்துவத்தை அவர்கள் அருகில் வாழநேர்கிற காரணத்தினாலேயே சிலர் உணரத் தவறிவிடுகின்றனர்.

மலைமுகட்டின் மேலேயே நின்றிருப்பவர்களுக்கு மலையின் உயரம் தெரியாமலேயே போய்விடுகிறது. இது எல்லோருக்கும் பொருந்துவது இல்லை. கார்ல் மார்க்ஸின் மனைவி வறுமையைப் பொறுத்துக்கொண்டதால்தான், அவர் தொடர்ந்து எழுதிக்கொண்டே இருக்க முடிந்தது.

"என் குழந்தை பிறந்தபோது தொட்டில் வாங்கவும் பணமில்லை; இறந்தபோது சவப்பெட்டி வாங்கவும் பணமில்லை" என்று அவர் மனைவி கூறினார். ஆனாலும் அவருக்கு இறுதிவரை உறுதுணையாக இருந்தார்.

கணவனைப் பார்த்துப் பொறாமைப்படுகிற மனைவியும், அதிகம் சம்பாதிக்கும் மனைவியைப் பார்த்துத் தாழ்வு மனப்பான்மை ஏற்பட்டு அதை அதிகாரமாக்கும் கணவன்களும் உண்டு. சில வீடுகளில் கணவன்களே மாமியார்களாகி விடுகிறார்கள்.

தாம்பத்யம் என்பது ஒருவருக்கொருவர் அனுசரணையாக இருப்பது; ஆதரவாக இருப்பது; ஒருவர் தம் ஆற்றலை வெளிப்படுத்த உறுதுணையாக இருப்பது என்கிற தத்துவம் மறைந்து தன்முனைப்பு தலைதூக்குகிற காரணத்தால்தான் பல இடங்களில் திருமணம் விரைவில் முறிந்து போகிறது.

திருமணம் முடிந்த கையோடு ஒருவர் மணவிலக்குக் கேட்டார். "ஏன்" என்றபோது, "சர்ச்சில் மணம் முடிந்து கையொப்பம் போடும் போது இவள் என்னைவிடப் பெரிதாகத் தன் பெயரை எழுதினாள்" என்றார்.

'கள்ளோ காவியமோ' நூலில் சின்ன விஷயத்திற்காகப் பிரிந்த கணவன் மனைவி குறித்து மு.வ. எழுதியிருந்தார். "ஆரம்பத்தில் யார் விட்டுக்கொடுப்பது என்கிற கேள்வி திடமாகி நாளடைவில் வெற்று ஜம்பத்திற்காகப் பிரிவில் கொண்டுபோய் விடும்".

ஒருவன் தன் மனைவியின் பிறந்தநாளின்போது சொன்னான்:

"நீ ஆயிரத்தில் ஒருத்தி!"

மனைவி உடனே, "யார் யார் அந்த மீதி 999 பேர்? மரியாதையாகச் சொல்லுங்கள்" என்று நச்சரித்தாள்.

*

55. கையில் இல்லை கையெழுத்து

கையொப்பம் போடத் தெரிந்தவர்களையெல்லாம் நாம் எழுதப்படிக்கத் தெரிந்தவர்களாகக் கருதுகிறோம். செய்தித்தாள் ஒன்றில் ஒரு நிறுவனம் விளம்பரம் கொடுத்திருந்தது:

"ஒரே மாதத்தில் எழுதப் படிக்கக் கற்றுத்தருகிறோம்.

விவரத்திற்குக் கைப்பட எழுதுங்கள்!"

ஒரு பள்ளியில் மாணவர்களுக்கு விடைத்தாளை விநியோகித்து விட்டு ஆசிரியர் மாணவர்களைப் பார்த்து "விடைத்தாளைத் தந்திருக்கிறேன். ஏதாவது சந்தேகம் இருந்தால் கேளுங்கள்."

ஒரு மாணவன் மட்டும் எழுந்து "என் தாளின் மீது ஏதோ நீங்கள் எழுதியிருக்கிறீர்கள். அது என்ன வென்று புரியவில்லை?" என்றான்.

ஆசிரியர் அவன் விடைத்தாளை வாங்கிப் பார்த்து விட்டு "தெளிவான கையெழுத்தில் விடை எழுதுக என எழுதியிருக்கிறேன்" என்று விளக்கம் கொடுத்தார்.

என்னிடம் பலர் தேர்வு எழுதும்போது கையெழுத்துத் தெளிவாக இருக்க வேண்டுமா என்று வினா எழுப்புவது உண்டு.

கையெழுத்து, விடையைப் படிக்கும் முன்பே நம்மைத் திருத்து பவருக்கு அறிமுகப்படுத்தி வைக்கிறது.

"என் கையெழுத்து அழகாக இல்லையே" என்று யாரும் கவலைப் படவேண்டியதில்லை. விழிப்புணர்வும், முயற்சியும் இருந்தால் ஒவ்வோர் எழுத்தையும் செம்மைப்படுத்தி நம் கையெழுத்து அதிகப் புரிதலை உண்டாக்கும்படி செய்ய முடியும்.

இடக் கையால் எழுதப் பழகுவதும் கூட வலக் கையால் எழுதும்போது சிறப்பாக எழுத உதவும்.

'என் எழுத்து இதற்கு மேல் தேறாது' என்று நாமே முடிவு செய்து கொண்டால் பிறகு எவ்வளவு முயற்சி செய்தாலும் முடியாமல் போய்விடும்.

எனக்குத் தெரிந்து மிக மோசமான கையெழுத்து உள்ளவர்கள் தங்கள் வைராக்கியத்தால், முயற்சியால் அதை மேம்படுத்திக் காட்டியதை நான் அறிவேன்.

கையெழுத்து என்பது நம் எண்ணங்களை மட்டுமல்ல; மன நிலையையும் கூட வெளிப்படுத்துகிறது. கைகுலுக்கும் போது உள்ளங்களை மட்டுமல்ல, உள்ளமும் மென்மையானதா என்பதை உணர்ந்துகொள்ளலாம். சுகமான சூழலில் எழுதப்படும் போது அழகாக வருகிற எழுத்தே சோகமாக இருக்கும்போது பொலிவிழந்து விடுகிறது.

எழுதும்போது எழுத்தை மட்டுமே கவனித்தால் அது மேம்பட வாய்ப்பு உண்டு. கையெழுத்து என்பது கையில் இல்லை. அதனால்தான் இடக்கையில் நாம் நன்றாகப் பழகினால் வலக்கை எழுத்தைப் போலவே இருக்கும். கையை இழந்து ஒருவர் கால்களில் எழுத ஆரம்பித்தாலும் அவர்கள் எழுத்து ஏற்கெனவே கையால் எழுதிய எழுத்தைப் போலவே இருக்கும். ஏனெனில் கையெழுத்து நம் கையில் இல்லை; மூளையில் பதிவான பதிவுகளில்தான் இருக்கிறது.

ஓர் அலுவலகத்திற்கு வந்த புதிய வாடிக்கையாளர் ஓர் அதிகாரியின் மேசையின் மீது இருந்த குறிப்பைப் பார்த்து அசந்து போனார். ஏனென்றால் அது அவ்வளவு அழகான கையெழுத்துகளால் எழுதப்பட்டிருந்தது.

"இதை யார் எழுதியது?" என்றார் வாடிக்கையாளர்.

"நான்தான் எழுதினேன்" என்றார் அந்த அதிகாரி.

"இவ்வளவு அழகான எழுத்தால்தான் நீங்கள் இவ்வளவு பெரிய அதிகாரியாக ஆகியிருக்கிறீர்கள்" என்று பாராட்டினார்.

பிறகு "கீழே மிகவும் அசிங்கமாகப் புரியாமல் இரண்டு வரி எழுதியிருக்காங்களே - திருஷ்டிப் பரிகாரம் மாதிரி. அது யார்?"

"அவர்தான் என்னுடைய மேலதிகாரி" என்றார் அவர்.

*

56. தேல்ஸ்

தேல்ஸ் என்கிற தத்துவஞானி -

கிரேக்கத்தில் அரிஸ்டாட்டிலுக்கும், சாக்ரடீஸுக்கும் முந்தியவர். அவர் எழுத்துகள் எதுவும் மிஞ்சவில்லை.

மக்கள் அவருடைய அறிவு, அவரைப் பணக்காரராக ஆக்க வில்லையே என்று அவதூறு செய்தார்கள்.

அவர் தன்னுடைய வானஇயல் நுண்ணறிவின் அடிப்படையில் எல்லா ஒலிவ மர மகசூலையும் குத்தகைக்கு எடுத்தார்.

அந்த வருடம் ஒலிவ மரம் மிக நன்றாகக் காய்க்கும் என்பது அவருக்குத் தெரியும். அந்த வருடம் அவரே ஒலிவ எண்ணெய்க்கு விலை நிர்ணயிக்கும் சக்தியைப் பெற்றார்.

ஒரேபருவத்தில் அவர் மிகப்பெரிய செல்வந்தராக மாறினார்.

எந்த நொடியிலும் தன்னால் பணக்காரராக முடியும் என்கிற ஆற்றலை நிரூபித்தும் பழையபடி தத்துவார்த்த வாழ்க்கைக்கே திரும்பினார்.

அவர் வானத்து நட்சத்திரங்களைப் பார்த்தவாறே நடந்து சென்றபோது, வழியிலிருந்த கிணற்றைக் கவனிக்காமல், அதில் விழுந்து காப்பாற்றப்பட்டதை பிளாட்டோ எழுதியிருக்கிறார்.

ஏதென்ஸ் நாட்டுச் சட்டத்தை வடிவமைத்த சோலோன், தேல்ஸ் ஏன் திருமணம் செய்துகொள்ளவில்லை என்று கேட்டபோது அவர் பதில் ஏதும் கூறவில்லை.

சிறிது நேரத்தில் ஒரு புதிய மனிதன் அங்கு வந்து, தான் ஏதென்ஸ் நகரத்திலிருந்து வருவதாகக் கூறினான். சோலோனைத் தெரியாதவன் போல ஏதென்ஸ் நகரத்தில் ஒரு மிகப்பெரிய மனிதரின் இறுதிச் சடங்கு நடந்ததாகத் தெரிவித்தான்.

"யாருடைய மகன் அவன்?" என ஆர்வத்தில் சோலோன் கேட்டார்.

"எனக்குப் பெயர் நினைவில் இல்லை. ஆனால், அவர் இப்பொழுது வெளிநாட்டுக்குப் பயணம் சென்றிருக்கிறார்" என்று சொன்னான்.

“அவர் பெயர் சோலோனா?” என்று கேட்டார் சோலோன்.

“ஆம்” என்றான்அவன்.

உடனே சோலோன் துயரத்தில் அழ ஆரம்பித்தார்.

உடனே தேல்ஸ் “தீர்மானம் மிகுந்த சோலோன் கூடத் தன் துயரத்தில் இருந்து மீள முடியாததால்தான் நான் இப்படிப்பட்ட பந்தத்திற்குள் சிக்கிக்கொள்ளவில்லை” என்றார்.

அந்தச் சம்பவம் தன்னால் தயாரிக்கப்பட்டது என்றும், உண்மை யல்ல என்றும் சமாதானப்படுத்தினார்.

பலர் சாதாரண வாழ்க்கைக்காகப் படைக்கப்படுகிறார்கள். சிலரோ சாதனைகள் செய்வதற்காகப் படைக்கப்படுகிறார்கள். அவர்கள் வானத்தை நோக்கி விழிகளை வைத்திருப்பதால், பூமியில் கிடக்கும் சேறும் சகதியும் அவர்களுக்குத் தட்டுப்படுவதில்லை. அப்படிப்பட்ட ஒருசிலர் மானுடம் முழுமைக்குமான நுட்பங்களை ஆரவாரமில்லாமல் வழங்கிவிட்டுச் செல்கிறார்கள்.

அவர்கள் தங்கள் உள்ளுணர்வைத் தங்கள் இறப்புக்குப் பின்பும் இருக்க வைத்துவிட்டுச் செல்கிறார்கள். அவர்கள் தங்கள் எச்சத்தால் பலருக்குள் வைராக்கியத் தீ கனன்று எரியும்படி செய்கிற நிரந்தரப் புகழுக்குச் சொந்தக்காரர்கள்.

தேல்ஸ் எப்போதும் “வாழ்வுக்கும், சாவுக்கும் அதிக வித்தியாசம் இல்லை” என்று சொல்லிக்கொண்டே இருப்பார்.

“பிறகு ஏன் சாவுக்குப் பதிலாக வாழ்வை நீங்கள் தேர்ந் தெடுத்தீர்கள்” என்று ஒருவர் அவரைக் கேட்டார்.

“வித்தியாசம் ஏதும் இல்லாததால்தான் நான் வாழ்வைத் தேர்ந்தெடுத்தேன்” என்றார்.

*

57. நல்லதும் கெட்டதும்

என்னைச் சந்தித்த ஒருவர் "நான் நல்லவனா? கெட்டவனா?" என்று திடீரென ஒரு பௌன்சரைப் போட்டார்.

நான் நிலைகுலைந்து போனேன்.

"நீங்கள் இரண்டும்தான்" என்றேன்.

அவருக்குச் சற்று ஏமாற்றம்.

'உங்களைப் போல உத்தமன் யாரும் உண்டோ?' என நான் சொல்வேன் என்று அவர் எதிர்பார்த்து இருப்பார் போல இருக்கிறது.

நல்லவருக்கு நல்லவராக இருப்பவர்தானே கெட்டவர்க்குக் கெட்டவராகவும் இருப்பார்?

ஒருவர் எல்லோருக்கும் நல்லவராக இருக்க முடியுமா? எல்லா நேரங்களிலும் நல்லவராக இருக்க முடியுமா?

ஒரு மேஜை நல்லதாக இருக்கலாம். ஒரு மனிதன் இருக்க முடியுமா?

அழகான ஓவியத்தைக் கூட எல்லோரும் ஒரே மாதிரி ஏற்றுக் கொள்வதில்லையே!

அது சரி - நல்லது, கெட்டது என்று ஏதாவது இருக்கிறதா?

அதற்கு இலக்கணங்கள்தான் உண்டா?

மிகச் சுவையாக இருக்கிற பழமே கொஞ்சநாள் சுவைக்காமல் விட்டுவிட்டால் அழுகிப்போய்விடுகிறது.

"நல்லதும் இல்லை. கெட்டதும் இல்லை; நம் சிந்தையே அப்படி உருவகப்படுத்துகிறது."

"There is nothing good. Nothing bad. Thinking makes it so" என்கிறார் ஷேக்ஸ்பியர்.

நல்லது கெட்டது என்றெல்லாம் நாமே நமக்குள்ளேயே இலக்கணங்களை வகுத்துக்கொள்கிறோம்.

ஆல்பர்ட் கேமோ "சிறந்த வாழ்வு என்பது இல்லை - அதிக வாழ்வு என்பதுதான் உள்ளது" என்கிறார். யார் அதிகமாக நேரத்தைப் பயன்

படுத்துகிறார்களோ அவர்கள் 'Most living' என்கிற அதிகப்படியான வாழ்வை வாழ்கிறவர்கள். வாழ்வின் சாரத்தை வடித்துக் குடித்துக் களித்தவர்கள்.

நாம் நல்லவரா கெட்டவரா என்பதை மற்றவர்களால் எப்படிப் பரிசீலனை செய்ய முடியும்? நம்மிடம் உள்ள அவர்களுக்குத் தெரியாத பல முகங்கள் நமக்கு மட்டும் பரிச்சயமானவையாக இருக்கின்றனவே. அவற்றை என்ன செய்யப் போகிறோம்?

ஒருவரிடம் அவர் நண்பர் கேட்டார் : "இது உங்கள் காரா?" "எப்போதாவது" என்று அவர் பதில் சொன்னார்.

வியப்புடன் "எப்போதாவதா? அப்படி என்றால்?"

"மார்க்கெட் போவதற்கு என் மனைவியுடையதாகவும், நண்பர்களுடன் செல்ல என் மகனுடையதாகவும், கோயிலுக்குப் போக என் பெற்றோர்களுடையதாகவும் ஆகிவிடுகின்றது. பெட்ரோல் போடும் போது மட்டும் என்னுடையதாகிவிடுகிறது."

அந்தக் கார் போலத்தான் நாமும். பொறுப்புகளை ஏற்றுக் கொள்ள ஒரு சிலரும், பொறுப்பை நம்மீது சுமத்தப் பலரும், நம்மை 'நல்லவர்கள்' என்று அடையாளம் கண்டுகொண்டதாகக் கூறி அருகில் வருவார்கள். எனவே "நல்லவராக மாறப் பிரயத்தனம் செய்யச் செய்யக் கெட்டவராகிவிடுவோம் என்பது தான் உண்மை. அது இயல்பாகவும், நம் தனித் தன்மையை இழக்காத வகையிலும் நிகழ வேண்டும். இல்லாவிட்டால் இவ்வளவு பலமா உனக்கு!" என்று வியந்து வியந்து நம் தோளில் பாரத்தை ஏற்றிவிடுவார்கள்.

நல்ல இசை என்றோ கெட்ட இசை என்றோ,

நல்ல உணவு என்றோ கெட்ட உணவு என்றோ எதுவும் இல்லை.

நமக்குப் பிடிக்கிற இசை இனிய இசை,

இன்னும் சிலருக்கு அது பிடிக்காமல் போகலாம்.

நமக்கு ஒத்துக்கொள்கிற உணவு இனிய உணவு.

நாம் மகிழ்ச்சியடைய உதவுபவை எல்லாம் இனியவையாகவும், நல்லவையாகவும் நமக்குத் தோன்றுகின்றன, அவ்வளவு தான்.

58. இலவசம் - பரவசம்

ஜப்பானில் ஒரு பழமொழி உண்டு - "இலவசமாகத் தரப்படுவதைக் காட்டிலும் விலையுயர்ந்தது எதுவுமில்லை."

உலகத்தில் எதுவுமே இலவசமாகத் தரப்படுவதில்லை. எல்லா வற்றிற்கும் விலை உண்டு. கண்ணுக்குத் தெரியாத விலை இருக்கிற காரணத்தினாலேயே இலவசங்கள் நமக்குப் பரவசத்தைத் தருகின்றன.

இலவசமாகத் தரப்படும் எல்லாவற்றிற்குள்ளும் ஒரு தந்திரம் மறைந்திருக்கும்.

இங்கே கடுகைத் தந்துவிட்டுக் கடலைக் கேட்பவர்களும், மடுவைத் தந்துவிட்டு மலையை வேண்டுபவர்களும்தான் அதிகம்.

எங்காவது எதையாவது இலவசமாகப் பெற்றால், நாம் அவர்களுக்குக் கடன் பெற்றவர்களாகி விடுகிறோம்.

சில நேரங்களில் நமக்கு இலவசமாகத் தருபவை, நம்மிடமிருந்தே பெற்றவையாக இருக்கும். நம்மிடம் தட்டிப் பறிக்கப்பட்டவையே நம்மிடம் தட்டில் வைத்துத் தரப்படலாம்.

இயான் க்ரிலோஃப் (Iyan Krilof) -ன் கதையொன்று உண்டு.

ஒரு சிங்கத்திற்கு அணில் ஊழியம் செய்தது. அதன் சேவகம் சிங்கத்திற்கும் பிடித்திருந்தது. சில நேரங்களில் தன் கூரிய பற்களாலும், கால் நகங்களாலும் சிங்கத்தை மென்மையாக வருடி முதுகு சொறிந்து விடுவதுதான் அணிலின் பணி.

சிங்கம் அதற்கு ஒரு வண்டி நிறைய சுவை மிகுந்த கொட்டைகளைத் தருவதாக வாக்களித்தது. காலம் பறந்தது. பலநேரம் பசியால் அந்த அணிலின் கண்களில் கண்ணீர் வரும். தன் பழைய அணில் நண்பர்கள் மரங்களில், அங்கும் இங்கும் திரிவதைப் பார்த்ததும் அதற்குத் துயரம் ஏற்படும்; அவை கொட்டைகளை உடைத்துச் சாப்பிடுவதைப் பார்த்தால் ஏக்கம் உண்டாகும்.

அது சிங்கத்திற்குச் சேவகம் புரிய விரும்பாமல் வெளியே வந்துவிட முயன்ற போதும் மறுபடியும் சேவகத்திற்காக வலுக் கட்டாயமாக இழுத்து வரப்பட்டது. வயதாகி அது பணி ஓய்வு பெறும் நேரம் அதற்கு வண்டி நிறையப் பழமும்,

உலர்ந்த கொட்டைகளும் தரப்பட்டன. அனைத்தும் மிகவும் ருசியானவை; அருமையானவை. ஆனால், அந்த அணிலோ வெகுநாட்களுக்கு முன்பே தன் பற்களை இழந்து விட்டிருந்தது.

பல்போன பிறகே பாதாம் பருப்பு - பலம் போன பிறகே பலகாரம் என்றால் என்ன உபயோகம்?

ஊழியம் செய்வதற்கே உரிய நேரத்தில் பணம் பட்டுவாடா செய்யப்படாமல் இருக்கும்போது, இலவசமாக யாரேனும் ஏதாவது தந்துவிடப் போகிறார்களா என்ன? கமர்கட்டைக் கொடுத்துதானே இங்கே கழுத்து நகைகள் கபளீகரம் செய்யப்படுகின்றன.

கருணையால், அன்பால், உந்துதலால் அளிப்பவர்களும் உண்டு. ஆனால், அவர்கள் விளம்பரம் இன்றியே தருபவர்கள். பெறுபவர்களுக்குத் தருபவர்கள் நன்றி செலுத்தும் அதிசயம் அங்கு நடக்கிறது. அதை அவர்கள் இலவசம் என்றோ, கொடை என்றோ சொல்வதில்லை.

ரத்த தானம் என்று சொல்வதும், கண்தானம் என்று சொல்வதும், அவை யாருக்குப் போய்ச் சேரப்போகின்றன என்பதே தெரியாமல் கொடுப்பதால்தான். முகம் தெரியாதவர்களுக்குக் கொடுப்பதே தானம், நிதானம், அவதானம்.

இலவசம் பெறும் மனநிலை காலமெல்லாம் நம்மைக் கையேந்த வைத்துவிடும். கையேந்துகின்ற மனநிலை ஒரு சமுதாயத்தையே மூக்கணாங்கயிறு போட்டு முடக்கிவிடும்.

ஒரு கடையில் 'ஒரு முட்டை வாங்கினால் ஒரு கோழி இலவசம்' என்று போர்டு போட்டிருந்தார்கள்.

வாடிக்கையாளர் கேட்டார் : "முட்டையோட விலை எவ்வளவு?"

"75 ரூபாய்" என்றார் கடைக்காரர்!

*

59. படிப்பும் அறிவும்

வகுப்புக்குத் தாமதமாக வந்த மாணவனைப் பார்த்து ஆசிரியர் "ஏன் லேட்?" என்று விசாரித்தார்.

"சார், பள்ளிக்கு வரும்போது புதுசா போக்குவரத்து போர்டு ஒண்ணு போட்டிருந்தாங்க, அதுதான் சார்!"

"என்ன போர்டு?"

"'அருகில் பள்ளி உள்ளது; மெதுவாகச் செல்லவும்' அப்படின்னு போர்டில இருந்தது சார். அதனால் தான் லேட்!"

புதிதாகப் பள்ளி செல்லும் மாணவனைப் பார்த்துக் கேட்டார் அப்பா: "உனக்குப் பள்ளி பிடித்திருக்கிறதா?"

"பள்ளிக்குப் போவதும், வருவதும் மாத்திரம் பிடித் திருக்கிறது" என்று பதில் வந்தது.

பள்ளி என்கிற அற்புதமான இடம் ஏன் இப்படிப் பந்தாடுகிற இடமாக மாறிப்போனது? கற்றுக் கொள்கிற இடமாக அது இல்லாமல் பலம் பார்க்கிற இடமாக அது மாறியதுதான் பிரச்சினை.

'ஏன் படிக்க வேண்டும்?', 'எதற்காகப் படிக்க வேண்டும்?', 'எதைப் படிக்க வேண்டும்?' என்கிற அறிமுகம் இல்லாமலேயே கல்வி ஆரம்பமாகிவிடுகிறது.

படிக்கிற பாடத்தினுடைய மேன்மையை நாம் உணராமலேயே வாசிக்கிற சூழலை உருவாக்கிவிட்டோம். அது எங்கு போய்ச் சேரப் போகிறோம் என்பது தெரியாமலேயே செய்கிற பயணத்தைப் போன்றது.

"இப்பொழுது சரித்திரம், இலக்கியம், பொருளாதாரம், சமூக இயல், மனஇயல் போன்ற பாடங்களில் சேரவே மாணவர்கள் விரும்புவதில்லை" என்று ஒரு பள்ளியின் தலைமையாசிரியை என்னிடம் சொன்னார்.

"எல்லோருமே பொறியியல், மருத்துவம்" என்று நினைத்தால் உலகம் எவ்வளவு பொலிவிழந்துவிடும்! இசையில்லாத, கவிதையில்லாத, கருணையில்லாத, சரித்திரம் தெரியாத தலைமுறை அறிவை எவ்வளவு நாட்கள் பாதுகாக்க முடியும்? பாத்திரமில்லாமல் நீர் எடுத்து வருவதைப் போலப் பயனின்றிப் போய் விடும் அது என்பதை நாம் உணர வேண்டும்.

ஒரே பூக்களாய் உள்ள இடம் பூங்காவல்ல; அது வெறும் தோட்டம்.

ஒரே காய்கறி உள்ள இடம் பழத்தோட்டம் அல்ல; அது வெறும் மண்டி.

டாக்டர் ராதாகிருஷ்ணனிடம் ஐரோப்பியர்கள் ஒருமுறை கேட்டார்கள்: "எங்கள் ஊரில் மக்கள் ஒன்று வெள்ளையாக இருக்கிறார்கள், அல்லது கருப்பாக இருக்கிறார்கள். உங்கள் ஊரில் வெள்ளை, பழுப்பு, பழுப்பு கலந்த சிவப்பு, மஞ்சள், வெளிர் மஞ்சள், கறுப்பு என்று பல்வேறு நிறங்களில் இருக்கிறார்களே ஏன்?"

ராதாகிருஷ்ணனிடமிருந்து சட்டென்று பதில் வந்தது: "கழுதைகள் ஒரே மாதிரி இருக்கின்றன. குதிரைகள் பல்வேறு நிறங்களில் இருக்கின்றன."

நம் உலகம் இன்று இருக்கிற நிலைமைக்குப் பலரும் பங்களித்திருக்கிறார்கள். கழுத்தை நெரிக்கும் போட்டி மனப்பான்மையை உருவாக்குகிற களமாகப் பள்ளி இருக்காமல், பகிர்ந்து கொள்கிற தளமாகப் பரிமளிக்க வேண்டும்.

எப்போதும் தீர்வு என்ற நிலை வந்துவிட்டால் கிரகிக்கும் திறனும், பாடத்தை நேசிக்கும் மனமும் போய்விடும்.

அகில இந்திய அளவில் கார் ஓட்டும் பந்தயத்தில் முதல் பரிசு பெற்ற ஒருவருடன் காரில் செல்லும் அனுபவம் எனக்கு ஏற்பட்டது.

அவர்தான் காரை ஓட்டிக்கொண்டு வந்தார்.

அவரை முந்திக்கொண்டு சாதாரண ஓட்டுநர்கள் எல்லாம் தங்கள் காரைச் செலுத்திக்கொண்டிருந்தார்கள். நான் அவரிடம் கேட்டேன்: "ஏன் இவ்வளவு நிதானமாக, மெதுவாக ஓட்டுகிறீர்கள்?"

"எல்லா இடங்களிலும் வேகமாக ஓட்டிக்கொண்டிருந்தால், பந்தயத்தில் வெற்றி பெற முடியாது. பாதையும், பந்தயமும் ஒன்றல்ல; தேவை ஏற்படும்போது வெளிப்படுத்துவதே உண்மையான ஆற்றல்!"

*

60. கருணையும் பரிதாபமும்

"கருணைக்கும், பரிதாபத்திற்கும் என்ன வேறுபாடு?" என்று என்னை ஒருவர் ஒரு கூட்டத்தில் கேட்டார். கருணை என்பதும், பரிதாபம் என்பதும் வேறுபட்டவை மட்டுமல்ல; முரணானவை என்று சொன்னேன்.

கருணை என்பது இயல்பாகத் தோன்றும் உணர்வு. நாம் அடுத்தவர்களைக் காட்டிலும் உயர்வாக இருக்கிறோம் என்கிற எண்ணத்தில் ஏற்படுவது பரிதாப உணர்ச்சி.

கருணை என்பது உணர்வு - பரிதாபம் என்பது உணர்ச்சி.

கருணை என்பது ஆழமானது; பரிதாபம் என்பது மேம் போக்கானது.

நாமும் சமதளத்தில் நின்று சகபயணிகளை அன்புடன் உற்று நோக்குகிற மனோபாவம் கருணையில் உண்டாகின்றது. நாம் மாடியில் நின்றுகொண்டு கீழே மூழ்கிக் கொண்டிருக்கும் குடிசைவாசியைப் பார்த்து இரக்கப்படுவது பரிதாபம்.

'பரிதாபம்' உணர்வோடு நின்றுவிடுகிறது. கருணை செயலாக வடிவம் பெறுகிறது. நாம் பரிதாபப்படும் போதெல்லாம் மனத்தளவில் சிலரைப் பிச்சைக்காரர்களாக்குகிறோம். கருணை என்பது நாம் உதவி புரிபவர்களையும் பெருமைப்படுத்துகிற நிகழ்வாக இருக்கிறது.

நண்பர் வீராச்சாமி 'கிருபானந்த வாரியார்' குறித்த ஆய்வேட்டில் அவர் கூறிய செய்தி ஒன்றைக் குறிப்பிட்டிருந்தார்.

'என்னுடைய பொருள்கள் என்னுடையது
உன்னுடைய பொருள்களும் என்னுடையவையே'
என்கிற மனநிலையில் இருப்பவன் அதர்மன்.

'என்னுடைய பொருள்கள் என்னுடையவை
உன்னுடைய பொருள்கள் உன்னுடையவை'
என்கிற மனநிலையில் இருப்பவன் மத்திமன்.

'என்னுடைய பொருள்களும் உன்னுடையவையே'
என்கிற மனநிலையில் இருப்பவன் உத்தமன்.

'என்னுடைய பொருள்களும் என்னுடையவையல்ல.
உன்னுடைய பொருள்களும் உன்னுடையவையல்ல'
என்கிற மனநிலையில் இருப்பவன் ஞானி

என்ற அந்த வகைப்பாடு கருத்தைக் கவர்ந்தது.

மத்திம நிலையில் இருப்பவன் பரிதாபப்படுகிறான்.

உத்தம நிலையில் இருப்பவன் கருணையுடையவன் ஆகிறான்.

மனிதர்களைப் பொருள்களாகப் பயன்படுத்துபவர்கள், அவர்களை மனிதர்களாக மதிப்பவர்கள் என்கிற இரண்டு வகையினர்தான் உலகெங்கிலும் இருக்கிறார்கள் என்று மார்ட்டின் ப்யூபர் (Martin Puber) 'இதுவும் நீங்களும்' (It and Thou) என்கிற தன்னுடைய நூலில் குறிப்பிடுகிறார்.

மகாத்மா காந்தி ரயிலில் ஏறும்போது அவருடைய ஒரு செருப்பு தவறி அவசரத்தில் கீழே விழுந்துவிட்டது. உடனே அவர் இன்னொரு செருப்பையும் தவறவிட்டார்.

அருகிலிருந்தவர் விளக்கம் கேட்டபோது "ஒரு செருப்பு எனக்கும் பயன்படாது; அதைக் கண்டுபிடிப்பவர்களுக்கும் பயன்படாது. எனவே இந்தச் செருப்பையும் தவறவிட்டால் யாராவது பயன்படுத்திக் கொள்வார்களே" என்று பதிலளித்தார்.

ஒருவன் தன் ஒருகாலில் மட்டும் ஒருசெருப்பை அணிந்து ஆட்டிக் கொண்டிருந்தான். அந்த வழியே வந்த ஒருவர் "இன்னொரு செருப்பை எங்கே தவறவிட்டாய்!" என்று கேட்டார்.

"நான் எந்தச் செருப்பையும் தவறவிடவில்லை. இந்த செருப்பைத் தான் கண்டெடுத்தேன்" என்று சொன்னான்.

நாங்கள் ஒருமுறை பேருந்து நிலையத்தில் நின்றுகொண்டிருந்த போது, விழியிழந்த யாசகர் ஒருவர் வந்தார். யாரும் ஒரு பைசாகூட போடவில்லை. என் அருகிலிருந்த தெரிந்தவர் ஒருவர் மட்டும் ஒரு பெரிய காசை எடுத்துப் போட்டார். எப்போதுமே யாருக்குமே எதுவுமே கொடுக்காதவர் அவர்.

நான் அவரை ஆச்சரியமாகப் பார்த்தேன்.

"ரொம்ப நாளா ஒரு செல்லாத காசு இருந்தது. என்னா பண்றதுன்னு தெரியலை. எந்தக் கடைக்காரனும் ஏமாற மாட்டேங்கறாங்க. இப்ப அது பயன்பட்டது" என்றார் சிரித்துக் கொண்டே.

61. சாகும் கலை

வாழ்வது மட்டுமல்ல;

சாவதும் கூட ஒரு கலைதான்.

மரணம் வந்து மருதாணி பூசும்போது கைகள் சிவக்கிறதே என்று புகார் தராமல் அதை அமைதியாக ஏற்றுக்கொள்ளுகிற மனோ பக்குவம் இருப்பவர்கள் இறந்த பின்பும் வாழ்கிறார்கள்.

மரணத்தை எதிர்கொள்வது மிகப்பெரிய துணிவு. பலருக்கு அது வருவதில்லை. திடீரென வந்து விடுகின்ற மரணத்தைப் பற்றிப் பிரச்சினையில்லை. ஆனால், மெதுவாக நோய்வாய்ப்பட்டு உடல் சுருங்கி மரணம் நிகழும்பொழுது அது சாதாரணமானதாக இருப்ப தில்லை.

ஒவ்வொருவரும் தன்னை ஐந்து நிலைகளில் அதற்குத் தயார் படுத்திக் கொள்கிறார்கள்.

முதலாவது - மறுத்தல் (Denial) தனக்கு மரணம் வராது என்று மறுப்பது. சிலர் தன் உடலைப் பரிசோதனை செய்துகொள்ளவே மறுப்பார்கள். சர்க்கரை வியாதிக்கான அத்தனை அறிகுறியும் இருப்ப வர்கள் ஆரம்பத்தில் ரத்தப் பரிசோதனையைச் செய்து கொள்ள மறுப்பார்கள். தான் நன்றாக இருப்பதாகச் சாதிப்பார்கள். தன் குடும்பத்தில் யாருக்குமே இருந்ததில்லை என்று வலியுறுத்துவார்கள். தான் இனிப்பே சாப்பிடுவதில்லை என்று வாதிடுவார்கள்.

அடுத்த நிலை - இரண்டாவது நிலை - அது கோபம் (Anger). ஒரு கட்டத்தில் தனக்கு மரணம் நிகழும் என்று தெரிந்தவுடன் அது கோபமாக மாறும். தன்னுடைய இந்த நிலைக்கு மற்றவர்கள்தான் காரணம் என்று அடுத்தவர்களைப் பழிக்குள்ளாக்குவார்கள். அவர் களைத் தூற்றுவார்கள். இன்னும் சொல்லப்போனால் ஆரோக்கியமாக இருப்பவர்கள் மீதெல்லாம் கூட கோபம் வரும். அடுத்தவர்களுக்கும் தனக்கு வந்திருக்கும் வியாதி வரவேண்டும் என்கிற எண்ணம்கூடச் சிலருக்கு ஏற்படும்.

மூன்றாவது - பேரம் பேசுதல் (Bargaining). இன்னும் கொஞ்சநாள் வாழவேண்டும் என்ற ஆசை ஏற்படும். நிறைவேறாத கடமைகள் எல்லாம் கண்முன் வந்து பயமுறுத்தும். மரணத்தை எவ்வளவு தள்ளிப் போட முடியும் என்பதில் மனம் நிலைத்து நிற்கும்.

நான்காவது நிலை - சோர்வு (Depression) இனி வேறு வழியில்லை என்ற எண்ணம் அளவற்ற சோர்வைத் தரும். வாழ்க்கை பிடிப்பற்றுப் போய்விடும். மரணத்திற்கு முன்பே பலர் நடைபிணமாக ஆகிவிடுவார்கள்.

ஐந்தாவது நிலை - அதுவே இறுதிக் கட்டம் - ஏற்றுக்கொள்ளுதல் (Acceptance) - இந்நிலையில் மனம் மரணத்தைச் சந்திக்கத் தயாராகி விடுகிறது. ஆத்மா அழிவதில்லை என ஆன்மிகம் பேசியும், வாழ்க்கை நிலையற்றது எனத் தத்துவம் பேசியும், தன்னைக் காட்டிலும் குறைந்த வயதில் மரணமடைந்தவர்கள் குறித்து எடுத்துக்காட்டி, திருப்திப் பட்டும் மனத்தயாரிப்பு செய்துகொள்ள மனிதன் பக்குவப்பட்டு விடுகிறான்.

மரணத்திற்குப் பின் என்ன செய்யவேண்டும் எனச் சிந்திக்க ஆரம்பிக்கிறான். நான் கேள்விப்பட்டிருக்கிறேன். தூக்குமேடைக் கைதிகள் தூக்கிலிடுவதற்கு இரண்டுமணி நேரத்திற்கு முன்பு மிகுந்த தெளிவுடன், சிரித்து மகிழ்ந்து எந்தக் கவலையுமின்றிக் காணப்படுவார்கள் என்று. தூக்குக்காகக் காத்திருக்கும் காலமே அவர்களுக்குத் தண்டனையே தவிர, மரணம் ஒரு தண்டனையல்ல என்பதை நாம் உணரவேண்டும்.

சரியாக வாழ்ந்தவர்களே சரியாகச் சாக முடியும்.

அலெக்ஸாண்டர் ஆசியா மைனர் வழியாகச் செல்லும் போது கடுமையாக நோய்வாய்ப்பட்டார்.

அவருடைய மருத்துவர்களால் குணப்படுத்த முடியாத நிலையில் பிலிப் என்கிற ஒருவர் முன்வந்தார். வேறு நாட்டவர். அவர் அலெக்ஸாண்டருக்குக் கூடாரத்தில் மருந்து தயாரித்துக்கொண்டிருந்தபோது ஒரு கடிதம் வந்தது. பிலிப் பாரசீக மன்னரின் கையாள் என்றும் தன்னைக் கொல்ல வந்திருப்பதாகவும் அக்கடிதத்தில் இருந்தது. அலெக்ஸாண்டர் அதைத் தன்னுடைய தலையணையடியில் ஒளித்து வைத்து விட்டார். மருந்துக் கோப்பையை பிலிப்பிடமிருந்து வாங்கிக் குடித்தார். குடிக்கும்போதே அக்கடிதத்தை பிலிப்பிடம் காட்டினார். பிலிப் நடுநடுங்கி அலெக்ஸாண்டரிடம் வீழ்ந்தார். அவரைத் தேற்றி 'உன் மீது நம்பிக்கை இருக்கிறது' என்றார். மூன்று நாட்களில் குணமாகிப் படைக்குத் திரும்பினார்.

நம்பிக்கை இல்லாவிட்டால் மருந்தே நஞ்சாகிப் போகுமல்லவா?

62. மழைநீர் சேகரிப்பு

இரண்டு பேர் பேசிக்கொள்வது காற்று வாக்கில் காதில் கேட்டது:
"தமிழ்நாட்டில் ஏம்பா இவ்வளவு தண்ணீர்ப் பஞ்சம் வந்துடுச்சி?"

"எல்லோரும் குளிக்க ஆரம்பிச்சிட்டாங்கப்பா, அதனால் தான்."

பதில் சொன்னவர் சற்று வேடிக்கையாகக் கூறினாலும், அதில் ஓர் உண்மை இருக்கிறது. முன்பு குளிப்பதற்காகச் செலவிட்ட நீரை நாம் இன்று பல்துலக்குவதற்கே செலவிடுகிறோம். குழாயைத் திருகினால் தண்ணீர் கொட்டும் போது உபயோகப் படுத்தப்படுவதைக் காட்டிலும் வழிந்து சேதமடைவதுதான் அதிகம்.

கிணற்றில் இருந்து நாமாக நீரை இறைத்துப் பயன்படுத்தும் போது சிக்கனம் இருந்தது; நிதானமும் இருந்தது. ஆனால் இன்று ஆழ்குழாய்க்கிணறு மூலம் எடுக்க ஆரம்பித்ததும், நீரை தாராளமாகச் செலவு செய்வதில் ஒரு குடும்பத்திற்குத் தேவையான நீரை ஒரு தனி நபரே செலவழிக்கிறார்.

'மழை நீரைச் சேகரிப்போம்' என்கிறார்கள்; 'மழை வரட்டும் பிறகு சேமிக்கிறோம்' என்றார் ஒருவர்.

இது 'வீட்டுக்கொரு மரம் வளர்ப்போம்' என்றவுடன் முதலில் 'வீடு கொடுங்கள் பிறகு மரம் வளர்க்கிறோம்' என்று சொல்வதைப் போல இருக்கிறது.

மழை நீர் சேகரிப்புக்கான பணிகள் எல்லாம் மழை வராத நேரத்தில்தான் செய்ய முடியும்

தாமிராவினுடைய கவிதையொன்று:

'அவ்வப்போது
பூமியை நிராகரிக்கும் மழை
ஒருபோதும் மழையை
நிராகரித்ததில்லை பூமி'

அறிவியல் ரீதியாக இது சரியல்ல; பூமி நிராகரித்த மழைதான் ஓடி, கடலில் விழுகிறது. பெய்கிற எல்லா மழையையுமே பூமி உள்வாங்கிக் கொள்வதில்லை. ஒரே நேரத்தில் பெய்யும் கனமான மழைக்கும், அதே அளவு மழை பரவலாகப் பெய்வதற்கும் வித்தியாசம் இருக்கிறது.

பாலாறு போன்ற நதிகளில் வருடமெல்லாம் வெள்ளம் ஓடாத காரணத்தால்தான், அந்நதிகளில் இருந்து கால்வாய்களை வெட்டி நிறைய ஏரிகளை மன்னர்கள் உருவாக்கினார்கள்.

திரையன் என்ற சோழன் உருவாக்கிய ஏரியே தென்னேரி ஆனது;

மதுராந்தகச் சோழன் உண்டாக்கிய கண்மாயே மதுராந்தகம் ஏரியானது.

உத்திரமேரூர் ஏரி நிறைந்தால் அந்நீர் வழிந்து மதுராந்தகம் ஏரியை நிரப்பும். ஒவ்வோர் ஏரி நிரம்பியதும் வழிந்தோடும் நீர் சற்றுச் சின்ன வடிவில் இருக்கும் தாங்கலை அடையும்.

வேடந்தாங்கல் அப்படிப்பட்டதுதான்.

ஒவ்வொரு மன்னனும் பஞ்சக்காலத்தில் இந்த ஏரிகளை உழைப்புக்கு உணவுத் திட்டத்தின் கீழ் பராமரித்து, வெட்டி ஆழப் படுத்தி அவற்றின் கொள்ளளவை அகலப்படுத்தினான்.

இராஜேந்திர சோழன் உண்டாக்கிய ஏரியைப் பார்த்து ‘மனிதனால் இவ்வளவு பெரிய நீர்த்தேக்கத்தை உண்டாக்க முடியுமா?’ என்று அதிசயித்து அல்பரூனி எழுதினார்.

மன்னர்கள் காலம் முடிந்ததும் மக்களாகக் கூடி குடி மராமத்து முறையில் உடல் வலிமை பொருந்திய கிராமத்து இளைஞர்களைக் கொண்டு கோடைக்காலத்தில் இந்த நீர் நிலைகளையெல்லாம் பராமரித்தார்கள்.

இன்று பயன்பட்டாலும், பல நீர்க்கசிவுக் குட்டைகள் நம்மால் களவாடப்பட்டுவிட்டதாலும் நிலத்தடிநீர் கீழே போய்க் கொண்டே யிருப்பதைப் பார்க்கிறோம். நாம் எல்லோரும் மறுபடியும் மழை யில்லாத நேரங்களில் ஏற்கெனவே உள்ள இந்த நீர்ச் சேகரிப்பு அமைப்புகளைச் செம்மைப்படுத்துவதும், புதியவற்றை உருவாக்கு வதும், பண்ணைக் குட்டை போன்ற புது அறிவியல் வேளாண் நுட்பங்களைப் பயன்படுத்துவதும் அவசியம்.

ஒவ்வொரு துளி நீரையும் சரியான முறையில் பயன்படுத்துவதும், ஒருதுளி மழையும் வீணாகாமல் சேமிப்பதும் அவசியம்.

என்னுடைய நண்பர் ஒருவர் தேர்வு நேரத்தில் ஒரு மாதத்திற்குக் குளிக்கவேமாட்டார்.

“ஏன்” என்று கேட்டால்,

“அப்போதுதான் நண்பர்கள் பக்கத்துல வந்து தொல்லை கொடுக்காம இருப்பாங்க” என்று சொல்லுவார்.

*

63. பல்

ஒரு நோயாளி பல் டாக்டரிடம் சென்று "ஐயா! நான் தமிழ்ப் பண்டிதர். எனக்குக் கை வலிக்கிறது" என்று சொன்னார். உடனே டாக்டர் "வாசலில்தான் பல் மருத்துவர் என்று தமிழில் தெளிவாகப் போட்டிருக்கிறதே, நீங்கள் படிக்கவில்லையா?" என்றார்.

"தமிழில் பல் என்றால் பல என்று பொருள் உண்டு. அதனால்தான் நீங்கள் பல்நோய் மருத்துவர் என்றதும் பல நோய்களுக்கும் மருத்துவர் என்று நினைத்துவிட்டேன்" என்று சொன்னார் பண்டிதர்.

பல் பிடுங்கச் சென்றிருந்த ஒரு நோயாளி, டாக்டர் பல்லில் கைவைக்கும் முன்பே வலிப்பது போல முகத்தைச் சுளுக்கினார்.

மருத்துவருக்குக் கோபம், "நான் இன்னும் உங்கள் பல் மீது கையைக் கூட வைக்கவில்லை. அதற்குள் வலிப்பது போல ஏன் முகத்தை அஷ்ட கோண லாக்குகிறீர்கள்?" எனக் கடிந்தார்.

"அது தெரியும். ஆனால் நீங்கள் இப்போது என் கால் மீது நின்றுகொண்டிருக்கிறீர்கள்."

மனைவிக்குப் பயந்த ஒருவர் "நான் பெண் பல் மருத்து வரிடம்தான் எப்போதும் சிக்கிச்சைக்குச் செல்வேன்" என்றார்.

"ஏன் அப்படி?" என்று கேட்டதற்கு "ஒரு பெண்ணாவது வாயை மூடுங்கள் என்பதற்குப் பதிலாக 'வாயைத் திறங்கள்' என்று சொல் வாரே என்பதற்காகத்தான்" என்றார்.

உடல் உறுப்புகளிலேயே மிகவும் முக்கியமானது பல். பல்லைத் துலக்குவதை ஒரு சடங்கு போலவும், பிரஷ்ஷை வாய் முன்பு தீபாராதனை காட்டுவது போலவும் பயன்படுத்துபவர்கள் இருக் கிறார்கள்.

அப்படிப்பட்ட ஒருவரிடம் பல் மருத்துவர் பரிசோதனை செய்யும்போது அவர் பரிதாபமாகக் கேட்டார்.

"ஏதாவது பல்லை எடுக்க வேண்டியிருக்குமா டாக்டர்?"

"இல்லை" என்று டாக்டர் சொன்னதும் அவருக்குப் பயங்கர திருப்தி.

கொஞ்சம் இடைவெளிவிட்டு டாக்டர் சொன்னார்:

“உங்களது ஈறையே எடுக்க வேண்டியிருக்கும்!”

பல் என்பது வெறும் பல் மட்டுமல்ல; ஈறு, அண்ணம் என அனைத்தும்தான்.

வைட்டமின் சி சத்து குறைவாக இருந்தால் ஈறுகளுக்கு ஊறுகள் வரும்; ரத்தம் வடியும்.

நுரையீரலில் சளி சேர்ந்தாலும், அஜீரணத்தாலும், வயிற்றில் பூச்சியோ, புண்ணோ இருந்தால்கூட வாய் துர்நாற்றமடிக்கும்.

ஈறுகளில் சீழ் வந்தால் பற்களைப் பாதிக்கும் ‘பயோரியா’ என்ற நோய் வரும்.

சாக்லெட் போன்ற இனிப்புப் பொருட்களை அதிகமாகச் சாப்பிடுவதால் பூச்சிப் பற்கள் ஏற்படுகின்றன.

பெரியவர்கள் கூட சாப்பிட்ட பிறகு, பல் இடுக்குகளில் சிக்கிக் கொண்டிருக்கும் துணுக்குகளை அகற்றிவிட்டு வாயைக் கொப்பளித்து விடுவது நல்லது.

பல்லில் வலி ஏற்பட்டால் மட்டுமே டாக்டரிடம் போவது என்று இருக்கக் கூடாது. சில நேரங்களில் அது கண்கெட்ட பிறகு நடக்கும் சூரிய நமஸ்காரமாக இருக்கும்.

ஆறு மாதத்திற்கு ஒருமுறை பல் டாக்டரிடம் போய் ‘ஸ்கேனிங்’ செய்து கொள்வது நல்லது. பல்லை அவ்வப்போது பரிசோதனை செய்து கொள்வது பற்சிதைவைத் தடுக்கும்.

யார் யாரிடமோ பல்லைக் காட்டுகிறோம். டாக்டரிடம் காட்டு வதில் ஒன்றும் தப்பில்லை.

ஒரு பெண் ஒரு வீட்டில் ‘டாக்டர்’ என்ற பலகையைப் பார்த்ததும் ஓடிச் சென்று “டாக்டர் நான் தலைவலியில் அவதிப்படுகிறேன். மருந்து கொடுங்கள்” என்றார்.

அவர் “நீங்கள் தவறாக வந்துவிட்டீர்கள். நான் மருத்துவ டாக்டர் அல்ல! தத்துவத்தில் டாக்டர் - I am a Doctor of Philosophy” என்றார்.

அந்தப் பெண் “ஃபிலாஸஃபியா, அது என்ன நோய்?” என்றார்.

*

64. பணம் சம்பாதிப்பது

நண்பர்கள் அமர்ந்து பேசிக்கொண்டிருந்தோம்.

அப்போது பணம் சம்பாதிப்பது குறித்துப் பேச்சு வந்தது.

"தன்னுடைய முட்டாள்தனத்தை மறைக்கப் பணம் உதவுவதால் தான் பலர் அதில் விருப்பம் காட்டுகிறார்கள்" என்றார் நண்பர்.

தான் சொன்னதை விளக்க முற்பட்ட அவர், "பணம் ஒரு மனிதனுக்கு அந்தஸ்தைப் பெற்றுத் தருகிறது. அறிவினால் பெறக்கூடிய இடத்தை அறிவில்லா விட்டாலும் பணத்தினால் அவன் பெற முடிகிறது. பலர் அவன் கீழ்ப் பணிபுரியச் செய்கிறது. பலர் அவனிடம் பவ்யமாக நடந்துகொள்ளச் செய்கிறது. பல அமைப்புகளில் அவன் தலைவராக நீடிக்க முடிகிறது. தனக்குச் சம்பந்தமில்லாத புத்தகங்களை வெளியிடும் விழாக்களில் அவன் நூலை வெளியிடுபவராகக் கலந்து கொள்ள முடிகிறது. தனக்குக் கீழ் பல அறிவாளிகளை வைத்துக் கொண்டு அவர்கள் புத்திசாலித்தனத்தை அவனால் பயன்படுத்திக் கொள்ள முடிகிறது" என்றெல்லாம் விலாவாரியாகக் கூறினார்.

இன்னொருவர் அதற்குப் பதில் சொல்லும் வகையில் "பணம் நாம் சோம்பலாய் இருக்க உதவுகிறது" என்று ஒரு போடு போட்டார். அதற்கு, "சுறுசுறுப்பாய் இருப்பவர்கள் தான் பணம் ஈட்ட முடியுமே தவிர; சோம்பலாய் இருப்பவர்களால் ஒருபோதும் இயலாது" என்றார் இன்னொருவர். உடனே இவர் "பணம் எங்கே சுறுசுறுப்பாய் இருப்பது என்றும், எங்கே சோம்பலாய் இருப்பது என்றும் தேர்ந்தெடுக்க வசதியாக இருக்கிறது" என்று சமாளித்தார்.

"பணம் என்பது நம்முடைய தன்முனைப்பை திருப்திப்படுத்து கிறது. நான் என்னும் 'ஈகோ'வை அது பலப்படுத்துகிறது. நாம் முக்கிய மானவர்களாகக் கருதப்படுகிறோம். பொருளாதார ரீதியாக மட்டுமே இயங்கும் உலகத்தில் மத அமைப்புகளில்கூடப் பணக்கார அமைப்பு களே பலம் பொருந்தியவையாக இருக்கின்றன" என்றார் இன்னொருவர்.

"அப்பொழுது புத்திசாலிகள் பணம் சம்பாதிப்பதே இல்லையா?" என்று நான் கோபப்பட்டேன்.

அதற்கு ஒருவர், "புத்திசாலிகள் பணம் சம்பாதிப்பதற்கும், முட்டாள்கள் பணம் சம்பாதிப்பதற்கும் நிறைய வேறுபாடு இருக்கிறது" என்றார்.

புத்திசாலிகள் சம்பாதிக்கும் பணம் பலருக்கும் பயன்படுகிறது. அது பொருளாதாரச் சக்கரம் சுழலவும் உதவுகிறது. அவன் சொந்த வாழ்விலும் நிறைய இசை, கவிதை, நறுமணம், நளினம் ஆகியவற்றைக் கொண்டு வந்து சேர்க்கவும் அது பயன்படுகிறது.

பலருக்கு மகிழ்ச்சியையும், உலகத்திற்கு இனிமையையும் அது கொண்டுவந்து கொட்டுகிறது. அவர்களுக்குப் பணம் பாதையாக இருக்கிறது. அப்படிப்பட்டவர்கள் ஏழையைக் காட்டிலும் பணிவாக இருப்பார்கள்; மலரைக் காட்டிலும் மென்மையாக இருப்பார்கள்.

அவர்கள் பணத்தால் யாரையும் விலைக்கு வாங்கவும் முயற்சி செய்யமாட்டார்கள்.

பணத்திற்காகத் தங்களை விற்றுக்கொள்ளவும் சம்மதிக்க மாட்டார்கள். பணத்திற்காகச் சமரசம் செய்து கொள்ளாமல் கொள்கைகளை, லட்சியத்தை விட்டுக் கொடுக்காமல் வாழ்பவர்கள் மட்டும் கடும் பத்தியம் இருந்து கஷ்டப்படாமல் கொண்டாட்டத்துடன் பொருள் ஈட்டுபவர்கள். அவர்கள் பணம் யாரையும் வருத்தாமலும், உறுத்தாமலும் சேர்க்கப்படுவது. அது சேமிப்பு; பதுக்கல் அல்ல.

கருமி ஒருவன், தான் சம்பாதித்த பணத்தையெல்லாம் வைரமாக மாற்றினான். தன் வீட்டுக்குப் பின்புறம் ஒரு குழி தோண்டி அதில் அதைப் புதைத்து வைத்தான். தினமும் காலையில் அந்தக் குழிக்கு வந்து தன் வைரமூட்டை பத்திரமாக இருக்கிறதா என்று மண்ணை அகற்றிச் சரி பார்த்துவிட்டுச் செல்வான். இதைப் பார்த்துக் கொண்டேயிருந்த ஒரு திருடன் ஒருநாள் அந்த வைரமூட்டையைத் திருடிச் சென்று விட்டான்.

தான் சம்பாதித்த அத்தனை பொருளும் இப்படிப் போய் விட்டதே என்று கருமி வருத்தப்பட்டுக்கொண்டிருந்த போது அந்த வழியே வந்த அவருடைய பக்கத்து வீட்டுக்காரர் “நீ கூழாங்கற்களை ஒரு துணியில் கட்டிப் புதைத்துவிடு. தினமும் அதைப் பார்த்துத் திருப்திப்பட்டுக் கொள்ளலாம். யாரும் திருடவும் மாட்டார்கள்” என்றார்.

பயன்படுத்தாதவனுக்கு வைரமும் கல்லும் ஒன்றுதானே!

*

65. சீருடை

நாங்கள் பள்ளியில் படிக்கும்போது சீருடையணிவது பிடிக்காத ஒன்றாக இருக்கும். தீபாவளிக்கு மறுநாள் மாத்திரம் புதுத்துணி உடுத்த சீருடையணியும் விதி தளர்த்தப்படும்.

சீருடையணிவது எதற்காக என்று விளக்கம் சொல்லும் எங்கள் பள்ளி ஆசிரியர்கள் "மாணவர்களுக்குள் ஏற்றத் தாழ்வு இருக்கக் கூடாது; ஏழை பணக்காரர்கள் என்ற வித்தியாசம் இருக்கக்கூடாது என்பதற்காகத்தான்" என்று வலியுறுத்துவார்கள்.

அப்போதே இந்த விளக்கம் எனக்குப் பொருந்தாமல் இருப்பதாகப் படும்.

ஏனென்றால் வசதிமிகுந்தவர்கள் விலை உயர்ந்த துணியிலும், வசதியற்றவர்கள் மிக மலிவான துணியிலும் அந்தச் சீருடையை அணிந்து வருவார்கள்.

தேய்த்து கூரான முனையுடன் நிற்கும் அவர்கள் சீருடையும், கசங்கியும் சில நேரங்களில் கிழிந்தும் இருக்கும் ஏழை மாணவர்கள் உடையும் ஏற்றத் தாழ்வுகளைப் பிரதிபலிக்கவில்லையா என்ற கேள்வி என்னுள் எழும்.

வசதி உள்ள மாணவர்கள் மகிழுந்தில் வருவார்கள்.

கழுத்தில் நகையும், கையில் கடிகாரமும் அணிந்து வரும் ஒரு சில மாணவர்கள் மற்ற அனைவரையும் பிரதிபலிப்பார்கள்.

ஒரு செயற்கையான சமத்தன்மையை ஒருபோதும் நம்மால் உண்டாக்க முடியாது என்பது எனக்குப் புரிந்து போனது.

என் நண்பன் ஒருவன் தீபாவளிக்கு மறுநாள் மாத்திரம் பள்ளிக்கு வரமாட்டான். ஒருமுறை அவனை வற்புறுத்திக் கேட்டபோது, அழுது கொண்டே அவன் கூறியது இன்றும் என் நினைவில் இருக்கின்றது.

"யாரிடமும் சொல்லாதே. ஒரு துணி வாங்கும் வசதிகூட எங்கள் குடும்பத்திற்கு இல்லை. எந்தத் தீபாவளிக்குமே நாங்கள் புதுத்துணி வாங்கியதில்லை. எல்லோருமே புதுத்துணி போட்டுக் கொண்டு வரும்போது நான் மாத்திரம் சீருடையணிந்து வந்தால் அசிங்கமாக இருக்கும் என்பதால்தான் நான் பள்ளிக்கு விடுப்பு எடுத்துக் கொள்கிறேன்."

ஆண்டு முழுவதும் அடக்கி, பதுக்கி வைக்கப்பட்டிருக்கும் ஏற்றத்தாழ்வு ஒருநாளில் வெளிவந்து விடுகிறதே என்ன செய்ய முடியும்?

அப்படியென்றால் சீருடையின் பங்குதான் என்ன?

சீருடை என்பது ஓர் அடையாளம். நாமெல்லாம் ஒரே நிறுவனத்தின் உறுப்பினர்கள் என்று பரஸ்பரம் நட்புரிமை யுடன் திகழ உதவும் ஒரு சாதனம்.

சீருடை என்பது ஓர் ஒழுங்கு முறையை ஏற்படுத்துகிற ஒன்று.

பெயரைச் சொல்லும் முன்பே ஒருவரைப் பற்றிய பல தகவல் களைப் பிரகடனப்படுத்த 'சீருடை' என்கின்ற குறியீடு உதவுகிறது.

'கடவுள் இருக்கிறார்' என்பவர்களுக்கும் சீருடையுண்டு; மறுப்பவர்களுக்கும் உண்டு.

நாம் நம்முடைய பிளவுபட்ட தன்மையைச் (Fragmentation) சரிக்கட்ட ஒப்புமை குறித்து வெளிப்படுத்தும் பாதுகாப்பற்ற தன்மையே எல்லா அடையாளங்களுக்கும், குழுக்களுக்குமான அடித்தளமாக அமைகிறது.

'சீருடை' என்பது பலத்தைக் காட்டுவதாக இருக்கிறது. சீருடை மாத்திரமல்ல, நாங்கள் குறிப்பிட்ட பிரிவு என்பதை உணர்த்தும் எல்லாவிதமான வெளிப்பாடுகளும் நம் பலத்தை மற்றவர்களுக்கு உணர்த்துவதற்காகத்தான். எது பலமாகக் கருதப்படுகிறதோ அதுவே இன்னொரு கட்டத்தில் பலவீனமாகப் போய்விடுகிற அவலம், நாம் சந்தித்த ஒன்றுதான்.

தனக்குத்தானே ஓர் உடையை அடையாளமாக்கிக் கொள் பவர்கள் உண்டு. எப்போதுமே வெள்ளையுடை - எப்போதுமே தலையில் தொப்பி என்று தன் முகத்தையும், தோற்றத்தையும் கூடப் பதியவைக்க பலர் முயற்சி செய்கிறார்கள்.

மகாத்மா காந்தி சட்டை அணியாததைப் பற்றி ஒரு சிறுமி கேட்டாள்: "உங்களுக்கு நான் வேண்டுமானால் ஒரு சட்டை தரட்டுமா?"

"எனக்கு மட்டும் தந்தால் போதுமா? என் சகோதரர்களுக்கும் சட்டை வேண்டாமா?"

"அவர்களுக்கும் என் தந்தையைத் தரச் சொல்கிறேன். உங்களுக்கு எத்தனை சகோதரர்கள்?"

"எனக்கு 30 கோடி சகோதரர்கள். அவர்கள் அத்தனை பேருக்கும் உங்கள் அப்பாவால் சட்டை தர முடியுமா?"

*

66. இசையும் இனிமையும்

'இசை' என்ற சொல்லை உச்சரிக்கும்போதே அது இனிமையைத் தருகிறது. 'இசை' என்கிற கலை எல்லோரையும் ரசிக்கச் செய்வது மட்டுமல்ல; எல்லோருக்கும் இசைக்க வேண்டும் என்கிற எண்ணத்தையும் அது ஏற்படுத்துகிறது. ஆனால், நமக்குப் புல்லாங்குழல் புரிய வில்லையே; வீணை விளங்கவில்லையே என்று நாம் வருத்தப்படு கிறோம். கலைஞனாக ஆக முடியாவிட்டாலும் சுவைஞனாக இருந்து விடுவதே சுகம் என்று இருந்து விடுகிறோம். ஆனால், நம்மாலும் சுவையாகவும் சுகமாகவும் இசையின் கடிவாளத்தைக் கைகளில் கொண்டு வரமுடியும். புத்தருடைய வாழ்வில் நடந்த ஒரு சம்பவம்!

கையில் புல்லாங்குழலுடன் அமர்ந்திருந்த ஓர் இளைஞனிடம் "எங்களுக்காக இசைப்பாய்" என்று அவர் கூறினார். அந்த இளைஞன் நாணத்துடன் புல்லாங்குழலை இசைத்தான். அவன் இசை காதலில் ஏமாற்றமடைந்த ஒருவனின் அழுகையைப் போல சோகமாக இருந்தது. அவன் வாசித்து முடித்ததும் அந்த வனம் முழுமையையும் சோக இருள் கப்பிக்கொண்டது. யாரும் எதுவும் பேசவில்லை.

அந்த இளைஞன் புத்தரை நோக்கித் தன் புல்லாங் குழலை நீட்டி, "நீங்கள் எங்களுக்காக வாசியுங்கள்" என்றான். கூடியிருந்த மற்ற எல்லோரும் அவனை ஒரு முட்டாள் என நினைத்து ஏளனமாகச் சிரித்தனர். புத்தராவது, புல்லாங்குழல் வாசிப்பதாவது.

புத்தர் அவர்கள் அதிசயிக்கும்படி புல்லாங்குழலை வாங்கிக் கொண்டார்.

கபிலவஸ்துவில் ராஜதோட்டத்தில் புல்லாங்குழல் வாசிக்கும் இளைஞன் ஒருவனின் உருவம் அவர் கண்களில் நிழலாடியது. அது முழுநிலவு இரவு. மஹாபஜாபதி அதை அமைதியாகக் கவனிப்பதையும் நினைந்தார்.

புத்தர் வாசிக்க ஆரம்பித்தார். பனிக்காற்றில் படரும் சாம்பிராணிப் புகையைப் போல அந்த இசை பரவியது. மேகங்கள் ஆயிரம் இதழ்கள் கொண்ட தாமரையாக உருமாறின.

அங்கு ஒரு குழலுக்குப் பதிலாகப் பத்தாயிரம் புல்லாங் குழல் களின் இசை கேட்டது. தென்றலின் ஓசை, மழையின் ஒளி, பறவையின்

சிறகசைப்பு, தாலாட்டின் நயம், புன்னகையின் மௌனம் ஆகிய அனைத்துமே அந்த இசையில் கலந்திருந்தன. வனத்திலிருந்த பறவைகள் அந்த இசையைக் கேட்பதற்காகத் தங்கள் பாடலைத் துறந்தன; காற்றும் சருகுகள் சலசலக்கக் கூடாதே என்று வீச மறந்தது.

புத்தர் வாசிப்பை நிறுத்திய பின்பும் அங்கு இசை இருந்தது.

புத்தர் சிரித்துக்கொண்டே சொன்னார்: "நான் சிறு வயதில் வாசிக்கக் கற்றுக்கொண்டேன். ஏழு வருடங்களாக நான் வாசிக்க வில்லை. ஆனால், இப்பொழுது என் வாசிப்பு விருத்தியடைந்திருக்கிறது. நான் என் உண்மைத் தன்மையை உணர்ந்ததால் என் இசை இனிமை யாகியிருக்கிறது."

எனக்குத் தெரிந்த ஒருவர் என்னிடம் சொன்னார்:

"என் பெண்ணுக்குச் சங்கீதம் கற்றுக் கொடுக்க ஆரம்பித்ததால் நான் பணக்காரன் ஆகிவிட்டேன்."

"அதெப்படி?"

"என் பக்கத்து வீட்டுக்காரர்களெல்லாம் பாதி விலைக்குத் தங்கள் வீட்டை என்னிடமே விற்றுவிட்டு ஓடிவிட்டார்கள்."

*

67. திருத்திக் கொள்வது

'**நா**ம் சொல்வதே சரி - நமக்கு மேல் ஒன்றும் இல்லை.' 'நாம் உச்சரிப்பதே வேதம். அதற்கு அப்பீலே கிடையாது' என்னும் அபிப்பிராயம் நம்மைப் பற்றி நமக்கு உண்டு.

நாம் சொல்வதை யாராவது திருத்தினால் நமக்குக் கோபம் வரும்.

நான் 'தமிழரசு'க்காக இலக்கிய மலர் தொகுத்த போது 'என் எழுத்து சிறிதும் பிசகாமல் அப்படியே வரவேண்டும்' எனச் சிலர் நிபந்தனைகளை விதித்தார்கள்.

எழுத்துப் பிழைகளைக் கூட மாற்றாமல் சந்திப் பிழைகளைக் கூடத் திருத்தாமல் அப்படியே பிரசுரித்தோம்.

நம்மை யார் திருத்துவது? என்கிற எண்ணம்தான் காரணம். ஆனால், இதில் ஒரு விந்தையென்ன வென்றால் ஒரு மிகச் சாதாரணத் தவறு நம் கண்களுக்குத் தப்பிவிடும். அதை ஒரு குழந்தை கண்டுபிடித்து நம்மிடம் கூறிவிடும்.

நம் ரூபாய் நோட்டில் பாராளுமன்றக் கட்டடத்தில் கொடியைக் காணோம் என்பதை ஒரு சிறுவன்தான் கண்டுபிடித்துக் கூறினான்.

நாம் எழுதியது நம் கண்களுக்குச் சரியாகத்தான் தோன்றும்.

அமெரிக்க விடுதலைப் பிரகடனத்தை ஜெஃப்பர்சன் எழுதினார். அதைப் பரிசீலனை செய்ய அமர்ந்த குழுவின் பரிந்துரைகள் ஜெஃப்பர்சனை நெளிய வைத்தது. அப்போது ஃப்ராங்க்ளின் ஒரு சின்ன கதையைச் சொன்னார்.

"ஜான் தாம்ஸன் தொப்பி விற்பவர், தொப்பி செய்பவர். உடனடி பணத்திற்காகத் தொப்பிகளை விற்பார்" என்கிற வாசகம் ஒவ்வொருவர் யோசனையின் பெயரில் மருவி இறுதியில் பெயர்ப்பலகை 'ஜான் தாம்ஸன்' என்ற பெயருடனும், 'ஒரு தொப்பி படத்துடனும்' எப்படி எளிய வடிவத்தை அடைந்தது என்பதை அவர் விளக்கியதும் ஜெஃப்பர்சன் தன்னுடைய தவறை உணர்ந்தார்.

அவரிடம் இருந்த தன்முனைப்பு விலகியதும் அவருக்கு விடுதலைப் பிரகடனம் இப்போது எவ்வளவு செழுமை அடைந் திருக்கிறது என்பது புரிந்தது.

சேக்கிழாரைப் பற்றியும் கூறுவார்கள்.

'மலையினும் பெரியது எது? உலகிலும் பெரியது எது? கடலினும் பெரியது எது?' என அநபாயச் சோழர் கேட்ட கேள்விக்குப் பதில் தெரியாமல் சேக்கிழாரின் தந்தை விழித்தார்.

சேக்கிழாரோ,

'நிலையில் திரியாது அடங்கியான் தோற்றம்
மலையினும் மாணப் பெரிது' (குறள் - 124)

'காலத்தினால் செய்த நன்றி சிறிதுஎனினும்
ஞாலத்தின் மாணப் பெரிது' (குறள் - 102)

'பயன்தூக்கார் செய்த உதவி நயன்தூக்கின்
நன்மை கடலின் பெரிது' (குறள் - 103)

எனக் குறள்களைக் கோடிட்டு விளக்கம் அளித்தார்; வேந்தனும் வியந்தார்.

நான் கேள்விப்பட்டிருக்கிறேன்.

மறைமலையடிகளிடம் ஒருவர் கூறினார்:

"ஆனாலும் தமிழ் மொழியின் ஆளுமை உயர்வு குறித்து உங்களுக்குக் கர்வம் அதிகம்."

உடனே அடிகள் "நீங்கள் கூறுவது தவறு" என்றார்.

"ஏன் உங்கள் மீதான விமரிசனத்தை ஏற்றுக் கொள்ள முடியவில்லையா?"

"நீங்கள் சொன்ன 'கர்வம்' தமிழ்ச்சொல் அல்ல பெருமையென்றோ அகந்தையென்றோ சொல்லியிருக்கலாம்" என்று அதையும் தமிழால் திருத்தினார் மறைமலையடிகள்.

*

68. ஆர்வம்

நமக்கு இசையில் ஆர்வமிருக்கலாம்;

இலக்கியத்தில் ஆர்வமிருக்கலாம்;

நடனத்தில் ஆர்வமிருக்கலாம்;

சித்திரத்தில் விருப்பமிருக்கலாம்;

சிற்பத்தில் ஈடுபாடு இருக்கலாம்.

ஆனால், நம் வீட்டுக்கு வந்து நம் எதிரே அமர்ந்திருக்கிற காரணத்தினாலேயே நமக்கு ஆர்வம் இருக்கும் துறைகளிலேயே அவர்களுக்கும் ஆர்வமிருக்கும்; இருந்துதான் தீரவேண்டும் என எதிர் பார்ப்பது தவறு.

நமக்கு இசை பிடித்தால், அவர் ஔரங்கசீப் ஆக இருக்கலாம்.

ஓவியம் என்றால், அவர் ‘ஹோல் சேல் ரேட்’ எவ்வளவு எனக் கேட்பவராக இருக்கலாம்.

எனவே நாம், இருவருக்கும் பிடித்தமான அல்லது பரிச்சயமான அல்லது விருப்பமிருக்கக்கூடிய துறைகளைப் பற்றிப் பேசுவது நல்லது.

சொர்கம் (Sorghum) என்பது சோளத்திற்கான தாவரப் பெயர். எங்கள் கல்லூரிப் பேராசிரியர் ஒருவர், நீர் மேலாண்மைக் கருத்தரங்கில் ‘sorghum’ என்ற பதத்தைப் பயன்படுத்தி ஒரு மணி நேரம் விளக்க உரை ஆற்றியிருக்கிறார். சொற்பொழிவு முடிந்ததும் ஒரு பொறியாளர் எழுந்து, “நீங்கள் sorghum, sorghum என்று அடிக்கடி சொல்லிக்கொண் டிருந்தீர்களே, அதன் பொருள் என்ன?” என்று கேட்டார். அந்தச் சொற் பொழிவு முழுவதும் அதற்கான விடையைத் தெரிந்துகொள்வதில் அவர் மனம் லயித்திருக்குமே தவிர; கருத்துகளில் எங்கே கவனம் சென்றிருக்க முடியும்?

என் சொந்தக்காரர் ஒருவர் இருந்தார். அவர் குரல் விசித்திரமாக இருக்கும். இரட்டைக் குழல் துப்பாக்கி போல இருக்கும். அவர் மாம்பழ வியாபாரி. மாம்பழப் பருவம் வந்துவிட்டால் அவரைக் கையில் பிடிக்க முடியாது. எல்லோரிடமும் மாம்பழப் புராணம்தான்.

“நம்ம ஊரில் யாருப்பா மாம்பழம் சாப்பிடத் தெரிஞ்சிருக் காங்க. வடக்குல மல்கோவா ஒன்று 20 ரூபான்னாலும் வாங்கிச்

சாப்பிடறான்பா" என்று தன் குரலில் விவரிக்க ஆரம்பித்து விடுவார். தனக்கு மாம்பழம் போல் இனிக்கும் விஷயங்களே மற்றவர்களுக்கு எட்டிக்காய் போலக் கசக்கும் என்பது அவருக்குத் தெரியவில்லை.

ராபர்ட் ஃப்ராஸ்ட் (Robert Frost) வசம் அவரை மகிழ்விப்பதன் பொருட்டு ஒரு நபர் இரவு உணவு முடிந்ததும், "இன்று பௌர்ணமி நிலவு மிகவும் அழகாக இருக்கிறது இல்லையா?" என்று கேட்டார்.

ஃப்ராஸ்ட் மகிழ்ந்து மனம் உருகுவார் என எதிர்பார்த்தார்.

அவரோ சிரித்தவாறு, "நான் உணவுக்குப் பிறகு வியாபாரம் பற்றிப் பேசுவது இல்லை" என்றார்.

கவிஞருக்கு நிலவின் அழகு பற்றிப் பேசுவதுதான் தொழில்.

எதிரேயிருப்பவர்களுக்கு ஒன்றை விளக்கும்போது அவர்களுக்குத் தெரிந்ததிலிருந்து ஆரம்பிக்க வேண்டும்.

ஒரு பெண் ஒரு கலை விமரிசகரிடம் கேட்டார்.

"திறமை பாரம்பரியமானதா?"

உடனே அவர் "நான் அப்படி நினைக்கவில்லை. பிக்காஸோவை எடுத்துக் கொள்ளுங்கள். அவர் அப்பாவைப் பற்றி நீங்கள் கேள்விப் பட்டிருக்கிறீர்களா?"

"இல்லை."

"அம்மாவைப் பற்றி?"

"இல்லை."

"நான் சொன்னதை நீங்கள் ஒப்புக்கொள்வீர்கள் அல்லவா?"

அந்தப் பெண்மணி மிகவும் அமைதியாக "நான் பிக்காஸோவைப் பற்றிக்கூடக் கேள்விப்பட்டதில்லை" என்றார்.

*

69. ஆலோசனைகள்

நம்மிடம் பலர் ஆலோசனை கேட்க வருவார்கள் -

அவர்கள் எல்லோருமே நம்மை உயர்வாக மதித்து நாம் கூறுகிற யோசனையை எடுத்துக்கொண்டு அதன் பிரகாரமே செயல்படத்தான் நம்மை நாடி வருகிறார்கள் என்று நாம் நினைப்பது தவறு.

அவர்களில் பெரும்பாலானோர் தங்கள் கருத்தை ஊர்ஜிதப் படுத்திக்கொள்ளத்தான் வருகிறார்களே தவிர; நம்முடைய யோசனையைத் தலைமேல் தூக்கிக்கொண்டு ஆடுவதற்காக அல்ல.

அவர்கள் எதை நினைக்கிறார்களோ, அதை நாம் சொன்னால் மகிழ்ச்சியடைவார்கள். 'நீங்கள் சொன்னபடியே செய்துவிட்டேன்' என்று சொல்வார்கள்.

அவர்கள் நினைப்பதற்கு முரணான ஆலோசனையை வழங்கினால், அதற்குப் பிறகு நம் பக்கம் தலைகாட்டவே மாட்டார்கள்.

தங்கள் குழந்தைக்குப் பெயர் கேட்பது, புத்தகத்திற்குத் தலைப்புச் சொல்வது - இவையெல்லாம் அந்த ரகத்தில்தான் அடங்கும். நாமும் அவர்களிடம் போகிற போக்கில் நமக்குத் தோன்றியதைச் சொல்ல வேண்டுமே தவிர வெகுவாகச் சிந்தித்து, சிரத்தையுடன் பாடுபட்டுப் பெயரைச் சொல்லிப் பின்னர் அவர்கள் அதைச் சூட்டவில்லையே என்று சுட்டுக் கொள்ளக் கூடாது.

கொப்பரையில் பருப்பு ஓட்டோடு ஒட்டிக்கொள்ளாமல் இருக்கின்ற மாதிரி நாம் சில விஷயங்களில் பட்டும் படாமலும் இருப்பதுதான் நல்லது. அது கசப்புணர்வு தோன்றாமல் காப்பாற்றும்.

சில வீடுகளில் விருந்து வைப்பார்கள். மிஞ்சிப் போனதைச் சாப்பிட பக்கத்து வீட்டிலிருப்பவர்களையெல்லாம் கூப்பிடுவார்கள்.

சிலர் சொந்த வேலை எந்த ஊரிலாவது இருந்தால் அங்கு அலுவலக வேலைக்காக முகாம் செல்வார்கள்.

பெரும்பாலும் நம் நோக்கமும், செயல்பாடும் நேர்கோடு களாகவும், இணை கோடுகளாகவும்தான் இருக்கின்றன.

எனவே, அடுத்தவர்களுடைய நோக்கத்தையும் புரிந்து கொண்டு முதலில் "உங்களுக்குத் தெரியாததா?" என்று ஆலோசனை வழங்க மறுப்பதே நல்லது.

அதற்கு மேலும் அவர்கள் வற்புறுத்தினால் அவர்களுக்கு இதுவும் ஒரு வழி என்கிற ரீதியில் கருத்துச் சொல்ல வேண்டுமே தவிர; அதை விட்டுவிட்டு "இது ஒன்றுதான் தீர்வு" என்று அடித்துச் சொல்லக் கூடாது.

ஃபிலடெல்ஃபியாவில் இரண்டு கடைகள் அருகருகே அமைந் திருந்தன. இரண்டுமே சாவி செய்யும் கடைகள். ஒன்றில் "நீங்கள் காத்திருக்கும்போதே சாவி செய்து தரப்படும்" என்ற விளம்பர வாசகம். மற்றொன்றில் "நீங்கள் சாவி செய்வதைப் பார்க்க முடியும்" என்ற வாசகம்.

எங்குக் கூட்டம் வரும் என யோசித்துப் பாருங்கள்.

ஒருவர் அழகிய பூஞ்சாடி ஒன்றை வாங்கி வந்தார். அதன் நிறத்திலேயே வரவேற்பு அறையை வண்ணமடிக்க வேண்டும் என எண்ணினார்.

பலர் முயன்றார்கள் - முடியவில்லை.

ஒருவர் வந்தார். அறையைச் சாத்தினார். இரண்டு நாட்களுக்குப் பிறகு வீட்டுக்காரரை வரவேற்பறைக்கு அழைத்துச் சென்றார்.

பூஞ்சாடி நிறத்திலேயே அறை இருந்தது கண்டு ஆச்சரியப்பட்டு "எப்படி இவ்வாறு கச்சிதமாக வண்ணமடித்தீர்கள்?"

"நான் பூஞ்சாடியின் நிறத்தை சுவர் நிறத்தில் மாற்றினேன். அவ்வளவுதான்" என்றார்.

தங்களுக்குச் சாதகமாய் நம் யோசனையைப் பலர் மாற்றிக் கொள்பவர்கள்.

*

70. தற்புகழ்ச்சி

தற்புகழ்ச்சி எந்தெந்த இடங்களில் குற்றமாகாது என்று நன்னூல் கூறுகிறது.

அரசனுடைய அவைக்குச் சீட்டுக்கவி எழுதுமிடத்தும், தன்னுடைய கல்வி ஆற்றலை உணராதாரிடத்தும், வாதம் செய்யும் அவையில் பிறரை வெல்லுமிடத்தும், பகைவன் தன்னைப் பழித்தவிடத்தும் தற்புகழ்ச்சி குற்றமாகக் கருதப்பட மாட்டாதாம்.

இன்று இருந்தால் பவணந்தி முனிவர் இவற்றோடு சுய மதிப்பீட்டு அறிக்கை (Self Assessment Report) என்பதையும் சேர்ந்திருப்பார்.

வருடா வருடம் உயர்நிலை அலுவலர்கள் அனுப்புகிற சுய மதிப்பீட்டு அறிக்கை வெறும் தற்புகழ்ச்சியாகத்தான் இருக்கும்.

நாம் செய்ததை நாமே சொல்லாவிட்டால் வேறு யாரும் சொல்லப் போவதில்லை என்பதால் அலுவலர்கள் பாவம் இப்படிச் செய்ய வேண்டியதாக இருக்கிறது.

ஏதேனும் ஒரு கட்டத்தில் தன்னைப் பற்றியும் ஒருவர் கூற நேரிடும்போது, அதற்கான கட்டாயம் எழும்போது கூறலாமே தவிர மற்ற நேரங்களில் சதா, தான் செய்த சாதனைகளைப் பற்றியே ஒருவர் பேசிக்கொண்டிருந்தால் அதை யாரும் ரசிப்பதில்லை.

எனக்குத் தெரிந்த ஒரு பெரிய புள்ளி. அவராகத் தான் செய்ததை யெல்லாம் சொல்லிக்கொள்ளமாட்டார். ஆனால் அவருடன் கைத்தடி ஒருவர் வருவார். அவர் இவருடைய பெருமைகளையெல்லாம் அளப்பார். இவர் அவரை, 'சும்மா இரு', 'சும்மா இரு' என்று அதட்டுவார்.

இன்னொருவர் - அவர் வேறு மாதிரி -

மேடையில் பேசும்போது "நான் இந்த ஊருக்கு அப்படி என்ன பெரிதாகச் செய்துவிட்டேன்? ஒரே ஒரு பள்ளிக்கூடம் கட்டிக் கொடுத்தேன். பெரிய ஏரியையா வெட்டிக் கொடுத்து விட்டேன். ஒரே ஒரு குடிநீர்க் கிணறு மட்டும்தானே வெட்டினேன். என்ன பூதானத்திற்கு நிலமா தந்துவிட்டேன்? நம் ஊர் நூலகம் கட்ட நிலம் தந்தேன். எல்லாச் சாலைகளையும் நானா போட்டேன்? ஏதோ ஒரு சாலையை மட்டும் போட முடிந்தது..."

இதே பாணியில் மிகவும் பணிவாக இருப்பது போலக் காட்டிக் கொண்டு, தான் செய்ததையெல்லாம் எல்லா மேடைகளிலும் பட்டியல் போடுவார் மனிதர். பாவம்; செய்ததைத்தானே சொல்கிறார் என நாம் திருப்திப்படலாம். கொஞ்சம் அடையாளச் சிக்கலில் அவதிப் படுகிறார், அவ்வளவுதான்.

பவணந்தி முனிவருடைய பாடலுக்கு வருவோம்.

அரசனுக்குச் சீட்டுக்கவி எழுதும் போதே தாழ்ந்து போகிறோம் அப்புறம் தற்புகழ்ச்சி ஏன்?

நம் கல்வியாற்றலை உணராதவரிடத்தில் நம்மைப் பற்றிச் சொன்னாலும் உணரவா போகிறார்கள்? வாதத்தில் வென்றாலே நம் பெருமை புரியுமே - பிறகு ஏன் தற்பெருமை? பகைவன் பொறாமையில் தானே பழிக்கிறான் - பெருமையை உணர்ந்து தானே தூற்றுகிறான் - பிறகு அவனுக்கு எதற்கு விளக்கம்?

நம் செயல்கள், நம் பணி, நம் இலக்கு ஆகியவை நம்மைப் புரியாதவர்களுக்கும் நம்மை நாளடைவில் புரிய வைத்து விடுகின்றன.

நான் கல்லூரியில் படிக்கும்போது ஓர் இலக்கியவாதியைப் பேச அழைக்கச் சென்றோம்.

“நான் மாலை எல்லாம் மேடையில் அணிந்துகொள்ள மாட்டேன்” என்றார்.

“சரி” என்றோம்.

“ஆனால் நீங்கள் ஒன்று செய்யவேண்டும்.”

“என்ன?”

“நான் மாலை வேண்டாம் என்று கூறிவிட்டேன் என்பதை மேடையில் சொல்லவேண்டும்.”

நாங்களும் அப்படியே சொன்னோம். ஆனால், அவர் அப்படிச் சொல்லச் சொன்னதாகச் சொல்லிவிட்டோம்.

*

71. கணவன் - மனைவி

கணவன் - மனைவி என்ற உறவுக்குள் அடிக்கடி விரிசல் ஏற்படுவது சகஜம். 24 மணிநேரமும் ஒருவரோடு ஒரே அறையில் வாழ்வது என்பது சிரமம் தான். வெளியில் பாசாங்குகள் செய்யலாம் நடிக்க லாம் - பொறுத்துக் கொள்ளலாம். ஆனால் வீட்டில் அதிக நாள் நீடிப்பது சிரமம்.

கல்லூரி விடுதிகளில் முதலாண்டு சேருபவர்கள் ஒரே ஊர்க்காரார் களாகப் பார்த்து அறையைப் பகிர்ந்து கொள்வார்கள். ஆனால், விரைவிலேயே சண்டை போட்டுக் கொண்டு பிரிந்துவிடுவார்கள்.

விருப்பத்துடன் சேரும்போது எதிர்பார்ப்புகளும் அதிகமா கின்றன. சற்று ஏமாற்றம் ஏற்பட்டாலும் மனவருத்தம் அதிகமாகிப் பிரிய நேரிடுகிறது.

கணவன் - மனைவி உறவு என்பது அதிக உரிமைகளைக் கொண்டாடும் ஒன்றாகஇருக்கிறது. ஒருவர் மீது மற்றொருவர் ஆதிக்கம் செலுத்த ஆசைப்படும் உறவாக உள்ளது. அதனாலேயே பல தம்பதிகள் வெகுவிரைவில் சலித்துப் போய்விடுகிறார்கள்.

'பிரிய தடை ஏதுமில்லை' என்று அறிவித்தால் பிரிந்து செல்லத் தயாராகவே பல தம்பதிகள் இருக்கிறார்கள்.

சிலரோ வெளியில் வேறுவிதமாக நடந்துகொண்டு, வீட்டில் மனைவியிடம் எக்கச்சக்கமான அன்புடன் நடந்து கொள்வார்கள். அவர்களைப் பற்றி யார் அவதூறு சொன்னாலும் மனைவி நம்பக் கூடாது என்பதற்கான முன்னேற்பாடுதான் இது. தங்கள் குற்ற உணர்வை அதிகப்படியான கவனிப்பால் ஈடுகட்டு கிறார்களோ என்று கூடத் தோன்றும்.

சகிப்புத்தன்மையினாலும், சமூகக்கட்டுப்பாடுகளாலும் இணைந்து வாழ்பவர்கள் இருக்கிறார்கள். வாழ்ந்து தீரவேண்டிய சூழல் இருப்பதால் சேர்ந்து இருப்பவர்கள் உண்டு.

எந்த இல்லத்தில் ஒருவருக்கு மற்றவர் சகாயமாக இருக்கிறார் களோ, தோழமையுடன் நடந்துகொள்கிறார்களோ அங்கு எந்தப் பிரச்சினையுமில்லை. பரந்த மனமும், அடுத்தவர்களை அவர்தம் குறை பாடுகளோடு ஏற்றுக்கொள்ளும் உள்ளமும் இருந்தால் தாம்பத்யம் என்பது போராட்டமாக இருக்காது; நீரோட்டமாக நீடிக்கும்.

மனமே எல்லாவற்றிற்கும் காரணம்.

ரொட்டிக் கடைக்குப் போன ஒருவன் ஒரு துண்டு ரொட்டியை வாங்கிச் சாப்பிட வசதியாக அவற்றை நறுக்கித் தருமாறு கேட்டான். "எத்தனை துண்டுகளாக்குவது? எட்டுத் துண்டுகளாக நறுக்கித் தரட்டுமா?" என்றார் ரொட்டிக்காரர்.

"நான்கு துண்டுகளாக நறுக்கித் தந்தால் போதும். எட்டுத் துண்டுகளை என்னால் சாப்பிடமுடியாது" என்றார்.

ரொட்டி ஒன்றுதான். எத்தனை துண்டுகளானால் என்ன?

நாம் ஒன்றாக வாழத்தான் போகிறோம். நம் துணையின் உடல் நலம் சிதைந்தால் அதைச் சீர்ப்படுத்தும் பொறுப்பும் நமக்குத்தான் என்னும்போது மகிழ்ச்சியாய் வாழலாமே!

ஆண்டர்ஸன் மற்றும் அவருடைய மனைவி பரஸ்பர விவாகரத்துக்கு விண்ணப்பித்திருந்தனர்.

நீதிபதி "உங்கள் வயது?" என்றார்.

ஆண்டர்ஸன் "தொண்ணூற்றுமூன்று" என்றார்.

"உங்கள் மனைவியின் வயது?"

"தொண்ணூற்றொன்று"

"எத்தனை வருடங்களாகிறது உங்களுக்குத் திருமணமாகி?"

"அறுபத்தாறு வருடங்கள்."

"இவ்வளவு ஆண்டுகள் கழித்து இப்போது ஏன் விவாகரத்து கோருகிறீர்கள்?"

"எங்கள் குழந்தைகள் இறப்பதற்காக நாங்கள் காத்திருந்தோம், யுவர் ஆனர்!" என்று அவர்களிடமிருந்து பதில் வந்தது.

*

72. பரிபாடல்

வைகையைப் பற்றிய பரிபாடல் இருபதாம் பாடல்:

மரங்களின் மலர்களின் நறுமணமும்,

சிதறும் தேன்துளிகளின் இனிய மணமும் எப்புறத்தும் எழுந்தது குறித்தும்,

காட்டுப் பகுதியில் மழைபெய்ததால் அவ்வெப்பம் நீங்கப் புதிய மண்வாடையும் மண்ணின் ஈரமணத்தோடு எழுந்தது குறித்தும்,

மழையின் தாக்குதலால் மரக்கிளைகளிலிருந்து உதிர்ந்து வீழ்ந்த கனிகளின் மணம் எழுந்தது குறித்தும்,

இவ்வாறாகக் காட்டுப் பகுதியுள் புது மழையினது வரவால் எழுந்த பலவகையான மணங்களையும் தன்னுள்ளே அடக்கிக் கொண்டதாகப் புதுவெள்ளமானது வைகையிற் பெருகி வந்து, அந்த இன்பத்தை மதுரை மக்கட்கு நல்கியது குறித்தும் பேசுகிறது.

'வானாற்று மழைதலைஇ மரனாற்று மலர்நாற்றம்
தேனாற்று மலர்நாற்றம் செறுவெயில் உறுகால
கானாற்றுங் கார்நாற்றம் கொம்புதிர்த்த கனிநாற்றம்
தானாற்றம் கலந்துடன் தரீஇவந்து தரூஉம் வையை'

என்பது அந்தப் பாடல்.

நாற்றம் என்றால் நறுமணம் என்றே பொருள். இன்று அது துர்நாற்றத்தைக் குறிக்கப் பயன்படுகிறது. எண்ணெய் - எள் எண்ணெயைக் குறித்து, பின் எல்லா எண்ணெயையும் குறிப்பது போல.

இந்தப் பாடலைக் கற்பனை செய்யும்போதே அன்று வைகை எவ்வளவு வெள்ளப்பெருக்குடன் இருந்திருக்க வேண்டும் என்பதை உணரமுடிகிறது.

இன்று வெள்ளை மணல் பரவிக்கிடக்கும் பரப்பாக இருக்கும் வைகை நம் கண்ணில் வெள்ளப் பெருக்கை வரவழைத்து விடும்படி காட்சியளிக்கிறது.

மனிதர்கள் காணாமல் போவது சகஜம்.

நம் நாட்டில்தான் சில நதிகளே காணாமல் போய் விடுகின்றன.

'நொய்யல்' என்ற நதியைக் காணோம். அது இருந்த சுவடு தெரியாமல் காணாமல் போய்விட்டது.

தொடர்ந்து மலைகளை மழித்தும், வளங்களை வழித்தும், இயற்கையைப் பழித்தும் வருவோமேயானால் இன்னும் பல நதிகள் புதைபொருள் ஆராய்ச்சிக்குப் போக நேரிடலாம்.

நதி வெறும் நீரோட்டம் மட்டுமல்ல - அது வாழ்வைக் கற்றுத் தரும் பாடசாலை.

ஹெர்மன் ஹெஸ் எழுதிய சித்தார்த்தாவில் வஸீதேவ் என்கிற படகோட்டி நதியைப் பற்றிக் கூறுவான்:

"நதிக்குப் பிரபஞ்ச ரகசியமெல்லாம் மனப்பாடம். ஒருவர் விரும்பினால் நதியிலிருந்து அதைக் கற்றுக்கொள்ளவும் முடியும். இப்போது வாழ்க்கையின் அபாரமான தாழ்ந்த பகுதிக்கு இறங்குவது கூட, படிப்படியாகத்தான் இருக்க வேண்டுமென்று நதி உனக்குக் கற்பித்திருக்கிறது" என்று அவன் கூறும் ஒவ்வொரு வரியிலும் பிரணவம் ஒளிர்ந்திருப்பதாக சித்தார்த்தன் நம்புகிறான்.

அதுவரை மடாலயங்கள் மூலம் புரியாதவை அந்தப் படகோட்டியின் சொற்களிலிருந்து அவனுக்கு விளங்கியது.

நாமோ இன்று நதிகளையே காணாமலடிக்கிறோம். மரங்களை வெட்டியும், கரைகளை ஆக்கிரமித்தும், காற்றைக் கசக்கியும், வாயு மண்டலத்தை நசுக்கியும் நாம் மழையின் மென்னியைத் திருகி வருகிறோம்.

ஒருமுறை ராஜஸ்தானில் குஜர் என்ற பழங்குடியினரைச் சந்தித்தேன்.

"உங்கள் ஊரில் மழை எப்படி?" என்றேன்.

"நல்ல மழை ஐயா" என்றனர்.

"போன வருடம்?"

"எல்லா வருடமும் நல்ல மழைதான்."

"அது எப்படி?"

"நாங்கள் நல்ல மழை பெய்யற இடத்திற்கு குடி பெயர்ந்து விடும் மாடுகளை மேய்க்கும் நாடோடிகள் ஐயா!"

நான் மாடுகளை நினைத்து மகிழ்ந்தேன்.

73. கலைகள் எல்லாம்

எல்லாக் கலைகளும் மேன்மையானவை. இவற்றில் உயர்வு தாழ்வு என்ற பேதைமை தேவையில்லை.

ஒவ்வொன்றும் நம் புலன்களை ஒவ்வொரு விதமாக மகிழச் செய்து நம் சிந்தனையைச் செம்மைப்படுத்துகின்றன. அவை நம் இருத்தலை வளமையாக்குகின்றன.

ஆனால், நம்மில் சிலர் "நான் மேற்கொள்ளும் கலையே மேதினியில் மெத்தவும் சிறந்தது" என்று மார்தட்டிக் கொள்கிறார்கள்.

ஜியார்ஜியான் (Giorgione) என்னும் இத்தாலிய ஓவியர் புகழ் பெற்றவர். அவருடைய ஓவியங்கள் தனித் தன்மை வாய்ந்தவை.

ஒருமுறை சிற்பிகள் பலர் சேர்ந்து அவரிடம் தங்கள் சிற்பக் கலையே ஓவியக் கலையைக் காட்டிலும் மேன்மையானது என்று கூறினர்.

"சிற்பத்தில்தான் முப்பரிமாணமும் (Three Dimensions) தெரியும்" என்பது அவர்கள் வாதம்.

"தன்னைச் சுற்றி வந்து பார்க்கச் செய்யாமலேயே ஓவியத்தில் எல்லாப் பரிமாணங்களையும் காட்ட முடியும்" என்று ஜியார் ஜியான் அவர்களுக்குக் காட்ட முனைந்தார். அதைச் சிற்பிகள் ஏற்க மறுத்தார்கள்.

அவர் பார்வையாளருக்குப் பின்புறம் தெரியுமாறு நிற்கும் பெண்ணின் சித்திரத்தைத் தீட்டினார். அவள் காலுக்கடியில் தேங்கிய நீரில் அவள் முன்பாகமும், ஒரு பக்க பிரதிபலிப்பு கண்ணாடியிலும், மற்றொன்று வாஷ்பேசின் க்ளாஸட்டிலும் பிரதிபலிக்குமாறு ஓவியத்தை நிறைவுசெய்து தன் வாதத்தை மெய்ப்பித்தார்.

கலையின் மையப் பகுதிக்குள் கர்வமின்றி நுட்பமாகவும், நுணுக்க மாகவும் செல்பவர்களுக்கு இதுவரை தெரியாத பல பகுதிகள் தெரிய ஆரம்பிக்கின்றன.

இதைப்போன்ற ஒரு சம்பவம் இஸாபி (Isabey) வாழ்விலும் நடந்தது.

அவர் ஒரு புகழ்பெற்ற பிரெஞ்சு ஓவியர்.

அவர் வியன்னாவிற்கு 1815-ஆம் ஆண்டு ஒரு மாநாட்டுக்கு வந்தவர்களைப் படம் வரையச் சென்றிருந்தார். அங்கு பிரெஞ்சுப் பிரதிநிதி (டிப்ளமேட்) அந்தச் சித்திரத்தின் நடுவில் தன்னைத் தீட்டி மரியாதை செலுத்த வேண்டும் என நிபந்தனை விதித்தார்.

டியூக் ஆஃப் வெலிங்டன் (Duke of Wellington) தனக்கும் சித்திரத்தில் உரிய முக்கியத்துவம் கொடுக்கப்பட வேண்டும் என வற்புறுத்தினார்.

இஸாபி தான் வரைந்த சித்திரத்தில் பிரெஞ்சு டிப்ளமேட் நடுவில் அமர்ந்திருப்பது போலவும், டியூக் வரும்போது அறையில் உள்ள அனைவரின் பார்வையும் அவர்மீது மரியாதையுடன் படிவதைப் போலவும் தீட்டி இருவரையும் திருப்திப்படுத்தினார்.

கலைகள் எல்லாம் மனிதனைப் பிணைக்கவும், இணைக்கவும் தான்; பிளக்கவும், சிதைக்கவும் அல்ல.

நாம் கவிதை எழுதலாம்.

கதை எழுதலாம்;

ஓவியம் தீட்டலாம்;

உரை நிகழ்த்தலாம்;

சிற்பம் செதுக்கலாம்;

நாட்டியம் நடத்தலாம்;

பொன்னகை செய்யலாம்;

பூக்களைத் தொடுக்கலாம்;

மானுடம் தழைக்கும் உபாயம் அவற்றில் நிறைந்து கிடப்பின் காலம் கடந்தும் அவை கட்டாயம் வாழும்.

பிரபல ஓவியர் ஒருவர் ஓவிய ஆர்வலர்களிடம் உலகப் புகழ் ஓவியர்கள் குறித்தும் சிறந்த ஓவியர்கள் குறித்தும், வரலாற்றுத் தகவல்களை வழங்கினார்.

எண்ணெய் வண்ண ஓவியம் பற்றியெல்லாம் அவர் பேசி முடித்து "ஏதேனும் கேள்விகள் உள்ளதா?" என்று கேட்டார்.

ஒரு பெண்மணி மட்டும் கையை உயர்த்தி "இந்த அறையின் தரை இவ்வளவு பளபளப்பாக இருக்கிறதே! இதற்கு எந்த எண்ணெயை உபயோகப்படுத்தினீர்கள்" என்று சலனமில்லாமல் கேட்டாள்.

*

74. சகோதரத்துவம்

கடற்கரை ஓரம் ஒருநாள் மதிய வேளையில் அமர்ந்திருந்தேன். கரைக்கு வரும் நண்டுகளைக் கொத்தித் தின்ன கரைந்தவாறே காகங்கள் பறந்து கொண்டிருந்தன.

என் அருகே அமர்ந்திருந்தவர் தன் கைகளில் இருந்த நிலக் கடலையைக் காகங்களுக்குத் தூக்கிப் போட்டார். ஒரு முரட்டுக் காகம் மற்ற காகங்களையெல்லாம் மிரட்டி, தான் மட்டுமே அனைத்துக் கடலையையும் தின்று தீர்த்தது.

கடலை ரசிக்காமல் அவை கடலையைக் கொரிப்பதைப் பார்த்த போது சட்டென்று எனக்குத் தோன்றியது. ‘பகிர்ந்து தின்பதை யெல்லாம் மறந்து விட்டனவா காகங்கள்?’

பசியென வந்தால், உணவுப் பொருட்கள் அழுகிப் போனால் அவற்றிற்குள்ளும் அடிதடிதானா?

இன்று சகோதரர்களுக்குள்ளேயே சகோரத்துவம் இல்லாத போது நாம் அதைப் பற்றி உரக்கப் பேசுகிறோமே, அது நினைவில் நிழலாடியது. மனிதர்கள் கூடும் கடற்கரையோரம் தங்கள் உணவுத் தேடலை எல்லை வகுத்ததால் காகங்களும் மனிதர்கள் போலவே மாறி விட்டனவா?

இன்று பல வீடுகளில் ஒரே குழந்தை. அவை வளர்ந்து குடும்ப மாகும்போது அவர்களின் குழந்தைக்குப் பெரிய தந்தையில்லை, சித்தப்பா இல்லை, அத்தை இல்லை, மாமா இல்லை. உறவுகள் எல்லாம் அற்றுப்போகும் சிறிய குடும்பம் இனி ஒவ்வொரு வீட்டிலும் உதயமாகும்.

சகோதரன் என்பவன் சொத்துக்காகச் சண்டையிடுபவன் மட்டும் தானா?

பாரத்தைப் பகிர்ந்து கொள்ளும் வலிய தோள்களுக்கும் அவனல்லவோ அடையாளம்?

உறவு என்பது பாரமா?

அது நாம் கூடி மகிழும் கொண்டாட்டத்திற்கான அறிமுக மல்லவா?

ஒரே குழந்தை போதும் - இன்றைய போட்டி உலகில் உருப்படியாக வளர்க்கிற வசதிக்கு. இல்லையேல் மக்கட் பெருக்கம் தெருக்களைக்கூட திருவிழாவாக்கும். வீதிகள் எல்லாம் சாக்கடையாகும்; அப்படியாயின் அன்பை - பாசத்தை உருவாக்குவது எப்படி என்ற கேள்வி எழவே செய்யும்.

வகுப்புகளே குடும்பம் போல் மாறும் உத்தியே மகத்தான மருந்து.

எடுத்த எடுப்பில் உடன் படிப்போருக்குள் போட்டியை உருவாக்கி அவர்கள் தங்களுக்குள் மென்னியைப் பிடித்துக் கொள்ளும் சூழலைத் தவிர்த்து அவர்கள் தங்களுக்குள் ஆடிப் பாட, இனிப்புகள் பரிமாற, உணவைப் பகிர கற்றுத் தருவதே சிறந்த வழிமுறை.

மாறுதலாகும் உத்தியோகத்தில் தந்தை இருந்தால், குழந்தை கட்கு நட்புக்கூட நிரந்தரமில்லை. பூக்கும் முன்பே வாடும் செடியாய் வாய்க்கும் பரஸ்பரம் மட்டுமே அங்குச் சாத்தியமாகும்.

உதிரத்தால் மட்டுமே உடன் பிறப்பு நிர்ணயிக்கப்படாத நல்ல சூழலை உருவாக்க நாம் சின்னக் குடும்பத்தையும் சாதகமாக்கிக் கொள்ள முடியும்.

ஒரு சிறைச்சாலையில் சின்ன தவறு செய்து மாட்டிக் கொண்ட ஒருவன் புதிதாக அடைக்கப்பட்டான். சிறை அவனுக்குப் புதிது. ஒவ்வொரு நிகழ்வையும் அதிசயமாகப் பார்த்தான்.

ஒரு வாரம் கழித்து அவன் அறையிலிருந்தவர்கள் அவனிடம் கேட்டனர்:

"யாரை உனக்கு மிகவும் பிடித்திருக்கிறது?"

அவன் "எனக்கு அந்தக் கோடி அறையில் இருக்கும் முதியவரைத்தான் மிகவும் பிடித்திருக்கிறது" என்றான்.

"ஏன்?"

"அவர் என்னைப் பார்க்கும்போதெல்லாம் 'உன்னைப் பார்க்கும்போதெல்லாம் என் தம்பி ஞாபகம் வருகிறது. என் தம்பி ஞாபகம் வருகிறது' என்று சொல்லிக்கொண்டே இருக்கிறார்."

"அப்படியென்றால் அவரிடம் மிகவும் ஜாக்கிரதையாய் இரு."

"ஏன்?"

"அவர் தன் தம்பியைக் கொன்றுவிட்டுத்தான் சிறைக்கு வந்திருக்கிறார்!"

*

75. நீதிபோதனை

இப்பொழுது நிறைய பேர் மாணவர்களிடம் ஒழுக்கத்தை வரவழைக்க நீதிபோதனையைப் பாடமாகக் கொண்டு வருவது அவசியம் என்று நினைக்கிறார்கள்.

எனக்கு ஒரு சம்பவம் நினைவுக்கு வருகிறது.

ஒரு பெண் இன்னொரு பெண்ணிடம் சொன்னாள்:

"என் கணவர் குடிப்பதை நிறுத்த மருந்து கேட்டு மருத்துவர் ஒருவரிடம் சென்றேன். அவர் ஒரு மருந்தைக் கொடுத்து இதை தேநீரில் கலந்து கொடுத்தால் அவர் குடிப்பதை நிறுத்துவார் என்று சொன்னார். நானும் தேநீரில் கலந்து கொடுத்தேன்."

"இப்பொழுது குடிப்பதை நிறுத்திவிட்டாரா?"

"ஆம்! தேநீர் குடிப்பதை."

நீதியைக் கட்டாயமாகத் திணித்தால் அது ஏற்றுக் கொள்ளப் படுமா?

நீதிபோதனையைக் கூட மனப்பாடம் செய்யும் மாணவர்களே முதல் மதிப்பெண்கள் பெறுவார்கள்.

குடித்துவிட்டு வந்து மதுவின் தீமையைப் பற்றிப் பேசுகிறவர்களை நான் பார்த்திருக்கிறேன்.

எதையுமே நேரடியாகச் சொன்னால் அதை ஏற்றுக் கொள்வது கடினம். பிரசாரமாக இருக்கிற எதுவுமே அலுப்புத் தட்டவே செய்கிறது.

நாம் படிக்கும் இலக்கியம் எல்லாம் நீதிபோதனை தானே? ஒழுக்கத்தையும், அன்பையும், உயர்ந்த பண்பையும் உணர்த்தத் தானே அவை.

திருக்குறளைக் காட்டிலும் சிறந்த இலக்கியம் இருக்க முடியுமா? அதில் உள்ள ஒரே ஒரு குறள்படி வாழ்ந்தால்கூடப் போதுமே?

திருக்குறளில் முதல் குறளாக இருக்கவேண்டியது.

"கற்க கசடறக் கற்பவை கற்றபின்
நிற்க அதற்குத் தக"   (குறள் - 391)

என்கிற குறள்தானே!

இலக்கியம் நேரடியாக முரசுகட்டி முழங்குவதில்லை; அது மறைமுகமாக விழிப்புணர்வை ஏற்படுத்துகிறது. நம்மிடையே மௌனமாக மாற்றங்களை ஏற்படுத்தி நம்மை மேன்மையடையச் செய்யத்தானே இலக்கியம்.

இலக்கியவாதி என்பவர் இலக்கியத்தை நுணுக்கமாக, நுட்பமாக வியாக்கியானமாகப் பேசுபவர்கள் அல்ல; படிக்கிற இலக்கியத்தின்படி நடக்கிற மனிதர்களே நல்ல இலக்கியவாதிகள்.

நீதிபோதனை என்பது ஒருவர் சொல்கிற வார்த்தைகளால் ஏற்படுவது அல்ல; அவர்கள் நடத்தையே நல்ல புத்தகம்.

அப்படிப்பட்டவர்கள் சொற்களைக் கேட்பதற்காக நம் உடலே செவியாக மாறும்; உள்ளமே விழியாக ஆகும்; நம் செய்கைகளில் அவர்தம் வாக்கு மேவும்.

‘உண்மை பேசு’ என்று ஓராயிரம் முறை சொல்லிப் புரிய வைப்பதைக் காட்டிலும், நாம் உண்மையைப் பேசுவதன் மூலம் முன்மாதிரியாக இருப்பதுதான் உத்தமம்.

பைபிளில் ‘யோபு’ கதையும், நம்மூரில் ‘ஹரிச்சந்திரன்’ கதையும் உயரிய செய்கையை உள்ளுக்குள் ஒளித்து வைத்த புதையல்கள்.

நம் பெற்றோர்கள், ஆசிரியர்கள், நம்மைச் சுற்றியுள்ள மனிதர்கள் தாம் ஆரம்பக் காலத்தில் நம்முடைய இதயத்தில் ஆழமான பதிவுகளை ஏற்படுத்துகிறார்கள்.

கவிஞர் வாலி ‘பொய்க்கால் குதிரை’யில் கூறியதுபோல “இந்த மனிதர்கள் மரங்களைக் கொண்டு பல சிலுவைகளைச் செய்வதைக் காட்டிலும், தம்மைக் கொண்டு ஏன் இன்னொரு இயேசுவை உருவாக்கக் கூடாது” என்கிற கேள்வியே முக்கியமானது.

நீதிபோதனை பாடமானால் அதுவும் படித்து மறக்கப்படும்.

ஒரு மாணவன் எல்லாப் பாடங்களிலும் குறைந்த மதிப்பெண் பெற்றிருந்தான். ஒரே ஒரு பாடத்தில் மட்டும் அதிக மதிப்பெண். அது ‘நீதிபோதனை’ பாடம்.

சக மாணவன் கேட்டான் : “நீதிபோதனைப் பாடத்தில் மட்டும் எப்படி இவ்வளவு மதிப்பெண்?”

“அதில் மட்டும்தாண்டா ஒழுங்கா பிட் அடிக்க முடிஞ்சது.”

*